D1771336

நூலாசிரியர் சோ. தர்மனின் இயற்பெயர் சோ. தர்மராஜ் (பி. 1953). இவரின் புனைவுலகம் அடித்தள மக்களைச் சார்ந்தது. ஆனால் கழிவிரக்கமோ அரசியல் சீற்றமோ அற்றது. இந்தத் தனித் தன்மையே அவரை முக்கியமான படைப்பாளியாக ஆக்குகிறது. இந்த நாவல் உள்பட *தூர்வை*, *கூகை*, *பதிமூனாவது மையவாடி*, *வெளவால் தேசம்* என ஐந்து நாவல்களும், *நீர்ப்பழி* (முதல் 72 சிறுகதைகள்), *அன்பின் சிப்பி* ஆகிய சிறுகதைத் தொகுப்புகளும், ஓர் ஆய்வு நூலும் இதுவரை வெளிவந்துள்ளன. *சூல்* நாவல் சாகித்ய அகாடமி 2019, மனோன்மணியம் சுந்தரனார் பல்கலைக் கழகம், ஆனந்தவிகடன், சுஜாதா அறக்கட்டளை, தமிழ்நாடு அரசு ஆகிய ஐந்து அமைப்புகளிடமிருந்து விருதுகளைப் பெற்றிருக்கிறது. பிற படைப்பு களுக்காகத் தமிழ்நாடு அரசு, கனடா இலக்கியத் தோட்டம், கதா, இலக்கியச் சிந்தனை, வி.ஆர். கிருஷ்ணய்யர் அறக்கட்டளை போன்ற அமைப்புகளும் விருதுகளை வழங்கி யிருக்கின்றன. தர்மனின் படைப்புகள் பல இந்தி, மலையாளம், ஆங்கிலம் ஆகிய மொழிகளில் மொழிபெயர்க்கப்பட்டுள்ளன. அண்மையில் *கூகை* நாவலை ஆக்ஸ்போர்டு யுனிவர்சிடி பிரஸ் ஆங்கிலத்திலும் சிந்தா பதிப்பகம் மலையாளத்திலும் மொழிபெயர்த் திருக்கின்றன. இவருடைய படைப்புகள் பல கல்லூரிகளில் பாடத்திட்டத்தில் இருக்கின்றன; ஐம்பதுக்கும் மேற்பட்ட மாணவர்கள் இளநிலை, முதுநிலை ஆய்வுகளைச் செய்துள்ளனர். சூழலியல் குறித்து ஆர்வலர்களிடமும் மாணவர்களிடமும் உரையாடுவதில் மிகுந்த ஆர்வமுடைய தர்மன், பஞ்சாலைத் தொழிலாளியாக இருபது ஆண்டுகள் பணியாற்றினார். விருப்ப ஓய்வுக்குப் பிறகு, முழுநேர எழுத்தாளராக, தூத்துக்குடி மாவட்டம் கோவில்பட்டியில் வசிக்கிறார்.

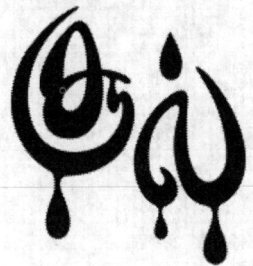

சூல்

சோ. தர்மன்

அடையாளம்

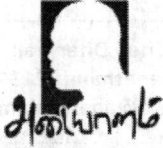

முதல் பதிப்பு 2016
பத்தாவது மீளச்சு 2025
© சோ. தர்மன்

வெளியீடு: அடையாளம், 1205/1 கருப்பூர் சாலை, புத்தாநத்தம் 621310, திருச்சி மாவட்டம், இந்தியா, தொலைபேசி: 04332 273444, 9444 77 2686
நூல் வடிவம்: த பாபிரஸ், அச்சாக்கம்: அடையாளம் பிரஸ், இந்தியா
ISBN 978 81 7720 264 9
விலை: ₹ 580

Sool is a Tamil Novel by Cho. Dharman, Published by Adaiyaalam, 1205/1 Karupur Road, Puthanatham 621310, Thiruchirappalli District, Tamilnadu, India, email: info@adaiyaalam.net

துணை இறந்த
அல்லது பிரிந்த பிறகு வேறிணை தவிர்த்து
தாயாகவும் தந்தையாகவும்
வாழும் ஆயிரமாயிரம்
ஆண்களுக்கும் பெண்களுக்கும்...

நாவல் உருவான கதை

ரஷ்யப் புரட்சிக்குப்பின் சோவியத் உருவாக்கத்தில் கூட்டுப் பண்ணைகளின் செயல்பாடுகள், அவற்றின் நிர்மாணங்களைப் பற்றி பிரஷ்னேவ் எழுதிய தரிசுநில மேம்பாடு என்னும் புத்தகத்தைப் படித்தேன். அதிலே வரும் ஒரு சம்பவம் என்னை சிந்திக்க வைத்தது. அதாவது தலைநகர் லெனின்கிராடிலிருந்து எல்லாக் கூட்டுப் பண்ணைகளுக்கும் ஓர் உத்தரவு வருகிறது. அந்த உத்தரவின் சாரம்: 'எல்லாக் கூட்டுப்பண்ணைகளுக்கும் விதைகள் அனுப்பப்பட்டு விட்டன. இன்ன தேதியில் மழை தொடங்கும் என்று வானிலை ஆய்வு மையம், விஞ்ஞானப்பூர்வமாக ஆராய்ந்து அறிக்கை கொடுத்துவிட்டது. ஆகவே முழிக்குகள் (விவசாயிகள்) இன்ன தேதியில் விதைப்பை ஆரம்பித்து இன்ன தேதிக்குள் முடித்து விடவேண்டும். விதைகள் கண்டிப்பாக நான்கு அங்குல ஆழத்தில் தான் ஊன்றப்பட வேண்டும். இந்த உத்தரவுகளைக் கடைப் பிடிக்காத முழிக்குகள் சோவியத் அரசாங்கத்தின் ஆணையை மீறியவர்களாகக் கருதப்படுவார்கள்.'

இந்த உத்தரவின்படியே அனைத்துக் கூட்டுப்பண்ணை விவசாயி களும் தங்கள் கடமைகளை நிறைவேற்றி விட்டார்கள். ஒரு மாதம் கழித்து பிரஷ்னேவ் கிளைடர் விமானத்தில் பறந்து கூட்டுப் பண்ணைகளைப் பார்வையிடுகிறார். எல்லாமே கட்டாந்தரை யாகக் காட்சியளிக்க திடுக்கிட்டுப் போகிறார். பயிர்கள் வளர்ந்ததற் கான பச்சை நிறத்தைக்கூட காணவில்லை. ஒரே ஒரு கூட்டுப் பண்ணையில் ஒரு குறிப்பிட்ட பகுதியில் மட்டும் பச்சைப் பசேலென்று பயிர்கள் வளர்ந்து காணப்படுகின்றன. அவருக்கு ஆச்சரியம். தன் கண்ணையே நம்ப இயலாமல், அந்த வயலின் அருகிலேயே தன்னுடைய கிளைடர் விமானத்தை இறக்கி, அந்தக் குறிப்பிட்ட பகுதிக்கான முழிக்கை அழைத்து வரும்படி உத்தர விடுகிறார். வயது முதிர்ந்த ஒரு விவசாயியை அழைத்து வருகிறார்கள். பிரஷ்னேவ் ஆவலோடு சில கேள்விகள் கேட்கிறார். அந்த விவசாயியின் பதில் அவரைச் சிந்திக்க வைக்கிறது. 'தோழரே, விதைகளை நான்கு அங்குல ஆழத்தில் ஊன்ற வேண்டும் என்ற

உத்தரவு சரி. ஆனால் இன்ன தேதியில் மழை பெய்யும் என்ற தங்களுடைய அறிவிப்பை என்னால் முழுமையாக ஏற்றுக்கொள்ள இயலவில்லை. காரணம், என்னுடைய பூட்டன், தாத்தன், அப்பன் காலம் தொட்டு மழையின் வரவைத் தெரிந்துகொள்ள சில இயற்கை அறிகுறிகளைப் பின்பற்றுவோம். அந்த அறிகுறிகளை வைத்துப் பார்த்தபோது, தாங்கள் குறிப்பிட்டிருந்த தேதியில் மழை ஆரம்பிக்க வாய்ப்பில்லை என்பதையும் பத்து நாட்கள் தள்ளிப்போகும் என்பதையும் உணர்ந்தேன். ஆகவே தாங்கள் சொன்னபடி விதை களை நான்கு அங்குல ஆழத்தில் ஊன்றினால், மழை பிந்துகிற போது, விதைகளுக்குப் போதிய ஈரப்பதம் கிடைக்காமல், விதைகள் முளைப்புத்திறனை இழந்துவிடும் என்பதை அறிந்து, அதிகமாக ஒரு பத்து நாளைக்கு ஈரப்பதம் கிடைக்கும்படி, விதைகளை தாங்கள் சொன்ன நான்கு அங்குல ஆழத்துக்குப் பதில் ஆறு அங்குல ஆழத்தில் ஊன்றினேன். என்னுடைய கணிப்புப் படியே மழை பிந்தித்தான் பெய்தது. ஈரப்பதம் இருந்த காரணத்தால் என்னுடைய வயலில் பயிர்கள் முளைத்து வளர்ந்துவிட்டன. பிற வயல்கள் ஈரப்பதத்தை இழந்ததால் முளைப்புத்திறன் இன்றி விதைகள் கருகிப் போயின.'

பிரஷ்னேவ் அந்த சம்சாரியை அதே விமானத்தில் ஏற்றி லெனின் கிராடுக்கு கொண்டுபோய், விவசாயம் பற்றிய பல விஷயங்களை தெரிந்து கொண்டதோடு, அவருடைய அனுபவ 'நுண்ணறிவு' என்பது விஞ்ஞானப்பூர்வமான 'பகுத்தறிவுக்கு' சற்றும் குறைந்ததல்ல என்றும் பதிவு செய்கிறார். இது மாதிரியான 'நுண்ணறிவு' நமது தமிழ்நாட்டு விவசாயிகளிடம் ஏராளமாக இருப்பதை நான் அறிந்தபோது மிகவும் ஆச்சரியப்பட்டேன். இயற்கை சொல்லும் சேதிகள், பறவைகள், மிருகங்களின் சமிக்ஞைகள் எல்லா வற்றையும் அனுபவப்பூர்வமாக உணர்ந்த சம்சாரிகள் அனைவரும் விஞ்ஞானிகளே. பகுத்தறிவை மிஞ்சும் நுண்ணறிவு படைத்த சம்சாரிகளின் ஆலோசனைகளைக் கேட்க இங்கே பிரஷ்னேவ்கள் இல்லை.

அடுத்ததாக அவர்கள் இயற்கையோடு கொண்டிருந்த வாழ்வியல் அறம். அவர்கள் பின்பற்றிய இந்த அறம், ஆன்மீகத்தின் ஆணிவேர். இது என்னை மிகவும் ஆச்சரியப்பட வைத்ததோடு, அதைப் பற்றிய தேடலையும் முனைப்பாக்கியது. உதாரணமாக, ஒரு கண்மாய் இருக்கிறதென்றால், அதை வெறும் நீர்நிலையாக மட்டும் பார்க்காமல் அந்தக் கண்மாயைப் பற்றிய அவர்களின் நம்பிக்கைகளை ஆராய்ந்த போதுதான் இந்நாவல் உருவானது.

நமக்கு சுதந்திரம் கிடைத்தபோது, வெள்ளைக்காரன் சுதந்திரத்தை மட்டும் கொடுக்கவில்லை, கிட்டத்தட்ட முப்பத்து ஆறாயிரம் கண்மாய்கள், ஊரணிகள், குளங்கள், ஆறுகள் போன்ற நீர்நிலைகளையும் ஒப்படைத்தான். இந்த எழுபதாண்டு காலத்தில் இன்றைய நீர்நிலைகளின் நிலை என்ன, குடிமராமத்து ஒழிந்து பொதுப் பணித்துறை, வனத்துறை, கனிமவளத்துறை, வருவாய்த் துறை போன்ற அரசின் பல துறைகளின் கண்காணிப்பில், நீர்நிலைகள் அடைந்த மாற்றங்கள் என்ன, பசுமைப் புரட்சி தந்த நவீன வேளாண்மையும் பகுத்தறிவுப் புரட்சி தந்த சித்தாந்த அறிவும் சம்சாரிகளை முன்னேற்றியுள்ளதா என்பதை கேள்வி கேட்க முனைகிறது நாவல்.

இனிமேல் இந்த வருடத்திற்கு மழை போதும், மழையை வழியனுப்பிவிடலாம் என்று ஊரே கூடி, அதற்கான சடங்கு சாத்திரங்களைச் செய்து வடக்கத்தி அம்மனை வழிபட்டு மழையை வழியனுப்பிவிடுவோம், மழை பெய்வது நின்றுவிடும் என்றும் அந்த வழிபாட்டின் முறைகளையும் சில பெரியவர்கள் சொன்ன போது நான் ஆச்சரியப்பட்டேன். இதுபோன்ற பல ஆச்சரியத்தை இந்த நாவலின் பல பகுதிகளில் நீங்களும் அடையலாம்.

என்னுடைய எழுத்துப்பணிக்கு எப்போதும் துணையாக இருப்பவர்கள் மட்டுமல்ல, என் இருப்பை மென்மையாக்கிக் கொண்டிருக்கும் மகன்கள் வினோத், விஜய்; சமூகப் பணியில் தம்மை அர்ப்பணித்துக்கொண்ட சாயர்புரம் போப் கல்லூரியின் தமிழ்த்துறைத் தலைவர் ஓய்வுபெற்ற பேராசிரியர் ஞா. ராசமாணிக்கம் அவர்கள்; சிறந்த காந்தியவாதியும் இலக்கிய ஆர்வலரும் ஒட்டப்பிடாரம் சட்டமன்ற முன்னாள் உறுப்பினருமான பெரியவர், வழக்கறிஞர் ஒ. எஸ். வேலுச்சாமி அவர்கள்; எப்போதும் என்னைச் செதுக்கிக் கொண்டே இருக்கும் நண்பர் கவிஞர் தேவதச்சன், தினமும் சண்டைக்கும் சரிமல்லுக்கும் நிற்கும் மார்க்சிஸிய தோழர், எழுத்தாளர் திடவை பொன்னுச்சாமி; கவிஞர் ஆகாசமுத்து; இந்தப் புத்தகத்தைச் சிறப்பாக வடிவமைத்து வெளியிடும் அடையாளம் பதிப்புக் குழுவினர் - அனைவருக்கும் நன்றி.

அய்யனார் கோவில் புளியமர நிழலில் ஊரே கூடியிருந்தது. கண்மாய்க்கரை முழுவதும் மனிதத்தலைகள். கோடை வெய்யிலின் வெப்பத்தை யாரும் பொருட்படுத்தவில்லை. பரம்பரை நீர்ப்பாய்ச்சி கரைமேல் நின்றபடி பல்வேறு சாத்திரங்கள் செய்துகொண டிருந்தான். அய்யனார் கோவில் பூசாரி எட்டயபுரம் அரண்மனை யிலிருந்து மகாராஜா தொட்டுக் கொடுத்த மண்வெட்டியை தரையில் வைத்துவிடாமல் தோளில் தொங்கவிட்டபடி நின்றுகொண் டிருந்தான். கண்ணெட்டும் தூரம்வரை பரந்து விரிந்து கிடந்த கண்மாய், குறுக்குமுத்துச்செடிகளின் மஞ்சள்பூக்கள் சொரிய வறண்டு கிடந்தது. கரையெங்கும் பின்னிக் கிடந்த சங்கஞ் செடி புதர்களிலிருந்து கசப்பு வாடை நாசியில் நிறைந்தது. தேன் எடுப்பவர்கள் உருவாக்கிய ஒற்றையடிப் பாதை சங்கஞ்செடி புதர்களை ஊடறுத்து நேர்வகிடாய்த் தெரிந்தது. சங்கஞ்செடி புதர்களின் வேர்கள் கண்மாய்க்கரையை வலை போல பின்னிக் கொண்டு சல்லடையாய் மண் அரிப்பைத் தாங்கும் என்பதால், புதர்களை ஊர்க்காரர்களே பாதுகாத்து வருகின்றனர்.

கரையெங்கும் நிறைந்து வரிசை வரிசையாய் நிற்கும் வளர்ந்த பனைகளின் கூட்டம். பனைமரங்களின் சல்லடை போன்ற சல்லி வேர்களும் கண்மாய்க்கரையைத் தாங்கி நிற்கும் தடுப்பரண்கள். பனை முழுவதும் படர்ந்து கத்தி போல் காய்கள் தொங்க கொடி வீசிக் கிடக்கும் பால்கொடிகள், கொவ்வைச் செடிகள். அவ்வளவு பெரிய கண்மாயில் மூன்றே மூன்று பாதைகள் வழி மட்டுமே தரையிலிருந்து கரைமேல் ஏறி கண்மாய்க்குள் இறங்க முடியும். கரைகளில் மற்ற இடங்களில் கால் வைக்க முடியாதபடி கரையைப் பாதுகாக்கும் பல்வேறு வகை புதர்ச் செடிகள். சில இடங்களில் திருகு கள்ளிகளும் இன்னும் சில இடங்களில் சப்பாத்திக் கள்ளிக் கூட்டங்களும் கரைக்கு அரணாய் நிற்கும் வேலிகள். அய்யனார் கோவில் புளியமரம், மாடசாமி கோவிலை மறைத்துக்கொண்டு நிற்கும் ஆலமரம். எந்நேரமும் பட்சிகளின் கெச்சட்டம். நிறை கண்மாயாக நிற்கும் போது அதைவிட்டு வீடுதிரும்பவே மனசு

வராது. கரைமேல் நின்று வடக்காமல் பார்த்தால் கண்ணெட்டும் தூரம்வரை கலைத்துப் போட்ட சீட்டுக் கட்டாய் வயக்காடுகள். எக்காலமும் பசுமையாய் நிற்கும் வெற்றிலைக் கொடிக்கால்கள். உயர்ந்து வளர்ந்த அகத்தி வரிச்சிகளில் சுற்றிப் படர்ந்து கொடி வீசும் வெள்ளை வெற்றிலையின் அழகை நின்று பார்த்துக்கொண்டே இருக்கலாம்.

சாத்திர சம்பிரதாயங்கள் முடிந்துவிட்டதற்கு அறிகுறியாய் நீர்ப்பாய்ச்சி தலைநிமிர்ந்தான். கோவில் பூசாரி கைகள் நடுங்க அரண்மனை மண்வெட்டியை நீர்ப்பாய்ச்சியின் கையில் கொடுத்தான். பக்தியுடன் பவ்யமாக மண் வெட்டியை வாங்கிய நீர்ப்பாய்ச்சி அய்யனார் கோயில் பக்கம் திரும்பி நின்றுகொண்டு கரையின் மேல் மூன்றுமுறை வெட்டினான். இதற்காகவே காத்திருந்தவர் களைப் போல் கூடியிருந்த அனைவருமே, தாங்கள் கொண்டு வந்து தயாராய் வைத்திருந்த மண்வெட்டி கடப்பாறைக் கம்பிகளால் கரையை வெட்ட ஆரம்பித்தனர். வெட்டிய மண் கரம்பைகளை இருபக்கமும் சுமந்துகொண்டு போய்க் கொட்டினார்கள் பெண்கள். 'யேய், அகலம் போதும், ஒரு மாட்டு வண்டி போயி வர்ர அளவு இருந்தா போதும், அகலமாத் தோண்டுனா அடச்சாலும் கரை எழந்து போகும்.'

பக்கத்தில் நின்ற சில பெரிசுகள் கோளாறு சொல்லிக்கொண்டு நின்றார்கள்.

'கோளாறு சொல்லத்தான் ஆளக் காணும்னாகளாக்கும், கோளாறு சொல்ற வேலக்காருக மம்பட்டிய எடுத்திட்டு வந்து, ஆளோட ஆளு வெட்ட வேண்டியதான.'

'அடேய், எளவட்டங்களா! இன்னக்கு நீங்க ஊரோட வந்து குப்ப கொட்டுறீங்க, நாங்க நாலு பேரு மட்டும் தனிச்சு நின்னு கரைய வகுந்து பாதை தொறந்து விட்ருவம். அத மாதிரி பாதைய மூடி கரையேத்தியும் விட்டுருவம். ஒங்கள மாதிரி ஏல மாட்டாற பயகனு நெனச்சீங்களா.'

கண்மாயில் கரை திறந்துவிட்டால் இனி சுற்றியுள்ள ஊர்களின் வண்டி மாடுகள் நிறைந்துவிடும். கண்மாயின் கரம்பைமண்களை ஏற்றிக்கொண்டு வண்டிகள் கட்டெறும்பு வரிசை போல் வந்து கொண்டும் போய்க்கொண்டும் இருக்கும். நீர்ப்பாய்ச்சிக்கு ஓயாத வேலை. கண்மாய்க்குள்ளிருந்து மண் ஏற்றிக்கொண்டு வரும் வண்டிகள், மண்ணை காடுகளில், வயக்காடுகளில், தோட்டங்களில் கொண்டு போய்த் தட்டிவிட்டு வெற்று வண்டியாய் வரும் வண்டிகள் இரண்டையும் ஒழுங்குபடுத்தி விடுவது நீர்ப்பாய்ச்சியின் வேலை.

கரை உச்சியில் நின்றுகொண்டு எந்நேரமும் ஜாடை காட்டியபடி கூப்பாடு போட்டுக்கொண்டிருப்பான். எதிர் எதிரே சந்தித்து விட்டால் போச்சு, பார வண்டி பின்னோக்கி இழுக்கப்பட்டு, வண்டி குடை சாய்ந்துவிடும்.

வரதம்பட்டி, பீக்கிலிபட்டி, வள்ளிநாயகிபுரம், ராவுத்தன்பட்டி, நல்லமுத்தன்பட்டி, வீரப்பட்டி, கட்டுராமன்பட்டி, சென்னையம் பட்டி இத்தனை ஊர்களுக்கும் பெரிய கண்மாய், அதுவும் கரம்பைமண் வளமுள்ள கண்மாய் உருளைக்குடி கண்மாய்தான். எட்டயபுரம் ராஜாவின் கண்காணிப்பிலுள்ள எல்லாக் கண்மாய் களும், ஊரணிகளும், தெப்பங்களும், நீராவிகளும் கோடையில் குடிமராமத்து செய்யப்பட்டு விவசாயத்திற்கு மழைநீர் சேமிக்க தயார் நிலையில் வைக்கப்படும். பல ஜாதிகள் உள்ள ஊர்களில் எல்லாரும் சேர்ந்து செய்வதும் உண்டு. இல்லையெனில் வருடத் திற்கு ஒரு ஜாதியெனப் பிரித்து மராமத்து பார்ப்பதும் உண்டு. இந்த ஒரு மாசத்தில் காடுகளிலும் தோட்டங்களிலும் வயக்காடுகளிலும் வரிசை வரிசையாய் கரம்பைமண் குமிகள் அணிவகுத்து நிற்கும். கண்மாய்க்கரை மூடிவிட்டால் குப்பையடிப்பு. கரம்பைமண் குமிகளுக்கு அடுத்த வரிசையில் குப்பை குமி வரிசைகள். விடிய விடிய வண்டிமாடுகளின் சத்தம் கேட்டுக்கொண்டேயிருக்கும் நிலா வெளிச்சம் குப்பையடிப்பு வேலைக்கு தோதாக இருக்கும். குப்பை குமிகளைச் சிதறி அதன்மேல் கரம்பை மண்ணைச் சிதறி, அப்புறம் கோடைஉழவு, நிலம் மணப் பெண்ணாய் கனிந்து கிடக்கும். மழைநீர் தேங்கி மண் மகிழ்ந்து உ ரம் கலந்து விதைப்பிற்குத் தயாராய் நிற்கும்.

சரியாக இன்றோடு கண்மாய்க்கரை வழி திறந்து நாற்பது நாட்கள் ஆகிவிட்டன. கரை திறந்த அன்றைக்கு ஊர்ச்சாற்றிய தொத்தல் பகடை இன்றைக்கும் தெரு வழியே ஊர்ச்சாற்றிக் கொண்டு போனான்.

'அய்யாமாரே, அம்மாமாரே, நல்லாக் கேட்டுக்கோங்க சாமி மாரா! நாளைக்கு நம்ம ஊரு கண்மா நட சாத்தப் போறாங்க. இது மகாராஜா உத்திரவு சாமியோவ்.'

தொத்தல் பகடையைச் சுற்றிலும் சிறுசுகளின் கூப்பாடும் விளையாட்டும். அவன் ஊர்வலம் போகிறவனைப் போல் மேலத் தெருவிலிருந்து கீழத்தெரு நோக்கிப் போய்க்கொண்டிருந்தான். கரையை அடைத்துவிட்டால் தகவல் உடனே எட்டயபுரம் அரண்மனைக்குப் போய் சேர்ந்துவிடும். அப்புறம் கண்மாய் கருவுறக் காத்திருக்கும் புதுப்பெண்ணின் வயிராய் விரிந்து கிடக்கும்.

கோடை வெய்யில் அனலாய்க் கொதிக்கிறது. சங்கன் குப்பைக் குமிகளைக் கூடையில் அள்ளி, இரு கைகளிலும் ஏந்தி வட்டம் சுற்றி வீசி எறிகிறான். சிதறி விழும் குப்பைகளினூடே பருத்திச் சுளைகளைப் போல் வெள்ளை வெளேரென்று நிலத்தில் விழும் குப்பை புழுக்கள், அப்படியே பலாச்சுளைகளை நிலத்தில் வீசி எறிந்தது போல் பரவிக் கிடக்கின்றன. பருந்துகளும், மைனாக்களும், காக்கைக் கூட்டங்களும் சங்கனைச் சுற்றி, கூட்டமாய்க் கத்திய படியே வட்டம் சுற்றுகின்றன. குப்பைக் கூடையைக் கைகளில் ஏந்திய சங்கன் சிதறுவதற்காக குப்பையை வீசி எறிந்தபோது, கூடை கை நழுவிப் போய்த் தரையில் உருண்டுகொண்டே போய் குப்புற விழுந்ததில் ஒரு காக்கை குப்பைக் கூடைக்குள் சிக்கிக்கொண்டது. சங்கன் ஜாக்கிரதையாக ஒத்தக் கையை கூடைக்குள் ஒட்டி காக்கையைப் பிடித்துக்கொண்டான். அதன் இரண்டு கால்களையும் ஒன்று சேர்த்துக் கட்டி, இறக்கைகளை ஒன்றோடொன்று பின்னி கருவேல மரத்தடியில் போட்டு வைத்தான். மற்ற காக்கைகள் வட்டம் சுற்ற அது கீழே கிடந்தது.

சாயங்காலம் வேலை முடிந்த போது கூடை மம்பட்டியுடன் காக்கையையும் கொண்டுபோனான். காக்கையை வீட்டில் கண்டதும் சங்கனின் பெண்டாட்டி காளிக்கு கோபம் பொறுக்கவில்லை.

'அட துப்புக் கெட்ட மனுசா, இந்தச் சனியன எதுக்கு வீட்டுக்குள்ள கொண்டாந்த, இதக் கொண்டு வரதும் எமனக் கொண்டு வர்ரதும் ஒன்னுனு தெரியலையாக்கும் கூறுகெட்ட மனுசா.'

'எமன் வந்தா வரட்டும், ஏம் உசுர வேணா எடுத்திட்டுப் போகட்டும், நிய் வேணா எமன் போற வரைக்கு ஒங்க ஆத்தா வீட்ல போயி இருந்திட்டு பெறவு வா. ஒங்க ஆத்தாட்ட எந்த எமனும் வரமாட்டான்.'

சங்கன்காளி பேச்சை சட்டை செய்யவில்லை. சப்புச் சவரு போட்டு வைக்கும் பிய்ந்த பெட்டியில் எதையோ தேடிக் கொண்டிருந்தான். கடைசியாக அவன் தேடிய பொருள் கிடைத்து விட்டதற்கு அடையாளமாக சிரித்துக்கொண்டே பழைய பெட்டி யைத் தூக்கி மூலையில் வைத்தான். அவன் கையில் ஒற்றைச் சலங்கை ஒன்று மின்னிக்கொண்டிருந்தது. காக்கையின் கால்களில் கம்பியை வளைத்து இறுக்கிக் கட்டி சலங்கையை இணைத்து முறுக்கி தெருவில் போய் நின்றுகொண்டு சமாதானப் புறா பறக்க விடுவது போல் சலங்கை கட்டிய காக்கையைப் பறக்க விட்டான். ஜனங்கள் கூடிநின்று வேடிக்கை பார்க்க, காக்கை பயத்துடன், சில்க், சில்க் என்று சலங்கையில் சத்தம் எழுப்பியபடி பறந்து மறைந்தது.

கூட்டத்தில் நின்று வேடிக்கை பார்த்துக்கொண்டிருந்த கொட்டுக் காரத் தாத்தா சொன்னார்.

'கல்யாணம் முடிச்சு மூனு புள்ளைக்கு தகப்பனாயிட்டான், இந்த சங்கன் பயலுக்கு வெளையாட்டுப் புத்தி இன்னும் போகலையே.'

'மாமா, எதுக்கு காக்காய பறக்க விட்டுருக்கன்னு தெரியுமா, இத மாதிரி ஒரு நாளைக்காவது ஒங்க மக கால்ல கொலுச மாட்டி, அப்படியே வானத்துல பறக்கவிடப் போறன். ஏம்னா ஒங்க மகளும் கன்னங்கரேர்னு காக்கா மாதிரிதான மாமா இருக்கா.'

'அடடா, அந்தானைக்கு, சுண்டுனா ரத்தம் வந்திரும். ஒங்க மொகரைக்கு காளியம்மா காணலியாக்கும். நல்லா நடக்கத் தெரியாத பித்துக்கால்ப் பய ஒங்களுக்கு செவப்பு தொலி கேக்குதாக்கும்.'

'எப்பிடினாலும், செவத்த தொலினா அதுக்கு ஒரு தனி மவுசு இல்லையா மாமா.'

'ஆமாமா, தனி மவுசுதான், நம்ம செவனான் கழுத பொட்டக் கழுத, செவப்புத்தான். வேணும்னா இன்னக்கு போ, நா வேணும்னா செவனான்கிட்ட சொல்றேன்.'

ஊரில் எங்கேயாவது ஒரு இடத்தில் காக்கையின் காலில் கட்டிய சலங்கை சத்தம் கேட்டுக்கொண்டேயிருந்தது. அப்போதெல்லாம் சங்கனின் பெயர் அடிபட்டுக்கொண்டேயிருக்கும். அந்தக் காக்கை சலங்கையுடன் சேர்த்து சங்கனையும் சுமந்தபடியே ஊர் முழுக்க சுற்றித் திரிந்தது.

கரம்பைமண் அடித்து, குப்பைக் குமி சிதறி, கண்மாய்க்கரை வழி மூடிவிட்டால் விதைப்புக்கு தயார் படுத்துகிற வேலை ஆரம்பமாகி விடும். நாலு பேர் கூடிவிட்டால் வேறு பேச்சே கிடையாது. நெல் நாற்று பாவுவது, கரும்பு நடுவது, வாழைக்கு வரப்புக் கட்டுவது, வெற்றிலைக் கொடிக்காலை அழித்து அகத்தி வரிச்சிகளை தூர் தோண்டி எடுப்பது போன்ற வேலைகளைப் பற்றிய பேச்சு இருக்கும். கண்மாய் பெருகிவிட்டால் போதும், ஊரிலுள்ள எல்லோர் வீடுகளும் பெருகிய மாதிரிதான். ஜனங்களின் முகமே புதுப்பொலிவுடன் ஜொலிக்கும். மழையை வரவேற்கக் காத் திருக்கும் ஓடைகளும், ஊருணிகளும், கண்மாய்களும், வெண்கலக் கும்பாவை விளக்கி வைத்தது போல் அவ்வளவு சுத்தமாக இருக்கும்.

வெய்யிலின் உக்கிரம் ஏற ஏற மழைக்கான அதிகாரம்கூடிக் கொண்டே போகும். பகலிலும் இரவிலும் மழைக்கான அறிகுறிகளை மக்கள் கவனித்துக்கொண்டே இருப்பார்கள். பெரும்பாலும் மழை

யைப் பற்றிய பேச்சே எல்லா இடங்களிலும் இருக்கும். வஞ்சக மில்லாத வர்ண பகவான் உருளைக்குடி மக்களை ஏமாற்றியதே இல்லை.

பால்கொடி ஓடையின் இரு கரைகளிலும் அணிவகுத்து நிற்கும் உயர்ந்த பனைமரங்கள். முத்துவீரன் தாத்தா கமலை இறைக்கும் மிதிகல்லில் நின்றபடி பனைகளில் தொங்கிக்கொண்டிருந்த தூக்கணாங்குருவிக் கூடுகளை எண்ணிக்கொண்டிருந்தார். கை விரல்களை நெற்றியில் வைத்து வெய்யிலை மறைத்து அண்ணாந்து பார்த்தபடி ஒவ்வொரு பனையாக சுற்றிச் சுற்றி எண்ணிக்கொண்டி ருந்தார். கொஞ்ச தூரத்தில் நின்று கவனித்துக் கொண்டிருந்தான் முத்தாண்டி. அவன் முதுகில் காடை, கௌதாரிகளை கண்ணி போட்டுப் பிடிக்கக்கூடிய காடைத் தட்டு தொங்கிக்கொண்டிருந்தது.

'என்ன தாத்தா நானும் கவனிச்சிட்டே நிக்கன், ஒவ்வொரு பனையா சுத்திச் சுத்தி வர்ரீரே, வேற ஏதும் நேமிக்கம் போட்டு ருக்கிறீரா.'

'ஆமடேய், தெனம் முப்பது பனைய சுத்திச் சுத்தி வந்திட்டா, நாலே நாள்ல ஓந் தங்கச்சி எளையவ ஆவுடச்சி என்னய கட்டிக்கிறம்னு சொன்னா. அதுதான் நேத்துலருந்து பனைகள சுத்த ஆரம்பிச் சிருக்கன்.'

கைகளில் அகத்திக் குழையுடன் வரப்பில் வந்துகொண்டிருந்த மூக்காண்டி இருவரையும் கண்டவுடன் நின்றுவிட்டான்.

'என்ன முத்துவீரன்ணே, காட புடிக்கிற இந்தக் காடோடிப் பய என்ன சொல்றான்?'

'ஒவ்வொரு பனையா சுத்துறீரே என்ன வெசயம்னு கேக்கான், ஓந் தங்கச்சிட்டப் போயி கேளுனு சொல்லிட்டன்.'

'அவ கரெக்டா சொல்லிருவான்னே, அவ சுத்துறதுல பெரிய கொம்பேறி. என்னையவே விடாம சுத்துறான்னா பாத்துக் கோருமே.'

'இப்ப ரெண்டு கெழடுகளும் பால்கொடி ஓடைக்குள்ள கெடந்து சாகப் போறீக.'

'அவங் கெடக்கான் குருவி திண்ணிப் பய. நீங்க சொல்லுங்கண்ண இந்த வருசம் மழை எப்பிடி, பட்சி ஜோஸ்யம் என்ன சொல்லுது?'

'பட்சி ஜோஸ்யம் எப்பவும் தப்புனதே இல்லையே, கரெக்டா இருக்கும். நூறு கூட்ட எண்ணிப் பார்த்தன். பாத்ததுல வடக்கத்தி மழைதான் ஜாஸ்தினு சொல்லுது பட்சி.'

'அப்படின்னா மாசம் பெறந்த ஒடனேயே வெதப்ப முந்தி

வெதச்சிர வேண்டியதான், ஏம்னா வடக்கத்தி மழ நமக்குப் பிந்தித் தான பெய்யும்.'

'கண்மாய் பெருகுமா, இல்ல அரகொறதானா?'

'அட போடா கோட்டிக்காரப் பயல. இந்த வருசம் நெற பெருக்கு, சந்தேகமேயில்ல. எல்லாக் கூடுகளும் கண்மா மரத்துல உச்சிக் கொப்புலதான், ஒன்னுகூட தாடிக் கொப்புல கெட்டல.'

முத்துவீரன் தாத்தாவின் அனுபவங்கள் ஆச்சர்யமானவை. பெரும்பாலும் அவர் சொல்வது சரியாகவே இருக்கும். தூக்கணாங் குருவிக் கூடுகளில் கீழ்ப்பக்கம் உள்ள வாசல் போக, பக்கவாட்டில் ஒவ்வொரு கூட்டிலும் ஒரு வாசல் இருக்கும். இந்தப் பக்கவாட்டு வாசல்கள் தெற்குப் பக்கம் பார்த்தபடி பெரும்பான்மையாக இருந்தால் அந்த வருசம் வடகிழக்குப் பருவமழை அதாவது வடக்கத்தி மழை ஜாஸ்தி. பெரும்பான்மைக் கூடுகளின் வாசல்கள். வடக்குப் பக்கம் பார்த்தபடி இருந்தால் தெக்கத்தி மழை அதாவது தென் மேற்கு பருவமழை ஜாஸ்தி. இதுதான் முத்துவீரன் தாத்தாவின் கணிப்பு.

அதே போல் கண்மாய்க்குள் நாட்டுக் கருவேல மரங்களும் வேல மரங்களும் நிறைந்து நிற்கும். கண்மாய் பெருகிவிட்டால், மரத்தின் தூர்கள் முழுவதும் தண்ணீருக்குள் மறைந்துவிடும். மரக்கிளைகள் மட்டும் தண்ணீரின் மேற்பரப்பைத் தொட்டுக்கொண்டு படர்ந்து நிற்கும். அந்த மரங்களில் கூடுகட்டும் பறவைகள் அநேக மரங்களில் உச்சிக் கொப்பில் கூடுகள் கட்டியிருந்தால் அந்த வருசம் மழை ஜாஸ்தி, கண்மாய் மரங்கள் முங்கும் அளவுக்கு நிறை பெருக்கு. மரங்களில் உள்ள தாடிக்கொப்புகளில் கூடுகள் நிறையக் கட்டியிருந் தால் அந்த வருசம் மழை மத்துவம், கண்மாய் அரைப் பெருக்கு அல்லது முக்கால் பெருக்கு. இதுதான் தாத்தாவின் கணிப்பு.

'இப்ப வேணாப்பரிந்த வெய்யில் அடிச்சு மண்டையக் கொடையிது, மழைக்கு அறிகுறியவே காணும், அப்பிடியே பேஞ்சாலும் இன்னும் ஒரு மாசம் கழிச்சுத்தான் பெய்யும். அப்பிடியிருக்க இந்தக் குருவி களுக்கு மட்டும் எப்பிடி தாத்தா அம்புட்டுத் துல்லியமா தெரியுது?'

'ஏலேய், யே... காடோடிப் பயல, குருவிகளுக்கு இது மட்டுந் தான் தெரியும்னு நெனைக்காத. ஒங்க ஆத்தா கவுட்டுக்குள்ள இருக்கிற கூடுகூடத் தெரியும்ல.'

மூக்காண்டி அகத்திக் குழைகளைத் தரையில் வீசியபடி சிரித்து உருண்டான். முத்தாண்டிப் பயல் முதுகில் காடைத் தட்டு தொங்க ஓடைக்குள் இறங்கி வேகமாய் நடந்து மறைந்துபோனான்.

முத்துவீரன் தாத்தாவும் மூக்காண்டியும் கமலை இறைக்கும் மிதிகல்லின் மேல் உட்கார்ந்தார்கள். கமலை இறைக்கும் பாதையை நிழல்கள் மறைக்க பூவரசு மரங்கள் மஞ்சள் பூக்களைச் சொரிந்தபடி படர்ந்து உயர்ந்து நின்றன. பூவரசு மர நிழல் வெய்யிலுக்கு சுகமாய் இருந்தது.

'நானும் ஒங்க கிட்ட சமயம் கெடைக்கும் போது கேக்கணும் கேக்கணும்னுதான் நெனைக்கன், சமயமே வாய்க்கல. இப்பச் சொல்லுங்க, இந்தக் குருவிகளுக்கு இம்புட்டு அறிவு எப்பிடி வந்துச்சு, மனுசரவிட அறிவுல கூடியில்ல இருக்கு.'

'மனுசரு என்னடா மனுசரு, பெரிய்ய மனுசரு, நாளைக்கு ஒரு உசுரு சாகப் போகுதுனு சாகுருவி ஒரே சத்தத்துல சொல்லிட்டு அது பாட்டுல பறந்து போயிறுது, நம்மளால நிம்மதியா இருக்க முடியுதா, இல்ல இது வெறும் குருவியோட கூப்பாடுதானேனு ஒதுக்கி அலட்சியப்படுத்த முடியுதா, யார் வீட்ல சாவு விழப் போகுதோ, எந்தப் பொம்பள தாலியறுக்கப் போறாளோனு, திடுக்திடுக்னு மனசு கெடந்து அடிக்கா இல்லையா, அதே மாதிரி மூணாம் பக்கம் சாவு விழுகுதா இல்லையா? கட்டாயம் விழுந்திருதுல்ல. மனுசனுக்கு இந்தக் கூறு எங்க இருக்கு? எல்லாம் அதப் படச்ச அந்தப் பகவானோட புண்ணியம்னு தான் சொல்லணும், வேற எப்பிடிச் சொல்ல?'

'இந்தப் பன ஓலை எம்புட்டு வழுவழுப்பா இருக்கு. அதுல தொங்குது தூக்கணாங்குருவிக் கூடு, மேகாத்து வெளுத்து வாங்குது, கூடு அங்கிட்டும் இங்கிட்டும் இப்பிடி லாந்துது, ஒரு கூடாவது கீழ விழுதானு பாருங்களேன்.'

'அட கோட்டிக்காரப்பயல, அந்த ஓலையோட இணுக்குள, குருவி ஒரு வகையான பசைய தடவித்தான் கிழிச்ச தோகைய கொண்டாந்து கூடு பின்னுது.'

'அந்தப் பச அதுக்கு எங்கயிருந்து கெடைக்குது? கூட்டுக்குள்ள ஒரு சொட்டு தண்ணிகூட ஒட்ட மாட்டேங்கு, பாத்தா பெரிய மாயமந்திரம் போலல்ல இருக்கு!'

'மாயமும் இல்ல மந்திரமும் இல்ல, எல்லாம் அந்தப் பகவானோட புண்ணியம். இன்னொரு விஷயமும் இருக்கு அத கவனிச்சியால.'

'இனி என்ன வெசயமிருக்கு?'

'இப்ப இந்த வரிசையில கூட்டமா இவ்வளவு பனைக இருக்குதுல்ல.'

'ஆமா'

'இதுல பொட்டப்பன எது, ஆண் பன எதுனு அதுக்குத் தெரியும்.'

'எத வச்சு சொல்றீரு?'

'மொதல்ல நிய் சொல்லுல, ஆண் பன எது, பொட்டப்பன எது?'

'ஆண் பனயில நொங்கு காய்க்காம வெறும் கதிரு மட்டும் இருக்கும், பொட்டப் பனையில பாளை தள்ளி பனங்காயி குலைகுலையா காய்ச்சிருக்கும்.'

'ஏல, பன வந்து தென்ன மாதிரியில்ல, வருசத்துல கோடையில மட்டும்தான் குலை தள்ளும், மத்த காலங்கள்ல ஆண் பனைக்கும் பொட்டப் பனைக்கும் எந்தக் கொம்பேறினாலும் வித்தியாசம் கண்டுபிடிக்க முடியாது.'

'வெறும் பனை ஓலைகள மட்டும் வச்சு எப்பிடி வித்தியாசம் கண்டுபிடிக்க, காய் இருக்கணும், இல்ல பூ இருக்கணுமில்ல.'

'அப்பிடி வா வழிக்கு. தூக்கணாங்குருவிக்கு எந்த அடையாளமும் வேண்டாம். ரெண்டுக்கும் வித்தியாசம் கண்டுபிடிச்சிரும்.'

'எத வச்சு சொல்றீரு? சும்மா மானாங்கண்ணியா அளந்துவிடக் கூடாது.'

'எந்தெந்தப் பனையில கூடு நெறய்யா கெட்டியிருக்கோ அதுக அம்புட்டும் ஆண்பனைக. ஒன்னு ரெண்டு கூடுக தொங்குற பனைக அம்புட்டும் பொட்டப் பனைக.'

'எதுக்கு அப்பிடி வித்தியாசம் பாத்து கூடு கட்டுது.'

'தூக்கணாங்குருவி ஒன்ன மாதிரி முட்டாள் கெடையாது. ஆண் பனையில நமக்கு ஒரு ஜோலியும் கெடையாது. ஆனா பொட்டப் பனையில ஏறி பாளை சீவணும், பதனி எறக்கணும், காய் முத்திட்டா நொங்கு வெட்டணும். அப்புறம் பனம்பழம் எடுக்கணும். இம்புட்டு ஜோலி இருக்கும் போது, பொட்டப் பனையில கூடு கட்டி அதுக குடும்பம் நடத்த முடியுமா, முட்டை இட முடியுமா, குஞ்சு பொரிக்க முடியுமா? அந்தக் குஞ்சுகள வளர்த்து பறக்காட்டி கூட்டிட்டுப் போற வரைக்கு நிம்மதியா பயமில்லாம இருக்க முடியுமா?'

'ஒன்னு ரெண்டு கூடுகள மட்டும் பொட்டப் பனையில என்ன மயித்துக்கு கெட்டியிருக்கு?'

'ஒங்க ஆத்தாளும் அப்பனும் மச்சு வீட்டுக்குள்ள படுத்துக் கெடந்தா நிய் முத்தத்துலயோ இல்லனா திர்ணயிலயோ படுத்துக் கெடக்கையில்ல, அது மாதிரி குஞ்சுகளோட தொந்தரவு இல்லாம கொஞ்சம் நிம்மதியா இருக்கிறதுக்குத்தான் பொட்டப் பனையில ஒன்னுரெண்டு கூடு. முட்டையிட்டுக் குஞ்சு பொரிக்க இந்தக்

கூட்ல வசதி இருக்காது.'

'நீரு சொல்றதப் பாத்தா மனுசரவிட நூறு மடங்கு புத்தி யோடயிருக்கும் போலல்ல இருக்கு.'

'ஆமாண்டா, என்னெக்குமே குருவிகளோட, பட்சிகளோட வேலைகள லேசா நெனச்சிராத. காரணமில்லாம எதையும் செய்யாதுக.'

முத்துவீரன் தாத்தா சொன்ன விஷயங்கள் மூக்காண்டிக்கு பெரிய ஆச்சர்யத்தைக் கொடுத்திருக்க வேண்டும். அவன் பனைகளை அண்ணாந்து பார்த்தான். நீளமாய்த் தொங்கும் கிழித்த தோகை நார்களை இழுத்துக்கொண்டு பனைகளை நோக்கி வரவும் போகவும் இருக்கும் தூக்கணாங்குருவிகள். சில குருவிகளின் வாயில் துல்லியமாய்த் தெரியும் பச்சை நிறப் புழுக்கள். எறி பந்துகளாய் காற்றில் ஆடின கூடுகள்.

மாடுகள் கமலை இறைக்கும் பாதையை அடைத்துக் கொண்டு நீண்டு கிடந்தன பூவரசு மர நிழல்கள். அதன் மஞ்சள் நிற பூக்களும், பம்பரம் போன்ற காய்களும் நிறைந்திருக்க, பழுத்த மஞ்சள் நிற இலைகள் கமலைக் குழி முழுக்க உதிர்ந்து கிடந்தன. இருவரும் பலப்பல பேச்சுக்கள் பேசிக்கொண்டிருந்தார்கள். தரையிலிருந்து எட்டித் தொட்டுவிடும் தூரத்தில் கிணற்றுத் தண்ணீர் மேலேறிக் கிடந்தது. இருவரும் கிணற்று வாகரையைவிட்டு வெளியேறிய போது வெய்யில் ஏறி சூடுபிடித்து அடிக்கத் தொடங்கியது.

10

2

நான்கு ஜோடி மாடுகளும் ஏர்க்கால்களை இழுத்தபடியே ஒன்றன் பின் ஒன்றாய் போய்க்கொண்டிருந்தன. முத்துவீரன், பெருமாள், சேவுகன், செம்பட்டையன் நான்கு பேரும் பேசிக்கொண்டே மாடுகளுக்குப் பின்னால் நடந்துவந்தார்கள். நான்கு பேருமே தலையில் சும்மாடு கூட்டி பெரிய தோண்டிக் கலயத்தை வைத்திருந்தார்கள். கோடை நேரங்களில் உழவு வேலை செய்ய கூட்டு உழவு தோதாயிருக்கும். நான்கு பேரோ ஐந்து பேரோ சேர்ந்து, ஒவ்வொருத்தர் நிலத்தையும் உழுவது. தனியாளாகக் கிடந்து இந்த வேணாப்பரிந்த கோடை வெய்யிலில் மாங்கு மாங்கு என்று உழுவதற்குப் பதில், பேசிக்கொண்டும், சிரித்துக்கொண்டும், மத்தியானம் ஒன்றாக உட்கார்ந்து கூட்டாஞ் சோறு சாப்பிட்டு, அப்பிடியே ஒரு சின்ன உறக்கம்கூட போட்டு பொழுதடைகிற வரை உழுதுவிட்டு வேலை செய்த களைப்பின்றி வீடு திரும்புவது கூட்டு உழவு.

முத்துவீரன் இருக்கிற இடத்தில் எப்போதும் கலகலப்புக்கு பஞ்சம் இருக்காது. வேலை நேரத்திலும் சரி, நான்கு பேர் கூடி நின்னாலும் சரி முத்துவீரன் இருந்தால் கேட்கவே வேண்டாம் சிரிப்பாணிக்கும். சேட்டைக்கும். ஆகவே முத்துவீரனுடன் கூட்டொழவு சேர சம்சாரிகள் போட்டிபோடுவார்கள். வேலை செஞ்சதே தெரியவில்லை என்பார்கள். வேலை நேரத்தில் ஊர்க் கதை அம்புட்டும் உழவடிக்கப்படும்.

நான்கு ஏர்களும் கிழக்காட்டுப் புஞ்சையை அடைந்த போது கிடை ஆடுகள் எழும்பி மேய்சலுக்குத் தயாராய் நின்றன. கண்மாயின் கரம்பையும், குப்பைகளும், கிடையும் நிலத்தை மறைத்து நிரம்பிக் கிடந்தன. உழுவதற்கு ஏற்ற பருவம். உழவு முடிந்து மழை பெய்து விட்டால் கரிசல் மண் அப்பிடியே காட்டுக் கம்மங் கஞ்சியைப் போல் நெகிழ்ந்து விடும்.

நால்வரும் தோண்டிக் கலயத்தை இறக்கி வைக்க இடம் தேடினார்கள். குமுக்காய் தளிர்த்து மஞ்சள் பூக்கள் சொரிய நின்ற கருவேல மரத்தடியில் நின்றார்கள். காட்டில் வேலை செய்கிறவர் களுக்குப் பெரிய திண்டாட்டம் கஞ்சிக் கலயங்களை ஒளித்து

வைப்பது. மண்ணுக்குள் குழி தோண்டிப் புதைத்து இலந்தை முட்களால் மூடி வைத்தாலும் சரி, தூக்குவாளிகளை மரத்தில் தொட்டில்களைப் போல் கட்டித் தொங்கவிட்டாலும் சரி, காக்காய் களின் கண்ணுக்குத் தப்பாது. மூடியை எப்படித் திறக்கின்றன என்பதே யாருக்கும் புரியாத புதிர். ஒரு நொடியில் கஞ்சி பூராவும் தரையில் கொட்டப்பட்டிருக்கும்; கொஞ்சம்நஞ்சம் உள்ள கஞ்சியில் கரிசல் மண்ணை வாரி இறைத்திருக்கும். பெண்கள் பருத்தி எடுத்து மரத்தடியில் குமித்து வைத்திருந்தால், ஒரு நொடியில் பருத்திக் குமிகள் அனைத்தும் புஞ்சை முழுக்க சிதறடிக்கப் பட்டிருக்கும்.

நான்கு கலயங்களையும் தனித்தனியே குழி தோண்டிப் புதைத்தார்கள். மண்ணால் மூடி பெரிய்ய பெரிய்ய பாறாங்கற்களைத் தூக்கி வந்து அதன்மேல் வைத்தார்கள். மத்தியானம்வரை பயமின்றி நிம்மதியாக உழவடிக்கலாம். ஏர்க்கால்களை மாற்றிக் கட்டி மேழியோடு சேர்த்து உழவு வடத்தால் இறுக்கினார்கள். முன்னத்தி ஏர் சேவுகன், அதற்குப் பின்னால் பெருமாள், மூன்றாவதாக முத்துவீரன். கடைசி ஏர் செம்பட்டையன். நடுவில் முத்துவீரன் இருந்தால் அவனுடைய பேச்சு முன்னும் பின்னும் கேட்கும் என்பதற்காகவே இந்த ஏற்பாடு.

'முத்துவீரன் மாமா, ஒங்க மருமகன் பெருமாளு லங்கோட்ட இழுத்து இழுத்து சொருவுறாகளே கவனிச்சீகளா?'

'சடக்னு அவுந்திட்டா போச்சுல்ல, இன்னொரு கலப்ப உழுதுறக் கூடாதுல்ல.'

'ஓகோ... ரெட்டக் கலப்பையாயிருமோ? அப்பச் சரிதான். நல்லா வரிஞ்சு கட்டி சொருவிக்கோ.'

'நம்ம கலப்ப ஒத்தக் கலப்பையா இல்ல ரெட்டக் கலப்பையா, சால் எப்பிடி அடிக்கான், ஓழவு ஆழமா புடிக்கானா இல்லையா, கொழுவு மொட்டக் கொழுவா இல்ல கோடிக் கொழுவா அப்பிடினு ஒங்க மக முத்திருளி இப்ப வருவா கேட்டற வேண்டியதான.'

மூன்று பேரும் சிரித்துக் குணுகினார்கள். முத்துவீரன் எறிந்த ஈரமண் குறி தவறி மாட்டின் மேல் பட்டுச் சிதறியது. தூரத்தில் ஆங்காங்கே துணிப்பாய் தெரியும் ஏர்கள். ஏர்களுக்கு முன்னால் முட்கள் பொறுக்கித் திரியும் பெண்கள். வெய்யிலுக்கு இதமாய் வண்டு கட்டி முக்காடு போட்டிருந்தார்கள்.

முன்னத்தி ஏர் பிடிக்கும் சேவுகன் எட்டுக் கலப்பைக்கு ஒரு சால் என்ற கணக்கில் மாடுகளை வேக வேகமாய் பத்தினான். பக்குவப் படுத்தப்பட்ட கரிசல் மண் அப்படியே கலப்பைக் கீறலில் சந்தனமாய்

மகிழ்ந்து விரிந்தது. உழுத இடங்களில் கருப்பு வைரமாய் மண் பரந்து கிடந்தது. புழு, பூச்சிகள் பொறுக்குவதற்காக காக்கைகளும் மைனாக்களும் நிறைபிடித்து திரிந்தன. பறந்து தாவிப் பிடித்தன குதிக்கும் விட்டில்களை. மாடுகளின் கால்மிதியில் பறக்கும் பூச்சிகளைப் பிடிக்க மைனாக்கள் குதித்துப் பறந்து பின்னர் குதித்து திரிந்தன. மைனாக்கள் பறக்கும் போது அதன் இறக்கைகளுக்கு அடியில் உள்ள வெள்ளை நிறம் அப்படியே காற்றில் சக்கரம் உருண்டு வருவதைப் போல் தெரியும். ஜோடி ஜோடியாய்த் திரியும் மைனாக்களும் கூட்டங்கூட்டமாய்த் திரியும் காக்காய்களும் ஏர்க்கால்களின் முன்னும் பின்னும் நிறைந்திருந்தன. கோடை வெய்யிலின் உக்கிரம் மண்டையைப் பிளந்தது. தூரத்தில் ஆட்டு மந்தைகள் மேய்வது புகை மூட்டமாய்த் தெரிந்தது. நீண்ட குச்சிகள் நிற்பது போல் ஆடு மேய்ப்பவர்கள் கானல் வெய்யிலில் நெளிந்து தெரிந்தார்கள்.

முன்னத்தி ஏர் சேவுகன் ஏரை நிறுத்திவிட்டு அவிழ்ந்து கிடந்த கொண்டையை உதறி முடிந்தான்.

'தண்ணி நா வறட்சி எடுக்கு அப்பிடியே நிறுத்தனமானக்கி நிக்கட்டும். வாங்க போயி தண்ணி குடிச்சிட்டு வந்திருவம், ஆட்டுக்காரங்க வர்ர நேரம். வேகமா வாங்க.'

நான்கு பேரும் அப்படியே ஏர்களை நிறுத்திவிட்டு தெலாக் கிணற்றை நோக்கி நடந்தார்கள். மாடுகள் வாயில் வெள்ளை நுரை தள்ள அசை போட்டுக்கொண்டு நின்றன. தெலாக் கிணறுகள் ஊரைச் சுற்றிலும், காடுகளிலும் பல இடங்களில் இருக்கும். காடுகளில் வேலை செய்பவர்கள், ஆடுமாடுகள், உழவு அடிப்பவர்கள், வழிப்போக்கர்கள் போன்றவர்களுக்காகவே வெட்டப்பட்டவை. சின்னதாக ஒரு கிணறு, குறைந்த ஆழம், ஒரு தெலா, ஒரு நீண்ட கல் தொட்டி.

ஆடு மாடுகளுக்குத் தண்ணீர் காட்டலாம். காடுகளில் வேலை செய்யும் ஜனங்களும் வழிப்போக்கர்களும் தண்ணீர் குடிக்கலாம். புதியதாக காடுகளில் மரக் கன்றுகள் நடுபவர்கள் எவ்வளவு தண்ணீர் வேண்டுமானாலும் இறைத்து ஊற்றலாம். தப்பித் தவறி யாரும் குளித்துவிட்டாலோ, ஆடுமாடுகளைக் குளிப்பாட்டி னாலோ ஊருக்கு அபராதம் கொடுப்பதோடு ஊர்க்காரர்களின் வசவுகளையும் வாங்கிக்கொள்ள வேண்டும்.

நான்கு பேரும் தெலாக் கிணற்றடியில் வந்து நின்றார்கள். செம்மறிக் கூட்டம் ஒன்று, தலையை முக்கித் தொட்டியில் தண்ணீர் குடித்துக்கொண்டிருந்தது. ஒரு ஆட்டுக்காரன் இறைத்து ஊற்ற

13

இன்னொருவன் இலேசாய் விசில் மாதிரி ஒரு சத்தம் எழுப்பி ஆடுகளைத் தண்ணீர் குடிக்க வைத்தான். தேங்காய்ப் பாலாக தண்ணீர் வெய்யிலில் பளபளத்தது. தலைகளைச் சிலுப்பி துர்... துர்ர்ர் என்று சத்தம் எழுப்பியது செம்மறிக் கூட்டம். தெலாவை மெதுவாக தூணோடு சாத்திவிட்டு ஒரே துள்ளலில் கரையேறினான் தண்ணீர் இறைத்த ஆட்டுக்காரன்.

'சரி, மாமா தொட்டியில குடிங்க. தண்ணி நான் எறச்சு ஊத்துறன்.'

'தொட்டியில ஒங்க அக்காள குடிக்கச் சொல்லு நான் தண்ணி எறச்சு விடுறன்.'

'இல்ல ஒங்க மொகம் ஒரு பார்வைக்கு ஆடுமாடுக மொகம் மாதிரியே இருக்கு, அதுதான் சொன்னன்.'

'மொகத்த மட்டும் பாத்தா எப்பிடி, அப்பிடித்தான் தெரியும். மத்ததையும் பாக்கனுமில்ல. அதுக ஆடு மாடுக்கு இருக்கிற மாதிரி இருக்கா, இல்ல வித்தியாசம் தெரியுதானு பாக்கணுமில்ல.'

தெலா வாளியில் இரு கையேந்தி தண்ணீர் குடித்துக்கொண்டிருந்த சேவுகன் சிரிப்பை அடக்க முடியாமல் தண்ணீர் புரையேறி தனியாக உட்கார்ந்து இருமினான். நான்கு பேரும் வயிறு முட்ட தண்ணீர் குடித்துவிட்டு குடுமிகளை அவிழ்த்து உதறி தண்ணீரில் நனைத்து பின்னர் கொண்டை போட்டுக்கொண்டார்கள். தலையிலும் முதுகிலும் ஈரத்தின் நசநசப்பு வெய்யிலுக்கு இதமாய் இருந்தது. நான்கு ஜோடி மாடுகளும் ஏர்க்காலோடு வரிசையாய் நிற்பது அரிச்சலாய் தெரிந்தது.

பாதி தூரந்தான் நடந்திருப்பார்கள். தலைத் துண்டை அவிழ்த்து உதறியபடியே பலமாய்க் கத்தியபடி ஓட்டமெடுத்தான் சேவுகன். தோண்டிக் கலயங்கள் புதைக்கப்பட்டிருந்த கருவேல மரத்தைச் சுற்றிலும் கூப்பாடு போட்டபடி காக்காய் கூட்டம். நான்கு பேரும் வேகமாய் ஓடி வந்து கருவேல மரத்தினடியில் நின்றார்கள். பெருமாளின் தோண்டிக் கலயத்தைச் சுற்றி மண்ணைக் கிளறி நாசம் பண்ணியிருந்தது காக்காய். காணப்பயற்றுத் துவையலும் கம்மங் கஞ்சியும் தரையில் சிதறிக் கிடந்தன. கலயத்திற்குள் கரிசல் மண் கஞ்சியோடு கலந்து போயிருந்தது. மற்ற மூன்று பேரின் கலயங்களும் தப்பித்தன.

'இவ்வளவு ஆழம் தோண்டி, பாறாங்கல்ல வேற ஏத்தி வச்சிருக்கன், ஆக்கங்கெட்ட கழுத கல்லுக்கடியில கூடி மண்ணத் தோண்டி கலயத்துக்குள்ள ஓட்டிருச்சு பாரேன்.'

கருவேல மரத்தின் குளுமை சுகமாயிருந்தது. நான்கு பேரும்

சற்றே இளைப்பாறினார்கள். சிந்திய கஞ்சியை ஒதுக்கிவிட்டு கலயத்தை வெளியே எடுத்து கழுவிக் கொண்டிருந்தான் பெருமாள். தரையெங்கும் சிதறிக் கிடந்தன கருவேலம் பூக்கள்.

'சரி நேரமும் ஆகிப் போச்சு. அப்பிடியே கஞ்சியக் குடிச்சிட்டு ஒரேயடியா வீட்டுக்கு பத்திருவம்.'

'அதுவும் சரிதான். அப்ப மாட்ட அவுக்க வேண்டாமா?'

'சே, கோட்டிக்காரப் பயல, அவுக்க வேண்டாமா, என்னடா கேள்வி, அதுக்கும் நமக்கு மாதிரி வகுறு பசிக்காதா.'

பெருமாளும் சேவுகனும் மாடுகளை அவிழ்த்துக்கொண்டு போய் பக்கத்தில் இருந்த வேப்ப மர நிழலில் கட்டினார்கள். செம்பட்டையன் வண்டியிலிருந்து நான்கு நாற்றுக் கட்டுக்களை உருவி தலையில் வைத்துகொண்டு போனான். உழவுக்கு வந்த முதல் நாளே வண்டியில் கொண்டு வந்த நாற்றுக் கூளம் புஞ்சையின் ஓரம் நின்றது. மாடுகளுக்கு முன்னால் நாற்றுக் கட்டுக்களை ஒவ்வொன்றாய் பிரித்துப் பரத்திப் போட்டான். ஆவலோடு நெறுக் நெறுக் என்று போட்டி போட்டுக்கொண்டு தின்றன மாடுகள்.

கருவேல மர நிழலில் நான்கு பேரும் வட்டமாய் உட்கார்ந்தார்கள். காக்கை நாசம் பண்ணிய கஞ்சிக்குப் பதிலாக பெருமாளின் தோண்டிக் கலயத்தில் ஆளுக்கொரு உருண்டையை எடுத்துக் கொண்டார்கள். அவர்களின் வேர்வை படிந்த வெற்று உடம்பை சுகமான காற்று தடவிச் சென்றது. அவர்களுக்காகத்தான் கருவேல மரம் இப்பிடி தளிர்த்துப் பூத்துக் குலுங்கி நிற்கிறதோ! வாய் நிறைய்ய கஞ்சியை வைத்துக்கொண்டே சேவுகன் கேட்டான்.

'எல்லா மரமும் கோடையிலதான் தளிர்க்குது, ஒன்னாவது மழ காலத்துல தளிர்க்கலாம்ல்ல.'

'வெய்யிலுக்குத்தானல நெழலு வேணும். கோடையிலதான வெய்யில் அடிக்கும்.'

'கணக்கா, சரியா, பங்குனி சித்திரையில குமுக்கா தளிர்த்து நிக்கிறதப் பாரேன். அப்பிடியே சொல்லி வச்சது மாதிரியில்ல இருக்கு.'

'இது மட்டுமில்லடா முட்டாப் பயகளா, இந்தக் கோட வெய்யிலுக்குத்தான் மாம்பழம், பலாப் பழம், பதனி, நுங்கு அதாவது தண்ணி சம்பந்தப்பட்ட அத்தன பழங்களும் பழுக்கிறது. ஏம்னா கோட வெய்யிலத் தாங்கணுமில்ல.'

'கடவுளோட படைப்புல எல்லாமே காரணத்தோடதான் இருக்கு, காரணமில்லாது மாதிரி தெரியுது.'

கருவேல மரத்தின் தாடிக் கொப்பில் உட்கார்ந்து அலகு சாய்த்துப் பார்த்துக் கொண்டிருந்தது காக்கை. மாறி மாறி கழுத்தை சாய்த்துச் சாய்த்துப் பார்த்த காக்கையை பெருமாள் சாப்பிட்டபடியே கோபத்தோடு பார்த்துக்கொண்டிருந்தான்.

'அதுதான் வாயில மண்ணள்ளிப் போட்டுட்டுப் போயிட்டியே, இனி எதுக்கு இப்பிடி கழுத்த சாச்சுச் சாச்சுப் பாக்க, நாளைக்கு ஒக்காலி எலந்த முள்ள வெட்டி அடச்சு வைக்கன், எப்பிடி கலயத்த எடுக்கனு பாக்கன்.'

'மத்த பறவைக பூராவும் நேரா பாக்கும்போது காக்கா மட்டும் இப்பிடி அலக சாச்சுப் பாக்கிறதுக்கு என்ன காரணம்னு தெரியுமால சோறு திண்ணிப் பயல?'

'அது அதோட பரம்பரப் பழக்கம்.'

'ஒங்க ஆத்தா பழக்கம்.'

முத்துவீரன் வெற்றிலைக் கொட்டானை எடுத்து முன்னால் வைத்தான். பாக்கு ஒன்றை எடுத்துப் பூ என்று ஊதி வாயில் போட்டான். சுண்ணாம்பு டப்பாவை எடுத்து வெற்றிலையில் தடவியபடியே பேச்சை ஆரம்பித்தான். வயிறு நிறைந்த மிதப்பில் மௌனமாய் மூன்று பேரும் கேட்டுக்கொண்டிருந்தார்கள். தன் கதையைக் கேட்க பிரியமில்லையோ என்னவோ தாடிக் கொப்பில் உட்கார்ந்திருந்த காக்கை விருட்டெனப் பறந்து வேறு மரத்தில் போய் அமர்ந்தது. கூளத்தைத் தின்று முடித்திருந்த மாடுகள் அசைபோட்டபடியே படுத்துக் கிடந்தன. தூரத்தில் தெரியும் மர நிழல்களில் எல்லாம் ஆட்கள் உட்கார்ந்திருப்பது தெரிந்தது. உச்சி வெய்யிலின் தகுப்பில் கரிசல் பூமி வெந்துகொண்டிருந்தது. மரங்கள் தவிர்த்து தரையில் எந்தப் பசுமையையும் காண முடியவில்லை.

'நல்லா கேளுங்கடா கோட்டிக்காரப் பயகளா, எல்லாப் பறவைகளப் போலதான் காக்காயும் நேர் பார்வ பாத்திட்டு இருந்துச்சு. பரமசிவம் பார்வதியோட சாபத்தாலதான் நேரா பாக்க முடியாம இப்படி கோணப் பார்வ பாத்திட்டு அலையிது. சாபத்த யாரால மாத்த முடியும்.'

'சாபம் விடுற அளவுக்கு இந்த ஆக்கங்கெட்ட கழுத அப்பிடி என்ன பண்ணுச்சு?'

'இப்ப தோண்டிக் கலயத்த நாசமாக்கி, கஞ்சிய கீழ கொட்டி ஒன்னய பட்டினியாப் போட்ருச்சில்ல, இப்ப நமக்கு அது மேல எவ்வளவு கோபமிருக்கு? நம்ம மனுசரு ஒன்னும் செய்ய முடியல. கடவுள்ட்டப் போயி பூழக் கொழுப்பக் காட்னா விடுவாகளா,

சூத்துல சாத்தியிற மாட்டாகளா? அதுதான் கழுத கண்ண சாச்சிட்டு அலையிது.'

'பார்வதியோட கஞ்சிக் கலயத்த நோண்டியிருச்சா.'

'பார்வதியோட கலயத்த நோண்டுனா பரவாயில்லையே, கொத்திக் காயப்படுத்திருச்சு.'

'முத்துவீரன் மாமா, ஒழவு அடிக்காவிட்டாலும் பரவாயில்ல, பார்வதியோட கலயத்த காயப்படுத்துன கதைய சொல்லுங்க மாமா.'

'இதே மாதிரிதாண்டா கோடனா அப்பிடி ஒரு கோட வெய்யிலு. அனலாக் கெடந்து பொசுக்குது. பார்வதியும் பரமசிவனும் ஒலகத்த சுத்திப் பாத்திட்டு அப்பிடியே நம்ம கரிசக் காட்டுப் பக்கம் வாராக. வந்தா வெய்யிலு திட்டங்கெட்ட வெய்யிலு, செத்த இப்பிடி மரத்தடியில ஒக்காந்து எளப்பாறிட்டுப் போவம்னு, நல்லா தளிர்த்து நின்ன வேப்ப மரத்து நெழல்ல வந்து ஒக்காந்துட்டாக. வேப்ப மரம் நாள்பட்ட மரம் பாத்தயா, வளர்த்தினா தாறுமாறான வளர்த்தி. அப்பிடியே தளிர்த்து குமுறிப் போய் நிக்குது. மரத்தடியில ஒக்காந்து ரெண்டு பேரும் பேசிக்கிட்டு இருந்தாகளா, காடு பூராவும் அலஞ்சதுக்கும், வேப்பமர நெழல் குளுமைக்கும், கோட வெய்யிலுக்கும் அப்பிடியே ரெண்டு பேருக்கும் கண்ணச் சொக்குது, கொட்டாவி நெரியுது. பார்வதி மொதல்ல ஒழவு கட்டியில அப்பிடியே சாஞ்சது. செத்த நேரத்துல பரமசிவனும் அப்படியே கொஞ்சம் கண்ணசந்தாரு. பெறகென்ன ரெண்டு பேரும் நல்லா ஒறங்கிட்டாக. ஒறக்கம்னா அப்பிடி ஒரு ஒறக்கம்.'

'மாமா வெத்தல போதும், ஒரு இணுக்கு போயில மட்டும் குடுங்க.'

'ரெண்டு பெரும் ஒறங்கிட்டாகல்ல, பெறவு கலயம் எங்க இருக்குனு சொல்லலையே.'

'கலயம் ஒங்க ஆத்தா கவுட்டுக்குள்ள இருக்கு, கொறக் கதையவும் பேசாம கேப்பியா. ரெண்டு பேருக்கும் தூக்கம், தன்ன மறந்த தூக்கம். எப்பிடியோ பெரண்டு படுக்கையிலையோ இல்ல காத்துக்கோ தெரியல, பார்வதியோட மேச்சீல வெலகி மார்புக ரெண்டும் தெறந்த மானைக்கி கெடக்கு. இந்த வெய்யிலுக்கு அலஞ்ச காக்கா உச்சி மரத்துல ஒக்காந்துக்கிட்டு இத பாத்திருச்சு. பாத்தா, செக்கச் செவேர்னு ரெண்டு பழம்தான் கெடக்னு நெனச்சு, பசியோட உச்சி மரத்திலிருந்து விருட்டுனு தரைக்கு எறங்கி, பட்பட்னு ரெண்டு கொத்து கொத்திருச்சு. பார்வதிக்கு வலி பொறுக்க முடியல. தடாப்

புடானு எந்திரிச்சுப் பாத்தா காக்கா பறந்து போயி பழையபடியும் உச்சிக் கொப்புல ஒக்காந்து நேரா பாத்துக்கிட்டு இருக்கு. கொத்துன எடத்துல ரத்தமா செவந்து போச்சு. கோவத்தோட காக்காயப் பார்த்தா அது அசையாம ஒக்காந்திருக்கு. இம்புட்டுத்தண்டி பறவைக்கு கண்ணுல இவ்வளவு சக்தி இருக்கக் கூடாது, பார்வை யோட சக்தியக் கொறைக்கணும்னு பரமசிவத்துக்கிட்ட பார்வதி சொல்லிருச்சு. ஏம்னா எம்புட்டு ஒசரம் மரம், அதோட உச்சியி லிருந்து தரையப் பார்த்துவந்து கரெக்டா அந்த எடத்துலயே கொத்தனும்னா! அதனால இன்னைக்கி தெனத்திலிருந்து ஒனக்கும் ஒன்னோட வம்சத்துக்கும் நேர் பார்வை கெடையாது, கோணப் பார்வதாம்னு ஒரு சாபத்த விட்டாக. அடுத்து ஒங் கண்ணுக்கு எது தட்டுப்பட்டாலும், ஒன்னால ஒளிச்சு வச்சு தனியா திங்கத் தெரியாது, ஊரக் கூட்டி கூப்பாடு போட்டு பிச்சுப் பிடுங்கி, சிந்தி சிதறித்தான் தின்பனு ரெண்டாஞ் சாபம் ஒன்னு குடுத்தாரு. பெறவும் மனசு ஆறல போலருக்கு. மூணாவதா ஒன்னு குடுத்தாரு, மத்த பறவை களப் பொல ஒன்னால நெனச்ச எடத்துல நெனச்ச நேரத்துல புணர்ச்சி செஞ்சு ஒன்னோட இனத்த பெருக்க முடியாது, மனுசர்களப் போல மறைமுகமாத்தான் புணர்ச்சி செய்ய முடியும் அப்பிடின்னாரு. பார்வதியம்மா தன்னோட பங்குக்கு மேலும் ரெண்டு சாபத்த விட்டுட்டாக. தெனமும் ஒம் மேல்ல ஒரு சொட்டாவது தண்ணி படலனா ஒன்னால நிம்மதியா இருக்க முடியாது, அதனால தெனம் நீ குளிச்சே ஆகனும்னு ஒரு சாபம் கொடுத்தாக. அத்தோட விட்டாகளா, கடேசியா ஒன்னு, ஒன்னோட வம்சத்தையும் சேர்த்து இன்னொரு பறவையோட வம்சத்தையும் காத்து வளர்த்துக் காப்பாத்தனும்னு கடேசியா சொல்லிட்டுப் போய்ட்டாக. அதனாலதான் காக்கா நித்தம் குளிக்குது, குயிலோட முட்டையவும் சேர்த்து அடைகாத்து குஞ்சு பொரிச்சு வளர்த்து பெறவு வெரட்டுது.'

'காக்கா புணருத யாராவது பாத்திருக்கீகளா?'

'எல்லாக் குருவியும் புணர்ரத நான் பாத்திருக்கன், இந்த காக்கா கழுத செய்யிறத பாக்கவே இல்ல மாமா.'

'என்னடா பெருமாள் பேசாம இருக்க. நிய்யி பாத்திருக்கயா?'

'பாக்கல. ஆனா பரமசிவத்திட்ட சொல்லி இன்னொரு சாபம் குடுக்கச் சொல்லனும்னு பாக்கன்.'

'இத்தன சாபம் காணலியாக்கும்.'

'இந்தத் தூக்குவாளிகளத் தெறெக்கிறது, கஞ்சிக் கலயங்கள

தோண்டி நாசமாக்குறது இதுகள நிப்பாட்ட ஒரு சாபம் குடுக்கணும்.'

நான்கு பேரும் துண்டை உதறி எழுந்தார்கள். வேகமாய்ப் போய் மாடுகளைப் பத்தி தெலாக் கிணற்றில் தண்ணீர் குடிக்கவிட்டார்கள். வயிறு முட்ட தண்ணீர் குடித்த மாடுகள் உழவு தடத்தை நோக்கி வேகவேகமாய் எட்டு வைத்தன. ஏர்க்காலில் பூட்டி சாலடித்தபோது வெய்யிலின் உக்கிரம் கொஞ்சம் தணிந்தது மாதிரி இருந்தது. இறங்கு பொழுது வேலைக்கு தோதாயிருக்கும். தூரத்து மரத்தில் சில பட்சிகளின் சத்தம் லேசாய்க் கேட்டது. காற்றே இல்லாமல் இருந்த மதியம் மாறி இப்போது இலேசாய்க் காற்று வீசத் தொடங்கியது.

கரிசல் காட்டை விதைப்புக்கு தயார் படுத்துவதே இந்தக் கோடை உழவுதான். கண்மாயின் கரம்பைமண்ணையும் சந்தனமாக, மக்கிய குப்பையையும் கரிசல் மண்ணோடு கலந்து பக்குவப்பட வைப்பதே கோடை உழவுதான். உழுது பண்படுத்தப்பட்ட கரிசல் நிலம் மழைத் துளிக்காக காத்திருக்கும், கருவுறக் காத்திருக்கும் மணப் பெண் போல. கோடை வெய்யிலின் உக்கிரம் கொஞ்சங் கொஞ்சமாய் தணிந்துகொண்டே வந்தது. வெய்யிலுக்கு உப்புப் பரிந்த மேலெல்லாம் உறைந்து ஆங்காங்கே வெண்மையாக ஒட்டிக்கொண்டன. முத்துவீரன் மேலெல்லாம் வெள்ளை அடிச்ச மாதிரி படிந்திருந்தன வியர்வைகள்.

பொழுது சாயத் தொடங்கியது. காடுகளில் வேலை செய்த ஆட்களும் மேய்ச்சலுக்குச் சென்ற கால்நடைகளும் வீடுகளை நோக்கி நகர்ந்தன. சேவுகன் கிழக்காமல் ஏறிட்டுப் பார்த்தான். செம்மறிக் கூட்டத்தோடு துரட்டிக் கம்பைப் பிடித்தபடி குமராண்டி வந்தான். கோடை உழவில் மேலெழும்பிய அருகம்புல்லின் வேர்களைச் செம்மறிக் கூட்டம் கடக்கடக்கென்ற சத்தத்துடன் தின்றன.

'எங்க முத்துவீரன் மாமா வெள்ளைக்காரன் மாதிரி அப்பிடியே தக்தகனு மினுங்குறாக.'

குமராண்டி சத்தமாய் சொன்னான்.

'மேல மட்டும் மினுங்குறத பாத்தா எப்பிடி, கீழயும் பாக்கணு மில்ல, எப்பிடி மினுங்குதுனு.'

'யேல, கொமராண்டி, இத்தன ஆட்டுக்கு ஒரு கெடாய்தான் நிக்குது. காணுமாடா.'

'இந்த ஒன்னவே சமாளிக்க முடியல. ஆடுகள நின்னு மேய விடாம வெரட்டிச் சீரழிக்குது. இன்னொன்னு இருந்தா அம்புட்டுத் தான், ஆடு மேஞ்சாப்லதான்.'

‘அதுக்கு மேல கெடாய் காணலனா கொமராண்டி மாப்பிள்ளை பாத்துக்கிருவாக.’

‘இங்க ஆட்டப் பாத்தா, பெறகு வீட்ல ஓம்ம தங்கச்சிய ஆரு பாக்குறது.’

‘தாயோளி, இப்ப பேசாம போறயா ஓழவ நிறுத்திட்டு வரவா? வந்தா ஓழவு சாலுக்குள்ள குப்புறப் போட்டு ஏறிறுவன் ஏறி.’

சேவுகனும் செம்பட்டையனும் சிரித்துக் குணுகினார்கள்.

செம்மறிக் கூட்டம் தரையில் தலையைக் கவிழ்த்துக்கொண்டு வட்டமாய்க் கூடிக்கூடிநின்றன. குமராண்டியால் ஆடுகளை கூட்டத்தைக் கலைத்து, விரட்ட முடியவில்லை. கைகளால் தள்ளியும் கம்பால் அடித்தும் இம்மி அளவு நகராமல் கூடிநின்றன செம்மறிகள்.

‘யேலே... யே... அறிவு கெட்ட பயல, ஆடுகள எதுக்ல இப்பிடி அடி அடினு அடிக்க?’

‘கூட்டங்கூட்டமா இப்பிடி நின்னா அடிக்காம என்ன செய்வாக, விடியக் கருக்கல்ல இருந்து இதே கூத்துதான், மேயவே மாட்டேங்கு.’

‘ஆடுக மேய்ச்சத் தரையில இப்பிடி கூடிநின்னா என்ன அர்த்தம், கோட்டிகாரப் பயலே! மழைக்கு அதிகாரம்னு அர்த்தம். நீ பேசாம இரு, தானா கலஞ்சு போகும்.’

முத்துவீரன் சொன்னதை அனைவரும் கேட்டுக்கொண்டிருந்தார்கள்.

‘ஆடு கூடிக்கூடி நிக்கிறதுக்கும் மழைக்கும் என்ன சம்பந்தம்? எங்க மாமா மொட்டத்தலையில பேணு பாக்காக.’

‘அட கோட்டிக்காரப் பயல, இது மட்டுமில்லடா, மழைக்கு கோப்பாயிருச்சுனா, தூண்டில் போட்டா ஒரு மீனு படாது தைலான் குருவி தரையோட தாழப் பறந்து திரியும், ராத்திரியில நிலா கோட்ட கட்டும், எறும்பு முட்டைகளத் தூக்கிட்டு சாரை சாரையா மேடு தேடிப் போகும், ராவுல கூக கூப்பாடு போடும், காற்றடிக்கிறது நின்னு வேக்காட்டம் கூடிரும். இதெல்லாம் மூணாம் பக்கம் மழைக்கு அறிகுறிடா மடப் பயல.’

குமராண்டி கஷ்டப்பட்டு ஆடுகளை ஒன்று திரட்டி பாதைக்குக் கொண்டு வந்தான். நகர மறுத்த செம்மறிகளை விளாசினான். கருவேல மரத்தடியில் உதிர்ந்துகிடந்த பூக்களைப் பொறுக்கி தின்றன ஆடுகள். கொஞ்ச நேரம் கருவேல மரத்தடியில் நின்றபடி உழவு ஏர்களைப் பார்த்துக்கொண்டு நின்றான் குமராண்டி.

துரட்டிக் கம்பால் கருவேலங் கொப்புக்களை வளைத்து ஆடுகளுக்கு கொடுக்கலாம் என்று அண்ணாந்து பார்த்தான். குமுக்கென தளிர்த்து கூடாரமாய் நின்ற கருவேல மரத்தின் தாடிக்கொப்பில் மாடப் புறாவின் கூடு. நாலைந்து சுள்ளிகளை வைத்துப் பின்னிய கூட்டில் முட்டைகள் கிடப்பது துணிப்பாய்த் தெரிந்தது. பாதி முட்டைகள் கண்ணுக்கு நன்றாய் தெரிந்தன. உருண்டால் கீழே விழுந்துவிடும்படி பத்தபரக்கா கூடுகட்டியிருந்தது மாடப்புறா.

குமராண்டி அண்ணாந்து பார்த்தபடியே கருவேல மரத்தடியில் நின்றான். மாடப்புறாவின் முட்டைகள் இன்னும் கொஞ்ச நேரத்தில் கீழே விழுந்து விடுபவை போல துணிப்பாய் தெரிந்தன. கருவேல மரத்தைக் கடந்து உழவு ஏர்கள் செல்கையில் முத்துவீரன் குமராண்டியிடம் வாய்கொடுத்தான்.

'மாப்ள என்னத்த இப்பிடி வச்ச கண்ணு வாங்காம பாக்கிக?'

'மாடப்புறா முட்ட இட்டு கூடி கட்டியிருக்கு மாமா.'

'கூடு கட்டிட்டு முட்டை இட்டுச்சா, முட்ட இட்டுட்டு கூடு கட்டியிருக்கா?'

'............'

'முட்ட கீழ விழுகிறாப்புல நல்லா தெரியுது மாமா.'

'முட்ட கீழ விழாது.'

'பாதி முட்ட வெளில தெரியுது மாமா.'

'தெரிஞ்சாப்ல, கீழ விழுந்துரும்னு அர்த்தமா?'

ஏர்களை நிறுத்திவிட்டுக் கருவேல மரநிழலில் அமர்ந்தார்கள். பொழுது சாய்ந்து அந்தி சிவக்கத் தொடங்கியது. வேலை முடிந்த ஆட்களும் உழவு மாடுகளும் ஆங்காங்கே பாதைகளில் போவது தெரிந்தது.

'உசுப்பிராணிகளிலேயே தந்திரமானது நரி. அந்த நரியே இந்த மாடப் புறாட்ட ஏமாந்து போச்சு.'

'மாமா பைய்ய கோவணத்த அவுக்காகளே.'

'கோவணத்த அவுக்காம என்னல செய்ய முடியும் முட்டாப் பயல.'

'பேசாம இருல, நீங்க சொல்லுங்க, நரி எப்படி ஏமாந்தது.'

'மாடப் புறாவுக்கு உச்சியில கூடு கட்டத் தெரியாது. அது அதோட பிறவிக் குணம். இப்பிடி தாடிக் கொப்புலதான் கூடு கட்டி முட்டையிடும். முட்ட தெரியாதபடி நல்லா கூடு கட்னா ஆபத்து'

‘நல்லா கூடு கட்னா ஆபத்தா, யார்ட்ட கதய விடுறீரு.’

‘கொறக் கதையவும் கேளுடா மயிரு. தாடிக் கொப்புல கூடு இருந்தா சின்னப் பயக ஏறி முட்டைய எடுத்திருவான், இல்லனா கல்லால எறிஞ்சு கீழ விழுத்தாட்டிருவான். அப்புறம் பூன, கீரிப்பிள்ள மரத்துல ஏறி முட்டைய ஒடச்சி குடிச்சிரும். இதுக்கு பயந்து தப்பிக்கத்தான் மாடப்புறா அரகொறையா கூடு கட்டி, எல்லார் கண்ணுக்கும் தெரியும்படியா முட்டையிட்டு வச்சிருக்கு.’

‘மாமா நம்ம தலையில மொளகா அரைக்காகளே!’

‘கதையக் கொறையவும் கேளுடா. இந்த முட்டைய நரி பாத்திட்டு, முட்ட இப்ப கீழ விழுந்திரும், பெறவு கீழ விழுந்திரும்னு மரத்துக்கடியிலயே தவமிருந்தது மாதிரி காத்துக் கெடந்ததாம். மரத்தடியில எப்பவும் நரி இருக்கிறதால, பாம்பு, கீரி, பூனை எதுவுமே மரத்துல ஏற முடியல. மாடப்புறா நரியோட காவல்லயே அடை காத்துக் குஞ்சும் பொரிச்சு பறந்தும் போயிருச்சு. நரி ஏமாந்தது தான் மிச்சம்.’

‘மாமா ஒரு வழியா அங்க சுத்தி, இங்க சுத்தி கதைய ஒண்டிச் சிட்டாக.’

‘அட, அறிவு கெட்ட பயல, கத இல்லடா, இது மாதிரி எத்தனையோ இருக்கு. ஒனக்கு என்ன தெரியும் சின்னப் பயலுக்கு...’

‘அண்ணே, முத்து வீரண்ணே, இன்னும் கொஞ்சநாள் கழிச்சு கொமராண்டி எல்லாம் தெரிஞ்சுக்கிருவான். இப்பத்தான மீச அரும்புது.’

‘கெடாய் கிட்ட நரி ஏமாந்த கத தெரியுமாடா?’

‘கெடாய்கிட்ட நரி ஏமாந்ததா, கெடாயத்தான நரி புடுச்சு திங்குது, பெறகு எப்பிடி நரி ஏமாறும்?’

‘ஒன்னய மாதிரி ஒரு கோட்டிக்காரப்பய ஆடு மேச்சுருக்கான். நரி ஆட்டப் புடிக்க பதுங்கி பதுங்கி வந்திருக்கு. அப்ப நேரம் பாத்து ஆடுகள சினையாக்குறதுக்கு விட்ட காயடிக்காத கெடாய் நரி முன்னால வந்திருக்கு. நரியும் கெடாயப் பாத்திருக்கு, கெடாயோட கவுட்டுக்குள்ள கெட்டிச் சோத்துப் பொட்டலம் கெணக்கா, இம்புட்டுத் தண்டி மணிமணினு தொங்குது. என்னதுடா தொங்குது?’

‘கெடாயோட கவுட்டுக்குள்ள என்னது தொங்கும்?’

‘புடுக்குதான் தொங்கும்.’

‘சின்னப் பயல்னு சொன்னிய, பய எவ்வளவு கரெக்டா சொல்றான் பாத்தயா?’

‘அது தொங்குறதப் பாத்ததும், நரிக்கு நுனி நாக்குல எச்சில் ஊறுது. கெடாய் நடக்கும் போது அங்கிட்டும் இங்கிட்டும் மணிமணினு ஆடுது. நரிக்கு ஆசையான ஆசை, இப்ப அந்து விழுந்திரும், பெறகு அந்து விழுந்திரும்னு கெடாய் பின்னாலயே அலையிது. அது எப்ப அந்து விழ? கடேசி வரைக்கு விழவே இல்ல, நாள் பூராவும் கெடா பின்னால அலஞ்சதுதான் மிச்சம்னு நரி சலிப்போட காட்டுக்குள்ள பட்டினியா போயிருச்சு.’

‘டேய், கொமராண்டி, நிய் கொஞ்சம் ஜாக்கிரதையா இருந்துக்கோ, ஒங் கவுட்டுக்குள்ள நரி வாய் வச்சாலும் வச்சிரும்.’

நான்கு பேரும் பலமாக சிரித்துக் குனுகினார்கள். குமராண்டி வேகமாக ஆடுகளைப் பத்த ஓடினான். ஏர்க்கால்களோடு அசை போட்டுக் கொண்டு நின்றன உழவு மாடுகள். ஏர்களை அவிழ்த்து கோட்டேர் போட்டு மாடுகளைப் பாதையை நோக்கி பத்தினார்கள். நான்கு ஏர்களும் கலப்பையை இழுத்தபடி ஒன்றுக்குப் பின் ஒன்றாக ஊர்ப் பாதையில் நடந்தன. நால்வரும் பலப்பல பேச்சுக்களை பேசியபடியே மாடுகளுக்குப் பின்னால் நடந்தார்கள்.

மேற்கில் கோபுரம் கோபுரமாய்த் தெரிந்த செவ்வானம் ஜால வித்தை காட்டியது. பொழுது இருட்டத் தொடங்கியது. பல திசைகளிலிருந்தும் கால்நடைகளும் வேலையாட்களும் ஊரை நோக்கி வந்துகொண்டிருந்தார்கள். சில தலைகளில் விறகு கட்டுக் களைச் சுமந்துகொண்டே சலசலவென்று பேசியபடி வந்தார்கள். சேவுகன் கிழக்கே தெரியும் நிலவை திரும்பிப் பார்த்தான். முழு நிலவு துணிப்பாய் தெரிந்தது. நிர்மல்யமான பேரமைதியில் நிலவு மேலேறிக்கொண்டிருந்தது.

‘பவுர்ணமி இன்னைக்கா நாளைக்கா மாமா?’

‘நாளைக்குதானடா செவ்வாய்க் கெழமை, அப்ப பவுணர்மி நாளைக்கு தான்டா, நெலாவ பாத்தா தெரியல?’

அவர்கள் ஊருக்குள் நுழையவும் வெளிச்சம் மறைந்து நிலவொளி பரவத் தொடங்கியது. ஊரைச் சுற்றிலும் நிறைந்து நிற்கும் பெரிய பெரிய படப்புக்கள். அடுத்த வெள்ளாமை வரும்வரை ஓராண்டிற்கு வேண்டிய மாட்டுத் தீவனங்கள். படப்புக்களைச் சுற்றியும் மரத்தடி களிலும் ஜோடி ஜோடிகளாகக் கட்டிக் கிடக்கும் காளை மாடுகள். சுற்றிலும் வேலி போட்டு கூட்டங்கூட்டமாய்ப் படுத்துக் கிடக்கும் வெள்ளாடு, செம்மறியாட்டு தொழுவங்கள். நான்கு பேரும் ஆளுக் கொரு திசையாய்ப் பிரிந்து ஏர்க்கால்களை அவிழ்த்து, மாடுகளைக் காடிகளில் கட்டி, கூளம் போட்டுவிட்டு வீடேறினார்கள்.

கிராமங்களில் நிலா வெளிச்சம் என்பது சிறுசுகளின் விளை யாட்டுக்கு மட்டுமல்ல. நிறைய வேலைகள் நிலா வெளிச்சத்தில் நடந்தேறும். குப்பை அடிப்புக்கு நிலா வெளிச்சம் ரொம்பவும் தோதாயிருக்கும். அதேபோல் இரவு கமலை இறைக்கவும் தண்ணீர் பாய்ச்சவும் பெரும்பாலும் நிலாவே பயன்படும். கோடை காலத்தில் உழவு வேலைகள் முடிந்துவிட்டால் ஊரே மழையை எதிர்பார்த்து காத்திருக்கும். விதை வித்துக்களை தயார் பண்ணி பத்திரப் படுத்துவது பெரும்பாலும் நிலா வெளிச்சத்தில்தான்.

இதோ பகலாய்ப் பொழியும் நிலவொளி. கிழக்கு மேற்காய் நீண்டு கிடக்கும் தெருவில், முற்றங்கள் நிறைய ஒவ்வொரு வீட்டின் முன்னாலும் கூட்டங்கூட்டமாய்ப் பெண்கள். சீனியம்மாள் நிலக் கடலை மூட்டைகளிலிருந்து, சம்மணமிட்டு உட்கார்ந்திருக்கும் ஒவ்வொரு பொம்பிளையின் முன்னாலும் மரக்காலால் அளந்து அளந்து நிலக்கடலைகளைக் குமிக்கிறாள். விதைக்கடலை உடைப்பு என்பது ஒரு நுணுக்கமான வேலை. கடலைப் பருப்பின் மேல் மூடியிருக்கும் மெல்லிய சிவப்புத் தொலியில் இலேசாக காயம் பட்டாலும் கடலைச்செடி முளைக்காது. ரொம்பவும் கோளாறாக உடைக்க வேண்டும். இனி சீனியம்மாளின் சத்தம் அவ்வப்போது கேட்டுக்கொண்டேயிருக்கும்.

'யே.. பொம்பளைகளா, அவசரப்படாதங்க. வெதக்கடல இது, வெளஞ்ச கடல கெடையாது. திங்கனும்னா கடல வெளஞ்சு, புஞ்சையில் புடுங்கிற அன்னைக்கு தின்னுங்க. அதே மாதிரி திங்கனுங்கிறதுக்காகவே பருப்ப சேதப்படுத்தாதிக. வெதக்கடல காணலனா பெறகு சங்கடம்.'

விதைக்கடலை உடைப்புக்கு சுடலியை யாரும் சேர்க்கவே மாட்டார்கள். எவ்வளவுதான் கண்கொத்திப் பாம்பாகக் காவல் இருந்தாலும் விதைப் பருப்புக்களை அவள் தின்பதைக் கண்டு பிடிக்கவே முடியாது. தன் முன்னால் அம்பாரமாய்க் குமிந்து கிடக்கும் நிலக்கடலைகளில் ஒவ்வொன்றாய் எடுத்து தரையில் ஒரு குட்டு குட்டியவுடன் கடலை இரண்டாகப் பிளந்து உள்ளேயிருந்து பருப்புக்கள் தெறித்து தரையில் விழும். சில பெண்கள் ஒவ்வொரு கடலையாய் எடுத்து வாயில் வைத்து நெரித்து பருப்பைத் தரையில் துப்புவர். சுடலி தரையில் ஊன்றியும் உடைப்பாள், வாயில் கடித்தும் உடைப்பாள். ஆனால் பருப்பு எப்படி அவள் வாய்க்குள் போகிறது என்பதுதான் யாராலும் கண்டுபிடிக்க முடியாத முடிச்சு. அப்படியே வாய்க்குள் பருப்புக்கள் இருப்பதை கண்டுபிடித்து வாயைத் திறக்கச் சொன்னால் வாயைத் திறக்கும் போது பருப்புக்கள்

வாய்க்குள் இருப்பது தெரியாது. ஒன்று முழு பருப்பையும் அப்படியே மெல்லாமல் விழுங்கிவிடுவாள் அல்லது வாய்க்குள் அப்படியே ஒதுக்கி ஒளித்து வைத்துவிடுவாள். திறக்கும் போது வெறும் வாயைத் திறந்து காட்டுவாள். சீனியம்மாளின்சத்தம் அவ்வப்போது கேட்டுக் கொண்டே இருக்கும்.

‘யே... பொம்பளைகளா, பொக்குகள மட்டும் தின்னுங்க, நல்ல பருப்ப தின்னா பெறகு சம்பளம் தரமாட்டன். திங்கனும்ங் கிறதுக்காகவே பருப்ப ஒடைக்கக் கூடாது. காது கேக்கா பொம்பளைகளா?’

சுடலி விதைக் கடலைப் பருப்பைத் தின்கிறாள் என்பதைக் கண்டு பிடித்ததே ஆவுடப்பாட்டிதான். ஆவுடப்பாட்டி கீழோடைக்கு வெளிக்கிருக்கப் போகும்போது எதிரே வந்தாள் சுடலி. இருவரும் எதிர்எதிரே சந்தித்துக்கொண்டாலும் ஏதும் பேசிக்கொள்ளவில்லை. ஆவுடப்பாட்டி ‘உட்காந்த’ இடத்தின் அருகே ஆழாக்கு நிலக் கடலைப் பருப்பைக் குமித்து வைத்ததைப் போல் ‘வெளிக்கு’ இருந்து வைத்திருந்தாள் சுடலி. அத்தனையும் முழுசாய், திரட்சி யான விதைப் பருப்புக்கள். ஆவுடப்பாட்டி போவோர் வருவோரிட மெல்லாம் மெனக்கெட்டு அதைக் காட்டிக் கொண்டேயிருந்தாள். விஷயம் ஊர் முழுக்கத் தெரிந்து, பாவம், சுடலியை யாரும் விதைக்கடலை உடைப்புக்குக் கூப்பிடவே இல்லை.

கீழக்கடைசியிலிருந்து மேலக் கடைசி வரை கூட்டங்கூட்டமாய் பெண்கள். நிலா வெளிச்சம் பட்டப் பகலாய். தங்கள் தோட்டங் களில் விளைந்த வாட்ட சாட்டமான மிளகாய் வற்றல்களைப் பிரித்து நன்றாகக் காய வைத்துத் தனியே வைத்திருப்பார்கள். அதுதான் விதை வற்றல். வத்தல்களை இரண்டாய் ஒடித்து விதை களை, விரித்து வைத்துள்ள துணிகளில் தட்டித் தட்டி விழுத்தாட்டி சேகரிக்க வேண்டும். புரையேறி தும்மல் வந்துகொண்டே இருக்கும். தும்மல் போடுவதற்கு முன்னால் மூக்கில் முணுமுணுப்பு வந்தவுடன் அண்ணாந்தபடி முகத்தைக் கோணல் மாணலாய் சுளிப்பார்கள். பொம்பளைகளின் சிரிப்பாணியில் தெருவே கலகலக்கும்.

சம்சாரிகள் தம் நிலத்தில் விளைந்த பருத்தியை அரவைக்குக் கொடுத்து விதைகளை வாங்கிக்கொள்வார்கள். மாடுகளுக்குப் போக மீதியை மாட்டுச் சாணக் கரைசல் அல்லது களிமண் கரைசலுக்குள் போட்டு பருத்தி விதைகளை நன்றாகக் கிண்டி பிசைந்து முற்றத்தில் படர்த்திக் காய வைப்பர். பிறகு விதைக்காக அள்ளி வைத்துக் கொள்வர். விதைகளில் ஒட்டியிருந்த பஞ்சு இப்போது அறவே நீக்கப்பட்டு விதை பட்டாணிக் கடலைகளைப்

போல் தனித்தனியே பிரிந்துவிடும். விதைத்தால் படர்ந்து சிதறி, நிலத்தில் விழ வேண்டும், இல்லாவிட்டால் எத்தும் குத்துமாக, பத்தா பரக்க முளைத்து பழுதாகிப் போகும். விதை நெல்லும் தயாராய் தனியே எடுத்து வைக்கப்பட்டிருக்கும். கண்மாய் பெருகிவிட்டால் நாற்றுப் பாவுதல் பெரிய சடங்கு மாதிரி நடக்கும். விதைகளின் தயாரிப்புக்கு பின்னர் மழைத்துளிக்குத் தவமிருப்பார்கள் ஊர்மக்கள்.

3

மழையை எதிர்பார்த்து விதைப்பு வேலைக்கான எல்லாத் தயாரிப்புகளும் சுறுசுறுப்பாய் நடந்துகொண்டிருந்தன. கோடை முழுவதும் ஊர்ச் சம்சாரிகள் எல்லோரும் கூடிக் கிடக்கிற இடம் தங்கவேல் ஆசாரியின் வீட்டு முற்றம். கலப்பைகளை சரிபண்ண, புது ஏர்க்கால்களில் கலப்பைக் குத்திகளை மாட்ட, மேழிகள் செதுக்க, விதைப்புக்காக இரட்டைக் கலப்பைகள் மூட்ட என்று ஒரு கூட்டம் காத்துக் கிடக்கும். கமலை இறவைக்காக கமலை வண்டி, உருளை, பட்றைப்பலகை, ஊசிக்கால் செதுக்க என்ற ஒரு கூட்டம் காத்துக் கிடக்கும். தங்கவேல் ஆசாரியின் வீட்டுக்கு அடுத்த வீடுதான் கொல்லாசாரி பிச்சையாவின் வீடு. கோடாலி, வெட்டரி வாள், மண்வெட்டி, செதுக்கி, கலப்பைக் கொழுவு என்று இரும்பு வேலைகள் இருந்து கொண்டேயிருக்கும். பிச்சையா ஆசாரியின் துருத்தி எந்நேரமும் வாயைப் பிளந்து பிளந்து மூடிக்கொண்டே யிருக்கும். கரித்துகள்கள் வெடித்துச் சிதறும் டப் டப் சத்தம் கேட்டபடியே இருக்கும்.

அதற்கு அடுத்த வீடு லாடம் கட்டும் சண்முகனாசாரியின் வீடு. சண்முகனாசாரி அவருடைய தாத்தா காலத்திலிருந்தே இங்கேதான் இருக்கிறார். அடுத்துதான் வண்ணாக்குடியும் சக்கிலியக் குடியும். சம்சாரிகள் கூடி விட்டால் சிரிப்புக்கும் சந்தோஷத்திற்கும் பஞ்சமே இருக்காது. பலப்பல பேச்சுக்கள் விழுந்துகொண்டே இருக்கும். லாடம் கட்டும்போது எந்தப் பாச்சக் காளையாக இருந்தாலும் சண்முகனாசாரி கைபட்டால் போதும். அப்படியே தரையில் பதுங்கி சாய்ந்து படுத்துக் கொள்ளும்.

'தாயோளி, என்ன மந்திரம்டா வச்சிருக்காரு இந்த சண்முகனாசாரி. பாரேன், வரும் போது ஆதாளி போட்டு, கொம்பு மண்ணு வாரி அழிச்சாட்டம் பண்ணுச்சு. இரத்தக் கண்ணு லம்பாடிக் காள, இப்ப பாரு ஆசாரி முதுகுல தொட்டதுதான் தாம்சம் சொதக்னு தரையில படுத்து கால் நீட்டிருச்சு.'

'அது வேற ஒன்னுமில்லண்ணே, அவுக தொழில் வாக்கு. அவுக தாத்தாட்ட இருந்து அவுக அய்யாவுக்கு வந்து இவருட்ட வந்து சேர்ந்திருக்கும். இல்லனா லாடம் கட்டுற தொழில் பாக்கமுடியுமா,

ஒரு நேரத்தப் போல ஒரு நேரம் இருக்குமா, ஏதாவது ஒரு கழுத இலேசா சிலுப்பிட்டா போச்சுல்ல, கொடலு தள்ளிராதா?'

லாடம் கட்டி முடியிறவரை கண்களை மூடி அப்படியே சொக்கிப் போய் படுத்துக் கிடக்கும் காளைகள். சண்முகனாசாரியின் தார்ப்பாய்ச்சலும் மாடுகளைச் சுற்றிச்சுற்றி வந்து அவர் வேலை செய்கிற லாவகமும் பார்த்துக்கொண்டே இருக்கலாம்.

மத்தியான வெய்யில் மரத்தடியில் சம்சாரிகளின் கூட்டம். மேற்கிலிருந்து தொத்தல் பகடை தள்ளாடித் தள்ளாடி நடந்து வருகிறான். சம்சாரிகளைக் கண்டதும் தலைத் துண்டு கக்கத்தில் பதுங்குகிறது. நடை மெதுவாகத் தள்ளாடுகிறது, மரத்தோரத்தில் வரவும் நாய்க்குட்டியாய் பம்மிபம்மி எட்டுவைக்கிறான். எல்லோரும் அவனையே பார்த்துக்கொண்டிருக்கிறார்கள்.

'டேய்... தொத்தல், இங்க வாடா. என்ன அப்பிடிக் கூடிப் பதுங்குற.'

'கொஞ்சம் வேல கெடக்கு சாமி, அதுதான் அப்பிடியே நடையக் கெட்டிரலாம்னு பாத்தன். சம்சாரிகளோட நின்னா எனக்கு வேல மெனக்கெட்ருமே சாமி.'

'அப்பிடி, அக்குசோட வேலை செய்யிற மயிராண்டி விடிஞ்ச ஒடன கள்ளுக் கடைக்குப் போய்ட்டு, உச்சி மத்தியானம் வரைக்கு நல்லா ஊத்திட்டு வாரயே, அப்பவெல்லாம் வேல மெனக்கெடல யாக்கும்.'

'அது இல்லாம இருக்க முடியலயே சாமி. ரெண்டு முட்டிக் கலயம் ஏத்துனாத்தான் சாமி எட்டு வைக்கவே முடியுது, இல்லனா கை, காலெல்லாம் நடுங்குது சாமி.'

'நடுங்கும் நடுங்கும். ஏன் நடுங்காது? கருப்பிகிட்ட சொல்லி வெளக்குமாத்தால நாலு சாத்து சாத்தச் சொன்னா கை கால் நடுங்காது.'

'இப்பனாப்பல என்ன வாழுது, தெனமும் வெளக்குமாத்து பூச விழத்தான் செய்யிது சாமி. அடிவாங்கி அடிவாங்கி ஒடம்பும் மரத்துப் போச்சு, மனசும் மலுமாறிப் போச்சு சாமி.'

'சரி, சரி பைய்யாப் போ. முள்ளு மொடல்ல விழுந்துறாத. வண்டிப்பாத வழி போகாம இப்பிடி ஏம்ல வார? ஒத்தையடிப் பாதையில.'

'வண்டிப் பாதையிலதான் சாமி, கருப்பி எதிர்பாத்துட்டு இருப்பா. அவ கண்ணுல படக் கூடாதுன்னுதான் இப்படி வாரது.'

தொத்தல் பகடை தள்ளாடி, லாந்தி உளறிக்கொண்டே சக்கிலியக்

குடியை நோக்கி நடந்தான். கள்ளுக்கடைகளில் கூட்டம் எப்போதும் அலைமோதும். சம்சாரிகளின் கேலியும் கிண்டலும் இடத்தைக் கலகலப்பாக்கிவிடும். சிலநேரம் சண்டை சச்சரவுகளும் அரங்கேறும். பெண்களே இல்லாத அந்தச் சுதந்திர பூமியில் வாய்களுக்குப் பூட்டும் இல்லை சாவியும் இல்லை. மாமன், மச்சான், மாப்பிள்ளை, மருமகன் போன்ற எதிர்மறை உறவுகள் சொல் விளையாட்டில் சுதந்திரமாக ஈடுபட கள்ளுக்கடை விஸ்தாரமான சுதந்திர பூமி.

பரந்து விரிந்து மைதானம் போல் கிடக்கும் ஆற்று மணல். சின்ன ஓலைக் குடிசையில் பிரி மனைகளின் மேல் வெள்ளை நுரை தளும்ப வரிசையாய் பெரிய பெரிய மண்ணாலான மொடாக்கள். ஈக்கள் மொய்க்க கசப்பும் புளிப்பும் நாசிகளைத் துளைக்கும் ஒரு வித்தியாச மணம். ஆங்காங்கே உட்கார்ந்து ஊர்வம்புகளைப் பேசிக்கொண்டு, கள் நிரம்பிய தகரப் போணிகளைக் கையில் வைத்துக் கொண்டே வாயாடும் கூட்டம். பனைப்பட்டி, உருளைக்குடி, மீனாட்சிபுரம், சின்னமலைக் குன்று போன்ற பக்கத்து ஊர் ஆட்களும் சில வெளியூர் விருந்தாளிகளும் குழுமியிருக்கிறார்கள்.

தரையில் சம்மணமிட்டு உட்கார்ந்தபடி கிடா மீசையும் கிருதாவுமாய் மோந்து மோந்து கள் ஊற்றிக் கொடுக்கும் கார்மேகத் தேவர். கிழக்கேயிருந்து துருத்தனும் கெண்டலும் அரவமில்லாமல் வந்து உட்கார்ந்தார்கள். ஏற்கனவே போதையில் தள்ளாடிக் கொண்டிருந்த மங்காளை இவர்களைப் பார்த்துவிட்டான்.

'வாங்க மாமா வாங்க, தலையில கெடக்கிற வெலக்குமாத்து குச்ச எடுக்க மறந்திட்டிகளாக்கும்.'

கார்மேகத் தேவர் சிரிப்பை அடக்கிக் கொண்டார். ஆனாலும் சும்மா இருக்கவில்லை.

'டே... மங்காள வெலக்குமாத்து குச்சு எதுக்டா ஒங்க மாமா தலைக்கு போச்சு? தலையில வச்சா வெலக்குமாத்த சொமக்கான்.'

'வீட்ட விட்டு வெளிய கௌம்பும் போதும், திரும்ப வீட்டுக்குள்ள வரும்போதும் சத் சத்துனு ரெண்டு சாத்து வெலக்குமாத்தால சாத்திட்டுத்தான் வீட்டுக்குள்ள வரவிடுவா எந் தங்கச்சி.'

'ஓகோ அப்பிடியா சங்கதி? இது எங்களுக்குத் தெரியாதில்ல. அப்ப தலையில வெலக்குமாத்து குச்சி கெடக்கத்தான் செய்யும்.'

பேசாமல் கேட்டுக்கொண்டிருந்த துருத்தனும் கெண்டலும் கள் நிரம்பிய தகரப் போணியை கையில் எடுத்து உட்கார இடம் தேடினர். கார்மேகத் தேவர் விடவில்லை.

'என்னடா, கெண்டலு, அந்தப் பய மானங்கெட்ட கேள்வி

கேக்கான். கொஞ்சங்கூட சூடு சொரணயில்லாம ரெண்டு பேரும் பேசாம இருக்கீக.'

'மாப்பிள்ளைக்கு சுருதி ஏறிருச்சு, என்னென்னமோ பேசுறாக, கொஞ்சம் பொறுங்க, நாங்களும் கொஞ்சம் சுருதி ஏத்திக்குறோம்.'

நாரத்தங்கா ஊறுகாய் முகஞ்சுளிக்க புளித்தது. இருவரும் இரண்டாம் முறையாக போணியை நிரப்பினார்கள். மணல் தரையில் துண்டை விரித்து கச்சேரி கேட்பவனைப் போல் சம்மண மிட்டு உட்கார்ந்துகொண்டான் மங்காளை. தன் மீசையில் ஒட்டிய கள்ளின் ஈரத்தை அழுத்தித் துடைத்த கெண்டல் மங்காளையை ஏறிட்டுப் பார்த்தான். கார்மேகத் தேவர் வேடிக்கை பார்க்க தயாராக இருந்தார்.

'மாப்ள, என்ன சொன்னீக? வெலக்குமாத்து குச்சு தலையில கெடக்னா சொன்னீக. எந்தலையில கெடக்கிற வெலக்குமாத்து குச்சு, ஓங்க அக்கா குடுத்த குச்சு. என்னோட குச்சு ஓங்க அக்காட்ட எங்கன ஒளிஞ்சு கெடக்னு பாக்கணுமில்ல, ஏங்குச்சு கொஞ்சம் பெரிசா இருக்கும் மாப்ள.'

கார்மேகத் தேவர் சிரித்து உருண்டார்.

'ரொம்ப பெரிய குச்சாடா கெண்டலு ஓங்குச்சு, இந்தா இம்புட்டு தண்டி இருக்குமா?'

'தண்டி எவ்வளவு தண்டி இருந்தாலும், அவுக அக்காளுக்கு சரியா இருக்கும்.'

கார்மேகத் தேவரோடு சேர்ந்து கள்ளுக்கடையே சிரித்து உருண்டது. மங்காளை தள்ளாடித் தள்ளாடி நடந்து போய்க் கொண்டிருந்தான். துருத்தனும் கெண்டலும் கார்மேகத் தேவரின் முன்னால் உட்கார்ந்தார்கள். தொத்தல் பகடை பவ்யமாக வந்து தேவரின் முன்னால் உட்கார்ந்தான். இப்போதே அவன் அரை போதையில் தள்ளாடிக்கொண்டிருப்பதை அவனுடைய முகம் காட்டியது.

தொத்தல் பகடை உயிரோடு எவ்வளவு நாள் இருக்கிறானோ அவ்வளவு நாளும் கள் குடிப்பது இலவசம் என்பது வெள்ளைக் காரன் போட்ட சட்டமல்ல, கார் மேகத் தேவரின் அய்யா போட்ட சட்டம்.

பனைப்பட்டி ஆலமரத்து ஓரம் கள்ளுக் கடை திறக்கப் போகிற விஷயம் கேள்விப்பட்ட உடனேயே உருளைக்குடி இளவட்டங் களுக்கு சந்தோஷம் பிடிபடவில்லை. ரொம்ப தூரம் நடந்து கடலையூரில் போய்க் குடிக்க வேண்டியதில்லை. ஏலத்துக்காரர்

களுக்குத் தெரியாமல் பனையடியில் போய் திருட்டுக் கள் குடித்து சிக்கிக்கொள்ளத் தேவையில்லை. நாலெட்டு, கண்மாயைத் தாண்டி விட்டால் பனைப்பட்டி ஆலமரம். சாவகசமாக குடிக்கலாம், பயமின்றி பேசலாம். நேரங்கெட்ட நேரத்திலும் போகலாம் வரலாம்.

தொத்தல் பகடையும் இளவட்டங்களோடு கள்ளுக்கடைக்குப் போனான். கூட்டம் நிறைந்திருந்தது. சொருகி வைத்திருந்த ஓலைப் பட்டையை எடுத்து கார்மேகத் தேவரின் அய்யா வீரசிங்கத் தேவரின் முன்னால் நீட்டினான். மண்கலயம் நிறையக் கள்ளை மோந்து ஓலைப் பட்டையில் ஊற்றினார் தேவர். 'கிஸ்' என்ற இரைச்சலுடன் நுரை தளும்ப ஓலைப்பட்டை நிரம்பியது. தொத்தல் பகடை நாக்கை சப்புக் கொட்டியபடியே பட்டையில் வாய் வைத்து உறிஞ்சினான். இலேசாய் முகம் சுளித்தான். கவனித்துக் கொண்டிருந்த தேவர் கேட்டார்.

'என்னால மூஞ்சி கோணல் மாணலா போகுது, புளிப்பு கொஞ்சம் ஜாஸ்தியாயிருச்சோ.'

'..........'

'யேல, ஒன்னத்தான கேக்கன். வாயத் தொறந்து சொன்னா என்னல தாயோளி.'

'கொஞ்சம் பொறும், அவசரப்படாதீரும், கொறச்சரக்கையும் உள்ள தள்ளிட்டு சொல்றன்.'

தொத்தல் பகடை மூன்று பட்டை சரக்கை காலி பண்ணியும் பதில் ஏதும் சொல்லாதது தேவருக்கு எரிச்சலை உண்டு பண்ணியது.

'ஏன்டா, சக்கிலித் தாயோளி, மூனுபட்ட சரக்க ஊத்தியிருக்க, சரக்கு எப்பிடினு கேட்டா பதில் சொல்ல முடியல. ஒனக்கு கொழுப்பு ஜாஸ்தியாப் போச்சுடா.'

'இங்க கேளுங்க தேவரே, கள்ள வாயில வச்ச ஒடன சரக்கு பிரமாதம்னு சொன்னாலும் தப்பு, சரக்கு சரியில்லனு சொன்னாலும் தப்பு. ஒரு பத்து நிமிஷம் பொறும், ஒம்ம சரக்கோட வண்டவாளத்த சொல்லிறன்.'

'பார்டா தாயோளிய, குடிக்கிற பய அம்புட்டுப் பயலும் சரக்கு பிரமாதம்னு சொல்லிட்டுப் போறான். இந்தப் பகடப் பய வாயிலருந்து சாமானியமா வார்த்த வரமாட்டேங்குது.'

தேவர் தொத்தல் பகடையின் முகத்தையே உற்றுப் பார்த்துக் கொண்டிருந்தார். இலேசாய் முகம் சுளித்தான். ஒரு ஏப்பம் விட்டான். இரண்டு உதடுகளையும் நாக்கால் மேலும் கீழும்

நீவினான். நேரே தேவரின் முன்னால் அமர்ந்தான். 'அதாவது தேவர, எப்பேர்பட்ட சரக்குனாலும் பத்தே பத்து நிமிஷந்தான் பவர் தெரிஞ்சு போகும். ஒம்ம சரக்கு நல்ல சரக்குதான், ஆனாலும் ஒலகத்துலயே உருளகுடி சரக்க மிஞ்ச முடியவே முடியாது.'

மடியில் முடிந்து வைத்திருந்த துட்டை அவிழ்த்து தேவரின் கையில் கொடுத்து விட்டு, ஒரு பெரிய கும்பிடு போட்டவன் கள்ளுக் கடையைவிட்டு கம்பீரமாக வெளியேறி ஊர் போகும் ஒற்றையடிப் பாதையில் நடந்தான். சாயங்காலப் பொழுது இறங்கிக் கொண்டிருந்தது. எதிரே இரண்டு கௌதாரிகள் பதுங்கியபடியே பாதையைக் கடந்து கண்மாய்க்குள் ஓடின.

'ஒவ்வொன்றும் கோழித் தண்டியில்ல இருக்கு, ஆம்புட்டா ஒரு சட்டி கறி இருக்கும்.'

தொத்தல் கௌதாரி கறியின் வாசத்தை நினைத்தபடியே நடந்தான். கௌதாரி வேட்டையை நினைத்து சந்தோஷப்பட்டுக் கொண்டான். கடைசியாக தான் கௌதாரி கறி தின்று எத்தனை நாட்களாகிவிட்டது என மனசுக்குள்ளேயே எண்ணிப்பார்த்துக் கொண்டான். கூடவே வள்ளிநாயகிபுரம் செவத்தையா தேவரையும் உருளைக்குடி ராமனையும் நினைத்து அசை போட்டான். இரண்டு பேரும்தான் இந்த வட்டாரத்திலேயே பெரிய வேட்டைக் காரர்கள். காடை, கௌதாரி, முயல் என்று வேட்டைக்குப் போய்க்கொண்டே இருப்பார்கள். அவர்கள் இருவருக்கும் செருப்பு தைச்சு கொடுப்பது தொத்தல் பகடையின் அய்யா கொமராண்டி. சில நேரம் காடையோ, கௌதாரியோ, முயலோ கொமராண்டிக்கும் கிடைக்கும்.

வீரசிங்கத் தேவருக்கு ஒன்றும் புரியவில்லை. யார் இந்தப் பயல்? இவ்வளவு பேரு கள்ளு குடிச்சிட்டு சரக்கு பிரமாதம்னு சொல் லிட்டுப் போறான், இந்தப் பகடப் பய பாரேன், என்னதான் இருந்தாலும் உருளகுடிச் சரக்கு மாதிரி இல்லேன்னு சொல்லிட்டுப் போறானே! நாளைக்கு வரட்டும் பய, பொய் சொல்றானா, நெசம் சொல்றானானு பாத்திருவம். மறுநாள் தொத்தல் பகடையின் வரவுக்காகக் காத்திருந்தார் வீரசிங்கத் தேவர்.

தலைத் துண்டை கக்கத்தில் இடுக்கியபடி கை கூப்பி கும்பிட்ட படியே, பவ்யமாய் வந்து தேவரின் முன் உட்கார்ந்தான் தொத்தல்.

'வாடா... வா, ஒனக்கு ஊரு உருளகுடியால?'

'ஆமா சாமி.'

'நேத்து நிய் போனப் பெறவு வெசாரிச்சன், பயக சொன்னாங்க,

ஊர்ப் பாசம் ஒங்க ஊரு கள்ள ஒசத்திப் பேசச் சொல்லுது என்னல?'

'அப்பிடியில்ல சாமி உள்ளதச் சொன்னன்.'

'சரி, இன்னக்கி சரக்கு எப்பிடியிருக்னு சொல்லு. இந்தால புடில பட்டைய.'

தேவர் மண்கலயத்தில் மோந்து பட்டை நிறைய நிறைய ஊற்றினார். வைத்த வாயை எடுக்காமல் முகம் சுளிக்காமல் கள்ளை உறிஞ்சினான் தொத்தல். பட்டையை நட்டு வசத்தில் இருந்த இடத்தில் சொருவி விட்டு இலேசாக தொண்டையை கனைத்து, மீசையில் ஒட்டியிருந்த கள் ஈரத்தை அழுத்தித் துடைத்து விட்டு மறுபடியும் மணலில் உட்கார்ந்தான். பய என்ன சொல்லப் போறானு எதிர்பார்த்தபடியே மற்றவர்களுக்குக் கள்ளை ஊற்றிக் கொண்டிருந்தார் வீரசிங்கதேவர்.

'என்னல ஒன்னும் சொல்லாம உம்முனு இருக்க?'

'..........'

'யேல, சொல்றயா, தாயிளி மிதிக்கவா?'

'சாமி, நீங்க மிதிச்சாலும் சரி, ஒதச்சாலும் சரி, என்ன பக்குவம் செஞ்சாலும் உருளகுடி சரக்கு மாதிரி இந்த ஒலகத்துலயே கெடையாது சாமி.'

தேவரின் முகம் சுருங்கிப் போயிற்று. கடுகடுப்புடன் தொத்தல் பகடை போவதையே பார்த்துக்கொண்டிருந்தார். போதையில் இலேசாக தள்ளாடியபடியே நடந்து கண்ணில் மறைந்து போகும் வரை பார்த்துக் கொண்டேயிருந்தார் தேவர். இந்தப் பயல என்னைக்காவது ஒரு நாளைக்கு சாணியப் பிதுக்காமல் விடக் கூடாது என்று கருவிக்கொண்டே வியாபாரத்தை கவனிக்கத் தொடங்கினார். அவர் வாய் இலேசாய் முணுமுணுத்தது.

'இத்தன பேரு வந்து தெனமும் கள் குடிச்சிட்டுப் போறான், ஒரு பயலாவது நம்ம சரக்க இதுவரைக்கு கொற சொன்னதே கெடையாது. இந்தப் பகடப் பயலுக்கு கொழுப்பப் பாரேன்.'

தேவரின் முன்னேற்பாட்டின்படி உருளைக்குடியிலிருந்து பிரத்யேகமாக வாங்கிவந்த கள் கடைக்குள் பத்திரமாக மறைத்து வைக்கப்பட்டிருந்தது. இந்த ஏற்பாட்டை நிறையப் பேரிடம் சொல்லி தேவர் வேடிக்கை பார்க்கக் கூட்டம் சேர்த்து வைத்துக் கொண்டு தொத்தல் வரவுக்காகக் காத்திருந்தார். அவர் கண் மேற்கு நோக்கியே தேடிக்கொண்டிருந்தது. வருவோர் போவோரிட மெல்லாம் சந்தோஷமாக சொல்லிக்கொண்டிருந்தார்.

'ஏய், இருங்கப்பா, எப்பிடியும் பய வந்திருவான், உருளகுடி கள்ள ஊத்தப் போறன். என்ன சொல்லப் போறான், உருளகுடி சரக்கு மாதிரி இல்லனு சொல்லப் போறான். அடிச்சு இந்தத் தூண்ல கட்டி வச்சிரன், வேடிக்கைய பாருங்க இப்ப கொஞ்ச நேரத்துல. தொத்தல் பய போடுற கூப்பாடு அவங்க ஊருக்குக் கேக்கணும். குடிச்ச கள்ள கக்கிற வரைக்கு அடிதான், வா தாயோளி வா.'

வழக்கம் போல் துண்டை கக்கத்தில் இடுக்கியபடியே கும்பிட்ட கையுடன் தேவரின் முன்னால் மணலில் உட்கார்ந்தான் தொத்தல் பயல். அடி பொறுக்காமல் கதறப் போவதை வேடிக்கை பார்க்க ஒரு கூட்டம் ஆங்காங்கே தயாராய்க் காத்திருந்தது. பட்டையை நீட்டிப் பிடித்த உடனேயே கடைப் பையனிடம் கண்ணைச் சிமிட்டி சமிக்ஞை செய்தார் தேவர். புரிந்துகொண்ட பையன் ஒளித்து வைத்திருந்த உருளைக்குடி கள்கலயத்தை எடுத்துக் கொண்டு வந்து தேவரிடம் கொடுத்தான். தான் போட்டிருந்த கச்சை இடைவாரைக் கழற்றி தன் முன்னால் வைத்துக்கொண்டார் தேவர்.

'தாயிளி மகன, இந்த எடவாரு பிஞ்சு, ஓம் முதுகுத் தொலி உரியப் போகுது.'

தேவர் உருளைக்குடி கள் கலயத்தை கையில் எடுத்து தொத்தல் நீட்டிய பட்டையில் ஊற்ற அவன் முகத்திற்கு நேரே கொண்டு போனார். எல்லோரும் உன்னிப்பாகக் கவனித்துக் கொண்டிருந் தார்கள். தேவரும் எதிர்பார்திருக்க மாட்டார், யாருமே எதிர் பார்க்கவில்லை. தொத்தல் நீட்டிப் பிடித்திருந்த பட்டையை தரையில் போட்டான். நெடுஞ்சாண் கிடையாகக் குப்புற விழுந்தான்.

'யே... அப்பா, எங்கப்பன் உருளகுடியான் வந்திட்டான் சாமி, இந்த வாசனையே போதும் சாமி, கள்ளே குடிக்க வேண்டாம், போத தன்னால ஏறும் சாமி.'

தேவரும் மற்றவர்களும் விக்கித்துப் போனார்கள். தொத்தல் போடும் கூப்பாட்டுச் சத்தத்தையும் அழுகையையும் பார்க்க ஆவலாய்க் காத்திருந்தவர்கள் ஏமாந்து போனார்கள். பகடை என்றும் பாராமல் தேவர் அவனை இரு கைகளாலும் தொட்டுத் தூக்கி நிறுத்தினார்.

'டேய், தொத்தல், நிய்தாண்டா அசல் குடிகாரன். கள்ளோட வாசனைய வச்சே, இது எந்த ஊரு கள்ளுனு கண்டுபிடிக்கிறது சாமானியமா? யாராலயும் முடியாதுடா. டேய், இன்னையிலிருந்து நிய் உயிரோட இருக்கிற வரைக்கி நம்ம கடையில எவ்வளவு கள் குடிச்சாலும் துட்டு கெடையாதுடா. இது இந்த வீரசிங்கத் தேவரோட

உத்திரவுடா. இனிமே உருளகுடி கள்ள மத்த ஊருக் கள்ளுககூட சேக்காம ஒனக்குத் தனியா வச்சிருந்து ஊத்த சொல்றேன்டா.'

வீரசிங்கத் தேவர் இறந்து மூன்று வருடம் ஆயிற்று. அவர் மகன் கார்மேகத் தேவர் அய்யா சொன்ன வார்த்தையை மீறாமல் இன்னும் தொத்தல் பகடைக்கு இலவசமாகத்தான் கள் ஊற்றிக் கொடுக்கிறார்.

'எப்பிடிடா தொத்தலு வாசனையேயே வச்சு இந்த ஊர் கள்ளுனு கண்டுபிடிக்கிறது?'

'சும்மா மொடா மொடாவா மடக் மடக்னு குடிச்சிட்டு வாய்க்குள்ள ஈ போனாலும் தெரியாம சவமாக் கெடக்கிறது குடியில்ல. ஒவ்வொரு மடக்கா ரசிச்சு ரசிச்சு தொண்டைக்குள்ள எறக்கணும். அப்பிடியே நம்ம நாடி நரம்பெல்லாம் கள்ளோட வேகம் கொஞ்சங் கொஞ்சமா நெறயணும், அதோட வாசத்த நாசி அப்பிடியே உள்ள இழுத்து ஒடம்பு பூராத்தையும் நெறைக்கணும், கொஞ்ச நேரத்துல மனுஷன் நுரையைப் போல மாறி காத்துல மெதந்து ஆகாயத்துல பறக்கணும். தரையில விழக்கூடாது, தள்ளாடவும் கூடாது.'

4

மத்தியான வெய்யில் நீர்ப்பாய்ச்சி முத்துக்கருப்பன் கண்மாய்க் கரைமேல் நடந்துகொண்டிருந்தான். அகன்ற கண்மாய்க்கரையின் மத்தியில் ஒரு ஆள் மட்டுமே நடந்து போகிற அளவு கோடு போட்டது மாதிரி செல்லும் ஒற்றையடிப் பாதை. முதல் மடையின் ஓரம் வந்ததும் சற்றே நின்று கண்மாயை ஏறிட்டுப் பார்த்தான். அகன்று கிடந்த வெறும் கண்மாயில் கன்னங்கரேலென்று கறுப்பு வைரமாய் மின்னும் கரிசல்மண். ஆங்காங்கே குமுக்காக தளிர்த்து குடை பிடித்தாற் போல் கூட்டங்கூட்டமாய் நிற்கும் மஞ்சள் பூக்கள் சொரியும் நாட்டுக் கருவேல மரங்கள். இடையிடையே வேல மரங்களும் குறுக்கு முத்துச்செடிகளும் கொக்கிரவாளிச் செடிகளும் நிறைந்து கிடந்தன.

கரம்பைமண் அடிப்பதற்காக வருஷம் ஒரு தடவை மட்டுமே திறக்கப்படும் கண்மாய்க்கரையின் ஓரம் வந்து நின்றான். திறந்த கரையை எப்பிடி மூடியிருக்கிறார்கள் என்று கரைச் சரிவிலிருந்து ஏறி இறங்கி நோட்டம் விட்டான். கரை சரியாக மூடப்பட்டிருக் கிறது என்பதை உறுதிசெய்தவன் கரைச்சரிவிலிருந்து உச்சிக் கரைக்கு மேலேறினான். கால் சறுக்கவே படக்கென்று குனிந்து எதிரில் இருந்த ஆதாளைச் செடியைப் பிடித்தான். புசுக்கென்று செடி கையோடு வந்துவிட, இரு கைகளையும் கரையில் ஊன்றி மல்லாக்க விழாமல் தப்பித்தான். உள்ளங்கையில் ஏற்பட்ட சின்ன சிராய்ப்பில் எச்சில் துப்பி துடைத்துக்கொண்டான். ஆனாலும் அவனுக்கு சிரிப்பை அடக்க முடியவில்லை. அர்த்த புஷ்டியுடன் சிரித்தான்.

சின்னாண்டி மாமாவை இன்றைக்கும் முறைகாரர்களோ சிறுவர்களோ பிய்யாண்டி என்று சொல்லிவிட்டால் விரட்டி விரட்டி கல்லெறிவார். கரைச் சரிவில் உட்கார்ந்து 'வெளிக்கு' இருந்துவிட்டு, எழுந்திருப்பதற்காக தன் எதிரே இருந்த ஆதாளைச் செடியை பற்றிப் பிடித்து எழுந்திருக்க முயன்றிருக்கிறார். ஆதாளைச் செடி புசுக்கென்று கையில் வந்துவிட, அப்படியே நச்சென்று

தரையில் உட்கார்ந்து, சரிவில் உருண்டதில், தன் மேலெல்லாம் தன்னோட அசிங்கம் பட்டுவிட, கோடையாகையால் கண்மாயில் தண்ணீர் இல்லை. யாரும் பார்த்துவிட்டால் கேவலம் என்று மாடசாமி கோவில் கிணற்றுக்கு ஓடியிருக்கிறார். கிணற்றில் ஏழெட்டு இளவட்டங்கள், முங்குநீச்சல் விளையாட்டு விளையாடிக் கொண்டிருந்தவர்களின் கண்களில் பட்டுவிட்டார். அப்புறமென்ன அன்று முழுக்க ஊரே சிரித்தது. சின்னாண்டி மாமா பிய்யாண்டி மாமாவாகிப் போனார்.

கடுங்கோடையிலும் ஆதாளைச் செடியும் கொக்கிரவாளிச் செடியும் ஒற்றை வேரில் உயிர்வாழும். மீண்டும் உச்சிக் கரையேறிய நீர்ப்பாய்ச்சி கரைவழியே மேற்காமல் நடந்தான். கண்மாய்க் கரையின் உள்வாகரையிலும் வெளிவாகரையிலும் கரையே தெரியாமல் புதராய் மண்டிய சங்கஞ்செடிக் கூட்டம். கண்மாய்க் கரையில் வெளிவாகரையில் வரிசைவரிசையாய் அணிவகுத்து நிற்கும் ஊர்ப் பொதுப் பனைமரங்கள். பனைமரத் தூர்களில் அடர்ந்து படர்ந்து பின்னிப் பிணைந்து கிடக்கும் பால் கொடிகள். கரைச் சரிவெங்கும் திருகுகள்ளிகளும் சப்பாத்திக்கள்ளிகளும். ஓரிடத்தில் நின்றவன் சங்கஞ்செடிப் புதரை உற்றுப் பார்த்தான். ஒரு ஆள் போகிற அளவுக்கு செடிகளை அகற்றி கடவுபோல் பாதை அமைத்து எவனோ தேன்கூடு எடுத்திருப்பது தெரிந்தது.

'சங்கஞ்செடிகளை வெட்டினால் கரை இற்றுப் போகும் என்று எவ்வளவு சொல்லியும் கேக்காத, ஊர்க் கட்டுப்பாட்டை மீறிய அவனை எப்பிடியும் கண்டுபிடிக்க வேண்டும்' என்று வாய் முணுமுணுத்தது. மறுபடியும் கரைக்கு ஏறியவன் முன்னால் ஊவாம்புல் கூட்டத்திற்குள்ளிருந்து ஏழெட்டு கௌதாரிகள் ஒரே நேரத்தில், தன் காலடியின் முன்னால் படபடவென இறக்கை யடித்துப் பறக்க திடுக்கென்று பயந்து நின்றுவிட்டான். தன் மேலெல்லாம் புல்லரித்துப் போனதையும், தன்னையறியாமல் சொருக் மூத்திரம் வந்துவிட்டதையும் நினைத்து சிரிப்பை அடக்க முடியவில்லை. தானாகவே சிரித்துக்கொண்டு சுதாரித்தான். பரம்பரை பரம்பரையாக தன் தாத்தா கால்பட்ட கண்மாய்க்கரை, தன் அய்யா கால்பட்ட கண்மாய்க்கரை. ஆனாலும் தன் பயம் என்பது எல்லோருக்கும் வரும் போலும் என்று ஆசுவாசப்படுத்திக் கொண்டான். கோடை வெய்யில் இன்னும் குறைந்தபாடில்லை. கரையிலிருந்து கண்ணெட்டும் வரை சதுரம் சதுரமாய்ப் பிரிந்து கிடந்தன வயற்காடுகள். கோடுகோடாய் தாறுமாறாய்த் தெரியும் வாய்க்காலும் வரப்புக்களும்.

வெறும் பாத்தி பாத்தியாய்த் தெரியும் வயக்காடுகளும், வாய்க் காலும், வரப்புக்களும் இன்னும் இரண்டு மூன்று மாதங்களில் ஏக பச்சையாய் மாறி நெல், கரும்பு, வெற்றிலை, வாழை, கடலை என மாறிப்போகும் வித்தையை வியந்தபடியே கண்மாயை ஏறிட்டுப் பார்த்தான். அதேபோல் கண்மாயும் வானத்தில் தெரியும் மேகக் கூட்டத்தை உள்வாங்கிக் கொண்டு ஏக வெள்ளையாய்த் தண்ணீராய்த் தத்தளிக்கும். காற்றசைவில் தொடரலை கரை நோக்கி வருவது மேகங்கள் ஊர்ந்து செல்வது போல் மடிப்பு மடிப்பாய் வந்து கரை தொடும். நிறைசூலியாய் மாறி கண்மாய் பிரசவிக்கும் உயிர்கள் ஏராளம் ஏராளம். எத்தனை வித பறவைகள், எத்தனை வித மீன்கள், செடிகள், கொடிகள், மரங்கள் என கண்மாயில் எப்போதும் திருவிழாக் கூட்டம்தான். நீர்ப்பாய்ச்சியின் மனசு நிறைந்து கிடந்தது. கண்மாய் பெருகிவிட்டால் அதைப் பாதுகாப்பது மட்டுமல்ல அவன் வேலை, அத்தனை தண்ணீரையும் தானியங் களாக மாற்றி சம்சாரிகளின் கையில் கொடுக்க வேண்டிய பொறுப்பும் அவனுடையதே.

வெய்யிலின் உக்கிரத்தைக் குறைத்துக் கொள்ளவும், தன்னை ஆசுவாசப்படுத்திக்கொள்ளவும் இரண்டாம் மடையின் ஓரமாக இருக்கும் அய்யனார் கோவில் புளியமரத்தில் வந்து நின்றான். வெறிச்சோடிய மரத்தடி. நிர்க்கதியாய் நிற்கும் காவல்தெய்வம் அய்யனார். கண்மாய் பெருகி நடவு தொடங்கி விட்டால் நித்தமும் பொங்கலும் பூசையும் தொடர்ந்து நடைபெறும். பகல் முழுக்க தொட்டில்கள் ஆடும் புளிய மரம். கண்மாய்க்கு மட்டுமா காவல் அய்யனார் - தொங்கும் தொட்டில்களுக்கும்தான்.

மத்தியான வெய்யிலுக்குப் புளியமர நிழல் சுகமாக இருந்தது. தூரோரம் உட்கார்ந்து தன்னை ஆசுவாசப்படுத்திக்கொண்டான். மரத்தின் மேலும் கீழும் சாரைசாரையாய் ஏறி இறங்கும் கட்டெறும் புகளை உற்றுப் பார்த்தான். கரையோரம் நிற்கும் உடை மரத்தில், மரத்தையெல்லாம் மறைத்து வெள்ளை வெளேரென்று காய்த்துத் தொங்கும் காய்களைப் போல் நத்தைக் கூடுகள். மரத்திலிருந்து தான் நத்தைக் கூடுகள் வந்திருப்பது போல் ஒட்டிக் கிடந்தன. உடைமரம் பரந்து விரிந்து குடையாய் நிழல் பரப்பியிருந்தது. உடைவிளார்கள் நீண்டு வளர்ந்திருந்தன. மூக்குத்திகளாய் வெள்ளை வெளேரென்று உடம்பூக்கள் பூத்துச் சொரிந்து மரம் நிறைந்திருக்க உதிர்ந்த பூக்கள் தரை நிரம்பிக் கிடந்தன.

தன் அய்யா தன்னிடம் சொன்ன கண்மாய் பற்றிய கதைச் சித்திரங்கள் நெஞ்சில் ஆடின. நினைத்தவனுக்கு இலேசாய் பயம்

கூடியது. தன்னையறியாமல் அய்யனார் சாமியை நோக்கி கும்பிட்டுக்கொண்டான். தன் அய்யா சொன்ன நிஜக்கதைகள், பேய்க் கதைகள், சாமிக் கதைகள் எல்லாவற்றையும் நினைத்துக் கொண்டான். எந்தக் கோடையிலும் தண்ணீர் வற்றாத வண்ணான் கிடங்கை நோக்கி உற்றுப் பார்த்தான். தூரத்தில் நாலைந்து கழுதைகள் மேய்ந்து கொண்டிருப்பது அரிச்சலாய்த் தெரிந்தது. மாயாண்டியும் மருதியும் கிடங்கிற்குள் இருப்பார்கள் போலும். தலை தெரியவில்லை. சுற்றிலும் பாறைகள் சூழ்ந்த வண்ணான் கிடங்கு துணிகள் வெளுக்கவும் காயப் போடவும் தோதான இடம். தண்ணீரும் வற்றாது, பொம்பிளைகள் கூட்டமும், குளிக்கிறவர் களின் கூட்டமும் நிரம்பி வழியும். பாறைகளில் துணி துவைக்கிற டப்டப் சத்தம் இடைவிடாமல் கேட்டுக்கொண்டேயிருக்கும்.

கள்ளன் விழுந்து செத்த கிடங்கு, நாளடைவில் மறுவி பேச்சு வாக்கில் கள்ளாளன் செத்த கிடங்காக மாறி, இன்று கள்ளாளன் கிடங்கு என்று சொல்லப்படும் ஆழமான கிடங்கை நினைத்துப் பார்த்தான் நீர்ப்பாய்ச்சி. கண்மாய்க்கரையின் வாகரையில்தான் அந்த ஆழமான கிடங்கு இருந்தது. இவ்வளவு ஆழமான கிடங்கு எப்படி உருவாயிற்று என்று தெரியவில்லை. தண்ணீர் வற்றி விட்டால் கிடங்கு துண்டிக்கப்பட்டு, தண்ணீர் ததும்பி நிற்கும். கண்மாய் பெருகி நிற்கும் போது ஏகத் தண்ணீராகையால் கிடங்கின் ஆழம் தெரியாது.

கண்மாய் நிறை பெருக்கு பெருகி கெத்கெத்தென்று தண்ணீர் தழும்பி நிற்கிறது. சாயங்காலப் பொழுது இறங்கும் மம்மலான இருட்டு. காடு கரைகளில் வேலை முடிந்து ஆட்கள் கூட்டங் கூட்டமாய் ஊர் திரும்பிக் கொண்டிருந்தார்கள். கால்நடைகளை அதட்டியபடியே சிறுவர்கள் ஓடிஓடி பாதையில் மடக்கி ஒன்று சேர்த்தபடியே வந்துகொண்டிருந்தார்கள். ஊருக்குக் கிழக்கே தனியே இருபது வீடுகள் இருக்கும் சக்கிலியக் குடி. எங்கிருந்தோ வந்தான் அந்த இளவட்டம். வேற்றாள் தன் முற்றத்தில் நிற்கவும் வீட்டுக்குள்ளிருந்து வேகமாய் வந்தாள் குமராண்டிப் பகடையின் பெண்டாட்டி மாரி.

தாகத்திற்கு குடிக்க தண்ணீர் வேண்டும் என்பதைப் போல் வலது கையின் கட்டைவிரலை வாயில் வைத்து சைகை காட்டினான். மீண்டும் வீட்டுக்குள் போன மாரி செம்பு நிறைய்ய தண்ணீர் கொண்டு வந்து கொடுத்தாள். வெற்றுச் செம்பை வாங்கிக்கொண்டு வீட்டுக்குள் திரும்பிய மாரியை பின்னாலிருந்து கட்டிப் பிடித்து வாயைப் பொத்தினான் இளவட்டம். சற்றும் எதிர்பாராத மாரி

திமிறினாள். வாயைப் பொத்தியிருந்த கை இலேசாக விலகவும் ஊரே வெடித்துவிடும் போல் கூப்பாடு போட்டுக் கத்தினாள். பெண்மையின் சுளிப்பு விழித்துக்கொண்டது. பற்றி எரிந்த காமம் மாரியின் கூப்பாட்டில் புகையாகிப் போனது. பிடிதளர்ந்த மாரி தலைவிரி கோலமாய் முற்றத்தில் புரண்டாள். ஊர் கூடிவிட்டது.

புத்தி பேதலித்த இளவட்டம் சற்றே யோசித்தான். வேறு வழியின்றி மேற்காமல் ஓட்டம் பிடித்தான். திசை தெரியாத ஊர். வேகமாக ஓடும் ஒரு ஆளை என்ன, ஏதென்று தெரியாமலே விரட்டும் கூட்டம். இளைஞன் உயிரை வெறுத்து தலைதெறிக்க ஓடிக்கொண்டிருந்தான். காடு கரைகளில் வேலை முடிந்து வரும் ஆட்கள் எதிரே ஓடி வருபவனையும் பின்னால் விரட்டி வரும் கூட்டத்தையும் பார்த்து எதிரே நின்றபடியே மடக்கிப் பிடிக்க முயன்றார்கள். பல பேரைக் கீழே தள்ளிவிட்டு ஓட்டமெடுத்தான் இளவட்டம்.

கண்மாய்க்கரையின் செடிகளடர்ந்த புதர்களையும் தாண்டி கரையேறினான். பாம்பின் நெளிவாய் நடுக்கரையில் செல்லும் ஒற்றையடிப் பாதை. கெத் கெத்தென்று கரையைத் தொட்டு நிறை பெருக்காய் கண்மாய். வெளி வாகரையில் சங்கஞ் செடிப் புதர்கள். ஒரெட்டு பிசகினாலும் அந்தப் பக்கம் தண்ணீருக்குள் விழ வேண்டும். இந்தப் பக்கம் விழுந்தால் சங்கஞ் செடிப் புதருக்குள் விழ வேண்டும். மிகவும் கவனமாக ஓடிக்கொண்டிருந்தான். கரைச் சரிவில் வரிசை வரிசையாய் நிற்கும் பனைமரங்களைக் கண்டான். உயிருக்குப் பயந்து ஒரு அணிலைப் போல் பனையில் தொத்தினான். நாலே தொத்தில் நடுப்பனையை எட்டிவிட்டான். விரட்டிவந்த கூட்டம் பனையைச் சுற்றி நின்று அண்ணாந்து பார்த்தது. அவன் சாவகாசமாக அடர்ந்த ஓலைகளுக்குள் ஏறி மறைந்துகொண்டான். குருத்தோலையைக் கால்களால் பின்னிக்கோண்டு கைகளால் மட்டையைப் பிடித்து குத்துக்காலிட்டு உட்கார்ந்துகொண்டான். தலை மட்டுமே கருப்பாய்த் தெரிந்தது.

மரங்களைச் சுற்றி வட்டமிடும் பறவைக் கூட்டங்களைப் போல் இளவட்டம் பதுங்கியிருக்கும் பனைமரத்தைச் சுற்றி கற்கள் பறந்து வந்தன. நான்கு பக்கமிருந்தும் ஊர் கூடி கல்லெறிந்தது. செயல் இழந்து வேகம் குறைந்த கற்கள் தரையில் பொத் பொத்தென்று விழும் சத்தம் இடைவிடாமல் கேட்டது. சிலர் எறிந்த கற்கள் பனையோலையில் பட்டு, பெரும் சத்தம் எழுப்பிவிட்டு, கீழே விழுந்தது. பனைக்கு மேலே போய் வேகம் குறைந்து கீழே வரும் சில கற்களை அவன் கைநீட்டி பிடிக்கவும் செய்தான். சில கற்கள்

பனையோலைகளின் மட்டை இடுக்கில் தங்கிவிட, அவற்றையும் அவன் மேலிருந்தபடியே சேகரித்துக்கொண்டான். கீழிருந்து வேடிக்கை பார்த்துக்கொண்டிருந்த பனையேறி துருத்தன் பாளை அரிவாளை இடுப்பில் சொருகியபடி பனையின் தூரோரம் போய் நின்றான். கூட்டம் ஆரவாரம் செய்தது.

'வெட்டி எறிடா அந்த தாயோளிய.'

'யேய், ஏறாத. மேலருந்து மிதிச்சுத் தள்ளி விட்ருவான்.'

'கீழ எறங்குடா லாபம் - நட்டம் வந்துறப் போகுது, ஊர்ப்பொதுப் பனைதான, ஒரு பன போனாப் போகுது. கோடாலிய எடுத்திட்டு வாங்கடா, வெட்டிச் சாச்சிட்டா பய செத்தொழியட்டும்.'

யாருடைய பேச்சையும் காதில் வாங்கிக்கொள்ளாத துருத்தன் பாதிப் பனையேறிவிட்டான். கூட்டம் கீழிருந்து அண்ணாந்து பார்த்தபடி அமைதியாய் நின்றது. எதுவும் நடக்கலாம். கள்ளன் என்ன செய்யப் போகிறான் என்று புரிபடவில்லை. இன்னும் நாலே தொத்துத்தான்; துருத்தன் பனையின் கழுத்தைத் தொட்டுவிடுவான். இடுப்பில் சொருகியிருந்த பாளை அரிவாளைக் கையில் எடுத்து வைத்துக்கொண்டு பனையைக் கோர்த்துப் பிடித்தபடி மேலேற முயன்றான். யாரும் எதிர்பார்த்திருக்க முடியாது. கள்ளன் மேலிருந்து துருத்தனின் தலையில் ஒரு கல்லை நழுவ விட்டான். குறி தவறாமல் துருத்தனின் தலையில் விழுந்த கல் இரத்தமாய் மாறி தரையில் விழுந்தது. அடுத்த கல் துருத்தனின் தோள் புஜத்தைத் தாக்கி தரையில் தெறித்து விழுந்தது. துருத்தனின் தலையிலிருந்து இரத்தம் வடிவது கீழேயிருந்து பார்ப்பவர்களுக்கு நன்றாக தெரிந்தது. பலர் கூப்பாடு போட்டார்கள்.

'அடேய், எறங்கிருடா, கள்ளப்பய பெரிய கொம்பேறிப் பயலா இருப்பாம் போலருக்கு.'

'நல்லா புடிச்சுக் கோடா, கைய விட்றாத, மெதுவா, பைய்யா வாடா.'

'அந்தப் பய கல்லப் புடிச்சுப் புடிச்சு ஒளிச்சு வைக்கும் போதே நெனச்சன், பய என்னமோ கோப்புக் கெட்டப் போறான்னு நான் நெனச்சது சரியாப் போச்சு.'

'சும்மா கெட கெழட்டுக்... மகனே, நெனச்சானாம் நெனப்பு. அந்த மயித்த பன ஏறும் முன்ன சொல்ல வேண்டியதான, எறிபட்டு எறங்குனப் பெறவுதான் சொல்லணுமாக்கும். சும்மா கெடப்பானா பெரிய அறிவாளி கெணக்கா தொணத்தொணனு பேசிக்கிட்டு.'

கருவாப் பயலின் அதட்டலில் எல்லோரும் சிரித்தார்கள்.

ஆண்டிக் கிழவன் வாயடங்கிப் போனான். இருள் கவ்வத் தொடங்கியது. கண்மாய்க்குள் கருவேலமரக் கூட்டங்களில் வழக்க மாக அடையும் குருவிகளின் கெச்சட்ட ஒலி செவிகளில் நிறைந்தது. கரைப்பனைக் கூட்டத்திலும் வட்டமிட்டன பறவைகள். பனையின் மேல் மனித உருவம் கண்டு மிரண்டு வேறு பனைகளில் பதுங்கின பறவைகள். கூட்டம் கூடி ஆலோசித்தது.

'இங்க கேளுங்கடா, எளவட்டங்களா! பொழுது இருட்டிப் போச்சு. இனிமே ஒன்னும் செய்ய முடியாது. கூறு கெட்டதனமா என்னமும் செய்யப் போக, ஒரு லாப நட்டமுனு ஆகிப் போச்சுன்னா, காரியங் கெட்டுப் போகும், ஊருக்கும் கேவலம்.'

'அது சரி பெருசு, இப்ப என்ன செய்யனுங்கீரு? அத மொதல்ல சொல்லும். ஒம்ம வளவள வைக்கப்படப்ப பெறவு பேசும்.'

'அவசரப் படாதங்கடா, சொல்றத கொஞ்சம் கேளுங்க. விடியட்டும் பனைய வெட்டிச் சாச்சிருவம்.'

'நம்ம நெனச்சாப்ல பனைய வெட்டிற முடியுமா?'

'மகராசாட்ட செல்லிக்கிறலாம்டா, ஊரோடபோயி சொன்னா நம்பவா மாட்டாரு? அதுக்காக அரண்மனைக்குப் போயி ராசாட்ட கேட்டுட்டு வரணும்னா எப்பிடியும் நாலு நாள் ஆகும். ராசா இருக்காரோ வேற எங்கயும் போயிருக்காரோ, ஆரு கண்டா.'

'சரி, ராத்திரிக்கு காவல் இருக்கணுமில்ல, நம்ம பாட்டுக்கு போய்ட்டா ராத்திரி எறங்கி ஓடிட்டா என்ன செய்ய?'

'பத்து இருபது பேரு பனையச் சுத்தி விடியவிடிய முழிச்சிருந்தாத் தான் முடியும். இல்லனா ஓடிற மாட்டானா?'

'சரி, போறவுக போங்க, இருக்கிறவுக இங்க இருங்க. காலைல அந்த சண்டியர் ஆருன்னு பாத்திருவம். நம்ம ஊருக்குள்ள வந்தது மில்லாம பொம்பளைய கெடுக்கப் பாத்திருக்கான். அதோட போய்ட்டாலும் சனியன் போறாம்னு விட்றலாம், நம்ம ஊருப் பய துருத்தன் மண்டைய ஒடச்சு ரத்தக் குறியும் காட்டிட்டான். பயல, சும்மா விடலாமா? பதிலுக்கு ரத்தக்குறி காட்டலனா மத்த ஊர்க் காரன் நமக்கு உடுத்திக்கோ அப்பிடினு சேல எடுத்துக் குடுத் திருவான்.'

சிலர் கரைச் சரிவிலும், இன்னும் சிலர் பனையின் தூரோரத்திலும் உட்கார்ந்துகொண்டார்கள். அடிக்கடி தலையுயர்த்தி அண்ணாந்து பார்த்துக்கொண்டார்கள். ஒரு சிறு அரவமும் சரசரப்பும் அவர்களை சுறுசுறுப்படைய வைத்தது. இருளில் கண்களின் ஒளிக்கூர்மை குறையக் குறைய காதுகளின் செவிக்கூர்மை அதிகரித்து சிறு

ஒலியையும் பேரொலியாய்ப் பிரதிபலித்தன. அருகருகே இருக்கிறவர் களைக்கூட தனிமைப்படுத்தி தனித்தனியே பிரித்து மறைத்து வைத்துக்கொண்டது காரிருள். கரையின் உள்வாகரையில் தண்ணீர் தத்தளித்து கரையில் மோதும் சளக்சள சத்தம். கரையின் வெளி வாகரையிலும் பனந்தூரின் அடியிலும் கூதல் காற்றில் உட்கார்ந்த படி இளவட்டங்கள்.

தூரத்தில் எங்கோ ஆந்தையின் ஒற்றை அலறல் கேட்டுக் கொண்டேயிருந்தது. வயல் காட்டுப் பக்கமிருந்து பச்சைக் கைக் குழந்தை அழும் சத்தம் தெளிவாய்க் கேட்டது. இடைவெளிவிட்டு விட்டு குழந்தையின் அழுகை காற்றில் பரவி நிறைந்தது. இருளின் பேரமைதியில் குழந்தையின் அழுகைச் சத்தம் உட்கார்ந்திருந்த எல்லோருடைய காதுகளிலும் எதிரொலித்தது. மதுக்கன் பயத்துடன் கேட்டான்.

‘சின்னய்யா, புள்ள அழுகுது.’

‘அப்பிடியா, ஒங்க ஆத்தாள எழுப்பி பால் குடுக்கச் சொல்லு.’

‘நெசமாத்தான்... மகனே, சும்மா வெளையாட்டுக்கா சொல்றன்? ஒனக்கு கேக்கலியா, ஓங்காதுல என்னத்த வச்சு அடைச்சிட்டாங்க, ஏம் மாமா ஒங்களுக்கும் கேக்கலியா?’

‘யாரு இப்ப கேக்கலைனு சொன்னாக மாப்ள, தெளிவா கேக்கு. ஒங்க அக்கா புள்ளப் பெத்திருக்கா, அந்தப் புள்ளதான் அழுகுது. நீங்க போயி அழுகச் சத்தத்த அமத்துங்க மாப்ள. மாமனப் பாத்தும் அழுக நின்றுரும்.’

‘சின்னய்யாட்ட சொன்னா அந்த தாயோளி அப்பிடிச் சொல்றான். மாமங்கிட்ட சொன்னா, இந்தக் கூறு கெட்ட மாமனும் கிண்டல் பண்றான். ஒங்க ரெண்டு பேரு காதுலயும் யாரும்... ய வச்சு வசமாக் கிட்டிச்சிட்டாங்க போலருக்கு.’

‘மாப்பிள்ளைக்கு எப்பிடி கிட்டிக்கிறதுனு தெரிஞ்சா இப்பிடி கூறுகெட்ட கேள்வி கேப்பீகளா, நடுக்காட்ல நட்ட நடு ராத்திரியில புள்ள அழுகுமா மாப்ள?’

‘அப்ப அந்த சத்தம் என்ன சத்தம்.?’

‘இப்பக் கேக்கீகளே அது கேள்வி, சொல்றன் மாப்ள, கவனமா கேட்டுக் கோங்க. வெருகுனு சொல்றம்ல காட்டுப்பூன, அந்தக் காட்டுப்பூனையில ஆம்பள பூன இப்பிடி புள்ள அழுகுற மாதிரி கத்தித்தான். பொம்பளப் பூனைய வரவைக்கும். அதுமாதிரி கூகையிருக்கா, கூகை அதுவும் இதே மாதிரி கத்திக் கத்தித்தான் பொட்டைய வரவைக்கும். அச்சா, அசல் கொழந்த அழுகுறது

மாதிரியே இருக்கும். இந்த வெவரம் தெரியாத ஒன்ன மாதிரி கோமாளிப் பயக அப்பிடியே நம்பிருவான்.'

பனைக் கூட்டத்தின் இலேசான அசைவுகூட அவர்களை உஷார் படுத்தியது. இருள் மண்டிய அந்தகார இரவு அப்பிக் கிடந்தது. தன் காலடியைத் தானே அறிய முடியாத கும்மிருட்டு.

'இந்த ஒரு நாளைக்கு ராத்திரியில படுத்துக் கெடக்கிறதுக்கு இவ்வளவு பயமா இருக்கு. ஆயுள் முழுக்க கெட காவல் காக்கிற வங்க எப்பிடித்தான் விடியவிடிய நடுக்காட்ல படுத்துக் கெடக் காங்களோ.'

'எங்க குடும்பமே கெட காவல்காரன் குடும்பம்னுதான் பேரு. எங்க தாத்தா சாகும் மட்டும் கெட காவல்தான் காத்தான். அதே மாதிரி எங்க அப்பனும் சாகும் மட்டும் கெட காவல்தான் காத்தான். இப்ப எங்க மாமன் பாக்கான். துணிஞ்ச ஆள்தான் அந்த வேல பாக்க முடியும். நம்மள மாதிரி சறுக்குனு சத்தங்கேட்ட ஒடனே பயத்துல கால் வழி மோள்ற பயக அந்த வேல பாக்க முடியாது. கள்ளங்க பயத்தவிட காத்து, கறுப்பு, பேய், முனின்னு பயமான பயம். உசுரக் கையில புடிச்சிட்டுத்தான் வெறுக் வெறுக்னு உட்கார்ந்திருக்கணும். ஒறங்கிட்டா போச்சு. நரி வந்து ஆடுகள கந்தல் கோலமா வெரட்டிச் சீரழிச்சிரும். ஆடுக காணாமப் போயிரும். கள்ளப் பயகளும் ஆடு களவாங்க அலைவாங்க அவங்களையும் சமாளிக்கணும், மொத்தத்துல உசுருக்கு ஆபத்தான வேல. துணிஞ்ச ஆள்தான் அந்த வேல பாக்க முடியும்.'

'ஒங்க தாத்தாவுக்கு அந்தப் பட்டப் பேரு எப்பிடி வந்தது சின்னய்யா?'

'யேல, சின்னப் பயகளா, வழவழன்னு பேசிக்கிட்டு இருந்திட்டு கள்ளன தப்ப விட்றாதிக. விடிஞ்சா ஊரு மூஞ்சியில முழிக்க முடியாது, காரித்துப்புவாங்க. பனை மேலயும் ஒரு கண்ணு இருக்கட்டும்.'

'பனந் தூர் இந்தாதான இருக்கு, வேற பனைக்குத் தவ்வி ஏற முடியாது, எடவெளி ரொம்ப இருக்கு. இந்தத் தூர்லயும் வசமா முள்ள வெட்டி அடச்சிருக்கு. இதுக்கு மேல சண்டியர் தப்பணும்னா, வானத்துல பறந்தாத்தான் முடியும்.'

'எதுக்கும் ஜாக்கிரதையா இருக்கணும்டா. கள்ளன் பெருசா, காப்பான் பெருசானு சொலவட. கள்ளனுக்கு காடு பூராவும் கண்ணு, ஆக கள்ளன்தான் பெரிசு. ஜாக்கிரத செல்லிப்புட்டன்.'

'அவங் கெடக்கான் பித்துக் கால்ப்பய, ஓரெட்டு நடக்க

முடியாது. கள்ளன வெரட்டிப் புடிக்க காவல் காக்க வந்திட்டான், நிய் சொல்லு சின்னய்யா, தாத்தாவுக்கு. அந்தப் பட்டப்பேரு எப்பிடி வந்தது, சொல் சின்னய்யா. சிரிக்காத சின்னய்யா சொல்லு.'

நடு ராத்திரியின் இருட்டு அவர்களை மிரட்டிக் கொண்டிருந்தது. கூதல் வாடையில் நடுங்கிக் கிடந்தார்கள். பனையோலைகளின் 'சரக்' என்ற சிறு சத்தம்கூட அவர்களை உஷார்படுத்தியது. எப்போதாவது கண்மாய் தண்ணீருக்குள் கேட்கும் 'சலக்' சத்தம் கூட அவர்களை பயமுறுத்தியது. தூக்கம் கண்களை சொக்கியது. உட்காரக்கூட இடமில்லாத கண்மாய்க்கரையின் வனாந்திரப் புதரில் கால் நீட்டக்கூட இடமில்லை. இருளை வெளிச்சமாக்கிக் கொள்ளும் விசித்திரமான விஷ ஜந்துக்களுக்கும் அவர்கள் பயப் பட்டார்கள். ஒரு விசித்திர உலகத்தில் வசிப்பவர்களைப் போல சத்தியத்திற்குக் கட்டுப்பட்டுக் காவல் காத்து உட்கார்ந்திருந்தார்கள்.

'எங்க தாத்தாவ நீங்க ஆரும் பாத்திருக்கமாட்டீக. எங்க அப்பனோட மொகச் சாயல்ல இருப்பான். ஆனா ஆம்பளைக்கு ஆம்பள ஆசப்படணும், அழகேந்திரன். மூங்கில் வெளார் மாதிரி ஒருப் பூட்டா வளர்த்தியா இருப்பான், மீச வச்சிருப்பான். கம்பளிப் போர்வைய கக்கத்துல இடுக்கி, காவல் கம்போட பெறப்புட்டா ஏறுட்டுப் பாக்காத ஜனங்களே இருக்காது; அப்பிடி ஒரு கம்பீரம்.'

'அது இருக்கட்டும் சின்னய்யா, ஓங்க தாத்தா பேரு மொட்டையன் தான?'

'ஆமா.'

'அந்தப் பட்டப் பேரு எப்பிடி வந்ததுனு கேட்டா, அதச் சொல்லாம வளவளனு பேசிக்கிட்டு இருக்க.'

'பேரு மொட்டயன்தான், ஆனா அந்தப் பேரு மறந்தே போச்சு. அவன் சாகுற வரைக்கி பட்டப்பேரு சொல்லித்தான் கூப்புட்டாக.'

'அந்தப் பட்டப்பேரு எப்பிடி வந்ததுனுதான கேக்கன்.'

இளவட்டப் பயல்கள் எல்லோரும் வெயிலான் வாயையே பார்த்துக்கொண்டிருந்தார்கள். சொல்லாமல் விடமாட்டார்கள் என்பதைப் புரிந்துகொண்டான் வெயிலான். பக்கமிருந்தும் ஆள் முகம் தெரியாத கும்மிருட்டில் தன் தாத்தாவுக்குப் பட்டப்பேர் வந்த கதையைச் சொல்லத் தொடங்கினான். வெயிலானின் பேச்சொலி இருளைக் கிழித்துக்கொண்டு எல்லோர் செவிகளிலும் கேட்டது. காவல் இருந்த அனைவரின் காதுகளும் கூர்மையடைந்தன.

'எங்க தாத்தா மொட்டையனும் மொங்காண்டி தாத்தாவும் கூட்டுக் காவல். ரெண்டு பேரும் சேர்ந்துதான் கெட காவலுக்குப்

போவாங்க. ரெண்டு பேருமே பாக்கிறதுக்குத்தான் ரெண்டாளுக. மத்தப்படி ரெண்டு பேருமே ஒன்னுதான். ஏம்னா, இவனோட தங்கச்சிய அவன் கெட்டிருக்கான், அவனோட தங்கச்சிய இவன் கெட்டிருக்கான், மச்சினனும் மச்சினனும்தான். கொண்டாம்பட்டி சம்பந்தம்னு செல்வாகல்ல அது மாதிரி. வட காடுனு பேரு, ஆத்தோரம், ரொம்ப தொலவட்டு. அங்க கிட கெடக்கு. இருட்டுனா இருட்டு கெச இருட்டு. மொங்காண்டி தாத்தா என்னமோ முக்கிய சோலின்னு போனவன் வரல, எங்க மொட்டையத் தாத்தா மட்டும் ஒத்தையில நிக்கான். ஊரடங்கிற நேரம், இருட்டுனா அப்பிடி ஒரு இருட்டு. ஒத்தையில வெருக் வெருக்னு ஒக்காந்திருக்கான். நாயி அங்கிட்டும் இங்கிட்டும் வளச்சு வளச்சு வந்து படுக்கவும் ஓடவும் திரியுது. திடீர்னு பழகுன ஆளக் கண்டா மொனங்குமே அது மாதிரி மொனங்கிக் கிட்டே வால வால ஆட்டுது. என்னடானு பாத்தா எங்க கருப்பாயி பாட்டி கையில தூக்குவாளியோட எதிர்ல வந்து நிக்கா, எங்க தாத்தாவுக்கு விருளி அத்துப்போச்சு, கண்ண நம்ப முடியல.'

'யே... கழுத எப்பிடி கழுத வந்த?'

'இந்தப் பாத வழிதான் வந்தன்.'

'ஆம்பளையே ஒத்தையில வரப் பயப்படுவான், பொட்டக் கழுத ஒனக்கு இவ்வளவு துணிச்சலா.'

'பயம், என்ன பயம், நம்ம என்ன கழுத்துல ஒரு குத்து சங்கிலியா போட்ருக்கோம், கள்ளன் அத்துட்டு ஓடிருவான்னு பயப்படறதுக்கு.'

'சங்கிலி இருக்கட்டும் கழுத, ஒரு காத்துக் கருப்பு அண்டிட்டா என்ன செய்ய, சீண்ரப்பட்டு சீரழியிறதுக்கா.'

'நம்மகிட்ட காத்தும் வராது கருப்பும் வராது, இந்தா காப்பித் தண்ணி குடி, ஆறிப் போயிறப் போவுது.'

'ஒரு நாளைக்கு ஒத்தையில கெட காவல் இருந்தா, நான் என்ன செத்தா போயிருவன், மெனக்கெட்டு இந்த கெச இருட்டுல வந்திருக்கிய பாதகத்தி.'

'வாக்கப்பட்டு வந்த நாள்லருந்து ராத்திரி முழுக்க நீங்க காட்ல, நான் வீட்ல. விடிஞ்சு நீங்க வீட்டுக்கு வரும்போது நான் காட்ல, நீங்க வீட்ல. என்ன பொழப்பு? ஒரு நாளாவது ராத்திரியில ஒன்னாப் படுத்து சிரிச்சோம், வெளையாடினோம். பேசுனம்னு இருக்க முடியுதா, இல்ல நமக்கு வயசு போயிருச்சா. அதுதான் நெனச்சுப் பாத்தன், இன்னக்கு எங்க அண்ணனும் இல்ல, ஒத்தையிலதான இருப்பீகனு உசுர வெறுத்து வந்திட்டன்.'

தூரத்தில் ஆந்தையின் அலறலும் கூகையின் கூவலும் விட்டு விட்டுக் கேட்டுக்கொண்டிருந்தது. அந்தகார இரவில் ஆதாமும் ஏவாளும் ஆடிப்பாடினார்கள். இரு பழம் மட்டுமே பழுக்கும் ஏகாந்த மரத்தில் ஏறி மொட்டையன் பாவக்கனி பறித்தான். பசிபோக்க அசை போடும் ஆடுகள் லயித்துக் கிடந்தன. கவ்விக் கிடந்த இருள் இருளுக்குள்ளே மறைந்தது. கும்மிருட்டில் உடல் சுற்றிப் பின்னிய சர்ப்பங்கள் ஒன்றையொன்று தீண்டிக்கொண்டன. ஆவாரம் பூவின் வாசனையை காற்று அள்ளிக் கொண்டுவந்து மொட்டையனின் நாசியில் நிறைத்தது.

இருள் வெளுக்கத் தொடங்கியபோது மொட்டையன் கண் முழித்து கிடையை ஒரு சுற்றுச் சுற்றி வந்தான். தான் பழம் பறித்துச் சுவைத்த மரத்தைக் காணாது திடுக்கிட்டான். கருப்பாயியைக் காண வில்லை. கருப்பி கருப்பி என்று கூப்பிட்டுப் பார்த்தான். இருள் விலகி வெளிச்சம்தான் வந்தது, கருப்பாயி வரவில்லை. காட்டி லிருந்து வரும் கருப்பாயியை ஊர்ப் பெண்கள் பார்த்தால் கேலி பண்ணுவார்கள் என நினைத்து ராவோட ராவாக வீட்டுக்குப் போயிருப்பாள் என்று தன்னைச் சமாதானம் செய்துகொண்டான் மொட்டையன். வெயிலேற ஆட்டுக்காரர்கள் வரத் தொடங்கி னார்கள். தன் பங்கு ஆடுகளை கூட்டத்திலிருந்து துண்டித்து மந்தை சேர்த்தார்கள். காயடிக்காத கிடாய்கள் குரால்களை விரட்டி விரட்டி சினையாக்குவதற்காக கூட்டத்தை சிதைத்து ஓடிக்கொண் டிருந்தன. வெய்யில் உறைக்கத் தொடங்கியது.

தன் பங்கு ஆடுகளைப் பிரித்து, துண்டுபடுத்திக் கொண்டிருந்த விட்டிப் பயல் மொட்டையனை உற்றுப் பார்த்தான்.

'என்னல சிறுக்கிபுள்ள அப்பிடி உத்து உத்துப் பாக்க?'

'பெரியய்யாவுக்கு கண்ணு ரத்தமா செவந்திருக்கு, ஆளு ரொம்ப வாடிப் போயிருக்கீரு. விடியவிடிய ஒத்தையில காவல் காத்த அலுப்பா?'

'என்னடா செய்ய, ஊருக்குப் போன மச்சினன் வரல, பெறகு என்ன செய்ய? ஒத்தையில கெடந்துதான் சீரழியணும், ரெண்டாள்னா செத்த கண்ணசந்துக்கிறலாம், ஒத்தையில கண்ணசந்தா அம்புட்டுத் தான், ஆடுக அலங்கோலமாப் போயிரும். பெறகு ஒனக்கு நான் என்ன பதில் சொல்ல முடியும்?'

'சரி, சரி, காலா காலத்துல வீடு போயி சேரும். கண்ணு ரெண்டும் கோவப் பழம் மாதிரி செக்கச் செவேர்னு இருக்கு. பெரியம்மா காட்டுக்குப் போயிருவா. நல்லா தலவழியே குளிச்சிட்டு கதவப்

பூட்டி ஒறங்கி எந்திரி, அப்பத்தான் அலுப்பு விடும். மொகமே மாறிப் போயி இருக்கு, வெருசனா வீடு போயி சேரு.'

மொட்டையன் கம்பளிப் போர்வையைக் கக்கத்தில் இடுக்கினான். கத்திக் கம்பை கையில் பிடித்தபடி தூக்குவாளியை வீசிக் கொண்டு வீட்டுக்கு நடந்தான். காலை வெய்யில் உறைக்கத் தொடங்கியது. வெய்யிலுக்கு எட்டாமல் வேலை செய்துவிட்டு வீட்டுக்குப் போவதற்காக விடிந்த உடனேயே காட்டில் நிற்பவன் கரட்டான். குப்பைக் குமி சிதறிக் கொண்டிருந்தான். அவன் புன்செய்யை ஒட்டித்தான் ஒற்றையடிப்பாதை. மொட்டையன் தூரத்தில் வருவதைப் பார்த்துவிட்டான்.

'என்ன... மாமோவ் ஒங்க கூட்டாளிய எங்க காணும், ஒத்தையில வாரீரு.'

'ஊருக்குப் போனவன் வரல, பெறகென்ன செய்ய? ஒத்தையில கெடந்து ராவு பூரா சீரழிய வேண்டியதாப் போச்சு.'

'தொணைக்கு எதையாச்சும் ஒரு ஆட்ட சேத்துக்கிற வேண்டிய தான?'

'ஒந் தங்கச்சியும் நானும்தான் விடிய விடிய காவல் காத்தோம், இந்த வழியாத்தான போயிருப்பா. அண்ணன பாக்கலியா.'

'ஒங்க மொகறையத்தேடி ஏந்தங்கச்சி காட்டுக்கு வாராளாக்கும், அதுவும் கெச இருட்டுக்குள்ள. நம்ம ஊரு செவனான் வண்ணானோட பொட்டக் கழுத வேணா ஒம்மத் தேடி வரும்.'

'கூறுகெட்ட பயங்கிறது சரியாத்தான இருக்கு. வேறபாத ஏதுடா, ஊருக்குப் போக? இந்த வழியாத்தான ஒந்தங்கச்சி போகணும், அண்ணன் மொகறையப் பாக்காமயா போவா.'

'இப்ப பேசாமப் போகப் போறயா, கரம்பக் கட்டி எறி வாங்கிட்டு ஓடப் போறியா?'

கரட்டான் பயலின் துடுக்கான பதிலில் மொட்டையன் குழம்பிப் போனான். நம்மகிட்டயும் சொல்லல, இந்தப் பாதவழி போயிருந்தா கரட்டான் பய கண்ணுல படாமப் போயிருக்க முடியாது. வேற பாதையும் கெடையாது. எப்பிடிக் கூடிப் போயிருப்பா? மொட்டையன் குழம்பியபடியே ஒத்தையடிப் பாதையில் நடந்து கொண்டிருந்தான். உழுது தயார்படுத்திய கரிசல் நிலங்கள் கண்ணெட்டும்வரை பரந்து கிடந்தது. சில்லோடைக்குள் இறங்கி கரையேறும் போது சிறு ஆதாளைச் செடி ஒன்றைப் பிடுங்கி பல் தேய்க்கத் தொடங்கினான். ஆதாளைச் செடியின் துவர்ப்பில் பெருகி ஊறிய எச்சிலை வழி நெடுக துப்பிக்கொண்டே நடந்தான்.

ஊரைவிட்டு ஆடுமாடுகள் வெளியேறி பாதைகளை மறைத்துக் கொண்டு கூட்டங்கூட்டமாய்ப் போய்க்கொண்டிருந்தன. காடு களுக்குச் செல்பவர்களும், ஆடு மாடுகள் மேய்க்கச் செல்பவர்களும் எதிரே வந்துகொண்டிருந்தார்கள். மொட்டையன் முற்றத்தில் வந்து நின்றபோது பொண்டாட்டி கருப்பாயி முற்றத்தில் உட்கார்ந்து பானை, சட்டிகளைக் கழுவிக்கொண்டிருந்தாள். மொட்டையன் அவள் எதிரே போய் நின்றுகொண்டு அவளையே உற்றுப்பார்த்துக் கொண்டேயிருந்தான்.

‘கெட காவல் முடிஞ்சு வந்தா வீட்டுக்குள்ள போயி உட்காராம எதுக்க நின்னுக்கிட்டு என்னத்த அப்பிடி வச்ச கண்ணு வாங்காமப் பாக்க? என்னைக்கும் இருக்கிற மொகறதான.’

‘..........’

‘அட, மானங்கெட்டவனே, வேற யாரும் பார்த்தா சிரிக்கப் போறாக. அங்கிட்டுப் போ இவன.’

மொட்டையன் சாவகாசமாக வீட்டுக்குள் போய் ஜமுக்காளத்தை கொடியில் போட்டான். வேல்க் கம்பை மூலையில் சாத்தினான், தூக்குவாளியை அம்மியின் மேல் வைத்துவிட்டு, மென்று கொண்டிருந்த ஆதாளைச் செடியை தூர எறிந்து விட்டு ஒரு செம்பு தண்ணீரைத் தூக்கிக்கொண்டு முற்றத்தில் போய் காரிக் காரித் துப்பி வாய் கொப்பளித்தான். கருப்பாயி கழுவிய பாத்திரங்களை ஒவ்வொன்றாய் வீட்டுக்குள் கொண்டு போய் வைத்தாள். வெற்றுச் செம்புடன் வீட்டுக்குள் நுழைந்த மொட்டையன் மீண்டும் கருப்பாயியை வைத்த கண் வாங்காமல் உற்றுப் பார்த்தான்.

‘இன்னைக்கு ஒனக்கு என்ன வந்துச்சு? இப்பிடி காணாதத கண்டது கெணக்கா உத்து உத்துப் பாக்க.’

‘ஏங் கழுத, விடிஞ்ச ஒடன ஒரு வார்த்த சொல்லிட்டு வரலாம்ல்ல, எந்தப் பச்சப் புள்ள ஒங்காலச் சுத்திட்டுக் கெடக்குதுனு அப்பிடி சொல்லாமக் கொள்ளாம ஓடியாந்த, ஊரு ஒலகம் பாத்தா என்ன? தொட்டுத் தாலி கெட்ன பொண்டாட்டிதான, சேகாரகாரி இல்லையே? விடிஞ்ச ஒடன தேடித் தேடி கண்ணு பூத்துப் போச்சு.’

‘ஏ... துப்புக் கெட்ட மனுஷா, என்ன ஒளர்ற? வந்ததுலருந்து நானும் பாக்கன், கண்ண உருட்டிஉருட்டி, கோழி களவாணிப் பய மாதிரி ஒரு மாதிரி பார்க்க. இப்ப என்னடானா என்னென்னமோ ஒளர்ற, பயித்தியம் கியித்தியம் புடிச்சிருச்சா?’

‘ஒரு வார்த்த போறம்னு சொல்லிட்டு வராத நாயி, ராத்திரியில எதுக்கு என்னயத்தேடி கெட காட்டுக்கு வரணும்.’

'ஓம் மொகறயத் தேடிக் காட்டுக்கு வருவாக, காட்டுக்கு! லச்சைக்கு அஞ்சாத மனுஷா, போ., போயி குளி. காலா காலத்துல ஆளோட ஆளா, நானும் காட்டுக்குப்போகணும், வளவளனு பேசாத போ.'

'அப்ப ராத்திரி நிய்யி காட்டுக்கு வரலையா?'

'இப்ப தூ...ச் சீலையால அடிக்கப்போறன் பாரு.'

'அப்ப விடிய விடிய ஏங்கூட படுத்துக் கெடந்தது நீ இல்லையா?'

'ஊமத்தங்காயப் புடுங்கியாந்து அரைச்சு ஒந்தலையில தேச்சாத் தான் பைத்தியம் தெளியும்.'

'கருப்பாயி சத்தியமா சொல்றன், கெடகாட்டுக்கு நிய் வந்த, காப்பி குடிச்சோம், ரெண்டு பேரும் படுத்துக் கெடந்தோம், விடிஞ்ச ஒடன ஒன்னையக் காணும். எங்க அப்பஞ் சத்தியமா சொல்றன்.'

'ராத்திரி கதவப் பூட்டிப் படுத்தவ, விடியக் கருக்கல்ல எந்திருச்சிருக்கன். காட்ல வந்து இவுககூட படுத்தாகளாம்ல, காட்ல வந்து! கெனாக் கண்டிருப்ப போ, போயி பச்சத் தண்ணிய தலை வழியா ஊத்து.'

நிலைக் கதவைப் பிடித்தபடி நின்று கொண்டிருந்த மொட்டையன் வீட்டைவிட்டு முற்றத்தில் பாத்திரம் விளக்கிக்கொண்டிருந்த கருப்பாயின் முன் வந்து நின்றான். கருப்பாயியின் முகத்தையே உற்றுப் பார்த்துக் கொண்டிருந்தவன் அப்படியே மயங்கி முற்றத்தில் விழுந்தான். கருப்பாயி போட்ட கூப்பாடு ஊரைக் கூட்டியது. பட்ட மிளகாய் வற்றலைப் பொசுக்கி புகையை மூக்கில் விட்டார்கள். குப்பை மேனி இலையை மென்று சாற்றை மூக்கினுள் ஊதினார்கள். செத்த சவமாய்க் கிடந்தான் மொட்டையன். வன்னிமடை ராக்கனைக் கூட்டி வர மாட்டு வண்டி பறந்து போனது. கண்முழி நிலைகுத்தி நிற்க மூச்சு மட்டும் போய்க் கொண்டிருப்பதை உறுதி செய்தது நெஞ்சுக் கூட்டின் ஏற்ற இறக்கம். ஊர்ப் பெண்களின் பேச்சு ஜாடைமாடையாகக் கேட்கத் தொடங்கியது.

'அந்த முண்டதான் எவன ஏறுவம்னு அலையிறா பலபட்டற. அந்தப் பாதை வழியா போற வார எத்தன பேர தேவிடியா பயங்காட்டியிருக்கா, அடங்காத முண்ட.'

'யாரக்கா சொல்ற?'

'என்ன... ஒனக்கு தெரியாதாக்கும் சின்ன நொள்ள கெணக்கா ஆருனு கேக்க? அந்த செவனி முண்டதான். தாய் மாமன் வேண்டாம்னு சொல்லிட்டான்னு நடுக்காட்ல போயி வேந்தட்டிக் கெழங்க தின்னு செத்துக் கெடந்தாள்ல, பலபட்றா, செத்து

தொலைஞ்ச தேவிடியா, இப்பிடியா தொயங் கெட்டுவா. ஒரு ஆம்பள பொம்பள விடாம, அந்தப் பாத வழி போகவே பயமா இருக்கு!'

செவனி எப்ப செத்தாள் என்று ஊரில் யாருக்கும் தெரியாது. ஆனால் எப்படிச் செத்தாள் என்பது மட்டும் வழிவழியாய் வரும் செய்தி. சிவனம்மாள் என்ற செவனி அம்மா அப்பா வீட்டில் வளர்வதற்குப் பதில் தன் தாய்மாமன் வீட்டில் வளர்ந்தாள். தாய்மாமனும் செவனியும் இளவட்டமும் குமரியுமாய் ஆன பொழுது, கல்யாணப் பேச்சு களைகட்டியது. யாரும் எதிர் பார்த்திருக்க முடியாத பேச்சு தாய்மாமனிடம் இருந்து வந்தது.

'பெறந்ததுலருந்து என் வீட்ல வளர்ந்தவ செவனி. நான் தொட்டு தூக்கி வெளையாட்டுக் காட்டி வளர்த்த கொழந்தைய தொட்டு தாலிகட்டி பொண்டாட்டியாக்கிக்கோ அப்படினா எப்படி முடியும்? ஆடுமாட்டுக்கும் மனுஷருக்கும் வித்தியாசம் வேண்டாமா. இப்ப வரைக்கு நாங்க ஒன்னாமென்னா இருந்தாலும், ஒறவு மொறையில மாமன் மகளா இருந்தாலும் எனக்கு அவ தங்கச்சிதான். அவள என்னால பெண்டாள முடியாது. வேணும்னா அவள் வளர்த்த குத்தத்துக்கு எம் பேர்ல உள்ள காடு கரைய அவ பேருக்கு எழுதித் தாரன், வேற மாப்ள பாருங்க. என்னய வற்புறுத்தாதிங்க.'

'கோட்டிக்காரத்தனமா பேசாதடா முட்டாப் பயல. வெயசுக்கு வந்தப் பெறவும் நாலு வருஷம் ஓம் வீட்லதானிருந்திருக்கா செவனி. ஊரு ஓலகத்துக்கே தெரியும். நிய்தான் புருஷன், அவதான் ஓம் பொண்டாட்டிங்கிறது முடிஞ்சு போன கத. இப்பப் போயி முடியாது, அவ ஏந்தங்கச்சின்னா, ஊரு ஓலகம் ஒப்புமா, இல்ல வேற எவனாவது தாலிகட்டுவானா?'

'இங்கே கேளுங்கய்யா, நீங்க சொல்றது எல்லாம் நெஜந்தான், இல்லனு சொல்லல. அவளப் பாத்தா எனக்கு அந்த நெனப்பே இல்லியே, பெறவு கட்டிட்டுப் போயி என்ன செய்ய.'

'அதெல்லாம் கல்யாணம் முடிஞ்சா சரியாப் போயிரும். கல்யாணமே வேண்டாம்னு சொன்ன பயக நெறய்யாப் பேத்த நாங்க பாத்திருக்கோம்.'

'நான் கல்யாணம் வேண்டாம்னு சொல்லலியே, செவனி வேண்டாம்னுதான் சொல்றன்.'

'அடேய், ஒங் கூடப் பொறந்த அக்கா மவடா.'

'இல்லனு சொல்லலியே, இங்க கேளுங்க, எங்க ரெண்டு பேர்த்தையும், நெற அம்மணமாப் போட்டு ஒரே வீட்டுக்குள்ள

போட்டுப் பூட்டி, விடியக் கருக்கல்ல கதவத் தொறந்தா ஒங்களுக்கு நெற அம்மணம்தான் மிச்சம். ஏம்னா அவ இன்னக்கும் ஏந் தங்கச்சி தான், நான் தொட்டுத் தூக்கி வளர்த்த பச்சக் கொழந்ததான்.'

பூத்துக் குலுங்கிக் கொண்டிருந்த செடி வேர்ப் புழு வெட்டியதால் வாடி வதங்கியது. உச்சி மத்தியான வெய்யிலில் வேந்தட்டிக் கிழங்கை தின்று வாயில் நுரை தள்ள அலங்கரித்த புதுப் பெண்ணாய் சிவனி செத்துக் கிடந்தாள் மேலக்காட்டில். அன்றிலிருந்து அப்பாதையில் ஒத்தைசத்தையாய் போனவர்களின் நாசியில் மல்லிகை மணத்தது. சில பேர்களின் காதுகளில் கொலுசு சத்தமும் வளையல் சத்தங்களும்கூட கேட்டன. செவனியின் சிரிப்பாணியைக் கேட்டதாக சிலர் சொன்னார்கள். வாயில் நுரை தள்ளும் போது, உயிர் வெளியேற கிருட் கிருட்டென்று எழுப்பும் இழுப்புச் சத்தத்தைக் கேட்டவர்களும் உண்டு. பின்தொடர்ந்து வந்து பூ வாங்கிக் கொடு என்று கேட்டதாகவும் சிலர் சொன்னார்கள். அவ்வழியே சென்ற ஒற்றையடிப் பாதை தூர்ந்துகொண்டே வந்தது. தரையில் தன் கால் பாவாமல் நடக்கும் சிவனி மட்டுமே அப்பாதையில் பயணித்து திரிந்தாள்.

வன்னிமடை ராக்கனின் உடுக்கடியில் மொட்டையன் சுகப் பட்டு வந்தான். குலதெய்வத்திற்கு கிடாய் வெட்டி நேர்த்திக்கடன் செலுத்தினான். செத்துப் பிழைத்த கிடைகாவல் மொட்டையனின் பெயர் மாறி பேயோத்தானாகிப் போனான். மேலக்குடியாட்கள் கூட ஏ... பேயோத்தான் பேரன, இங்க வாடானுதான் கூப்பிடு வார்கள் என்று நீர்ப்பாய்ச்சி கதையை முடித்தான்.

பனையடியைச் சுற்றி உட்கார்ந்துகொண்டும் படுத்துக்கொண்டும் பேயோத்தான் கதையைக் கேட்டுக் கொண்டிருந்தவர்களோடு சேர்ந்து பனைமேல் பதுங்கிக் கிடக்கும் கள்ளனும் பேயோத்தான் கதையைக் கேட்டிருப்பான். நடு இரவின் அமைதி இலை அசைவையும் துல்லியமாக்கியது. நிறைசூலியாய் நிற்கும் கண்மாயில் நீரலம்பல் கேட்டபடி இருந்தது. உறக்கம் இரவோடு கைகோர்த்து முழித் திருந்தவர்களின் கண்களில் குடியேறியது. கள்ளன் ஒளிந்திருந்த பனையின் மேலிருந்து காய்ந்து தொங்கிய ஓலை ஒன்று பனையை உரசியபடியே சத்தத்துடன் தரையில் விழுந்தது. அவ்வளவுதான்.

காவல் இருந்தவர்கள் இருட்டுக்குள் நாலா பக்கமும் சிதறி ஓடினார்கள். பயமுறுத்திக்கொண்டிருந்த பேய்க் கதைகள் அவர்களைப் பின்தொடர்ந்து விரட்டிச் சென்றன. பாதையற்ற பாதைகளில் திசைகளற்று ஓடிக்கொண்டிருந்தார்கள். பனையடி வெறிச்சோடி கள்ளனுக்குப் பாதை காட்டியது. வேகவேகமாகப்

பனையிலிருந்து தரையிறங்கினான். தரையில் பட்ட கால்கள் தயங்கி நின்றன, இருளில் திசையறியாமல். புதிய இடம். இருட்டு. திசை தெரியாது. தரைவழி ஓடினால் தப்பிப்பது கடினம். கள்ளன் தண்ணீர் வழியைத் தேர்ந்தெடுத்தான். கடலைப் போல் கெத் கெத்தென்று தளும்பி நின்ற தண்ணீருக்குள் உயிரை வெறுத்துக் குதித்து நீந்தினான். கை ஓய்ந்து, கால்கள் ஓய்ந்து மறு கரை தேடி தெரியாமல் மறுகி, இருளின் பயத்தில் இங்கும் அங்கும் நீந்திக் களைத்து நீரோடும் நீண்ட இரவோடும் போராடினான் கள்ளன்.

கருக்கிருட்டில் காவல் இருந்த சண்டியர்களை ஊர் காறித் துப்பியது. பொம்பளைகள் கேலி பண்ணிச் சிரித்தார்கள். காவல் காத்தவர்கள் கால்களில் குத்திய முட்களுடன் நொண்டி நொண்டி நடந்தார்கள். கிழடுகள்கூட மதிக்கவில்லை.

'ராத்திரி ஓட்டப் பந்தயத்துல யார்டா முந்துனா?'

'வேட்டி துண்டோட ஓடியாந்திகளா இல்ல அம்மணக் குண்டியோடதான் ஓடியாந்திகளா?'

'பனையிலருந்து ஓல விழுந்ததுக்குப் பயந்து ஊர் மானத்த அடவு வச்சிட்டு இப்பிடி ஓடியாறலாமாடா?'

'அந்தக் கள்ளப்பய நம்ம ஊரப்பத்தி என்னடா நெனப்பான்? சுத்த தொட நடுங்கிப் பயக இருக்கிற ஊர்னு நெனப்பான். உசுரே போனாலும் சாதிக்கணும்டா, ஒரு காரியத்துல எறங்குனப் பெறவு உசுரு என்னடா பெரிய உசுரு.'

விடிந்தும் விடியாமல் கள்ளன் ஒளிந்து கிடந்த பனையடியைச் சுற்றி ஊர் திரண்டு நின்றது. காவல் இருந்தவர்களை விரட்டிய காவோலை மட்டும் பனையடியில் கிடந்தது. கள்ளனைக் காண வில்லை. துருத்தன் வேகவேகமாக பனையில் தொத்துப் போட்டு ஏறினான். கள்ளன் பனைமேல் துண்டில் முடித்து வைத்திருந்த பொட்டலத்தை எடுத்து தூர எறிந்தான். கூட்டம் ஓடிப்போய் வட்டஞ் சுற்றி நின்று உற்றுப் பார்த்தது. கள்ளனின் பிய் நாற்றமெடுக்க ஊர் முழுவதும் சிரித்து உருண்டது. துருத்தன் வேகவேகமாக பனையை விட்டுக் கீழிறங்கினான். சிரித்தபடியே சொன்னான்.

'கள்ளன் உண்மையிலேயே ரொம்ப நல்லவன்.'

'எப்பிடிடா?'

'பனமேலருந்து வெளிக்கிருந்தா பிய் காவக்காரங்க மேல விழுந்திரும்னுதான் துண்டுல பேண்டு சுருட்டி வச்சிருக்கான்.'

'கோட்டிக்காரப்பயக, பிய் விழுந்தாக்கூட ஓடியிருப்பாங்க.'

பனையைச் சுற்றியும் கண்மாய்க்கரையின் நெடுகிலும் கூடியிருந்த ஊர்மக்கள் பலப்பல பேச்சுக்கள் பேசியபடியே மெல்ல நடந்து கொண்டிருந்தார்கள். மேலமடையின் ஓரத்திலிருந்து சங்கிலிப் பயலின் பேயலறலும் கூப்பாடும் கேட்க, கூட்டம் மேலமடையை நோக்கி ஓடியது. சங்கிலிப் பயல் கைகாட்டி உளறிய திசையில் கூட்டம் பார்த்தது. பஞ்சுப் பொதியாய் ஊதிப் பருத்து வெள்ளை வெளேரென்று கள்ளன் மிதந்துகொண்டிருந்தான். மல்லாக்க மிதந்த அவன் மேல் சில தவளைகள் சவாரி செய்து கொண்டிருந்தன. கண்மாய் நிறைபெருக்கின் சீரான அலையடிப்பில் கள்ளன் மேலும் கீழும் அசைந்துகொண்டிருந்தான். ஊர்க்கூட்டம் உற்றுப் பார்த்தபடி சுற்றி நின்றது.

தன் இரண்டு கைகளையும் நேராக நீட்டியபடி மிதந்த கள்ளனின் கைகளிலும் சட்டையில்லாத வெற்று மார்பிலும் கன்னங்கரே ரென்று காய்ப்பேறிய தழும்புகள் துணிப்பாய் தெரிந்தன. கள்ளன் தேர்ந்த பனையேறியாய் இருக்க வேண்டும் என்று பேசிக் கொண்டார்கள். பக்கத்து ஊர்க்காரனாகத்தான் இருக்க வேண்டும் என்று பேசிக்கொண்டாலும் வீங்கி, ஊதிப்போன விகாரமான முகத்தை வைத்து அடையாளம் காண முடியவில்லை.

'கரைவழி ஓடுனா புடிச்சிடுவாங்கனு, தண்ணிக்குள்ள பாஞ்சிட்டான் போலருக்கு. பாவம் காலோஞ்சு, கையோஞ்சு நீச்சடிக்க முடியாம செத்து மெதந்திட்டான்.'

'பனையேறத் தெரிஞ்சவன், எப்பிடியும் பட்டிக்காட்டானாத் தான் இருக்கணும். ஆக நீச்சல் தெரியாம இருக்க வாய்ப்பில்ல, நீச்சல் தெரியாதவன் நடுராத்திரியில நெற கண்மாய்க்குள்ள எறங்கு வானா? பைத்தியக்காரங்கூட எறங்க மாட்டான், உள்ளூர்க் காரனுக்கு பேய் பயம். வெளியூர்க்காரனுக்கு தண்ணி பயம்னு சொலவட.'

கள்ளனின் சாவைப் பற்றி பலப்பல பேச்சுக்கள் கூட்டத்திலிருந்து வந்துகொண்டேயிருந்தன. பிச்சாண்டிக் கிழவன் சலசலவென்று பேசிக்கொண்டேயிருந்தான்.

'உள்ளூர்க்காரனுக்கு எந்த எடத்துல பேயி பெசாசு இருக்னு நல்லாத் தெரியும். அந்த எடத்துக்கு போகவே தொட நடுங்குவான். ஆனா அசலூர்க்காரன், அவனுக்குத் தெரியாது பாரு அவம்பாட்ல போவான் வருவான். தண்ணியக் கண்டா அசலூர்க்காரனுக்கு பயம், ஏம்னா ஆழம் தெரியாது. கால வைக்கவே பயப்படுவான், அப்பிடி இருக்கும் போது கள்ளனுக்கு நீச்சல் கண்டிப்பா தெரிஞ்சிருக்கும்.'

'சரி, அப்ப கள்ளன எழுப்பி ஒனக்கு நீச்சல் தெரியுமா, தெரியா

தான்னு ஒரு வார்த்த கேட்ருவம்.'

'ஏல, முண்டக்கண்ணா, எகடாசி பேசாத. வம்பா பேயறஞ்சு சாகப்போற.'

'செத்த கழுதய சட்டுபுட்டுனு பொதைக்கிற வழியப் பாப்பாங்களா, நீச்சல் தெரியுமா தெரியாதானு ஆராய்ச்சி பண்ணிக்கிட்டு ஊரக் கூட்டி வச்சிக்கிட்டு வேடிக்க காட்றாங்க வேல மெனக்கெட்ட பயக.'

'அப்பிடியில்லடா கோட்டிக்காரப் பயல, வெசயம் இன்னக்கோட போற வெசயமில்ல. நாளைக்கி எவனாவது பக்கத்தூர்காரன் வந்து எங்க மாமன, மச்சான இல்லனா அண்ணன தம்பிய அடிச்சுக் கொன்னு பொதைச்சிட்டீகனு வந்தா கெதி என்னாகும்? ரெண்டு ஊர்க்கும் பகையாப் போகும்; அடி, தடினு வந்திரும். அதனால ஒரு வரை மொறையோடதான் போகணும்டா. அவசரப்பட்டா காரியங் கெட்டுப் போகும்.'

'மாமா சொல்றதும் சரிதான். அப்ப நீச்சல் தெரியும்னே வச்சிக்கிருவம். அப்ப எப்பிடிச் செத்தான்?'

'அதத்தாண்டா யோசிக்க வேண்டியிருக்கு. கை, கால் ஓஞ்சாலும் கருவ மரத்து தூரப் புடிச்சு நின்னு தப்பிச்சிருக்கலாம், இல்ல மறுபடியும் கரைக்கே திரும்பியிருக்கலாம். எப்பிடியாவது உசுரக் காப்பாத்தப் பாப்பானா தண்ணிக்குள்ள முங்கி சாவானா?'

'அப்படின்னா கள்ளனோட சாவுக்கு வழிதான் என்ன? உடல்ல வேற காயம் கீயம் எதுவுமேயில்ல. காரணம் வேணும்ல்ல!'

'இது நம்ம நீர்ப்பாச்சி கட்டக் கருப்பன் சாமி போட்ட போடுதான்.'

'எந்தக் கட்டக் கருப்பன் சாமி, வெவரமா சொல்லித் தொலையும்.'

'அய்யனாரப்பனோட பக்கத்துல இருக்கில்லடா கட்டக் கருப்பன் சாமி. கண்மாய்க்கு மட்டும் காவல் இல்லடா, நம்ம ஊரு மானத்தையும் இப்ப காப்பாத்திருச்சு.'

அந்தக் காலத்தில் நீர்ப்பாய்ச்சி என்ற பெயர் கிடையாது. மடைக்குடும்பன் என்றுதான் சொல்வார்கள். மடைக்குடும்பன் கட்டக் கருப்பன் பரம்பரை பரம்பரையாய் மடையைப் பராமரித்து நீர் பங்கீடு செய்து, வருஷக் கூலி வாங்கி கண்மாய் காவல் காத்து வரும் வாரிசு. கண்மாய் பெருகி மறுகால் பாய்கிறது. கண்மாயில் தண்ணீர் தத்தளிப்பதைப் போல் ஊர் சந்தோஷத்தில் தத்தளிக் கிறது. நீரளவைக் குறைக்க கலுங்கல் திறந்துவிடப்பட்டதால் ஓடை களில் தண்ணீர் பெருகி ஓடி ஊரணியை நிரப்பி, ஊர் தாண்டி ஓடி

வேற்றூர் ஓடையில் சேர்கிறது. மூன்று மடைகளும் திறந்து விடப்பட்டு வயக்காடுகளில் வரப்பைத் தொட்டுக்கொண்டு தண்ணீர் குளமாகக் காட்சியளிக்கிறது.

அய்யனாரப்பனைக் கும்பிட்டு முதல் நடவு தொடங்கும் பொங்கலுக்காக ஊரே கூடிக் கண்மாய்க்கரையில் நிற்கிறது. நடவை தொடங்கும்படியும் மடைகளைத் திறந்துகொள்ளும்படியும் மகராசாவின் உத்திரவு வந்து நான்கு நாட்களாகிவிட்டன. இந்த வருடம் முதல்நடவு பொன்னையா ரெட்டியார் வயலில் என்று ஊர் முடிவு செய்திருந்தது. மடைக்குடும்பன் முதல் நெல் நாற்று முடியை கும்பிட்டு குடும்பச்சியின் கையில் கொடுக்க, கும்பிட்டு வாங்கிய குடும்பச்சி முதல் நாற்றைத் தண்ணீருக்குள் பதித்து நட்டாள். குலவைச் சத்தம் ஏகமாய் ஒலித்தது. நாளையிலிருந்து நடவு வேலைகள் ஆரம்பித்துவிடும். ஊர்த்தலைகள் அனைத்தும் வயக் காடுகளிலும் கண்மாய்க் கரைகளிலும் நிரம்பி நிற்கும். தண்ணீராய் தெரியும் வயல்காடுகள் இன்னும் சில நாட்களில் பயிர்களின் வேர்ப்பிடிப்பில் பச்சைப்பசேலென்று அடர்ந்து, வரப்புகள் மறைந்து ஊர் வயலெல்லாம் ஒரே வயலாக மாறிப் போகும். காளான் பூத்ததைப் போல் புழுப் பூச்சிகள் பொறுக்கித் திரியும் கொக்குக் கூட்டங்களின் வெண்மை பசுமைக்கு நடுவில் தெரியும். உள்ளான் களும், சிறகிகளும், முக்குளிப்பான்களும், தாராக்களும் வயல் பூராவும் சுற்றித் திரியும். நீர்ப்பறவைகள் எழுப்பும் விதவிதமான சப்தங்கள் தண்ணீரில் ஒலித்து காதுகளில் பிரதிபலிக்கும். மூன்று மடைகளிலும் தண்ணீர்ப் பாயும் மடைச் சத்தம் கச்சேரிகளில் ஊமைக் குழலின் சத்தம் போல கும்மென்று இரைந்தபடி கேட்கும்.

கலுங்கல் தண்ணீரில் நிரம்பி வழியும் ஊரணியில் சிறுவர்களின் கூட்டம் தண்ணீரைச் சிதறடித்து கும்மாளமிடும். வண்ணான் கிடங்கு அழுக்குத் துணிப் பொதியால் நிறைந்து கிடக்கும். ஊரில் உள்ள அத்தனை எருமைகளும் அடைக்கலமாவது ஊரணியில்தான்.

நடவு முடிந்ததும் இப்பிடி ஒரு சோதனை வரும் என்று மடைக்குடும்பன் கட்டக்கருப்பன் கனவிலும் நினைத்திருக்க மாட்டான். மேலமடையிலும் கீழமடையிலும் தண்ணீர் ஒழுங் காகப் பாய நடுமடையில் தண்ணீர் வராமல் மடைவாய் அடைத்துக் கொண்டது. இரண்டு நாட்களாக கருப்பன் என்னென்னவோ செய்து பார்த்தும் அடைப்பைக் கண்டுபிடிக்க முடியவில்லை. தண்ணீருக்குள் முங்கி முங்கி கண்கள் கோவைப் பழமாய் சிவந்தது தான் மிச்சம். உறக்கமற்ற இரவுகள் பதற்றத்துடன் கழிந்தன.

இன்னும் நான்கே நாட்களில் வயல்கள் காய்ந்துவிடும். புது நடவு

பயிர்கள் வேர்பிடிக்க வேண்டும் என்றால் தண்ணீர் தேங்கி நிற்க வேண்டும். மடைக்குடும்பன் பைத்தியம் போல் மடையைச் சுற்றிச் சுற்றி வந்தான். பாச்சா பலிக்கவில்லை. மூன்று மடைகளுக்கும் தலைகீழாக வடக்குப் பக்க நீர்ப்பாச்சல்தான். எந்த மடைத் தண்ணீரையும் வேறு திசையில் திருப்பினால் தண்ணீர் ஏறிப் பாயாது. தலைகீழ் வாட்டம் வடக்கு நோக்கி. நடு மடைப் பாச்சலில் தான் மேகலத்தார்களுக்கு வயல்கள் ஜாஸ்தி. ஜாடை மாடையாக வேறொரு பேச்சும் வந்தது.

'கருப்பன் பய வேணும்னே மடைய அடச்சி வச்சிட்டு வம்பு பண்றான். கீழ மடையிலயும், மேல மடையிலயும் தண்ணி ஒழுங்காப் பாயும் போது நடு மடையில மட்டும் எப்படி அடைக்கும்? அடச்சா மூணும் அடைக்கணுமில்ல.'

இந்தப் பேச்சு தன் காதில் விழுந்தபோது கருப்பன் செத்துப் பிழைத்தான். பரம்பரை மடைக்குடும்பன் பட்டம் சீரழிந்து போய் விடுமோ என்று மனங்குழம்பினான்.

அவன் அய்யனாரப்பன் முன்னால் அழுது புரண்டான். யாருக்கும் தெரியாமல் ஒப்பாரி வைத்தான். அய்யனாரப்பன் மனசு இரங்க வில்லை. பரந்துகிடந்த மொத்த வயற்காடுகளில் இருபக்கமும் பயிர்கள் வேர்பிடித்து பச்சை முகம் கண்டு காற்றில் ஆட நடுவில் மூன்றில் ஒரு பங்கு வயல்களில் நட்ட பயிர்கள் பழுப்பு நிறம் மாறி பச்சை பிடிக்காமல் நிலம் வறண்டு விப்போடி வயல்காட்டைப் பார்க்கவே கருப்பன் கூச்சப்பட்டான். வேறு வழியின்றி அந்தப் படியே முடிவாயிற்று. ஊர்க்கூடி முடிவு எடுத்துவிட்டார்கள். தூத்துக்குடிக்குப் போய் முத்துக் குளிப்பவர்கள் இரண்டு பேரை அழைத்துவந்து முங்க வைப்பதென்று. கருப்பன் பதைத்தான். தன் மடைக்குடும்பன் தொழிலுக்கே இழுக்கு வந்துவிட்டதை எண்ணி மறுகினான். நடை பிணமானான். மீண்டும் அய்யனாரைத் தஞ்ச மடைந்தான்.

'அய்யனாரப்பா, நெற சூலியா நிக்கிற இந்த கண்மாய்க் கரையில் ஒரு கோடு விழுந்தாலும் போச்சு, மறு நிமிஷமே கோடு ஓடையா மாறி ஒரு சொட்டு தண்ணியில்லாம ஓடி வெறுங்கண்மாயா போயிரும், இது ஒனக்குத் தெரியாதா? ஊர்ல பாதிப் பேர பட்டினியாப் போட்டா அவங்க வயிறு கொதிக்காதா? கண்மாய் வற்றி தரை தெரிஞ்சாத்தான கரையில கைவைக்க முடியும். நெற பெருக்கு கரையில கை வச்சா நம்மலாள தண்ணிய தாமிரிக்க முடியுமா? காலங்காலமா இந்தக் கண்மாய காவல் காக்கிற ஒனக்கு இது தெரியாதா, இல்ல இந்த ஊர் ஜனங்க ஒனக்கு என்ன கொறவச்சாங்க,

இல்ல என்ன குத்தஞ் செஞ்சாங்க? கரைக்கு இந்தப் பக்கம் தண்ணி கெத் கெத்துனு கெடக்க, கரைக்கு அந்தப் பக்கம் பயிர் வாடுறது ஒனக்கே நல்லாருக்கா? ஒன்னய நம்பி இந்த ஊரு இருக்கு, ஊர நம்பி நான் இருக்கன், மடைக்குடும்பன் வாரிசு இந்தக் கருப்பன இப்பிடி சோதிக்கலாமா? சொல்லு அய்யனாரப்பா சொல்லு. நிய்யி எனக்கு ஒரு வழி காட்டலனா ஒங் காலடிய விட்டு நகரமாட்டன். செத்தாலும் இங்ஙன சாவன். இனிமே ஊருக்குள்ள நான் தலக் காட்டமாட்டன்.'

கருப்பன் அய்யனாரப்பன் முன்னால் குப்புற விழுந்தான். நீர்ப்பிடிப்பில் தளிர்த்துக் கும்மியிருந்த புளிய மரம் சிலிர்த்துப் பேயாடியது. வல்லயக்கம்பின் மணிச்சத்தமும் சலங்கை கெச்சத்தின் ஜல் ஜல் சத்தங்களும் கருப்பனை சுதாரிக்க வைத்தன. தலை தூக்கிப் பார்த்தவன், பதறி எழுந்தான். கை கட்டி, வாய் பொத்தி தண்ணிப் பிச்சையும் தானியப் பிச்சையும் கேட்டு நின்றான்.

'டேய். மடைக்குடும்பா, ஒரு சொட்டுத் தண்ணீரையும் சரி சமமாய் பங்கு வைக்கும் உன் மடைக்குடும்ப வம்சம் எனக்குத் தெரியும். தண்ணீரைப் பங்கு வைப்பதில் ஓரவஞ்சன செய்பவனின் வம்சம் தழைக்காது. தண்ணீரை வைத்துக்கொண்டு இல்லை யென்று வம்பு பண்ணுகிறவன் வம்சத்தை தண்ணீரே அழிக்கும். உன் வம்சத்தின் நீதி, நேர்மை, கண்மாயைக் காக்கும் கடமை, கர்வமற்ற பணிவு எல்லாவற்றையும் நானறிவேன். என்னால் தனியாக காவல் காக்க இயலவில்லை. மடைக்குடும்பா நான் சொல்வதைக் கவனமாகக் கேள். என்னருகில் உன்னை வைத்துக்கொள்ளப் பிரியப்படுகிறேன், மறுத்துவிடாதே கருப்பா.'

'அய்யனாரப்பா...சாமி...'

'விடிந்ததும் மடையைத் திறந்து காட்டுகிறேன் என்று மார் தட்டி ஊரைக் கூட்டு. மடைக்குடும்பனின் வழிவழியாய் வந்த கௌரவத்தை நிலைநாட்டு. ஊர் கூடி நிற்க மடையில் முங்கு. நான் துணை நிற்பேன். மடை திறக்கும். பயிர் செழிக்கும். ஊர் உன்னை வழிபடும். நீ தெய்வமாக என்னருகில் இருப்பாய். என்றென்றைக்கும், இருவரும் சேர்ந்து காவலிருப்போம் - கண்மாய்க்கு.'

கருப்பன் தெரு முழுக்க சுற்றி வந்தான். மடை திறக்கப் போகிறேன், வந்து பாருங்கள் என்றான். சிலர் கருப்பனுக்கு பைத்தியம் பிடித்து விட்டது என்றார்கள். இன்னும் சிலர் இவனே அடைத்து வைத்து விட்டு நாடகமாடுகிறான் என்றார்கள். முகம் பிரகாசிக்க கருப்பன் வயல் வழியே கம்பீரமாய் நடந்து போனான். அவன் பின்னாலயே ஊர்ச் சனங்கள் எல்லோரும். நேராக கருப்பன் அய்யனாரப்பன்

கோயில் முன் நின்றான். மூன்று முறை தரையில் விழுந்து கும்பிட்டு எழுந்தான். வேஷ்டியை தார்ப்பாய்ச்சல் கட்டினான். தலைத் துண்டை எடுத்து இடுப்பில் இறுக்கிக் கட்டினான். கூட்டம் விலகி வழிவிட, அவன் அருள் வந்தவனைப் போல மடையை நோக்கி ஓடினான். மடையின் மேலேறி நின்றுகொண்டு மீண்டும் அய்யனாரைக் கும்பிட்டான். மறு வினாடியே மடைக்குள் பாய்ந்து மறைந்து போனான்.

'பத்து நாளா என்னென்னமோ செஞ்சும் பாச்ச பலிக்கல, இப்ப மட்டும் மட தொறக்கப் போகுதாக்கும். இந்த வருஷம் பாதிப்பேர ஊர்ல பட்டினி போடணும்னு எங்கப்பன் அய்யனாரப்பன் முடிவு செஞ்சிட்டாரு. யாரால மாத்த முடியும்.'

நிறை சூல் திறந்து மடை உடைந்து தலை நீட்டி முதல் குரல் ஒலிக்க ஆனந்திக்கும் உறவுகள் போல் கூட்டம் ஆவலோடு காத்திருந்தது. கெத்கெத்தென்று நீர் பெருகித் தளும்பி நிற்கும் கண்மாயும் சூலிதானே. வயல் சரிவில் கரையின் இறக்கத்தில் மறுபுறம் கூடியிருந்த ஊர்ச் சனங்கள் ஆரவாரக் கூச்சல் போட்டார்கள். சகதிக்குள் குதியாளம் போட்டு ஆடினார்கள். மடை திறந்து தண்ணீர் வெள்ளம் போல் வாய்க்கால் தளும்ப வயலுக்குள் பாய்ந்து வந்தது. கரைமேல் நின்ற கூட்டமும், மடையின் உள் வாகரையை ஒட்டி நின்ற கூட்டமும் ஆடிக்களித்து ஆர்ப்பரித்தனர். கூட்டம் போட்ட கூச்சல் அய்யனாரப்பனின் வல்லயக் கம்பில் தொங்கும் மணிச் சத்தமாய் கண்மாய் முழுவதும் எதிரொலித்தது.

சந்தோஷக் களிப்பில் கூட்டம் மடைக்குடும்பன் கருப்பனை மறந்து போனது. நிரம்பியோடும் வாய்க்கால் நீர் கொஞ்சங் கொஞ்சமாய் குறைந்து நொடிந்து வடிவதைப் போல், கூச்சலும் கும்மாளமும் சிரிப்பும், குலவைகளும் குறைந்து அனைவர் கண்களும் கருப்பனைத் தேடின. மடைக்குள் குதித்த கருப்பனைக் காணவில்லை. அலையடிக்கும் தண்ணீர் சத்தம் தவிர்த்து பேச்சரவம்கூட இல்லாமல் மௌனித்துக் கிடந்தது மடையடி. அய்யனார் கோயில் புளிய மரத்தின் மேலிருந்து பெரும் சத்தத்துடன் பறந்த மீன்கொத்திப் பறவையின் ஒலி மௌனத்தை உடைத்துப் பாய்ந்தது. மடைக்கண் வழியாக சுழன்று சுளித்து வட்டமடித்து தண்ணீர் இறங்கும் காட்சியை உற்றுப் பார்த்த கண்கள் களையிழந்து கருப்பனைத் தேடின. கருப்பன் நீரின் மேல் வரவே இல்லை.

வெய்யில் ஏற ஏற வயலுக்குள் பெருகும் மடைத் தண்ணீர் வெள்ளிக் குருத்தாய் மின்னியது. மத்தியான வெய்யில் மறைந்து வெய்யில் சொடிந்தும் கருப்பன் வரவில்லை. துக்க முகங்களுடன்

59

ஊர்ச் சனம் முழுவதும் வீடு திரும்பியது. ஊரே மௌனமாகிப் போனது. விடிந்தும் விடியாத கருக்கிருட்டில் மீண்டும் மடையைச் சுற்றிக் கூடியது ஊர். மடையின் மேலோரம் சுழன்று உள் புகும் நீரின் மேல் ஒரு பெரிய ஆவரங்குழைக்கட்டை இடுப்போடு சேர்த்து இறுக்கிக் கட்டிப் பிடித்தபடி ஊதிப் பெருத்து மிதந்து கொண்டிருந்தான் மடைக்குடும்பன். உறவுகளின் அழுகைச் சத்தமும், ஊர்மக்களின் மௌனமும் மடையடியைச் சூழ்ந்த சோகம் தண்ணீரில் அலையடித்தது.

வயல்களில் தழை உரங்கள் போடுவதற்காக பலவகை செடிகளையும் கட்டுக்கட்டாகக் கட்டி படப்பு போட்டு வைத் திருப்பார்கள். பெரும் மழை பெய்தால் வெள்ளத்தில் இழுக்கப் பட்டு மிதந்து கண்மாய் முழுவதும் பரந்து கிடக்கும். நனைந்த கட்டுக்கள் தண்ணீருக்குள் முங்கிவிடுவதும் உண்டு.

'நான் மொதல்லயே நெனச்சன், மடக்குழிய அடைக்கணும்னா ஒண்ணு பாறாங்கல்லு போயி அடைக்கணும், இல்ல இப்பிடி படப்பு போட்ட கெட்டு அடைக்கணும். நான் நெனச்சது சரியாப் போச்சு.'

'மடைக்குள்ள போயி எப்பிடி அடச்சது?'

'கண்மாய் நெற பெருக்கு, தண்ணி சுளிச்சு வேகமா பாயும் போது இதையும் சேர்த்து இழுத்திட்டுப் போகுது. மடக் குழிக்குள்ள போவும் போது கல் தட்டி அந்தப் பக்கம் போக முடியாம, இந்தப் பக்கம் வார தண்ணியத் தடுத்து நிறுத்தி நடுவுல அப்பிடியே நின்னு போகுது.'

'அப்ப கருப்பன் மடைக்குழிக்குள்ள பூந்துதான இந்த ஆவரங் குழைக்கட்ட இழுத்திருப்பான்.'

'உள்ள பூந்து கட்டப் புடிச்சு இழுத்து, வெளிய கொண்டாந் திருப்பான், அம்புட்டுத்தான மூச்சடக்க முடியும், பாவம் மூச்ச விட்டுட்டான். மூச்ச விட்டாலும் கட்ட விடலபாரு, விட்ருந்தா பழைய படியும் கெட்டு மடக் குழிக்குள்ளயே போயிருக்கும்.'

'கருப்பன் கெட்டிக்காரன், உசுரக் குடுத்து ஊர்ப் பசிய வெரட்டிட்டான், இல்லனா என்ன செய்ய முடியும்? தண்ணி முழுவதும் வத்துனப் பெறவுதான மடைய மராமத்துப் பாக்க முடியும். இந்த வருஷம் பட்டினி பட்டினிதான.'

கண்மாய்த் தண்ணீர் கரும்பு, நெல்லு, கடலை, வெற்றிலை, காய்கறிகள், பயறுகள் என மாறிமாறி சம்சாரிகளைக் காப்பாற்றியது. மடைக்குடும்பன் கருப்பன் அய்யனாரப்பனின் அருகிலேயே சிலையாகிப் போனான். கருப்பனின் முன்னால் வருஷம் தவறாமல்

பொங்கல் பானைகள் பொங்கி வழிகின்றன. இடப்பக்கம் கண்மாய் வலப்பக்கம் வயல்கள். தண்ணீரின் சலசலப்பும், பறவைகளின் கெச்சட்டமும், அய்யனாரப்பனின் அருகாமையும் கருப்பன் காவல் தெய்வமாக மாறிப் போனான். கையெடுத்துக் கும்பிடாத ஜனங்கள் இல்லை. தெய்வமாய் மாறி கண்மாய்காவல் காக்கும் இந்த கருப்பன் சிலை தன் பூட்டன் மடைக்குடும்பன் என்று நீர்ப்பாய்ச்சிக்குத் தெரியுமா?

5

கும்மிருட்டில் நிறை கண்மாயில் பயத்துடன் உயிரை வெறுத்து நீந்திக்கொண்டிருக்கும் கள்ளன், திசைகளற்ற பயணத்தில் திண்டாடிக் கொண்டிருந்தான். கள்ளனின் நீச்சலில் தண்ணீர் தன் ஆழ் நித்திரையை இழந்து அலறியது. காவல்தெய்வம் கட்டக் கருப்பனின் காதில் அலறல் கேட்டது. கருப்பன் அய்யனாரப்பனை ஏறிட்டுப் பார்த்தான். ஆனந்தமாய் சிரித்தபடி அய்யனாரப்பன்.

'ஆழ்துயிலில் ஊரை எழுப்பும் ஒற்றை அலறல் போல், நீரின் துயிலைக் களைத்து நீந்துபவன் யார்?'

'சாமி, நேற்று ஊர் மானத்தைப் பறித்து வைத்துக்கொண்டு இரவில் பனையின் மேல் ஒளிந்து கிடந்த நரன் தப்பித்து ஓடுகிறான்.'

'ஊர்க்காரர்களின் காவலிலிருந்து தப்பித்து விட்டோம் என்ற மமதையில் தண்ணீரைச் சீரழிக்கிறான், பாவம், நம் காவல் பலம் தெரியாதவன்.'

'நான் அங்கே போய் நீரில் அமுக்கிக் கொன்று விடட்டுமா?'

'மனிதர்கள் மட்டுமே கொலை செய்வார்கள்.'

'மிருகங்களும்....'

'கிடையாது, மிருகங்கள் செய்வது கொலையல்ல. இரையாக்கி தன்னுயிர் காக்க. கொலையாகாமல் தன்னுயிர் காக்க.'

'காலம் கடந்தால் ஊர் மானம் போய்விடும், உத்திரவிடுங்கள் சாமி.'

'காலம் போகாது, காலம் நம் கையில். தெய்வங்கள் காலத்திற்காக காத்திருப்பதில்லை, அது போல் கொலைபாவமும் ஏற்பதில்லை. காலத்தை உருவாக்கும்; கொலையை சாவாக்கும்.'

'மேற்கு கரையை நெருங்கி விட்டான்.'

'திசையை மாற்றி விட்டேன், மரங்களை இடம் மாற்றி வைத்து விட்டேன். மரத்தைப் பிடித்து களைப்பைப் போக்க முயலும் போதெல்லாம் மரம் நகர்ந்து மாயா ஜாலம் காட்டும். அவன் கண்ணுக்கு கரைகள் தெரியாது, மரங்கள் விலகி ஓடும். அப்புற மென்ன, நீந்தி நீந்தி களைத்து, காலோய்ந்து, கைகள் சோர்ந்து நீந்த

வலுவிழந்து காலையில் கட்டையைப் போல் செத்து மிதப்பான்.'

'பாவம் சாமி, நீச்சலை மறக்கடித்துவிட்டால், நொடியில் நீரில் முங்கிச் சாகட்டுமே.'

'கற்ற வித்தையைக் களவாடக் கூடாது, குரு துரோகம் செய்யவே கூடாது. வித்தையை செயல் இழக்க வைக்க வேண்டும், அல்லது வித்தை பயன்படாமல் போக வைக்க வேண்டும். நாம் கொல்வது வித்தையை அல்ல, வித்தையைக் கற்றவனை. வித்தை அழிவில் லாதது, ஏனெனில் வித்தைக்கு கூடு விட்டுக் கூடு பாயும் வித்தை தெரியும்.'

நீர்ப்பாய்ச்சி கரைப்பனைகளின் நிழலில் வந்து சற்று நேரம் நின்றான். கள்ளிச்செடிக் கூட்டத்தில் துணிப்பாய்த் தெரியும் செந்நிறப் பழங்களை உற்றுப் பார்த்தான். கள்ளிக் கூட்டத்தை மறைத்து படர்ந்து அடர்ந்திருக்கும் கொவ்வைச் செடிகளையும், சொரிந்து கிடக்கும் கொவ்வைப் பழங்களையும் பார்த்தபடியே நடந்தான். சங்கஞ் செடிப் புதர்களை குடைந்து பாதை போட்டு தேன் எடுத்த இடத்தை மீண்டும் உன்னிப்பாக கவனித்தான்.

'இது எந்த சின்னச் சிறுக்கி புள்ளயோட வேலையா இருக்கும்.'

சட்டென்று அவன் நினைவுக்கு வந்துபோனவள் வள்ளிப் பாட்டி. விருவிருவென்று நடந்து வள்ளிப் பாட்டியின் வீட்டு முன் நின்றான். பாட்டி வெளித் திண்ணையில் கைக் கம்புடன் உட்கார்ந் திருந்தாள். தன் முன்னால் வந்து நிற்கும் உருவத்தை இன்னார் என்று அடையாளம் காண முடியவில்லை. ஆனால் ஆள் நிற்பது தெரியும். வாயிலிருந்து ஒரு வார்த்தை பேசிவிட்டால் போதும் குரலை வைத்து யாரென்று கண்டுபிடித்து விடுவாள். நீர்ப் பாய்ச்சி தலைத் துண்டை அவிழ்த்து முகத்தை அழுந்தத் துடைத்து விட்டு பேசாமல் நின்றான்.

'இது யாரு... எனந் தெரியலையே. கண்ணெழவு தெரிய மாட்டேங்கு, எதுக்க நிக்கிறதெல்லாம் கட்டை கட்டையா தெரியுது. யாரு... என்ன வேணும்?'

'ஒரு ஆறு மரக்கா நெல்லும், ஆயிரம் ரூவாயும் வேணும்.'

'ஆரு, நீர்ப்பாய்ச்சியா? வாடா, வா, இப்பிடி வந்து உக்கார்டா. கண்மா நெற பெருக்காடா? பயறு பச்சையும் போடலாம். என்னடா ஒன்னும் பேசாம நிக்க. ஆர் கூடயும் சடவா, சண்டகிண்ட போட்டுட்டியா?'

'ஓங் கூடத்தான் இப்ப சண்ட. போட வந்திருக்கன்.'

'ஏங்கூட என்னடா சண்ட, காடு வா வாங்குது, வீடு போ

போங்குது, கண்ணெழவும் தெரிய மாட்டங்குது.'

'இனிமே கண்ணு தெரிஞ்சு என்ன செய்யப் போற?'

'அதென்னடா அப்பிடிச் சொல்லிப்புட்ட. மந்தைக்குப் போக இன்னொருத்தர் கையப் புடிக்க வேண்டாம்ல்லடா.'

'வீட்டுக்குள்ளயே இருக்க வேண்டியதான. மருமக, பேரன், பேத்திக அள்ளிப் போட மாட்டாகளா.'

'நடக்க கெதி இருக்கும் போது பிறத்தியார சங்கடப்படுத்துறது பாவமில்லையாடா, இப்பிடி உட்காா்டா, எதுக்கு நெலையா நிக்க?'

நீர்ப்பாய்ச்சி கிழவியின் ஓரத்தில் திண்ணையில் உட்கார்ந்தான். கிழவியைக் கூர்மையாகப் பார்த்தான். நரைத்த கண்ணாம் பட்டையும் அடர்ந்த வெண்முடியும் எட்டு மக்களைப் பெற்றதற்கான சாட்சியாய் தெரிந்தன. இன்னும் சில பற்கள் மட்டுமே ஒட்டிக்கொண்டிருந்தன.

'சரி... நேத்து யாரு தேன் தட்டு எடுத்தாந்து கொடுத்தா?'

கிழவி முழு வாயையும் திறந்து தன் உடல் குலுங்க ஒரு ஆனந்தச் சிரிப்பு சிரித்தாள்.

'நிய்யி, இங்க வந்து நிக்கவுமே கண்டுபுடிச்சிட்டன், இன்ன விஷயத்துக்குத்தான் வந்திருக்கேனு. சின்னப் பயல ஒன்னுஞ் செஞ்சிராத. அவுக அப்பங்கிட்டயும் சொல்லிராத. அடிக்கப் போறான். கெண்டல் பய கோவக்காரப் பய.'

நீர்ப்பாய்ச்சி நினைத்தது சரியாய்ப் போயிற்று. கெண்டல் மகன் தான் இதைச் செய்திருக்க வேண்டும் என்று யூகித்திருந்தான்.

'அடேய், அந்தப் பய முடியாதுனுதான் சொன்னான். தேன் தட்டுல புழுத்தட்ட தின்னா கண்ணு தெரியும்னு சொல்றாக ளேன்னுதான்...'

'ஊர்ல முக்கால்வாதி தேன் தட்டு புழுக்கள நிய்யிதான தின்னு காலி பண்ணியிருக்க, கண்ணு தெரியலயில்ல. பெறகு எதுக்கு மாறி மாறி அதையே செய்யணும்?'

'இனிமே தேன் தட்ட எடுக்கச் சொல்ல மாட்டன்டா. அந்தப் பயல காட்டிக் குடுத்து அடி வாங்கிக் குடுத்துறாத, பாவம், சின்னப்பய.'

'கண்மாக்கரையில சங்கஞ் செடியப் பூராத்தையும் வெட்டிட்டா கரை எளந்து போகுமா இல்லையா?'

'ஆமாடா, கர எளந்தா கண்மாய் பலமத்துப் போகும். கரைய இத்துப் போகாம பாத்துக்கிறனும்டா.'

'சரி, நாளைக்கு முயல் வேட்டைக்குப் போறன்.'

‘போய்ட்டு வாடா, சந்தோஷமா போய்ட்டு வா.’

‘வெள்ளத் துணி இருந்தா குடுத்து விடு.’

‘வெள்ளத்துணி எதுக்கு?’

‘முயல் ரத்தம் முக்கியாந்து தாரன், தலையில தேய்ச்சா நரை முடி மாறி கருகருனு முடி கருப்பா மாறியிரும்ல.’

‘ஒரு காலத்துல கரு கருனு இருந்த முடிதான், இப்ப வெயசாகிப் போச்சில்ல, இனிமே முடி கருப்பா இருந்தா என்ன, வெளுப்பா இருந்தா என்ன, நான் என்ன பொண்ணுக்கா இருக்கப் போறன்?’

கிழவியின் பொக்கை வாய் சிரிப்பை ரசித்தபடியே நீர்ப்பாய்ச்சி புறப்பட்டான். ஓலைத் தாழ்வாரத்தின் குளிர்ச்சி மறைந்து வெய்யிலின் உறைப்பு தன் மேல் ஏறியதை உணர்ந்தான். கிழவியின் தூரத்துச் சத்தம் நீர்ப்பாய்ச்சியின் காதுகளில் அரிச்சலாய் கேட்டது.

‘டேய்... அவுக அப்பன்கிட்டச் சொல்லி அந்தச் சின்னப் பயலுக்கு அடிவாங்கிக் குடுத்துராத. ஒனக்கு கோடிப் புண்ணியம்டா, அய்யனாரப்பனும் கருப்பனும் கண்மாய்க்கு தொண இருப்பாகடா.’

மேலக்களத்து ஊர்ப் பொது உரலில் தன் அண்ணன் மகளும் இன்னொரு குமரியும் எதிர் எதிர் நின்று மாற்றுலக்கை போட்டு நெல் குத்திக் கொண்டிருந்தார்கள். நீர்ப்பாய்ச்சி வந்து பக்கத்தில் நிற்பதைக் கண்டவுடன் நெல் குத்துவதை நிறுத்திவிட்டு, தங்கள் கன்னங்களில் வழிந்த வியர்வையைத் துடைத்துக்கொண்டார்கள்.

‘என்ன சின்னய்யா, இந்நேரம். கண்மாய சுத்திப் பாத்திட்டு வாரீகளா.’

‘ஆமடா, இதென்ன புழுங்கலா, பச்சையாடா?’

‘புழுங்கல்தான் சின்னய்யா. நாலு நாளாச்சு அம்மா அவிச்சுப் போட்டு, அதக் குத்தி அரிசியாக்க நேரமில்ல. அரிசி வேணும்னா அள்ளி வாயில போட்டுக்கோ சின்னய்யா.’

‘அரிசி வேணாம்டா, புது ஆளு ஒன்னு நெல் குத்துதே அது யாருனு பாக்கத்தான் இங்க வந்தன்.’

‘இந்த ஆளா சின்னய்யா? இது ராவுத்தன் பட்டியிலருந்து சம்பளத்துக்கு கூட்டியாந்தன் சின்னய்யா. ஒரு மரக்கா நெல்ல குத்தி அரிசியாக்கி குடுத்திட்டா, ஒரு நேரத்துக்கு கஞ்சி ஊத்திறனும். அது தான் கூலி.’

‘நம்ம வீட்லயும் நாலு மரக்கா அவிச்ச நெல் கெடக்கு, ஒங்க சின்னம்மாளால ஒத்தையில குத்த முடியல. சம்பளம் குடுத்துடு வோம்டா, நம்ம வீட்டுக்கு வரச் சொல். நிய்யே கூட்டியாடா.’

‘ஆமா, ஒங்க சின்னய்யா வீட்டுக்கும் ஒங்க வீட்டுக்கும் சம்பளத்துக்கு நெல் குத்த ஓடியாருவாக, அப்பிடியா அலையிறாக.’

‘சம்பளத்துக்கு வரலணா போகட்டும். பதிலா நம்ம வீட்லயே இருக்கட்டும், என்ன மகள, நிய் என்ன சொல்ற?’

‘இவகிட்ட என்ன சின்னய்யா கேக்கிறது, ஒன்னுக்கு ரெண்டு அண்ணம்மார் சிங்கங் கெணக்கா இருக்காங்க. கழுதய தூக்கிட்டு வந்து தாலியக் கட்டிட்டாப் போச்சு.’

‘அப்பிடிப் போடு என் செல்லமகள.’

சின்னய்யாவும் மகளும் சேர்ந்து தன்னை கேலி பண்ணுவதை சிரித்தபடியே ரசித்துக் கொண்டிருந்தாள் குமரி. இந்தக் குமரி நீர்ப்பாய்ச்சியின் அக்காள் மகள் என்பதும், தன் வீட்டுக்கு மருமக ளாக வரப் போகிறவள் என்பதும் உரிமையுடன் கூடிய அந்தக் கேலிப் பேச்சின் உள் அர்த்தங்கள்.

விடிகாலை நேரம். கருக்கிருட்டு. மேலக்களத்து பொது உரல் களில் மாடுகளுக்குப் பருத்திக் கொட்டை ஆட்டுபவர்களின் கூட்டம் நிறைந்திருந்தது. இரவில் ஊறப் போட்ட பருத்திக்கொட்டைப் பானைகள் உரல்கள் தோறும் வரிசை பிடித்து காத்திருந்தன. பானைகள் நிறைந்து ஊதிப் பெருத்து மிதந்தன பருத்திக் கொட்டைகள். உரலில் பாலாய் நிறைந்து மிதந்துவந்த பருத்திக் கொட்டைகளை ஒரு கையால் குழவிக்குள் தள்ளிக்கொண்டு மறுகையால் குழவியைச் சுத்திக் கொண்டிருந்தான் முத்துவீரன். குப்பைக் கூடையுடன் வந்த பிச்சாண்டி முத்துவீரன் பருத்திக் கொட்டை ஆட்டுவதையே பார்த்தபடி நின்றான். முத்துவீரன் குழவியைச் சுழற்றி ஆட்டும்போது, குழவியின் போக்குக்கு தானும் அசைந்தாடினான்.

‘என்னல அப்பிடிப் பாக்க?’

‘மாமாவோட டான்ஸ் ஆட்டத்ததான் பாக்கன்.’

‘மாமா ஒத்தையில ஆடும் போது பாத்தா நல்லா இருக்காது, ஒங்க அத்தையோட சேர்ந்து ஆடும்போது வந்து பாருல, சோக்கா இருக்கும்.’

மேலக் களமும் அதை ஒட்டியுள்ள குப்பாண்டியின் கிணறும் எப்போதும் கூட்டங் கூடி நிற்கும் இடங்கள்தான். ஆனால் இன்று விடிகாலையிலேயே இவ்வளவு கூட்டம் கூடியிருந்தது ஆச்சரிய மாகப் பட்டது முத்துவீரனுக்கு. ஆனால் எல்லோருடைய முகமும் சந்தோஷக் களையில் பிரகாசித்ததைக் கூர்மையுடன் கவனித்தான். என்னவென்று தெரிந்துகொள்ள ஆலாய்ப் பறந்தான். காக்காயன்

வெற்றுக் கூடையுடன் வேகமாக வந்தான். உரலில் ஆட்டுவதை நிறுத்திவிட்டு ஓடிப்போய் மறித்து என்னவென்று கேட்டான். காக்காயன் சந்தோஷமாகச் சொன்னான்.

'நேத்து சாயங்காலம் நம்ம கண்மாயில நாமக்கோழியப் பாத்த மினு சங்கிலிப் பய சொல்றான்.'

'அடி சக்கேனா, அப்பிடிப் போடு.'

முத்துவீரன் துள்ளிக் குதித்தான்.

நாமக்கோழியின் வரவு என்பது ஒரு பறவையின் வரவு மட்டுமல்ல. கிராமத்தின் செழிப்பையும், அவ்வருட வெள்ளாமையின் உத்திரவாதத்தையும் மழை அதிகரிப்பையும் நீர்நிலைகளின் நிரம்பலையும் உறுதிசெய்து கிராம மக்களின் சந்தோஷத்தையும் குதூகலத்தையும் கொண்டு சேர்க்கும் வரவாகும். சங்கிலிப் பயலைச் சுற்றிலும் ஆட்கள் கூடிநின்று கேள்விகள் கேட்டுக்கொண்டிருந்தார்கள்.

மழைக் காலத்தில் மட்டுமே அபூர்வமாகக் காணப்படும் நாமக் கோழி சாமான்யமாக யாருடைய கண்ணிலும் தட்டுப்படாது. எல்லா கிராம சம்சாரிகளும் நாமக்கோழியைக் காண காத்திருப் பார்கள். ஏகதேசம் ஒற்றிரண்டு பேர் கண்களில் தட்டுப்படும். இந்த வருடம் முதலிலேயே தட்டுப்பட்டு விட்டதால் சம்சாரிகளுக்கு சந்தோஷம் பிடிபடவில்லை. வெள்ளாமைகள் வீடு நிறைந்தது மாதிரிதான்.

'யேல, சங்கிலி பொய் சொல்லாத, முதுகுத் தொலி பிஞ்சிரும் இப்பச் சொல்லுல எங்கல பார்த்த?'

'பொய் எதுக்கு சொல்லப் போறன், ஒரு ஜோடி வேட்டி துண்டுக்கு விதியத்தா கெடக்கன். பொய் சொல்லி ஊர ஏமாத்தி வேட்டி துண்டு வாங்கி கெட்டணுமாக்கும். சத்தியமா ஏங் கண்ணால பாத்தன், கையெடுத்துக் கும்பிட்டன்.'

'எங்கல பாத்த, அதச் சொல்லு.'

'நேத்து சாயங்காலம் கீழ மடையோரமா நடந்து வந்தன், அப்போ மடையைச் சுத்தி சம்புப் புல்லும், நீர்க் கோரையும், கொரண்டியும் பொதரா மண்டிக் கெடக்குல்ல அதுக்குள்ளருந்து 'சலக்'னு தண்ணி அலம்புற சத்தங் கேட்டுச்சு. நாங்கூட மீனா இருக்கும், இல்ல தவள தண்ணிப் பாம்பா இருக்கும்னு உத்துப் பார்த்தன். ஒன்னையும் காணல. சரினு எட்டு வைக்கப் போகும் போது பெறகும் 'சலக்'னு ஒரு சத்தம். உத்துப் பார்த்தா செக்கச் செவேர்னு நாமம் மின்னுது. ஒடம்பக் காணும். ஒரு வேள நண்டா இருந்தாலும் இருக்கும்னு கிட்டத்துல போய்ப் பார்த்தா நாமக்

கோழியேதான். அந்தமானக்கி விருட்னு கெளம்பி தண்ணி மேலேயே நடந்து போயி அந்தானக்கி பறந்திருச்சு..'

நாமக்கோழி தண்ணீரின் மேல் நடந்து செல்வது ஆச்சர்யமான அதிசயம். அதன் கால் விரல்கள் முன்னும் பின்னும் மிக நீளமாக இருப்பதால், தண்ணீரில் மிதக்கும் அல்லி, தாமரை இலைகளில் கால் பதித்து வேகமாய் ஓடிப் பறக்கும். நீண்ட விரல்கள் இலைகளில் மிதிபடுவதுகூட கண்ணுக்குத் தெரியாது. ஊரில் முதன் முதலில் நாமக்கோழியைப் பார்த்தவனுக்குக் காளியம்மன் கோயில் பொங்கல் அன்றைக்கு நீர்ப்பாய்ச்சியின் கைகளால் வேட்டி, துண்டு கிடைக்கும். ஊரே கூடிநின்று கூத்தாடும். இந்த வருடம் சங்கிலிப் பயல் கண்ணில் தட்டுப்பட்டிருக்கிறது. கண்மாய், ஊரணி, ஓடைகளில் தண்ணீர் நிரம்பிவிட்டால் போதும். விதம் விதமான பறவைகள் நிறைந்துவிடும். உள்ளான், சிறகி, முக்குளிப்பான், கொக்கு, நாரை, மீன்கொத்தி என கண்மாயில் மீன் வேட்டை நடந்தபடியே இருக்கும். ஆனால் நாமக்கோழியை ஜோடியாகவோ அல்லது கூட்டமாகவோ காணவே முடியாது. ஆபூர்வமாய் ஒன்றே ஒன்று, இல்லையென்றால் அதுவும் கிடையாது.

உருளைக்குடி கிராமத்தை இயற்கை மணப்பெண்ணாய் அலங்கரித்து மகிழ்ந்தது. ஊரைச் சுற்றிலும் அடைத்துக்கொண்டு நிற்கும் பெரிய பெரிய படப்புக்கள். நிறைந்து மறுகால் ஓடும் கண்மாயும் ஊரணியும் ஓடைகளும் தளிர்த்துக் குமுறி வனமாய் நிற்கும் அடர்ந்த மரங்கள், கால் வைக்கக்கூட இடமின்றி பச்சைப் பசேல் என்று உருமாறிக் கிடக்கும் கரிசல் பூமி, இத்தனையும் சுற்றி நிற்க நடுவில் ஊர் அலங்கரிக்கப்பட்ட நிலையில் நிற்கும் தேர் போல் தெரிந்தது.

நின்று பேசக்கூட நேரமில்லாமல் ஆண்களும் பெண்களும் அவசர அவசரமாய் நின்றார்கள், நடந்தார்கள், பேசினார்கள், ஓடினார்கள், பாடினார்கள், ஆடினார்கள். இந்த ஜனங்களுக்கு இந்தப் புத்துணர்ச்சி எங்கிருந்து வந்தது? யார் கொண்டு வந்து போட்டார்கள்? வானத்திலிருந்தும், மேகத்திலிருந்தும் கடவுள் கொண்டு வந்து கண்மாயிலும், ஊரணியிலும், ஓடைகளிலும், கிணறுகளிலும் நிரப்பிவிட்டுப் போய்விட்டார். அள்ள அள்ளக் குறையாத, இறைக்க இறைக்க வற்றாத சந்தோஷம் ஊர் முழுக்க நிறைந்து கிடந்தது. காடுகளில் விதைப்பு முடிந்து விட்டால், அடுத்து வயல்களில் நடவு ஆரம்பித்துவிடும். அப்புறம் களையெடுப்பு, கதிரடிப்பு என்று ஜனங்கள் சந்தோஷத்தையே விதைத்தார்கள், அறுத்தார்கள், வெள்ளாமையாய் வீடு சேர்த்தார்கள். வேலை

என்பது வேலையல்ல, விளையாட்டு, ஆர்ப்பரிப்பு, கண்ணாம் பூச்சி ஆட்டம், காமக் களியாட்டம், கூத்து, கேலி, கிண்டல் இவைகளே. உடல் நோவுக்கும் வேலைக்கும் முடிச்சே இல்லை. உருளைக்குடி ஜனங்கள் உடலால் வேலை செய்யவில்லை.

விதைப்புக்கு தோதாய் கரிசல்பூமி மழையில் ஊறி உணர்ந்து பக்குவப்பட்டுக் கிடந்தது. காடெங்கிலும் மனிதத் தலைகளும் மாடுகளின் உருவங்களும் நிறைந்த திருவிழா நடக்கும் மைதானம் போல் காட்சியளித்தது. சாயங்காலம் மாறி இருள் கவ்வத் தொடங்கியிருந்தது. நாலா திசைகளிலிருந்தும் காடுகளிலிருந்து ஜனங்களும் கால்நடைகளும் ஊர் திரும்பிக்கொண்டிருந்தார்கள். ஊரை ஒட்டி இருக்கும் சக்கிலியக் குடியில் கூட்டம் நிறைந்திருந்தது. நங்கிரியான் மருமகள் சாமாயி முற்றத்தில் மல்லாக்கப்படுத்துக் கிடந்தாள். கண்கள் இரண்டும் நிலைக் குத்தி நிற்க பேச்சு மூச்சின்றிக் கிடந்தாள். நிறை சூல் வயிறு இலேசாய் மேலும் கீழும் இறங்கிக்கொண்டிருந்தது. என்ன செய்வது ஏது செய்வது என்று தெரியாமல் பெண்கள் கூப்பாடு போட்டார்கள்.

'இப்பத்தான் சாமி காட்லருந்து வேல செஞ்சிட்டு வந்தா. கையில அஞ்சாறு வெறகு வச்சிருந்தா. சூவாடிட்டே வந்தவ அப்பிடியே லம்பி இங்ஙன சாஞ்சிட்டா சாமி...'

'இது எத்தனாவது பேறு காலம்.'

'இதுதான் தலப்புள்ள சாமி.'

ஊரே கூடிநின்று வேடிக்கை பார்த்துக்கொண்டிருக்க, கூட்டத் தோடு கூட்டமாய் நின்ற குமராண்டிப் பகடையின் மருமகள் இருளி ஓ... வென்று அலறியபடி இரு கைகளையும் தலைக்கு மேல் தூக்கிக்கொண்டு ஆட்டம் போட்டாள். அவள் வாக்கப்பட்டு வந்து ஒரு வருடம்கூட ஆகவில்லை. அவளுடைய பூர்வீக ஊர் வெகுதூரம், வத்தலக்குண்டுக்கு அருகில் என்று பேசிக்கொண்டார்கள். இப்போது கூட்டம் இருளியைச் சுற்றி நின்றது. இருளி வலது கையால் இடது கையின் மேல் அடிப்பது போல் சைகை செய்து கொண்டு வரும்படி கேட்டாள். கூட்டத்தில் நின்ற ஒருவன் ஓடிப் போய் வேப்பங்குழை பறித்துக்கொண்டு வந்து கொடுத்தான். கையில் வாங்கியவுடன் வேப்பிலையை உருவி உருவி வாய் நிறைய்ய மென்று விழுங்கினாள். சைகை காட்டி தண்ணீர் கேட்டாள். செம்புத் தண்ணீரை ஒரே மூச்சில் குடித்து முடித்தாள். முழங்கால் போட்டபடி தலையில் தண்ணீர் ஊற்றும்படி சைகை காண்பித்தாள். பெண்கள் குடம் குடமாய் தலைவழியே தண்ணீரை ஊற்றினார்கள். வளர்ந்த கூந்தல் நனைந்து புட்டம் தொட்டுப் படர்ந்து தொங்க, நீர் சொட்டச்

சொட்ட நனைந்த உடம்புடன் ஆட்டம் போட்டாள். நனைந்த மாராப்புச் சேலை உடம்போடு ஒட்டிக்கொள்ள கறுத்த முலைகள் திமிறிக்கொண்டு குதியாளம் போட, அவள் அதைச் சட்டை செய்யாமல் ஆட்டம் போட்டாள்.

'சாமி, ஒன்னுஞ் சொல்லாம இப்பிடியே ஆடிட்டு இருந்தா எப்பிடி? ஏதாவது சொன்னாத்தான் செய்ய முடியும்.'

கூட்டத்தில் குமராண்டி முணுமுணுத்தான்.

'சாமி, ஒங் காதுல வந்து ரகசியமாச் சொல்லும், அறிவு கெட்ட பயகள கால்ல விழுங்கல, விழுந்து என்ன ஏதுனு கேளுங்கடா.'

கூட்டத்தில் நின்று வேடிக்கை பார்த்த ஒரு கிழவி அதட்டலாய் சொல்லவும் ஏழெட்டு ஆண்களும் பெண்களும் சாமியாடிக் கொண்டிருந்த இருளியின் முன்னால் நெடுஞ்சாண் கிடையாய்க் குப்புறக் கிடந்தார்கள்.

'டேய்... நான் ஆருனு தெரியுமாடா?'

'தெரியும் சாமி.'

'தெரியுமா... எங்க சொல்லுடா பாப்பம்.'

'கொமராண்டி மருமக இருளி.'

'அது கண்ணுக்குத் தெரிஞ்ச பேருடா.'

'கண்ணுக்குத் தெரியாத பேரு எங்களுக்கு எப்பிடி சாமி தெரியும்.'

'இப்பச் சொல்றண்டா, நல்லா தெரிஞ்சுக்கோங்க. கள்ளாளண்டா, டேய் நான் கள்ளாளண்டா.'

'தெரியலையே சாமி, வெவரமா சொன்னா நல்லது.'

'வெவரம் தெரியாமையாடா என்னய தண்ணியில முக்கி சாகடிச்சீக, ஒங்கள சும்மா விடமாட்டேன்டா.'

'சாமி கோவப்படக் கூடாது. ஊர் மேல ஆங்காரம் காட்டக் கூடாது. குத்தங் கொறையிருந்தா மன்னிச்சு ஏத்துக்கிறணும் சாமி.'

'தவிச்ச தாகத்துக்கு தண்ணி கேட்டுத்தானடா ஒங்க தெருவுக்கு நான் வந்தன்.'

'தண்ணி குடுத்தமில்ல சாமி. நாங்க தண்ணி இல்லனு சொல் லலையே.'

'தண்ணி இல்லனு சொல்லலடா, தண்ணியக் குடுத்திட்டு பெண்டாள வந்த பயனு வீண்பழி போட்டுட்டீகளே, அது ஞாய மாடா?'

'அறியாத ஆம்பள ஒரு பொம்பளைய பின்னாலருந்து கட்டிப்

புடிச்சா அவ கூப்பாடு போடாம என்ன செய்வா சாமி.'

'ஒரு ஆம்பள ஒரு பொம்பளையக் கட்டிப் புடிக்கிறது பெண்டாள மட்டும் தானாடா.'

'மனுசங்க பார்வையில அப்பிடித்தான சாமி.'

'அப்பிடித்தாண்டா, ஆனா நான் அப்பிடியில்லடா முட்டாப் பயகளா. ஒரு செம்பு தண்ணியவும் ஒரே மூச்சுல அண்ணாந்து குடிச்சிட்டு செம்ப அவ கையில குடுத்ததும், தண்ணி புரையேறி, செரசலடிச்சு பேச முடியாம, கண்முழி பிதுங்கி நின்னன். தண்ணி குடுத்த பொம்பள திரும்பி வீட்டுக்குள்ள போக எட்டு வச்சா, மூச்சுப் பரியாததால, மொகத்துல கையால சத்சத்துனு அடிச்சிட்டு நின்னன். தண்ணி குடுத்தவ அப்பவும் திரும்பிப் பாக்கல. பேச முடியாததால ஓடிப் போயி அவ தோளத் தொட்டன். அவ்வளவு தான், அவ போட்ட கூப்பாட்ல ஊரும் கூடிருச்சு, எனக்கு செரசலும் விட்டுருச்சு. நாசிக்குள்ள காத்துப் புகுந்ததுதான் தெரியும், தல தெறிக்க ஓட்டம் புடிச்சிட்டன்.'

'தப்பு எங்க மேல இல்லையே சாமி.'

'தப்பு ஒங்க மேலயும் இல்ல, எம் மேலயும் இல்ல. அப்ப யார் மேலடா தப்பு?'

'அதுதான சாமி தெரியல.'

'தப்பு யார் மேலனு காட்றேண்டா. இனிமே சக்கிலியக்குடி தெருவுல ஒரு பொம்பளகூட புள்ளப் பெற முடியாதுடா. கண்மாய்க்குள்ள மூச்சு முட்டி கையோஞ்சு, காலோஞ்சு, வயிறு முட்ட தண்ணியக் குடிச்சு எப்பிடிச் செத்தனோ அதே மாதிரி டேய்... அதே மாதிரி ஒவ்வொரு பொம்பளையும் நெற சூலி யாவே சாவா. புள்ளத்தாச்சியா ஆகவிடமாட்டன். அபாண்டமா வீண் பழியச் சொமத்தி என்னயச் சாகடிச்ச ஒங்க தெருவ கருவறுப்பண்டா.'

'தெரியாம செஞ்ச குத்தத்துக்கு எல்லாச் சாமியும் இப்பிடி பழிவாங்க ஆரம்பிச்சிட்டா, மனுஷங்க எப்பிடி சாமி உசுர் வாழ்றது?'

'நான் சாமி இல்லடா, பேய்டா. நான் பேய்டா. ஒங்கள கருவறுக்க வந்த கள்ளன் பேய்டா.'

'எங்களப் பொறுத்தவர சாமியும் ஒன்னுதான் பேயும் ஒன்னு தான். நாங்க பேய்க்கும் பயப்படுவம், சாமிக்கும் பயப்படுவம், பேயவும் கும்பிடுவம், சாமியவும் கும்பிடுவம்.'

'அப்படின்னா என்னையவும் கும்புடுவீகளாடா?'

'சத்தியமா கும்புடுறம் சாமி.'

'சொல்றத கவனமா கேளுங்கடா. ஓங்க குலதெய்வம் உளிக் கருப்பன் கோயிலுக்குள்ள எனக்கும் சிலை வைக்கனும், என்னைய கள்ளன் சாமினு பேரு விளம்பி கும்பிடணும். உளிக் கருப்பனுக்கு கொட நடத்தும்போது எனக்கும் சேர்த்து நடத்தனும்... சம்மதமா, சொல்லுங்கடா.'

'முழுச் சம்மதம் சாமி. அடுத்த வருஷமே சிலை வச்சு கொட குடுத்து கும்புடுறோம் சாமி.'

சாமியாடிய இருளி கேது கேதென்று இளைத்துக்கொண்டு நின்றாள். மல்லாக்க கிடந்த நிறைசூலி சாமாயின் மேல் திருநீறை அள்ளி வீசினாள். செம்பில் தண்ணீர் வாங்கி உள்ளங் கைவழியே முகத்தில் தெளித்தாள். சாமாயி புரண்டு படுத்து எழுந்திருக்க இயலாமல் எழுந்து உட்கார்ந்தாள். கூடி நிற்கும் கூட்டத்தைச் சுற்றும் முற்றும் ஆச்சரியமாய்ப் பார்த்தாள்.

ஊருக்குள் நுழையும் பெரும் பாதையின் முகப்பில் உளிக் கருப்பன் கோயில். சக்கிலியக்குடி ஜனங்களின் துடிப்பான சாமி. இரண்டு வருடத்திற்கு ஒருமுறை நடக்கும் உளிக்கருப்பன் சாமி திருவிழா பிரசித்தம். எட்டயபுரம் மன்னரே நேரில் வந்து தரிசித்துச் சென்றதாக ஐதீகம். ஆனால் இன்றைக்கும் திருவிழாவின் போது அரண்மனைப் பிரதிநிதி வந்து விபூதி பெற்றுச் செல்லும் சடங்கு தொடர்கிறது. கோவில் என்று பார்த்தால் ஒன்றுமே இல்லை. நான்கு பக்கமும் நான்கு கல்தூண்கள். கூம்புவடிவக் கூரையைத் தாங்கிய படி. அதே போல் சிலையென்று எதுவும் கிடையாது. உளி வடிவத்தில் செதுக்கப்பட்ட ஒரு கல் நட்டு வைக்கப்பட்டிருக்கும். பார்ப்பவர் களுக்கு பருந்தின் வால் குப்புறப் புதைத்து வைக்கப்பட்டதைப் போல் தெரியும். கோவிலின் இடதுபுறம் சுமைதாங்கி கல். தினம் விழும் பூ மாலைகளை சுமந்தபடி வேண்டுதல்களாய் தொங்கும் தொட்டில்கள். கோவிலின் வலதுபுறம் வளர்ந்து நிற்கும் பால்மரம். தூரத்திலிருந்து பார்த்தால் பால்மரத்தில் பலாப் பழங்கள் காய்த்துத் தொங்குவதைப் போல் தெரியும். கிட்டத்தில் போய்ப் பார்த்தால் அத்தனையும் ஈன்ற கால்நடைகளின் நஞ்சுக் கொடி வைத்து கட்டப்பட்ட பெட்டிகள். சுற்றுக் கிராமங்களிலும் ஆடு மாடுகள் ஈன்றால் அதன் நஞ்சுக்கொடிகளை ஓலைப் பெட்டிக்குள் வைத்துக் கொண்டு வந்து இந்த மரத்தில் கட்டி வைத்துவிடுவார்கள். ஈன்ற கால்நடைகளின் சுகத்திற்கும், கன்றுகளின் வளர்ச்சிக்கும், பால் வற்றாமல் இருக்கவும் இந்த நேமிக்கம். நச்சுக் கொடிகள் அழுகி அதிலிருந்து வடியும் நாற்றமெடுத்த ஊண் மரத்தின் கீழே சொட்டுச்

சொட்டாய் வடிந்துகொண்டிருக்கும். ஈக்கள் மொய்க்க அந்த ஊண்களை நாய்கள் நக்கிக்கொண்டிருக்கும். கோயிலைக் கடந்து செல்லும் ஒவ்வொருவரும் அந்த இடத்தைக் கடக்கும்வரை மூக்கைப் பொத்திக்கொண்டு நடக்க வேண்டும். சாமிக்குப் பயந்து யாரும் வாய் திறப்பதில்லை. உளிக் கருப்பன் துடியான சாமி.

எட்டயபுரத்தைச் சுற்றியுள்ள அனேகம் கிராமங்களுக்கு அரண் மனைச் சேவகப் பாத்தியதை என்பது பரம்பரைப் பழக்கம். அந்த வகையில் உருளைக்குடி சக்கிலியக்குடியில் ஏழெட்டுப் பேருக்கு அரண்மனை வேலைக்கான காணிப் பாத்தியதை உண்டு. குமராண்டிப் பகடையின் மகன் கருப்பன். துடியான விடலைப் பயல். சிவப்பு, சுருட்டை முடி. அரண்மனையின் சாப்பாடுகூட அழகுக்கும் வாளிப்புக்கும் காரணமாக இருக்கலாம். கருப்பன் மேல் ஒரு பெரும்பழி வந்து விழுந்ததை ஊர் அதிசயமாய்ப் பார்த்தது. ரெண்டு பேர் சேர்ந்துவிட்டால் போதும் காடு கரைகளில் இதே பேச்சுத்தான்.

சக்கிலியக்குடி நங்கிரியான் மகள் மாதாயி ஊர் கூட்டத்தில் காலில் விழுந்து ஊரை வணங்கி முறையிட்டாள். ஊர் ஜனம் முழுவதும் மேலக்களத்தில் கூடியிருந்தது. சக்கிலியக்குடி ஜனங்களும் திரண்டு வந்திருந்தார்கள். ஊர்க்குடும்பனும் நீர்ப்பாய்ச்சியும் கூட்டத்தை அதட்டிக்கொண்டிருந்தார்கள். கூட்டம் அமைதி யானது. மாதாயி ஊரைக் கும்பிட்டு எழுந்து நின்றாள்.

'என்னப்பா இப்பிடி பேசாம இருந்தா எப்பிடி? ஊர்க் குடும்பா என்ன ஏதுனு கேளு.'

'யேல, தீவட்டிய இப்பிடி கொண்டால, வடக்காமயே போறயே.'

ஊர்க்குடும்பனின் அதட்டலில் தீவட்டி பிடிப்பவன் முன்னால் நகர்ந்து வந்து நின்றான். கூட்டத்தில் விஷயம் என்னவென்று தெரியாத முகங்கள் ஆர்வத்திலும், விஷயம் அறிந்த முகங்கள் அமைதியிலும் உட்கார்ந்திருந்தனர். ஊர்க்குடும்பன் ஆரம்பித்தான்.

'சொல்லு தாயி, ஒம் பிராது என்னனு ஊருகிட்டச் சொல்லு. சொன்னாத்தான தெரியும், ஊரக் கூட்டச்சொன்ன கூட்டிட்டன். பிராது என்னனு சொல்லு.'

மாதாயி வெட்கத்தால் கூனிக் குறுகி மெல்ல ஒடுங்கிப் போய் வாய் திறந்தாள். உதடுகள் மட்டுமே அசைந்தன; வார்த்தைகள் வெளிவரவில்லை. அந்த அர்த்த ராத்திரியின் பேரமைதியில் தீவட்டி மட்டுமே ஒளிர்ந்துகொண்டிருந்தது. அனைவர் முகங்களும் எரிந்து அமர்ந்த தீபத்தைப் போல் மங்கிக் கிடந்தன. கொஞ்சம் சத்தமாய்

பேசினாள் மாதாயி.

'சாமி, என்னோட வகுத்துல நாலு மாச சிசு வளருது. ஏங் கழுத்துல ஒரு சாண் மஞ்சக் கயித்துக்குத்தான் ஊரக் கூட்டி யிருக்கன் சாமி. எனக்கு ஞாயம் வேணும்சாமி, கேட்டுக் குடுங்க.'

'ஒரு பொம்பள நாலு மாசமா முழுகாம இருக்கிறது பெரிய அதிசயமா? இதுக்குப் போயி ஊரக் கூட்டிட்டு கேட்டுக் குடுங்கனா, யார்ட்டப் போயி கேக்க! ஓம் புருசன்கிட்டச் சொல்லு, இல்லனா ஒங்க ஆத்தா, அப்பன்கிட்டச் சொல்லு. ஊர்ல சொல்லி என்ன ஆகப் போவுது?'

ஊர்க் குடும்பன் படபடவென்று பேசிக் கொண்டிருந்தான். ஊர் அமைதியாகக் கேட்டுக்கொண்டிருந்தது.

'புருஷன் இல்ல சாமி.'

'புருஷன் இல்லயா? பெறகு எப்பிடி...?'

'கல்யாணங்கட்டிக்கிறம்னு ஏமாத்தி...'

'அப்பிடி வா வழிக்கி, அதச் சொல்லாம என்னத்த கேக்கிறது.'

'இப்பச் சொல்லு அந்தப் பய யாரு?'

'கொமராண்டி மாமாவோட மகன் கருப்பன்.'

'ஓகோ... அந்த அரண்மனை உத்தியோகத்துக்காரரா?'

குமராண்டியும் அவன் மகன் கருப்பனும் ஊரை வணங்கி காலில் விழுந்தார்கள். இரண்டு பேருடைய முகங்களும் தீவட்டியின் வெளிச்சத்தில் எரிந்துகொண்டிருந்தன. இடுப்பைச் சுற்றி இறுக்கிக் கட்டிய துண்டுகளுடன் கை கட்டி தலைகுனிந்து நின்றார்கள். வேப்பமரத்தின் உச்சியிலிருந்து பறந்து வந்த ஆந்தையின் ஒற்றை அலறல் கூட்டத்தின் அமைதியைக் கலைத்தது.

'இந்த ஆக்கங் கெட்ட கழுதைய கொல்லுங்க கொல்லுங்கனு சொன்னாலும் ஒரு பயலும் கொல்ல மாட்டேன்காங்க. ஊர்க் கூட்டம் நடக்கும் போதெல்லாம் வம்புக்கு கெணக்கா வந்து அலறுது. எப்பிடியாச்சும் இதெ சோலிய முடியுங்கடா.'

இருளாண்டிக் கிழவன் ஆதங்கப்பட்டான்.

'போ, போயி பறந்து போயி புடிச்சுக் கொல்லு, இல்லனா நாளைக்கு அரண்மனையில் போயி மகாராசாட்டச் சொல்லி துப்பாக்கி வாங்கிட்டு வா. சுட்டுப் பொசுக்கிருவம்.'

'பேசாம கெடயன் வாய வச்சிக்கிட்டு.'

சடையாண்டியின் பேச்சைக் கேட்டு ஊர் சிரித்தது. இருளாண்டி

வாயடங்கிப் போனான்.

'சரி, சரி, வழவழனு பேசாதிக. மாதாயி பிராது சொன்னத கேட்டீகள, என்னப்பா பதில் சொல்ற? கொமராண்டி நிய் கொஞ்சம் தள்ளி நில்லு, ஒம் மகன இப்பிடி முன்னால வந்து நிக்கச் சொல்லுல.'

கருப்பன் முன்னால் வந்து நின்றான். கருப்பனின் வாயசைவுக்கு காத்துக் கிடந்தன காதுகள். ஆந்தையின் ஒற்றை அலறல் மீண்டும் கேட்டது.

'யாராவது ஒருத்தன் போயி வெரட்டி விடுங்கல. ஆக்கங் கெட்ட கழுத, அபசகுனம் மாதிரி அலறிக்கிட்டு.'

கருப்பனின் வாய் இலேசாய் அசைந்தது. உதடுகள் முணுமுணுத்தன. வார்த்தைகள் வெளிவரவில்லை.

'சத்தமாச் சொல்லு, ஆமானு சொல்லு, இல்ல இல்லனு சொல்லு. ரெண்டுல ஒன்னுதான, தயக்கம் என்ன தயக்கம்?'

'எனக்கும் இதுக்கும் சம்பந்தம் இல்ல சாமி.'

'அப்படின்னா, மாதாயி வகுத்துல இருக்கிற கொழந்தைக்கு நான் காரணமில்லனு சொல்ற, அப்பிடித்தான?'

'அப்பிடித்தான் சாமி.'

'கொமராண்டி ஓம் மகன் செல்றத கேட்டியா, நிய் என்ன சொல்ற, ஒங்கிட்டயும் ஒரு வார்த்த கேக்கணுமில்ல.'

'ஏங்கிட்ட என்ன சாமி கேக்கிறது, ஊர் முடிவு எதுவோ அதுக்கு கட்டுப்படுறன் சாமி.'

'ஊரு முடிவுங்கிறது அது பின்னாடி. இப்ப நிய் என்ன சொல்ற, அரசல்புரசலா எதாவது ஒனக்குத் தெரியுமா இல்ல தெரியாதா?'

'ஒன்னும் தெரியாது சாமி.'

'அப்ப நிய் தூரப் போயி நில்லு, மாதாயி இங்க வா.'

தீவட்டி வெளிச்சத்தால் மாதாயியின் முகத்தைப் பிரகாசிக்க வைக்க முடியவில்லை. கூட்டத்தில் அவள் முகம் மட்டுமே குராவிக் கிடந்தது.

'இங்க கேளு புள்ள, கருப்பன வெசாரிச்சாச்சு. நிய் சொல்ற பிராதுக்கும் அவனுக்கும் சம்பந்தம் இல்லனு சொல்லிட்டான், வேற சாட்சி கீட்சி எதாவது இருந்தா சொல்லுல.'

'வேற யார்க்கும் தெரியாது சாமி.'

'அப்ப என்ன செய்யச் சொல்ற, நிய்யி அவன்தாம்னு சொல்ற, அவன் நான் இல்லைனு சொல்றான். வேற களவு திருட்டுனா

அரட்டிப் பெரட்டி அடிச்சுக்கூட வெசாரிக்கலாம். இது அப்பிடி பிராது கெடையாது, ஊரு பழி ஏத்துறக் கூடாது. வல்லுருட்டியா தாலியக் கட்டி வச்சிட்டா, நாளைக்கு ஒரு லாப நட்டம்னு ஆகிப் போச்சுன்னா ஊரோட பேரு கெட்டுப் போகும். மானம் மரியாத இருந்தாத்தான நாலு ஊரும் மதிக்கும். என்ன செய்யலாம்னு நிய்யி தான் சொல்லணும்.'

'ஒரு சாண் மஞ்சக் கயித்த மட்டும் கெட்டச் சொல்லுங்க. நான் எங்க அப்பங் கூடயே இருந்துட்டுப் போறன். வயித்துல இருக்கிற புள்ளைக்கு இன்னார்தான் அப்பன்ங்கிறதுக்கு ஒரு அடையாளம் மட்டும் இருந்தா போதும் சாமி.'

'நிய்யி செல்றதெல்லாம் சரிதான் புள்ள. அந்தப் பய முடியாதுன்னு சொல்லும்போது ஊரு என்ன செய்ய முடியும், வற்புறுத்தி வம்புடியா தாலியக் கட்ட வச்சா அது பாவமில்லையா?'

ஊர்க்கட்டுப்படி கூட்டத்தைவிட்டு வெகு தூரம் தள்ளி நின்று வேடிக்கை பார்த்துக் கொண்டிருந்த பெண்கள் கூட்டம் கசமுச வென்று பேசத் தொடங்கியது.

'அப்பவும் நாலு மாசம் வரைக்கு இந்தக் கூறுகெட்ட கழுத பேசாம இருந்திருக்கிறதப் பாரேன்.'

'சின்னப் புள்ளதான, அவளுக்கு என்ன தெரியும் பாவம். வெயசுக்கு வந்து இன்னும் ரெண்டு வருஷம்கூட ஆகல.'

'சரி, அவ சின்னப்புள்ளனு வச்சிக்கிருவம், அவுக ஆத்தாக் காரிக்கு புத்தி எங்க போச்சு? நாலு புள்ளப் பெத்த சிறுக்கிதான, வெயசுக்கு வந்த புள்ளய மாசா மாசம் கவனிக்க வேண்டாமா?'

'ஒன்னுக்குள்ள ஒன்னு, இங்கிட்டுப் பார்த்தா ஊரார் கெடையாது, மாமன் மகன்தான் கருப்பன் பய; ஒரு சாண் மஞ்சக் கயித்தக் கட்டிட்டா என்னவாம்?'

'நம்ம சொல்றம் தாயி, அவன் சம்மதிக்கனுமில்ல.'

'இம்புட்டு வந்த பெறகு வம்படியா சேர்த்து வச்சாலும், அந்தக் குடும்பம் நல்லாவா இருக்கும்?'

'பொட்டக் கழுதயாப் பெறக்கக் கூடாது, இப்பிடி புத்தியக் கடன் குடுத்திட்டு சீரழியக் கூடாது.'

'ஒரு மாசம் ரெண்டு மாசம்னாலும் கழுதயக் கால விட்டுக் கழிச்சிரலாம். நாலு மாசம்கிறதால என்ன செய்ய முடியும், பெரிய உசுருக்கு ஆபத்தா முடிஞ்சிருமல்ல?'

மழை ஓய்ந்த அமைதி போல் கூட்டம் உறைந்து கிடந்தது. ஒளி

மங்கிய தீவட்டிக்கு எண்ணெய் ஊற்றி கரி தட்டினான். ஊர் குடும்பனே அமைதியைக் கலைத்தான்.

'இங்க கேளுடா கருப்பா, சாட்சி இல்லேங்கிறதுக்காக செஞ்ச தப்பு இல்லேனு போயிராது. ஒரு பொண்ணடி மானம் மரியாதைய விட்டு இப்பிடி பொதுச் சபையில திட்டாந்திரமா பொய் சொல்ல மாட்டா. எந்தப் பொம்பளையும் ஒரு பயலுக்கு முந்தி விரிச்சிட்டு இன்னொரு பயலுக்கு முந்தி விரிச்சம்னு பொய் சொல்ல மாட்டா. அதனால தப்பிச்சிரலாம்னு நெனச்சு பொய் சொல்லாத. பொண பாவம் சும்மா விடாது, நிய்யி தப்பிச்சாலும் ஓம் வம்சத்த கருவறுக்கும். நிய் வேற கல்யாணம் முடிச்சு குடும்பம் நடத்துனாலும் ஒங் குடும்பமும் வெளங்காது. நல்லா மனசுல வச்சுக்கோ.'

ஊர்க்குடும்பனின் நிதானமான பேச்சில் இருந்த நியாயத்தை கூட்டம் உற்றுக் கேட்டது. அவன் பேச்சில் அனுபவத்தின் மகசூல் நிறைந்திருந்தது.

'என்னப்பா வேற யாராவது, எதுவும் சொல்லனும்னா சொல்லுங்க, இல்ல நம்ம ஊரு வழக்கப்படி முடிச்சிர வேண்டியதான்.'

'ஊர்க்குடும்பா, இங்க கேளுப்பா. வெவகாரம் முட்டுவெட்டா நிக்கி. நம்மளா ஒரு முடிவுக்கு வர முடியாது. அதனால நம்ம ஊரு வழக்கப்படி சத்தியத்துக்கு விடுறதுதான் நல்லது.'

சத்தியம் என்ற வார்த்தையைக் கேட்டதும் நங்கிரியான் விருட்டென்று எழுந்து கூட்டத்தின் முன்னால் வந்து நின்றான். அனைவர் கண்களும் அவனையே பார்த்தன.

'சாமிமார என்னய மன்னிக்கணும். இந்த ஊர்ப்புள்ள நானு, ஒங்கள மீறிப் போறவன் கெடையாது. சத்தியம் பத்தியம்னா வேணாஞ்சாமி. ஒன்னுக்குள்ள ஒன்னு, நாளைக்குத் தெரிஞ்சோ தெரியாமயோ தண்ணி, சோறு, நெறந்திட்டா காலக் கைய மொடக்கிரும். அதனால உண்டானபடி இருக்கட்டும் சாமி.'

'என்ன சொல்ல வாற நீ?'

'என்ன சொல்றங்கிறது இருக்கட்டும் சாமி. மாதாயி நான் பெத்த புள்ளதான சாமி, அதே மாதிரி அவ பெத்துக்குடுக்கிற புள்ளைக்கு அப்பன் வேணும்னா யாருனு தெரியாம இருக்கலாம், தாத்தா நான் தானசாமி. அத மாத்த முடியுமா, பேரனோ பேத்தியோ நான் வளர்க்கஞ் சாமி.'

நங்கிரியானின் இந்தப் பேச்சைக் கேட்டதும், மாதாயி கதறி யழுதபடி அப்பனைக் கட்டிப் பிடித்துக்கொண்டாள். கூட்டம் விக்கித்து வேடிக்கை பார்த்தது.

பெண்கள் உச் கொட்டினார்கள்.

'பெறகென்னப்பா, அவம்பாடு அவன் மகபாடு, கடவுள் பாத்திட்டுப் போறாரு, நம்மட்டயிருந்து தப்பிச்சிரலாம், அவங் கிட்டருந்து தப்ப முடியுமா?'

நங்கிரியான் தன் மகள் மாதாயியை கைத்தாங்கலாகக் கூட்டிக் கொண்டு, இரு கைகூப்பி ஊரை வணங்கிவிட்டு மெதுவாய் நடந்தான். கருப்பன் முகம் இறுகிக்கிடந்தது. நடு இரவில் அவன் நடக்க இயலாதவனாக தள்ளாடி நடந்தான். பலப்பல பேச்சை பேசியபடி ஊர்க் கூட்டம் கலைந்து சென்றது.

6

காடுகளில் விதைப்பு வேலைகள் முடிந்தன. வயல்களில் நடவு வேலைகள் தொடங்கிவிட்டன. கரிசல் பூமி பச்சை பூமியாய் மாற்றிக்கொண்டது. எச்சில் துப்பினால்கூட ஏதாவது ஒரு செடியின் மேல்தான் விழும். கால் பாதம் வைக்க நிலம் இல்லை. கண்ணெட்டும் தூரம்வரை எங்கு பார்த்தாலும் பச்சை பச்சை. காடுகளில் பயிர் வளர்வது மாதிரியே மாதாயின் வயிற்றில் சிசு வளர்ந்து வந்தது. பாவம் மாதாயி, நடமாட்டத்தைக் குறைத்துக் கொண்டு வீட்டுக் குள்ளேயே முடங்கிப் போனாள்.

விடியக் கருக்கல். சக்கிலியக்குடி ஜனங்கள் சுறுசுறுப்பாய் வேலைகளுக்குக் கிளம்பிக்கொண்டிருந்தார்கள். தெரு முனையில் குடுகுடுப்பைக்காரனின் சத்தம் கேட்டது. சிறுசுகள் கூட்டம் பின் தொடர வீடுவீடாய் ஏறி இறங்கினான். வீட்டின் முன் திண்ணையில் வயிறு தள்ள உட்கார்ந்திருந்தாள் மாதாயி. அறுவடை முடிந்த காலங்களில் மட்டுமே ஊருக்குள் வரும் குடுகுடுப்பைக்காரனை ஜனங்கள் ஆச்சர்யமாகப் பார்த்தார்கள். தானியங்களை சுளகோடு வாங்கி அப்படியே பைக்குள் கொட்டிக்கொள்ளும்படியான வாயகன்ற பெரிய பெரிய துணிப் பைகளைத் தோளின் இரு பக்கமும் தொங்கவிட்டிருந்தான். கையில் உள்ள சின்ன குடு குடுப்பையால் ஒலி எழுப்பினான்.

'நல்ல காலம் வருது, நல்ல காலம் வருது, இந்தத் தெருவுக்குப் புதுசா ஒரு தெய்வம் வரப்போகுது, ஜக்கம்மா சொல் தப்பாது, ஜக்கம்மா பொய் சொல்ல மாட்டா. கூடிய சீக்கிரம் தெய்வக் கொழந்த ஒன்னு பெறக்கப் போவுது. நல்ல காலம் வருது, நல்ல காலம் வருது.'

மண்வெட்டியும் கூடையுமாக முற்றத்தில் நின்ற நங்கிரியான் குடுகுடுப்பைக்காரன் சொன்னதை உற்றுக் கேட்டபடி நின்றான். வாய் நிறைய சிரித்தபடியே சொன்னான்.

'அப்பன் இன்னாருன்னு தெரியாம பெறக்கப் போற கொழந்த, தெய்வக் கொழந்தையா பெறக்கப் போகுதாக்கும். காலக் கொடுமைக்கு கரிச்சான் குருவி காவடி எடுத்து ஆடுச்சாம். மாதாயி கொஞ்சம் தவசம் எடுத்தாந்து போட்டு திருநீறு வாங்கிக் கோம்மா.'

'தெய்வத்துக்கு எதுக்கு அப்பா அம்மா. ஐக்கம்மா வாக்கு தப்பாது அப்பனே. சத்தியமா இது தெய்வக் கொழந்ததான். இந்த தெருவுக்கு மட்டுமில்ல, ஊருக்கே தெய்வம், ஒலகத்துக்கே தெய்வம்.'

வயிற்றைத் தள்ளிக்கொண்டு சுளகில் தானியம் கொண்டு வந்து கொடுத்தாள் மாதாயி. தானியத்தைப் பைக்குள் தட்டிய குடு குடுப்பைக்காரன் மாதாயியின் நெற்றியில் திருநீறு பூசிவிட்டு, நடுச் சுளகில் கொஞ்சம் திருநீறை வைத்து மாதாயியிடம் நீட்டிவிட்டு அடுத்த வீடு சென்றான்.

வீட்டுக்குள் போய் சுளகை வைத்துவிட்டு நிமிர்ந்த மாதாயி வழியும் கண்ணீரைத் துடைத்துக்கொண்டு முற்றத்திற்கு வந்தாள்.

காடுகளில் விதைப்பு வேலைகள் முடிந்துவிட்டன. வயல்களில் நடவு வேலைகள் தொடங்கிவிடும். முதல் நடவை தொடங்கு வதற்காக அய்யனார் கோவிலில் பொங்கல் வைத்து வழிபட கோவிலின் முன்னால் தோது பண்ணிக்கொண்டிருந்தான் நீர்ப் பாய்ச்சி. கண்மாய்க்கரையிலிருந்து வடக்காமல் வண்ணான்பாறை வரை நீண்டு கிடந்தன வயல்கள். வட்டமாய், சதுரமாய், நீளமாய், முக்கோணமாய், எங்கு பார்த்தாலும் வெள்ளை வெளேரென்று தண்ணீர், தண்ணீர், தண்ணீர். மழைத் தண்ணீரின் கலங்கல் நிறம் மறைந்து வெள்ளை வெளேரென்று மின்னியது தண்ணீர். மழைக் காலங்களில் மட்டுமே வரும் நீர்ப்பறவைகளும் நீர்ச்செடிகளும் வயல்களை நிறைத்துவிட்டன.

கூட்டங்கூட்டமாய் நிற்கும் கொக்குக் கூட்டங்கள், நாரைகள், உள்ளான், சிறகி, முக்குளிப்பான், பாம்புத்தலையான், நாமக்கோழி, மீன்கொத்தி என்று சிறுசும் பெரிசுமாய்ப் பல நிறங்களில் வயல் முழுக்கவும் சுற்றித் திரிந்தன. பொடுதலை, ஆகாயத் தாமரை, நீர்க்குரண்டி, குறுக்கு முத்துச்செடிகள் என்று வாய்க்காலை ஆக்கிரமித்திருந்தன நீர்ச் செடிகள்.

அய்யனார் சாமியையும், மடைக்குடும்பன் சாமியையும் சுத்தம் பண்ணிவிட்டு துணைச்சாமியாய் எதிரில் உள்ள உடைமரத்தின் அடியில் இருக்கும் குரவன் சாமியைத் தேடிப் போனான். குரவன் சாமியைச் சுற்றி முள் செடிகள் வளர்ந்து கிடந்தன. மண்வெட்டி யால் செடிகளை வெட்டி அப்புறப்படுத்தி விட்டு சின்ன கற்சிலையை துடைத்துத் திரும்பவும் அதே இடத்தில் வைத்தான். குரவன் சாமி கதையைத் தன் தாத்தா சொன்னதை நினைத்துப் பார்த்தான்.

மூன்று வருடங்களாக கண்மாய் அழிந்து மீன்பிடிக்க முடிய வில்லை. தண்ணீர் வற்றி ஊர் சாற்றி மீன்பிடிக்க நாள் குறித்த

போதெல்லாம் கோடை மழை பெய்து மீண்டும் மீண்டும் கண்மாய் பெருகி மறுகால் பாய்கிறது. நெல்லும், கரும்பும், வெற்றிலையும், கடலையும், பயறுகளும் வயல்களில் உப்பாய்க் குமிந்தன. மூன்றாம் வருஷம் தண்ணீர் வற்றியது. இந்த வருஷம் எப்பிடியும் மீன் பிடித்துவிட வேண்டும் என்று ஆலாய்ப் பறந்தனர் ஊர் ஜனங்கள். மூன்று வருடங்களாக அழியாத கண்மாயில் மீன்கள் பருத்தும் பெருத்தும் தண்ணீரும் மீனும் சரிசமமாய் நின்றன. பறவைகள் நிறைய்ய வட்டமிட்டன. கண்மாய் அழிந்து மீன் பிடிக்கும் தேதி குறிக்கப்பட்டுவிட்டது. சுற்றுக் கிராமங்களுக்கும் தகவல்கள் சொல்லப்பட்டு, உருளைக்குடி கண்மாய் திருவிழாக் கூட்டமாய் மாறியது. இடுப்பளவு தண்ணீர் இருந்தாலும் மீன்கள் பெருகி விட்டதால் தண்ணீர் குறைவாய்த் தெரிந்தது. போர்க்களம் போல் காட்சியளித்தது கண்மாய். கைவலைகளும் வீச்சுவலைகளும் மீன்களை அரித்துத் தட்டியும் மீன்கள் குறையவில்லை. தலைகள், தலைகள், தலைகள். தரையில் தட்டும் மீன்களைத் துள்ளவிடாமல் பிடித்து ஏனங்களில் நிரப்பும் பெண்கள், சிறுவர்கள். ஆகாயத்தில் வட்டமிட்டு விருட்டென்று மின்னலாய்த் தரையிறங்கி, குறி தப்பாமல் தன் விரல்களுக்கிடையில் மீன்களைத் தூக்கிச் செல்லும் பருந்துகள் கூட்டம்.

மும்முரமாய் மீன்பிடித்துக் கொண்டிருந்தான் தூங்கன். நிரம்பிய வலையைக் கரையில் தட்டுவதற்காக தண்ணீருக்குள் வேகமாய் நடந்துகொண்டிருந்தான். கண் எதிரில் நீரின் மேல் மிதந்து கொண்டிருந்தது பெரிய குரவைமீன். இடது கையில் வலையைச் சுருக்கிக் கூட்டிப் பிடித்துக்கொண்டு வலது கையால் குரவை மீனைப் பிடித்து வைத்துக்கொண்டான். நாலெட்டுத்தான் வைத்திருப்பான், அதே மாதிரி குரவை மீன் ஒன்று மிதந்து வந்தது. தூங்கனுக்கு என்ன செய்வதென்று தெரியவில்லை. இடது கையில் மீன் நிறைந்த வலை. வலது கையில் மீன். அவன் சற்றும் யோசிக்கவில்லை. கையில் வைத்திருந்த குரவைமீனின் தலையை வாயால் கவ்விக்கொண்டு மிதக்கும் மீனைப் பிடித்தான். வாயைத் திறந்து மீனின் மண்டையை மட்டும் கவ்வியிருந்ததால் மீனின் உடல் வெளியே தொங்க தண்ணீருக்குள் நடந்துகொண்டிருந்தான் தூங்கன். கூட்டத்தில் அனைவரும் ஆச்சரியமாய் பார்த்துச் சிரித்தார்கள். எதிரில் மீன் பிடித்துக்கொண்டிருந்த தொரட்டி மாமா தூங்கனைப் பார்த்தார். அவரால் சிரிப்பை அடக்க முடியவில்லை.

'அட... அவக்காச்சி எடுத்த பச்ச மீனு திண்ணிப் பயல, ஒனக்கு கொஞ்சமாவது வெட்கம் இருக்காடா நாறப்பயல! டேய்... இங்க

பாருங்கடா பச்ச மீனு திண்ணிப் பயல.'

தொரட்டி மாமா சத்தமாகச் சொல்லவும் சுற்றிலும் மீன் பிடித்துக் கொண்டிருந்தவர்கள் தூங்கனைப் பார்த்துச் சிரித்தார்கள். தூங்கனுக்கும் சிரிப்பை அடக்க முடியவில்லை. பொங்கி வரும் சிரிப்பை அடக்க முடியாமல் இலேசாய் வாய் அசைத்தான். வாயின் கடி விலகிய குரவை பிடிநழுவி விழுக்கென்று வாய்க்குள் பாய்ந்து தொண்டைக்குள் இறங்கியது. தூங்கன் வேக வேகமாய் எட்டு வைத்து தண்ணீரைத் தாண்டி கரையில் போய் விழுந்து உருண்டான். இடது கையில் வைத்திருந்த வலைமீன்கள் கரையில் சிதறி தரையில் துள்ளின. தூங்கனும் துடித்துக்கொண்டும் மீனைப் போல துள்ளிக் கொண்டும் தரையில் புரண்டான். கூட்டம் சுற்றி நின்றது. தூங்கனைத் தூக்கி நிமிர்த்தி உட்கார வைத்தது. அவன் மூச்சுவிட முடியாமல் கண் முழிகள் நிலை குத்தி நிற்க, வாயை அகலத் திறந்து திறந்து மூடினான். கையை வாய்க்குள் திணித்து வாந்தியெடுக்க முயன்றான். வசமாக தொண்டையில் சிக்கிக்கொண்ட மீன் முழுவதுமாக தொண்டையை அடைத்துக்கொண்டது. இரு கண்களும் அகலத் திறந்திருக்க மூச்சுவிட முடியாமல் தூங்கன் சிறிது நேரத்தில் செத்துப் போனான்.

மறுவருஷம் கண்மாயில் சில மீன்கள் காரணமின்றி செத்து மிதந்தன. அடுத்த வருஷம் இன்னும் கொஞ்சம் அதிகமான மீன்கள் செத்து மிதந்தன. காரணத்தைக் கண்டுபிடிக்க இயலவில்லை. மூன்றாம் வருஷம் காரிருளில் பிரகாசிக்கும் நட்சத்திரக் கூட்டங் களைப் போல் வெள்ளை வெளேரென்று தண்ணீரே தெரியாமல் செத்து மிதந்தன மீன்கள். பருந்துக் கூட்டமும் கழுகுக் கூட்டமும் தவிர்த்து வேறு எந்தப் பறவைகளையும் காண முடியவில்லை. முதல் முறையாக இது தெய்வ குற்றமாக இருக்கலாம் என்று பேச்சு அடிபடத் தொடங்கியது.

அய்யன் கோவில் பூசாரி சாமியாடினான். கண்மாயை மட்டுமா காவல் காக்கின்றன தெய்வங்கள்? கண்மாயை அண்டி வாழும் உயிர்களையும்தான் காக்கின்றன. மீன்கள் சாவுக்குக் காரணமும் பரிகாரமும் கேட்டு காலில் விழுந்தான் மடைக்குடும்பன் நீர்ப்பாய்ச்சி.

'இந்தக் கண்மா யாரோட கண்மாடா?'

'ஒன்னோட கண்மாதான் சாமி.'

'இத காவல் காக்கிறது யார்டா?'

'நிய்தான் சாமி காவலு. ஒங்கண்மாய நிய் காவல் காக்காம வேற யாரு சாமி காவல் காக்க முடியும்.'

‘அப்படின்னா இப்பிடி வருசா வருஷம் மீன்க சாகுறதுக்கு காரணம் வேணுமில்லடா.’

‘எங்களுக்கு என்ன சாமி தெரியும். அதயும் நிய்தான் சொல்லணும்.’

‘கொரவமீன விழுங்கி, மூச்சுத் திணறி, கண் முழி பிதுங்கி, மீனப் போலவே துள்ளித் துள்ளிச் செத்தானே ஒரு எளவட்டம்...’

‘ஆமா சாமி, நம்ம தூங்கன் பய.’

‘அந்தப் பயலோட வேலதான்டா இது.’

‘சாமி, வஞ்சாவு செத்தவுக மனுசரத்தான் புடிச்சு ஆட்டுவாக, கொல்வாகனு வழம. இது புதுசா இருக்கே சாமி.’

‘எந்தப் புதுசா இருந்தாலும் அய்யனாரப்பன்கிட்ட பாச்சா பலிக்குமா?’

‘என்னமோ சாமி, ஒங்கல நம்பித்தான் ஊர் இருக்கு, கண்மா இருக்கு. எங்கள கை விட்றாம காப்பாத்தணும் சாமி.’

‘காப்பாத்த முடியலடா. கொரவமீனுப் பய சாமானியமா அட பட மாட்டேங்கான்; எப்பிடிப் போனாலும் தப்பிச்சிரான்டா.’

‘அய்யனாரப்பனாலயே முடியலனா நாங்க மனுஷங்க என்ன செய்ய முடியும் சாமி? கண்மா பக்கம் போக முடியல. நாத்தம் மூக்கத் தொளைக்குது. சாமி, வேற எதும் பரிகாரம் செய்யணும்னா சொல்லுங்க சாமி, ஒடனே செஞ்சிருவம், ஊர் தயாரா இருக்கு.’

‘பரிகாரத்துக்கு மசிய மாட்டேன்னு சொல்லிட்டான்; முடிஞ்சா எம்மனைய அழிச்சுப் பாருனு சவால்விடுறான்டா பய.’

‘பெறகென்ன சாமி, அழிச்சிர வேண்டியதான.’

‘டேய்... கூறு கெட்ட பயகலா, அந்தப் பய தடயமே இல்லாம நடமாட கத்துக்கிட்டான். பழியே வராம பாவம் செய்ய கத்துக் கிட்டான். ஆயிரமாயிரம் உசுரக் காவு கேட்டு அலையிறாண்டா. அந்தப் பயதான்டா அநியாயமா மீனக் கொல்றான்.’

‘எங்களுக்கு பயமாயிருக்கு சாமி, நிய்யிதான் காப்பாத்தணும்.’

‘என்னோட அதிகாரம் தரையிலதாண்டா. ஆனா அந்தப் பய மீனால செத்ததனால மச்ச அவதாரம் எடுத்து தண்ணிக்குள்ள போயி ஒளிஞ்சிக்கிறான். மீனோட மீனா கலந்து அட்டகாசம் பண்றான். அதனால அவன அடையாளம் காண முடியல. எதோ ஒரு மீனு அந்தப் பய.’

‘அப்ப கண்மா பூராவும் வத்திட்டா பொட்டியாரு எங்க போவாரு? தரைக்கு வந்து தான ஆகணும். அப்ப கொன்ற வேண்டி

தான் சாமி.'

'அங்கயும் சிக்கல் இருக்குடா. கண்மாத் தண்ணி வத்துறது மாதிரி தெரிஞ்சா கருவா மாறி கரம்ப மண்ணுக்குள்ள கலந்து போயிறான்.'

'புரியலையே, சாமி.'

'டேய், கோட்டிக்காரப் பயகலா, மீன் முட்ட மண்ணோட கலந்திட்டா எத்தன வருஷம்னாலும், அப்பிடியே அழியாம இருக்கும். மழ பேஞ்சு தண்ணி வந்த ஒடன பொரிச்சு குஞ்சியாயிரும். இந்தப் பயலும் மீன் முட்டையா மாறி மண்ணுக்குள்ள போயி மண்ணோட மண்ணா கலந்துறான்.'

'சாமி, அப்ப இதுக்கு என்னதான் வழி? உருளகுடி ஜனங்க மீனுக்கு ஏமாந்து போகவா, கண்மா தண்ணியில கை கழுவ முடியல நாத்தம்.'

'அவனோட வேண்டுதல நெறவேத்துனாத்தான் கண்மாயக் காப்பாத்த முடியும்.'

'என்னனு சொல்லுங்க சாமி, ஒடனே நெறவேத்திறோம்.'

'எனக்கு வலது பக்கம் மடைக்குடும்பன் இருக்கானா, அதே மாதிரி இடது பக்கம் என்னய வச்சு கும்பிடனும்னு கேட்டான். மடைக்குடும்பன் நீர்ப்பாச்சி உசுரக் காப்பாத்த உசுர விட்டான். நிய்யி அப்பிடியில்ல, அதனால முடியாதுனு செல்லிட்டன். அதனால எனக்கு எதிர நிக்கிற உடைமரத்துக்கு அடியில அவனுக்கு சிலை வச்சுச் கும்பிடனும்னு கேட்டுக்கிட்டான். ஏங் கண்ணெதிர்லயே இருக்க பிரியப்படுறான். என்னடா சொல்றீங்க?'

'சாமி, அந்தப்படியே செஞ்சுறன். கண்மாய சேதப்படுத்தவோ, மீன்கள் கொல்றதோ இனிமே நடக்கப்படாது. என்ன பேரு வச்சு கும்பிடறது, சாமின்னா அதுக்கு ஒரு பேரு வேணும்ல்ல!'

'அதையும் கேட்டுட்டேன்டா. கொரவைச் சாமினே கும்புடனு மாம். வேற பேரு வேணாமாம்.'

அய்யனார் கோவிலுக்கு எதிரே படர்ந்திருந்த உடைமரத்தினடியில் குரவைச் சாமியின் சிலை வைத்துக் கும்பிட்டார்கள். கண்மாயில் மீன்கள் செத்து மிதக்கவில்லை. நேரங்கெட்ட நேரத்தில் கண்மாய்க் கரை வழியே போவோர்க்கு, தொண்டை அடைப்பால் வரும் கிருட் கிருட்டென்று இழுக்கும் சாவுச் சத்தம் கேட்கவில்லை. வருஷங்கள் ஓடி, தலைமுறைகள் மாறியது போலவே குரவைச் சாமியின் பெயரும் மாறி குரவன் சாமியாகிப் போனது. அய்யனார் சாமியும், மடைக்குடும்பன் சாமியும், குரவன் சாமியும் உருளைக்குடி கண்மாய்க்கு நிரந்தர காவல் தெய்வங்களாக இருந்து காவல் காக்கின்றன.

குரவன் சாமி சிலையை சுத்தம் பண்ணிய நீர்ப்பாய்ச்சி தன் மேலெல்லாம் கிடந்த உடம்பூவை உதறிவிட்டு கரையேறினான். தன் தலைக்கு மேலாக தாழப் பறந்து சென்ற கொக்குக் கூட்டத்தை உற்றுப் பார்த்தான். கருவேலமரத்தின் உச்சியில் கூட்டங்கூட்டமாய் தலை நீட்டி உட்கார்ந்திருந்தன கொக்குக் கூட்டங்கள்.

கீழமடைச் சரிவில் இறங்கி செல்லி வீரம்மன் கோவில் பாதை வழியாகப் போகலாம் என்று வடக்காமல் திரும்பினான். பாக்கியம் பிள்ளை, சங்குப்பிள்ளை, குமரவேல்பிள்ளை மூவரும் அகத்தி வரிச்சிகளை சுமந்தபடி வரப்பில் வந்துகொண்டிருந்தார்கள். வயலுக்குள் இறங்கி நின்றுகொண்டு மூன்று பேருக்கும் வழி விட்டான். மூன்று பேரும் கடந்து போனார்கள்.

'யாரு, நீர்ப்பாச்சியா, அச்சு அசலா ஓங்கப்பன் மடைக்குடும்ப னோட மொகச்சாடை அப்பிடியே இருக்குடா ஒனக்கு.'

'ஏஞ்சாமி, வெத ஒன்னு போட, செடி வேறயா மொளைக்கும்?'

'வார வெள்ளிக் கெழம கொடி பாவலாம்னு இருக்கோம், வந்துருடா. அங்க இங்க போனம்னு வராம இருந்துறாத.'

'கட்டாயம் வாரன் சாமி. செல்லிவீரம்மனுக்குப் பொங்கல் உண்டா.'

'அட, கோட்டிக்காரப் பயல, அதென்னடா அப்பிடிக் கேட்டுப் புட்ட? அம்மனுக்குப் பொங்கல் வைக்காம எப்பிடிடா வேலைய ஆரம்பிக்கிறது?'

'சும்மா ஒரு பேச்சுக்குத்தான் கேட்டன் சாமி. என்ன ஒரு மாதிரியா நொண்டி நொண்டி நடக்கிறாப்லருக்கு? வரப்புல நடந்து வரும் போதே கும்மியாட்டம் ஆடுனது மாதிரி தெரிஞ்சது.'

'ரெண்டு கால்லயும் சேத்துப் புண்ணு, கொதகொதனு இருக்கு, வரப்புல நடந்து வரும் போது, நீர்க் கொரண்டி முள்ளு குத்திட்டா உசுரே போகுது. என்ன செய்ய, இந்தக் காலத்துல வந்துதான தீரும்.'

வரப்பின் மேலேயே அகத்தி வரிச்சிக் கட்டுக்களை சுமந்தபடி தெற்காமல் நடந்தார்கள் மூன்று பேரும். நீர்ப்பாய்ச்சி செல்லி வீரம்மன் கோவில் புளிய மரத்தினடியில் வந்து நின்றான். நாலைந்து சின்னப் பையன்கள் மரத்தில் ஏறி புளியங்காய் பறித்துக்கொண் டிருந்தார்கள்.

'யேல, ஏய், சின்னச் சிறுக்கிப் பிள்ளைகளா, என்னல செய்யிறீங்க? மரத்துல ஏறிட்டு காலக் கைய ஒடச்சிக்கிறாதங்கல.'

'மாமா நாங்க புளியங்காய் புடுங்குறோம். சேத்துப் புண்ணுக்கு

வேணும்னு எங்கம்மாவும், அய்யாவும் கேட்டாங்க.'

கீழே நின்ற சிறுவனிடம் நாலைந்து புளியங்காயை எடுத்துக் கொண்டான் நீர்ப்பாய்ச்சி. தன்னுடைய கால் விரல் இடுக்கிலும் சேத்துப் புண் இருப்பதை நினைத்துக்கொண்டான். சேத்துப் புண்ணுக்குப் புளியங்காயைத் தீயில் சுட்டால் அதிலிருந்து வரும் பசை போன்ற குழம்பு சிறந்த மருந்து. அநேகமாக இந்த மழைக் காலங்களில் ஊரில் முக்கால்வாசிப் பேருக்கு சேற்றுப் புண் வந்துவிடும். கால்விரல்களின் இடுக்குகளில் கொதகொதவென்று புண் வந்து, தண்ணீர் படப்பட குழைந்து பெரும் வேதனையில் கொண்டு போய் விட்டுவிடும். ஊரைச் சுற்றிலும் தண்ணீர், தண்ணீர், சகதி, சகதி. நிலத்தில் கால் வைத்தால், தடத்தை தண்ணீர் நிரப்பி விடும். தரையில் கால் பாவாமல் நடப்பது சாத்தியமா என்ன? ஆணோ பெண்ணோ இரண்டு பேர் சேர்ந்துவிட்டால் போதும் பேச்சு அநேகமாக இப்பிடித்தான் ஆரம்பிக்கும்.

'சேய்... இது என்ன கழுத மழ. இன்னைக்கோட வெள்ளியோட வெள்ளி எட்டு நாளாகுது. வெய்யில் மொகத்தப் பாக்க முடியல. மனுஷ மக்க மோளப் போக முடியுதா, பேழப் போக முடியுதா? தரையில கால் வைக்க முடியல, நசநசனு ஊர் முழுக்க சகதிக்காடு. வீட்ல துணிமணியெல்லாம் குளுந்து போயி புழுங்கி வாட அடிச்சி. காயப்போட நீசமில்ல, காடு கரைக்கும் போக வழியில்ல. ஒரல்ல போட்டு குத்துனாத்தான சோறு பொங்க முடியும்? ஈர வெறகு தீ எரியுதா, பொகஞ்சிக்கிட்டே கெடக்கு. ஊதிஊதி தொண்ட வறண்டதுதான் மிச்சம்.'

'எக்கா இனியும் இந்த அடப்பு அஞ்சு நாளைக்கு இருக்காம், குமாரசாமி ரெட்டியார் சொன்னாராம்.'

'ரெட்டியார் சாமி சொன்னா, கரெக்ட்டா இருக்கும். பஞ்சாங்கம் படிக்கிறவுக இல்லையா, அப்ப இன்னியும் வீட்டுக்குள்ளேயே மொடங்கிக் கெடக்க வேண்டியதுதான்.'

'நேத்துக்கூட தொள்ளு மாவுச் சாமியக் கும்புடலாமான்னு பெரியவங்க பேசிக்கிட்டாங்க.'

'சேய், அதுக்குள்ள கும்புட்டா எப்பிடி?'

'கண்மாயி நெறஞ்சுபோச்சு, ஊரணியும் பெருகிருச்சு, காடு பூராவும் வெதப்பு முடிஞ்சிருச்சு, வயக்காடு நடவு ஆரம்பிச்சாச்சு. இனி மழ எதுக்கு, போதும்ல்ல. பெறகென்ன வழியனுப்பியிற வேண்டியதான?'

மழை பெருவாரியாகப் பெய்து, நடவு, விதைப்பு வேலைகள்

முடிந்துவிட்டால், மழை போதும் என்றும், மழைத் தண்ணீர் வீணாகக் கூடாதென்றும் ஊர் சாற்றி மழையை வழியனுப்பும் சடங்கு நடைபெறும். இந்த வருடம் மழையை வழியனுப்பும் சடங்கிற்கான பேச்சுக்கள் ஆங்காங்கே கேட்கத் தொடங்கின. விடாத அடைமழையால் ஊர் திக்குமுக்காடியது. மழை வெறித்த பாடில்லை. ஆடு மாடுகளின் குளம்புகளில் சேற்றுப் புண் பரவி விட்டால் போச்சு, சேதாரம் அதிகமாகிவிடும். ஊர்க்கூடி முடிவெடுக்க வேண்டும்.

மேலக்களம் கூட்டம் நிரம்பி வழிந்தது. எல்லா ஜாதி ஜனங்களும் கூடியிருந்தனர். மழை போதும் என்று வழியனுப்பி மழையை நிறுத்தும் தூள்மாவு சாமி கும்பிட முடிவெடுப்பதற்காக கூட்டம் கூடியிருந்தது. மூன்று தீவட்டிகள் பிரகாசமாக எரிந்துகொண்டிருக்க, கல்தூணில் ஏற்றப்பட்டிருந்த சிம்னி விளக்கும் பிரகாசித்துக் கொண்டிருந்தது. பெண்கள் கொஞ்ச தூரம் தள்ளி நின்று கூட்டமாக வேடிக்கை பார்த்துக்கொண்டு நின்றார்கள். குமாரசாமி ரெட்டியாரும் பொம்முத் தேவரும் முதல் ஆளாக உட்கார்ந்திருந்தார்கள். மடைக்குடும்பன் நீர்ப்பாய்ச்சிதான் பேச்சை ஆரம்பித்தான். கூட்டம் அமைதியாய்க் கேட்டுக் கொண்டிருந்தது.

‘தலக்கட்டுனு பாத்தாலும் நாங்கதான் ஜாஸ்தி. வயக்காடு, காடுகரைக, தோட்டம் எல்லாமே எங்களுக்குத்தான் ஜாஸ்தி. ஆனாலும் மழ எங்களுக்கு மட்டும் சொந்தங் கெடையாதுல்ல, அதனால மேலக்குடிக்காருககிட்டயும் ஒரு வார்த்த கேக்கணுமினு தான் ஊரக் கூட்டியிருக்கு. நல்லா யோசன பண்ணி சாவாரமா சொல்லுங்க. மழ நம்மளுக்கு இந்த வருஷத்துக்கு போதுமா இனியும் வேணுமா? போதும்னா சொல்லுங்க வழியனுப்பி வச்சிருவம்.’

கூட்டம் அமைதியில் உறைந்து கிடந்தது. குமாரசாமி ரெட்டியாரும் பொம்முத் தேவரும் என்ன சொல்லப் போகிறார்கள் என்று காத்திருந்தது கூட்டம். ரெட்டியாரே பேசினார்.

‘நடவு முடிஞ்சு போச்சு, பயிரு பச்சை புடிச்சி நெலத்த மறச்சிருச்சு. கண்மாயில தண்ணி இனியும் மறுகால் போகுது. ஊரணியும் கெத்கெத்னு நிரம்பி நிக்கி. காட்டு வெள்ளாமைக்கு இனி மழ வேண்டாம். பனியிலயே முத்தா வெளஞ்சு வெள்ளாம வீட்டுக்கு வந்துரும், இனி மழ தேவையில்ல. பேஞ்சாலும் தண்ணி வீணாத்தான் போகும். அப்புறம், மூணாம்பாக்கம் இனியும் ஒரு அடப்பு இருக்குனு பஞ்சாங்கத்துல போட்டுருக்கான். அதனால மழைய வழியனுப்பிர வேண்டியதான்.’

‘சரி சாமி அப்பிடியே பண்ணிருவம். அஞ்சாறு நாளா வெயிலு

மொகங் காணாம, இப்பிடிப் பேஞ்சா மனுஷருகளும் ஆடு மாடுகளும் வீட்டுக்குள்ளயே கெடந்தா எப்பிடிக் கூடி உசுரு வாழ்றது.'

முத்துவீரன் ரொம்பவும் சலித்துக்கொண்டான். பக்கத்தில் உட்கார்ந்திருந்த சப்பான் சிரித்துக்கொண்டே சொன்னான்.

'உசுரு வாழலனா சாகு, நிய் செத்தா என்ன காடெல்லாம் எலும்பாவா கெடக்கப் போகுது? நூறோட நூத்தி ஒன்னுனு தூக்கிப் பொதச்சிட்டுப் போறம்.'

'நான் என்ன மயித்துக்குல சாவணும், இந்த மானக்கி காடுகரைக்கு போகாம வீட்லருந்துக்கிட்டே காலாட்டிச் சாப்பிடலாம் அவ்வளவு தானியம் தவசம் வீட்ல கெடக்கு, எனக்கென்னல ராசாவுக்கு. ஓங்க ஆத்தாள சாகச் சொல்லு, ஓங்க அப்பனச் சாகச் சொல்லு; இல்லனா நிய் சாகு, நான் எதுக்குல சாகணும்?'

'யேய் முத்துவீரா, எதுக்குப்பா இப்பிடி கோவப்படுற? அந்தப் பய சொன்னாப்ல நிய் செத்துருவியா? நம்ம நெனச்சாலும் சாக முடியாதுப்பா, விதினு ஒன்னு இருக்குறப்ப, அது முடிஞ்சாத்தான் சாவு. மேல இருக்கிறவன் கணக்குப் பாத்து ஓலைய தேடி எடுத்து சீட்டக் கிழிச்சாத்தான் விதி முடியும், பயப்படாத.'

'யேல சப்பான் ஓங்க பெரியப்பன் இன்னும் கொஞ்ச நாளைக்கு இருக்கட்டும்டா.'

'இருந்து என்ன சாமி செய்யப் போறான், புள்ள கொல்லி கெடையாது. பெரியம்மா போயி சேந்து நாலு வருஷமாச்சு. இவனும் போய் சேந்துட்டா, காடு கரைகள ஒன்னா சேத்து பொழியவும் வரப்பையும் எடுத்துறலாம்ல்ல.'

'ஓகோ, பங்கு ஓங்களுக்கு வந்துருமோ, அப்பிடிச் சொல்லு, என்னைக்கிருந்தாலும் முத்துவீரன் பங்கு ஓங்களுக்குத்தானடா எதுக்கு அவசரப்படுற?'

'யேல, ஏ, வேகாரிப் பயல, செத்தப் பெறவு பங்கு வரும்னு இப்பவே நாக்க தொங்கப் போட்டுட்டு அலையிறயாக்கும்.'

'அப்ப, காடு கரையவும் கூடவே கொண்டுபோ சுடுகாட்டுக்கு.'

'சுடுகாட்டுக்குக் கொண்டு போறனோ இல்லியோ, ஒனக்கு கெடையாது. மடத்துக்கோ இல்ல சத்திரத்துக்கோ எழுதி வச்சிட்டு செத்துறுவன், தெரிஞ்சுக்கோ.'

பெரியப்பன் சாவுக்கு ஏங்கி நிற்கும் சப்பானின் கேலிப் பேச்சையும், சாவுக்குப் பயப்படும் முத்துவீரனின் கோபத்தையும்

பார்த்துக் கூட்டம் சிரித்தது.

'சரி, சரி, வெசயத்துக்கு வாங்க'- நீர்ப்பாய்ச்சி அரட்டினான்.

'வெஷயம் என்ன வெஷயம், சாமியவுக சொல்லிட்டாகல்ல. இந்த மாசத்துக்குள்ள ஒரு நல்ல நாளக் குறிச்சு வாங்குங்க, தொள்ளுமா சாமியக் கும்புட்டு மழைய நிப்பாட்டிருவம்.'

வருகிற வெள்ளிக்கிழமை ஊர்சாற்றி கொடி வளைந்து தோரணம் கட்டுவது என்றும், அடுத்த வெள்ளி தூள்மாவுச் சாமியைப் பொங்கல் வைத்து வழிபட்டுக் கொண்டாடுவது என்றும் முடிவு செய்து கூட்டம் கலைந்தது. முத்துவீரன் சப்பானை முறைத்துக் கொண்டே நடந்தான்.

மொன்னையன், மூக்கன், கூனன், சப்பான் நான்கு பேரும் வைக்கோல் பிரி முறுக்கிக்கொண்டிருந்தார்கள். பக்கத்தில் அம்பாரமாய்க் குமிந்து கிடந்தன வேப்பங் குழைகள். வைக்கோல் பிரிகள் தயாராகிவிட்டால், வேப்பங் குழைகளைச் செருகி தெருவின் இரண்டு பக்கமும் தொங்குகிற மாதிரி தோரணங் கட்டி விடுவார்கள். எல்லாத் தெருக்களிலும் முக்கிய இடங்களில் தோரணங்கள் தொங்கும். ஊருக்குள் வரும் வெளியூர் ஆட்கள், வியாபாரிகள், கூத்தாடிகள் அனைவருமே தெருவில் செருப்பைக் கழட்டி நடப்பார்கள். இந்த ஊரில் கோவில் கொடை நடக்கப் போகிறது என்பதை அனைவருக்கும் மௌன மொழியால் பறை சாற்றிக்கொண்டு தொங்கின தெருவெங்கும் கட்டப்பட்டிருந்த தோரணங்கள். வைக்கோல் பிரியும் வேப்பங்குழையும் பேசும் மௌன பாஷை தெய்வங்கள் பேசும் பாஷை. மனிதர்களும் புரிந்து கொண்டார்கள். வைக்கோல் பிரியின் முறுக்குகளுக்கு இடையில் வேப்பங்குழைகளை சொருகிக்கொண்டிருந்த சப்பான் மெதுவாக கேட்டான்.

'ஊர்க் கூட்டம் போட்டு இன்ன தேதி, இன்ன கெழமை பொங்கல், வரி இம்புட்டு எல்லாமே முடிவு பண்ணியாச்சில்ல. பெறகு என்னத்துக்கு தெரு பூராவும் தோரணம் கட்டணும்?'

'அந்த வெவரம் பூராவும் நமக்குத்தாண்டா தெரியும்.'

'நமக்குத்தான தெரியணும். வேற யார்க்குத் தெரியணும்?'

'முட்டாப் பயங்குறது, சரியாப் போச்சில்ல. சாமிகளுக்கு தெரிய வேண்டாமாடா? அதுகளும் கொஞ்சம் சுத்தம்பத்தமா இருக்க வேணாமா?'

'யேல... கூனா, எடக்கு எகடாசி பேசாத. சாமிகளுக்கு என்னல சுத்தம் பத்தம்?'

'மனுஷர்களுக்கு மாதிரியே சாமிகளுக்கும் ஆசாபாசம் இருக்காதா? இப்ப நம்ம ஊரு காளியம்மா இருக்கு, பக்கத்துல வைரவசாமி இருக்காரு. அதே மாதிரி வேற ஊரு ஆம்பளச் சாமி, பொம்பளச் சாமிக நம்ம ஊரு சாமிகளோட தொடுப்பு வச்சிருக்கும். நம்ம ஊரு ஆம்பளச்சாமி, பொம்பளச் சாமிக வேற ஊரு சாமிகளோட தொடுப்பு வச்சிருக்கும். இந்த கொடித் தோரணத்தக் கண்டா அதது அததோட எடத்துல நின்னுக்கிரும். வேப்பங்குழைனா லேசா நெனைக்காதடா வெடலப் பயல. சாமியவே கட்டுப்படுத்துற சக்தி வேப்பங்குழைக்கு உண்டு.'

'சரி, அப்ப நம்ம இப்ப கூடியிருந்தவங்களப் பிரிச்சுக்கிட்டு இருக்கோம், அப்பிடித்தான?'

'பொங்கல் வரைக்குதானடா, பெறகு நம்மளால கட்டுப்படுத்த முடியுமா, காவல் இருக்க முடியுமா, நம்ம கண்ணுக்குத் தெரியுமா?'

மேளதாளத்துடன் ஊர்க்கூட்டம் மேலக்களத்தில் கூடியது. பெண்கள் அனைவரின் கைகளிலும் சிறிய ஓலைக் கொட்டான். ஒரே இடத்தில் வட்டமாக பரப்பி வைத்துவிட்டு வட்டம் சுற்றி நின்றுகொண்டது ஊர்க் கூட்டம். ஓலைக் கொட்டான் அனைத்திலும் வெள்ளை வெளேரென்று வெய்யில் பட்டு மின்னிக்கொண்டிருந்தது தூள் மாவுகள். ஊற வைத்துக் காயவைத்து இடித்துச் சலித்த, எதுவும் கலக்காத மாவின் வெண்மை துணிப்பாய்த் தெரிந்தது. கொட்டுச் சத்தமும் குலவைச் சத்தமும் சேர்ந்து ஒலிக்க, முதலில் மூளிவள்ளி குதித்தாடினாள். அடுத்து உடையம்மை. இருவருடைய ஆட்டமும் கூட்டத்தை உற்சாகமடைய வைத்திருக்க வேண்டும். கூட்டம் கூச்சலிட்டு ஆர்ப்பரித்தது. கூட்டத்தை விலக்கிக் கொண்டு உள்ளே நுழைந்து முதல் வரிசையில் நின்றான் நீர்ப்பாய்ச்சி.

முதல் கொட்டானை கையில் எடுத்த வள்ளியம்மாள், கை நிறைய்ய மாவை அள்ளுவது போல் பாவ்லா காட்டி கழுத்தை அண்ணாந்து வைத்துக்கொண்டு வாயில் மாவைப் போடுவது போல் பொய்யாகப் போட்டுக் காட்டி நன்றாக மெல்லுவது போல் நடித்தாள். கூட்டம் சிரித்துக் கும்மாளமிட்டது. மாவுக் கொட்டானை கையிலெடுத்த உடையம்மாளும் அதே மாதிரி வாயில் அள்ளி அள்ளிப் போட்டு தின்பது போல் நடித்தாள். கை நிறைய்ய மாவை அள்ளுவது போல் அள்ளி வெறுங்கையை மூடிக்கொண்டு நீர்ப்பாய்ச்சியின் முன்னால் போய் நின்றாள். துண்டேந்தி நின்றான் நீர்ப்பாய்ச்சி. பொய்யாக அள்ளிஅள்ளி துண்டில் போடுவது போல் நடித்தாள்.

'என்னடா ஒன்னும் சொல்லாம எவ்வளவு போட்டாலும்

வாங்கிக்கிட்டே இருக்கியே. இன்னும் வேணுமாடா ஒனக்கு?'

'சாமி, இனிமே வேண்டவே வேண்டாம் சாமி, போதும் சாமி.'

'இந்தாடா ஒனக்கு. போதுமா வேணுமா சொல்லுடா.'

'போதும் சாமி, வேண்டவே வேண்டாம் சாமி.'

'யேய், பொம்பள, நிய் சொல்லு. இந்தா பிடி, போதுமா வேணுமா?'

'ஐயய்யோ, சாமி! போதும் போதும். வேண்டாம் சாமி.'

கூட்டத்தில் ஏராளமானவர்களிடம் இரண்டு சாமிகளும் மாவைக் கொடுப்பது போல் சைகை காட்டி, போதும் போதும் வேண்டாம், வேண்டாம் என்ற சொல் மந்திரத்தைப் பெற்றுக்கொண்டார்கள். மறந்தும் யாரும் வேணும் என்று சொல்லிவிடாமல் பார்த்துக் கொண்டார்கள்.

இரண்டு சாமிகளும் ஆளுக்கொரு மாவுக் கொட்டானைக் கையில் எடுத்துக்கொண்டார்கள். கூட்டம் ஒரு பக்கம் ஒதுங்கி நின்று வழிவிட்டது. இருவரும் வேகமாக ஓடி ஓரிடத்தில் நின்று கொண்டு மாவை கையில் எடுத்து காற்றில் வீசினார்கள்.

'மேகமே புகையாப் போ. மேகமே மழையாப் பொழியாத. மேகமே வெய்யிலுக்கு வழி விடு. மேகமே காத்தோட ஓடிப் போ.'

காற்றில் தூவிய தூள் மாவு மேகமாய் மாறி காற்றோடு போனது. அதோடு சேர்ந்து மழையும் போய்விட்டது. மேகமில்லாமல் மழையா? எல்லோரும் தங்கள் கைகளில் உள்ள அவரவர் மாவுக் கொட்டானில் உள்ள மாவை காற்றில் வீசினார்கள். மேகத்தைப் புகையாக்கினார்கள். மழைப் பொழிவைக் கட்டுப்படுத்தினார்கள். வெய்யிலுக்கு வாசலாய் நிற்கும் மேகத்தை விலகி, வழிவிடும்படி கேட்டு வெய்யிலை வரவேற்றார்கள். சூழ்ந்துக்கொண்டு கொட்டித் தீர்க்கும் மழை மேகங்களைக் காற்றோடு சேர்ந்து ஓடிப் போகும்படி கேட்டுக்கொண்டார்கள். புகைமூட்டமாய் சூழ்ந்த மாவு மூட்டம் அனைவர் உடம்பிலும் படிந்து, எல்லோருமே வெள்ளை மனிதர் களாய் மாறிப் போனார்கள். அடையாளம் காண முடியாத மனிதக் கூட்டம் வெண்மேகங்களாய் மாறி கலைந்து சென்றது. வெய்யிலைப் போல் தெருவில் நடந்தார்கள். உருளைக்குடி ஊரில் படிப்படியாக நிலங்கள் உலரத் தொடங்கின. மழை விடைபெற்றுச் செல்லவும், விலகி நின்று வேடிக்கை பார்த்த சாமிகள் ஊருக்குள் வர, மீண்டும் சாமிகள் கூடிக் குலாவும்.

7

எட்டயபுரம் ஜமீன் எல்லைக்குள் வரும் கிராமங்களில் வற்றாத குளங்களும் தெப்பங்களும் கண்மாய்களும் உண்டு. வெள்ளாமைகள் என்று எடுத்துக்கொண்டால் மானாவாரி போக நீர் விவசாயத்தில் நெல்லும், வாழையும், கரும்பும் போக பயறு வகைகளும் பிரசித்தம். ஆனால் வெற்றிலை விளையும் கொடிக்கால்கள் உள்ள ஒரே கண்மாய் உருளைக்குடி கண்மாய் மட்டுமே. பரம்பரை பரம்பரையாய் வெற்றிலைக் கொடிக்கால் வைத்து வெற்றிலை மட்டுமே பயிரிடும் பிள்ளைமார் ஜாதிக் குடும்பங்கள் இருந்ததும் காரணமாக இருக்கலாம். கொடிக்கால் பிள்ளைமார் என்றே அவர்களுக்குப் பெயர்.

'கோழிமடத்தான் பெருமாள்குடும்பனும் இன்னும் பத்து பேரும் புது மாடுகள் வாங்க சேலத்துக்கும் அங்கிட்டுப் போன போது, பெருமாள்குடும்பன் கடையில் போய் வெற்றிலை பாக்கு கேட்டானாம். கடைக்காரர் கொடுத்த வெற்றிலையைக் கையில் வாங்கிய பெருமாள்குடும்பன், கூட ஒரு வெத்தல குடுத்தா என்ன, கொறஞ்சா போகப் போறீக, வெத்தலைய எண்ணிக் குடுக்கீகளே என்று கேட்க, கடைக்காரர் சொன்னாராம்: அய்யா இந்த வெத்தல எங்கேயிருந்து வருதுனு ஓமக்குத் தெரியுமா? தெக்க எட்டப்ப மகாராஜாவோட எட்டயபுரம் ஜமீனு, உருளகுடியில இருந்து வருது அப்பிடின்னாராம். யேய், தாயோளி எட்டு வீடுதான் பிள்ளைமாரு வீடு. நம்ம ஊரோட பேரு, இந்த உள்ளங்கை அளவு வெத்தலையால ஓலகம் பூராவும் பரவுதே.'

சேலம் கடைக்காரர் கவுண்டர் சொன்ன இந்த வார்த்தைகளை ஊரில் வந்து பெருமாள் குடும்பன் சொன்ன போது மகாலிங்கம் பிள்ளை கண்களில் கண்ணீர் பெருக ரசித்தார். பெருமாள் குடும்பனை எந்த இடத்தில் கண்டாலும் அவன் வாயால் இந்த சம்பவத்தை மீண்டும் மீண்டும் சொல்லச் சொல்லி ரசிப்பார். வெற்றிலை பயிரிடாவிட்டாலும் தெக்குத் தெரு குடும்பமார்கள் தங்கள் ஊரின் பெருமை பேசப்படுவதை ரசிப்பார்கள்.

'யேல, பெருமாளு இங்க வாடா.'

'சொல்லுங்க சாமி.'

'எத்தன பேர்டா போனீக மாடு வாங்க?'

'என்னையவும் சேர்த்து ஏழு பேரு.'

'கடேசில எந்த ஊர்ல மாடு தெகஞ்சது?'

'சேலத்துப் பக்கம் ஏதோ ஊரு, பாளையம்னு வரும். அந்த ஊரு முழுக்க கவுண்டமாருதான். பெருங்கொண்ட சம்சாரிக.'

'சரி, நம்ம ஊரு கதையச் சொல்லுடா.'

'சாயங்காலம் போல, மம்மிருட்டு. மாடு தேடி ஊர்ஊரா அலஞ்சு வாரோம். வெத்தல போட்டுப் பழகிப்போன வாயி, என்னத்தையோ பறி குடுத்தது மாதிரி வெறும் எச்சில நாக்கால சொழட்டிச் சொழட்டி விழுங்குது. பக்கத்துல ஒரு கட தெரிஞ்சது. என்னமோ போன உசுரு திரும்புனது மாதிரி, கட முன்னால போயி நின்னன். அஞ்சாறு ஆட்களும் நின்னாக. என்னயப் பாத்ததும், இது வேத்தாள் மாதிரி தெரியுதே அப்பிடின்னு நெனச்சாரோ என்னமோ, என்னய்யா வேணும்னாரு. வெத்தல இருக்காய்யானு கேட்டன். இருக்குனு சொல்லவும், ஆவலோட குடுங்கய்யானு கேட்டன். எம்புட்டுக்னு கேட்டாரு. இங்கதான் ரெண்டு நாளா வெத்தல கெடைக்காம காச்சப்பாட்டல கெடக்கன். வாயி வழுவழுத்துப் போயி கெடக்கா, கூடக் கொஞ்சம் வாங்கி வச்சிக்கிருவம்னு, ஓரணாவுக்கு வெத்தலையும் அரையணாவுக்கு பாக்கும் குடுங்க அப்பிடின்னேன். கடக்காரர் உள்ள தள்ளி வச்சிருந்த வெத்தலைய உக்காந்துகிட்டே இப்பிடி எட்டி குனிஞ்சு எடுத்தாரு. கன்னங்கரேர்னு மொரு மொருன்னு மொரப்பு வெத்தலையா இருக்கும்னு பாத்தா, வெள்ளை வெளேர்னு, அப்பிடியே சருகு மாதிரி, பச்சப்புள்ள கைய விரிச்சா எப்பிடி இருக்கும் அப்பிடி இருக்கு. அப்பிடியே நாக்கு ஒதட்டோட சொழலுது. கையில எடுத்துப் பாத்தா ஏழெட்டு வெத்தலதான் இருக்குது. இது ஒரு வாயக்குக்கூட காணாதேனு நெனச்சிக்கிட்டு கடைக்காரர ஏறிட்டுப் பாத்தன். என்னய்யானு கேட்டாரு. கூடக்கொஞ்சம் வெத்தல குடுங்கய்யா, இது பல்லுக்கு கூட எட்டாது. அப்பிடின்னு சொன்னன். கடைக்காரர் என்னைய மொறச்சுப் பாத்தாரு. அப்புறம் கேட்டாரு, யோவ், இந்த வெத்தல எங்கயிருந்து வருதுன்னு ஓமக்குத் தெரியுமாயா. தெக்க, எட்டப்ப மகராஜானு ஒரு ஜமீன்தார் இருக்காரு. அவரோட சீமையில உருளைக்குடினு ஒரு ஊரு இருக்கு. அங்கேயிருந்து இங்க வருது, அது தெரியாம எனக்கு ஒரு தளுக்கு வெத்தல குடுன்னா, எங்கிட்டுக் கூடி குடுக்க? இங்க நம்ம ஊர்ல வெளஞ்சா அள்ளிக் குடுக்கலாம். கண்காணாத தேசத்துலருந்து வருதுனா கெராக்கியாத்தான இருக்கும். வெத்தலையில ஏதாவது கொற இருந்தாச் சொல்லும், பாத்தீர்ல்ல, அப்படியே பச்சைப்புள்ளயோட உள்ளங்கை மாதிரி,

வெள்ளை வெளேர்னு. ஒரு வெத்தல போட்டாலே போதும் வாயி அப்பிடியே செக்கச் செவேர்னு, கமகமனு மணக்கும்.'

மகாலிங்கம்பிள்ளை தெலா இறைக்கிற கல் ஒடிந்து கிணற்றுக்குள் விழுந்து செத்து மிதக்கும்வரை, பெருமாளை எந்த இடத்தில் கண்டாலும் இந்த வெற்றிலைக் கதையைச் சொல்லாமல் விட மாட்டார். அவர் விளைவிக்கும் சரக்கு ஊர் கடந்து புகழப் படுவதிலும், ஊர் பெருமை பேசப்படுவதிலும், அதைக் கேட்டு சந்தோஷப்படுவதிலும் நியாயம் இருக்கத்தானே செய்கிறது! பேருக்கும் புகழுக்கும் ஆசைப்படாத மனிதன் உண்டா என்ன?

உருளைக்குடி கொடிக்கால் பிள்ளைமார்களில் மகாலிங்கம் பிள்ளையை வெற்றிலைக் கொடிக்காலோடுதான் சேர்த்துப் பார்க்க முடியும். மற்றவர்கள் எல்லாமே அவர் சொல்லுக்குக் கட்டுப் பட்டவர்கள்தான். காரணம், வெற்றிலை பயிரிடுவதில் உள்ள தொழில் நுணுக்கம் அவரிடம் அடைபட்டுப் போனதுதான். அறிவு அதிகாரமாக மாறுவதில் வியப்பேதும் உண்டா என்ன? கீழ்நாட்டுக் குறிச்சி ஜோஸ்யர் அய்யர் முன்னால் அத்தனை பேரும் கைகட்டி வாய் பொத்தி நிற்பது, அய்யரின் முன்னால்தான் என்றாலும் அய்யரின் அறிவின் முன் என்பதுதானே சரி. அதுபோலவே மகாலிங்கம்பிள்ளையின் முன்னால் அத்தனை கொடிக்கால் பிள்ளை மார்களும் அடங்கிப் போய் அவர் சொல் கேட்டு நடந்தார்கள்.

வெற்றிலைக் கொடிக்கால்களுக்குப் பந்தல் போடுவதற்கு அகத்தி வரிச்சிகளே உயிர்நாடி. இந்த அகத்தி வரிச்சிகளைத் தோட்டக் கால்களில் ஊன்றி வளர்ப்பவர்கள் தெக்குத் தெரு குடும்பமார்கள். வருடா வருடம் இந்த அகத்தி வரிச்சிகளை அவர்களிடமிருந்து வாங்குவதற்காகவே தெக்குத் தெருவில் சுமுகமான உறவை வைத்திருந்தார் பிள்ளை.

'யேல, ஏய், கருப்பா தோட்டத்துல மிளகாய்ச் செடிக்குள்ள அகத்தி வரிச்சி நெறய்யா நின்னதே என்னடா பண்ணுனே?'

'சாமி, படப்புப் போட்டு வச்சிருக்கன்.'

'என்னடா செய்யப் போற?'

'மாட்டுத் தொழுவ பிரிச்சு மேயணும். மழ பேஞ்சா ஒழுகுது, மாடுக நனையுது. அதுக்கு அகத்தி வரிச்சி வேணும்ல்ல சாமி.'

'யேல, கூரை மேய நாலு கட்டு வரிச்சி போதும்ல்லடே, இத்தனையவும் என்ன செய்யப் போற.'

'தொழுவ மேஞ்சிட்டு மிச்சம் இருந்தாப் பாப்பம் சாமி.'

'மிச்சத்த என்னத்தல பாக்கப் போற? அகத்திக்கம்ப அடுக்கி

பாதுகாக்க முடியுமால கோட்டிக்காரப் பயல. அத்தனையும் உளுத்துப் போயி அப்பிடியே மாவா கொட்டிரும். வம்பாப் போறத எனக்கு நாலு கெட்டு குடுத்தா ஒனக்குப் புண்ணியம்டா.'

'நாலு கெட்டு இல்ல எத்தன கெட்டுனாலும் எடுத்துக்கோரும், மூத்த பய கல்யாணத்துக்கு எளவட்ட வெத்தல நீர் குடுக்கணும்.'

'கல்யாண நேரத்துல வெத்தல பறிப்புக்கு இருந்தா, எத்தன கெட்டு வேணும்னாலும் வாங்கிக்கோடா கருப்பா, சல்லிக் காசு குடுக்க வேணாம்டா. என்னைக்குனு சொல்லிரு, மொத நாளே வெத்தல பறிச்சுக் கட்டிக் குடுத்துறன். போதுமாடா? இந்தக் கொடிக்காப்புள்ள சொன்னா, சொன்ன சொல் மாற மாட்டாண்டா, கருப்பா.'

மறுநாள் கருப்பையாக் குடும்பனின் அகத்தி வரிச்சிப் படப்பில் பாதி மகாலிங்கம்பிள்ளையின் வெற்றிலைக் கொடிக்காலுக்குப் போய்விடும். மகாலிங்கம்பிள்ளையோடு சிவன்பிள்ளை, மாரிமுத்துப் பிள்ளை, சுப்பையாபிள்ளை, சின்னத் தம்பியாபிள்ளை என்று ஒரு பட்டாளமே வயலில் நிற்கும். நாலாபக்கமும் அகத்தி வரிச்சிகளால் பந்தல் போட்டு, வெற்றிலை பயிரிட்டு, கொடிப்பரவ ஆரம்பித்ததும், அவற்றை தினமும் பந்தலில் பரவ விட்டு, வரிச்சிகளில் கொடிகள் படர அவர்கள் பச்சைக் குழந்தையை வளர்ப்பது போல் பாவிப்பார்கள் வெற்றிலையை.

தேவையான அளவு கண்மாய் தண்ணீர் இருக்கும்போது திடீரென்று மகாலிங்கம்பிள்ளை தன் வயலின் ஓரத்தில் கிணறு வெட்ட ஆரம்பித்த போது ஊரே ஆச்சரியமாய்ப் பார்த்தது. கண்மாய் தண்ணீர் பாத்தியதை உள்ள வயல்காட்டுக்கு கிணறு எதற்கு என்று ஊர் முழுவதும் யோசித்தும் ஒன்றும் அடைபடவில்லை. வெற்றிலை பயிரிடாவிட்டாலும் மற்ற சம்சாரிகளைப் போல் கரும்பு, நெல், வாழை, காய்கறிகள் எதுவும் பயிரிடலாம் கண்மாய்த் தண்ணீரில் கிணறு தோண்டுவதற்கு என்ன அவசியம்? கேட்டவர்களிடம் எல்லாம் தன் வெற்றிலைக் காவிப் பல் தெரிய சிரித்து மழுப்பு வதையே பதிலாக கொடுத்தார் மகாலிங்கம்பிள்ளை. தெற்குத் தெரு குடும்பமார்களிடம்தான் சொல்லவில்லை என்றாலும், தன்னுடைய சொந்தபந்தங்கள் பிள்ளைமார்கள் யாரிடமும் கிணறு வெட்டும் காரணம் சொல்லவில்லை.

உருளைக்குடி கொடிக்கால் பிள்ளைமார்களிடம் வெற்றிலைக் கட்டுக்களை மொத்தமாகக் கொள்முதல் செய்வது அய்யாக் கோட்டையூர் ராவுத்தர். கொடிக்கால் பிள்ளைமார்களுக்கும் ராவுத்தருக்குமான உறவு என்பது வெறும் வியாபார உறவு

மட்டுமல்ல. அதையும் கடந்த தலைமுறை உறவு. என்றைக்கும் போல்தான் அன்றைக்கும் ராவுத்தர் வந்தார். பறிக்கப்பட்ட வெற்றிலைகள் வயல்காட்டை ஒட்டியுள்ள செல்லிவீரம்மன் கோவில் புளிய மர நிழலில் கட்டுக் கட்டாய் கட்டி, அப்புறம் சிப்பம் சிப்பமாய், பச்சை வாழைப் பட்டையால் கட்டி அடுக்கி வைக்கப்பட்டிருந்தன. ராவுத்தரின் முகம் இப்படி குராவிப் போய் இருந்ததை மகாலிங்கம்பிள்ளை பார்த்ததே இல்லை. மொத்தத்தில் இது ராவுத்தர் முகமே அல்ல. சிரித்த முகத்துடன் வந்து சலாம் வைக்கும் ராவுத்தர் உம்மென்று வந்து நின்றார். அடுக்கி வைக்கப் பட்டிருக்கும் வெற்றிலைக் கட்டுக்களையே உற்றுப் பார்த்தார். ஒரு நீண்ட பெருமூச்சு வெளிப்பட்டது ராவுத்தரின் அடிவயிற்றிலிருந்து.

'என்ன ராவுத்தரே, மொகங் குராவிப் போயி வந்திருக்கீரே என்ன விசயம்?'

'..........'

'என்ன பேசாம நிக்கீரு, சும்மா சொல்லும்.'

'எப்பிடிச் சொல்றதுனது தெரியாம நிக்கன்.'

'சும்மா, சொல்லுங்க மாமா. அப்பிடி என்ன தலெ போற சமாச்சாரம்.'

'சரக்கு வல்லிசா இழுப்பு இல்ல. போன வாரம் வாங்கிட்டுப் போன சரக்க அசலுக்குக்கூட விக்க முடியல, கைநட்டம். மாமாட்ட எப்பிடி சொல்றதுனு தெரியாம மலைச்சுப் போயி நிக்கன்.'

'இதுல மலைக்கிறதுக்கு என்ன மாமா இருக்கு? இதுவரைக்கு அப்பிடி ஒரு பிரச்சினைய நீரு சொல்லவேயில்லை. இப்ப இப்படி ஒரு பிரச்சினை இருக்குனு சொல்றீரு. காரணம் என்ன மாமா, அதச் சொல்லுங்க. யேவாரத்தப் பத்தி பெறவு பேசுவம்.'

மகாலிங்கம்பிள்ளைக்கும் ராவுத்தருக்கும் நடக்கும் சம்பா ஷணையை சுற்றி நின்று மற்ற பிள்ளைகள் பார்த்துக்கொண்டும் கேட்டுக்கொண்டும் இருந்தார்கள். மத்தியான வெய்யிலில், இடை மறைத்து கொஞ்சமே வளர்ந்த நெற்பயிர்கள் ஆடிக்கொண் டிருந்தன. வெற்றிலைக் கொடிக்கால்களின் பந்தல்களுக்கடியில் சில பெண்கள், பழுத்த வெற்றிலைகளைக் கொடிகளில் இருந்து அப்புறப் படுத்திக் கொண்டிருந்தார்கள். புளியமரத்தின் நிழல் குளிர்ச்சி இதமாயிருந்தது.

'அதாவது மாமா, வெத்தல நெறம் வெள்ளை வெளேர்னு இருக்கு, அதுலெல்லாம் கொற ஒன்னுமில்ல. ஆனா காரமில்லாம மாவா இருக்குனு ஆவலாதி வருது. நாடு பூராவும் போற சரக்கு

பாருங்க. எல்லா எடத்துலருந்தும் இதே கொறதான் சொல்றான்.'

'அதாவது மெல்றதுக்கு மாவா இருக்காம கொஞ்சம் மொர மொரப்பா இருக்கணும். அடுத்து காரம் கொறவாயிருக்கு, அப்பிடித்தான மாமா?'

'அதேதான். நல்லா போய்க் கிட்ருந்த சரக்கு டப்புனு விழுந்துருச்சு. என்னடானு பாத்தா, ஆத்தூர்க்காரனும், பெரிய குளத்துக்காரனும், சோழவந்தான்காரனும் நம்ம எடத்த புடிச்சிட்டான். சரக்க அழிக்க முடியல மாமா, அழுகிப் போற யேவாரம் பாத்தீகளா, ஒரே மலைப்பா இருக்கு.'

'மலைக்காதிங்க ராவுத்தரே, எங்களால மாமா நட்டப்பட்டார்னு இருக்கக் கூடாது. எல்லா சரக்கையும் வண்டியில ஏத்திக்கொண்டு போங்க, சல்லிக்காசு எங்களுக்கு நீரு குடுக்க வேணாம். என்னைக்கு லாபம் வருதோ அன்னைக்கு காசு குடுத்தாப் போதும். நட்டம் னாலும் எம்புட்டுனு சொல்லும், ஏத்துக்கிறோம். நாங்க ஒங்கள மனசார நம்புறோம் மாமா. ஒங்க வாப்பா காலத்துலருந்து இப்ப வரைக்கு இப்பிடி ஒரு சோதனை வந்தது கெடையாது. அய்யனா ரப்பனும் செல்லி வீரம்மனும் ஒங்க அல்லாவும் நம்மள கைவிட மாட்டாங்க; துணிஞ்சு ஏத்துங்க மாமா.'

ராவுத்தர் முகம் கொஞ்சமாய் மலர்ந்தது. வெற்றிலைக் கட்டுக்கள் வண்டியில் ஏற்றப்பட்டுக்கொண்டிருந்தன. முதன் முறையாக தன் சுருக்குப் பையை அவிழ்க்காமல் வெற்றிலை ஏற்றிக்கொண்டு போனார் ராவுத்தர். கொடிக்கால் பிள்ளைமார்கள் அனைவரும் வண்டி போன பாதையையே பார்த்துக் கொண்டு மௌனமாய் நின்றார்கள். மகாலிங்கம்பிள்ளை அனைவரையும் ஆறுதல் படுத்திக்கொண்டிருந்தார்.

ராவுத்தர் மாமா சொன்ன விஷயங்கள் மகாலிங்கம்பிள்ளையின் நெஞ்சில் முள்ளாய்த் தைத்தன. பல ராத்திரிகள் தூக்கமின்றிக் கழிந்ததுதான் மிச்சம். கொடிக்கால் தொழிலை தலைமுழுகி விட்டு வேறு சம்சாரித் தொழிலுக்குப் போவதென்றால், நினைக்கவே கஷ்டமாயிருந்தது. பரம்பரைத் தொழில், விட்டுவிலகுவது என்பது... நினைத்தவர் பெருமூச்சு விட்டுக்கொண்டார். ராவுத்தரின் வரவு போக சுற்று வட்டார கிராமங்கள் அனைத்திலும் மகாலிங்கம் பிள்ளையைத் தெரியாதவர்கள் இருக்க முடியாது. மகாலிங்கம் பிள்ளையைத் தெரியவில்லை என்றால் வெற்றிலையைப் பற்றித் தெரியாதவர்கள் என்று அர்த்தம். அடிக்கடி அவருடைய வீட்டு முற்றத்திலும் கொடிக்காலிலும் வேற்றுத் தலைகள் தட்டுப்பட்டுக் கொண்டேயிருக்கும்.

‘சாமிப்பிள்ளையக் கும்புட்டுக்கிறன் உத்திரவாகணும்.’

‘ம்... ம்... சொல்லுடா.’

‘சாமி, எனக்கு பீக்கிலிபட்டி. வர்ர புதன் கிழம மகனுக்கு கல்யாணம். வெத்தலக் கெட்டுக்கு சொல்லிட்டுப் போகலாம்னு வந்தன்.’

‘வர்ர புதனாடா? நல்ல வேள இன்னைக்கே வந்த. ராவுத்தரு வந்தார்னா அம்புட்டையும் புடுங்கிட்டுப் போயிருவாரு. நீ சொல்லிட்டூல்ல, நமக்குப் போகத்தானடா மிச்சம், எப்பிடினாலும் உள்ளூருக்குப் போகத்தானடா அசலூர்க்காரனுக்கு.’

‘சரியா சொன்னீக சாமி.’

‘சரிடா எத்தன கெட்டு வேணும்?’

‘செவ்வாய்க் கெழம பரிசம் போடுறம். ஊரு வெத்தல நாலு கெட்டு, புதன் கெழம கல்யாணம். பந்தி வெத்தல ரெண்டு கெட்டு, மக்கா நாளு மறுவீடு போய்ட்டு வரும்போது எளவட்ட வெத்தல குடுக்கணும்... மொத்தம் எட்டுக் கெட்டு வேணும் சாமி.’

‘யேல, பீச்சிலிபட்டிங்க, ஊரு வெத்தலைக்கு நாலு கெட்டு போதும்ங்க. தலக்கெட்டு ரொம்படா, எப்பிடிக் காணும்?’

‘வீடு தவறாம சாத்திரத்துக்கு ரெண்டு வெத்தல குடுத்தாலும் போதும் சாமி. கல்யாணம்ங்கிற தாக்கல் சொல்லணும், அதுதான முக்கியம். எம்புட்டு வெத்தல குடுத்தோம்ங்கிறதா முக்கியம் சாமி.’

‘நிய் சொல்றதுதான்டா சரி, ரொம்ப வாங்கி என்ன செய்ய முடியும். கீரைனா சட்டியில போட்டுக் கடையலாம்.’

கல்யாணம், சடங்கு, கோவில் திருவிழா என்று நாலா ஊர் ஜனங்களும் கொடிக்கால் பிள்ளைமார்களின் வீட்டில் தென்பட்டுக் கொண்டே இருப்பார்கள். பிள்ளைகளில் மகாலிங்கம்பிள்ளை வச்சதுதான் சட்டம். பரிசம் போடுவது, ஊர் வெற்றிலை வைத்து கல்யாண சேதி சொல்வது, இளவட்ட வெற்றிலை கொடுப்பது போக, புதிதாக வந்த மணப்பெண்ணை அலங்கரித்துத் தண்ணீர் குடமும் வாளியும் கொடுத்து, குடி தண்ணீர் எடுக்கும் கிணற்றை அடையாளப்படுத்தும் சடங்கின் முக்கிய விஷயம், மணமக்களுக்கு என்ன பிள்ளை பிறக்கப் போகிறது என்று சாத்திரம் பார்ப்பது.

இதோ ஊரே கூடி கிணற்றைச் சுற்றி நிற்க, மணமகள் வாளியில் தண்ணீர் இறைத்துக் கொடுக்க, மணமகன் வாளித் தண்ணீரை வாங்கி ஊற்றிக் குடத்தை நிரப்புகிறான். குடம் நிரம்பிவிட்டது. மணமக்கள் இருவர் கைகளிலும் எட்டு எட்டு வெற்றிலைகளைக்

கொடுக்கிறான் ஊர்க் குடும்பன். கிழக்காமல் திரும்பி நின்று சூர்ய பகவானைக் கும்பிட்ட மணமக்கள் கிணற்றுத் தண்ணீருக்குள் வெற்றிலையை வீசி எறிய சிட்டுக் குருவிகளைப் போல் பறந்து சென்று தண்ணீரில் மிதக்கின்றன. ஊர்ச்சனம் பூராவும் ஆரவாரம் செய்ய, குப்புற ஒன்பது வெத்திலைகளும், மல்லாக்க ஏழு வெத்தலைகளும் கிணற்றுத் தண்ணீரில் மிதக்கின்றன.

'தூக்கு தண்ணிக் கொடத்த. ஒன்பது பொம்பளப்புள்ள, ஏழு ஆம்பளப் புள்ள. சம்சாரிக் கோப்பு கொழையாம இருக்கணும்னா ஆணும் வேணும் பொண்ணும் வேணும். குலவைச் சத்தம் நிறைய குடத்துடன் மணமகள், வாளியுடன் மணமகன் ஊர்வலமாய்.'

கன்னியாய் நின்று குழந்தைவரம் கேட்டு சூரியனை நமஸ்கரித்த குந்திகள், குழந்தை பெற்று மீண்டும் கன்னியாகவே மாறிப் போனார்கள். இதோ ஆணாக, பெண்ணாக மாறி குழந்தை அடையாளமாக நீரில் மிதக்கும் வெற்றிலைகள் சூரிய பகவானின் குழந்தைகளா? சூரியனை நமஸ்கரித்தபின்தானே நீரில் விட்டெறிந்தாள். மணமகளின் கையில் வெற்றிலையாய் இருந்த பச்சிலை தண்ணீரைத் தொட்டதும் குழந்தையாக மாறி மிதக்கும் அதிசயம் யார் செய்தது? குந்தியைக் கர்ப்பமாக்கி குழந்தை பெற வைத்த அதே சூரிய பகவான் தான். குழந்தையும் சூரிய பகவானும் வெவ்வேறா? தொட்டுக் கொஞ்ச முடியாத குழந்தையா சூரிய பகவான்?

தேனி, பெரியகுளம் வெற்றிலை, முல்லைப் பெரியாறு அணை தண்ணீர். சோழவந்தான் வெற்றிலை வைகைத் தண்ணீர். ஆத்தூர் வெற்றிலை தாமிரபருணித் தண்ணீர். உருளைக்குடி வெற்றிலை கரிசக்காட்டு கண்மாய்த் தண்ணீர். மகாலிங்கம்பிள்ளையின் மண்டையில் உறைத்தது. நதியைத் திருப்பி உருளைக்குடி வெற்றிலைக் கொடிக்காலுக்குக் கொண்டுவர முடியாது. நாம்தான் நதியாக வேண்டும் - வெற்றிலைக் காரம் ஏற்றும் நதியாக.

8

மகாலிங்கம்பிள்ளை திருச்செந்தூருக்கு கட்டிச் சோற்றுப் பொட்டலத்துடன் புறப்பட்டபோது, அத்தனை பிள்ளைமார்களும் ஆச்சரியமாய்ப் பார்த்துத்தான் வழியனுப்பி வைத்தார்கள். பிள்ளைய வாளின் மனசு முழுக்க நிறைந்திருந்தது செந்தூர் முருகனோ வள்ளியோ தெய்வானையோ அல்ல. ஆத்தூர் வெற்றிலையும் அதன் கார ருசியும் மொரமொரப்பும். ஆத்தூர் தாண்டித்தான் திருச்செந்தூர் செல்ல வேண்டும்.

காலையில் உருளைக்குடியில் புறப்பட்ட பிள்ளையவர்கள் மத்தியான சாப்பாட்டிற்கு ஒட்டப்பிடாரம் உலகாண்டேஸ்வரி சன்னதியை எட்டிப்பிடித்துவிட்டார். கூடவே ஏழெட்டு காவிப் பண்டாரங்களும் சேர்ந்துகொள்ள மத்தியானச் சாப்பாட்டை முடித்து அசந்து உறங்கி களைப்பை நீக்கினார். உறக்கத்திலும் கூட அவருக்கு செந்தூர் தெரியவில்லை. ஆத்தூர்தான் தெரிந்தது. ஆர்ப்பரிக்கும் செந்தூரின் கடல் அலைகள் தெரியவில்லை. அமைதி யாய்த் தவழ்ந்து வரும் ஆத்தூரின் தாமிரவருணிதான் தெரிந்தது. விடிந்ததும் உலகாண்டேஸ்வரியைக் கும்பிட்டுவிட்டு நடையைக் கட்டினார். எப்படியும் மத்தியானச் சாப்பாட்டை ஆத்தூரில் போய்த்தான் அவிழ்க்க வேண்டும் என்று கங்கணம் கட்டிக்கொண்டு எட்டு வைத்தார்.

ஆறுமுக மங்கலம் சுடலைமாடசாமி கோவிலை அடைந்தபோது தாமிரவருணியின் குளிர்ச்சியை உணர்ந்தார். வாழைகள், வாழைகள், வாழைகள். கண் எட்டும் மட்டும் வாழைகள். கரும்பைக் காண வில்லை. நெற்பயிர்களைக் காணவில்லை. வெற்றிலைக் கொடிக்கால் களையும் காணவில்லை. சுடலை கோவிலுக்குள்ளிருந்து ஒரு பெரிய கூட்டம் வெளியே வந்தது. கூட்டத்தோடு கூட்டமாக பூமாலை சுற்றப்பட்ட கன்றுக்குட்டி அளவு பெரிதான பன்றி ஒன்று வந்தது. பிள்ளையவாள் பன்றியையே உற்றுப் பார்த்துக்கொண்டு நின்றவர், ஒதுக்குப்புறமாய் நிற்கும் மரநிழல் தேடினார்.

பிள்ளையவாள் ஆறுமுகமங்கலம் சுடலைமாடசாமி கோவிலைப் பற்றி நிறைய கேள்விப்பட்டிருக்கிறார். இன்றுதான் நேரில்

பார்க்கிறார். பன்றிகளின் நெஞ்சைப் பிளந்து முகம் புதைத்து இரத்தம் குடிக்கும் 'ஊட்டு' பற்றி வயல்காட்டில் நீர்ப்பாய்ச்சி சொன்ன சம்பவங்கள் பயத்தை உண்டு பண்ணியது. நேரில் பார்க்க வேண்டாம் என்று நினைத்துக்கொண்டு அவசர அவசரமாய் கையெடுத்துக் கும்பிட்டவர் நிற்காமல் எட்டு வைத்தார். பாதையின் இரு பக்கமும் வனாந்திரமாய் நிற்கும் வாழைத் தோட்டங்களுக்கு மத்தியில் வெற்றிலையை கண்கள் தேட மெதுவாக எட்டு வைத்தார். நாரையின் கழுத்தைப் போல், நீண்டு நுனி வளைந்து சிறிய கைப்பிடி உள்ள அரிவாளை வைத்துக்கொண்டு எதிரே ஒரு ஆள் வந்தான். பிள்ளையவாளுக்கு தன் பயம் வந்தாலும் சுதாரித்துக்கொண்டார். அத்தோடு இது ஆளை வெட்டுகிற அரிவாள் அல்ல என்பதும் வாழைக்குலை வெட்டுகிற அரிவாள் என்பதையும் உணர்ந்து கொண்டார். கிட்டத்தில் வந்தவனை உற்றுப் பார்த்தார். வேஷ்டி துண்டெல்லாம் வாழைச் சாற்றின் அழியாத கறைகள் திட்டுத் திட்டாய்ப் படிந் திருந்தன. வாழைக்கறை அறிந்தவர் பிள்ளையவாள். நொடியில் அவனைத் தனதாக்கிக் கொண்டார்.

'ஐயா கும்புடுறேன். இங்க வெத்தல கொடிக்கால் எங்கயா இருக்கு.'

'இந்தப் பாதை வழியே போனா, பாதையோரமா சின்ன குளம் ஒன்னு வரும். அதுலருந்து மேற்காம எட்டும் முட்டும் கொடிக்கால் தான். அங்க யாரப் பார்க்கணும், என்ன வெசயமா, எந்த ஊரு நமக்கு?'

'அங்க ஒரு ஆளப் பார்க்கணும். பேரு மறந்து போச்சு, அதுதான் தெகைச்சுகிட்டே வாரான்.'

'விஷக்கடிக்கு பார்வ பார்க்கத்தான, அவரு பேரு யாருக்கும் தெரியாது, பெரிய நாடார்னு கேளும். இம்புட்டுப் புள்ளைக்கு கூடத் தெரியும், கொடிக்கால ஒட்டி ஒரு ஓலைப் பந்தல் தெரியும். அதுல படுத்திருப்பாரு. இல்லனா கொடிக்காலுக்குள்ள நிப்பாரு.'

அவன் சொன்ன அடையாளம் வைத்து பிள்ளையவாள் வேகமாக எட்டுப் போட்டார். குளத்தில் நிறைய்ய அல்லியும் தாமரையும் பூத்திருக்க கொக்குக் கூட்டங்கள் தவமிருந்தன. சுறுசுறுப்பாய் நீந்திக்கொண்டிருந்த உள்ளான்களையும் சிறகிகளையும் பார்த்தவர் தன் ஊர் கண்மாயை நினைத்துக்கொண்டார். வெள்ளை வெளேரென்று நிறைந்து நிற்கும் தன் ஊர்க் கண்மாயின் மழைத்தண்ணீரையும் கறுப்பு ஊதா கலரில் கிடக்கும் இந்த நதிநீர் குளத்தையும் ஒப்பிட்டுக்கொண்டார்.

வரப்பில் நடந்து செல்வது ஒன்றும் தெரியாதவர் இல்லையே பிள்ளையவாள். ஆனாலும் நீர்க் கொரண்டி முள் காலைப் பதம் பார்த்துவிடக் கூடாது என்று கவனமாக எட்டு வைத்தார். சில இடங்களில் வரப்புக்களில் நீர்க் கொரண்டி முட்கள் மண்டிக் கிடந்தன. அணில் பற்களைப் போலவே இருந்த அதன் முட்களை உற்றுப் பார்த்தார். இன்னும் சில இடங்களில் அமலைச் செடியைக் குமித்து வைத்திருந்தார்கள். பசலையும், அமலையும் மாசக் கணக்கில் சாகாமல் வேரின்றியே வாழும் நீர்த் தாவரங்கள். வாய்க்கால் ததும்ப நீர் ஓடிக்கொண்டிருந்தது. இடது பக்கத்தில் ஒரு சின்னப் பந்தல், ஐந்தாறு ஓலைகளால் வேயப்பட்டது. அதனடியில் அஞ்சாறு தலைகள். பிள்ளையவாள் புரிந்துகொண்டார்.

பந்தலை ஒட்டி வந்து நின்ற பிள்ளையவாளைப் பெரிய நாடார் ஏறிட்டுக்கூட பார்க்கவில்லை. நாடாரின் முன்னால் ஒரு சிறுவன் உட்கார்ந்திருந்தான். அவனுடைய இரண்டு கன்னங்களும் வீங்கிப் போயிருந்தன. வேப்பங்கொழுந்தை அரைத்து அப்பியிருந்ததால் பச்சையாய்த் தெரிந்தன கன்னங்கள். நாடாரின் கையில் வேப்பிலை இருந்தது. வாயைத் திறந்து திறந்து கொட்டாவி விட்டபடி வேப்பங் குழையை சுழட்டிக் கொண்டும், சிறுவனின் கன்னத்தில் இலேசாய் வருடிக் கொண்டும் ஏதோ முணுமுணுத்தபடி இருந்தார். ரொம்ப நேரங்கழித்து கையில் வைத்திருந்த வேப்பங்குழையை இரண்டாய் ஒடித்து வயலுக்குள் எறிந்தார். பையனை கூட்டிக் கொண்டு போனபின் தலை தூக்கி பிள்ளையவாளைப் பார்த்தார்.

கண்மாயும் நதியும் சந்தித்துக்கொண்டன. வெற்றிலையும் வெற்றிலையும் வணக்கம் சொல்லிக்கொண்டன. சாமானியமாக தொழில் ரகசியம் யாரும் சொல்லமாட்டார்கள். எப்படியும் தொழில் ரகசியம் தெரிந்தாக வேண்டும். பிள்ளையவாளின் மூளை வேலை செய்தது. தன்னை முழு முட்டாளாக மாற்றிக் கொண்டு நாடாரிடம் பேசி, மனதுக்குள் நுழைய ஒரு தந்திரம் செய்தார். பொய்யாக ஒரு நாடகமாடினார். பொய் சொல்லி வித்தை கற்ற கர்ணனின் கதையும் பிள்ளையவாளுக்குத் தெரியும். வாய்க்காலில் மீன்களும் நண்டுகளும்தான் இருக்கும். தொடையைத் துளைக்கும் தும்பி இங்கே வராது.

'கும்புடுறேன் அய்யா.'

'வாங்க, இப்படி உட்காருங்க. எந்த ஊரு, என்ன வெசயம்?'

'அய்யா நமக்கு எட்டயபுரத்துக்கும் வடக்க... உருளகுடி.'

'யே... அப்பா எம்புட்டு தூரம், எட்டப்ப மகாராஜாவோட ஊரா?'

'ஆமாய்யா.'

'என்னைத் தேடி வந்த விஷயம்?'

'அய்யா நான் ஊர்ல சம்சாரி தொழில் செய்யிறவன். ஒரு அஞ்சாறு வருஷத்துக்கு முந்தி கால்ல ஒரு பூச்சி கடிச்சிருச்சு. கொரண்டிப் பூச்சின்னு பத்தியம் இருந்தன். பார்வ பார்த்தன். வாசியாப் போச்சுன்னு மெத்தனமா இருந்திட்டன். ரெண்டு வருஷம் கழிச்சு கால்பாதம் இலேசா வீங்க ஆரம்பிச்சது, அப்படியே ஊறலும் எடுக்குது. குறிப்பா அமாவாச பௌர்ணமிக்கு இந்தக் கோளாறு கண்டிப்பா வந்து தொந்தரவு படுத்துது. தங்கு விஷம் இருக்கும்னு சொல்றாங்க. அதோட உங்க வைத்தியத்தப்பத்தியும் கேள்விப்பட்டன். அப்படியே உங்ககிட்ட வைத்தியம் பார்த்தது மாதிரியும் இருக்கட்டும், எங்கப்பன் செந்தூர் முருகனுக்கு மொட்ட போட்டது மாதிரியும் இருக்கட்டுமேன்னு கட்டிச் சோத்த கட்டிட்டன். எப்படியாவது நீங்கதான் வாசியாக்கணும் வெயசான காலத்துல நொம்பளப்படாம போயி சேரனும்ல்ல!'

'எந்தக் கால்ல, எடது காலா வலது காலா? இப்படி நீட்டும்... முன்னால கொஞ்சம் தள்ளி வந்து உட்காரும்.'

'எடது கால்ல, பெருவிரலுக்கு நேர மேல, நரம்புலதான் பல் பட்டது.'

பிள்ளையவாளின் கால் பாதத்தை தன் இடது உள்ளங்கையில் ஏந்திய பெரிய நாடார், தன் முகத்திற்கு அருகில் தூக்கி வைத்துக் கொண்டு உற்றுப் பார்த்தார். காலகளை விட்டபின் கையை நீட்டும்படி சைகை செய்தார். ரொம்ப நேரம் நாடி பிடித்துப் பார்த்தார். முகத்தை அண்ணாந்தவசத்தில் வைத்துக் கொண்டு லயித்து உட்கார்ந்திருந்தார்.

'அய்யா நமக்கு தங்கு விஷம் ஒடம்புல இல்ல. ஆனா மனசுல தங்கு விஷம் இருக்கு. அத வைத்தியத்தால கொணப்படுத்த முடியாது, பார்வ பார்த்தும் கொணப்படுத்த முடியாது.'

'என்ன நாடார புதுசா குண்டத் தூக்கிப் போடறீரு, காடு வா வாங்கு, வீடு போ போங்கு. இந்த வெயசுக்குப் பெறவு மனசுல என்ன ஆச இருக்கப் போவுது?'

'ஆசைக்கும் பொறாமைக்கும் வயசுக்கும் சம்பந்தமே இல்ல. சம்சாரி வேலதான பாக்கம்னு சொன்னீரு?'

'ஆமாய்யா, நான் ஒரு சம்சாரிதான்.'

'ஒம்ம கால் பாதம் கரிசக் காட்ல அலையிற பாதம் இல்ல.'

'பெறவு?'

'சதா தண்ணிக்குள்ள அலையிற பாதம் போல இருக்கு. இந்தா பாரும் என்னோட பாதத்த, ரெண்டுக்கும் வித்தியாசம் இருக்கா?'

நாடார் தன்னுடைய காலை நீட்டி, பிள்ளையவாளின் பாதத்தோடு சேர்த்து வைத்துக் காண்பித்தார். இரண்டு பாதங்களையும் உற்றுப் பார்த்த பிள்ளையவாள் திடுக்கிட்டுப் போனார். இரண்டு பாதங்களும் பழுத்த வெள்ளரிப்பழத்தின் தோல்களைப் போல வெள்ளை வெளேரென்று கண்ணாடியைப் போல் மினுமினுப்பாய் இருந்தன. நாடார் இலேசாய் சிரித்தபடி உட்கார்ந்திருந்தார்.

'கரிசக் காட்லதான் சம்சாரித்தனம். வயக்காடு கொஞ்சம் இருக்கு. நெல் போட்ருக்கன், ஊடமாட தண்ணிபாச்சப் போவன்.'

'கண்மாயில தண்ணிபாச்ச, ஊரு ஊருக்கு நீர்ப்பாய்ச்சி இருப்பான், மடைக்குடும்பன் இருப்பான். அவங்கதான பரம்பர காணிக்காரங்க, நமக்குத் தண்ணிக்குள்ள வேலையே இல்லையே.'

'கெணத்துல தண்ணி எறச்சுத்தான தோட்ட வெள்ளாமெ எடுக்கனும்.'

'தோட்டத்துல என்ன வச்சீருக்கீரு?'

'மொளகாய் செடி, சுத்துக் கால்ல புளிச்சிச் செடி.'

'சுத்துக்கால்ல புளிச்சிய எதுக்குப் போடுறீரு? அகத்திய ஊனிவச்சீர்னா, அகத்தி வரிச்சி நல்ல வெலைக்குப் போகும்ல்ல. கொடிக்கால் வைக்க எங்கெங்கையோ இருந்து அகத்தி வரிச்சி கேட்டு இங்க வாரான், ரொம்ப தட்டுப்பாடு வரிச்சிக்கு.'

'கொடிக்கால் போடுற எடத்துல தட்டுப்பாடாயிருக்கும். கரிசக்காட்ல வரிச்சிக்கு என்ன வேல? உளுத்து மாவா போயிரும். கடேசில ஒன்னுக்கும் ஒதவாது, அடுப்பெரிச்சாக்கூட பொகதான் மண்டும்.'

'சரி, பிள்ளையவாள், தண்ணிக்குள்ள அலைலயிறத கொஞ்சம் கொறச்சிக் கோரும். ஆசை, பொறாமை வேண்டாம், பதட்டமா இருக்கீரு, என்னனு தெரியல.'

'பதட்டமா, எனக்கா, என்ன நாடார இப்படிச் சொல்றீரு.'

'நான் சொல்லல, ஒம்மோட நாடித்துடிப்பு சொல்லுது. பாம்பக் கண்டவனுக்கு பதட்டமா துடிக்குமே அது மாதிரி துடிக்குது ஒம்ம நாடி. அப்பன் முருகனக் கும்புட்டு மனச அமைதிப்படுத்திக் கோரும். வெய்யில் ஏறுது, நானும் தண்ணி எறைக்கப் போகணும். வெய்யிலுக்கு எட்டாம போனாத்தான் தண்ணி எறச்சது மாதிரி இருக்கும்.'

'தண்ணி எறைக்கப் போறீரா? வாய்க்கால் தண்ணிதான, திருப்பி விட்டா பாஞ்சிட்டுப் போகுது, எதுக்கு எறைக்கணும்?'

'அப்படித்தான் எல்லாரும் நெனச்சிக்கிட்டு இருக்கான். வாய்க்கால் தண்ணி நெல்லுக்கும் வாழைக்கும்தான். வெத்தலைக்கு கெணத்துத் தண்ணி பாஞ்சே ஆகணும். பரம்பரையா கொடிக்கா லோட மல்லுக் கட்டுறவங்களுக்குத்தான் அது புரியும்.'

மகாலிங்கம்பிள்ளைக்குப் புதையல் கிடைத்துவிட்ட மகிழ்ச்சி நாடார் சொன்னதைக் கேட்டதும். பரசுராமனிடம் வில்வித்தை கற்க பொய் சொன்ன கர்ணனைப் போல் பிள்ளையவாள் நாடாரைப் பின்தொடர்ந்தார். பரந்து கிடந்த வெற்றிலைக் கொடிக்காலின் ஓரம் இருந்த தெலா கிணற்றை ஆச்சர்யமாகப் பார்த்தார். சச்சதுரமாக ஒரு பெரிய தொட்டியைப் போலத்தான் இருந்தது கிணறு. கையால் எட்டி தொட்டுவிடும்படி மேலேறிக் கிடந்தது தண்ணீர்.

'நாடார, வெய்யில் ஏறிப் போச்சு. ஓம்மகிட்ட பேசிக்கிட்டே இருந்ததுல நேரம் போனதே தெரியல. மத்தியான சாப்பாட்ட இங்க முடிச்சுட்டு, வெய்யில் தாழ்ந்ததும் கெளம்புனா கோயில எட்டிப் புடிச்சிரலாம்னு நெனைக்கன். ஓம்ம விட்டுட்டுப் போகவும் மனசில்ல. நீரு கட்டாயம் எங்க ஊருக்கு ஒரு நாளைக்கு வரணும்.'

'எங்கப்பன் முருகன் எனக்கும் நமக்கும் நீண்ட ஆயுளக் குடுத்தார்னா, கண்டிப்பா ஒரு நாளைக்கு ஒங்க ஊருக்கு வாரன்.'

பேசிக்கொண்டே வேஷ்டியைத் தார்ப்பாய்ச்சல் கட்டிய நாடார் ஒரு இளவட்டத்தைப் போல் சுறுசுறுப்பாய் இயங்கினார். தெலா தூணில் கட்டப்பட்டிருந்த கயிற்றை அவிழ்த்தார். கிணற்றின் கீழோரச் சுவரில் சொருகி பலகையைப் போல், நீட்டிய உள்ளங்கை போல் இருந்த கல்லில் குதித்து கீழிறங்கி நின்றார். தெலாக் கம்பை மூன்று தரம் தொட்டுக் கும்பிட்டுவிட்டுத் தண்ணீர் இறைக்கத் தொடங்கினார். ஆச்சரியமாய் பார்த்துக்கொண்டிருந்த பிள்ளையவாள் தன் மனசுக்குள்ளிலிருந்து அடுத்த அஸ்திரத்தை எடுத்து குருவிடம் பிரயோகித்தார்.

'தாமிரவருணி ஆத்துல தண்ணி கெத்துக் கெத்துனு போகுது, வாய்க்கால திருப்பி விட்டா வயக்காடு நெறஞ்சு போகும். அத விட்டுட்டு இப்பிடி ஓடம்பப் புண்ணாக்கி தெலா எறைக்கிறதப் பார்த்தா எனக்குச் சிரிப்பா வருது நாடார.'

'இங்க கேளும் பிள்ளையவாள், ஆத்துத் தண்ணி, கொளத்துத் தண்ணி, கண்மாய்த் தண்ணி, ஊரணித் தண்ணி எல்லாமே மழத்

தண்ணிதான். ஆத்துத் தண்ணி மலையில உற்பத்தியாகி வார தண்ணி. இதுல எல்லாத்துலயும் மண்டியும், மகுடும், தூசியும், செத்தையும் கலந்துதான் இருக்கும். சுத்தம்ங்கிறது கெணத்துத் தண்ணிதான்; வெத்தல வெவசாயத்தப் பொறுத்த வரையில ஆத்துத் தண்ணியும் வேணும், கெணத்துத் தண்ணியும் வேணும். அப்பத்தான் வெத்தலையில காரம் இருக்கும், அத்தோட மெல்லுறத்துக்கு கொஞ்சம் மொரமொரப்பும் வேணும், இல்லனா மண்ணத் தின்னது மாதிரி சப்புனு இருக்கும், வெத்தல வாயோட ஒட்டாது.'

வாழைகளும், கரும்பும், நெல்லும், கொடிக்கால்களும் சுற்றி நின்றதால் தும்பியைக் காணவில்லை. வித்தை கற்க வந்தவன் என்பதை நாடாரிடம் ரகசியமாய்ச் சொல்லின வாழை இலைகள். தெலாத் தண்ணீர் வாய்க்காலில் பாய்ந்தோடிக்கொண்டிருந்தது. வேக வேகமாய்க் குனிந்து தண்ணீர் மோந்து ஊற்றிக்கொண்டிருந்தார் நாடார். ஊற்றுவாயில் தண்ணீரை ஊற்றியவர், உளறுவாயிலிருந்து இரகசியங்களையும் ஊற்றிக்கொண்டிருந்தார்.

'அடேங்கப்பா, உள்ளங்கையளவு இருக்கிற பச்சை இலைக்குள்ள இம்புட்டு வெஷயம் இருக்கா, ஆச்சரியமா இருக்கு நாடார.'

'அது மட்டுமில்ல, சில எடங்கள்ல வெறும் பந்தல் மட்டும் போட்டு வெத்தலக் கொடியப் படரவிட்டு வெத்தல பறிக்கான். அப்பிடிச் செய்யக்கூடாது, முழு வெய்யிலும் வெத்தலையில படவிடக் கூடாது.'

'நல்லா இருக்கே நீரு சொல்றது, வெய்யில் படாம கொடையா புடிக்க முடியும், பந்தல் போட்டு படரத்தான விடமுடியும்.'

'இங்கே கேளும் பிள்ளையவாள், பட்டுப் போன காஞ்சு போன மரத்த நட்டுவச்சு பந்தல் போடாம, இந்தா இருக்கே அகத்திக் கம்பு அதுல படர விட்ரனும். அகத்திக் குழையும் வெத்தலையும் இப்பிடி ஒன்னா மன்னா கலந்து கெடக்கனும். நம்ம தேடித் தேடித்தான் வெத்தலையைப் பறிக்கனும். எட்டலனா சின்னதா ஏணி வச்சுக் கிறணும், வெத்தலக் கொடி அழிஞ்சாலும், அகத்தி மரம் அழியக் கூடாது, மறஞ்சு இருந்தாத்தான் யோனி, மறைக்காம இருந்தா ஏணி. ஏணியில எல்லாரும் ஏறுவான், யோனியில எல்லாரும் ஏற மாட்டான். வெத்தல யோனி மாதிரி, மறஞ்சுதான் இருக்கனும்.'

பிள்ளையவாள் வாழைத் தோட்டம் குலுங்க சிரித்தார். பட்டுப் போன அகத்தி வரிச்சியில் தான் வெற்றிலைகளைப் படர விட்டிருப்பதை நினைத்துக்கொண்டார். தெலா இறைவையை நிறுத்திய நாடார் வாய்க்காலில் முங்கி முங்கிக் குளித்தார். ஈர

வேஷ்டியுடன் தன் இருப்பிடம் நடந்தார். தான் சாப்பிடப் போவதாகவும் கட்டிச் சோற்றை இங்கேயே சாப்பிட்டு விரதம் விட்டுக் கொள்ளும்படியும் பிள்ளையவாளிடம் சொன்னார்.

'தான் சாப்பிட்டதும் கிளம்பி விடுவேன்' என்று சொன்ன பிள்ளையவாள், நாடாரைக் கட்டாயம் தன் ஊருக்கு வரவேண்டும் என்று மீண்டும் கேட்டுக்கொண்டார். வரப்பின் வழியே நடந்து போகும் நாடாரைக் கண் மறையும்வரை பார்த்துக்கொண்டே நின்ற பிள்ளையவாள் சாப்பிட உட்கார்ந்தார். கட்டிச் சோற்றை அவிழ்த்தவர் ஒரு சின்ன வாழை இலையைப் பறித்துக் கொண்டு வந்தார்.

சாப்பிட்டு ஏப்பம் விட்ட பிள்ளையவாள் வழக்கம் போல் வெற்றிலைப் பையை அவிழ்த்தார். இன்னும்கூட வாடாத உருளைக்குடி வெற்றிலையை விரித்து வைத்துப் பார்த்துக் கொண்டே இருந்தார். சுற்று முற்றும் பார்த்தவர் எழுந்து போய் அகத்திக் குழைகளின் மறைவில் இருந்த ஏழெட்டு வெற்றிலைகளைப் படக் படக்கென்று இணுங்கினார். தான் வெற்றிலை போடுபவர் என்பதைக் கண்டுபிடித்து நாடார் கேட்டபோது, நினைத்தால் எப்போதாவது தான் போடுவேன் என்றும், மடியில் வைத்துக்கொண்டு தினம் மூன்று தரம் நான்கு தரம் போடுவது இல்லை என்றும் மனசார பொய் சொன்னதை நினைத்துக்கொண்டார். உருளைக்குடி கண்மாயை வலது உள்ளங்கையிலும், தாமிரவருணி நதியை இடது உள்ளங்கையிலும் விரித்து வைத்து உற்றுப் பார்த்தபடியே உட்கார்ந் திருந்தார். நதி நீண்டு தெரிந்தது. கண்மாய் வட்டமாய்ச் சற்றே அகன்று நீண்டிருந்தது. நாடார் வெற்றிலையை யோனி என்று சொன்னதை நினைத்துச் சிரித்தார்.

மீண்டும் ஒரு தடவை சுற்றும் முற்றும் பார்த்தவர் தான் கொண்டு வந்திருந்த வெற்றிலையை வாய்க்காலில் ஓடும் தண்ணீரில் தூக்கி எறிந்தார். மிதந்து சென்று மறையும்வரை பார்த்துக்கொண்டிருந்தவர், களிப்பாக்கைப் பூ என்று ஊதி வாய்க்குள் போட்டார். நீர் சொட்ட இள மஞ்சளாய் இருந்த வெற்றிலையின் காம்பை பக்குவமாய்க் கிள்ளி தூர எறிந்தார், நேர்வகிடாய் இரண்டாய் மடித்து, கட்டை விரலையும், ஆட்காட்டி விரலையும் சேர்த்து ஒரு இழுப்பு இழுத்து நான்காய் மடித்து வாய்க்குள் திணித்தார். அப்படியே இரண்டு மூன்று வெற்றிலைகளை வாய்க்குள் திணித்தவர் லயித்து மென்றார். இதுவரை தான் உணராத காரமும் மொரமொரப்பும் வாயை நிறைத்தன. எச்சிலைத் துப்ப மனமின்றி விழுங்கினார்.

வரப்பின் வழியே வாய்க்கால் மேல் யாரோ ஒருவர் நடந்து வருவது தூரத்தில் தெரிந்தது. வெற்றிலை மெல்லுவதை நிறுத்திக்

கொண்டு உற்றுப் பார்த்தார். நாடார்தான் மெதுவாக வந்து கொண்டிருந்தார். பிள்ளையவாள், ஏனோ பதட்டப்பட்டார். கிட்ட வந்தவரின் கையில் தான் வாய்க்காலில் மிதக்கவிட்ட வெற்றிலை இருப்பதைப் பிள்ளையவாள் கண்டுகொண்டார்.

'என்ன பிள்ளையவாள் சாப்பிட்டாச்சா? வெத்தலையே போட மாட்டேனு சொன்னீரு, செக்கச் செவேர்னு இருக்கு வாயி.'

'எப்படியோ மடியில நாலைஞ்சு வெத்தல கெடந்திருக்கு, நான் கவனிக்கல. எடுத்தன், வாடிப் போயிருந்தது, அத அப்படியே தண்ணியில விட்டுட்டு, ஒங்க வெத்தல நாலஞ்சு பறிச்சாந்து மென்னு பார்த்தன்.'

'எங்க சரக்கு எப்பிடி இருக்கு சொல்லும்.'

'பிரமாதமா இருக்கு. ஒரப்பு கொஞ்சம் தூக்கலா இருக்கு.'

'ஒரப்பு தான கேக்கான், வரப்பு வழியா வரும்போது இந்த வெத்தல மெதந்து வந்துச்சு. பாத்தா நம்ம வெத்தலை மாதிரி இல்லையேனு எடுத்தாந்தன். இந்த வெத்தல எந்தூரு வெத்தல பிள்ளையவாள்?'

'எங்க ஊருக்கு ஒரு ராவுத்தர்தான் கொண்டாந்து தாராரு, எந்தூரு வெத்தலனு கேட்டுக் கிட்டதில்ல.'

தான் கையில் வைத்திருந்த வெற்றிலையை முன்னும் பின்னும் திருப்பித் திருப்பிப் பார்த்தார். கொஞ்சம் போல முள்ளி எடுத்து வாயில் போட்டு மென்று சுவைத்து, சாற்றை விழுங்கி ருசி பார்த்தார். ஒன்றுமே தெரியாதவர் போல் பிள்ளையவாள் நாடாரைப் பார்த்தபடியே உட்கார்ந்திருந்தார்.

'இது பெரியகுளம் வெத்தலையுமில்ல, சோழவந்தான் வெத்தலை யுமில்ல. தேனியும் பெரியகுளமும் ஒரே சரக்குதான். வேற எங்கே யிருந்து ராவுத்தர் கொண்டாரரான்?'

நாடார் தம் நெற்றியைச் சுருக்கி வைத்துக்கொண்டு யோசித்தார். தாள் மாதிரி இருப்பதாகவும், பத்து வெத்தலையை மடித்து வாய்க்குள் வைத்து திணித்தாலும் வாய் நிறையாது என்றும், இவ்வளவு மெல்லிசாக இருக்கக் கூடாது என்றும், நிழல் வாட்டம் இல்லாமல் வெட்ட வெளியில் முழு வெய்யிலில் இந்த வெற்றிலை பயிரிடப் பட்டிருக்க வேண்டும் என்றும் நாடார் சொன்னபோது, பிள்ளை யவாளின் முகம் இறுகிப் போயிற்று. அவக் தவக்கென்று புறப் பட்டார்.

'சரி, நாடார, வெய்யில் தாந்துருச்சு, நான் கோயிலுக்குப்

புறப்படுகிறேன், வரட்டுமா.'

தண்ணீர் ஓடும் வாய்க்காலின் குறுகிய வரப்பின் மேல் பிள்ளைய வாள் நடந்து போனார். கீழே குனிந்து பார்த்தபோது கொப்பளித்து நுரை தளும்ப ஓடிக் கொண்டிருந்தது தண்ணீர். நாடாரிடம் தான் சொன்ன பச்சைப் பொய்கள் எல்லாம் இந்தத் தண்ணீரில் கலந்து தன்னையே துரத்திக்கொண்டு வருவதைப் போல் உணர்ந்தார். தான் சொன்ன பொய்களையெல்லாம் வாய்க்காலில் ஓடும் தண்ணீர் கேட்டுக்கொண்டிருந்தது. காற்றில் ஆடிய வாழையும் கரும்பும் கேட்டுக்கொண்டிருந்தன. விளைந்த நெல்மணிகளுக்கு காதுகள் இல்லையா? பிள்ளையவாள் வரப்பில் இருந்து இறங்கி பாதையில் தடம் பதித்தார். தலையில் கட்டுச் சோற்றையும் மனசுக்குள் நாடாரையும் சுமந்துகொண்டு எட்டு வைத்தார். தான் சொன்ன பொய்கள் தன்னோடுகூட வருவதை உணர்ந்த பிள்ளை யவாள், தன் உடம்பில் எங்கே உட்கார்ந்து வருகிறது என்பதை அறிய முடியவில்லை. தான் இழுத்து விடும் மூச்சுக்குள் காற்றாக உள் சென்று வருவது தன்னை உறுத்தும், தான் சொன்ன பொய்யாக இருக்குமோ என்று நினைத்துக்கொண்டார்.

கட்டிச் சோறு கட்டி மகாலிங்கம்பிள்ளை ஊரைவிட்டுக் கிளம்பியதும், வரம் கேட்க நினைத்ததும் செந்தூர் முருகனிடம் இல்லை என்பதும், ஆத்தூர் பெரிய நாடாரிடம் தான் என்பதையும் நினைத்துக்கொண்டார். கூடவே தான் கேட்க நினைத்த வரத்தை பெரிய நாடார் தாராளமாகவே தந்து விட்டார், இனிமேல் தான் கடலில் மூழ்குவது முருகனை ஏமாற்ற என்றும், மொட்டை யடிப்பது உருளைக்குடி மக்களை ஏமாற்ற என்ற நினைப்பும் மனசுக்குள் அலையைப் போல வந்துபோனது. அதற்காக வரம் கொடுத்த பெரிய நாடாருக்கு காணிக்கையாக மொட்டை அடிக்க முடியுமா? பொங்கல் வைக்க முடியுமா? காலில் வேண்டுமானால் விழலாம். அதுவும் பொய் சொல்லி ஏமாற்றிப் பெற்ற வரம் என்று தெரிந்துவிட்டால்! தெய்வங்கள் வேண்டுமானால் மன்னிக்கலாம். பெரிய நாடார் தெய்வமில்லையே, தன்னைப் போலவே இரவும் பகலும் கொடிக்காலில் கிடந்து சீரழியும் மனிதர் இல்லையா?

பிள்ளையவாள் ஒற்றையாளாய் செந்தூர் போய் வந்ததும், மொட்டையடித்ததும், அதே மொட்டைத் தலையுடன் கிணறு வெட்ட ஆரம்பித்ததும் கொடிக்கால் பிள்ளைமார்களுக்கும் உருளைக்குடி ஜனங்களுக்கும் ஒன்றும் புரியவில்லை. எப்போதும் நிறைபெருக்காய் நிற்கும் கண்மாய்க்கரையின் வாகரையில் காரணமின்றி கிணறு வெட்டினால் யாருக்குத்தான் குழப்பம்

109

வராது. இரகசியம் சொல்ல பிள்ளையவாளின் மனசு இடம் தரவில்லை. சக உறவினர்களான கொடிக்கால் பிள்ளைமார் களிடம்கூட சொல்லவில்லை. ஒரு வேளை கிணறு வெட்டி தெலா பூட்டியபின் சொல்லிக் கொள்ளலாம் என்றுகூட இருந்திருக்கலாம்.

கிணற்று வாகரையில் தூண் நட்டு தெலாக் கம்பை மாட்டிக் கொண்டிருந்தார் தங்கவேல் ஆசாரி. கூடமாட ஒத்தாசையாக மகாலிங்கம் பிள்ளை நின்று தெலா இறைப்பதற்காக சுவரில் சொருகுவதற்கான கனம் குறைந்த பலகை போன்ற நீண்ட சொருகு கல் அருகில் கிடந்தது. நெற்பயிர்களுக்குத் திறந்துவிட்ட தண்ணீர் வெள்ளை வெளேரென்று பாய்ந்தோடிக்கொண்டிருந்தது வாய்க் காலில். தண்ணீரின் போக்கை மறைக்கும் சருகுகள், செத்தைகள், நீண்ட தட்டாம் பயத்து செடிகளின் இலைகள் ஆகியவற்றை ஒதுக்கிவிட்டபடியே வந்துகொண்டிருந்தான் நீர்ப்பாய்ச்சி. புதிதாய் வெட்டிய கிணற்றோரம் வந்ததும் பிள்ளைய வாளை ஏறிட்டுப் பார்த்தான். சந்தோஷமாக சிரித்துக்கொண்டு நின்றார் மகாலிங்கம் பிள்ளை.

'என்ன சாமி, இங்க என்னதான் நடக்குது? எனக்கு ஒன்றும் புரியலையே சாமி, கொஞ்சம் வெவரமா சொல்லுங்களேன், நானும் தெரிஞ்சுக்கிறேன்.'

'அதெல்லாம் ஒன்னுமில்லடா, வயக்காட்டுக்குள்ள ஒரு கெணறு இருக்கட்டுமேன்னுதான் வெட்னன். வேற காரியமெல்லாம் ஒன்னுங் கெடையாது.'

'சரி, ஓம்ம பேச்சுப்படியே வச்சிக்கிருவம், கெணறு இருக்கட்டுமேனு வெட்டிட்டீரு, பெறகு எதுக்கு ஆசாரிய கூட்டிட்டு வந்து சட்டுபுட்டுனு தெலாவ மாட்டுறீரு?'

'..........'

'என்ன பேசாம உம்முனு உட்கார்ந்து இருக்கீரு, சொல்லும்.'

'டேய், குடும்பா சில விஷயத்த வெளியில சொல்லும்போது தான்டா சொல்லணும். தேவையில்லாத நேரத்துல சொல்லக் கூடாதுடா.'

'அதாவது எனக்குத் தண்ணி பாச்சுறதுக்கு வருஷக்கூலி கொடுக்கக் கூடாதுனு முடிவு பண்ணிட்டீரு.மேத்தண்ணி, தெலாவுல எறச்சே கொடிக்கால நனைச்சுக்கிறலாம்னு யோசன பண்ணி காரியத்த நடத்துறீரு. ஓம்ம எடம், ஓம்ம கெணறு, ஓம்ம கொடிக்கால். கெதி உள்ள மட்டும் எறச்சுக் கோரும். மத்த பிள்ளைமாருகிட்டயும் சொல்லி கெணறு தோண்டச் சொல்லும். பரம்பர நீர்ப்பாய்ச்சி

எனக்கு படியளக்காமயா போயிருவான் அய்யனாரப்பன்.'

'அடேய் கோட்டிக்காரப்பயல, ஓங்க அப்பனக் கெணக்காவே படபடனுதான நிக்க. வெவரத்தோட பேசுடா. நான் தெலாத் தண்ணி எறச்சாலும், கண்மாய்த் தண்ணியும் வேணும்டா. அத நிய்தானடா பாச்சணும், வேற யார்டா வரமுடியும்?'

'நம்ம கண்மாயில செழிப்பா வேண்டிய மட்டும் தண்ணி இருக்கும்போது தெலாத் தண்ணி எதுக்கு?'

'எல்லாம் ஒரு காரியமாத்தான்டா. சமயம் வரும்பொது ஓங்கிட்டச் சொல்லாம வேற யார்ட்டடா சொல்லப் போறன்.'

தெலாக் கம்பைச் செதுக்குவதிலும், ஒண்டிப்பதிலும் கவனமாக இருந்த தங்கவேல் ஆசாரி இருவருடைய பேச்சுக்களையும் கவனமாகக் கேட்டுக்கொண்டிருந்தார். வெற்றிலை எச்சை புளிச்சென்று வாய்க்காலில் துப்பினார். செக்கச் செவேரென்று ஓடும் தண்ணீரில் மிதந்து சென்றது வெற்றிலைச் சக்கை.

'டேய், நீர்ப்பாச்சிக் குடும்பா, பிள்ளையவாள் ஒரு காரியம் பண்றாரு அப்பிடின்னா, அதுக்குப் பின்னாடி ஒரு பெரிய காரண காரியம் இருக்கும். அது நமக்குத் தெரியாது. சொல்லவும் மாட்டாங்க. தெலா மாட்டணும்னு சொன்ன ஓடனயே இப்ப நீ கேட்டேல்ல அதே கேள்வியத்தான் நானும் கேட்டன், பதிலே சொல்லல. சரின்னு விட்டுட்டன். எதுக்கு மல்லுக் கட்டணும்? மல்லுக்கட்டி நமக்கு ஆகப் போறது ஒன்னுமில்ல. அதனால போசாமப் போ.'

'நீங்க சொல்றதுதான் சரி சாமி, நமக்கு எதுக்கு வம்பு.'

'ஆனா ஒன்னு மட்டும் நிச்சயம்டா நீர்ப்பாய்ச்சி. இப்ப படர்ந்திருக்கிற வெத்தல பூராவும் பொம்பளைங்க சாமான் மாதிரி இருக்காம். தெலா தண்ணி பாஞ்சா, அம்புட்டு வெத்தலையும் அப்பிடியே சுருண்டு ஆம்பளைக சாமான் மாதிரி, இப்பிடி படராம தல கீழ தொங்குமாம். வெத்தல போடுற பொம்பளைகளுக்கு நம்ம பிள்ளையவாளோட உருண்ட வெத்தல, ஆம்பளைகளுக்கு மத்தவுக ளோட சப்பட்டை வெத்தல. சரிதானடா நாஞ்சொல்றது?'

மடைக்குடும்பன் நீர்ப்பாய்ச்சியும் தங்கவேல் ஆசாரியும் சிரித்து உருண்டார்கள். பிள்ளையவாள் புன்சிரிப்புடன் மௌனமாக உட்கார்ந்திருந்தார். பெரிய நாடார் வெற்றிலையை யோனி என்று சொன்னதை நினைத்துப் பார்த்தார். தலை தாழ்த்திய தெலாக் கம்பில் வாளியை மாட்டி நிமிர்த்தினார் ஆசாரி. தெலா வேலை முடிந்தது. சுவரில் சொருகு கல் வைப்பது மட்டும்தான் வேலை.

சுவரில் நின்றுகொண்டு கோளாறாக பலகைக் கல்லைச் சுவரில் சொருக வேண்டும். தண்ணீரை நோக்கி நீட்டியபடி இருக்க நீர்ப்பாய்ச்சியும் தங்கவேல் ஆசாரியும் சுவரில் சொருகிப் பூசினார்கள். சாந்து காய்ந்து விட்டால், நாளையே இறைக்கலாம்.

மகாலிங்கம்பிள்ளை திருச்செந்தூர் போய் மொட்டையடித்து வந்தது, கிணறு தோண்டி தெலா மாட்டியது பற்றி கொடிக்கால் பிள்ளைமார்களுக்கு ஒன்றுமே தெரியவில்லை. ஏன், எதற்கு என்று அவரிடம் காரணம் கேட்பதற்கும் யாருக்கும் துணிவில்லை. இந்த வெற்றிலைக் கொடிக்கால் விவசாயத்தைப் பல இன்னல்களுக் கிடையிலும் தொடர்ந்து காப்பாற்றி வருபவர் அவர்தான்.

இரண்டு நாளைக்கு முன்பே நீர்ப்பாய்ச்சியை சந்தித்துத் தன்னுடைய கொடிக்காலுக்கு கண்மாய் தண்ணீர் பாய்ச்ச வேண்டாமென்றும், பெருவாய்க்காலின் வாமடையை அடைத்து விடும்படியும், இரண்டு நாட்கள் நிலம் உலர்ந்த பிறகு கிணற்றுத் தண்ணீர் இறைக்கப் போகிறேன் என்றும், நான் சொன்னால் மட்டும் பெருவாய்க் காலைத் திறந்து கண்மாய் தண்ணீர் பாய்ச்சினால் போதும் என்றும் கேட்டுக்கொண்டார்.

மூன்றாம் நாள் வெள்ளிக்கிழமை காலை மகாலிங்கம்பிள்ளை போருக்குச் செல்லும் வீரனைப் போல் வீரநடை போட்டு வயலுக்கு நடந்தார். தலப்பாக்கட்டியிருந்த துண்டை எடுத்து இடுப்பில் கட்டி செல்லிவீரம்மன் கோவிலை மூன்று முறை சுற்றி வந்து மூன்று முறை குப்புற விழுந்து கும்பிட்டு எழுந்தார். இடுப்புத் துண்டை அவிழ்த்து தலப்பா கட்டப் போனவர் திடுக்கிட்டு நின்றார். புளியமரத்தின் உச்சியிலிருந்து உச்சந்தலையில் நச்சென்று விழுந்தது காக்கை எச்சம். உள்ளங்கையால் தொட்டுப் பார்த்தார். வெள்ளை வெளேரென்று தலை முழுக்க ஒட்டியிருந்தது காக்கையிட்ட எச்சம். அண்ணாந்து பார்த்தவருக்குச் சடசடத்துப் பறந்து சென்ற ஒற்றைக் காக்கை சொல்லி சென்ற சேதி தெரியவில்லை.

செல்லிவீரம்மன் கோவில் கிணற்றில் இறங்கி தலையைக் கழுவி, கைகால்களைக் கழுவி மேலேறினார். குளிக்க ஆசைதான், வெள்ளிக்கிழமை இரண்டாங் குளிப்பு வேண்டாம் என்று மனசு உறுத்த கொடிக்காலை நோக்கி வரப்பில் எட்டு வைத்தார். முழங்கால் அளவே வளர்ந்திருந்த நெல்பயிர்களும், வாழைக் கன்றுகளும், கரும்பும் பச்சை பிடித்து நிலத்தின் இடைமறைத்து வளர்ந்திருந்தன. வேஷ்டியை அவிழ்த்துத் தார்ப்பாய்ச்சல் கட்டினார். தெலாக் கம்பை மூன்றுதரம் தொட்டுக் கும்பிட்டார். தூணோடு சேர்த்துக் கட்டப் பட்டிருந்த வாளியை லாவகமாக அவிழ்த்துத் தொங்கவிட்டார்.

சந்தோஷம் பொங்க இளவட்டத்தைப் போல் கிணற்றுக்குள் இருந்த சொருகு கல்லில் 'தக்' கென்று குதித்தார். தன் காலுக்கடியில் கிணற்றுத் தண்ணீர்.

தெலாக் கம்பை இழுத்து குனிந்து தண்ணீர் மோந்து, நிமிர்ந்து வாய்க்காலில் ஊற்றினார். தொடர்ந்து ஊற்ற வாய்க்காலில் தண்ணீர் பாய்ந்தோடியது. வெள்ளை வெளேரென்று இருக்கும் கண்மாய் தண்ணீருக்கும், கண்ணாடியாய் மின்னி தேங்காய்த் தண்ணீராய் ஓடும் கிணற்றுத் தண்ணீருக்கும் வித்தியாசம் பார்த்தார். தேனியையும், பெரியகுளத்தையும், சோழவந்தானையும், ஆத்தூரையும் தான் ஜெயிக்கப் போவதை எண்ணி குதூகல மடைந்தார். கூடவே ஆத்தூர் பெரிய நாடாரிடம் தான் சொன்ன பச்சைப் பொய்களை எல்லாம் நினைத்துப் பார்த்தார்.

கருப்பசாமி கோவில் புளியமரத்தடியில் குமாரசாமி ரெட்டியார் சொன்ன கதைகள் அவர் மனசுக்குள் வந்து போயின. பொய் சொல்லி வித்தை கற்ற கர்ணன், குருவின்றி தானே வித்தை கற்று கட்டைவிரல் இழந்த ஏகலைவன் ஆகியோரின் கதைகளை நினைத்துக்கொண்டார். பெரிய நாடார் குருவா என்ன, சாபம்விட? வெய்யில் ஏற ஏற வயலுக்கு வரும் ஜனங்கள் பிள்ளையவாள் தெலா இறைப்பதை ஆச்சரியமாகப் பார்த்தபடியே சென்றனர். மீன் கொத்திச் சலித்துப் போன கொக்குக் கூட்டங்கள், வயலுக்குள் நிறைபிடித்து புழுக்கள் பொறுக்கித் திரிந்தன. பச்சை நிறத்திற்கு மத்தியில் வெள்ளை வெளேர் துணிப்பாய் மின்னியது.

மத்தியான வெய்யில், நாவறட்சியைப் போக்கவும் தண்ணீர் கொடிக்காலுக்குள் எவ்வளவு தூரம் பாய்ந்திருக்கிறது என்பதைப் பார்த்துக்கொள்ளவும் பிள்ளையவாள் தண்ணீர் இறைப்பதை நிறுத்தினார். பெரிய நாடாரிடம் பொய் சொல்லி வித்தை கற்ற இறுமாப்புடன், சொருகு கல்லில் முழுப்பலத்தையும் இறக்கி சுவரின் மேல் குதித்து ஏற உன்னிக் குதித்து தாவினார். சொருகியிருந்த பலகைக் கல் இரண்டாக உடைந்துவிட்டது. அப்படியே நேராக செங்குத்தாய் தண்ணீருக்குள் விழ, ஒடிந்த கல் கத்திவசமாய் பிள்ளையவாளின் மண்டையைப் பிளந்தது. பிள்ளையவாளின் இரத்தம் வெற்றிலை எச்சாய் தண்ணீரில் படர கிணற்றுக்குள் அடங்கிப் போனார் மகாலிங்கம்பிள்ளை. பரசுராமனைப் போல் சாபம் விட்டார் பெரிய நாடார். கட்டைவிரல் கேட்டு கிணற்றுச் சுவர்கள் எதிரொலிக்க கெக்கெலி போட்டுச் சிரித்தன கொடிக் காலில் வாசம் செய்ய வந்த பேய்க் கூட்டங்கள். வாய்க்கால்களில் பாய்ந்தோடி நிலத்தை நனைத்துக்கொண்டிருந்தது கண்மாய்

தண்ணீர். பிள்ளையவாளின் உடம்பைத் தின்றுகொண்டிருந்தது தான் வெட்டிய கிணற்றுத் தண்ணீர்.

ஆலம் விழுதாய்த் தொங்கும் தெலாவையும், உடைந்து போன படிக்கல்லையும், சிவந்து தெரிந்த தண்ணீரையும் பார்த்தவர்கள் கிணற்றைச் சுற்றிக் கூடி விவாதித்தார்கள். கொடிக்கால் பிள்ளைகளின் கூப்பாடு வயலெங்கும் பிரதிபலித்தது. யாருமே கிணற்றுக்குள் இறங்க பயந்தார்கள். மடைக்குடும்பனைத் தேடி ஊருக்கு ஓடினார்கள். நீர்ப்பாய்ச்சி பதறிப் போய் ஓடிவந்தான். சற்று நேரத்திற்கு முன்னர்தான் இருவரும் பேசிவிட்டுப் பிரிந்திருந்தார்கள். தன்னிடம்கூட சொல்லாத ரகசியத்தைக் கிணற்றுக்குள் சென்று புதைக்கப் போய்விட்டாரோ பிள்ளையவாள் என்று நினைத்தவன் அய்யனாரைக் கும்பிட்டபடியே கிணற்றுக்குள் பாய்ந்தான். ஒரே முங்கில் மகாலிங்கம்பிள்ளையைத் தோளில் தொங்கப் போட்டுக் கொண்டு தண்ணீரில் தத்தளித்தான். பெண்கள் போட்ட கூப்பாட்டில் வயலே அதிர்ந்தது. இன்னும் இரண்டு மூன்று பேர் கிணற்றுக்குள் குதித்தனர். மேலிருந்து தெலாவைக் கிணற்றுக்குள்விட, தண்ணீருக்குள் இருப்பவர்கள், வாளியை இழுத்துப் பிடித்து பிள்ளையவாளை குறுக்கு வசத்தில் வைத்தனர். வெள்ளரிப் பழத்தைப் போல் மண்டையைப் பிளந்திருந்தது பலகைக் கல். இன்னும்கூட உலராத பச்சை ரத்தம் மண்டையெங்கும் படிந்திருந்தது.

இங்கேயே புதைத்துவிடலாம் என்றார்கள். வேண்டவே வேண்டாம் வெற்றிலைக் கொடிக்காலுக்கு எங்கிருந்தெல்லாமோ பேய்கள் வரும் என்றார்கள். பொது சுடுகாடு வேண்டாம் என்றார்கள். செல்லிவீரம்மன் கோவிலுக்கு அருகில் புதைப்போம் என்றார்கள். கோவிலுக்குள் சமாதியா வேண்டாம் என்றார்கள். கடேசியில் வண்ணான் கிடங்கோரம், வயக்காட்டின் ஓரத்திலேயே பிள்ளையவாள் அடங்கிப் போனார். அவர் ஆத்தூர் போய் பெரிய நாடாரை ஏமாற்றிப் பொய் சொல்லி கற்றுக்கொண்டுவந்த தொழில் ரகசியங்கள் மண்ணோடு மக்கிப் போயின. ராவுத்தரிடம் இன்னும் ஒரே வருடத்தில் உருளைக்குடி வெற்றிலையை உசத்திக் காட்டுகிறேன் என்று போட்ட சபதம் மண்ணுக்குள் போய்விட்டது. அகத்தி வரிச்சி குடுடா, ஓம் மகன் கல்யாணத்திற்கு இளவட்ட வெற்றிலை தருகிறேன் என்ற வாக்குறுதி மண்ணுக்குள் போய்விட்டது. தான் வெட்டிய கிணறு மட்டும் பாழடைந்து பாங் கிணறாய், இவையனைத்தும் உச்சந்தலையில் பட்ட காக்கா எச்சம் சொன்ன சேதிகள் என்பதை யாரறிவார். உச்சந்தலையில் பட்ட பறவை எச்சத்தை உள்ளங்கையால் துடைக்க மட்டும்தான் முடியும்.

நொடிப் பொழுதில் காற்றில் பரவ விட்டுவிட்டு பறந்தோடிவிட்ட பறவை சொன்ன சேதியை யாரறிவார்?

அதோ பரந்து விரிந்து கிடக்கும் வயல் காடுகளுக்கு நடுவே பாழடைந்து கிடக்கும் கொடிக்கால் கிணறு. கிணற்றுக்குள் வாசம் செய்வதாக நம்பும் ஊர்மக்கள். கண்மாய் காக்கும் தெய்வங் களைப் போல் வயல் காக்கும் தெய்வமாக மாறிப்போனார் மகாலிங்கம் பிள்ளை. வண்ணான் கிடங்கோரம் வட்டவடிவக் கோவில், கொடிக்காப்பிள்ளை கோவில் என்றும், பெரியபிள்ளை கோவில் என்றும் வாழ்கிறார் பிள்ளை. நடவுக்கும் பொங்கல், அறுவடைக்கும் பொங்கல். வயல்களை நாசமாக்கும் எலிகளையும் பூச்சிகளையும் கொல்கிறார். இவைகளை அழிக்கும் ஆந்தைகளையும் கூகை களையும் காப்பாற்றுகிறார். நாடாரிடம் பொய் சொல்லிக் கற்ற வித்தைகள் வெற்றிலைக்குப் பயன்படவில்லை. நெல்லுக்கும், கரும்புக்கும், வாழைக்கும், பயறு வகைகளுக்கும், கிழங்குக்கும் உரமாக மாற்றி பொலியாக பொழிவிக்கிறார் பிள்ளை.

9

மத்தியான வெய்யிலில் வயக்காட்டைவிட்டு வெளியேறி வட்டக் கோவிலை ஒரு சுற்று சுற்றி விட்டு, வண்ணான் கிடங்கில் துணி வெளுத்துக் கொண்டிருந்த சாத்தனிடமும் சிவத்தியிடமும் வாயாடி விட்டு ஊருக்கு நடந்தான் நீர்ப்பாய்ச்சி. கெத்கெத்தென்று பெருகி தத்துக்கு மேல் தத்தி போய்க்கொண்டிருந்தது தண்ணீர். ஓடைத் தண்ணீரிலிருந்து கெலித்து தத்துக்கு மேல் தாவி விழும் மீன்கள் சூரிய ஒளி பட்டு வெள்ளிக் குருத்தாய் மின்னின. தூரத்தி லிருந்து பார்த்துக்கொண்டு நின்றான் நீர்ப்பாய்ச்சி. ஊரணிக்குள் அஞ்சாறு எருமைகள் கரும்பாறைகளைப் போல், தலையைத் தண்ணீருக்குள் முக்குவதும் தலை தூக்கி மூச்சுவிடுவதுமாக தண்ணீர் சுகத்தில் மயங்கி லயித்துக் கிடந்தன. எருமைகளைக் கண்டவுடன் நீர்ப்பாய்ச்சியின் கண்கள் கொப்புளாயியைத் தேடின. கரையெங்கும் தட்டுப்படவில்லை. தத்தோரம் குமுக்காய் வளர்ந்திருந்த சம்புக் கோரைக் கூட்டத்தின் ஓரம் தலை தெரிந்தது. பக்கத்தில் மாடு மேய்க்கும் கம்பை வைத்துவிட்டு இரு கால் நீட்டி உட்கார்ந் திருந்தாள். வளர்ந்த காதுகளில் பாம்படம் தொங்க எருமை மாடு களுடன் உரையாடிக் கொண்டிருந்தாள். கொப்புளாயி உரையாடு வதற்கு மாடுகள் தவிர்த்து வேறொன்றுமில்லை.

எட்டயபுரம் சமஸ்தான எல்லைக்குள் பெருங்கொண்ட சம்சாரி களில் கோழிமடத்தான் பெருமாள் குடும்பன் பேர் அத்துப்படி. அந்தப் பெருமாளுக்கு வாக்கப்பட்டு வந்தவள்தான் சித்தம்மாள் என்ற கொப்புளாயி. எட்டு வருஷங்களாக குழந்தை பாக்கிய மில்லாததால் தன் உடப்பிறந்தாள் சோலையம்மாளையும் இரண்டாந் தாரமாகக் கட்டி வைத்தாள் கொப்புளாயி. தன் உடப்பிறந்தாளுக்கு குழந்தைகள் பிறந்து பெருமாளுக்கு வாரிசுகள் பெருகப் பெருக தன் வளர்ப்பில் எருமைகளைப் பெருக்கிக் கொண்டிருந்தாள் கொப்புளாயி. அவள் தூரத்தில் வரும் போதே எருமை மாட்டின் கொச்சைக் கவுச்சியும், பால், தயிர், மோரின் கவுச்சி வாடையும் மொச்சென்று மூக்கினுள் நுழைந்து நாசியை நிறைக்கும். ஊரணிக் கரையில் அவளுடைய தலையைப் பார்த்து விட்ட நீர்ப்பாய்ச்சி, வரிசைப்பனையில் ஒரு பனையில் தன்னை

மறைத்துக்கொண்டு காதுகளை நீட்டினான். 'யே... மானங்கெட்ட மல்லாரிகளா, போதும்டி குளிச்சி கும்மரிச்சம் போட்டது. எந்திரிச்சி வாங்கடிகளா வீட்டுக்குப் போவம். பாரு அந்தக் கூடு கொம்பு கண்டார ஒழிய, தலைய தண்ணிக்குள்ள ஓட்டி ஓட்டி எடுக்கியே பலபட்டர. வீட்டுக்குப் போவம்ங்கிற நெனப்பு இருக்கா பாரன். அந்தக் கழுதையப் பாரு எக்குப் போடுறத. அட ஆக்கங் கெட்ட கழுத, நீயும் பொட்ட, அவளும் பொட்ட. எக்குப் போட்டு என்ன செய்யப் போற? நானும் தான் ஆயிரம் எக்குப் போட்டுப் பார்த்தன், எம் வகுத்துல கடவுளு ஒரு புளு பூச்சியக்கூட கொடுக்கல. கடேசில, கொள்ளி வைக்கக் கூட பெத்த புள்ள இல்ல. எத்தன இருந்தாலும் தம்புள்ள கொள்ளி வைக்கிறது மாதிரி இருக்குமா. என்ன செய்ய, ஆண்டவன் ஆராருக்கு என்ன விதி போட்ருக்கானோ அந்தப்படிதான நடக்கும். அன்னன்னைக்கு எழுதுன எழுத்த அழிச்சா எழுத முடியும், கடேசிக் காலத்துல ஒங்களே தஞ்சம்னு கெடக்கன், வாங்கடிகளா போவம் நேரம் அடித் திரும்பிருச்சு.'

பனைமர நிழலில் ஒளிந்திருந்து தன் சின்னஞ்சை கொப்புளாயின் பேச்சைக் கேட்டுக்கொண்டிருந்த நீர்ப்பாய்ச்சிக்கு சிரிப்பும் கவலையும் மாறி மாறி வந்து போயின. அவளுடைய கண்ணில் படாமல் ஓடைக்குள் இறங்கிப் போய்விடலாமா என்று யோசித்த படியே நின்றான். தண்ணீருக்குள்ளிருந்து சடேரென்று எம்பிக் குதித்த எருமை ஒன்று இன்னொன்றின் மேல் எக்குப் போட்டது. தண்ணீர் திடீரென்று உயரே எம்பிக் குதிப்பது போல் இருந்தது அதன் செயல். அந்த இடத்தில் தண்ணீர் கலங்கி நிறம் மாறியது. கலங்கிய தண்ணீருக்குள்ளிருந்து கெண்டைகள் கெலித்து விழுந்தன.

'அட சின்ன முண்ட, ஒனக்கும் வயசு வந்திருச்சு, எக்கா போடுற எக்கு? நிய்யி என்ன மாதிரி புள்ள கொல்லி பெறாதவ, வெயசு இருக்கு ஒனக்கு. என்னைய மாதிரி மலடினு பேரு வாங்கிறக் கூடாது, ஒடம்பு இருந்து என்ன செய்ய, சொத்து சொகம் இருந்து என்ன செய்ய, நம்ம பேரு சொல்ல ஒரு புள்ள வேணும்ல்ல! எம் புருஷன் மேல ஒரு தப்புமில்ல, நமக்கு லவிச்சது அம்புட்டுத் தான்ட்டு போக வேண்டியதுதான். இந்தா, நேத்து வந்த எம் ஓடப் பெறந்தா வருஷத்துக்கு ஒரு புள்ளனு மூனு புள்ளயப் பெத்துட்டா. நம்ம கெரகப் பூழல் இப்பிடிருக்கு. எங்க போயி முட்ட, ஆருட்டச் சொல்லி தீத்துக்கிற, ஒங்க கிட்டதான் சொல்ல முடியும். ஒங்களத் தான் அடிக்க முடியும். ஒங்களத்தான வையவும், ஏசவும், பேசவும் முடியும். அடியெ, வாங்கடிகளா போவம், வெய்யில் தாந்து போச்சு.'

கால் நீட்டி உட்கார்ந்திருந்தவள், கால்களை மடக்கித் தன் முழங்காலின் முட்டுக்கள் மீது முகம் புதைத்துக் கண்ணீரைத் துடைத்துக்கொண்டு மூக்கைச் சீந்தி வீசினாள். கொப்புளாயி எதிர்பார்க்காத நேரம் பார்த்துப் பனைமர மறைவிலிருந்து வெளிப் பட்டு, இப்போதுதான் வயல் காட்டிலிருந்து வருபவனைப் போல அவள் முன்னால் வந்து நின்றான். சற்றும் எதிர்பார்க்காத கொப்புளாயி முகத்தை அழுந்தத் துடைத்துக்கொண்டு உற்றுப் பார்த்தாள்.

'என்னஞ்சே, அப்பிடிப் பார்க்க. அடையாளம் தெரியலையா?'

'சம்புக் கோரையிலிருந்து கதிர் முத்தி பஞ்சாப் பறக்கு பாத்தியாடா, அது கண்ணுல விழுந்திருச்சு, உறுத்துது. நல்லா கண்ண கசக்கிட்டன் அதுதான் ஒரு வடியா ஒக்காந்திருக்கன். நிய் என்னடா இன்னக்கி கரைப் பாதவழி போகாம ஓடைப் பாத வழியா வார?'

'கெடங்கோரம் வாய்க்கா ஒடஞ்சு கெடந்தது. அத அடச்சிட்டு இப்பிடியே கெழக்காம நடைய விட்டுட்டன். நிய்யி என்னஞ்ச இனியும் மாட்ட தண்ணிக்குள்ள போட்டுட்டு இருக்க? எருமைக் கழுத தண்ணியக் கண்டுட்டா சாமானியமா வெளியேறாது. வீட்டுக்குப் பத்து, நேரமாச்சு.'

'ஒரு அதட்டு அதட்டி, ரெண்டு கல்ல எறிடா. கழுதைக அப்பத் தான் வெளியேறும். பாத்து எறிடா மேல விழுந்துறாம. ரெண்டு செனை மாடுகளும் நிக்கி, வவுத்துல பட்டுட்டா குடிமுழுகிப் போகும். அதட்டிப் பத்துடா வெளியேறிறும்.'

நீர்ப்பாய்ச்சி சத்தம் போட்டு அதட்டியபடி, ரெண்டு மூனு தடவை கல்லை எடுத்து எறிந்தான்.

ஒவ்வொன்றாய்த் தண்ணீருக்குள்ளிலிருந்து வெளியேறி கரையை நோக்கி நடந்தன. கொப்புளாயி கையில் கம்புடன் எருமைகளின் பின்னால் எட்டு வைத்தாள். அவளுடன் நீர்ப்பாய்ச்சியும் நடந்து வந்தான். மாடுகளும் மாடுகளுக்குப் பின்னால் கொப்புளாயியும் நீர்ப்பாய்ச்சியும் நடந்து வருவதைக் குப்பைக் கிடங்கோரம் நின்ற குருவன் பார்த்தான்.

'என்ன சின்னஞ்சையும் மகனும் சேர்ந்து வாராப்லருக்கு.'

'சின்னையா, எனக்கு சின்னஞ்ச நகைய தாரமின்னு சொல்லி யிருக்கா, அதுதான் வாங்கிட்டுப் போகலாம்னு கூடயே வாரன்.'

'நகைய ஒனக்குத் தாரம்னு சொல்லிட்டாளா? சரி, மகனுக்கு அதாவது குடுக்க வேணாமா? எனக்கு சரட்டையும், தண்டட்டியவும் தாரம்னு சொல்லியிருக்கா. ஏம்னா, மச்சான மறக்க கூடாதுல்ல.'

'சின்னய்யா, எனக்கு பாம்படம் மட்டும் போதும், மத்தத நிய்யி

வாங்கிக்கோ, கொப்பு, குருட்டுத் தட்டு, கொணப்புத் தட்டு, காலுக்கு தண்ட, மூக்குத்தி, புல்லாக்கு எல்லாம் வச்சிருக்கா.'

'சித்தப்பனும், மகனும் பங்கு போடுறயலாக்கும். அம்புட்டும் இருக்குடா, கடேசிக் காலத்துல யாரு பிய்யி மோத்திரம் எடுக்காகளோ அவுகளுக்குத்தான் அம்புட்டுச் சாமானும். ஓடப் பெறந்தா ஒழுங்காப் பாத்தா அவளுக்கு, இல்ல, எந்தப் புண்ணிய வாட்டி பாக்காளோ அவளுக்கு.'

கொட்டாரத்துத் தாழ்வாரத்தில் மாடுகளைக் கட்டினாள் கொப்புளாயி. மடுக்கள் கனத்து பால் கறக்கத் தயாராய் நின்றன இரண்டு மாடுகள். மிதுக்கம் பழங்களைப் போல் விடைத்துக் கொண்டிருந்தன பால்கட்டிய முலைக்காம்புகள். கொப்புளாயி பால் கறப்பதென்பது அவள் லயித்துச் செய்யும் வேலைகளில் ஒன்று. ஒருவேளை வேறு சுகம் காண்கிறாளோ என்னவோ! சுகமாக அசைபோட்டபடி எருமை நிற்க, தன் இரண்டு முட்டுக்களையும் இணைத்துப் பால்சட்டியை இடுக்கி கவுட்டுக்குள் வைத்துக் கொண்டு, மடுவையும், காம்பையம் மாறி மாறி உருவும்போது, ஒரு கை உயர்ந்து, மறுகை தாழ்ந்து தறி நெய்பவளைப் போல், காம்புகளின் விறைப்பு குறையக் குறைய சட்டியில் பால்நுரை ததும்ப நிறைந்துவரும். வாயகன்ற பால்சட்டியில் வெள்ளிக் குருத்தாய் பால்நுரை பொங்கும். கொப்புளாயி பால் கறக்கும் போது தன்னுடைய தோள் பட்டையால் தொங்கும் பாம்படத்தை உரசுவது, அவள் உட்கார்ந்துகொண்டே கழுத்தை மேலும் கீழும் ஆட்டுவது கண்கொள்ளாக் காட்சி. தொடைகள்வரை ரேலையைத் திரட்டி வைத்துக்கொண்டு, பால்சட்டியை மூட்டுக்கிடையில் இடுக்கியிருக்கும்போது, பழுத்த வெள்ளரிப் பழங்களைப் போல் மினுமினுத்து வெளித் தெரியும் தொடைகள். ஈக்கடியில் மாடு சில நேரம் இடம் மாறி நகர்ந்துவிட்டாலோ அல்லது கால் தூக்கி உதறி விட்டாலோ, எதிர்பாராமல் மாராப்பு நீங்கிவிடும். எண்ணெய்யும் பாலும் கலந்த பிசுபிசுப்புடன் சேலையைத் தொட்டு முந்தானை மாராப்பை சொருகாமல் தொடர்ந்து பால் கறந்துகொண்டே யிருப்பாள். கொப்புளாயியின் திமிறிய முலைகள் குத்திட்டு வெளியே எட்டிப் பார்த்தபடி இருக்கும். சில நேரம் கொப்புளாயி விரும்பித்தான் மாராப்பை சொருகாமல் இருப்பது போல் தெரியும்.

உருளைக்குடியில் எந்த நேரம் போய்க் கேட்டாலும் பாலும், மோரும், தயிரும் ஓசியில் கிடைக்கும் வீடு கொப்புளாயின் வீடு தான். பண்டங்கள் வேண்டுமானால் மாற்றிக்கொள்ளலாமே ஒழிய எந்தப் பொருளையும் விலைபேச விரும்பாத காலம். அவள் வீட்டு

முற்றத்தில் போய் நின்ற உடனேயே பால், மோர் கவுச்சி நச்சென்று மூஞ்சியில் உறைக்கும். கவுச்சி வாடை மறையுமுன்னே, கையில் மண்கலயத்துடன் வெளியே எட்டிப் பார்ப்பாள் கொப்புளாயி. கட்டியான தயிரைப் போன்ற மோரை கலயத்துடன் வாங்கிக் குடித்துவிட்டு ஆட்கள் போய்க்கொண்டேயிருப்பார்கள். எந்நேரமும் முற்றம் நிறைந்து ஆட்கள் கூடிக்கிடப்பார்கள்.

மாடு மேய்ப்பதிலும், மாடுகளுடன் காட்டிலும் தொழுவத்திலும் பேசுவதிலும், மாடுகளை சினை பிடிக்க காளங்கன்றுகளிடம் கொண்டு சென்று காளைகளுடன் இணைய வைப்பதிலும், மாடுகளை வைதுகொண்டே நீண்ட நேரம் தேய்த்துத் தேய்த்து ஊரணியில் சேலையைத் தொடை தெரிய ஏத்திக் கட்டிக்கொண்டு குளிப்பாட்டுவதிலும், லயித்துப் பால் கறப்பதிலும், ஈன்ற கன்றுகளைக் கட்டி அணைத்து முத்தம் கொடுத்து கொஞ்சுவதிலும், கறந்த பாலைக் காய்ச்சி, உறையூற்றி பக்குவம் பார்த்து மோராக்கு வதிலும் தயிராக்குவதிலும், கேட்டு வருபவர்கள் எல்லோருக்கும் மோந்து மோந்து கொடுத்து உபசரிப்பதிலும் கொப்புளாயி கண்ட சுகம் என்ன? தன்னில் புதைந்த காமத்தீயை, விரசத்தை, காமப் பரவசத்தை மறந்தாளா? குழந்தை பெற லாயக்கில்லாத இந்த மலட்டு உடலை, உடலின் இம்சையை, ஊராரின் அனுதாபத்தை, ஏச்சை, எள்ளலை இதன் மூலம் மறந்தாளா? கொப்புளாயியின் செயல்கள் நரைவிழுந்த முதிர்ச்சியில் அல்ல, நரை விழுந்தும் முதிராத கன்னியின் செயல்கள் கொப்புளாயி. ஊருக்கே தாயானாள். எல்லாக் குழந்தைகளுக்கும் அவ்வையானாள்.

வெள்ளாமைகள் எல்லாம் வீட்டுக்கு வந்துவிட வெறுமையில் வெய்யிலில் தகிக்கும் கரிசல். ஆடு மாடுகள் தவிர்த்து ஆளரவமே இல்லாது கிடக்கும் பரந்த கரிசல். உப்போடையின் மேலப் பொலியோரம் கருவேல மரத்தடியில் உட்கார்ந்திருந்தாள் கொப்புளாயி. ஒவ்வொரு வெள்ளிக்கிழமையும் சிற்றெறும்பு சாரையென இருக்கங்குடி மாரியம்மன் கோவில் போகும் ஜனங் களின் குறுக்குப் பாதைதான் உப்போடையின் கரைப்பாதை. வங்கார்பட்டி, சின்னமலைக்குன்று, திப்பனூத்து, சென்னையம் பட்டி, கடலையூர், வரதம்பட்டி என்று பல ஊர் ஜனங்களும் வரிசை வரிசையாய் போய்க்கொண்டிருந்தார்கள். உருளைகுடியை ஒட்டிய பெரிய காட்டு வாகைமரம் இளைப்பாறிச் செல்வதற்கு தோதாக இருந்தது. பெரிய கூட்டம் ஒன்று உட்கார்ந்து பேசிக் கொண்டும் சிரித்துக்கொண்டும் கட்டிச் சோற்றைச் சாப்பிட்டுக் கொண்டும் இருந்ததைக் கண்டாள் கொப்புளாயி.

யாருமே எதிர்பார்த்திருக்க மாட்டார்கள். மறு வெள்ளிக் கிழமை இரண்டு பெரிய மொடாப்பானை நிறைய்ய மோரும், மோந்து குடிக்க இரண்டு மண் கலயங்களும் வைத்தாள் கொப்புளாயி. கூட்டம் தாகம் தணித்து இளைப்பாறி நடையைக் கட்டியது மாரியாத்தாள் கோவிலுக்கு. வெள்ளிக்கிழமை தோறும் கோவிலுக்குப் போகிற ஜனங்களின் வாயில் கொப்புளாயி என்கிற பெயர் உச்சரிக்கத் தொடங்கியது. அரசல் புரசலாக மாரியம்மன் கோவிலுக்கும் எட்டிவிட்டது கொப்புளாயின் பெயர்.

இருக்கங்குடி மாரியம்மன் கோவிலில் பிரபலம் வெள்ளரிப் பிஞ்சும் மருக்கொழுந்தும். கோவில் கும்பிட்டு திரும்புகிறவர்கள் தேடி வந்து தருகின்ற திருநீறும், குங்குமமும், வெள்ளரிப் பிஞ்சும், மருக்கொழுந்தும் கொப்புளாயியின் வீட்டில் நிறைந்துவிட்டன. வெள்ளிதோறும் ஊர்ப் பெண்கள் எல்லோரும் மருக்கொழுந்து சூடி மணக்க மணக்க திரிந்தார்கள். சிறுசுகளின் கையில் வெள்ளரிப் பிஞ்சுகள். கொப்புளாயி சந்தோஷம் பொங்க மோர் சுமந்தாள். வெள்ளிதோறும் மக்களின் மனங்களில் நிறைந்தாள். தன்னை மறந்து இளைப்பாறி ஆசுவாசப்படுத்தி வயிறு நிறைய தயிரைப் போன்ற கட்டி மோர் குடித்து கையெடுத்துக் கும்பிட்டுச் செல்லும் ஜனக்கூட்டம்.

வளர்ந்தோங்கி நின்ற காட்டு வாகை மரத்தினருகிலேயே அஞ்சாறு வேப்பங்கன்றுகளையும், ஏழெட்டுப் புளியமரக்கன்றுகளையும் நட்டு தண்ணீர் சுமந்தாள் கொப்புளாயி. நட்டுவைத்த மரக்கன்றுகள் எல்லாமே கொப்புளாயியின் குழந்தைகளாய் செழித்து வளர்ந்தன. சில நேரங்களில் இருக்கங்குடி செல்லும் மாரியம்மன் கோவில் பக்தர்களே மரக்கன்றுகளுக்குத் தண்ணீர் ஊற்றிச் சென்றனர். போகப் போக கொப்புளாயிக்கு வேலையே இல்லை. மழைக் காலங்களில் செழித்து வளர்ந்தன மரங்கள். நிலத்தில் ஊடுருவி வேர்விட்டு தானாக நீருருஞ்சும் திறனைப் பெற்றுவிட்ட மரங்கள் அடர்ந்து வளர்ந்தன. முலைப்பால் மறந்து தானே இரைதேடும் குட்டிகளைப் போல மரக்கன்றுகள் கொப்புளாயியின் தண்ணீருக்கு காத்திருக்க வில்லை. தாய்ப்பறவை ஊட்டும் இரையை வாய் பிளந்து வாங்கி உண்டு வளரும் குஞ்சுகள் இறக்கை முளைத்துப் பறக்கத் துவங்கின. மரங்களாய் வளர்ந்து, கிளை பரப்பிய வேம்புகளின் நிழல்களில் ஜனங்கள் இளைப்பாறினார்கள். கட்டுச்சோறு சாப்பிட்டு, களைப்புத் தீர உறங்கிச் சென்றார்கள். தயிர், மோர் குடித்து கொப்புளாயியை கையெடுத்துக் கும்பிட்டுவிட்டுத் தெம்பாக இருக்கங்குடிக்கு நடந்தார்கள். தோப்பாய் மாறிய மரக்கூட்டங்

களுக்கு நடுவே ஊரார் ஒன்றுகூடி சிறிய தெலாக் கிணறு ஒன்றை வெட்டினார்கள். ஆழமில்லாத அந்தத் தெலா கிணற்றில் இருக்கங்குடி மாரியாத்தாளும் கொப்புளாயியும் தண்ணீராய்ப் பொங்கி வந்து ஆயிரமாயிரம் மனிதர்களின், வழிப்போக்கர்களின், கால்நடைகளின் தாகம் தீர்த்தார்கள். வெய்யிலுக்கு நிழலானார்கள், மரங்களாகவும் நின்றார்கள்.

வெகுநாட்களாக வாகை மரத்துத் தோப்பு என்று அழைக்கப் பட்ட அந்த இடம் நாளடைவில் கொப்புளாயி நந்தவனம் என்று பெயர் மாறிப் போனது. ஒற்றையடிப்பாதை மாறி வண்டிப் பாதையாக மாறிப் போனது. மாசம் தவறாமல் ஒவ்வொரு வெள்ளிக்கிழமையும் கூடார வண்டிகள் நிறைந்து கிடந்தன கொப்புளாயி நந்தவனத்தில். மரங்களில் அடைந்து செல்லும் பறவைக் கூட்டங்களைப் போல் மரங்களினடியில் மனிதர்கள் நிறைந்து கிடந்தார்கள். சுட்டெரிக்கும் கரிசலின் தகிப்பை, கோடையின் வெம்மையை கொப்புளாயி நந்தவனம் குளிராய் மாற்றி இளைப்பாற்றியது.

தன்னுடைய தள்ளாத வயதிலும் கம்பூன்றிக்கொண்டே எட்டு வைத்து நந்தவனம் வந்தாள் கொப்புளாயி. இளைப்பாறிச் செல்லும் ஜனங்களின் முகமலர்ச்சியில் தன்னை மறந்தாள். தன்னால் இயலாவிட்டாலும், தன் தங்கச்சி பிள்ளைகளும், ஊர் இளவட்டங் களும் மோர் பானை சுமந்து வந்து வைப்பதை நினைத்து சந்தோஷப் பட்டாள். வேப்ப மரத்தடியில் இரு கால் நீட்டி உட்கார்ந்திருந்தாள் கொப்புளாயி. தன் பக்கத்தில் வந்து நிற்பது யாரென்று தெரியாததால் நெற்றி சுருங்க கண் குவித்து ஏறிட்டுப் பார்த்தாள்.

'என்ன தாயி..... யாருனு தெரியலையா?'

'தெரியலையே சாமி, அதுதான் யாரோனு பாக்கன்.'

'கடலையூரு செண்பகம் வேளாரு.'

'ஏ.... சாமி, பாத்து எம்புட்டு வருஷமாச்சு, வாங்க சாமி. இப்பிடி வந்து உட்காருங்க. கோயிலுக்கா போய்ட்டு வரங்க?'

'கோயிலுக்கு எதுக்குத் தாயி போகணும், இந்தக் கோயிலப் பாத்தா போதாதா? மாரியாத்தாளப் பாத்தது மாதிரியே இருக்கு தாயி.'

'உடம்புக்கு முடியல, நடமாட்டமும் நின்னு போச்சு. நந்த வனத்துக்கு வர்ரதில்ல, ஒடப்பெறந்த புள்ளைகதான் மோர் கொண்டாந்து வைக்காக அப்பிடின்னு கேள்விப்பட்டன் தாயி. நேர வீட்டுக்குத்தான் போனன், இங்க இருக்கிறதாச் சொன்னாக,

வாரன்.'

'ஒங்களுக்கு கோடிப் புண்ணியம் சாமி. இப்பவரைக்கு மொடாப் பானைக்கும் மோர் கடையிற மத்துப் பானைக்கும் பஞ்சமேயில்ல சாமி நீங்க நல்லா இருக்கணும் சாமி.'

'ஏ... தாயி, ஒன்னைய நித்தமும் கோடானு கோடி ஜனம் கையெடுத்துக் கும்புடுது, நிய்யி என்னடான்னா என்னையக் கும்புடுற.'

'எல்லாமே அந்த மாரியாத்தாளோட மகிமை வேளார, வச்ச கன்னு ஒன்னுகூட பாடுபாசி ஆகல, பட்டுப் போகல அம்புட்டும் மரமா நிக்கி மாரியாத்தா கருணையால. கெணத்துல தண்ணியப் பாரும், அப்பிடியே தேங்கா தண்ணியா, பாலா பொங்குது. நம்ம கிட்ட என்ன இருக்கு வேளார, எல்லாமே அவ புண்ணியம்தா. சரி, இருக்கட்டும். திடு திப்னு இங்க வந்து நிக்கீரே என்ன வெசயம்? ஊருக்குள்ள பானை வண்டி வந்திருக்கா, சுள்ள பிரிச்சாச்சா, தாக்கல் இல்லையே.'

'அதெல்லாம் ஒன்னும் இல்ல தாயி, ஒன்னையப் பாக்கணும் போல தோணுச்சு. புறப்பட்டு வந்திட்டன். ரொம்ப முடியாம கெடந்தியாம்ல.'

'முடியாம கெடந்தது வாஸ்தவம்தான் வேளார, இப்ப நாலு நாளா கொஞ்சம் தேவல. எந்திரிச்சு நடமாடிக்கிறன்.'

செண்பக வேளாரும் கொப்புளாயியும் நந்தவனத்தின் மரத் தடியில் உட்கார்ந்து பலப்பல பேச்சுக்களைப் பேசிக்கொண் டிருந்தார்கள். சுத்துப்பட்ட கிராமங்கள் முழுக்க கொப்புளாயியின் பேரும் புகழும் கொடிகட்டிப் பறக்கிறதென்றால், ஒரே நாளில் வந்ததில்லை. பத்து பதினைந்து வருடங்களுக்கு மேல் விடாமல் அவள் செய்த புண்ணியம் எல்லா மக்களின் மனங்களிலும் போய் உட்கார்ந்துகொண்டது. ஆயிரமாயிரம் மக்களுக்குப் கொப்புளாயி தாயாகிப் போனாள். இருக்கங்குடியில் ஓடும் இரண்டு ஆறுகளிலும் தண்ணீர் மட்டும் ஓடவில்லை. கொப்புளாயி செய்துவரும் புண்ணியமும் சேர்ந்தே ஓடியது. மொட்டையடித்த கோடானு கோடி தலைகள் ஆற்றுத் தண்ணீருக்குள் முங்கியபோது தன்னறி யாமலே உதடுகள் முணுமுணுத்தன.

'கொப்புளாயிக்கு கோடி புண்ணியம்.'

'மாரித்தாயே காப்பாத்து, கொப்புளாயிக்கு நூறு வயசு.'

இருக்கங்குடிக்குப் போகிற பாதையில் மோர் பானை வைக்க வேண்டும் என்று நினைத்த உடனேயே அவள் சந்திக்க நினைத்தது செண்பக வேளாரைத்தான். கொப்புளாயியின் சுற்றளவு ரொம்ப

ரொம்பக் குறைவு. கண்மாய், கரிசக்காடு, ஊரணி, மாட்டுத் தொழுவு இவ்வளவுதான். அவளுடைய பேச்சுக்கள்கூட பெரும் பாலும் எருமை மாடுகளுடன்தான். கல்யாணமாகி குழந்தைப் பாக்கியம் கிட்டவில்லை என்றவுடன் இரண்டாம் தாரத்திற்கு வழி விட்டு ஒதுங்கிக்கொண்டதோடு, தன் வாழ்க்கையையே மாற்றிக் கொண்டாள். முதன்முதலாக அவள் மாடுகளுக்குத் தாயாகிப் போனாள். மாடுகளுடன் பேசும் கலையைக் கற்றுக்கொண்டாள். தன் உடல்வேட்கையை திசை திருப்பும் வடிகால்களைக் கண்டடைந்தாள். கன்றுக் குட்டிகள் கடைவாயில் பால் ஒழுக தாய்மடியில் முட்டி முட்டிப் பால் குடிக்கும் போது தன் உடம்பில் எறும்பு ஊர்வதை ரசித்தாள். மீதியுள்ள பாலை இருக்கங்குடிப் பக்தர்களுக்கு நேர்ச்சையாக்க நினைத்து செண்பக வேளாரின் முன் போய் நின்றாள்.

வேளாளர் தெரு என்றும் கொசக்குடி என்றும் அறியப்பட்ட தெருவில் செண்பக வேளாரைக் கண்டுபிடிப்பது பெரிய விஷய மல்ல. செவ்வரளிப் பூக்கள் சொரிந்த தெலாக் கிணற்றிலிருந்து ஆரம்பிக்கிறது வேளாளர் தெரு. கிழக்கு மேற்காய் விரியும் நீண்ட தெருவில் ஒவ்வொரு வீட்டின் முன்னாலும் ஒற்றைமாட்டு வண்டியும் மாடும், அம்பாரமாய்க் குமிந்து கிடக்கும் செம்மண்ணும், கரம்பை மண்ணும், பானைகள் வினையும் வண்டிச் சக்கரங்களும் தூரத்தில் காய்ந்த பானைகள் அடுக்கப்பட்ட சுள்ளைகள். தன் கண்களையே தன்னால் நம்ப முடியவில்லை செண்பக வேளாருக்கு. தன் முன்னால் நிற்பது கொப்புளாயியேதான், சந்தேகமேயில்லை. பிசைந்து கொண்டிருந்த மண்ணை உதறிவிட்டு ஓடோடி வந்தார். கொப்புளாயியின் தலைச் சுமையை இறக்கினார். சுமை இறங்கிய வுடன் உச்சந்தலை அரிப்பைப் போக்க இரண்டு கைகளாலும் பரட்பரட்டென்று தலையை சொரிந்துகொண்டு நின்றாள் கொப்புளாயி.

'ஏந்தாயி, என்ன விசயம், இப்பிடி திடு திப்னு வந்து நிக்கியே, அங்கயிருந்து இத வம்பாடுபட்டு சொமந்து கொண்டாரணுமாக்கும் வண்டி வார அன்னைக்கு குடுத்தா வாங்கிக்கிர மாட்டனா? இந்த வேணாப்பரிந்த வெய்யில்ல அப்பிடி என்ன தல போற காரியம்.'

செண்பக வேளாரின் மனைவி கொண்டு வந்து நீட்டிய மண் கலயத் தண்ணீரை வாங்கி நிதானமாகக் குடித்த கொப்பளாயியைச் சுற்றிலும் சிறு கூட்டம் கூடிநின்றது. அரச மரத்தின் நிழற் குளிர்ச்சி இதமாயிருந்தது.

'வேளார எப்ப சுள்ள பிரிக்கப் போறீரு?'

‘இப்பத்தான் காய வச்சிருக்கு, இனிமேல்தான் சுள்ளைக்கு ஏத்தனும். பத்த வச்சு சுட்டு எடுக்க எப்பிடியும் இன்னும் நாலஞ்சு நாளாகும்.’

‘..........’

‘சொல்லு தாயி, ஒனக்கு என்ன வேணும்? சொல்லிவிட்டா கொண்டாந்திர மாட்டனா.’

‘வேளார எனக்கு ஒடனடியா நாலு மொடாப்பான வேணும்.’

‘இப்ப ஒன்னும் காது குத்து, கவுரு குத்து, கல்யாணம், பொங்கல் இல்லையே, பெறகு எதுக்கு மொடாப்பான, அதுவும் நாலு பான?’

‘தயாரா இருந்தா கொண்டாரும்.’

‘மொடாப்பான, சொல்லிச் செய்யிறதுதான தாயி. நல்லது பொல்லாதுனாத்தான மொடாப்பான தேவப்படும். கல்யாணம் காய்ச்சினா இத்தன பான வேணும்பாங்க, செஞ்சு குடுப்பம். இப்ப ஓம் வீட்ல ஆருக்கு கல்யாணம், ஓம் புருஷன் பெருமாளு மூணாவதா கல்யாணம் முடிக்கப் போறானா?’

கொப்புளாயும் செண்பக வேளாரும் சேர்ந்து சிரித்தார்கள்.

‘ஓம் வகுத்துலதான் கடவுளு புள்ளயக் குடுக்கல, ஒந் தங்கச்சிக்காவது அந்தப் பாக்கியம் கெடைக்கட்டும். ஆணோ பெண்ணோ ஏதாவது ஒன்னு, ஊர்வாய அடைக்கவும், ஓம் புருஷன் கெத்தா நடக்கவும் மாரியாத்தா கண்ண தெறந்துட்டாப் போதும்.’

உருளைக்குடி சம்சாரிகளுக்கும் செண்பக வேளாருக்கும் உள்ள தொந்தம் என்பது பரம்பரையானது. தலைமுறைகளையும் தாண்டியது. செண்பக வேளாரின் தாத்தா கந்தையா வேளார் இல்லாமல் ஊரில் பொங்கலோ கொண்டாட்டமோ கல்யாணமோ நடக்காது. ஊருக்குத் தேவையான அத்தனை ஏனங்களையும் செய்து கொடுப்பவர் அவர்தான். கறிச்சட்டி, பரவாச்சட்டி, குத்திக்காச்சிர பானை, மொடாப்பானை, மாட்டுக்குத் தண்ணீர் காட்டுகிற ஊரத்தாழி, வண்ணானுக்கு வெள்ளாவி வைக்க வாயகன்ற தாழிப்பானை, இவை போக கோவில் மண்சிற்பங்கள் என்று ஓயாத வேலை குயவர்களுக்கு இருந்துகொண்டேயிருக்கும்.

தொட்டால் பிய்ந்து போகக்கூடிய களிமண்ணிலும், போட்டால் உடைந்து சிதறிப் போய்விடக்கூடிய மண்ஓடுகளிலும் பழகிப் பழகியே இந்த வேளார் மக்களிடையும் அதே மென்மை ஒட்டிக் கொண்டுவிட்டது போலும். யாரையும் வாயழுங்கப் பேசாத, என்ன பேசினாலும் தாங்கிக்கொள்ளவும் இந்த மண்பானைகள் தான் அந்த

ஜனங்களுக்கு கற்றுக் கொடுத்திருக்க வேண்டும். கிழக்கு மேற்காய் நீண்டு கிடக்கும் வேளார் தெருவுக்குக் கூட்டம் வந்து கொண்டே இருக்கும். இந்த ஊருக்கு இன்னார்தான் காணி என்று அவர் களுக்குள் பங்கு பரிவத்தனை இருந்ததால் பிரச்சினையே இல்லை. மாறாக உரிமைகள் கூடி ஊரோடு ஒன்றி சம்சாரியோடு சம்சாரி யாக ஊர் முழுவதும் தானும் அந்தந்த ஊர்க்காரனாக மாறிப்போன வேளார்கள்.

இதோ வைக்கோல்களால் நிரப்பப்பட்ட ஒத்தை மாட்டு வண்டிக்குள் ஒவ்வொரு பானையாக அடுக்கிப் புதைக்கிறார் செண்பக வேளார். ஒரு வரிசை முடிந்ததும் மீண்டும் வைக்கோல் களால் பானைகளை மூடுகிறார். வண்டி நிரம்பியதும் கூடாரம் முழுவதும் சுருக்குப் போட்டு ஒவ்வொரு பானையாக கட்டுகிறார். மரங்களில் ஒட்டிக்கொண்டிருக்கும் நத்தைக் கூடுகளைப் போல் கூடார வண்டியில் ஒட்டிக்கொண்டு, தேன்கூட்டைப் போல தெரிகிறது கூடார வண்டி. தேனீக்களைப் போல் ஒட்டிக்கொண்டு வண்டியையே மறைத்துவிட்டன மண்பானைகள். தாறுமாறான வண்டிப்பாதை ஒவ்வொரு குண்டுங்குழியும், ஒவ்வொரு குலுங்கலும், அசைவுகூட பானைகளில் கீறல்களை உண்டாக்கிவிடும். வேளார் களைப் போலவே அவர்கள் வளர்க்கும் மாடுகளும் சாதுவாகிப் போய்விட்டன போலும். கடலையூரிலிருந்து உருளைக்குடிவரை வண்டிப்பாதையில் எத்தனை கிடங்குகள், நொடிகள், ஓடைகள், ஏற்றங்கள், இறக்கங்கள்! எப்படித்தான் ஒரு கீறல்கூட விழாமல் கொண்டு சேர்க்கின்றன மாடுகள்! வண்டிகளில் பானைகளை அடுக்கும்போது தெருப்பிள்ளையாரைக் தொட்டுக் கும்பிட்டபின் முதல் பானையைத் தொட்டு அடுக்குகிறார்களே, பிள்ளையார் வண்டிக்குள் உட்கார்ந்துகொண்டாரா, எல்லாப் பானைகளும் பிள்ளையாரின் தொந்திவயித்தைப் போல் இருப்பதால் பானைகள் எல்லாமே பிள்ளையார்களா? பிள்ளையார் வயிற்றில் கீறல் விழுமா என்ன!

வண்டி மேலக்களத்தில் வந்து நிற்கிறது. ‘பான வண்டி, பான வண்டி’ என்று கூச்சலிட்டுக்கொண்டு ஓடும் சிறுவர் சிறுமிகள். ஒவ்வொரு வீட்டுக்குள்ளிருந்தும் ஓட்டமும் நடையுமாகப் பாய்ந்து வரும் பொம்பிளைகள்.

‘வோளர அத இங்கக் கொண்டாங்க, இது எனக்கு வேணும், தண்ணிக் கொடம் ரெண்டு வேணும்னு சொல்லியிருந்தன அத எங்க வேளார? இது ரெண்டுபடி சோளம் வேகுமா வேளார, சின்னதா இருக்கு.’

‘தாராளமா வேகும் தாயி, மூனுபடி வேகுறது இந்தா இருக்கு.’

‘கொழம்புச் சட்டி இல்ல வேளார. பருப்பு கடையவும் கீரை கடையவும் ரெண்டு சட்டி வேணும்.’

ஒரே மூச்சில் வண்டிப் பானைகள் மாயமாகிப் போய், தானியங் களாக மாறி வேளாரின் வண்டிக்குள் உட்கார்ந்துகொள்கிறது. கம்பு, சோளம், கேப்பை. தானும் ஒரு சம்சாரியாகி ஊர் திரும்பும் செண்பக வேளார்.

‘தானிய தவசத்துக்கு எங்கப்பன் பிள்ளையாரப்பன் புண்ணியத்துல ஒரு கொறையும் இல்ல தாயி, வெஞ்ஞனப்பாடு தான் திண்டாட்டம்.’

மண்பானை வாங்கிப் போன ஒவ்வொரு பொம்பிளையும் பானைக்கான தானியம் போக, தங்கள் மண்ணில் விளைந்த வத்தல், மல்லி, வெங்காயம், காய்கள், தட்டப்பயிறு, பாசிப்பயிறு, உளுந்து, மொச்சை, துவரை என்று கொடுக்க வேளார் சிரித்த முகமாய் வாங்கி வாங்கி வண்டிக்குள் வைப்பார்.

‘இவ்வளவு எதுக்கு தாயி, வேணும்னா கேட்டு வாங்கிக்கிற மாட்டனா.’

‘வெலைக்கா வேளார வாங்கிக் குடுக்கம். நம்ம காட்டுல வெளஞ்சுது, கூடக் கொஞ்சம் கொண்டுட்டுப் போருமே, என்ன கொறஞ்சு போச்சு? வேளாரு இல்லாம சம்சாரி ஏது, சம்சாரித்தனம் ஏது?’

‘சரி தாயி, சரி தாயி. பிள்ளையாரப்பன் புண்ணியம், நல்லா இரு தாயி.’

ஊரில் நடக்கும் அத்தனை விசேஷங்களிலும் செண்பக வேளாருக்கு முக்கிய பங்கும் மரியாதையும் உண்டு. சுற்றுக் கிராமங்களில் இருக்கும் அத்தனை சுடு சிற்பங்களும் அவரின் கைவண்ணம்தான். தெய்வங்களாக மாறி மக்களைக் காக்கின்றன. தெய்வங்களைப் படைக்கும் கலை செண்பக வேளாரின் பூர்வீகம். வாரம் ஒரு முறை வந்து வண்டியில் மண் அள்ளிப் போவார். அந்த மண்தான் மக்களுக்கு சோறு வழங்கும் அட்சயப் பாத்திரங் களாகவும், குடிநீர் வழங்கும் குடஊற்றாகவும், அக்னியில் உருகாத அபூர்வ உலோகமாகவும் மாறிப் போகிறது.

செண்பக வேளாரைப் போலவே உருளைக்குடி ஊரோடும், மக்களோடும் கலந்துவிட்ட தச்சுவேலை தங்கவேல் ஆசாரி, தங்கவேலை மங்கான் ஆசாரி, இரும்பு பட்டறை பிச்சை ஆசாரி, லாடம் கட்டும் சண்முகம் ஆசாரி, துணி வெளுக்கும் சாத்தனும் செவந்தியும், செருப்பும் பிய்ந்து போன வாலும் தோலும் தைக்கும்

குமராண்டியும் மதுக்கனும். யார் கண்ணுக்கும் தெரியாமல் இவர் களையும் ஊர் ஜனங்களையும் இணைக்கும் வலுவான மெல்லிய கயிறு ஒன்று இருந்தது. இவர்கள் எல்லோருக்கும் சேர்த்தே மழை பெய்தது, இவர்கள் அனைவருக்கும் சேர்த்தே சம்சாரிகள் விதைத் தார்கள், அறுத்தார்கள், வாழ்ந்தார்கள்.

சித்திரை உழவு பத்தரை தங்கம். சித்திரை மாத கோடை வெய்யில் கொளுத்துகிறது. தச்சாசாரி தங்கவேலின் வீட்டுக்கு முன்னால் உள்ள வேப்பமரம் தளிர்த்து குமுறி நிற்கிறது. தரை யெங்கும் உதிர்ந்து வெள்ளை வெளேரென்று பரந்து கிடக்கிறது வேப்பம் பூக்கள். வேப்பம் பூக்களும் சித்தெறும்புகளும் ஒன்றோ டொன்றாய்க் கலந்து ஊர்கின்றன தரையில். எப்போதும் மரத்தடியில் கூடியிருக்கும் சம்சாரிகள் தார்ப்பாச்சலும், கையில் வாச்சாத்தும், காலுக்கடியில் கலப்பைக் குத்தியுமாக தங்கவேல் ஆசாரி. அப்போது தான் மரத்தின் நிழலுக்குள் வந்து தலைத் துண்டை அவிழ்த்து, ஸ்... என்று வெய்யிலின் சூட்டை வெளியேற்றி நிழற்குளிர்ச்சியில் நின்றான் முத்துவீரன். குத்துக்கால் வைத்து கீழோரம் உட்கார்ந் திருந்த காளியப்பன் திரும்பிப் பார்த்தான்.

'வாங்க மாமா வாங்க. இப்பிடி வாங்க மாமா, இங்க வந்து உட்காருங்க. எதுக்கு அங்க நிக்கீக.'

'அடப்போடா, வேகாரிப் பயல, எங்களுக்கு உட்காரத் தெரியும்.'

'மாமா கலப்ப மூட்ட வந்தீகளா, இல்ல தேஞ்சு போன கொழுவ சொருவீட்டுப் போக வந்தீகளா?'

'யேல, காடோடிப் பயல, இப்ப நிய்யி பேசாம இருக்கப் போறியா செருப்படி வாங்கப் போறீயா?'

'கோவப்படாதிக மாமா, வித்தியாசமா ஏதாவது சொன்னனா. மூட்டப் போறீகளா, சொருவப் போறீகளானு கேட்டன், தப்பா?'

தங்கவேல் ஆசாரியின் வீடு திறந்து கிடந்தது. முத்துவீரன் நின்றபடியே வீட்டுக்குள் மெதுவாக எட்டிப் பார்த்தான். ஆசாரி நோக்கத்தைப் புரிந்துகொண்டார்.

'முத்து வீரா அம்மா ஊருக்குப் போயிருக்கு. வர்ரதுக்கு இன்னும் ரெண்டு நாளாகும்' என்றார்.

ஆசாரியம்மாள் இருந்தால் வேப்ப மரம்கூட மெதுவாகத்தான் கிளையசைக்கும், பூவுதிர்க்கும். ஆசாரியம்மா வீட்டில் இல்லை யென்றால் வேப்பமரம்கூட ஆரவாரிக்கும்; பூக்களைச் சொரியும். முத்துவீரன் காளியப்பனின் ஓரம் போய் உட்கார்ந்தான். கூடி யிருப்பவர்கள் காதுகளைத் தீட்டிக்கொண்டார்கள். தங்கவேல்

ஆசாரி தார்ப்பாச்சலுடன் ஒரு காலை கலப்பைக் குத்தியின் மேல் வைத்துக்கொண்டு வாச்சாத்தை தொடையில் சாய்த்து வைத்துக் கொண்டு நின்றார்.

'நீங்க சொல்லுங்க ஆசாரியார. மாமா சொல்ல வெட்கப்படுறாக போலருக்கு. மாமா கொழுவு தேஞ்சு போச்சில்ல.'

'அது ஒம்பாடு ஒங்க மாமா பாடு, என்னய ஆள விடுங்க.'

'ஏம்ல, ஏங்கிட்ட கேக்க வேண்டியதான, ஆசாரியாருகிட்ட கேக்க. மூட்ட வந்தீகளா, சொருக வந்தீகளாங்க, கொழுவு தேஞ்ச கொழுவுதானங்க. நிய்யா கத போட்டு நிய்யா அழிச்சா எப்பிடி? ஏங்கிட்ட இப்ப கேளுல பதில் சொல்றன். ஆசாரியம்மா வீட்டுக்குள்ள இருக்கோ என்னமோனு நெனச்சிக்கிட்டுத்தான் பேசாம இருந்தன்.'

'வேற ஒன்னுமில்ல, மாமா தச்சுப் பட்டற தேடி வந்திருக்காகல அதுதான் என்ன விசயம்னு கேட்டன்.'

'ஏம்ல, மாமா தச்சுப்பட்டறைக்கு வரக்கூடாதா?'

'வரலாம், வரக்கூடாதுனு சொல்லல. இங்க ஒழவடிக்க தெரிஞ்சவு களுக்குத்தான் சோலி இருக்கும்.'

'எனக்கு ஒழவு அடிக்க தெரியுமா, தெரியாதா, எப்பிடி சாலடிக்காரு, மாமா கொழுவு கோடிக் கொழுவா, இல்ல தேஞ்சு போன மொட்டக் கொழுவா, சாலடிப்பு நேரா இருக்கா, இல்ல கோணல் மாணலா சாலடிக்காரா அப்பிடின்னு ஒங்க அக்காகிட்ட வந்து கேளு. ஏம்னா ஒழவுக்கு கூடமாட ஒத்தாசை செய்யிறது அவதான.'

கூட்டம் சிரித்து உருண்டது. வேம்படி கலகலப்பாய் மாறிக் கொண்டிருந்தது. தங்கவேல் ஆசாரி சிரித்தபடியே நின்று கொண் டிருந்தார். விடியக் கருக்கலிலிருந்து ஓட்டி அடையும் சாயங்காலம் வரை ஆசாரியின் வீட்டு வேப்பமரத்தில் சம்சாரிகள் கூட்டமும், சிரிப்பும், கும்மாளமும், கேலியும், கிண்டலும் கலகலப்பாயிருக்கும். எல்லோரும் சிரித்து ஓய்ந்த போதுதான் பூச்சி செதுக்கியை கையில் வைத்துக்கொண்டு வந்துகொண்டிருந்தாள். பாசிக் கலர் கண்டாங்கிச் சேலையை பின் கொசுவம் வைத்துக் கட்டியிருந்தாள். ரவிக்கை யற்ற மாராப்பில் திரண்டிருந்த பருத்த மார்பகங்கள் குலுங்க நடந்து, கிட்ட நெருங்கிவிட்டாள்.

'வாங்க மதினி வாங்க. ஒங்க தம்பி கொழுவு தேஞ்சு போச்சுனு ஆசாரிகிட்ட வந்திருக்காக. நீங்க என்ன வெசயமா வந்திருக்கீக?'

'மாமா வாய்க் கொழுப்ப சீலையில வடிக்காதிக, பெறகு வசமா

வாங்கிக் கெட்டாதிக.'

பூச்சி அப்போதுதான் முத்துவீரன் அங்கிருப்பதைப் பார்த்தாள். உதட்டைக் கடித்தபடியே சிரித்துக் கொண்டாள்.

'இந்தத் துப்புக்கெட்ட பய, இங்க இருக்காம்னு தெரிஞ்சா பெறகு வந்திருப்பன, இந்நேரம் பனையடியில கெடக்கிற நாயி இன்னைக்கி ஆசாரி வீட்டுக் கோடியில கெடக்கு. எலும்புத் துண்டு எங்கயும் கெடைக்கல போலருக்கு.'

'மதினி, கோபப்படாதிக மதினி. நான் வித்தியாசமா எதாவது சொன்னா செருப்பால அடிங்க. ஆசாரியார நீரு பொது ஆளு. நீரு சொல்லும் காளியப்பன் தேஞ்ச கொழுவ சரி பண்ணத்தான வந்திருக்கான்? முத்துச்சாமியண்ண நிய்யாவது சொல்லித் தொலையேன்.'

'எக்கா, பூச்சியக்கா, செதுக்கிக் கனைய கையில வச்சிருக்கேல்ல, அந்தானமாக்கி ஓங்கி ஒரு சாத்து சாத்து, தாயோளி சாகட்டும்.'

'யேல, நாஞ் செத்துப் போயிட்டா, ஓழவு எப்பிடில அடிக்க முடியும், ஓந் தங்கச்சி ஒத்தையில என்னல செய்வா?'

'அப்பிடியே ஒரு சாத்து சாத்துனா அம்புட்டுத்தான், மண்ட ரெண்டா பொளந்திரும். விழுக்விழுக்னு இங்ஙன ஒதஞ்சிட்டுக் கெடப்ப, நாதியத்த பயல.'

'மதினி, செதுக்கிக் கனையால அடிச்சா, அடிச்சது மாதிரியே இருக்காது. அந்தா கெடக்கு பாருங்க மம்பட்டிக்கனை, அத எடுத்துக் கோங்க மதினி. ஒங்களுக்கு சரியா இருக்கும். இம்புட்டு பெரிசாவது வேண்டாமா, ஆளுக்கேத்த ஆயுதம்னு சொலவட சும்மாவா சொல்லியிருக்கான்.'

ஊரிலுள்ள அத்தனை பொம்பிளைகளும் கூடுமிடம் செண்பக வேளாரின் மண்பானைகள் சுமந்து வந்து மாட்டுவண்டி நிற்கும் இடம். சம்சாரி வீட்டுப் பெண்கள் வேளாரையும் உடன் வந்திருக்கும் அவருடைய வீட்டுப் பொம்பளைகளையும் வையாத வசவு வைதாலும், எத்தனை கோபதாபத்தைக் காட்டினாலும், மண்பானைகளை கை தவறி உடைத்துவிட்டாலும் கோபம் என்பதையே காட்டாத முகங்கள் வேளார் ஜாதியின் மக்களின் முகங்கள். எதிலும் நிதானம், கவனம், மண்ணை சலித்து மாவாக்கி, குழைத்து, சக்கரத்தில் வைத்து சுற்றி நெகிழ்ந்துவரும் பச்சை மண்ணைத் தன் விரல்களால் உருவமாக்கி, பழுத்துக் கனிந்த வெள்ளரிப் பழத்தையோ, பிறந்த பச்சைக் குழந்தையையோ கையில் ஏந்துவது போல ஏந்தி, பட்டும் படாமல் காய வைத்து, சுள்ளையில் அடுக்கி நெருப்பு வைத்துச்

சுட்டு, அப்புறம் ஒவ்வொன்றாய் இறக்கி சுள்ளையைப் பிரித்து, வைக்கோல்களுக்கு இடையே மண்பானைகளை மறைத்து வண்டியில் ஏற்றி, அலுங்காமல் குலுங்காமல் ஒரு சிறு கீறல்படாமல் திரும்பவும் வைக்கோலுக்குள்ளிருந்து எடுத்து விற்று தவசமாக ஆக்குவதற்கு முன் அவர்கள் படும்பாடு, அது ஒரு தவ வாழ்வு மாதிரி! கோபத்தையும், ஆக்ரோஷத்தையம், வெறியையும், படபடப்பையும் அந்த இன மக்களிடமிருந்து மண் பறித்துக்கொண்டது போலும். மாறாக பொறுமையையும், நிதானத்தையும், கலையின் ரஸனை யையும் கொடுத்ததோடு, மண்ணைச் சிற்பமாக்கி, சிற்பத்தைத் தெய்வமாக்கி, அருள் பாலிக்கும், வரம் கொடுக்கும் வசீகரச் சக்தியையும் மண்தான் கொடுத்திருக்க வேண்டும்.

தச்சாசாரி தங்கவேல் வீட்டின் முன் கூட்டம் இருப்பது மாதிரியே மாடுகளுக்கு லாடம் அடிக்கும் பிச்சை ஆசாரியின் வீட்டின் முன்பும், கொல்லு வேலை சண்முகம் ஆசாரியின் வீட்டின் முன்பும் எப்போதும் தலைகள் கூடித் தெரியும். இது போக சென்னையம் பட்டியிலிருந்து தினமும் வந்து போகும் தங்கவேலை மங்கான் ஆசாரியும் உருளைக்குடி ஊருக்கு செல்லப்பிள்ளைதான். தங்க ஆபரணங்கள் செய்து கொடுப்பதோடு பெண்பிள்ளைகளுக்கு காது வளர்ப்பதுதான் அவருக்கு முக்கிய வேலையாக இருக்கும். காதுகளில் சிறிய துளை போட்டு தினமும் அந்தத் துளையைப் பெரிதாக்க சிறுகச்சிறுக கனம்கூடிய உருட்டோலையை துளைக்குள் நுழைத்து, துளை பெரிதானதும், கயிற்றில் சிறிய எடை கட்டி தொங்கவிட்டு, படிப்படியாக எடையைக் கூட்டி, பாம்படத்தை தாங்குகிற அளவுக்குக் காது வளர்த்தாக வேண்டும்.

ஒரே பட்டத்தில் பத்து பதினைந்து பெண்பிள்ளைகளுக்கு மங்கான் ஆசாரி வீடுவீடாய்ப் படியேறி இறங்குவார். ஏராளமான அன்பளிப்புகள் கிடைக்கும். 'மச்சம் குறையக் கூடாது சாமி' என்ற ஒற்றை வாக்கியம் தவிர்த்து ரூபாயைக்கூட சரியாக எண்ணிக் கணக்குப் பார்க்கத் தெரியாத ஜனங்களிடம் பரம்பரையாய் விதவிதமாய் நகைகள் செய்து கொடுத்து மச்சம் குறையாமல் வாழ்ந்து வருகிறது மங்கான் ஆசாரியின் குடும்பம்.

சம்சாரித் தொழிலுக்கு உற்ற துணையாய் இருக்கும் இவர்கள் இல்லாமல் சம்சாரித் தொழில் ஏது? ஊரைவிட்டு ஒதுக்குப் புறத்தில் ஒற்றை வீடாய்த் தனித்திருந்தாலும் ஊரில் இவர்களுக்குத் தனி மரியாதை என்றைக்கும் உண்டு. ஜனங்களோடு ஜனங்களாய், சம்சாரிகளோடு சம்சாரிகளாய் ஊரே தஞ்சம் என்றும், அவரவர் வாழ்க்கையை அவரவர் வாழ்ந்துகொண்டு இருக்கிறார்கள்.

கொல்லுப்பட்டறை சண்முகனாசாரியின் முற்றத்தில் வளர்ந்து படர்ந்து அடர்ந்து நிற்கும் புங்கமரத்தின் நிழல் குளிர்ச்சி பழுக்கக் காய்ச்சிய இரும்பையும் குளிர்வித்துவிடும். அப்பிடி குளுகுளுப்பு. தானியம் காயப் போட்டது போல தரை முழுக்க உதிர்ந்து கிடக்கும்; வெள்ளைநிற புங்கப் பூக்கள் மரத்தடியில் அடுப்பும் துருத்தியும், வீட்டைச் சுற்றிலும் நிறைந்து கிடக்கும் ஓட்டை உடைசல், சப்பும் சவரும். மண்வெட்டி, கடப்பாரை, செதுக்கி, பண்ணரிவாள், வெட்டரிவாள், வீச்சரிவாள், கம்பரக்கத்தி, பாளை அரிவாள், ஆட்டுக்கு ரோமம் பறிக்கும் ஆட்டுக்கத்தி, செருப்புத் தைக்கும் உளி, குத்துதரம், வேல்கம்பு, காவல் கம்புகளுக்கு இரும்புப் பூண், எருமைச் சங்கிலி, கலப்பைக் கொழுவு, வண்டிச் சக்கரத்திற்கு இரும்புப் பட்டை, அச்சு, வாச்சாத்து இத்தனையும் சண்முக னாசாரியின் கைவண்ணத்தில் தகதகக்கும் இரும்புப் பட்டையி லிருந்து உருமாறிக்கொண்டேயிருக்கும்.

தொழிலுக்கான கருவிகள் வாங்கும் இடம் என்பதைவிடவும் கேலியும் கிண்டலும் விளையாட்டும் சிரிப்பும் கூடி நிற்கும் இடம் இதுபோல் நிறைய உண்டு. ஆட்டுக்கிடை கிடக்கும் கரிசல் காடுகள், தூண்டில் போட்டு மீன் பிடிக்கின்ற குளக்கரைகள், கள் இறக்குகிற பனையடிகள், ஆடுமாடுகளுக்குக் காயடிக்கின்ற கொட்டாரம், இவை போக வேலைபார்க்கும் இடங்கள் எப்போதும் சிரிப்பாணியும் கேலியும் கிண்டலும். ஊர் ஜனங்களின் முகங்களில் கவலைகளின் ரேகைகள் படியவே இல்லை. வாழ்க்கை மிக மிக இலேசாயிருந்தது.

10

மேலக்களத்தில் ஊர் கூடியிருந்தது. காணி பிரிக்கும் கூட்டம் என்பது வருஷம் ஒருமுறை நடக்கும் முக்கிய நிகழ்வு. ஊரிலுள்ள எல்லா சம்சாரிகளும் கூடி இந்த வருடத்திற்குத் தனக்கான காணியை தேர்ந்தெடுக்கும் கூட்டம். சம்சாரிகள் அனைவரும் கூடியிருந் தார்கள். அதேபோல் தங்களுக்கான எஜமானரைத் தெரிந்து கொள்வதற்காக அத்தனை சக்கிலியர்களும் கூடியிருந்தார்கள். காளியப்ப ரெட்டியாரும், வடக்கத்திப் பிள்ளையும், சங்கரபாண்டித் தேவரும் கூட்டத்தின் முன்னால் உட்கார்ந்திருந்தார்கள். ஊர்க் குடும்பன் சத்தம் போட்டு அதட்டிக்கொண்டிருந்தான்.

'நேரமாகுது, சட்டுப்புட்டுனு சீட்ட எடுக்கச் சொல்லுங்க. பொழுதடஞ்சு போச்சுனா, பெறவு தீவட்டியத் தேடணும்.'

ஊரில் உள்ள எல்லா ஜாதி சம்சாரிகளின் பேர் எழுதிய தனித் தனியான சீட்டை சிகரெட்டைப் போல் உருட்டி மொத்தமாக துணியில் சுத்தி வைத்திருந்தான் நீர்ப்பாய்ச்சி. கூட்டத்தில் வேடிக்கை பார்த்துக்கொண்டிருந்த ஒரு சிறு பையனைக் கூட்டி வந்து சீட்டுக் களை எடுக்கச் சொன்னான் ஊர்க்குடும்பன்.

இரக்க குணமுள்ள, உதவும் மனப்பான்மையுள்ள, கஷ்டத்திற்கு கை கொடுக்கின்ற குணமுள்ள, பெண்டு பிள்ளைகளை ஏறெடுத்துப் பார்க்காத சம்சாரிக்கு தான் இவ்வருடத்திற்கு காணியாக வேண்டும் என்று கூடியிருந்த சக்கிலியர்கள் தங்களுக்குள்ளாகவே சாமிகளை வேண்டிக்கொண்டார்கள். குறிப்பிட்ட சில சம்சாரிகளுக்குத் தன்னை காணியாக ஆக்கிவிட வேண்டாம் என்றும் சாமிகளிடம் வேண்டுதல் வைக்கவும் தவறவில்லை. யாருக்குமே வேண்டாதவராக இருப்பவர் வடக்கத்திப்பிள்ளைதான். பொடியன் ஒவ்வொரு சீட்டாக எடுக்க வரிசைப்படி ஒவ்வொரு பெயராக வாசித்து விளம்பிக்கொண் டிருந்தான் நீர்ப்பாய்ச்சி. வடக்கத்திப் பிள்ளையின் பெயர் வரவும் கூட்டம் கூச்சல் போட்டு ஆரவாரித்தது. இவ்வருடம் வடக்கத்திப் பிள்ளைக்கு காணியாக வந்திருப்பவன் மதுக்கன். கூட்டம் ஆரவாரம் செய்தது. ஏனெனில் சக்கிலியக்குடியிலேயே வில்லங்கம் புடிச்சவன் என்றால் அது மதுக்கன்தான். 'சரியான ஜோடிப் பொருத்தம்' என்று நீர்ப்பாய்ச்சி சொல்லவும், திரும்பவும் கூட்டம் கூச்சல் போட்டு சிரித்தது.

களத்திலோ அல்லது காடுகளிலோ வடக்கத்திப் பிள்ளை வேலை செய்யுமிடத்தில் பெண்டுபிள்ளைகள் வேலை செய்யக் கூச்சப் படுவார்கள். காரணம் அவர் கட்டியிருக்கும் நான்கு விரல்கடை அளவே உள்ள கோவணத்துணி. அதுவும் அடிக்கடி அவுந்து கொள்ளும். பிள்ளையவாள் அதைக் கவனிக்கவே மாட்டார். வேண்டும் என்றே வடக்கத்திப் பிள்ளை இப்படி கோவணத் துணியைக் கவனிக்காமல் விடுகிறார் என்ற பேச்சும் உண்டு. அவர் களத்தில் உட்கார்ந்து தானியம் வாளிக்கையில் அந்தக் 'காட்சி'யைப் பார்ப்பதற்கென்றே இளவட்டங்கள் கூடிநிற்பார்கள். பிள்ளை அதை சட்டை செய்யவே மாட்டார்.

'சாமி, தானியத்து மேல கூடி ஒரு பெரிய மண்ணுளிப் பாம்பு ஊர்ந்து போன தடம் தெரியுதே, களத்துக்கு பாம்பு எப்பிடி வந்துச்சு?'

'யேல, செல்லையாக் குடும்பன் மகன, பேசாமப் போறியா இல்ல வாளிப்பு மாரால சாத்தவா.'

'வேற ஒன்னுமில்ல சாமி, அடுத்த களம் எங்க களம், மண் ணுள்ளிப் பாம்பு அங்க வந்திட்டா என்ன செய்ய, அதுதான் தடம் மட்டும் தெரியுதே, பாம்ப எங்கனு கேட்டன்.'

காணியாக வடக்கத்திப் பிள்ளையுடன் வேலை செய்யும் சக்கிலியர்கள் சிரித்து உருள பொம்பிளைகள் முகம் சுளிப்பார்கள். செல்லையா மகனுடன் கெண்டல் சுப்பையனும் சேர்ந்துகொள்வான்.

'கொப்புளாயி பாட்டி எருமைக்கு, கழுத்துல கட்டிப்போட ஒரு கட்ட கேட்டா. ஒரு கிடாரி ரொம்ப சேட்ட பண்ணுதாம். மாடுகள வெரட்டி வெரட்டி சீரழிக்குதாம், கழுத்துல கட்ட போட்டாத்தான் அடங்கும்னு சொன்னா. கட்ட இனிமே எங்க போயி வெட்ட? நம்ம வடக்கத்திப்பிள்ளை சாமியோட கட்டைய வாங்கிட்டுப் போயி எருமைக் கழுத்துல மாட்டிர வேண்டிதான்.'

தானிய மணிகளாகச் சிதறும் கூடியிருப்போரின் சிரிப்பாணிகள் எதையும் கண்டுகொள்ள மாட்டார் பிள்ளையவாள்.

'சாமி, கோவணத் துணிய நல்லா இறுக்கி முடிஞ்சிக்கிறக் கூடாது.'

'வேலக்காரன் சாமான் வெளியில. ஒங்கள மாதிரி வேடிக்க பாக்கிற வேகாரிப் பயகளுக்கு அதுதாண்டா கண்ணுல தெரியும்.'

'சாமி, நேத்து ஒழவடிக்கும் போது கலப்பையில கருவமரத்து வேர் தட்டிருச்சு, மொடுக்குனு சத்தம் கேட்டுச்சு. போய் பாத்தா, கொழுவு ரெண்டா ஒடிஞ்சு போச்சு சாமி.'

'கொழுவு ஒடிஞ்சு போச்சுனா கொல்லாசாரியிட்டப் போயி சொல்லு. ஏங்கிட்ட என்ன மயித்துக்கு சொல்ற.'

134

'நல்ல தெடகாத்திரமான கொழுவா வேண்டியதிருக்கு. அதுதான் ஒங்க கொழுவ கொஞ்சம் குடுத்தீகன்னா தேவலனு பார்த்தன்.'

'அடி செருப்பால. மப்பேர்ன பயக. ஆரு சாமான் தொறந்து கெடக்னு அலையிற வேல மெனக்கெட்ட பயக.'

வடக்கத்திப் பிள்ளையின் அதட்டலில் கூட்டம் ஆர்ப்பரித்து சிரித்துக் கலையும். ஒவ்வொரு சக்கிலியனுக்கும் குறைந்தது பத்து சம்சாரி வீடுகள்வரை கிடைக்கும். அந்தப் பத்து சம்சாரி வீடுகளுக்கும் களத்து வேலை செய்வது, அவர்களின் வீடுகளில் நடக்கும் நல்லது பொல்லதுகளில் பங்கெடுப்பது, அதே போல் தன்னுடைய வீட்டில் நடக்கும் சுகதுக்கங்களுக்கு அந்த சம்சாரிகள் உதவுவது. ஒரு வருடம் கழித்து காணிகள் மாறிவிடும்.

பெரும்பாலும் காணிக்காரர்களுக்கும் சம்சாரிகளுக்கும் பிரச்சினை வரும் இடம் களத்தில் பொழி அள்ளும் போதுதான். களத்தில் அம்பாரமாய்க் குவிந்து கிடக்கும் தானியத்தில் காணியின் உழைப்பு பல வகைகளில் உண்டு. காடுகளில் கதிர் பொறுக்கி வண்டியில் களத்திற்கு வந்துவிட்டால் காணியானவன் களத்திற்கு வந்துவிட வேண்டும். சாணம் தெளித்துக் களத்தைத் தயார் பண்ணுவது, கதிர்களை தினமும் காயப்போட்டு உலர்த்துவது, ஆடு, மாடுகள், கோழிகள் வராமல் காவல் காப்பது, பிணையலுக்கு மாடுகள் கொண்டு வருவது, பிணையல் அடித்து சக்கைகளையும், தானியத்தையும் தனியே பிரித்தெடுக்க உதவுவது, காற்றில் தூற்றி தூசுகளை அப்புறப்படுத்தி தானியங்களை ஓதுக்குவது, சம்சாரியின் வீட்டில் கொண்டு போய்ச் சேர்ப்பதுவரை காணிக்காரனுக்கு ஓய்வே இருக்காது. களத்தில் பொழி எடுக்கும்போது தானியத்தை வெறும் கைகளால் மட்டுமே கூட்ட வேண்டும். விளக்குமாற்றால் மண் தரை தெரிய கூட்டக் கூடாது. பொழி (தானியக் குவியல்) இருந்த இடத்தில் காணிக்கு தானியக் குவியல் கடைசியாக விடவேண்டும்.

குப்பாண்டிக் குடும்பனுக்கு காணியாக இருக்க சக்கிலியக் குடியில் பெரிய போட்டியே நடக்கும். களத்தில் பொழி எடுக்கும் போது மற்ற சம்சாரிகள் மூட்டைகளில் அள்ளிக் கட்டிய பிறகு காணிக்காரனுக்கு தானியம் அளப்பார்கள். ஆனால் குப்பாண்டிக் குடும்பன் காணிக்காரனைக் கூப்பிட்டு ஒனக்கு வேண்டியதை அள்ளிக்கொள் என்று சொல்லிவிட்டு, காணிக்காரன் அள்ளுவதை சந்தோஷமாக சிரித்தபடியே பார்த்துக்கொண்டு நிற்பான்.

'என்னடா அள்ளிட்டியா, போதுமா இன்னியும் வேணுமாடா?'

'சாமி, போதும் சாமி. எனக்கும் மனசாட்சி இருக்கு சாமி, நீங்க

அள்ளிக்கோனு சொன்னாப்ல, ரொம்ப அள்ளுனா அது ஞாயமில்ல சாமி, மனச்சாட்சினு ஒன்னு இருக்கணுமில்ல சாமி. ஒழப்புக்குத் தக்கன கூலி, நாஞ்சொல்றது சரியா சாமி?'

'வேற யார்டா வந்திருக்காங்க, அவங்களையும் வரச்சொல்லு.'

களத்தோரமாய்க் கூட்டமாய் நிற்கும் வண்ணார்கள், நாவிதர்கள், ஒட்டுக் காணிக்காரர்கள் எல்லோரும் ஓடிவருவார்கள். குப்பாண்டிக் குடும்பன் தானியத்தைத் தொடவே மாட்டான். கூடியிருக்கும் அத்தனை பேருக்கும் காணிக்காரனே பிச்சை போடுவான்.

'அடே, இன்னுங் கொஞ்சம் போடுறா, நம்மள நம்பி இருக்கிறவங்க. நம்ம தானடா அவங்களையும் தாமரிக்கணும்.'

'போதும் சாமி, எவ்வளவு போட்டாலும், மனசார போதும்னு சொல்லவே மாட்டாக.'

'யேல, ஏய், காணிப் பயல. அந்தா ஒரு பெரிய மனுசர் நிக்காரு பாரு, அவர மறந்திட்டியே.'

களத்து வாகரையில் குமிந்து கிடக்கும் தானியத்தின் பக்கத்தில் ஒரு கொட்டாம் பெட்டியை வைத்துக்கொண்டு சீனிச் சக்கிலி யச்சியின் பேரன் எட்டு வைக்க முடியாமல் நின்றுகொண்டிருந்தான். அவன் கையில் இருந்த கொட்டானைப் பிடுங்கிக்கொண்டு வந்து காணியிடம் கொடுத்து தானியம் அள்ளச் சொன்னான் குப்பாண்டி.

'கொஞ்சம் எளக்காரம் கொடுத்தா வயித்துக்குள்ள இருக்கிற புள்ளைக்குகூட ஏனம் கொண்டாந்துருவாங்க களத்துப் பிச்சை வாங்க.'

'புண்ணியவாளன், அந்தக் குடும்பன் குடுக்காக, நிய்யும் என்னயப் போல காணிக்காரன்தான. ஒனக்கு குடுக்க மனசு வரமாட்டேங்கு. சும்மாவா சொன்னான் சொலவட: சாமி வரம் கொடுத்தாலும் பூசாரி வரம் குடுக்க மாட்டார்னு.'

தானியம் நிறைந்த தன் பேரனின் பெட்டியை சீனிச் சக்கிலிச்சி ஓடி வந்து வாங்கிக்கொண்டாள்.

'நீங்க நல்லா இருக்கணும் சாமி. அடுத்த வருஷம் வௌ்ளாமை இதவிட ஓகோணு வெளையணும் சாமி. ஒங்களுக்கு நோய் நொடின்னு ஒரு கொறையும் வராது சாமி.'

சீனிக் கிழவி வாயார வாழ்த்திவிட்டு கிடைத்த தானியங்களை ஒன்றாகக் கட்டி தலையில் வைத்துக்கொண்டு தன் பேரனையும் கூட்டிக்கொண்டு பொழி எடுக்கும் வேறு களங்ளைத் தேடிச் சென்றாள். ஊரைச் சுற்றிலும் களங்களில் கதிர்கள் காய்வதும்,

தானியங்கள் காய்வதும், அடுக்கிய தானிய மூட்டைகளும் நிறைந்து கிடந்தன.

'சின்னப்புள்ள சிறிய புள்ளையிட்ட எல்லாம் ஏனத்தக் கொடுத்து களத்துக்கு அனுப்பியிறாக, கொஞ்சமாவது ஞாயம் வேண்டாமா? எண்ணிக்கைக் கணக்குக்கு ஒரு கணக்கில்லையா?'

வாய் நிறைந்த வெற்றிலையை சாவகாசமாக மென்றுகொண்டே குப்பாண்டி பேசுவான்.

'இங்கே கேளுடா, வெளஞ்சாத்தானடா குடுக்கப் போறம். வெளையலனா எங்கிட்டுக் கூடி குடுக்க முடியும்? பகவான் கடவுள் குடுக்காரு நம்ம குடுக்கோம். குடுக்கிறதுனால ஒன்னும் கொறஞ்சு போகாதுடா. அள்ள அள்ளக் கொறையாது பள்ளனோட களம், பாங்களத்த பாக்காது பள்ளனோட கண்ணு. அப்பிடினு சொலவட. இன்னக்கி நேத்தாடா பரம்பரை பரம்பரையா வஞ்சகமில்லாம வெளையுது, குடுக்கோம்.'

'பாங்களம்னா என்ன சாமி.'

'அட, முட்டாப்பயல, பாங்களம்னா பாழாப் போன களம், வெறும் களம்னு அர்த்தம். வெள்ளாம வெளையலனா களம் என்னத்துக்கு ஆகும். பாழாப்போகும், வெறுங்களமா கெடக்கும். அதுதான் சொலவட சொல்லுது, என்னைக்குமே பாங்களத்த பாக்காது பள்ளனோட கண்ணுனு. எவ்வளவு நம்பிக்கை பாத்தியாடா நம்ம நெலத்து மேல.'

குப்பாண்டி வீட்டில் எல்லோருடைய பெயரும் ஆண்டியில் தான் முடியும். சின்னாண்டி, சித்தாண்டி, ஆண்டிச்சி, குமராண்டி, முருகாண்டி, பழனியாண்டி என்று. காரணம் கேட்டால், குப்பாண்டி முகத்தில் சிரிப்பாணி பொங்கி வழியும்.

மழை பேஞ்சு விதைப்பு வேலைகள் தொடங்கி விட்டால் ஊரில் கிழடு கெட்டைகள் தவிர்த்து ஒரு சுடு குஞ்சியைப் பார்க்க முடியாது. ஊரே வெறிச்சோடிக் கிடக்கும். குப்பாண்டி இளவட்டம். மேலக் களத்தில் விதைப்புக்குத் தயாராய் கோட்டேறு போட்ட மாடுகள். குப்பாண்டியின் அய்யா சிவனணைந்தான் விதைப் பெட்டியுடன் நின்றான். மாடுகளின் பக்கத்தில் சந்தோஷமாய்ப் போய் நின்ற இளவட்டம் குப்பாண்டி அப்படியே இரு கைகளாலும் வயிற்றைப் பிடித்துக்கொண்டு தரையில் அமர்ந்து தலையை முட்டின் மேல் வைத்துக்கொண்டு கதறினான். சிறிது நேரத்தில் தரையில் விழுந்து புரண்டழுதான். சிவனணைந்தான் விதைப் பெட்டியை இறக்கி வைத்துவிட்டு மகனோடு பரிதவித்தான். அடிவயிற்றைக் கவ்வி

பிடித்து ஈரக்குலையை முறுக்கிப் பிழிவது மாதிரி குப்பாண்டி துடியாய்த் துடித்துக் கதறி ஒவ்வொரு தடவையும் செத்துப் பிழைப்பான். எந்த நேரம் வரும் என்றும் சொல்ல முடியாது.

இந்தத் தீராத வயிற்று வலியால் குப்பாண்டியின் கல்யாணமும் தள்ளிப் போனது. கல்யாணம் கூடி வருகிறபோது, பெண்வீட்டார் விஷயம் கேள்விப்பட்டு நொண்டிச்சாக்கு சொல்லி கல்யாணம் தடைபட்டுக்கொண்டே போனது. இரண்டுமுறை முகட்டில் கயிறு போட்டு நாண்டுக்கிட்டு சாக முயன்றும் காப்பாற்றப்பட்டான் குப்பாண்டி. தன் மகனின் சுவட்டுப் பையன்கள் எல்லாம் கல்யாணம் முடிந்து இரண்டு மூன்று பிள்ளைகளுக்குத் தகப்பனாகிப் போன காட்சி குப்பாண்டியின் அஞ்ஞையையும் அய்யாவையும் கரையானாய் அரித்தது. உத்திரத்து தூண்தான் என்றாலும் உள்ளுக்குள் உளுத்துப் போய்விட்டால் பலமத்துத் தானே போகும் உடம்பு. சிவனணைந்தான் போகாத கோவில் இல்லை, கும்பிடாத சாமி இல்லை, பார்க்காத வைத்தியம் இல்லை. குப்பாண்டியின் முகத்தைப் பார்க்கும்போதெல்லாம் தாயும் தகப்பனும் உள்ளுக்குள்ளேயே குமைந்தார்கள்.

ஏர்க்காலும், கலப்பையும், விதைப் பெட்டியும் கேட்பாரற்றுக் கிடக்க, மாடுகள் அசை போட்டபடி நின்றன. சிவனணைந்தான் குப்பாண்டியைத் தூக்கி நிறுத்திக் கூட்டி வைத்த தன் கால்களில் சாத்தி வைத்து, வலியால் துடிக்கும் முகத்தைத் துடைத்தான். யாரோ ஒருவன் முகத்தில் தண்ணீர் எறிந்தான். மேலக் களத்தில் ஊர் கூடிவிட்டது.

புளியமரத்தடியில் சாவகாசமாய் உட்கார்ந்து வேடிக்கை பார்த்துக் கொண்டிருந்தான் காவிவேட்டி கட்டிய பண்டாரம். படர்ந்து தளிர்த்து நின்ற புளியமரம் மஞ்சள் பூக்களை உதிர்த்து தரையில் பரப்பியிருந்தது. புளியமரத்தின் தூரோரம் பண்டாரத்தின் உடமைகள். திருவோடு, வேல், சின்ன துணி மூட்டை, ஒரு கட்டு மயில் இறக்கை. கூட்டத்தை வெறித்துப் பார்த்தான் பண்டாரம். பெரும்பாலும் ஊருக்கு வரும் பண்டாரங்கள், பரதேசிகள் தங்கினால் ஊர் இளவட்டங்களே தெருவில் போய் வீடு வீடாக சோறுவாங்கி வந்து கொடுப்பது வழக்கம். எக்காரணம் கொண்டும் சோற்றுக்காகத் தெருவில் வந்து கையேந்தவிடக் கூடாது என்பது பள்ளக்குடித் தெருவில் பரம்பரையாய் வரும் பழக்கம். வித்தைக்காரர்கள் வரலாம். தானியப் பிச்சை மட்டுமே வாங்க வேண்டும். சோற்றுப் பிச்சை கிடையாது. உள்ளூர் இளவட்டங்கள் வாங்கிக் கொடுத்தால் ஒழிய யாருக்கும் சோற்றுப் பிச்சை கிடையாது.

புளியமரத்தடியில் வேற்றாள் யாரைக் கண்டாலும் பள்ளக்குடி இளவட்டங்கள் கேட்கும் முதல் கேள்வி சாப்பிட்டாச்சா என்பது தான்.

'கல்லுலயும் சோறு கத்தாழையிலயும் சோறு. தொண்டைக்கு அங்கிட்டுப் போனா நரகலு. நம்ம தெருவுக்கு வேத்தாள்னு யாரு வந்தாலும், அது தெரிஞ்ச ஆளோ இல்ல தெரியாத ஆளோ, பசின்னு போகக் கூடாது. பெரியவர்களின் இந்த வாக்கு இன்னும் அழிந்து போய்விடவில்லை.'

கூட்டத்தை விலக்கி எட்டிப் பார்த்தான் பண்டாரம். வலியால் துடிக்கும் குப்பாண்டி. தனக்கு இந்த இரண்டு மூன்று நாட்களாய் ஓடி ஓடி பணிவிடை செய்து இளவட்டங்களுக்கு உத்திரவு போட்டு, போதும் போதும் என்ற போதும் சோற்றையும் குழம்பையும் கொண்டு வந்த அதே இளவட்டம் குப்பாண்டி. பண்டாரத்தின் முகம் இறுகியது. கைகள் படபடத்தன. நா குழறியது. மரத்தடிக்கு தூக்கி வரும்படி சைகை காட்டிவிட்டு வேகமாக மரத்தடிக்குப் போனான். புளியமர நிழல் கூட்டத்திற்கு இதமாயிருந்தது. வேகவேகமாக சுருக்குப் பையை எடுத்து திருநீற்றை அள்ளினான். தூரில் சாய்த்து வைத்திருந்த மினுங்கும் வேலை கையில் எடுத்தான். கூட்டம் வழிவிட்டு ஒதுங்கிக்கொண்டது.

வட்டம் சுற்றி நின்ற கூட்டத்தின் நடுவில் குப்பாண்டியும் அவனுடைய அய்யாவும் மட்டும். கமண்டலம் போன்ற செம்பில் உள்ள தண்ணீரைத் தன் கையில் ஊற்றி குப்பாண்டியின் வயிற்றில் தடவினான். கை நிறைய வைத்திருந்த திருநீற்று விபூதியை வயிற்றில் எறிந்து உடல் முழுக்க அப்பினான். வாய் ஏதோ முணுமுணுக்க வேலை எடுத்து குப்பாண்டியின் தலையை சுற்றினான். குப்பாண்டி இப்போது நிமிர்ந்து கூடியிருந்தோரை ஏறிட்டுப் பார்த்தான். வலிபொறுக்காமல் வில்லாய் வளைந்து உட்கார்ந்திருந்தவன் நிமிர்ந்து உட்கார்ந்தான். பண்டாரம் முகத்தில் பிரகாச ஒளி.

'ஓம் பேரு என்ன அப்பனே?'

'செல்லையா சாமி.'

'ஒங்கப்பன் பேரு.'

'சிவனணைந்தான் சாமி.'

'இன்னையிலிருந்து ஓம் பேரு செல்லையா இல்ல அப்பனே. குப்பாண்டி. ஓம் பேரு மட்டுமில்ல ஒன்னோட வம்சத்தோட பேரே இனிமே ஆண்டிதான். மறந்துராதப்பா. இன்னைக்கோட

வயித்து வலி தீர்ந்தது. ஒன்னோட வம்சம் தளைக்கும்; வருஷம் தவறாம எங்கப்பன் பழனியாண்டியோட சன்னதிக்குப் போய் வா, என்னப் போல பண்டாரம் பரதேசிகளுக்கு பசியாத்துறது கோடிப் புண்ணியம். ஊர்ஊரா சுத்தி வாரன் அப்பனே, அங்கேயெல்லாம் கேட்டாத்தான் சோறு; ஒங்க ஊர்ல அதுவும் ஒங்க தெருவுல மட்டும் தான் கேட்காமயே சோறு. இந்த ஊரு வாழும், ஒங்க எனம் வாழும். சோத்துக்குப் பஞ்சம் இல்லாம, பசின்னா என்னன்னே தெரியாம எங்கப்பன் பழனியாண்டி ஒங்க எனத்த என்றைக்கும் காப்பாத்துவான். போய் வா அப்பனே.'

புளியமரத்தடியில் மேலெழும்பி இருந்த வேரில் அமைதியாய் உட்கார்ந்துகொண்டான். பண்டாரம் காலையில் காணாமல் போனான். செல்லையா என்கிற பெயர் படிப்படியாக மாறி குப்பாண்டியானது மாதிரியே வயிற்று வலியும் குறைந்து வல்லிசா காணாமல் போனது. குப்பாண்டிக்குக் கல்யாணம் முடிந்து குழந்தைகள் பிறந்த போதும், பேரக் குழந்தைகள் பிறந்த போதும் பண்டாரம் சொல்லை மறக்கவில்லை. தலைமுறைகள் கடந்தாலும் உருளைக்குடி ஊரில் ஆண்டிகள் பெருகிக்கொண்டிருந்தார்கள்.

படப்பு அடுக்குவதில் குப்பாண்டிக்கும் பக்கத்து படப்புக்காரன் கோவிந்தனுக்கும் ஒரு சிறு சச்சரவு இருந்து வந்தது. மனக் குமைச்சல் தானே ஒழிய இருவரும் வாய்பேசிக்கொள்வதில்லை. நெடு நாட்களாக குமைந்துகொண்டிருந்த மனப்புகை தீயாய் கொளுந்து விட்டது இன்று மத்தியானம். இருவரும் நேருக்கு நேர் வாய்ச் சண்டை போட்டதால் வேடிக்கை பார்க்க ஊர்க்கூடிவிட்டது. அத்தனை கூட்டத்திலும் கோவிந்தனின் சத்தம் தெளிவாய்க் கேட்டது.

'நாங்க எல்லாருமே எங்க அய்யாவுக்கும் அஞ்ஞைக்கும் பெறந்தவங்க. ஒன்னைய மாதிரி திருவோடு ஏந்தி தெருத்தெருவா யாசகம் வாங்கி சாப்பிடுற பண்டாரப்பயலுக்குப் பெறந்தவங்க கெடையாது. பரம்பரைச் சம்சாரினா ஒனக்கு வெட்கம், மானம் ரோசம், இருக்கும்; பண்டாரப்பயலுக்கு என்ன ரோசம் இருக்கும்? இந்நேரம் செத்து மடிஞ்சிருப்ப, ஓங்குழியில கோர மொளச்சிருக்கும். அந்தப் பண்டாரப் பய எங்கிட்டு கெடந்தோ வந்து ஒனக்கு மறுபெறப்பு குடுத்திட்டுப் போய்ட்டான். வெக்கமில்லாம அப்பன் வச்சபேர மாத்திட்டு ஆண்டினு பேர் வச்சிட்டு, அவன் பேரச் சொல்லிட்டு அலையிற. நீயும் அவன மாதிரி பண்டாரமா போயிர வேண்டியதான, இங்க ஊர்ல என்ன சோலி?'

வேடிக்கை பார்த்துக்கொண்டிருந்த கூட்டம் சிரித்தது. தன்

வயிற்றுவலி போய்விட்டதை நினைத்து சந்தோஷமாக இருக்கையில் இப்படி ஒரு நெருப்பு தன்மீது பற்றும் என்று நினைக்கவில்லை. குப்பாண்டி பதில் பேசவில்லை. அவனுடைய மௌனம் கலைய வெகு நேரம் ஆயிற்று.

'எனக்கு ஆண்டி மறுபெறப்பு குடுத்ததனால, நான் ஆண்டிக்குப் பெறந்தவனாகவே இருந்திட்டுப் போறன். ஆனா இத்தன ஜனங்க முன்னாடி, தெருத்தெருவா எரந்து குடிக்கிற பயனு அந்த ஆண்டிய கேட்ட பாரு, அந்த ஆண்டி ஒன்னய சும்மாவிட மாட்டான். என்னயப் பேசு, தாங்கிக்கிறன். தெய்வத்தப் பேசாத, தெய்வம் சும்மா விடாது, சக்கலியக்குடியில தகப்பனும் மகனும் படுறபாடு தெரியும்ல, வார்த்தைய எறிஞ்சு பாவத்த சொமக்காத.'

'எத்தன ஆண்டி வந்தாலும், ஒரு மயிராண்டிகூட ஏம் பொடி மயித்தக்கூட புடுங்க முடியாது. போ, போயி ஊர் ஊரா அலஞ்சு அந்த ஆண்டிப் பண்டாரத்த கூட்டிட்டு வா.'

குப்பாண்டி ஆவேசமாகிப் போனான். கூட்டம் அமைதியில் உறைந்து கிடந்தது. தன் தலையில் கட்டியிருந்த துண்டை எடுத்து பூசாரியைப் போல் இடுப்பில் கட்டினான். குனிந்து இரு கைகளிலும் மண்ணை அள்ளினான். கிழக்காமல் திரும்பி நின்றுகொண்டான்.

'யேல, யே... காவாலிப் பயல, ஒன்னய கருவறுக்க அந்தப் பண்டாரம் வேண்டாம்டா, நானே போதும்டா.'

'முடிஞ்சா புடுங்கிப் பாரு.'

'எங்கப்பன் பழனியாண்டி, நீ யாரோ எவரோ தெய்வமா வந்து தெய்வமா போயிட்ட. ஆனா ஒன்னய வம்பிக்கிழுத்து இந்தப் பய, ஊர் மத்தியில அவமானப்படுத்திட்டான். நிய்யி சாதாரண பண்டாரம் இல்லங்கிறத நிரூபிக்கணும். ஒன்னோட நாமத்த தாங்கிட்டு இருக்கிற எங்க குடும்பம் இந்தப் பய முன்னாடி தலை நிமிர்ந்து நடக்கணும். இன்னையிலருந்து நாப்பத்தொரு நாள்ல அந்தப் பயலுக்கு தண்டனை குடுக்கலனா நிய்யி வெறும் ஆண்டிப் பண்டாரம்தான், சாமியில்ல.'

குப்பாண்டி சூரியனை மூன்று தரம் சுற்றிவிட்டு, கையில் அள்ளி வைத்திருந்த மண்ணைக் காற்றில் தூவினான். புழுதி மண் பறந்து காற்றில் கலந்தது. காற்று குப்பாண்டியின் சேதியைச் சுமந்து சென்றது. அன்றிலிருந்து குப்பாண்டியின் நடை, உடை, பாவனைகள் மாறிப் போயின. தினமும் குளித்து முழுகி ஈர வேஷ்டியுடன் காளியம்மன் கோவிலைக் கும்பிடத் தவறவில்லை. இரண்டு மூன்று நாட்களாக குப்பாண்டியை ஊரில் காணவில்லை. நான்காம் நாள்

ஊரில் தென்பட்டான். வெள்ளை வேஷ்டிக்குப் பதிலாக காவி வேஷ்டியும் காவித் துண்டும் தரித்திருந்தான். கழுத்தில் உத்திராட்சக் கொட்டை மாலை. அதற்குப் பிறகுதான் தெரிந்தது, குப்பாண்டி ஒற்றையாளாக திருச்செந்தூர் போய், முருகனை தரிசித்து, உடை மாற்றிக்கொண்டு வந்த விஷயம். சாயங்காலம் ஒரே ஒரு வேளை விரதச் சாப்பாடோடு சரி. நாட்களை மட்டும் நம்பிக்கையுடன் எண்ணிக்கொண்டிருந்தான். குப்பாண்டியுடன் பெண்பிள்ளைகள் குறிப்பாக மதினிமார்கள், கொழுந்தியாள்மார்கள் பேச்சை நிறுத்திக் கொண்டார்கள். இரவில் வீட்டுப் படுக்கையை குறைத்துக் கொண்டு காளியம்மன் கோவிலுக்கு முன்பாக படுப்பதை வழக்கமாக்கிக் கொண்டான்.

குப்பாண்டி இந்த அளவுக்கு ஐதீகத்தில் உறைந்து போவான் என்று யாரும் நினைத்திருக்க மாட்டார்கள். கருவாடு, மீன், மாமிச உணவுகளை முற்றாக ஒதுக்கி வைத்தான். மாமன் மச்சினன்களின் கேலி கிண்டல்களை அவன் சட்டை செய்யவில்லை. பெரும்பாலும் மௌனத்தில் உறைந்து கிடந்தான். கோவிந்தனைப் பழி தீர்க்கும் கங்கு அவனுக்குள் கனன்று கொண்டிருந்தது. ஆனாலும் குப்பாண்டி கனிந்துகொண்டிருந்தான்.

ஊருணி நிறைந்து தெப்தெப்பென்று தண்ணீர். சிறுசுகளின் விளையாட்டு, கூப்பாடு, கும்மாளம் ஒரு பக்கம். கொப்புளாயியின் எருமைகள் சுகத்தில் லயித்து தண்ணீரின் மறுபக்கம். வடக்கோரம் பத்து இருபது சிறுவர்கள் வண்ணான் பொதி விளையாட்டு விளையாடிக்கொண்டிருந்தார்கள். ஒரு சிறுவன் கைகட்டி இடுப்பளவு தண்ணீருக்குள் நிற்க மற்ற சிறுவர்கள் ஒவ்வொருவராய்த் தண்ணீருக்குள் முங்கி மணல், கல் ஆகியவற்றை எடுத்து வந்து கை கட்டி நிற்கும் சிறுவனிடம் துணிவெளுக்க கொடுத்தார்கள். சிறுவன் கைகட்டி நிற்க மணலும் கல்லும் நிறைந்தன.

'டேய், வண்ணாப்பயல, இந்தாடா ரெண்டு வேஷ்டி, ஒரு துண்டு. இது எம் பொண்டாட்டியோட சேல. சீக்கிரமா வெளுத் திட்டு வெள்ள கொண்டு வந்து குடுத்திட்டு, கொத்து வாங்கிட்டுப் போடா.'

'சரிங்க சாமி.'

'ஏலேய்... யே... வண்ணாப் பயல, இது என்னோட லங்கோடு, இது மேச்சட்ட, இது எம் பொண்டாட்டியோட சேல மொத்தம் ஏழு உருப்படி, எண்ணிக்கோடா. ஒரு உருப்படி தொலஞ்சாலும் முதுகுத் தொலிய உரிச்சிருவன் உரிச்சு. ஒழுங்கா வெளுத்திட்டு வா.'

'சரிங்க சாமி.'

கைகள் கட்டிக்கொண்டு நின்ற சிறுவன் கழுதைமேல் பொதி களை ஏற்றுவது போல் பாவ்லா காட்டி, கழுதையைப் பத்துவது போல் பத்திக்கொண்டு ஆழமான தண்ணீருக்குள் போவான். கொஞ்ச நேரத்தில் தண்ணீருக்குள் முங்கிப் போவான். அவனுடைய சத்தம் மட்டுமே கேட்கும்.

'அய்யோ சாமி, வெள்ளம் வந்து என்னையவும், என் கழுதயவும் அடிச்சிட்டுப் போகுது. ஊர்க்காருக துணியெல்லாம் வெள்ளத்துல போகுது. காப்பாத்த ஓடியாங்க சாமி, அய்யய்யோ காப்பாத்த ஓடியாங்க சாமியோவ்.'

'துணி வெளுக்கப் போன வண்ணாப் பய கூப்பாடு போடுற மாதிரி சத்தங் கேக்கு.'

'எல்லாரும் ஓடியாங்கடா. நம்ம வண்ணான வெள்ளம் இழுத் திட்டுப் போகுது, காப்பாத்த வாங்க.'

எல்லாச் சிறுவர்களும் வண்ணான் போன திசையில் தண்ணீருக்குள் ஓடும்போது ஊரணியே அல்லோகலப்படும். தோட்டத்திலிருந்து கை நிறைய்ய அகத்திக் குழையுடன் ஊரணிக் கரையில் குப்பாண்டி.

'யேல... ஏ... சின்னப் பயகலா தண்ணிய எதுக்குடா இந்தப் பாடு படுத்துறீக? தண்ணி பாவம்டா, தண்ணி அழும்டா, தண்ணிய கலக்காதங்கடா.'

குப்பாண்டியின் அதட்டலில் துணிகளைக் கைகளில் எடுத்துக் கொண்டு நிர்வாணமாய் ஓடி கரையேறி மறையும் சிறுவர் கூட்டம். ஒவ்வொரு கோவிலாய் ஒவ்வொரு மரத்தையும் தொட்டுக் கும்பிட்டுத் திரிந்தான் குப்பாண்டி. குப்பாண்டியின் விரத நாட்கள் செல்லச் செல்ல கோவிந்தனின் கேலியும் கிண்டலும் கூடிக் கொண்டே போனது. இடையில் தோட்டத்திற்குப் போன கோவிந்தன் பீர்க்கங் கொடிக்குள் கிடந்த விருசம் பாம்பை மிதித்து விட்டதாகவும், நல்லவேளையாக கொத்தவில்லை என்றும் ஊருக்குள் ஒரு பேச்சு அடிபட்டது. கோவிந்தனின் அஞ்ஞைக்கு பயம் பற்றிக்கொண்டது. குப்பாண்டியின் விரதம் பலித்துவிடுமோ என்று பயந்தாள். பெற்ற வயிறு பதைபதைத்தது. பயத்தால் அரண்டு போனது. எப்படியும் குப்பாண்டியைப் பார்த்து விரதத்தை முடிக்க வேண்டும் என்று கேட்க முடிவுசெய்தாள் கோவிந்தனின் அஞ்ஞை இருளி. சமயம் பார்த்துக் காத்திருந்தாள்.

மத்தியான வெய்யில் மண்டையைப் பிளக்க காட்டில் ஓரம் சாரம் வெட்டிக்கொண்டிருந்தான் குப்பாண்டி. உயர்ந்து வளர்ந்து பிரமாண்டமாய் நின்ற காட்டு வாகை மரங்களின் நெற்றுக்கள்

காற்றின் அசைவுக்கு சலங்கைச் சத்தமாய் ஓசையெழுப்பிக் கொண்டிருந்தன. சரம் சரமாய்க் காய்த்துக் காய்ந்து தொங்கும் நெற்றுக்களை அண்ணாந்து பார்த்தவன் கிழக்காமல் ஏறிட்டுப் பார்த்தான். தன்னைப் பார்த்து நடுக்காட்டில் இவ்வளவு வேகமாக வரும் பொம்பிளை யார் என்று குழம்பி நின்றான். தூரம் குறையக் குறைய யாரென்று இனம் கண்டுகொண்டான். கோவிந்தனின் அஞ்ஞை இருளிதான் என்பதை உறுதி செய்தவுடன் முகத்தை இறுக்கிக்கொண்டான். வாகை மர நிழலுக்குள் தோதாய் நின்று கொண்டான். ஆவேசமாய் ஓடி வந்த இருளி தாவி விழுந்து குப்பாண்டியின் பாதத்தில் முகம் புதைத்தாள். காற்றசைவில் சிரித்துக் குலுங்கின காட்டு வாகை மர நெற்றுக்கள்.

'ஏண்ணே... குப்பாண்டியண்ணே, எத்தனயிருந்தாலும் நான் ஒன்னோட ஒடப் பொறந்தா ஒறவு இல்லையா? ஒன்னுக்குள்ள ஒன்னு இப்பிடி செய்யலாமா? ஒனக்கே இது நல்லாருக்கா? ஒன்னே ஒன்னு கண்ணே கண்ணுனு வச்சிருக்கன், நாளைக்கு அவனுக்கு என்னமும் ஒன்னு ஆகிப் போச்சுனா, என்னோட உசுரும் சேர்ந்து தான் போகும். நிய்யி நல்லாருப்பண்ணே, வெரதத்த நிறுத்தியிரு, ஏங் குடும்பத்துக்கு ஒன்னும் ஆகாதுனு வாக்குக் குடுத்து திருநீறு குடு.'

'இங்க கேளு இருளாயி, நிய்யி ஊரார் இல்ல தங்கச்சி மொறைதான். இல்லேங்கல, அது ஒனக்குத் தெரியுது, ஒம்மகனுக்குத் தெரிய மாட்டேங்கே. ஊர்ச்சனம் அம்புட்டும் கூடி நிக்க, என்னைய பண்டாரத்துக்குப் பெறந்த பயலேனு கேக்கான், அப்பிடின்னா என்ன அர்த்தம், நிய்யும் பொம்பள தான, கோவிந்தன் பயல வழியில போற பிச்சைக்காரனுக்குப் பெத்தனு கேட்டா, ஒம் மனசு என்ன பாடுபடும். சொல்லு தாயி.'

'ஏணேய்... எல்லாத்தையும் மறந்திரு. தெய்வத்துக்கிட்ட கேட்கிறது மாதிரி ஒங்கிட்டக் கேக்கன், வெரதத்த இன்னைக்கோட நிப்பாட்டிரு.'

'தீராத வயித்து வலிய தீர்த்து வச்ச புண்ணியவாளன்னு அந்தப் பண்டாரத்த நெனச்சன். ஆனா இப்ப அந்த வயித்து வலியவிட நூறு மடங்கு பெரிய வலியக் குடுத்திட்டான் ஓம் மவன் கோவிந்தன். வயித்து வலியில வயிறு மட்டும்தான் வலிக்கும். ஆனா ஓம் மகன் குடுத்த வலி மனசெல்லாம் வலி, ஒடம்பெல்லாம் வலி, உள்ளேயும் வலி, வெளியேயும் வலி, தூக்கத்த கெடுக்கிற வலி, பசிய மறந்த வலி, நேரங்காலத்த மறந்த வலி, இழுக்கிற மூச்சிலயும் விடுற மூச்சிலயும் கூட அந்த வலிதான்.'

'பாம்ப மிதிச்சிருந்தா இன்னேரம் செத்திருப்பான், எந்தச் சாமி புண்ணியமோ தப்பிச்சிட்டான். எனக்குப் பயமாருக்கு. ஏண்ணே,

நல்லாயிருப்ப, வெரதத்த நிறுத்தியிருண்ணே.'

கோவிந்தனின் அஞ்ஞை இருளாயி எவ்வளவு சொல்லியும் தன் விரதத்தை முடித்துக்கொள்ள குப்பாண்டி சம்மதிக்கவில்லை. பழுத்துக் காய்ந்து உதிர்ந்து தரையில் கிடக்கும் வாதை நெற்றைப் போல் ஆகிப் போனாள் இருளி. அழுகையை நிறுத்திவிட்டு ஒற்றையடிப் பாதையில் எட்டு வைத்து ஊர் வந்துசேர்ந்தாள்.

குப்பாண்டி காளியம்மன் கோவில் வாசலில் படுத்து உறங்கி வயனம் காத்தான். குப்பாண்டியின் விரதம் ஊருக்குள் கசிந்து எல்லா இடங்களிலும் பேசப்பட்டது. சிலர் கோவிந்தனைப் பழித்தார்கள். மற்றும் சிலர் குப்பாண்டியைப் பழித்தார்கள்.

'பதிலுக்கு நிய்யும் ரெண்டு வார்த்த பேசிட்டு விட்டுறவா. வன்மங்கொண்டு அலஞ்சா ரெண்டு பேருக்கும்தான் நஷ்டம்.'

'மனுஷருக்கு மனுஷர்தான் சண்ட, அதுக்குப் போயி தெய்வத்த வச்சு தண்டிக்கிறது ஞாயமில்ல. மனுஷர் அடிச்சா தாங்கிக்கிறலாம், தெய்வம் அடிச்சா தாங்க முடியுமா?'

மழிக்காத தாடி மீசையுடனும், காவி வேஷ்டியுடனும் தானும் ஒரு பண்டாரமாக அலைந்தான் குப்பாண்டி. இன்னும் பத்தே பத்து நாட்கள்தான் இருந்தன குப்பாண்டியின் விரதம் முடிய. காளியம்மன் கோவிலுக்கு முன்னால் தனியாளாய் தவங்கிடப்பது போல் படுத்துறங்கிக்கொண்டிருந்தான் குப்பாண்டி. ஊர் அமைதியில் உறைந்து கிடந்தது. தெரு நாயின் தூரத்து குரைப்பும், ஆந்தையின் ஒற்றை அலறலும் அவன் காதுக்குக் கேட்கவில்லை. ஆழ்ந்து தூங்கிக் கொண்டிருந்தான். தான் கண்ட கனவில் துள்ளி எழுந்து உட்கார்ந் தான். கண்களை கசக்கிக்கொண்டு சுற்றுமுற்றும் பார்த்தான். கண்ட கனவை நினைவுகூர்ந்தான்.

வயக்காட்டில் வரப்பின் மேலே மெதுவாக எட்டு வைத்து நடந்து போகிறான் குப்பாண்டி. சடக்கென்று கால் வழுக்கி வாய்க்காலுக்குள் குப்புற விழுகிறான். தண்ணீர் ஓடும் வாய்க்காலில் மீன்கள் கெலித்து விழுகின்றன. ஏராளமான மீன்கள் குப்பாண்டியின் மேல் மழையைப் போல் சொரிய குப்பாண்டி மீன் குவியலால் மூடப்பட்டுவிட்டான். தன் பலத்தையெல்லாம் ஒன்று திரட்டி எழுந்திருக்க முயன்றவனின் மேல் மீன்கள் துள்ளித் துள்ளி விழுந்து கொண்டேயிருக்க முழிப்புத் தட்டி எழுந்து உட்கார்ந்தான் குப்பாண்டி.

தூக்கக் கலக்கத்துடன் உட்கார்ந்தவன் வெள்ளிகள் முளைத்த வானத்தை அண்ணாந்து பார்த்தான். வெடித்துச் சிதறிய கருங் கண்ணிப் பருத்திச் சுளைகளைப் போல் பூத்துக் கிடந்தது வானம்.

தன் தலைமாட்டில் கல்தூணில் ஏற்றிய சிம்னி விளக்கு தீக்கங்காய் மின்னிக்கொண்டிருந்தது. பொது உரலின் நெல் உமியின் கதகதப்பில் உறங்கிக் கொண்டிருந்தன சில நாய்கள். மேற்புரக் கொட்டாரத்தில் இருந்து செம்மறியாட்டின் கொச்சைக் கவுச்சி மூக்கைத் துளைத்தது. ஆறாம் கூட்ட வெள்ளியையே உற்றுப் பார்த்தபடி உட்கார்ந் திருந்தான். விடிவெள்ளி தட்டுப்படுகிறதா என்று தேடினான். விடிவெள்ளி முளைக்க இன்னும் சற்று நேரமாகலாம் என்பதை யூகித்துக் கொண்டான். செட்டியைக் கெடுத்த வெள்ளி துணிப்பாய் மின்னியது.

ஊரணிப் பக்கமிருந்து இருட்டுக்குள் தெருவைப் பார்த்து இரண்டு மூன்று பேர் ஓடுவது அரிச்சலாகத் தெரிந்தது. உற்றுப் பார்த்தான். உருவங்கள் மறைந்து விட்டன. நட்ட நடுராத்திரியில் தெருவுக்குள் ஓடும் உருவங்கள் யாராக இருக்கும் என்று கலவர மடைந்தான். இவ்வளவு கிட்டத்தில் ஓடியும் கண்டுகொள்ளாமல் உறங்கும் நாய்களையே உற்றுப் பார்த்தான். எந்த நாயும் குரைக்க வில்லை என்றால் ஓடுகிறவர்கள் பழகிய உள்ளூர்க்காரர்களாகத் தான் இருக்க வேண்டும் என்று திடமாக நம்பினான்.

தெருவுக்குள்ளிருந்து சலசலப்பும் ஒரு பொம்பிளையின் அழுகையும் துல்லியமாய்க் காதில் வந்து விழுந்தபோது, அவக் தவக்கென்று எழுந்து, அவிழ்ந்த வேஷ்டியை இறுக்கிக் கட்டிக் கொண்டு தெருவைப் பார்த்து வேகமாக எட்டு வைத்தான். இப்போது கூக்குரல்கள் அதிகமாகக் கேட்டன. அனேகமாக ஊர் விழித்துக்கொண்டது. அந்தகார இருளில் பெண்களின் அழுகைகள் ஆந்தைகளின் அலறலைப் போல் பதற்றத்துடன் ஒலித்தன. இன்ன விஷயம்தான் என்று தெரியாததால் குப்பாண்டி பதபதைப்புடன் தெருவுக்குள் நுழைந்தான். கூட்டம் கோவிந்தனின் வீட்டு முற்றத்தில் மையம் கொண்டிருந்ததைக் கவனித்தவனின் கால்கள் எட்டு வைக்க மறுத்தன. ஆனாலும் என்ன ஏதென்று தெரிந்துகொள்ளும் ஆவலில் போவோர் வருவோரையெல்லாம் வழிமறித்து விசாரித்துக் கொண்டிருந்தான்.

இருளைக் கிழித்துக்கொண்டு நாசகாரமாய் அலறும் அழுகைச் சத்தம் கோவிந்தனின் அஞ்ஞை இருளாயினுடைய சத்தம் என்பதை தெரிந்துகொண்டான். தூரத்தில் நின்று அவதானித்து உறுதிப் படுத்திக்கொண்டவனின் மனசில் ஒரே சமயத்தில் வருத்தமும் மகிழ்ச்சியும் கலந்த வயனச் சலனம் தொற்றிக்கொண்டது. மேலெல்லாம் சிற்றெறும்பு ஊர்வது போல் உணர்ந்தான். இருளுக்குள் தன்னை நன்றாக மறைத்துக்கொண்டாலும் என்ன ஏதென்று அறிய

மனம் துடியாய்த் துடித்தது.

கொஞ்சங்கொஞ்சமாய் இருள் விலகி சாமம் கடந்து போனது. விஷயமும் மெல்லக் கசியத் தொடங்கியது. கரட்டான் பயல் குப்பாண்டியிடம் கதை கதையாய்ச் சொல்லிக் கொண்டிருந்தான். குப்பாண்டி பண்டாரத்தை நினைத்துக் கொண்டு. பழிவாங்கிய களிப்பில் கவனமாகவும் மௌனமாகவும் காது கொடுத்துக் கொண்டிருந்தான்.

'பால்கொடி ஓடையில காக்காயன் பயல் பத்தல் பதிச்சு தூரி போட்ருக்கான். ராத்திரியில மீன் அள்றதுக்கு கோவிந்தனும் இன்னும் ரெண்டு பேரும் போயிருக்காங்க. போனா இருட்டுனா கெச இருட்டு. இவங்க ரெண்டு பேரும் ஓடைக்கரை மேல நிக்க, கோவிந்தன் மட்டும் ஓடைக்குள்ள இறங்கி குனிஞ்சு மீன் மேல கை வச்சானோ இல்லியோ, அவனோட மொகத்துக்கு முன்னால, தண்ணிக்குள்ள தொப்புனு ஒரு சத்தம். அவனோட மூஞ்சியெல்லாம் தண்ணி செதறி துண்டெல்லாம் நனைஞ்சு போச்சு. பய பயந்து அலறிட்டான். கரையில நின்ன பயக ஓடைக்குள்ள எறங்கிப் போய் பார்த்தா, இருட்டுக்குள்ள, மொழங்கால் தண்ணிக்குள்ள கோவிந்தன் செத்த பொணமா பேச்சு மூச்சு இல்லாம கெடக்கான். பெறகென்ன, தலச் சொமையா வெறகு கட்டு சொமந்தது மாதிரி சொமந்து கொண்டாந்து வீட்ல போட்ருக்கு. கண்ணு முழிச்சுப் பாக்கான், பேச்சு வரல, கையக் கால அசைக்க முடியல. வெள்ளிக் கெழமையும் அதுவுமா நடுச்சாமத்துல மீன் அள்ளப் போகலாமா? மீனுக்கு எங்கேயும் இல்லாத காத்து கருப்பெல்லாம் வருமே. இந்தக் கூறு கெட்ட பயகலுக்கு அறிவு வேண்டாமா? விடிஞ்சப் பெறவு வன்னி மடைபோயி ராக்கன கூட்டியாந்து திருநீறு போடணும்னு பேசிக் கிட்டாக.'

பொழுது விடிந்தபோது ஊரை ஒரு மௌன இறுக்கம் பற்றிக் கொண்டது. விடியலின் பரபரப்பை இழந்த கிராமம் சோம்பிக் கிடந்தது. குப்பாண்டி ஒரே இரவில் புரியாத புதிர் மனிதனாக மாறிப் போனான். கண்ட இடத்தில் எல்லாம் இதே பேச்சு. காடு கரைகளில் குப்பாண்டியைப் பேசாத ஆட்களே இல்லை.

இரண்டு நாட்கள் கழித்து கண் முழித்த கோவிந்தனுக்கு பேச்சு அறவே வரவில்லை. நாகுழறியது. கூடியிருந்தவர்களை மிரள மிரளப் பார்த்தான். ஒரு பக்கம் கையும் காலும் அசைவற்றுப் போயின. தானாக எழுந்து உட்காரக்கூட முடியவில்லை. கோவிந்தனின் அஞ்ஞை குப்பாண்டியின் காலில் விழுந்து அழுது புரண்டாள்.

'சாமி, எம் மகனுக்கு ஒரு பக்கம் கையும் காலும் வெளங்காம

நின்னு போச்சு. நீங்க நல்லாயிருப்பீக, எங்க வீட்டுக்கு வந்து எம்மகனப் பாக்கணும், திருநீறு போடணும். முந்தி மாதிரியே எம் மகன் எந்திருச்சு நடக்கணும் சாமி. பழிச்சுப் பேசுனத நெனச்சிக் கிட்டு இருக்காதிங்க சாமி.'

'இங்க கேளு இருளி, நான் என்ன கடவுளா, ஓம் மகன திருநீறு போட்டு எழுப்ப? தெய்வக் குத்தத்துக்கு தெய்வம்தான் பொறுப்பு. மனுஷரால என்ன செய்ய முடியும். நான் சாதாரண மனுஷன், எல்லாரையும் போல ஒரு சம்சாரி. நீ நல்லாயிருப்ப, இனிமே என்னைய சாமின்னு கூப்பிடாத.'

கோவிந்தன் குனிந்து மீன் அள்ளும் போது, அவன் முன்னால் தொப்பென்று விழுந்து தண்ணீரில் மிதந்து போனது பனம்பழம்தான் என்று நம்பிக்கொண்டிருந்தார்கள். கோவிந்தன் ஓரளவு அரைப் பேச்சோடு விவரம் சொன்னபோது ஊரே ஆச்சரியப்பட்டுப் போனதுடன் குப்பாண்டி நிஜமாகவே சாமியாகிப் போனான். அவன் முன்னால் நிற்கவும். பேசவும் உறவினர்களே பயந்தார்கள். கோவிந்தன் சொன்னான்.

'எம் முன்னால விழுந்தது பனம்பழம் இல்ல. நல்லாப் பார்த்தன். ரெண்டு கண்ணாலயும் பார்த்தன். மூஞ்சிக்கு முன்னால விழுந்தது என்னனு தெரியாமையா போயிரும். திருவோடேதான். விழும் போது குப்புற விழுந்துச்சு, அப்புறமா ஓடுற தண்ணியில மல்லாந்து மிதந்து போச்சு. பனம்பழம் பங்குனி சித்திரை கோடையிலதான் காய்க்கும். இந்த மழக்காலத்துல பனம்பழத்துக்கு எங்க போக? சத்தியமா சொல்றன் திருவோடேதான்.'

கோவிந்தன் பரிதாபமாய் முடங்கிப் போனான். இடது கை வெறுமனே தோல் முனைத் தொங்கலாய் மாறிப் போனது. காலை இழுத்து இழுத்து எட்டு வைத்து தலை குனிந்து நடந்தபோது குப்பாண்டி தலை நிமிர்ந்து நடந்தான். ஆடு மாடுகள் சுகவீனப் பட்டாலோ, காத்து கருப்பு, பேய் பிசாசு என்று மனுஷர்கள் வந்தாலோ திருநீறு போட்டுத் தண்ணீர் எறிந்தால் சுகமாகி விடுவதாக சுற்றுப் பட்டிகளிலும் நம்பினார்கள். பண்டாரம் வாக்கு கொடுத்து விட்டுப் போய்விட்டான் என்றும், குருவும் குழையும் கொடுத்த பண்டாரம் சாமான்யப் பண்டாரம் இல்லை என்றும், முருகன் தான் ஆண்டிப் பண்டாரமாய் வந்து குப்பாண்டியின் வயித்து வலியைக் குணமாக்கிவிட்டு வாக்கும் கொடுத்து விட்டு மறைந்து விட்டதாகவும், கோவிந்தனின் கையையும் காலையும் முடக்கியது அந்தப் பண்டாரம்தான் என்றும் ஊரெங்கிலும் வலுவான பேச்சுக்கள் அடிபட்டன.

காய்ச்சல் மண்டையடி தலையடி காத்துக் கருப்பு சின்னச் சின்ன பூச்சிக்கடிகள், பூரான், தேள், குளவி கொட்டுதல் போன்றவை யெல்லாம் குப்பாண்டியின் திருநீறில் குணமாகி விடுவதாக ஊரும் ஊரைச் சுற்றிய ஊர்களும் நம்பினார்கள். அடிக்கடி குப்பாண்டியின் வீட்டிலோ அல்லது தொழுவத்திலோ வேற்றூர் ஆட்கள் காத்துக் கிடந்தார்கள். வேப்பிலைக் கொத்தும் கையுமாக குப்பாண்டி குணப்படுத்தி வந்தான். ஆனால் திடீரென்று தனக்கு இப்படி ஒரு சோதனை வரும் என்று குப்பாண்டி கனவிலும் நினைத்திருக்க மாட்டான்.

உச்சி மத்தியான வெய்யில் மாறி பொழுது மேற்கில் சாயும் நேரம். காடு கரையெங்கும் வேலையாட்களின் மனிதத் தலைகள். ஆடு மாடுகளும் கூட்டங்கூட்டமாய். பெரிய சோலை உழவடிக்க அவன் பெண்டாட்டி பொன்னுத்தாய் ஏருக்கு முன்னால் முள் பொறுக்கிக் கொண்டிருந்தாள். மாரி மூலையில் பந்துருண்டையாய் ஒரேயொரு கருமேகம் மேலெழும்பி வருவதை உற்றுக் கவனித் தான் பெரிய சோலை. காயப்போட்ட வெள்ளை வேஷ்டியாய் வானம் வெளுத்துக் கிடக்க, அந்த ஒற்றை மேகம் மட்டும் மேலெழும்பி படர்ந்து வந்துகொண்டிருந்தது. மழைக்கான அறிகுறிகள் எங்கேயும் இல்லை. இப்போது நிழல் அடர்ந்து இருளாக மாறிப் போனது. திரும்பிய பக்கமெல்லாம் கருமேகக் கூட்டங்கள் சூழ்ந்து வந்தன.

11

சுற்றிலும் சூழ்ந்துவரும் கருமேகக் கூட்டங்களோடு பரந்து கிடந்த கரிசலும் கைகோர்த்துக்கொண்டது. பட்சிகள் கூட்டங் கூட்டமாய்த் தன் அடைவிடம் தேடிப் பறந்தன. ஒரு தூத்தல்கூட விழவில்லை. வெட்டிய மின்னலில் சில வினாடி பெரிய சோலை குருடாகிக் கண் திறந்தான். தங்கப்பாளங்கள் உருகி ஓடுவது போல தன் காலடியில் மின்னல் பாய்ந்து சென்றதைப் பார்த்த பொன்னுத் தாய் பதறிப் போனாள். கருவேல மரத்தடியில் வைத்திருந்த பித்தளைச் செம்பை எடுத்து மறைத்து வைக்க ஓடினாள். கிழக்கே யிருந்து இருட்டிக்கொண்டு வந்தது மழை. பருத்திச் சுளைகளைப் போல எரிதூத்தல் விழத் தொடங்கியது. காடுகளில் வேலைசெய்து கொண்டிருந்த ஆட்களும், மேய்ந்துகொண்டிருந்த கால்நடைகளும், பாதைகளை நிறைத்துக்கொண்டு வேகமெடுத்து ஓடிக்கொண் டிருந்தன. பெரிய சோலை அவசர அவசரமாய் மாடுகளை தும்பைத் தரித்து பாதையில் விரட்டினான். பலத்த சத்தத்துடன் கூடிய இடி மின்னலில் கால்நடைகள் பயந்து ஓடின. பாதை நெடுக மனிதத் தலைகளின் லொக்கோட்டம். தலையில் பித்தளைச் செம்பை கவுத்தியபடி பெரிய சோலையும், நனைந்த சேலையை முக்காடிட்ட படி பொன்னுத்தாயும் மாடுகளுக்குப் பின்னால் ஓடிக் கொண் டிருந்தார்கள்.

என்ன நடந்தது என்று தெரியவில்லை. பாக்கு தண்டி கல்மழை தூத்தல் சரசரவென்று கொட்டித் தீர்த்தது. பாதையெங்கும் மல்லிகைப் பூக்களைப் போல் கல் மழை விழுந்து சிதறியது. பெரிய சோலை நாலா பக்கமும் திரும்பிப் பார்த்தான். எங்கேயும் கரிசல் மண் தெரியவில்லை. வெள்ளை வெளேரென்று கல்மழை மூடி உருகிக் கொண்டிருந்தது. எரிகற்களாய்த் தன் மேல் சொரியும் கல்மழைத் துளிகளின் காந்தலைப் பொறுத்துக்கொண்டு இரண்டு பேரும் மாடுகளுக்குப் பின்னால் ஓடிக்கொண்டிருந்தார்கள். தன் காலடி நொடியில் வெள்ளை நிறம் மாறி அக்னிக் குழம்பாய் வெட்டியது. சில நொடிகள்தான் காதுகள் செவிடாகிப் போகும்படியான இடி ஓசை.

தேள் கொடுக்காய்த் தன் வால்களை சுருட்டிக்கொண்டு வேகமாக ஓடிக்கொண்டிருந்த மாடுகள் இரண்டும் கருகி விழுந்து கால் நீட்டிக்

கிடந்தன. பொன்னுத்தாயும் பெரிய சோலையும் உழவுச் சாலுக்குள் குப்புறக் கிடந்தார்கள். பின்னால் ஓடி வந்த வேலையாட்கள் கூப்பாடு போட்டார்கள். வண்டி கட்டி தூக்கி வந்து குப்பாண்டியின் முன்னால் போட்டார்கள். மழையோடு மழையாய் ஊர் கூடிநின்றது. குப்பாண்டிக்கு என்ன செய்வதென்று தெரியவில்லை. காவி வேஷ்டியை இறுக்கிக்கட்டி துண்டை இடுப்பில் கட்டினான். வீட்டுக்குள்ளிருந்து முற்றத்தில் கால் வைத்து மழையில் நனைந்து கூட்டத்தை விலக்கிக்கொண்டு, குனிந்து இருவர் நாசிகளிலும் புறங்கை வைத்து, உஷ்ணமூச்சை உணர்ந்தான். மறுநொடி வடக்காமல் தலை தெறிக்க ஓட்டமெடுத்தான்.

மழை கொஞ்சம் மட்டுப்பட்டிருந்தது. முற்றத்தில் சவமாய்க் கிடந்த இருவரின் மேல் ஊராரின் கண்கள் மொய்த்திருக்க அமைதியில் உறைந்திருந்தது கூட்டம். போன வேகத்தில் திரும்பி ஓடி வந்தான் குப்பாண்டி. மேல் மூச்சு கீழ் மூச்சு வாங்க இளைத்துக் கொண்டு நின்றான். தான் கொண்டு வந்த பச்சிலையை மறைத்து வைத்துக் கொண்டு கூட்டத்தை நோக்கி கைச்சாடை காட்டினான். ஆட்காட்டி விரலை மட்டும் நீட்டி நுனி நாக்கில் வைத்து சப்புக் கொட்டிக் காட்டினான். யாருக்கும் ஒன்றும் புரியவில்லை. கை விரல்களைப் பொத்தி வைத்துக்கொண்டு பாத்திரத்தில் உள்ள தண்ணீரில் போட்டு கலக்குவது போல் சிறு குச்சியை எடுத்து தண்ணீரைக் கலக்கிக் காட்டினான். கூட்டத்திலிருந்து ஒரு சத்தம் பலமாய்க் கேட்டது.

'ஏ... பொம்பளைகளா இன்னுமா புரியல ஒங்களுக்கு? யாராவது போயி கொஞ்சம் *பேர் சொல்லாதது* கொண்டாங்க, வெறுசனா வாங்க.'

முதலில் கொண்டு வந்த பொம்பளையிடமிருந்து உப்பை வாங்கிக்கொண்ட குப்பாண்டி தொழுவத்துக்குள் விருட்டென்று நுழைந்து மறைந்து போனான். ஆள் தெரியாவிட்டாலும் அம்மி அரைக்கும் சத்தம் தெளிவாகக் கேட்டது. இரண்டு சவங்கள் கிடப்பது மாதிரியே கிடந்தார்கள் பெரிய சோலையும் பொன்னுத் தாயும்.

மூங்கில் தட்டி படல்கதவை எட்டி உதைத்து திறந்தபடி வெளியில் வந்தான் குப்பாண்டி. அவன் கையில் வெள்ளைத் துணியில் சிறு பொட்டலமாய், அரைத்த பச்சிலையை வைத்திருந்தான். பெரிய சோலையைத் தூக்கி உட்கார வைத்துத் தலையை அண்ணாந்து பிடித்துக் கொள்ளும்படி சைகை செய்தான். கையில் வைத்திருந்த பொட்டலத்திலிருந்து இரண்டு மூன்று சொட்டுக்களை இரு நாசித்

துவாரங்களிலும் பிழிந்துவிட்டான். இதேபோல் பெண்கள் பிடித்துக் கொள்ள பொன்னுத்தாய்க்கும் மருந்து ஊற்றிப் படுக்க வைத்தான். இப்படியே இரண்டு மூன்றுமுறை செய்தவன் பித்தளையினால் செய்த சிறு வேலையும், கொஞ்சம் மயில் இறக்கை தூவிகளையும் எடுத்து வந்து, தலையிலிருந்து பாதம்வரை மூன்றுமுறை நீவி விட்டான். முதல் தும்மல் பெரிய சோலையிடமிருந்தும், அடுத்த தும்மல் பொன்னுத்தாயிடமிருந்தும் வர, கூட்டம் மௌனத்தை விலக்கிச் சலசலத்தது. இருவர் நெற்றியிலும் திருநீறு பூசி விட்டான். உறங்கி எழுந்தவர்களைப் போல் எழுந்த இருவரும், மறுபிறப் பெடுத்து கண் முழித்து கூட்டத்தை வியப்போடு பார்த்தார்கள். குப்பாண்டி ரிஷியைப் போல் உயர்ந்துகொண்டே வந்தான்.

கீழக் காட்டின் வண்டிப் பாதையில் கருகிக் கிடந்த இரண்டு மாடுகளையும் புதைப்பதற்காக கூட்டம் மண்வெட்டி கடப்பாரைக் கம்பியுடன் புறப்பட்டது.

'எந்தச் சாமி புண்ணியமோ மாட்டோட போச்சு, இல்லனா மனுஷ உசுரும் சேர்ந்தில்ல கருகிருக்கும்.'

'ஒரு நூல் பிசகியிருந்தாக்கூட இந்நேரம் நாலு குழி தோண்ட வேண்டியிருக்கும்.'

'மாடு போனாலும் பரவாயில்ல, பொருள் நஷ்டத்தோட போகுது, நாளைக்கே சந்தையில போயி புது மாடுக வாங்கிக் கிரலாம், மனுஷர் உசுரு போச்சுனா எங்க போயி வாங்க.'

உருளைக்குடியிலிருந்து நேர் தெற்காமல் எட்டயபுரம் அரண் மனைக்குச் செல்லும் வண்டிப்பாதை உண்டு. பக்கத்திலேயே குறுக்காகச் செல்லும் ஒற்றையடிப் பாதையும் உண்டு. கடலையூர் போகாமல் நேராக எட்டயபுரம் செல்பவர்கள் பெரும்பாலும் பயன்படுத்துவது ஒற்றையடிப் பாதையைத்தான். தினமும் அரண் மனைச் சேவகத்திற்காக செல்லும் சக்கிலியர்கள் போவதும் வருவதும் இதே ஒற்றையடிப் பாதைதான்.

உருளைக்குடியை ஒட்டி கொஞ்ச தூரத்திலேயே மொட்டப் பாறை. எந்நேரமும் அவித்த நெல்லும், குருதவாலியும் தானியங் களும் காய்ந்துகொண்டிருக்கும். பறவைகளுக்குத் தன் கைவிரித்து உணவளிக்கும் மொட்டப்பாறை. காவலுக்கு யாருமே இருக்க மாட்டார்கள். எவ்வளவு பறவைகள் வந்து காயும் தானியங்களைத் தின்றாலும், யாரும் பறவைகளை விரட்டக் கூடாது. தலைமுறை தலைமுறையாய்த் தொடரும் இப்பழக்கம், அவ்வூரில் பயமின்றிப் பறவைகள் வாசம் செய்ய வழிவகுத்துவிட்டது. சில சமயங்களில்

152

யாருமே தானியங்கள் காயப்போடவில்லையென்றால் பறவைக் கூட்டம், சுற்றியுள்ள மரங்களில் பசியோடு உட்கார்ந்து காத்துக் கொண்டிருக்கும். அப்படியான ஒரு மத்தியான வெய்யிலில்தான் மினுத்தாக்குடும்பன் காட்டிலிருந்து ஒத்தையடிப்பாதை வழியே வந்துகொண்டிருந்தான். கடுங்கோடை வெய்யில் கொளுத்திக் கொண்டிருக்க, மொட்டப் பாறையை அடுத்து இருந்த காட்டு வாகைமர நிழலில் ஒதுங்கினான். மரத்தை அண்ணாந்து பார்த்தான். நூற்றுக்கணக்கான காக்கைகளும் குருவிகளும் பசியோடு மொட்டப் பாறையைப் பார்த்தபடி உட்கார்ந்திருந்தன. தலைமுறை தலை முறையாய் காயப்போட்ட தானியத்திற்கு காவலாள் இல்லாமல் உணவளித்த பழக்கத்தை நினைத்துப் பார்த்தான். தன் தேவைக்கு தானியங்களைக் காய வைத்து காவல் இல்லாமல் செய்து பறவை களுக்குத் தானியங்கள் கொடுத்துப் பசியாற்றுவது தர்மச் செயல்தான் என்றாலும், தானியம் காயப் போடாத நாட்களில் பறவைகள் என்ன செய்யும்? அன்றைக்கு பறவைகளுக்குப் பசி எடுக்காதா? பசி தீரும் என்று நம்பி வந்த பறவைகள் பசியோடுதானே, பரிதவித்து, திரும்பிச் செல்லும். மினுத்தாக்குடும்பனின் மனசு இலேசாகியது. கொளுத்தும் கோடை வெய்யில் அவனுக்கு குளுமையாய் மாறியது. சிட்டுக் குருவியைப் போல் வீட்டுக்குப் பறந்தான். குலுக்கைக்குள் இறங்கி குத்திக் காய்ச்சுகிற பெட்டி நிறைய்ய தானியத்தை அள்ளினான். அவன் பொண்டாட்டி எவ்வளவோ கேட்டுப் பார்த்தாள். அவன் வாய் திறக்கவே இல்லை.

'எதுக்கு இப்பிடி வந்ததும் வராததுமா குலுக்கைக்குள்ள எறங்கி தவசத்த அள்ளுற?'

'...........'

'ஒன்னயத்தான கேக்கன், காது அவிஞ்சா போச்சு. வாயி தொறந்து பதில் சொல்லு.'

'...........'

'கிறுக்குப் புடிச்சிருச்சா, இல்ல பேய் புடிச்சிருச்சா?'

'...........'

மினுத்தாக்குடும்பன் யார் பேச்சுக்கும் பதில் பேசவில்லை. அவன் பெண்டாட்டி மாடத்தி போட்ட கூப்பாட்டில் கூட்டமும் கூடிவிட்டது. அவன் தானியப் பெட்டியைத் தூக்கிக்கொண்டு வேக வேகமாக மொட்டப் பாறையை நோக்கி நடந்தான். மாடத்தியும் இன்னும் சில இளவட்டங்களும் என்னதான் செய்கிறான், தானியத்தை எங்கேதான் கொண்டு போகிறான் என்று பார்ப்பதற்

காகப் பின்னாலயே வந்தார்கள். மொட்டப் பாறை வந்ததும் இரு கைகளாலும் தானியத்தை அள்ளிஅள்ளி வீசினான். பாறை முழுக்க சிதறி விழுந்தன தானியங்கள். பார்த்துக்கொண்டிருந்த பறவைக் கூட்டம் பசியோடு பறந்துவந்து பாறையை நிறைத்து கூட்டமாய் உட்கார்ந்து தானியங்களைக் கொத்திப் பிறக்கின. விலகி நின்று வேடிக்கை பார்த்தான் மினுத்தாக்குடும்பன். மாடத்தியும் இள வட்டங்களும் சிரித்தபடி, நின்று வேடிக்கை பார்த்தனர். மினுத்தாக் குடும்பன் சந்தோஷமாக சிரித்த முகத்துடன் வெற்றுப் பெட்டியை கையில் வைத்துக்கொண்டு சொன்னான்.

'இவ்வளவு பெரிய ஊரு, ஆடயும் கோடயும் செல்லம் பொழியிற ஊரு, சம்சாரிக இருக்கிற ஊரு, ஆடிட்டும் பாடிட்டும் வர்ர ஆளுக எல்லாத்துக்கும் அள்ளி அள்ளிக் குடுக்கிற ஊரு, பறவைகளப் பட்டினி போடலாமா? அதுகளும் மனுஷர்கள மாதிரி உசுருப் பிராணிக இல்லயா? தானியம் காயப்போடாத அன்னிக்கு அதுக என்னத்த திங்கும்? காடுகள்ள வெள்ளாம இல்லாத காலத்துல நம்மதான அதுகளுக்கு தானியம் குடுக்கணும். இல்லனா அதுக நம்மளப் பத்தியும், நம்ம ஊரப்பத்தியும் என்ன நெனைக்கும், கஞ்சப் பயக இருக்கிற ஊருனு நெனைக்காதா?'

தானியம் காயப் போடாத நாட்களில் தினமும் மினுத்தாக் குடும்பன் மொட்டப்பாறையில் தானியம்கொண்டு வந்துபோடத் தவறவில்லை. சில நாட்கள் அவசர அவசரமாக வேலைக்குப் போய் விட்டால் அந்த வேலையை மாடத்தி செய்தாள். நாளடைவில் நிறையப் பேர் தாமாகவே தானியங்களைக் கொண்டுவந்து மொட்டப் பாறையில் கொட்டினார்கள். பலவிதப் பறவைகளும் பயமின்றி பசியமர்த்தி பாடித் திரிந்தன உருளைக்குடியில். மினுத்தாக் குடும்பன் ஆரம்பித்த அந்தச் செயல் தலைமுறை கடந்தும் இன்றும் தானியங்களாலும், பறவைகளாலும் நிரம்பிவழிகிறது மொட்டப் பாறை.

இதேபோல் தான் ஒரு நாள் காயப்போடும் தானியத்திற்கு காவல் இருக்ககூடாது, தானியங்கள் தின்ன வரும் பறவைகளை விரட்டக் கூடாது என்று ஊர் முடிவு செய்தது.

அவிச்சுப் போட்ட குருதவாலியை மொட்டப் பாறை முழுக்க காயப் போட்டிருந்தாள் வென்னிமலை. தன் புருஷன் சொத்தியனை காவலுக்கு இருக்க வைத்துவிட்டு காட்டுக்குப் போய்விட்டாள். கூட்டங்கூட்டமாய் மொட்டப் பாறையை மொய்த்தன காக்கைகள். சொத்தியனால் விரட்டி முடியவில்லை. வேகமாய் வீடு போய்த் திரும்பியவனின் கையில் இருந்தது உண்டி வில். வாகை மரத்தின்

தூரில் மறைந்துகொண்டு காக்கைக் கூட்டத்தை நோக்கி குறி பார்த்து தெறித்தான் சொத்தியன். சிறகடித்து எழும்பிப் பறந் தோடியது காக்கைக் கூட்டம். சிறகில் அடிபட்ட ஒற்றை காக்கை பாறையோடு ஒட்டி தானியத்துக்குள் கிடந்தது. ஓடிப் போய் கையில் பிடித்து மரத்தூரில் அடித்துக் கொன்று, ஒரு குச்சியில் கட்டித் தொங்கவிட்டு தானியத்தின் ஓரத்தில் நட்டுவைத்தான்.

கூட்டங்கூட்டமாய் வானத்தைச் சுத்தி, கத்திக் கொண்டு திரிந்த காக்கைக் கூட்டம் தரையில் கால்வைக்கவே இல்லை. சொத்தியன் வாகை மரநிழலில் நிம்மதியாகப் படுத்து, உறங்கி காவல்காத்தான். சாயங்காலம் கடகாப் பெட்டியுடன் வந்த வெள்ளிமலை செத்துத் தொங்கிய காக்கையைப் பார்த்துப் பதறிப்போனாள்.

'அட சண்டாளா, உசுர்ப்பலி ஏத்துட்டயே, பாவமில்லயா? எந்த உசுப்பிராணியவும் எதுக்குக் கொல்லணும், அது ஒன்னய என்ன செஞ்சது, ஒட்டி முள்ளுச்சா? காக்கா அப்பிராணில்ல, ஊரச் சுத்தியிட்டு அலையிற உசுரக் கொல்லலாமா?'

'எத்தன தரம்தான் வெரட்டுறது, ஓயாம கூட்டங்கூட்டமா வந்து திங்குது, அதுதான் பார்த்தன் ஒரு ஓசன வந்துச்சு நிம்மதியா ஒறங்கி எந்திருச்சன்.'

'காக்கா தின்னு களம் வத்திப் போகுமா, இல்ல குருவி குடிச்சு கொளம் வத்திப் போகுமா? அதுகளுக்குப் போகத்தான நமக்கு. என்ன கொறஞ்சு போயிறப் போகுது.'

'பெறகு எதுக்கு காவலுக்கு என்னய இருக்கச்சொல்ற பேசாம காயப் போட்டுத் திங்க விடவேண்டியதான?'

'ஆடு மாடுக வந்து ஒழப்பிட்டா வம்பாப் போகும். அதுகளும் திங்காது, ஒழப்பி சேறும் சகதியுமா, மண்ணும் மகுளியுமா வம்பாக்கிரும். அதுக்குத்தான் காவல்.'

காயப்போட்ட தானியங்களைப் புலம்பிக் கொண்டே கூட்டி அள்ளினாள் வெள்ளிமலை. கொன்று தொங்கவிட்டிருந்த காக்கையை ஓடைக்குள் வீசுவதற்காக கொண்டுபோனான் சொத்தியன். நூற்றுக்கணக்கான காக்கைகள் கூட்டம் அவனுடைய தலைமேல் கத்தியபடியே சுத்திசுத்தி பறந்துவந்தன. ஓடைக்குள் வீசி எறிந்துவிட்டு வெள்ளிமலையிடம் வந்தான். தானியப் பெட்டியைத் தலையில் வைத்துக்கொண்டு ஊருக்கு நடந்த இருவரையும் விரட்டிக்கொண்டு வந்தது காக்கைக் கூட்டம்.

பொழுது விடிந்ததற்கு சாட்சியாய் தினமும் கேட்கும் கரிச்சான் குருவியின் இனிமையான சத்தம் காற்றில் மிதந்து வந்தது. மேலக்

களத்து பொது உரல்களில் இரவு ஊறப் போட்டு வைத்திருந்த பருத்திக் கொட்டைகளை ஆட்டுவதற்காக ஆட்கள் வந்து கொண்டிருந்தார்கள். சாணி சகதி குப்பைக்கூளங்களைத் தொழுவத்திலிருந்து கூடைகளில் அள்ளிக் குப்பைக்கிடங்கிற்கு சுமந்து கொண்டிருந்தார்கள். குப்பையைக் கிடங்கில் கொட்டிவிட்டு வெற்றுக் கூடையைத் தரையில் எறிந்துவிட்டு தலப்பாகையை அவிழ்த்து உச்சந்தலை அரிப்பை சொறிந்தான் சொத்தியன். விருட்டென்று எங்கிருந்தோ பறந்து வந்த ஒற்றைக் காக்கை சத் என்று சத்தமேயில்லாமல் தலையில் அடித்தது. அண்ணாந்து பார்த்து மேற்காமல் திரும்புவதற்குள் பின் மண்டையில் இன்னொரு காக்கை வசமாய்த் தாக்கியது. குனிந்து தரையில் கிடந்த கூடையை எடுக்கும் முன் முதுகில் படார் படார் என்று ஏழெட்டு அறைகள் விழுந்தன. தலையிலும் முகத்திலும் இலேசாய்க் காந்தல் எடுத்தது. உள்ளங்கையால் தடவிப் பார்த்தான். ரத்தக் கசிவு கையில் ஒட்டி யிருந்தது. சொத்தியன் பதறிப் போனான். கூடையை வைத்துத் தலையை மறைத்துக்கொண்டு வேகவேகமாக வீட்டுக்கு நடந்தான். ஊர்க்காரர்கள் நிறையப் பேர் பார்க்க காக்கைக் கூட்டம் சொத்தியனை வீடுவரை விரட்டி வந்து தாக்கியது.

வென்னிமலை வீட்டுக்கு வெளியே வந்து எட்டிப் பார்த்தாள். தன்னுடைய வீட்டின் முகட்டிலும் பக்கத்து வீட்டுக் கூரையிலும் காக்கைக் கூட்டம் உட்கார்ந்திருந்தது. விஷயம் கேள்விப்பட்டு சொத்தியன் வீட்டின் முன்னால் கூட்டம் கூடிநின்றது. எல்லோரும் சிரித்தார்கள். ஆனால் சொத்தியனால் சிரிக்க முடியவில்லை. விஷயம் இத்தோடு முடிந்து போகும் என்றுதான் நினைத்தார்கள். ஆனால் முடியவில்லை. சொத்தியனால் வெளியில் வரவே முடிய வில்லை. காடு கரைகளுக்கும் போக முடியவில்லை. மற்றவர்களைப் போல் தனியே நடமாடவே முடியவில்லை. ஊரின் நாலா பக்கமிருந்தும் சொத்தியனுக்கு காக்கைக் கூட்டத்தால் தாக்குதல் வந்துகொண்டே இருந்தது. தொழுவத்திற்குள்ளும் வீட்டுக்குள்ளும் முடங்கிக் கிடப்பதைத் தவிர வேறு வழியில்லை. மரத்தடியில் ஆட்களுடன் உட்கார்ந்து பேசிக்கொண்டிருந்தாலும், மரக்கிளைகளில் இருந்து சொத்தியனைப் பார்த்தபடியே இருந்தன காக்கைக் கூட்டங்கள்.

அப்புறம்தான் ஊர்க் கூட்டம் போட்டு முடிவு செய்தார்கள். மொட்டப் பாறையில் யார் தானியம் காயப் போட்டாலும் காவலுக்கு ஆள் வைக்கக் கூடாதென்று முடிவாயிற்று. காக்கைகள், மைனாக்கள், புறாக்கள் கூட்டங்கூட்டமாய்த் தங்கிக்கொண்டன.

கூடவே மயில்களின் கூட்டமும். ஊரில் யாருமே பறவைகளை விரட்டாததால் நாளடைவில் பறவைகளும் ஊர்மக்களைப் போல் மாறிப் போயிருந்தன. பயமின்றி பக்கத்திலேயே வந்து அமர்ந்து கொண்டன. சொத்தியனும் காக்கைகளும் ஒன்றுவிட்ட உறவாகிப் போனார்கள். தானியம் காய வைக்கிற நாட்களில் மட்டுமே கிடைத்து வந்த உணவு மினுத்தாக்குடும்பன் புண்ணியத்தில் நாள் தோறும் வருஷம் முழுக்க கிடைத்தது. பல பேர் தானியம் கொண்டு வந்து மொட்டப் பாறையில் வீசினார்கள். மொட்டப் பாறை தானியங்களாலும் பலவிதப் பறவைகளாலும் நிறைந்து கோவிலாய் மாறிப் போனது.

12

நங்கிரியான் மகள் மாதாயி நிறைசூலியாகிப் போனாள். பிறக்கப் போகும் குழந்தைக்குத் தகப்பன் இன்னார் என்று சொல்ல முடியாத தவிப்பில் வெம்பி குமைந்து பொம்மையாய் நடமாடிக் கொண்டிருந்தாள். நங்கிரியானும் அவன் பெண்டாட்டியும் தனியே அழுதாலும் தன் மகளுக்கு முன்னால் சந்தோஷத்தைக் காட்டி நடித்துக் கொண்டிருந்தார்கள். குடுகுடுப்பைக்காரன், தெய்வக் குழந்தை பிறக்கும் என்று 'சொல்லிவிட்டுப் போனதையும் அவ்வப்போது நினைத்துச் சிரித்தாலும் நங்கிரியானைக் கொஞ்சம் பயமும் கவ்விக்கொண்டது. மாதாயி ஆசைப்பட்டதையெல்லாம் வாங்கிக் கொடுத்தான். மாதாயி ஊர்க் கூட்டத்தில் தன் அப்பன் சொன்னதை நினைத்து நினைத்து அழுது மருகினாள். அவள் காதுகளில் அந்தச் சொற்கள் ஒலித்துக்கொண்டேயிருந்தன. தன் வயிற்றில் குழந்தை நெளியும் போதும் காலுதைக்கும் போதும் காதுகளில் ரீங்காரமிட்டன.

'சாமிமார, மாதாயி எம் மக. எம் மக வயித்துக்குள்ள இருக்கிற கொழந்தைக்கு தகப்பன் யாருனு தெரியாம இருக்கலாம், ஆனா எம்மவ பெத்துப் போடப் போற கொழந்தைக்குத் தாத்தா நான் தான சாமி, அத மாத்த முடியுமா, இல்ல மாதாயி எம்புள்ள இல்லனு சொல்லிர முடியுமா? அதனால உண்டானபடி இருக்கட்டும். எம்புள்ள என்னோடயே இருக்கட்டும்.'

நாங்கிரியான் பேசிய இந்த வாசகங்களைக் கேட்ட ஊர்ச்சனங்கள் அத்தனை பேரும் மௌனமாகிப் போனார்கள். ஒரே நாளில் நாங்கிரியான் மகா மனுஷனாகிப் போனான். ஊர்ப் பொம்பிளைகள் அத்தனை பேரும், குமராண்டி மகன் கருப்பனைத் திட்டித் தீர்த்த தோடு மண்ணை வாரித் தூற்றினார்கள்.

'அடேய், ஒரு பொண்ணடிய சீரழிச்சிட்டு, நெராதரவா விட்டுட்டு இன்னக்கி நிய் தப்பிச்சிரலாம். அவ மனசு என்ன பாடு படுதோ அந்த வேதன ஒனக்கும் ஒஞ் சந்ததிக்கும் கெடச்சே தீரும்.'

இருள் கவியத் தொடங்கியது. கும்மிருட்டில் ஜொலித்தன நட்சத்திரங்கள். கூட்டத்திலிருந்து விலகி ஒற்றை நட்சத்திரம்

ஊருக்கு ஒதுக்குப்புறமாயிருக்கும் சக்கிலியக் குடிக்கு மேலே சென்றது. தயாராய்க் காத்திருந்த மாதாயி நட்சத்திரம் வழிகாட்ட இருளில் நடந்தாள். தெய்வக் குழந்தையைப் பிரசவிக்கும் இடத்தைக் காட்ட மாதாயியை நட்சத்திரம் வழிகாட்டியது. மொட்டப் பாறையில் தானியம் தின்று வயிறு நிறைந்த பறவைக்கூட்டம் மரங்களில் அடைந்துவிட்டன. ஒன்றிரண்டு பறவைகளின் சிறகடிப்பு மட்டுமே மரக்கிளைகளில் பட்டு எதிரொலித்தது. வழிகாட்டிய நட்சத்திரம் மொட்டப் பாறையை ஒட்டிச் செல்லும் ஒற்றையடிப் பாதையோரம் உள்ள காட்டு வாகை மரத்தில் வந்து நின்றுவிட்டது. துணிப்பாய் மின்னும் நட்சத்திரங்களை அண்ணாந்து பார்த்த மாதாயி வாகை மரத் தூரோரம் இருட்டுக்குள் ஒளிந்து நின்றுகொண்டாள். வளர்ந்து கிளை பரப்பியிருந்த மரம் மாதாயியை ஒளித்து வைத்துக்கொண்டது.

பிறக்கும் தெய்வக் குழந்தையைக் காணவும், குலவையிட்டுக் குதூகலிக்கவும் மரக்கிளைகளில் அடைந்துகிடந்தன ஆயிரமாயிரம் பறவைகள். தூரில் மறைந்திருந்தாலும் கண்பார்வை ஒற்றையடிப் பாதையில் ஆளரவத்தையே கவனித்துக்கொண்டிருந்தது. ஊர்ந்து வரும் மீனைக் கொத்த காத்திருக்கும் கொக்கைப் போல் காத்திருந்தாள் மாதாயி. தெற்கிலிருந்து பேச்சரவம் கேட்டது. உற்றுக் கவனித்தாள். நாலைந்து உருவங்கள் நடந்து வருவது நிழலைப் போல் அரிச்சலாய்த் தெரிந்தது. மரத்தோடு ஒன்ற முடிய வில்லை. துருத்திக்கொண்டிருக்கும் சூல் வயிறு மரத்தில் முட்டியது. மரத்தை வட்டம் சுற்றி தன்னை மறைத்தாள். தெய்வக் குழந்தையின் அப்பன் கருப்பன் மூன்றாவது ஆளாய் வருவதை உறுதி செய்து கொண்டாள். உளியின் கைப்பிடியை இறுக்கிப் பிடித்தாள். மரத்தின் கிட்டத்தில் வந்தவுடன் ஒரே பாய்ச்சலில் பாய்ந்து உளியால் கழுத்தில் வெட்டினாள். அவள் போட்ட வெறிக் கூச்சலில் அடைந்து கிடந்த பறவைகள் இறக்கையடித்துப் படபடத்தன. உடன் வந்தவர்கள் ஓட்டம் பிடித்து இருட்டுக்குள் மறைந்தனர். கழுத்து தொங்க தரையில் சாய்ந்தான் கருப்பன். ஆவேசம் வந்தவளைப் போல் கத்தியபடியே உளியால் தன் வயிற்றைக் கிழித்தாள். முட்டை உடைந்தது போல் மாதாயியின் வயிறு உடைந்தது. தெய்வக் குழந்தை துள்ளி தரையில் விழுந்தது. குழந்தையைத் தூக்கி கருப்பனின் மீது வீசிய மாதாயி தரையில் சாய்ந்தாள். பறவைகள் மீண்டும் வந்து மரக்கிளைகளில் அடைந்தன. நட்சத்திரங்கள் தங்கள் ஒளியைக் கூட்டி தெய்வக் குழந்தையை வரவேற்றன.

ஊர்க்கூடி கூப்பாடு போட்டது. தன் பேரக் குழந்தையைத் தூக்கிக் கொஞ்சுவதற்காக நாட்களை எண்ணிக்கொண்டிருந்த நங்கிரியான் மாதாயியின் மேல் விழுந்து புரண்டழுதான். மாதாயியின் கர்ப்பப் பைக்குள் விழுந்த முதல் சொட்டு கருவாய் சிசுவாய் உருக்கொள்வதற்குப் பதிலாக அவமானமாய் உருக்கொண்டது. உருவிய சேலையில் உருக்கொண்டதுதானே குருஷேத்திரம். உடைத்த சிலம்பும் விரித்தகூந்தலும் அக்னியாய் உருமாறி மதுரையைப் பஸ்பமாக்கியது அவமானத்தின் சீற்றம்தானே!

இதோ உளிக் கருப்பன் கோவில் அவமானத்தின் பலம் அறிவித்து நிற்கிறது. ஜனங்கள் கூடுகிறார்கள். உளியை நட்டு வைத்த கற்சிலை. சுமை தாங்கியாய் நிறைசூலியாய் மாதாயி. தவழும் குழந்தையாய் ஒரு சிசுவின் உருவம். மாதாயி குழந்தை வரம் தருகிறாள். கன்னிப் பெண்கள் தாலியில்லாமல் கருத்தரித்து விடக்கூடாதென்று கேட்டவுடன் தாலி தருகிறாள். கர்ப்பிணிப் பெண்களைக் காத்தருள் கிறாள். மனிதர்களின் சூலுக்கு மட்டும் மாதாயி காவலிருக்க வில்லை. கால்நடைகளின் சூல்கள் அத்தனைக்கும் மாதாயி காவல் இருக்கிறாள். தெய்வக் குழந்தையைக் காண தினம் தினம் பக்தர்கள் கூடுகிறார்கள். பலியிடுகிறார்கள். போகிற வருகிற அத்தனை பேரையும் கும்பிட வைக்கிறாள் மாதாயி. எட்டயபுரம் மகாராஜா குதிரை மீதேறி வந்து உளிக் கருப்பனையும் தெய்வக் குழந்தை யையும், மாதாயியையும் தரிசித்ததோடு வருடந்தோறும் வந்து போவதை வழக்கமாக்கிக்கொண்டதால் தெய்வக்குழந்தையின் சன்னதிக்கு தினமும் கூட்டம் கூடிக்கொண்டே போகிறது. சக்கிலியக் குடியில் அன்று குடுகுடுப்பைக்காரன் சொன்ன சொல்லும், கையுடுக்கையின் கணீர்கணீர் என்ற ஒலியும் காற்றில் பறந்து மறையவில்லை. மாறாக வார்த்தை சூல்கொண்டது. தெய்வக் குழந்தையாய் ஆகிப் போனது.

ஊரணித் தண்ணீர் நிறை பெருக்காய் கெத்கெத்தென்று தத்தளித்துக் கிடந்தது. எருமைக் கூட்டம் லயித்துக் கிடந்தது. தண்ணீருக்குள் தலையை முக்குவதும் தடால் என்று துள்ளி எழவும் எருமைகளின் சேட்டைகளைக் கரையிலிருந்து அமைதியாகப் பார்த்துக்கொண் டிருந்தாள் கொப்புளாயியின் உடன்பிறந்தாள் மகள் பார்வதி. கொப்புளாயியின் வசவுகளைத் தினம் கேட்டு வளர்ந்த எருமை களும், சம்புக்கோரைகளும், கோரைப்புற்களும், நீர்க்கொரண்டி களும், பொடுதலைச்செடிகளும், கொக்குகளும், நாரைகளும், உள்ளான்களும், சிறகிகளும், மீன்கொத்திகளும், மீன்களும் கொப்புளாயியின் வசவுகள் கேட்க காதுகள் தீட்டிக் காத்துக்

கிடந்தன. கொப்புளாயி நந்தவனத்தோடும், மோர்க் கலயத் தோடும், இருக்கன்குடி செல்லும் ஏராளப் பக்தர்களோடும் ஒடுங்கிப் போனாள்.

'ஏ... பலபட்ற, ஏ, கண்டாரஓழி, ஒப்படச்சி, ஓடுகாலி, அரிப் பெடுத்த முண்ட, ஆக்கங்கெட்ட தேவிடியா, ஆம்பள மேல எக்குப் போடுற அருதலி' போன்ற வார்த்தைகள் சரமாரியாக வந்து கொண்டேயிருக்கும்.

எருமையைக் கொப்புளாயி குளிப்பாட்டும் காட்சியைக் காண கோடிக் கண்கள் வேண்டும். முழங்கால் தண்ணீருக்குள் நின்று கொள்வாள். தொங்கும் சேலையைத் தூக்கி இடுப்பில் சொருகி யிருப்பாள். வெள்ளரிப் பழத்தொடைகளை அகலவிரித்து வைத்து நின்றுகொண்டு தண்ணீரை மாட்டின்மேல் இரு கைகளாலும் அள்ளி அள்ளி இறைத்துவிட்டு, எருமையின்மேல் மார்பை நன்றாக அழுத்தி வைத்துக்கொண்டு மாட்டுக்கு அழுக்கு தேய்ப்பாள்.

பருத்து உருண்டு திரண்ட இரு முலைகளும் மாராப்பை விலக்கிக் கொண்டு எருமையின் முதுகில் உருண்டு புரண்டு விளையாடும். குனிந்து நீரள்ளும் போது தண்ணீருக்குள் அறுந்து விழுவதைப் போல் தொங்கி ஊஞ்சலாடும். அவள் தேய்க்கும்போது சப்பளிந்து, உருமாறி, உருண்டு, புரண்டு, இருபக்கமும் எட்டிப் பார்த்து, நிமிரும் போது தன் வடிவமாகிப் போகும். எத்தனை ஆண்கள் பார்த்துக் கொண்டு நின்றாலும் இம்மிகூட அதைப்பற்றி சட்டை செய்ய மாட்டாள் கொப்புளாயி. சில நேரம் ஆண்களுடன் பேச்சுப் பழக்கம் போட்டபடியே தேய்த்துக்கொண்டிருப்பாள். அனைவரை யும் பார்க்க வைக்கத்தான் இப்படிச் செய்கிறாளோ என்று எண்ணத் தோன்றும் அவள் செயல்.

கையில் ஆமணக்குக் குழைகளை ஏந்தியபடி கொன்னவாயன் ஊருணிக் கரை வழியே வந்துகொண்டிருந்தான். அவன் கண்ணில் கொப்புளாயி மாடு குளிப்பாட்டுகிற காட்சி நிழலாடியது. கொன்ன வாயனுக்கு கொப்புளாயி மதினியா முறை. ஊருணிக்கரையில் சில சிறுசுகளும் பெருசுகளும்கூட கூடியிருந்தார்கள். கொன்னவாயன் சத்தமாய்ச் சொன்னான்.

'கொப்புளாயி மதினி, மாட்ட என்னத்த வச்சு தேச்சு குளிப் பாட்டுறீக.'

'ஆரு, கொழுந்தனாரா, வாங்கய்யா வாங்க. ஒங்க கண்ணுக்கு எப்பிடித் தெரியுது?'

'ஏதோ ரெண்டு பெரிய்ய பந்த வச்சு உருட்டி உருட்டித்

தேய்க்கிறது மாதிரி தெரியுது. இப்படித் தேய்ச்சா பந்து என்னத்துக்கு ஆகும் மதினி, தேய்ஞ்சு போகாதா? தேய்ஞ்சு போனா வம்பாப் போயிருமே.’

‘இது நாள் வரைக்கு தேயாத பந்து, இனிமே தேஞ்சு போகப் போகுதாக்கும். இனிமே தேஞ்சா என்ன, தெரண்டா என்ன.’

கொப்புளாயின் இந்த அங்கலாய்ப்பில் அவள் மனசின் ஏக்கம் அம்புட்டும் வெளிப்பட்டு ஊருணித் தண்ணீருக்குள் கரைந்து போகும். தொடை தெரிய தூக்கிக் கட்டிய சேலையை சில நேரம் வீடு வரையும் இறக்கிக் கட்டாமலே மாடுகளுக்குப் பின்னால் நடந்து வருவாள்.

எருமை மாடுகளை எப்படிப் பராமரித்தாளோ அதே போல் முழு அக்கறையும் நந்தவனத்தில் மையம்கொண்டது. இருக்கங்குடி மாரியாத்தாளின் பக்தர்களுக்கு கொப்புளாயி பேசும் தெய்வமாகிப் போனாள். நந்தவனத்தில் மூலிகைகளும், பூச்செடிகளும், மரங் களும் விதவிதமாய் அடர்ந்து குளிர்ச்சியூட்ட, நிழல் தேடியடையும் பட்சிகளைப் போல், நடந்த களைப்புத் தீர நூற்றுக் கணக்கான பக்தர்கள் தினமும் கொப்புளாயியை வாழ்த்திவிட்டு மாரியம்மனை தரிசிக்கச் சென்றனர்.

மரக்கன்றுகள் கொண்டு வருவதிலும் இடம் தேர்ந்து கோளாறாய் நடுவதிலும், தினமும் பராமரித்துப் பாதுகாத்து, தண்ணீர் ஊற்றி, தானே வேர் பிடித்து பச்சை இலைகள் தளிர்ப்பதுவரை கொப்புளா யியிக்கு வலது கையாய் இருப்பவன் காட்டுப்பூச்சி. நந்தவனத்தின் செழுமை என்பது காட்டுப்பூச்சியின் உழைப்பு. காட்டுப்பூச்சி சின்னப் பையனாக இருக்கும்போதே, அவனுடைய அப்பன் சுடலைமாடன் அகாலமாய் மரணமடைந்தான். அடர்ந்து செழித்து வளர்ந்திருந்த புற்களை வரப்பில் உட்கார்ந்து அறுத்துக் கொண் டிருந்தான். புற்களுக்குள் சுருண்டுகிடந்த கண்ணாடி விரியன் பாம்பைப் புல்லோடு சேர்த்துப் பிடித்து அறுத்துவிட்டான். இடது கையில் மணிக்கட்டுக்கு மேல் கடித்த அரைப்பாம்பு தொங்கிக் கொண்டிருந்தது. அறுபட்டுத் துண்டான பாதிப் பாம்பு தரையில் துடித்துக்கொண்டு கிடந்தது. வீடுவந்து சேரும் முன்னேயே சுடலை மாடன் விஷமேறி செத்துப்போனான். மூன்று வயசு காட்டுப் பூச்சியைத் தன்னுடன் கூட்டிக்கொண்டே இரண்டாம் தாரமாய் வாழ்க்கைப்பட்டாள் அவனுடைய அம்மா மாயக்கா. இரண்டே வருஷங்கள்தான் மாயக்காவைப் பிரிந்து கொப்புளாயின் எருமை மாடுகளுடன் தானும் ஒரு கன்னுக்குட்டியாய்ச் சேர்ந்துகொண்டான். ஏன்ட வேலை, எடுத்த வேலை செய்து கொப்புளாய்க்குப் பெரிய

உதவியாய் மாறிப்போனான் காட்டுப்பூச்சி. எருமைப் பாலின் வாளிப்பு அவன் உடலில் வயதை மீறிய வளர்ச்சியைக்கொண்டு வந்து சேர்த்தது. சில நேரம் கொப்புளாயியின் சொல்லைக் கேட்காமல் எடுத்தெறிந்து பேசிவிட்டு எங்கேயாவது ஓடிப் போய் விடுவான். எருமை, ஊரணி இரண்டும் தவிர வேறெதுவும் அறியாத கொப்புளாயி எங்கே போய்த் தேடுவாள்? ஆனாலும் அவளுக்குக் கையொடிந்தது போல் ஆகிவிடும். மறுகிமறுகிப் புலம்புவாள்.

'கொப்ளாய்க்கா, என்னக்கா ஒத்தையில நிக்க, சுப்ரமணிப் பயல எங்க காணோம்?'

'இந்தத் காடோடிப் பய ஒரு தரையில நிக்கமாட்டேங்கான், அடுத்தவுக வெள்ளாமையில மாடு வாய் வச்சா நம்மள சும்மா விடுவாகளா? சத்தம் போட்டு புத்தி சொன்னா, சரினு கேக்கிறத விட்டுட்டு, இன்னைக்கோட அஞ்சு நாளாச்சு. போன பயல காணும். நான் எங்க போயி தேட, தெக்க வடக்க தெரியுமா எனக்கு?'

'அவுக அம்மாவீட்டுக்குப் போயிருப்பான், வேற எங்க போவான்.'

'அவுக அம்மா வீட்டுக்குப் போகவே மாட்டான். அவுக அம்மாள கெட்டிட்டுப் போன சித்தப்பன் குணம் சரியில்ல போலருக்கு. அவனோட மூஞ்சியிலயே முழிக்க மாட்டேன்னு எங்கிட்ட சொன்னான்.'

'அவுக, அப்பனக் கெணக்கா ரோசக்காரப் பய. நிய்யி இல்லனா இந்நேரம் செத்திருப்பான்.'

இப்படியே அடிக்கொரு தரம் ஊரைவிட்டுப் போகவும் வரவும் இருந்ததால் சுப்பிரமணி என்ற பெயர் மாறி, கொப்புளாயி வைத்த காடோடி காட்டுப்பூச்சியாக மாறி, பிறகு அதுவே நிலைத்தும் விட்டது. ஊருக்குவந்தால் அவன் கையில் ஏதாவது ஒரு மரக்கன்று இருக்கும். காடுகளில் மறைவிடங்களிலும் ஓடைகளிலும் கண்மாய், ஊரணி போன்ற நீர்நிலைகளின் கரைகளிலும் இருக்கும் தானாக முளைத்த மரக்கன்றுகளைத் தேடிக் கண்டுபிடித்து, வேர் அறுந்து விடாமல் தோண்டி, ஓலைக்கொட்டானில் மண் நிரப்பி தண்ணீர் ஊற்றி, மரக்கன்றை அதில் வைத்து இரு கையேந்தி சிரித்த முகமாய்த் தூக்கிக்கொண்டு வருவான். ஊரைச் சுற்றிலும் அவன் கொண்டு வந்து கொடுத்த மரக்கன்றுகள் ஏராளம்.

கொப்புளாயியிக்கு வயது ஏற ஏற காட்டுப்பூச்சிக்குப் பொறுப்பும் கூடிக்கொண்டே போனது. அவன் நட்டுவைத்த மரங்களும் வளர்ந்து நிழல் பரப்பியது. ஒரு தடவை ஊரைவிட்டுப் போனவன் ஐந்தாறு நாட்கள் கழித்துத் திரும்பிவந்தான். தான் பார்த்த

காட்சிகள், பட்டணத்தில் வேலை செய்தது, தான் பார்த்த கடல், கப்பல், ரெயில் என்று கொப்புளாயியிடம் சந்தோஷமாகச் சொல்லிக் கொண்டிருந்தான். இதுவரை அவனிடம் கேட்க மறந்த ஒரு கேள்வியைக் கொப்புளாயி கேட்டாள்.

'ஆமடா, எல்லாஞ் சரிதான். படுக்கிறது, எங்ஙனயும் படுத்து எந்திரிச்சுக்கிறலாம். சோத்துக்கு எங்க போவ, ஆரு வீட்ல ஒனக்கு சோறு போடுவாக?'

'வீட்ல சோறு போட, அங்க நம்ம சொந்தக்காருகளா இருக்காக, சம்பளத்துக்கு வேல செய்யிறமில்ல.'

'வேல செஞ்சா சோறு பொங்கிப் போடுவாகளா?'

'துட்டு குடுக்காகல்ல.'

'துட்ட வச்சு என்ன செய்ய. மென்னு தின்னு தண்ணி குடிக்கவா முடியும்.'

'துட்டுக் குடுத்தா கடையில சோறு குடுப்பான். என்ன வேணும்னாலும் வாங்கிச் சாப்புடலாம்.'

காட்டுப்பூச்சியின் இந்தப் பதில் கொப்புளாயியை நிலைகுலைய வைத்து விட்டது. அவள் திடுக்கிட்டுப் போனாள். காட்டுப் பூச்சியையே வைத்த கண் வாங்காமல் பார்த்துக்கொண்டிருந்தாள். அவன் சொன்ன துட்டுக்கு சோறு என்ற வார்த்தைகளை நம்ப முடியவில்லை.

'யேல, காடோடிப் பயல! நெசமாத்தான் சொல்றயா இல்ல வெளையாட்டுக்கு சொல்றயாடா?'

'சத்தியமா, எங்கண்ணான சொல்றன், துட்டுக் குடுத்தா களப்புக் கடையில என்ன வேணும்னாலும் சாப்பிடலாம்.'

'சோத்த விக்கிறதுக்கு கடையாடா?'

'ஆமா, ஆமா, ஆமா. துட்டுக் குடுத்தா சோறு சாப்பிடலாம், இட்லி திங்கலாம், தோச திங்கலாம், என்ன வேணும்னாலும் வாங்கி சாப்பிடலாம்.'

காட்டுப்பூச்சியின் தீர்க்கமான இந்தப் பதில் கொப்புளாயியை மௌனமாக்கிவிட்டது. அவளால் ஏற்றுக்கொள்ள இயலாத பதில். இதுவரை வியாபாரம் என்றால் என்னவென்றே தெரியாத தூய ஆத்மா. சஞ்சலப்பட்டுப் போனாள். தங்கள் காடுகளில் விளையும் தானியங்கள், பயறு பச்சைகள், காய்கறிகள், கிழங்குகள், வத்தல், மல்லி என்று சகலத்தையும் வாரிவாரி வந்தவர்களுக்கெல்லாம் அள்ளி அள்ளிக் கொடுத்து வாழும் சம்சாரிகளில் ஒருத்திதானே

கொப்புளாயி. பண்டமாற்று தவிர்த்து வியாபாரம், லாபம், நஷ்டம் என்ற வார்த்தைகளே கேள்விப்படாத ஜனங்களில் ஒருத்திதானே கொப்புளாயி. அதுவும் திங்கிற சோத்துக்கு விலை என்று கேள்விப் பட்டதும் உருகிப் போனாள். போவோர் வருவோரிடமெல்லாம் புலம்பித் தீர்த்தாள்.

'இந்தக் கொடுமைய, அநியாயத்த, பாவத்த எங்க போயி சொல்ல. கல்லுலயும் சோறு, கத்தாழையிலயும் சோறு. தொண்டைக்கு அங்கிட்டுப் போனா நரகலு. சோத்துக்குப் போயி துட்டு வாங்கலாமா, அந்த ஊரு வெளங்குமா? சரி, அந்தப் பயலுக்குத்தான் அந்த ஊர்ல அறிவில்ல, துட்டுக்கு சோத்த விக்காம்னா, ஊர்ல இருக்கிற மத்த பயகளுக்குமா புத்திகெட்டுப் போச்சு. செருப்பால நாலு சாத்து சாத்த வேணாமா, சோத்த துட்டுக்கு விக்கிற பய ஊர்னு, ஊர மெதமா பேசமாட்டானா?'

அன்று மாசக் கடைசி வெள்ளிக்கிமை. இருக்கங்குடி போகிற கூட்டம் சாரைசாரையாய் ஓட்டமும் பெருநடையுமாய் போகிற ஜனங்களில் ஒருவரையும் விடவில்லை கொப்புளாயி. மறித்து வைத்துக்கொண்டு புலம்பித் தீர்த்தாள்.

'அப்பவும் துட்டு வாங்கிக்கிட்டு சோறு போடலாமா, பூமா தேவி நம்மள வஞ்சிக்க மாட்டாளா, உழுது வெதைக்கோம், மழ பெய்யிது, வெள்ளாம வெளையிது. இதப் போயி துட்டுக்கு வித்தா மழ எப்பிடிப் பெய்யும்? அந்த இருக்கங்குடி மாரியாத்தா, துட்டுக்கு சோத்த விக்கிற எல்லாப் பய கண்ணையும் புடுங்கிருவா.'

காட்டுப்பூச்சிப் பயலுக்கு பெரிய சங்கடமாய்ப் போயிற்று. விடியக் கருக்கலிலிருந்து இருட்டுகிறவரை எதிர்பட்ட எல்லோரிடமும் புலம்பித் தீர்த்தாள் கொப்புளாயி. இடையிடையே காட்டுப் பூச்சிப் பயலையும் பார்த்துக் கேட்கத் தவறவில்லை.

'யேல, ஏ, காடோடிப் பயல, பொய் சொன்ன காவக்காரப் பயகிட்ட சொல்லி கால ஒடிச்சு இங்கயே கெடனு போடச் சொல்லிருவன். பொய் சொல்லாம சொல்லுல, சோத்துக்கு துட்டு வாங்கிறது நெசந்தானா?'

'சத்தியமாச் சொல்றன். சோத்துக்கு துட்டு வாங்குறது நெசந்தான், இந்தா ஒந் தலையிலயே அடிக்கன் சத்தியம்.'

கொப்புளாயியின் உச்சந்தலையில் நச்சென்று ஓங்கியடித்தான் காட்டுப்பூச்சி.

கொப்புளாயியின் உச்சந்தலையில் காட்டுப்பூச்சி அடித்த அடி அவளுடைய உச்சந்தலையில் மட்டும் விழவில்லை. வந்தி கிழவி

யிடம் உதிர்ந்த பிட்டு வாங்கித் தின்றுவிட்டு வைகையின் உடைப்பை அடைக்கப் போய் காட்டுப்பூச்சியைப் போல் ஊதாரியாய் விளையாடித் திரிந்த ஈசனின் முதுகில் விழுந்த சாட்டையடியின் தழும்புதானே முதுகில் மேல் கீழாய்ப் பதிந்த பள்ளம். ஈசனுக்கு மட்டுமா விழுந்தது அடி. மனுஷ உயிர்கள் அத்தனை பேர் முதுகிலும் அல்லவா விழுந்தது. அதே போல் கொப்புளாயியின் உச்சந்தலையில் விழுந்த அடிதான், மண்டை உச்சியில் உச்சந்தலையில் வட்டமாய் பதிவாகிப் போனது. கொப்புளாயி உச்சந்தலையைத் தடவிப் பார்த்தாள். ஆட்காட்டி விரலால் உரசிப் பார்த்தாள். துட்டுக்கு சோறு விற்ற சத்தியம் உலகெங்கிலுமுள்ள மனிதர்களின் உச்சந்தலையில் அடையாளச் சின்னமாய் ஆகிப் போனது.

ஊரை நம்பிவரும் எத்தனை எத்தனை நாடோடிகள், பெண்கள், குழந்தைகள், பிள்ளைத்தாச்சிகள், பண்டாரங்கள், பரதேசிகள், இரண்டு கால்களிலும் உயரமான வாரிக் கம்புகளைக் கட்டிக் கொண்டு, ஊர்ச் சனம் அம்புட்டும் தரையில் நின்று அண்ணாந்து பார்க்க கரணம் தப்பினால் மரணம், என்றாலும் வித்தை காட்டும் மனிதன், குடுகுடுப்பைக்காரன், ராப்பாடி, காவடிப் பாட்டுக்காரன், பொலிப் பாட்டுக்காரன், மணிகட்டிச் சித்தன், நாலுமணிக்காரன். கிண்ணட்டிக்காரன், பாவைப் பூச்சிக்காரன், கோடாங்கிகாரன், தம்பட்டக்காள மாட்டுக்காரன் இவர்கள் எல்லாம் யாரை நம்பி ஊர் ஊராய்ச் சுற்றுகிறார்கள். விளைந்த வெள்ளாமைகள் களத்திற்கு வரும் காலம் அறிந்து கச்சிதமாய் வந்து, வருடம் தோறும் தலை காட்டிவிட்டுப் போகும் இந்த உதிரி மனிதர்களிடம் எந்த சம்சாரி துட்டு வாங்கினான்? ஏதாவது ஒரு வருடம் இவர்கள் வரவில்லை என்றாலோ அல்லது காலம் தவறி வந்தாலோ, இவர்களைக் காணவில்லையே என்று புலம்பித் தீர்க்கும் சம்சாரிகளின் ஈர மனசா துட்டு வாங்கும்! இதோ மணிகட்டிச் சித்தன். இடது கையில் சிறியதாக எழுத்தாணி. தலையில் ஊசிக் குல்லாய். கருங்கச்சை. கணுக்காலில் ஜல் ஜல் என்ற சலங்கை கெச்ச ஒலி. ஒவ்வொரு வீடாய் ராகம் தவறாத பாட்டு. வீட்டு முற்றத்தைத் தொட்ட உடனே சுளகு நிறைய்ய தானியத்துடன் தயாராய் நிற்கும் பெண்கள். கடகாப் பெட்டி நிறைய நிறைய குவியும் தானியங்கள். பிச்சையிட மறுத்தால் வலது கையில் பிடித்திருக்கும் எழுத்தாணியால், தலைக் குல்லாவை எடுத்துவிட்டு நச்சென்று ஒரு குத்து. பொங்கிவரும் உதிரத்தை விரலால் சுண்டி தரையில் விழ வைப்பான். சித்தனின் ரத்தத் துளி எந்த ஊரின் மண்ணில் படுகிறதோ அந்த மண் பாழாகிப் போகும்.

மறு வருஷம் மழை பெய்யாது. கண்மாய் நிறையாது. வெள்ளாமைகள் அருகிப்போகும். அழிவுகள் கூடும். பயிர்களுக்கு மட்டுமல்ல நோய் மனிதர்களையும் முடக்கிப் போடும். சித்தனின் ரத்த சாபம் பட்ட ஊர் சுடுகாடுதான். உருளைக்குடியில் எழுத்தாணிச் சித்தனின் ரத்தத் துளி சிதறி விழவேயில்லை. சித்தனின் வரம் பெற்ற ஊர். இத்தனை வருடங்களாக எட்டு எருமைகளின் பாலையும் பாலாக, மோராக, தயிராக, வெண்ணெயாக கூவிக்கூவி கொடுத்த கொப்புளாயி சித்தனின் வரம் பெற்று வந்திருப்பாளோ!

காட்டுப்பூச்சி சொன்ன துட்டுக்குச் சோறு என்ற சொல் கொப்புளாயியை ரொம்பவும் பாதித்திருக்க வேண்டும். விடியக் கருக்கலிலிருந்து சாயங்காலம் வரையிலும் முகம் குராவிப் போய் உட்கார்ந்திருந்தாள். நந்தவனத்துப் பறவைகளின் கெச்சட்ட ஒலிகள் அவள் காதுகளில் விழவில்லை. காற்று அசைக்கும் மர ஓலங்கள் அவள் செவிகளை அடையவில்லை. மாரியம்மன் கோவில் மருக்கொழுந்தை அவள் அன்றைக்குத் தலையில் சூடவில்லை. அவள் முகத்தைப் போலவே மருக்கொழுந்தும் வாடிக் கிடந்தது. தூரத்தில் செடிகளுக்குத் தண்ணீர் ஊற்றிக்கொண்டிருந்த காட்டுப்பூச்சி கொப்புளாயியின் அருகில் வந்து உட்கார்ந்தான். இன்றைக்கு வேறு கொப்புளாயி உட்கார்ந்திருப்பதை உணர்ந்து கொண்டான். முதன் முதலாக அவள் முகத்தில் முத்துமுத்தாக வியர்வைத் துளிகள் படர்ந்திருப்பதைக் கண்டான். இவ்வளவு சோர்வை அவள் முகத்தில் கண்டதே இல்லை. அவளுடைய முகத்தையே உற்றுப் பார்த்தபடி உட்கார்ந்திருந்தான் காட்டுப்பூச்சி. அவளுடைய உதடுகள் மட்டும் இலேசாய் அசைந்தன. அதற்குள்ளாக அவளுடைய கன்னங்கள் வழியே கண்ணீர் வழிவதைக் கண்டு பயந்துபோனான்.

'எதுக்கு பெரிஞ்ஞ இப்பிடி திடுதிப்னு அழுற.'

காட்டுப்பூச்சிப் பயலை தன் ஓரத்தில் இருத்தி தலையைக் கோதி விட்டாள். இழுத்து இறுக்கி அணைத்துக்கொண்டாள். வாஞ்சையுடன் ஒரு தாயைப்போல் மேலெல்லாம் தடவி உச்சி முகர்ந்தாள்.

'டேய், காட்டுப்பூச்சி, எனக்குப் புள்ள கொல்லி கெடையாது. செத்தா கொல்லி வைக்கக்கூட கொழந்த கெடையாது. தங்கச்சி புள்ளைக இருந்தாலும், தன் புள்ளையாகுமா? அதனால நான் சொல்றத கவனமா கேளுடா. எருமைக எல்லாமே என்னோட புள்ளைங்கதான். அத எல்லாத்தையும் தங்கச்சி மககிட்ட ஒப்படைச்சிட்டன். அதே மாதிரி இந்த நந்தவனமும், அதுல இருக்கிற மரம், செடி, கொடிகளும் என்னோட புள்ளைங்கதான், நிய்யி ஊரவிட்டுப்

போகாம இங்கயே இருந்தா ஒங்கிட்ட ஒப்படைச்சிட்டு நிம்மதியா கண்ண மூடுவன். என்னடா சொல்ற.'

'இனிமேப்பட, நான் வெளியூரு போகமாட்டன் பெரிஞ்ஞு, நிய்யி அழுவாத, எல்லாத்தையும் நான் பாத்துக்கிறன்.'

'மலடி செத்திட்டா மறுநாளே அவள மறந்துரும் ஊரு. ஏம்னா அவளோட பேரு சொல்ல என்ன இருக்கு, புள்ள கொள்ளி கெடையாது, பேரன் பேத்தி கெடையாது, வாரிசுன்னு சொல்லிக்கிற ஒன்னுமே இல்லைன்னா மறந்திற வேண்டியதான. அப்பிடிச் சாகக் கூடாதுடா இந்தக் கொப்புளாயி. எம் பேரச் சொல்ல பத்து எருமமாடு இருக்கு, இந்த நந்தவனம் இருக்கு, இத்தன வருஷமா எத்தனையோ ஜனங்களுக்கு தாகம் தீர்த்த இந்தக் கெணறு இருக்கு, ஆசுவாசப்படுத்திய நெழல் இருக்கு, உலர்ந்த ஒதட்ட ஈரமாக்கிய மோர் இருக்கு, மோர்ப் பந்தல் இருக்கு, மொடாப்பான இருக்கு. இவைகள் எல்லாத்தையும் எங்கண்ணுக்குப் பெறகு நிய்யிதாண்டா காப்பாத்தணும். ஓம் பெரிஞ்ஞு பேரு சொல்லணும்டா காட்டுப்பூச்சி.'

'பெரிஞ்ஞு சத்தியமா இனிமேப்பட ஊரவிட்டு ஓடமாட்டன் போதுமா.'

பொப்புளாயியின் உச்சந்தலையில் அடித்து சத்தியம் பண்ணினான்.

இரவின் அமைதியில் ஊர் உறங்கியது. மாட்டுத்தொழுவத்தில் படுத்துறங்கிய கொப்புளாயி விசித்திரமான கனவு ஒன்று கண்டாள். அலங்கரிக்கப்பட்ட கட்டிலில் படுத்துக்கிடக்கிறாள். பட்டுச் சேலையும் தலை நிறைய மல்லிகைப் பூவும் சூடியிருக்கிறாள். கழுத்திலும் காதிலும் தங்க நகைகள் பிரகாசிக்க காலில் வெள்ளித் தண்டை அணிந்து, வெற்றிலை போட்ட உதடு சிவக்க, சிரித்த முகமாய் ஜொலிக்கிறாள் கொப்புளாயி. காமத்துடன் தன்னை நெருங்கும் ஆண்களை அப்படியே அள்ளி அணைத்துக்கொண்டு ஆடை துறந்து அம்மணமாகிப் புணர்கிறாள். ஆணுறுப்பும் பெண்ணுறுப்பும் உள்ள அலியாக உள்ள கொப்புளாயியிடம் கூடிய ஆண்கள் போன பிறகு பெண்கள் வருகிறார்கள். ஆணாக மாறி தொடர்ச்சியாக பல பெண்களுடன் கூடிக் களிக்கிறாள் கொப்புளாயி. ஆண்கள் வரும்போது பெண்ணாகவும், பெண்கள் வரும்போது ஆணாகவும் உருமாறி ஆனந்தக் களிப்பில் திளைக்கிறாள் கொப்புளாயி. ஆணாகவும், பெண்ணாகவும் குழந்தைகள் பிறக்க, பிரசவநெடி நிறைந்து வீசும் காற்று ஊர்முழுக்க வீசுகிறது. கொப்புளாயின் பிரசவ மணத்தை ஊர்மக்கள் சுவாசித்து மகிழ, ஊர் பிள்ளைகள் அனைத்தும் தன் பிள்ளையாகிப் போனதை எண்ணி மகிழ்கிறாள் கொப்புளாயி.

நிறைசினையாய் நின்ற தலை ஈத்து எருமையின் சத்தம் தொழுவத்தில் தொடர்ந்து கேட்டது. மாடுகளோடு மாடுகளாய்த் தொழுவத்தில் படுத்துக்கிடந்த கொப்புளாயியின் அரவம் இல்லாததால், கொப்புளாயியின் தங்கச்சியும், மகளும் எருமையின் தொடர் சத்தம் கேட்டு அரிக்கேன் விளக்கைத் தூக்கியபடி தொழுவத்திற்கு ஓடி வந்தார்கள். அப்பொழுதுதான் ஈன்று தரையில் விழுந்த எருமைக் கன்று தண்ணீருக்குள்ளிருந்து வந்ததைப் போன்று பிசுபிசுப்புடன் கால் உதைத்துக்கொண்டு கிடந்தது. நஞ்சுக் கொடி தொங்க தாய் எருமை ஈன்ற கன்றுக்குட்டியை நக்கிக்கொண்டிருந்தது. தான் பிரசவிக்கவிட்டாலும் ஊர்முழுக்க ஆயிரம் பிரசவம் பார்த்த கொப்புளாயியைத் தேடினார்கள். கன்று தரையில் விழாதபடி தாங்கிக் கொள்ளும் கொப்புளாயின் கைகள் எங்கே போயின.

முதல் முறையாக கொப்புளாயின் கை ஸ்பரிசம் படாத கன்னுக் குட்டி தரையில் காலுதைத்துக்கொண்டு கிடந்தது. சினைப் பிடித்து விட்ட மாட்டை தன் கண்களைப் பாதுகாப்பது போல் கவனித்துக் கொள்வாள். வயிறு பெருத்து முலைக்காம்புகள் விறைப்பேறி மடி பெருத்துவிட்டால் கொப்புளாயி சந்தோஷத்தில் மிதப்பாள். போவோர் வருவோரிடமெல்லாம் சொல்லி மகிழத் தவறமாட்டாள். நிறை சினையாகி ஈனுவதுவரை ஒரு சம்சாரி வெள்ளாமை யைக் களத்துக்குக் கொண்டு வருவதுவரை படும்பாடு போல கொப்புளாயி பாடுபடுவாள்.

காலு தைத்துக்கொண்டு கன்று தரையில் கிடக்க, சீம்பால் முழுவதையும் பீச்சியெடுத்து மடுவின் பாரத்தை பாதியாகக் குறைத்துவிட்டு, கன்னுக்குட்டியை அப்படியே மார்போடு அள்ளி எடுத்தணைத்து காம்பு சுவைக்கப் பழக்குவாள். கன்னுக்குட்டியின் கடை வாயில் பால் நிறைந்து கொப்பளித்து ஒழுகுவதைப் பெரு மூச்சுடன் பார்த்துக்கொண்டிருப்பாள். தாய்மையடையாத தாய்மை, தாய்மையடைந்த தாயைப் பார்த்துக்கொண்டே நிற்கும். பால் கறக்கும் வாயகன்ற சட்டியில் சங்கீத தாளலயத்துடன் சர்... சர்... சர்ர்ர்... என்று மெல்லிய சத்தத்துடன் நுரை தழும்ப சட்டி நிறையும். கொப்புளாயியின் இரு கை விரல்களும், முலைக்காம்புகளாக மாறிப் போகும். கைவிரல்கள் எது, முலைக்காம்புகள் எதுவென வித்தியாசம் காண இயலாதவாறு காம்புகளை உருவும் அவளின் விரல்கள்.

இவ்வளவு சத்தத்திற்கு அக்காள் எழுந்திருக்காமல் இருக்க மாட்டாளே என்று நினைத்தபடியே கொப்புளாயி படுத்துக் கிடக்கும் நார்க்கட்டிலை நோக்கி வேகமாகப் போனாள் அவளின் தங்கச்சி.

'யேக்கா, எந்திரிக்கா, யேக்கா என்ன இப்பிடி ஒறங்குற.'

பதிலே இல்லாத உறக்கம். தொட்டுப் பார்த்தாள். உடல் குளிர்ச்சியாயிருந்தது. புரட்டிப் பார்த்தாள். அசைவில்லை. ஒருயிர் தரையில் விழுந்து காலுதைக்க இன்னொரு உயிர் கூரை வழியே பறந்து போயிருந்தது.

'அய்யய்யோ... அக்கா, எங்களவிட்டுப் போயிட்டியே' என்ற கொப்புளாயின் தங்கச்சியின் கூப்பாடு அந்தகாரமாக ஒலித்தது. எருமைகளுடன் போய் ஒளிந்துகொண்ட கன்னுக்குட்டியைத் தேடி, தாய்எருமை போட்ட சத்தமும் சேர்ந்துகொண்டது.

கொப்புளாயி இறந்த விஷயம் ஊருக்குள் கசிந்து, பக்கத்து ஊர்களிலும் பரவிவிட்டது. சாரைசாரையாகக் கூட்டம் வந்து கொண்டேயிருந்தது. இருக்கங்குடி மாரியம்மன் கோவிலுக்குப் போகும் பக்தர்கள் வாப்பேறினார்கள். கொப்புளாயியின் கைகளால் தாகத்துக்கு மோர் வாங்கிக் குடித்த ஜனங்களுக்கு, இனிமேல் தொடர்ந்து மோர் கிடைக்குமா? வெய்யிலுக்குக் கொஞ்சநேரம் உட்கார்ந்து இடுப்பாத்திவிட்டுச் செல்ல நிழல் தரும் இந்த நந்தவனம் நிலைக்குமா என்ற கவலையுடன் நின்றார்கள்.

காட்டுப்பூச்சிப் பயல் அழுது புரண்டான். அவனுக்கு இருந்த ஒரே ஆதரவு கொப்புளாயிதான். நிறைய்ய ஜனங்கள் பேசிக் கொண்டார்கள்.

'கொப்புளாயி இல்லேன்னா, இந்தக் காட்டுப்பூச்சிப் பய என்னைக்கோ செத்துப் போயிருப்பான்.'

'எவ்வளவு சேட்ட பண்ணினாலும் அந்தப் பயல, பெத்த தாயி மாதிரியில்ல வளர்த்தா.'

'ஊரவிட்டு ஓடிப் போயிட்டு ஒரு மாசம் கழிச்சு இந்தப்பய வந்தாலும் ஒன்னும் சொல்லமாட்டா. புத்திமதி சொல்லிட்டு பேசாம இருந்துருவா.'

'பாவம், கடவுளு. அவ வகுத்துல ஒரு கொழந்தையக் குடுக்கல, அவ பேரு சொல்ல ஒரு வாரிசு இல்லாமப் போச்சு. பிள்ள கொள்ளி இல்லாதவளா போகப் போறா.'

'பெத்த புள்ளதான் வாரிசா, இத்தன எருமைகளும் அவளோட வாரிசுதான். நந்தவனத்துல இருக்கிற அத்தன மரம் செடிகொடிகளும் அவ வாரிசுதான். அந்த மரம் செடிகொடிகள நம்பி இருக்கிற பறவைகளும் பூச்சி, புழுக்களும்கூட அவ வாரிசுதான். நம்ம பேரு கூட செத்தா மூணாம் பக்கம் மறந்து போயிரும், கொப்புளாயி பேரு மறக்காது!'

அவளுடைய விருப்பப்படியே நந்தவனத்தின் வடக்கோரம் கொப்புளாயி அடக்கம் செய்யப்பட்டாள். அவளுடைய குழியின் தலைமாட்டில் பிரண்டைச் செடியை நட்டுத் தண்ணீர் ஊற்றினான் காட்டுப்பூச்சி. யார் சொல்லியும் கேட்காமல் மொட்டை போட்டுக் கொண்டான். அவன் கொப்புளாயியின் மண்டையில் அடித்து சத்தியம் பண்ணியதை மறக்கவில்லை.

காட்டுப்பூச்சிப் பயல் இப்பிடி மாறிப் போவான் என்று யாருமே நினைத்திருக்க மாட்டார்கள். அடிக்கொரு தரம் ஊரைவிட்டு ஓடி சுற்றியலைந்துவிட்டு ஊருக்கு வரும் காட்டுப்பூச்சி கொப்புளாயி செத்த பின்னர் ஊரைவிட்டுப் போகவே இல்லை. நந்தவனத்தை சிரத்தையாகப் பார்த்துக்கொண்டான். காடுகரைகளில் அலைந்து திரிந்து மரக்கன்றுகள் கொண்டுவந்து நட்டு வளர்ப்பதில் அக்கறை காட்டினான். அத்தோடு மோர்ப் பந்தலையும் கைவிட்டு விடவில்லை. கோவிலுக்குப் போகிறவர்களுக்கு எந்தக் குறையுமில்லாமல் பார்த்துக்கொண்டான். வயதுக்கு மீறிய உழைப்பும், பக்குவமும் கொப்புளாயி கொடுத்த சீதனங்களாக ஒட்டிக்கொண்டன.

'என்னடா... காட்டுப்பூச்சி, கொப்புளாயி விட்டுட்டுப் போன சீதனத்த விடாம காப்பாத்துறயாக்கும். இப்பச் சரி, நாளைக்கு ஒரு கல்யாணம், புள்ள குட்டினு வரும் போது யாரு காப்பாத்துவா?'

'அத அப்பப் பாத்துக்கிறலாம் மாமா. அதுக்காக இப்பக் கவலப் படக் கூடாது மாமா.'

'நாலு ஆளோட சேர்ந்து ஒரு வேல வெட்டிக்குனு போயி, நம்ம சொந்தக் கால்ல நிக்கிறத விட்டுட்டு, மரங்களுக்குத் தண்ணி ஊத்திட்டு, போற வாரவுகளுக்கு மோரு மோந்து குடுத்திட்டு இருந்தா எப்பிடிடா, நம்ம பொழப்ப பாக்க வேண்டாமா, காலம் இப்பிடியே போயிருமாடா?'

'சின்னையா, அத அப்பப் பாத்துக்கிறலாம் சின்னையா. அதுக்காக இப்பக் கவலப்படக் கூடாது சின்னையா.'

பயலின் பதிலில் வாயடங்கிப் போவார்கள்.

நந்தவனத்தின் கீழோரம் காட்டுப்பூச்சி நின்றுகொண்டிருந்ததை நங்கிரியான் கவனிக்கவில்லை. மத்தியான வெய்யிலின் உக்கிரம் மரங்களின் கீழ் குளிர்ச்சியாய் மாறி கவிழ்ந்துக்கொண்டிருக்க, பறவைகள் மரங்களைத் தஞ்சமடைந்திருந்தன. காட்டுப்பூச்சி உற்றுப் பார்த்தான். கொப்புளாயியின் குழியோரம் கன்னுக்குட்டி ஒன்று நடமாடுவது போல தெரிந்தது. கன்னுக்குட்டியென்றால் இப்படியா புதைகுழியை சுற்றிச்சுற்றி வரும்! மெதுவாக எட்டு

வைத்து பக்கத்தில் நெருங்கினான். நினைத்தது சரியாகப் போயிற்று. கன்னுக்குட்டியில்லை. நங்கிரியான் பகடை.

'என்ன நங்கிரி, மத்தியான வெய்யில்ல எங்க கொப்புளாயி அஞ்ஞு குழியச் சுத்திச் சுத்தி வார.'

'அய்யா எங்கிட்டு இருந்தீக, ஏங் கண்ணுக்குத் தட்டுப்படலியே, இப்பத்தான் வாரீகளா?'

மரத்தின் தூரோரம் நின்று சாய்ந்துகொண்டு அவிழ்ந்து கிடந்த கூந்தலை தட்டிச் சீராக்கி ஒன்று கூட்டிச் சேர்த்துக் கொண்டை போட்டுக்கொண்டான். மீண்டும் கன்னுக்குட்டியைப் போல் இரண்டு கைகளும் நடு முதுகில் புரள குனிந்து முகம் தரையைத் தொட நாலு கால் விலங்கைப் போல் எட்டு வைத்தான். தெலாக் கிணற்றின் கல் தொட்டியில் தண்ணீர் நிரம்பியிருந்தது. இரு கைகளால் அள்ளி முகத்தில் எறிந்து குளிர்ச்சியூட்டிக் கொண்டான். பக்கத்தில் படுக்கை வசமாய்க் கிடந்த மிதிகல்லில் மெதுவாக உட்கார்ந்து, எதிரில் நின்ற காட்டுப்பூச்சியின் முகத்தை நேருக்குநேர் உற்றுப் பார்த்தான். தரையையும் மனிதர்களின் ஆடுமாடுகளின் கால் தடங்களையும் மட்டுமே பார்த்துப் பார்த்துச் சலித்துப்போன நங்கிரியானுக்கு, இப்படி சாவகாசமாக உட்கார்ந்தால் மட்டுமே முகங்களைப் பார்க்கும் சந்தர்ப்பம் கிடைக்கும். அவன் காட்டுப் பூச்சியின் முகத்தையே உற்றுப் பார்த்தான். இரண்டு கால்களுடன், நாலுகால் மிருகத்தைப் போல் நடந்து திரியும் கொடுமையை எண்ணிப் பெருமூச்சுவிட்டான் நங்கிரியான்.

'சொல்லு நங்கிரி, மத்தியான வெய்யில்ல நந்தவனத்துல என்ன செய்யிற?'

'கொப்புளாயி அஞ்ஞா எறந்ததுலருந்து தெனமும் நந்தவனுத்துக்கு வாரன், இன்னக்கி ஒங்க கண்ணுல தட்டுப் பட்டுட்டன்.'

'அஞ்ஞு உசுரோட இருக்கும்போது தெனமும் வருவ. பேச்சுப் பழக்கம் போடுவீக. அது எனக்குத் தெரியும். செத்தப் பெறகு ஒன்னைய இந்தப் பக்கம் இன்னக்கித்தான் நான் பாக்கன்.'

'ஆரு கண்ணுக்கும் தெரியாம வருவன், போவன்.'

'நந்தவனத்துக்கு யார்னாலும், எப்பனாலும் தாராளமா வரலாம், போகலாம். அப்பிடியிருக்கும்போது எதுக்கு நங்கிரி ஒளிஞ்சு வரணும்.'

'நான் வாரது நந்தவனத்தப் பாக்கிறதுக்கில்ல.'

'பெறகு என்னத்தப் பாக்க வர்ர?'

‘ஒங்க பெரிய அஞ்ஞைஞயைப் பாக்கிறதுக்காக.’

‘அவதான் நம்மள விட்டுட்டுப் போய்ட்டாளே நங்கிரி.’

‘போகல சாமி, போகல. போய்ட்டாகன்னு சொல்லாதிக, எப்பவும் நம்ம கூடயே இருக்காக.’

‘அவுகளப் பொதச்ச குழிக்கு வடக்க ரெண்டு புங்க மரமும் ரெண்டு புளியமரமும் வளர்ந்து வருது பாத்தீகளா, அது ஆரு வச்சதுனு தெரியுமா ஒங்களுக்கு?’

‘நான் ஊரவிட்டு ஓடிட்டு ரொம்ப நாள் கழிச்சு வந்தப்பவே கவனிச்சன். எங்க பெரியஞ்ஞைதான் வச்சிருப்பானு பேசாம இருந்திட்டன். அவகிட்ட கேக்கவுமில்ல. யார் வச்சா நங்கிரி, நல்லா வளருது, பெரிய மரமா வரும்.’

‘அந்த நாலு மரத்துக்கன்னையும் வச்சது நான்தான்.’

‘பொய் சொல்லாத நங்கிரி, ஒத வாங்கப் போற. அப்பிடியிருந்தா ஏங்கிட்ட எங்க பெரிஞ்ஞு சொல்லியிருப்பா.’

‘யாருகிட்டயும் சொல்லியிருக்க மாட்டாக.’

‘அப்பிடியென்ன ரகசியம்?’

‘ஒங்க பெரிஞ்ஞு, எனக்குப் போட்ட அபராதம், நான் தெய்வத்துக்குப் போட்ட நேமிக்கம், என்னோட பெரிய பாவத்தப் போக்கிய சாட்சி அந்த நாலு மரங்கள்.’

நங்கிரியான் சொல்லச் சொல்ல காட்டுப்பூச்சிப் பயல் வாயைப் பிளந்து கேட்டுக்கொண்டிருந்தான். ஆனா ஆவன்னாகூட தெரியாத, இந்த ஊர் எல்லையைக்கூட தாண்டி எட்டு வைக்காத கொப்புளாயி யிக்கு இவ்வளவு யோசனைகள் எப்படிச் சாத்தியமாகிப் போயிற்று என்று வியந்தவனாக காட்டுப்பூச்சி உட்கார்ந்திருந்தான்.

நங்கிரியான் அடிக்கடி நந்தவனத்துக்கு வருவதும், கொப்புளாயி யிடம் மணிக்கணக்கில் பேசிக்கொண்டிருப்பதும், அவள் ஏவுகின்ற சின்னச் சின்ன வேலைகளைச் செய்வதும் ஊருக்கே தெரியும். தாய்க்கோழி முட்டையிட இடம் தேடி அலைவது மாதிரி தன் நெஞ்சுக்குள் நெருஞ்சிமுள்ளாய்க் குத்தும் இரகசியத்தை இறக்கி வைக்க நல்ல இடம் தேடியலைந்திருக்கிறான் நங்கிரியான். அப்படி அந்த இரகசியத்தை இறக்கிவைக்க அவன் கண்டுபிடித்த இடம்தான் கொப்புளாயியின் மனசு. கொப்புளாயியின் மனசு ஏக்கத்தாலும், நிராசையாலும், ஏச்சுப்பேச்சுக்களாலும், ஓரங்கட்டப்பட்டதான போதுதான், அவள் மாடுகளையும், மரங்களையும் தனதாக்கத் தொடங்கினாள். அவற்றுடன் அவளுக்கு ஏற்பட்ட நெருக்கம்

என்பது, அவளின் கனத்த மனசைப் பஞ்சாக்கியது. பஞ்சு காற்றில் பறந்து தனித்த இடத்தில் தன் விதையைக் கொண்டு சேர்ப்பது போல் நந்தவனத்தில் தானே விதையாய் ஊன்றினாள்.

தெலாக் கிணற்றின் ஊத்துவாய்க் கல்லின் நுனியில் உட்கார்ந்திருந்தாள் கொப்புளாயி. கன்னுக் குட்டியைப் போல் தலை கவிழ்ந்து, இரு கைகளையும் முதுகில் போட்டபடி ஊர்ந்து வந்தான் நங்கிரியான்.

‘என்னடா, நங்கிரி, மத்தியான வெய்யில்ல வந்திருக்க. ஒரு நாளும் இப்பிடி வரமாட்டியே, என்னடா சங்கதி?’

‘குடும்பச்சி கிட்ட தனியா ஒரு வெசயம் சொல்லணும். நானும் சந்தர்ப்பம் கெடைக்கும். கெடைக்கும்னு பார்த்தன், ஒன்னும் நடக்கல. எப்பப் பார்த்தாலும் ஒங்களச் சுத்தி நாலாளு இருக்கு, தனியா பேசவே முடியல தாயி. எம் பாரத்த ஒங்ககிட்ட எறக்கி வச்சாத்தான், ஏஞ் சொம கொறையும் தாயி.’

‘சரி, இப்பிடி வந்து உக்கார்டா. இந்தா இந்தக் கல்லுல சாந்துக்கோல, பைய்ய ஒக்காரு, அங்கிட்டு சாஞ்சிராத.’

எதிர்புறம் கிடந்த துவைகல்லின் மேல் சௌகர்யமாக உட்கார்ந்தான் நங்கிரியான். யாரும் இருக்கிறார்களா என்று சுற்றுமுற்றும் மிரட்சியுடன் நந்தவனத்தைச் சுற்றி கண்களை அலைய விட்டான்.

‘எதுக்குடா, இவ்வளவு பதட்டப்படுற? அப்பிடி என்ன தல போற இரகசியம் வச்சிருக்க, சொல்லுடா நங்கிரி.’

‘தாயி, என்னய அரண்மனை வேலையவிட்டு நிறுத்தினது ஊருக்கெல்லாம் தெரியும்.’

‘ஆமா தெரியும்.’

‘எதுக்காக நிறுத்துனாங்கனு தெரியுமா தாயி?’

‘சொன்னாத்தான தெரியும். யார் கூடயாவது சண்டசச்சரவு போட்ருப்ப, இல்ல எனத்தையாவது களவாண்டிருப்ப, இல்ல ஒழுங்கா மாடு மேய்க்காம மரத்தடியில ஒறங்கி எந்திருச்சிருப்ப. இப்பிடி ஏதாவது பண்ணியிருப்ப, இதுல என்னடா பெரிய ரகசியம் இருக்கு. இது வேலக்காரப் பயக எல்லாரும் செய்யிறதுதான?’

‘..........’

‘அட, கோட்டிக்காரப் பயல எதுக்டா இப்பிடி அழுவுற, அப்பிடி என்னடா தப்புப் பண்ணிட்டே, அழுகாதடா, சொல்றா, கேக்கன்.’

தன் துண்டால் முகத்தை மூடிக்கொண்டு சத்தம் வராமல் குலுங்கி

குலுங்கி அழுதான் நங்கிரியான். அவன் மனசு இலேசாகட்டும் என்று அழ விட்டபடி அமைதியாய் இருந்தாள் கொப்புளாயி. முகத்தை மூடியிருந்த துண்டால் அழுத்தித் துடைத்து நிமிர்ந்தவனை உற்றுப் பார்த்தாள். கண்கள் இரண்டும் கொவ்வைப் பழங்களைப் போல் சிவந்திருந்தன. நங்கிரியானின் முகம் மாறி வேற்று முகம் கண்டிருந்தது. அந்த அளவுக்கு அவன் நெஞ்சுக்குள் குடைந்து கரையானாக அரித்துத் தின்றுகொண்டிருந்தது அந்த இரகசியம். புற்றுக்கள் வளரத்தானே செய்யும். வளர்ந்த புற்றுக்குள் வாசம் சர்ப்பங்கள்.

நங்கிரியான் சொல்லச் சொல்ல கொப்புளாயியினால் அழுகையை அடக்க முடியவில்லை. சில இடங்களில் 'அடப் பாவி...' என்று தன் கையால் வாயைப் பொத்தினாள். இடி மின்னலுடன் கூடிய பெரிய மழை பெய்து ஓய்ந்தது மாதிரி நங்கிரியான் சொல்லி முடித்தான். கொப்புளாயி மழை வெள்ளமாய் ஓடிக்கொண்டிருந்தாள். சுளித்துக் கொண்டும், கெலித்துக்கொண்டும், குதியாளம் போட்டுக்கொண்டும் மழைவெள்ளம் குளத்தில் சங்கமித்து அடங்குவது போல் கொப்புளாயின் மனசு இலேசாகியது.

'இத்தன வருஷமா இந்த விஷயம் ஒரு சுடு குஞ்சிக்குகூட தெரியாது தாயி. எம் பொண்டாட்டி புள்ளைக்கே தெரியாது. மொத மொதல்ல ஒங்ககிட்டதான் எறக்கி வச்சிருக்கன் எம் பாரத்த. நீங்க தெய்வத்துக்கு சமம். சாமி, எம் பாவத்த எப்பிடியாவது போக்கனும் சாமி.'

'அது சரிடா நங்கிரி. இவ்வளவு நாளா எப்பிடிடா ஒரு சுடு குஞ்சிக்குகூட தெரியாம இருந்துச்சு.'

'தாயி, இது அரண்மனை ரகசியம். அங்கயிருந்து ஒரு ரகசியம் வெளிய வரணும்னா பல கோட்டையத் தாண்டணும். இது எனக்கு, ராசாவுக்கு, மந்திரிக்கு மட்டுமே தெரிஞ்ச ரகசியம் தாயி. அன்னைக்கே ராசா என்னயக் கொன்னு போட்டுருந்தா நிம்மதியா கண்ண மூடியிருப்பன். இந்தக் கஷ்டம்படத் தேவையில்ல. படுத்தா ஒறக்கம் வரமாட்டேங்கு தாயி. நானும், எம் மகனும் மனுசர்னு தான் பேரு தாயி, மாடுகளப் போலவே நிமிராம தரையப் பார்த்து நடந்து திரியிறது, கேவலமா இருக்கு தாயி.'

'அடே.... நங்கிரி, நிய்யி செஞ்சிருக்கிறது சாதாரணப் பாவம் இல்லடா, ஜென்மப் பாவம்டா. ஜென்மப் பாவம்ங்கிறது செஞ்சவ னோட போகாதுடா, ஏழு தலைமொறையவும், ஏதோ ஒரு வகையில வந்து பாடாப்படுத்திரும். ஒன்னோட வம்சமே கருவத்துப் போகுமேடா பாவி. வெளையாட்டுத்தனமா நிய்யி செஞ்ச பாவம்,

ஒன்னோட போகல பாத்தியா, பாவம், ஓம் மகனும் ஒன்னய மாதிரியே அனுபவிக்கான். பாவம் செஞ்சவன் நீ அனுபவிக்க வேண்டியதுதான். ஞாயமும் அதுதான். ஆனா ஒரு பாவமும் அறியாத ஓம் மவன் படுற பாட்டப் பாத்தியா, பாக்கப் போனா கேவலம், ஒன்னோட நாக்கோட ருசி, எவ்வளவு தூரம் கொண்டாந்து விட்ருச்சு பாத்தியா? நம்ம ஒடம்பு கேக்குற ருசிக்கு நம்ம அடிமையாயிட்டா, அம்புட்டுத்தான். மானம், மரியாத, பாவம், தோஷம், எல்லாம் தானா வந்து சேர்ந்திரும். ஒடம்ப வசப்படுத்தி வச்சிக் கிரணும்டா நங்கிரி. சரி, யாருக்குமே தெரியாத இந்த ரகசியம் அரண்மனைக்கு எப்பிடிடா தெரிஞ்சது?'

'எல்லாம் என்னோட வாய்க் கொழுப்புத்தான். ஆளாளுக்கு ரெண்டு கண்ணு, அரண்மனைக்கு ஆயிரங்கண்ணுங்கிறது சரியாப் போச்சு தாயி. குடிவெறில ஒளறிட்டன் தாயி.'

'எப்பிடிடா ஒளர்ன, ஆருகிட்டச் சொன்ன, அந்த ஆளு ஆரு? அரண்மனைக்கு சொன்னது யாரு.'

அன்றைக்கு நடந்த கள்ளுக்கடை சித்திரங்களை அமைதியாக அசை போட்டுக் காட்சிகளாய் கொண்டுவந்து நிறுத்தினான் நங்கிரியான். கொப்புளாயி அமைதியாகப் பார்த்துக்கொண்டும், கேட்டுக்கொண்டும் இருந்தாள். சில இடங்களில் கொப்புளாயி இலேசாய் சிரிக்கவும் செய்தாள்.

மேற்காமல் நீண்டு கிடந்தன பனைமரக் கூட்டங்களின் ஒற்றை நிழல்கள். நுரை ததும்பி பொங்கி வழியும் கள் பானைகளில் மஞ்சள் வெய்யில் பட்டுச் சிதறியது. பரந்துகிடக்கும் மணல் வெளியில் போதையேற்றும் கசப்பு வாடை எங்கும் நிறைந்திருந்தது. முழுப் போதையில் உறங்குவோரும், அரைப் போதையில் உளறுவோரும் கலந்த அந்த இடத்திலிருந்து சவால்களும் சவடால்களும் காற்றில் பறந்துகொண்டிருந்தன. வெய்யில் கவிந்த சாயங்காலம் தள்ளாடிச் சென்றுகொண்டிருந்தது. போதையின் உளறலில் சவால்களுடனும் சவடால்களுடனும் சில ரகசியங்களும் வெளியேறிவிடுகின்றன. அப்படித்தான் வந்து வெளியே விழுந்தது அரண்மனை ரகசியம் நங்கிரியான் வாயிலிருந்து.

மாடு மேய்த்தாலும் மாட்டுச்சாணம் அள்ளினாலும் அரண் மனைச் சேவகம் என்றால் தனியான அந்தஸ்துதான். அரண்மனை மாடுகளை மேய்க்கும் நங்கிரியானுக்கு தான் அரண்மனையின் வேலையாள் என்ற மிதப்பு எப்போதும் உண்டு. எக்குத் தப்பாய் பேசுவதிலும் கித்தாப்பாய் நடப்பதிலும் அவ்வப்போது அது வெளிப்படும். கள்ளுக்கடையின் முன்னால் உள்ள பரந்த மணல்

வெளியில் போதையின் உச்சத்தில் மிதந்துகொண்டிருந்தான் நங்கிரியான். அரைப் போதையில் தொத்தல் அவனுடன் வாயாடிக் கொண்டிருந்தான்.

நாலைந்து மாதங்களாக அரண்மனைக்கே சவாலாக இருந்த அந்த ரகசியத்தை கள்ளின் போதை வெளியே தள்ளியது, நங்கிரியானின் வாயின் வழியாக. அந்த ரகசியம் வெளியேறி காற்றில் கலந்தது. காற்று நாலா திசைகளுக்கும் சுமந்து சென்றது. அரண்மனை ஒற்றர்களின் காதிலும் விழுந்து, மந்திரியிடமும் மன்னரிடமும் போய்ச் சேர்ந்தது. மன்னர் கொதித்துப் போனார். அடுத்த நொடியே அரண்மனையின் அதிகாரம், மன்னரின் ஆணையாய் கோபமாய் வெளிப்பட்டது.

'வாயில்லா ஜீவன்களைக் கொன்று தின்ற கொலையாளியை உடனே கொண்டு வந்து என் முன்னால் நிறுத்துங்கள். வதை செய்து துள்ளத் துடிக்க பசுக்களைக் கொன்றவன் தண்டனையை அனுபவித்தே தீர வேண்டும். வேலியே பயிரை மேய்ந்த கதையாக, பசுக்களைப் பாதுகாத்துப் பராமரிப்பவனே கொலை செய்வது கூடுதல் குற்றம். நாளைக் காலை விடியும் முன் அவன் என் முன்னால் நிறுத்தப்பட வேண்டும்.'

புறங்கை கட்டப்பட்டுத் தனியறையில் அடைபட்டுக் கிடந்தான் நங்கிரியான். விடிந்தால் மரணம் நிச்சயம். மன்னரின் அவசர அழைப்பை ஏற்று வேகமாய்ப் போய்க்கொண்டிருந்தார் மந்திரியார். மன்னரைக் கண்டதும் திகைத்துப் போய்விட்டார். இதுவரை மன்னரின் முகத்தில் இப்படியொரு கோபத்தைப் பார்த்ததே இல்லை. சிவந்த முகம் மேலும் சிவந்து பழுக்கக் காய்ச்சிய இரும்பைப் போல் கொதித்துக்கொண்டிருந்தது. மந்திரி கொடுத்த மரியாதையை சிறிய தலையாட்டலின் மூலமும் பெரிய உறுமலின் மூலமும் ஏற்றுக் கொண்டார். நடந்துகொண்டே பேசிய மன்னரிடம் நின்றுகொண்டும் நடந்துகொண்டும் பேசினார் மந்திரியார்.

'என்ன... பிள்ளையவாள் சாமி தரிசனம் முடிந்துவிட்டதா?'

'எல்லாம் முடிந்தது மன்னா. நேற்று இரவே அரண்மனை திரும்பி விட்டேன் அரசே.'

'விஷயம் கேள்விப்பட்டிருப்பீரே!'

'தளபதி சொன்னார் மன்னா.'

'அந்த நீசப்பயலுக்கு என்ன தண்டனை கொடுக்கலாம் நீரே சொல்லும்.'

'குற்றம் செய்தவர்களை மட்டும்தான் நம்மால் தண்டிக்க முடியும்

அரசே.'

மந்திரியாரின் இந்தப் பதிலைக் கேட்ட மன்னர் கோபம் கொப்பளிக்க மந்திரியை முறைத்துப் பார்த்தார். இரண்டு கண்களும் கொவ்வைப் பழமாய்ச் சிவந்து மின்னின. மன்னர் கோபத்தில் தன் நிலை மறந்திருந்தார்.

'பசுக்களைப் பாதுகாக்க வேண்டியவனே அவைகளைக் கொலை செய்தது, வதைத்தது, சாப்பிட்டது குற்றமில்லையா?'

'குற்றமில்லை மன்னா.'

'மந்திரியாரே, என்ன சொல்ல வருகிறீர்? தெளிவாகச் சொல்லி விடும். நான் கோபத்தில் கொதித்துக்கொண்டிருக்கிறேன்.'

'கோபம் வேண்டாம் மன்னா. மிதமிஞ்சிய கோபமும் ஆத்திரமும் நம்மைத் தவறாக வழிநடத்திப் பாவக் குழியில் தள்ளிவிடும்.'

'அப்படியென்றால் அந்த நீசப்பயல் செய்தது பாவமில்லையா?'

'பாவம் மன்னா, பெரும் பாவம், கொடும் பாவம்.'

'அப்புறமென்ன தண்டனை கொடுப்பதில் தயக்கம்?'

சிம்மாசனத்தில் கோபத்துடன் அமர்ந்த மன்னரின் முன்னால் கம்பீரமாக நின்றார் மந்திரியார். மந்திரியின் வார்த்தைகளுக்காக காத்திருந்தது மன்னரின் மௌனம். மீசையை முறுக்கிக்கொண்டி ருந்தன கைகள்.

'மன்னா நம்மால் குற்றம் செய்தவர்களை மட்டும்தான் தண்டிக்க முடியுமே தவிர, பாவம் செய்தவர்களை தண்டிக்க நமக்கு அதிகாரம் இல்லை.'

'அப்படியென்றால் குற்றமும் பாவமும் வெவ்வேறா?'

'குற்றம் வேறு, பாவம் வேறு மன்னா. குற்றம் மனிதர்களால் இயற்றப்பட்ட சட்ட ஒழுங்குவிதிகளை மீறுவது. பாவம், தெய்வங் களாலும், மத நம்பிக்கைகளாலும், ஞானிகளாலும், ஆச்சார ரிஷிகளாலும் போதிக்கப்பட்ட நெறிகளை மீறுவது. ஆகவே பாவம் செய்தவர்களை தெய்வங்கள்தான் தண்டிக்கவேண்டும் அரசே.'

'தண்டனை யார் கொடுத்தால் என்ன, தெய்வம் கொடுத்தாலும் தண்டனைதான், மன்னர் கொடுத்தாலும் தண்டனைதான்.'

'தண்டனை ஒன்றுதான் மன்னா! ஆனால் இரண்டுக்கும் வித்தியாசம் உண்டு மன்னா. நாம் கொடுக்கும் தண்டனை குற்றவாளியின் உடலை வருத்தும், உயிரைப் பறிக்கும், குற்றம் செய்தவனோடயே முடிந்தும் போகும். பொதுப்பார்வைக்குத் தெரியும், மக்கள் அவனை அடையாளம் கண்டு வெறுப்பார்கள்.

ஆனால் தெய்வங்கள் கொடுக்கும் தண்டனை பாவம் செய்தவனின் உடலை வருத்தாது, உயிரை எடுக்காது, பாவம் செய்தவனையும் அவனுடைய பரம்பரையையும் வம்சாவழியையும் பாதிக்கும். பொதுப் பார்வைக்கு தண்டனை என்று தெரியாது. மக்கள் அவனை வெறுக்க மாட்டார்கள், மாறாக அவன்மீது அனுதாபம் காட்டி இரக்கப்படுவார்கள். அவனுடைய சந்ததியே கொஞ்சங் கொஞ்ச மாய் அழியும்.'

மந்திரியின் நிதானமான பேச்சு மன்னரைச் சிந்திக்க வைத்திருக்க வேண்டும். எதுவுமே பேசாமல் ஆழ்ந்த மௌனத்தில் அமர்ந் திருந்தார். தியானிப்பதைப் போலிருந்தது அவரது செய்கை.

'அப்படியென்றால் அவனை நாம் இப்போது என்ன செய்வது?'

'விஷயம் யாருக்கும் தெரிய வேண்டாம். இந்த மட்டோடு நிற்கட்டும். அவனை நாம் தண்டிப்பதன் மூலம் பாவத்தைப் பகிரங்கப்படுத்தும் குற்றத்திற்கு நாம் ஆளாக வேண்டாம். குற்றம் மட்டுமே பகிரங்கப்படுத்தப்பட வேண்டும், பாவத்தை தெய்வங்கள் ஏதோவொரு ரூபத்தில் பகிரங்கப்படுத்தும். கால இடைவெளி வேண்டுமானால் இருக்கலாம். அரசு அன்று கொல்லும் தெய்வம் நின்று கொல்லும் என்பது தாங்கள் அறியாததல்ல.'

அடுத்த நிமிஷமே அரண்மனையில் பசுக்களை மேய்த்துப் பராமரிக்கும் வேலை செய்த நங்கிரியான் கட்டப்பட்ட புறங்கைகள் அகற்றப்பட்டு விடுதலை செய்யப்பட்டான். தண்டனை ஏதுமில்லை. அரண்மனை வேலை மட்டும் மறுக்கப்பட்டுவிட்டது. மந்திரியாரின் உத்தரவுப்படி அரண்மனையின் தலைவாசல் வழியாக்கொண்டு செல்லப்படாமல் பின்புற வாசல் வழியாக வெளியேற்றப்பட்டான். போன உயிர் திரும்பி வந்த அதிர்ச்சியில், விடுபட்ட பறவையைப் போல் வேகமாக எட்டு வைத்தான் நங்கிரியான்.

பசுக்களை எப்படிக் கொன்றான் என்று நங்கிரியான் கொடுத்த வாக்கு மூலங்களை மன்னரிடம் விளக்கிக்கொண்டிருந்தார் அரண்மனை வைத்தியர். வைத்தியர் சொல்லச்சொல்ல சில இடங்களில் மன்னர் தன் கண்களைத் துடைத்துக்கொண்டார். மாமிசம் சாப்பிட ஆசை வந்தபோதெல்லாம், குறிப்பிட்ட கொழுத்த பசுக்களை எப்படிக் கொன்றேன் என்று நங்கிரியான் சொன்ன வற்றை மன்னரிடம் விவரமாக சொல்லிக்கொண்டிருந்தார் வைத்தியர்.

'இதோ பாருங்கள் மன்னா! சிறு கத்தியை இப்படி உள்ளங்கைக்குள் மறைத்து வைத்துக்கொண்டு, பசுவின் ஆசனவாய்க்குள் அல்லது

கருவாய்க்குள் கையை நுழைத்து, வயிற்றுக்குள் இருக்கும் குடல், கருப்பை, இரைப்பை போன்ற உள் உறுப்புக்களைச் சிதைத்து விடுவது. இரண்டு அல்லது மூன்று நாட்களில் பசு இறந்துவிடும். இறப்பிற்கான காரணத்தை யாராலும் இலேசில் கண்டுபிடிக்க முடியாது. வழக்கம் போல் நாம் இறந்த கால்நடைகளை யாரிடம் ஒப்படைத்து வந்தோமோ அவர்கள் அதையும் கொண்டு போய் சாப்பிட்டு விடுவார்கள். இந்த வருடத்தில் மட்டும் இது ஏழாவது சாவு மன்னா.'

'சாவு என்று சொல்லாதீர் வைத்தியரே கொலை என்று சொல்லும், அதிலும் வன்கொலை என்று சொல்லும்.'

காரணமே இல்லாமல் அரண்மனை வேலை பறிபோகுமா என்ன? ஊர் ஜனங்கள், சொந்த பந்தங்கள் அனைவரும் நங்கிரி யானைக் கேள்வியால் துளைத்து எடுத்தார்கள். பதில் சொல்ல முடியாத பாவியாய் பரிதவித்தான். தினமும் பார்த்தவர்கள் அனைவரும் கேட்கும் முதல் கேள்வி நங்கிரியானை சவுக்கடியாக வந்து தாக்கியது. சவுக்கடிகளுக்குப் பயந்து தலைமறைவு வாழ்க்கை வாழ வேண்டிய நிர்ப்பந்தம். சில நேரம் முகம் மறைத்து, பாதை மாற்றி, சந்திப்புக்கள் தவிர்த்தான். வேலை போனதற்கான காரணத்தை வெளியே சொல்லமுடியாமலும், வேறு சரியான காரணம் சொல்ல முடியாமலும் நித்தம் தவித்தான். செய்த குற்றம் நெருஞ்சிமுள்ளாய் உறுத்தியது. மன்னர் தண்டனை கொடுத் திருந்தாலும், அன்றைக்கோடு போயிருக்கும். ஆனால் இந்த மௌன தண்டனையற்ற தண்டனை அவனை தினமும் வதைத்தது, நடை பிணமானான்.

உலைமூடியால் ஊர்வாயை மூடமுடியுமா? பலரும் பல விதமாகப் பேசிக்கொண்டார்கள். ஒவ்வொருவருடைய பேச்சும் நங்கிரியான் காதில் விழும் போதெல்லாம் அவன் செத்து செத்துப் பிழைத்தான்.

'இந்த நங்கிரியான் பய அரண்மனையில களவாண்டு கையும் களவுமா பிடிபட்டுட்டானாம், வேலையவிட்டு ராஜா நிப்பாட் டிட்டாரு. களவாணிப்பய மன்னருக்கு துரோகம் பண்ணலாமா?'

'மாடு மேய்க்கப் போகும் போது ரெண்டு மாடு தப்பிப் போயிருச்சாம்! அதுதான் வேலைக்கு வேண்டாம்னு சொல்லிட் டாங்க.'

'அரண்மனை மாடுகள தெரியாம கள்ளத்தனமா வித்திட்டு தப்பிப் போயிருச்சுனு பொய் சொல்லி வசமா மாட்டிக்கிட்டான்.

சும்மாவிடுவாகளா, சூத்துல எத்தி வெரட்டிட்டான்.'

'இல்லையே... நான் வேற மாதிரியில்ல கேள்விப்பட்டன்.'

'நிய்யி என்ன கேள்விப்பட்ட, அதயும் சொல்லிரு.'

'அரண்மனையில வேல பாக்கிறவங்க எப்பிடிப்பட்டவங்க, நம்பிக்கையானவங்கதானா அப்பிடினு சோதிக்க என்னென்னமோ சோதனை செய்வாங்களாம். அப்பிடி அவங்க செய்ற சோதன இவங்களுக்குத் தெரியாது, எப்பிடினா வேணும்னே ஒரு தங்கச் சாமான தவறவிட்டது மாதிரி பாதையில எல்லார் கண்ணுக்கும் தெரியறது மாதிரி போட்டு வச்சிட்டு, அத எடுக்கிறவன் அரண மனையில ஒப்படைக்கானா இல்ல அவனே ஒளிச்சு வச்சுக்கிட்டு கூட்டத்தோடு கூட்டமா தானும் தேடுறானா அப்பிடினு நோட்டம் பாப்பாங்க. அதுலதான் நம்ம பொட்டியாரு நங்கிரியான் வசமா மாட்டிக்கிட்டான்.'

'எப்பிடி மாட்டிக்கிட்டான்?'

'மாட்டுத் தொழுவுக்குப் போற பாதையில அஞ்சு பவுனு சங்கிலிய போட்டு வச்சிட்டு, மாடி மேலருந்து நோட்டம் பாத்திருக் காக. இந்தப் பய பாத்ததும் அவக்தவக்னு எடுத்ததும் கவுட்டுக்குள்ள சொருகிக்கிட்டான். மக்கா நாள் தேடும் போது இவனும் கூடச் சேர்ந்து தேடியிருக்கான். அதுவும் போக நான் எடுக்கவே இல்லைனு கூடத்துல அடிச்சு சத்தியம் பண்ணியிருக்கான். பெறகென்ன தூண்ல கட்டி வச்சு சவுக்கால வரி வரியா உரிச்சு எடுத்தப் பெறகு சங்கிலிய எடுத்துக் குடுத்திருக்கான். பிடறியப் புடிச்சு வெளிய தள்ளிட்டாக. களவு அழகக் கெடுத்திரும்னு சும்மாவா சொன்னான். அதுவும் அரண்மனைக் குத்தம் செய்யலாமா.'

அன்றாடம் இப்படியான பேச்சுக்கள் காதில் வந்து விழுந்த போதெல்லாம் நங்கிரியான் நடமாடும் பிணமாகிப் போனான். பிடிபட்ட அன்றைக்கே மன்னரின் கையால் செத்திருக்கலாம் என்று நினைத்தான். நங்கிரியானின் பெண்டாட்டி, வேலை போனதற்கு காரணம் கேட்டு தினமும் சண்டை போட்டாள். ஆக வெளியிலும் சரி, வீட்டிலும் சரி, தான் செய்த பாவம் தன்னைக் கரையானைப் போல் அரிப்பதை உணர்ந்து வருந்தித்தான் தினமும் நந்தவனம் தேடி வந்து கொப்புளாயியிடம் பேச்சுக் கொடுத்தான். அவன் பாரம் குறைவதைப் போல் உணர்ந்தான்.

ஒரே வருடம்தான், நங்கிரியானின் நடுமுதுகில், தண்டு வடம் முடியும் கீழ் இறக்கத்தில் சிலந்திக் கட்டி வேதனையுடன் முளைத்தது. இரத்தமும் சதையும் இரண்டும் கலந்த காரையும் வழிய நிமிர

முடியாமல் குனிந்துகொண்டே நடந்து திரிந்தான் நங்கிரியான். முதுகுக்கட்டி ஆறி தழும்பாகிவிட்ட போதிலும், அக்கட்டி தண்டு வடத்தைச் சிதைத்துவிட்டபடியால் குனிந்தவன் குனிந்தவன்தான். நிமிர முடியவில்லை. கைகள் இரண்டையும் முதுகின் மேல் கோர்த்து வைத்துக்கொண்டு முகம் தரையைப் பார்த்துக் கவிழ்ந் திருக்க, மேய்ந்து திரியும் ஆடுமாடுகளைப் போல் குனிந்து நடந்து திரிந்தான். தான் செய்த பாவம் தன்னை இப்படி வதைப்பதை எண்ணி தினமும் அழுதான். எதிரே நிற்கிற ஆளிடம் பேச வேண்டு மானால் முகம் பார்த்துப் பேச இயலாது பாதம் பார்த்துப் பேசினான். தன்னோடு போய்விட்டால் போதும் என்று குமைந்து கொண்டே அலைந்தவன் தன் மகனின் முதுகிலும் சிலந்திக் கட்டி முளைத்து அவனும் தரையை முகர்ந்து திரிய ஆரம்பித்த போதுதான் தன் வம்சம் நினைத்துக் கவலைப்படத் தொடங்கினான்.

அதோ தெரு வழியே தாய்ப்பசுவும் கன்றுக்குட்டியும் போல் அருகருகே குனிந்து ஊர்ந்து போவது யாரென்று தெரிகிறதா? நங்கிரியானும் அவனுடைய மூத்த மகனும்தான். இனிமேலும் பாவத்தை நெஞ்சுக்குள் வைத்துத் தாங்க முடியாமல்தான், இறக்கி வைக்க தோதான இடம் தேடி நந்தவனம் வந்துசேர்ந்தான். நங்கிரியானின் கதையைக் கேட்ட கொப்புளாயி சில இடங்களில் கண்ணீர்விட்டு அழுதாள். மாடுகளையே தான் பெற்றபிள்ளை களாக வரித்துக்கொண்டு வாழும் ஆத்மா அழாமல் என்ன செய்யும்? மூக்கை சிந்தி முகம் கழுவி அமைதியானான் நங்கிரியான். கொப்புளாயின் வாயிலிருந்து என்ன வரப்போகிறதோ என்று காதை தீட்டிக் கொண்டு காத்திருந்தான்.

மத்தியான வெய்யில் குறைந்து மரநிழல்கள் கிழக்காமல் நீண்டிருந்தன. பகவான் மேல்திசை இறங்கி தன் அக்னி வீர்யம் குறைத்திருந்தார். கொப்புளாயியின் வாயசைவுக்குக் காத்துக் கிடந்தான் நங்கிரி. காற்றே இல்லாத அமைதி. மரக்கிளைகளுக்கு ஓய்வு. பறவைகள் எல்லாம் நிழல் தேடி ஒடுங்கிவிட்டன போலும். சிறகசைப்பையோ ஒலி வீச்சையோ காணவில்லை. இன்னும் கொஞ்ச நேரம்தான் செல்ல வேண்டும். சாயங்கால சந்தோஷத்தில் பறவைகளின் சிறகசைப்பு அதிகரித்துவிடும். அவரவர் இடம் அவரவர்களுக்கு.

‘இது வந்து ஒன்னோடயும் ஓம் மகனோட மட்டும் போயிட்டா நீ தப்பிச்ச. ஆனா அப்பிடிப் போகாது, ஒன்னோட வம்சத்தையே கருவறுக்கும். எனக்கென்ன தெரியும், பெரியவங்க பேசிக்கிட்டத வச்சு சொல்றன். நிய்யி ஒரு நாளைக்கு பையப் பைய்ய நடந்து

போயி நம்ம நந்தவனத்து சதாசிவப் பண்டாரத்தப் போயி பாரேன்.'

'யே... தாயி, அம்புட்டுத் தூரம் நான் எப்பிடி தாயி போவன், கடலையூரு இங்னையா இருக்கு? குனிஞ்சு நடக்க முடியல தாயி, குறுக்கெலும்பெல்லாம் வின்வின்னுனு தெறிக்குது.'

'யேல... முந்தினா இங்க அடிக்கடி வருவாரு போவாரு. இப்ப வயசாகிப் போச்சில்ல, பூ முடிஞ்சு குடுக்கிறதோட சரி, வெளியில எங்கேயும் போறதில்ல. நந்தவனத்துலயே தங்கிக்கிறாரு்னு அவரோட பேரன் சொன்னான்.'

'போய்ட்டு அன்னைக்கே திரும்ப முடியலனா ஒருநாள் ராவு அங்க தங்கிட்டு வரலாமா தாயி.'

'தாராளமா படுத்து எந்திரிச்சு வா. எம் பேரச் சொல்லி அந்த அஞ்ஞுதான் ஓங்ககிட்ட போகச் சொல்லுச்சு அப்பிடினு சொல்லுடா. கோளாறான ஆளு, நல்ல ஓசன சொல்லுவாரு. எப்பாடுபட்டாவது ஒரு நாளைக்குப் போயிருடா.'

கொப்புளாயியிடம் வரும்போது கொண்டுவந்த சுமையில் பாதி இறங்கிவிட்டது போல் உணர்ந்தான் நங்கிரி. மூத்த மகனின் வன்சாவு, இளைய மகன் தன்னைப் போலவே ஊனமாகிப் போனது எல்லாவற்றையும் நினைத்தவனுக்கு நிறைசூலியாய் இருக்கும் தன் மகளை எண்ணிப் பயந்தான். தாமதிக்காமல் கடலையூர் போய் சதாசிவப் பண்டாரத்தைப் பார்க்கவேண்டும் என்னும் ஆசை அவனை அரித்துக்கொண்டிருந்தது. கொஞ்ச நாட்களாக கண்ணில் படும் கால்நடைகளையெல்லாம் தொட்டு கண்ணில் ஒற்றிக்கொண்டான். அதோடு மாமிசம் சாப்பிடுவதையே முற்றாக மறந்துவிட்டான்.

'நங்கிரியான் மாமா பிராமணரா மாறப் போறாராம். அதுதான் கறி திங்கிறதையே விட்டுட்டாரு.'

கேலிப் பேச்சுக்களை தினமும் தாங்கிக்கொண்டான்.

நங்கிரியான் சதாசிவப் பண்டாரத்தை சந்திப்பதற்காக கடலையூர் புறப்பட்டபோது, தான் அரண்மனை வேலைக்குப் போன பாதையில் கால் வைக்காமல் கண்மாய்க்கரைப் பாதை வழியே நடந்தான். அரண்மனைப் பாதை அவனைப் பொறுத்தவரையில் பாவப் பாதை யாக மாறிப்போனது. முட்களும் செடிகொடிகளும் புதர்களும் மண்டிய கண்மாய்க்கரையின் ஒற்றையடிப் பாதை தெய்வீகப் பாதையாய் நீண்டு சென்றது. கோடை வெய்யிலுக்கு தண்ணீருக் குள்ளிருந்துவரும் காற்று சுகமாயிருந்தது. யார் கண்ணிலும் படாமல் போய்விட எண்ணித்தான் அவன் இந்தப் பாதையைத்

தேர்ந்தெடுத்தது. நாம் நினைத்ததெல்லாம் நடந்து விடுமா என்ன? சற்றும் எதிர்பார்த்திருக்க மாட்டான் மடைக்குடும்பன் இப்படி நேர் எதிரே வந்து நிற்பான் என்று.

'சாமி, கும்புடுறன்.'

'யேல, ஏ, துப்புக்கெட்ட பயல, இந்த முள்ளுக்குள்ளயும் மொடலுக்குள்ளயும் கழுத்த ஓட்டிக்கிட்டு எங்கல போற?'

'கடலையூருக்குப் போறன் சாமி.'

'என்ன சோலியோ.'

'சோலி என்ன பெரிய சோலி, சும்மாதான் போறன் சாமி.'

'நொண்டிக் கோழிக்கு ஒரல்க்கட தஞ்சம்னு ஊரச் சுத்திட்டுக் கெடக்கிற பய, அம்புட்டுத் தூரம் சும்மா போறம்னா எப்பிடில, ஏங்கிட்ட சொல்ல மாட்டீயாக்கும்.'

'சாமி மூத்த மகளுக்கு இதுதான் மாசம், நெற சூலி பாருங்க. வகுறு லேசா குத்தல் எடுக்கிறது மாதிரி இருக்னு சொல்றா, பயமாயிருக்கு. ஒன்னு இருக்க ஒன்னு ஆகிறக் கூடாது பாருங்க, அதுதான் போயி மருத்துவச்சியப் பாத்திட்டு வரலாம்னு போறன்.'

'அது, சரி, இந்தப் பாதைவழி ஏம்ல போற?'

'குறுக்கால போனா கொஞ்சம் வெள்ளனத்துல போய்ட்டா பொழுதடையமின்னே திரும்பியிரலாம்னுதான் போறன்.'

'சரில, வரும்போது இப்பிடி வராத, பூச்சி பொட்ட நெறய்ய நடமாடுது. இருட்டாகிட்டா நடமாடவே பயமா இருக்கு. நேத்துக் கூட ஒரு நூல்ல தப்பிச்சன், இம்புட்டுத் தண்டி, எந்தச் சாமி புண்ணியமோ, மிதிக்காம தாண்டிட்டன். கண்ணாடிவிரியன் பாம்பு, விதி முடிஞ்சவனுக்குத்தான் விருசம் பாம்பு கடிக்கும்னு சொல்வாங்க, அந்த சங்கரன் கோயில் கோமதி ஆத்தாதான் என்னயக் காப்பாத்துனது, போன வருஷம் ஆடித் தபசுக்கு போகல, ஆத்தா அரிச்சி காட்டிட்டா. இந்த வருஷம் போயி உருவம் வாங்கிப் போடணும், நேத்தே நேமிக்கம் போட்டாச்சு.'

'நம்ம மேலக்குடி கொண்டல் ரெட்டியாரக் கடிச்சதும் கண்ணாடி விரியன்தான.'

'இதே கழுததான், கட்டுவிரியன்னும் சொல்வாங்க. ரெட்டியார் சாகிறவரைக்கு எச்சில் துப்புனாலும் இரத்தம், ஒன்னுக்கிருந்தாலும் இரத்தம். பாவம் சாகவேண்டிய வயசா, ரெண்டு புள்ளயவும் விட்டுட்டுப் போய்ட்டாரு. அவரு பொண்டாட்டி வள்ளியம்மா வெள்ளச் சீல உடுத்தி வரும்போது பாக்க பரிதாபமாயிருக்கு, நம்மல

மாதிரி தீர்ந்து கட்டுற சாதினா பரவாயில்ல, அவுக சாதியில அந்த வழக்கமில்லையே.'

மடைக்குடும்பனிடம் பொருத்தமான பொய்யைச் சொல்லி விட்டு எட்டு வைத்தான் நங்கிரியான். தன் முகத்தில் உரசிய செடி கொடிகளை லாவகமாக விலக்கியபடியே அய்யன் கோவில் வளைவைக் கடந்துவிட்டான். தண்ணீர் வற்றி, தரை தெரிந்த திட்டுக்களில் கொக்குகள் கூட்டங்கூட்டமாய் தவமிருந்தன. அய்யனாரப்பனைக் கும்பிட்டு தரைமண் எடுத்து நெற்றியில் பூசிக் கொண்டான். வரிசைப் பனைகளைக் கடந்துபோனபோது ஏறிட்டுப் பார்க்க இயலாததால் பனைமேல் ஆள் இருக்கிறார்களா இல்லையா என்ற குற்ற உணர்வில் எட்டுவைத்தான். பனையேறி இருந்தால் இன்னேரம் சத்தம் கொடுத்திருப்பார்.

நங்கிரியான் கடலையூருக்குள் நுழையும்போது பொழுது உச்சி சாய்ந்துவிட்டது. செக்கு களத்தை நெருங்கும்போது, நாலைந்து செக்குகளில் மாடுகள் செக்கிழுத்துக் கொண்டிருந்தன. கிழக்காமல் திரும்பிவிட்டால் குயக்குடியும் பண்டார வேளாளர் வீடுகளும் அடுத்து நந்தவனம்தான். சதாசிவப் பண்டாரத்தைத் தெரியாதவர் சுற்றுப் பட்டிகளில்கூட இல்லை,

பிரித்த சுள்ளையிலிருந்து சுட்ட மண்பானைகளைப் பிரித்தெடுத்து அடுக்கிக் கொண்டிருந்தார்கள் குயவர்கள். முதுகின் மேல் கைகளைக் கட்டிக்கொண்டு மாட்டைப் போல் நடந்து செல்லும் நங்கிரி யானை ஆச்சரியமாய் பார்த்துக் கொண்டார்கள். கொப்புளாயி சொன்ன அடையாளம் குயக்குடி தாண்டிவிட்டால் பூ முடிகிற பண்டாரங்களின் வீடுகள். அதற்கு அடுத்து அரளிச் செடிகள் அடர்ந்த நந்தவனம். நங்கிரியானுக்கு நந்தவனத்தை அடையாளம் கண்டுபிடிக்க சிரமம் ஏதுமில்லை. ஓலையால் பின்னிய கூம்பு வடிவ பூக்குடலையைத் தோளில் தொங்கவிட்டபடி எதிரே வந்த பெண்ணின் பாதம்பார்த்து, சற்றே நின்று, தலையை மட்டும் இலேசாய் நிமிர்த்தி கும்பிட்டான்.

'அம்மா தாயி, எனக்கு உருளகுடி. சக்கிலியச் சாதிப்புள்ள, நம்ம சதாசிவம் வேளாரப் பாக்கணும்.'

'தாத்தா நந்தவனத்துலதான் இருக்காரு, போய்ப் பாரு. வேளார்னு சொல்லாத, தாத்தாவுக்குப் புடிக்காது. பண்டாரம்னு சொல்லு, இல்ல வைத்தியர்னு சொல்லு.'

'சரி தாயி, சரி தாயி. தெரியாம சொல்லிட்டன் தாயி.'

நங்கிரியான் கதையை எல்லாவற்றையும் பொறுமையாகக்

கேட்டார் சதாசிவப் பண்டாரம். வரத்திற்காகக் காத்திருக்கும் பக்தனைப் போல் தரையில் உட்கார்ந்திருக்கும் நங்கிரியான் பகடையைப் பார்த்து பரிதாபப்பட்டார். சதாசிவப் பண்டாரம் என்ன ஈசனா? பாவம் தொலையும் வரம் கொடுக்க யாரால் முடியும்? நெற்றி மறைத்த திருநீற்றையும், மத்தியில் மணக்கும் சந்தனத்தையும், நீண்ட வெண்தாடியையும் இறைவனைப் பார்ப்பது போல் பார்த்துக்கொண்டிருந்தான். வெண்மயிர்கள் அடர்ந்த தாடிமீசைகளுக்கு இடையில் அசைவற்று இருக்கும் உதட்டசைவை எதிர் பார்த்துக் காத்திருந்தான் நங்கிரியான். இடது கை தாடியைத் தடவ, வலது கை புருவத்தை நெருடியது. காவி நிறம் மட்டுமல்ல போலும், காவிக்குரிய வித்தியாச மணம் நாசியில் ஏறியது.

தன் தரையாய் நிற்கும் தெலாக் கிணற்றில் சுற்றிலும் கல் தொட்டிகளும், துணிகள் துவைக்க சாய்வான துவை கற்களும் போடப்பட்டிருந்தன. இரண்டொருவர் பேசிக்கொண்டே துணி துவைத்துக்கொண்டிருந்தனர். மரங்கள் அடர்ந்த நிழல் குளுமை இதமாயிருந்தது. தரையில் கோலமிட்டிருந்தன பறவை எச்சங்கள்.

'இங்க கேளுப்பா, ஒன்னோட பிரச்சினைய எந்த வைத்திய னாலயும் தீர்க்க முடியாது. ஏம்னா நோய்க்குத்தான் வைத்தியம், பாவத்துக்குப் பரிகாரம்தான் வைத்தியம். பரிகாரம் சொல்லணும்னா சாமானியமான ஆளால முடியாது. நான் சாமானியன், பூத்தொடுத்து புண்ணியம் தேடிக்கிறவன். கொஞ்சம் வைத்தியம் தெரியும். மத்தப்படி சாஸ்திரம், சம்பிரதாயமெல்லாம் வல்லிசா எனக்குத் தெரியாது. ஓம் பிரச்சினை மாதிரியே ஒராளுக்கு பிரச்சினை வந்தது. அதப்பத்தி ஒரு நாள் கொப்புளாயியும் நானும் ரொம்ப நேரம் பேசிக்கிட்டு இருந்தோம். அந்தப் பிரச்சினை எப்பிடி வந்துச்சு, எப்பிடி தீர்ந்துச்சு, பரிகாரம் என்னனு, எனக்குக் கீழ்நாட்டுக்குறிச்சி ஜோஸ்யர் அய்யர் சொன்னாரு. அதத்தான் கொப்புளாயிட்ட நான் சொன்னன். அதனால நிய்யி முடிஞ்சா கீழ்நாட்டுக்குறிச்சி போயி ஐயரப் பாரு விமோசனம் கெடைக்க பரிகாரம் சொல்வாரு. ஆனா ஒன்னு, ஓம் பயம் ஞாயமான பயம். ஓம் மகளுக்கு பேறுகாலம் ஆகுமுன்னே ஐயரப் பாக்கிறது நல்லது.'

பண்டாரத்தின் பேச்சைக் கேட்டதும் நங்கிரியான் அப்பிடியே அவருடைய இரண்டு கால் பாதங்களிலும் தன் தலையை நட்டு வசமாய்க் குத்தி வைத்துக்கொண்டு மூசுமூசென்று அழுதான். இதை சற்றும் எதிர்பார்க்காத பண்டாரம் திடுக்கிட்டுப் போனார். இரண்டு தோள்களையும் பிடித்துத் தூக்கி சாய்த்து உட்கார வைத்தார்.

அருகிருந்த தென்னை மரத்தின் தூரில் நங்கிரியான் சாய்ந்து கொள்ள உதவினார். அவன் அழுகையூடே விக்கிதிக்கிப் பேசினான்.

'நான்... எப்பிடி சாமி அம்புட்டுத் தூரம் போக முடியும், கீழ்நாட்டுக்குறிச்சி கிட்டவா இருக்கு, அடக் கடவுளே, நான் என்ன செய்வன், இந்தப் பாவம் என்னோட போயிரணும் ஆண்டவா.'

போன காரியம் இவ்வளவு சுளுவாக முடிந்து போனதை எண்ணி நங்கிரியான் வருத்தத்தோடு திரும்பிக்கொண்டிருந்தான். பண்டாரம் உருப்படியான யோசனை எதுவும் சொல்லாமல் கீழ்நாட்டுக்குறிச்சி ஐயரைக் காட்டி விலகிக்கொண்டதால் அவனுடைய பயம் மேலும் அதிகரித்தது. கடைசியாகச் சொன்ன ஒரு விஷயம் அவனுக்கு சற்று ஆறுதல் அளித்தது. இதே மாதிரியான ஒரு பாவச்செயல் பற்றி தான் கொப்புளாயியிடம் பேசியதால்தான் உன்னை என்னிடம் போகும் படி சொல்லியிருக்கிறாள் என்ற விஷயம். அது என்ன பாவச் செயல்? யார் செய்தது? பாவம் நீங்கியதா? என்ன பரிகாரத்தினால் பாவம் நீங்கியது? போன்ற கேள்விகள் அவன் மனசில் அலை யடித்தன. இதைப் பற்றி தன்னிடம் ஒரு வார்த்தைகூட சொல்லாமல் பண்டாரத்தைப் போய் பார் என்று மட்டும் கூறி, தன்னை அனுப்பிய கொப்புளாயியின் பண்பை நினைத்து வியந்தான்.

நேரம் இருந்தபடியால் மீண்டும் அவன் கண்மாய்க் கரை ஒற்றையடிப் பாதையையே தேர்ந்தெடுத்தான். காலையும் மாலையும் வருடக் கணக்காய் நடந்த அரண்மனைப் பாதையில் அவன் கால் வைக்கப் பயந்தான். பாதைகூட பாவப் பாதையாக மாறிவிடுமா என்ன? அரண்மனைக்கும் தனக்கும் மட்டுமே தெரிந்த ரகசியம் தற்போது இன்னும் இரண்டு பேருக்குத் தெரிந்து போனதை எண்ணினான். ஒன்று கொப்புளாயி. அடுத்தது சதாசிவப் பண்டாரம். அடுத்த நிமிஷமே தானாகவே ஆறுதல்பட்டுக்கொண்டான். தெய்வங்கள் அசரீரியாக உத்தரவுகளும், வேண்டுகோள்களும் மட்டுமே இடும், பிறரின் இரகசியங்களை வெளியிடாது என்று தன்னை தேற்றிக்கொண்டான். அவனைப் பொறுத்தவரை பண்டாரம் ஆண் தெய்வம். கொப்புளாயி பெண் தெய்வம். கரைச் சரிவில் சறுக்கிவிடாதபடி மெதுவாய் கீழிறங்கி தன் தரையில் கால் வைத்தான். வயல்களில் தலைகள் தெரிந்தன. ஆலமரத்தில் சிலர் உட்கார்ந்திருப்பது அரிச்சலாய்த் தெரிந்தது. யார் கண்ணிலும் படாமல் போய்விட்டால் இன்னொரு பொய் மிச்சம். வாய்க்காலில் துண்டை நனைத்து தலையை மறைத்தான்.

மறுநாள் விடிந்த உடனேயே கொப்புளாயியைப் பார்ப்பதற்காக போய்க் காத்திருந்தான் நங்கிரி. தனக்கு முன்னாலயே தன் இடத்தில்

வந்து உட்கார்ந்திருப்பது யார் என்று, கையை நெற்றியில் வைத்து வெய்யில் மறைத்து இனம் காண முயன்றபடியே நங்கிரியானை நெருங்கிவிட்டாள் கொப்புளாயி.

'என்னடா நங்கிரி, ராத்திரி ஒறங்குனயா, ஒறங்கலையா? பண்டாரம் என்னடா சொன்னார்? ஒடனே திரும்பிட்டியே, ராத் தங்கலையா, இருந்தாரா இல்லையாடா?'

'பண்டாரத்த பாத்தன் தாயி. ஆனா பிடி குடுக்காமப் பேசி அனுப்பிட்டாரு. அதுதான் சங்கடமாயிருக்கு, விடிய விடிய பொட்டுனு கண் ஒறங்கல.'

'ரொம்ப பயப்படாதடா, தைரியமா இரு. நம்ம கையில ஒன்னுமில்ல. நடக்கிறது நடந்தே தீரும். அனுபவிச்சுத்தான் ஆகணும். சரி, சொல்லு பண்டாரம் என்ன சொன்னாரு?'

'அவரு ஐயருகிட்டப் போகச் சொல்றாரு.'

'எந்த ஐயர்கிட்டடா?'

'கீழ்நாட்டுக்குறிச்சி ஐயர்கிட்ட.'

'அடேயப்பா, அம்புட்டு தூரம் நிய்யி எப்பிடிடா போவ, வண்டி கட்டுனாத்தான் போக முடியும், கிட்டயா இருக்கு.'

'இதே மாதிரி ஒரு சம்பவத்தப் பத்தி ஒங்ககிட்ட பேசுனா ராம்ல்ல.'

'அதனாலதான் ஒன்னய அவருகிட்ட போகச் சொன்னன்.'

'அதப்பத்தி ஏங்கிட்ட நீங்க ஒன்னும் சொல்லலையே.'

'இது மாதிரிதான்டா, அதுவும் ஒரு பாவதோஷம். ஜென்ம பாவம். நிய்யி எப்பிடி வாயில்லா ஜீவனக் கொன்னு பாவத்த சொமந்து அலையிறயோ, அதே மாதிரிதான் அந்தப் பயலும் பாவத்த ஏத்துட்டான். ஆனா இது வேற, அது வேற. ஆனா ரெண்டும் ஜென்மப் பாவமா மாறி, தெய்வத் தண்டனைக்கு போயிருச்சு. அத எதுக்கு ஒங்கிட்டச் சொல்லணும்னு சொல்லல. அதுகூட எனக்கு பண்டாரம் சொல்லித்தான் தெரியும். அந்தப் பயலும் எனக்கு ஒறவுக்காரப் பயதான், ஒரு நிமிஷத்துல புத்தியக் கடன் குடுத்திட்டு ரொம்ப அவமானப்பட்டு, கேவலப்பட்டு, சீரழிஞ்சு கடேசியா ஐயரைப் போயி பாத்திருக்கான். புண்ணியவாளன் ஐயரு, சாத்திரம் படிச்சவரில்லையா, பரிகாரம் பண்ணச் சொல்லி பாவதோஷத்த நீக்கிட்டாரு.'

'அதே பரிகாரத்த நானும் செஞ்சிரன் தாயி. கொஞ்சம் வெவரமா சொல்லுங்க தாயி, ஒங்களுக்குக் கோடி புண்ணியம்.'

ரொம்ப வருடங்களுக்கு முன்னால் இதே மாதிரியான ஒரு மத்தியான வெய்யிலில்தான் சதாசிவப் பண்டாரம் கொப்புளாயியைப் பார்க்க வந்தது. முன்னப் பின்ன தகவல் சொல்லாமல் வராத பண்டாரம் திடுதிப்பென்று கொப்புளாயியின்முன் வந்துநின்ற போது தன் கண்ணையே தன்னால் நம்ப முடியாமல் பார்த்தாள் கொப்புளாயி. தினம் வைத்தியத்திற்கு தேடிச் செல்லும் ஆட்களுக்கே காணக் கிடைக்காத பண்டாரம் தன் முன்னால் வந்து நிற்பதைக் கொப்புளாயி நம்ப முடியாமல்தான் பார்த்துக்கொண்டிருந்தாள்.

'யாரு பண்டாரமா, கும்புடுறஞ்சாமி. நம்ப முடியல, பாதை தெரியாம வந்துட்டீகளா?'

'நல்லா இருக்கியா தாயி, ரொம்ப நாளாச்சு பார்த்து. இன்னக்கி ஒரு சந்தர்ப்பம் ஆண்டவன் புண்ணியத்துல.'

'கெழக்கேயிருந்து வந்தது மாதிரி தெரிஞ்சது. கடலையூர்லருந்து வர்ரதா இருந்தா வடக்கேயிருந்துல வரணும்.'

'முத்துலாபுரத்துலருந்து வாரன் தாயி. வெலகி ஒன்னயும் பார்த்திட்டு, இப்பிடியே போயிரலாம்னு வந்தன்.'

'முத்துலாபுரத்துல என்ன ஜோலி.'

'கீழ்நாட்டுக்குறிச்சி போயி ஐயரப் பாத்திட்டு வாரன் தாயி.'

'அப்பிடிச் சொல்லுமே, நான் நெனச்சதும் சரியாப் போச்சு.'

'ஒங்கிட்ட தப்ப முடியுமா தாயி, நீ எப்பிடிப்பட்ட ஆளு.'

'சரி, ஐயருகிட்ட என்ன சோலியாப் போனீரு?'

'எனக்கு ஒரு சோலியும் இல்ல. ஐயரம்மாவுக்கு ஓடம்புல கொஞ்சம் கோளாறு. வரச்சொல்லி தாக்கல் அனுப்பியிருந்தாரு. போயி பாத்திட்டு மருந்து அரைச்சுக் குடுத்திட்டு வாரன். கருக்கல்ல போன மனுஷன். பலப்பல கதைகளப் பேசிட்டு சாமானியமா விடுறாரா ஐயரு.'

'ஜோஸ்யமும் வைத்தியமும் சேர்ந்தா கேக்கவா வேணும். பொழுது போவதே தெரியாது. சரி, ஐயரு கூப்பிட்டு விட்டா மட்டும் ஒடனே ஓடிருவீராக்கும்.'

'ஏந்தாயி ஐயரப் பத்தி ஒனக்குத் தெரியாதாக்கும் பெருமூச்சு விட்டாலே போதும் பொசுங்கிப் போகும் வம்சம். அதுவும் போக அவரப் பாக்க ஆயிரம் பேரு காத்துக்கிடக்க அவரு நம்மளப் பாக்க விரும்புறார்னா நம்ம போக வேண்டாமா தாயி? பண்டாரத்த பகைச்சுக்கிறலாம், சாதாரண வைத்தியரு, பூக்கட்டி வயித்தக் கழுவுறவன். தொழில் தெரிஞ்ச ஜோஸ்யனப் பகைக்கக் கூடாது

தாயி, அதுலயும் நம்ம கீழ்நாட்டுக்குறிச்சி ஐயரு, முன்கோவக் காரரு. எதுக்க வரவே ஜனங்க பயப்படுதுனா பாரேன்.'

'சும்மா ஒரு பேச்சுக்கு வெளையாட்டுக்கு சொன்னன். ராசா மாரு, மந்திரிமாரு கூப்பிட்டுவிட்டாக்கூட ஒடனே போக மாட்டார்னு கேள்விப்பட்டு இருக்கன்.'

இரண்டு கலயம் மோர் குடித்துத் தாகம் தீர்த்தார் பண்டாரம். கொப்புளாயி உருவாக்கியிருந்த சின்ன நந்தவனத்தையும் நடுவில் இருந்த தெலாக் கிணற்றையும் பார்வையிட்டார். மரம் செடி கொடிகள் எல்லாம் இப்போதுதான் தரை மறைத்து பச்சை பிடித்திருந்தன. இன்னும் சில வருடங்களில் நந்தவனம் எப்பிடி மாறிப் போகும் என்று நினைத்திருப்பார் போலும். வெய்யிலே படாத நிலத்தையும் பறவைகளின் விதவிதமான கெச்சட்டங் களையும் அவர் உணர்ந்திருக்க வேண்டும், மனசுக்குள் சிரித்துக் கொண்டார். மரக்கன்றுகளைப் பற்றி பேச்சு வந்தபோது ஐயர் சொன்ன ஒரு சம்பவத்தை விரிவாகச் சொல்ல ஆரம்பித்தார் பண்டாரம். கொப்புளாயி காதுகளைத் தீட்டிக்கொண்டு கேட்டுக் கொண்டிருந்தாள். இடையில் யாரோ வருவது போல் தெரிந்ததும் பேச்சை நிறுத்திவிட்டு அமைதியாக இருந்துகொண்டார். அது ஒரு எருமைக் கன்னுக்குட்டி. மீண்டும் பேச்சை ஆரம்பித்தார். தான் சொல்லும் விஷயம் வேறு யாருடைய காதுக்கும் போய்விடக் கூடாது என்பதில் பண்டாரம் குறியாய் இருப்பதைத் தெரிந்து கொண்டாள் கொப்புளாயி.

அய்யர் பண்டாரத்திற்குச் சொன்ன பரிகாரப் படலம்

சொக்கலிங்கபுரம் சின்னச் சோலைக் குடும்பன் மகன் சித்தாண்டிக்கும் அவனுடைய பங்காளியான மாயாண்டிக் குடும்பன் மகன் இருளப்பனுக்கும் கொட்டாரத்தில் நாற்றுப் படப்பு வைப்பதில் சிறு தகராறு. நாளடைவில் பங்காளிகளுக்குள் பகையாய் மாறி புகைந்து கொண்டிருந்தது. பழி தீர்க்கும் வன்மம் மனசில் பாசியாய்ப் படர்ந்து ஆக்ரமித்துக்கொண்டது. சித்தாண்டி விடுகின்ற சிறு மூச்சுக்கூட இருளப்பனை எரிக்கும் அக்னியாய் வெளிப்பட்டது. சந்தர்ப்பத் திற்காகக் காத்திருந்தான் சித்தாண்டி.

சொக்கலிங்கபுரம் ஊர் சின்ன ஊர் தான் என்றாலும் வளமையான ஊர். காரணம் ஊருக்கு மேற்கே இருக்கும் பெரிய கண்மாயும், வருடாவருடம் கண்மாயை நிறைக்கும் உப்போடையும், வைப்பாறும். ஆதி அந்தம் இல்லாத இந்த ஓடையும் ஆறும் ஆயிரக் கணக்கான ஏக்கர் கரிசல் நிலம் உமிழும் மழைநீரை சிற்றோடைகளிலிருந்து

வாங்கிக்கொண்டு பத்திரமாக கொண்டுவந்து சேர்த்து தவறாமல் வருடா வருடம் சொக்கலிங்கபுரம் கண்மாயை நிறைத்துவிட்டு மறுகால் பாய்ந்து கடலோடு சேரும் உப்பாற்றில் போய் கலந்து விடும். வருடம் தவறாமல் நெல்லும், கடலையும், பயறு பச்சைகளும். விளைந்து வீடுகள் நிறைந்துவிடும். ஆடையும் கோடையும் வற்றாத தண்ணீரில் விதவிதமான மீன்கள் தினம் மணக்கும் வீடுகளில். கண்மாய்க்கரை ஆலமரம் பறவைகளால் நிரம்பி வழியும். செல்வம் பொழியும் ஊருக்கு சித்தாண்டியின் உருவில் சனியன் பிடித்தது.

மண்வெட்டியுடன் வரப்பில் நடந்துகொண்டிருந்த சித்தாண்டியின் கண்கள் இருளப்பனின் வயக்காடுகளைப் பொறாமையுடன் உற்றுப் பார்த்தன. கண்ணுக்கு எட்டும் மட்டும் பச்சைப் பசேல் என்று நிலம் மறைத்து காற்றில் ஆடிக்கொண்டிருந்தன நெற்பயிர்கள். தன்னுடைய பொறாமைத் தீ பொசுக்கி சாம்பலாக்கி விடாதா என்று ஏக்கப் பெருமூச்சு விட்டான் சித்தாண்டி. இருளப்பனின் வயலை மட்டும் கருகிக்கிடக்கும் பொட்டலாய் நினைத்துப் பார்த்தான்.

விளைந்து பயிர்களின் தாள்கள் பழுத்துக் காய்ந்தால்தானே தீ வைத்துப் பொசுக்க முடியும். சுற்றிலும் வாய்க்கால்களில் தண்ணீர் இருப்பதால் ஊர் திரண்டு வந்து தீயை அணைத்துவிடுவார்கள். சனியன் மனசை அல்லோகலப்படுத்தியது. பழிவாங்கத் துடித்தது. மடைக் குழியோரம் கண்மாய்க்கரைமேல் நின்று வடக்காமல் பார்த்த சித்தாண்டிக்குப் பரந்து விரிந்து பச்சைப்பசேல் என்று காற்றில் அலையாடும் ஊர்க்காரர்களின் வயல்கள் கண்ணில் படவில்லை. கையில் வில்லுடன் நின்ற அர்ச்சுனன் கண்களுக்கு உச்சிமரத்தில் இருக்கும் புறாவின் கழுத்து மட்டுமே தெரிந்தது மாதிரி, இருளப்பனுடைய வயல்களும், காற்றில் குதியாளமிடும் பயிர் களும், அப்பயிர்களுக்கு மத்தியில் நின்று தன்னைப் பார்த்து எகத்தாளமாய்ச் சிரிக்கும் இருளப்பனின் முகம் மட்டுமே தெரிந்தன. அவன் மனசால் பயிர்களை அழித்துப் பார்த்தான்.

வடக்காமல் திரும்பி நின்று வயல்காடுகளைப் பார்த்தவன் அப்படியே திரும்பி தெற்காமல் பார்த்தான். கடலாய் அலையடித்து கரை தொட்டு கெத்கெத்தென்று கண்மாய். தண்ணீருக்குள் மிதப்பதைப் போல் தூர்கள் நீரில் மறைய குமுக்காய்த் தளிர்த்து குடையாய் விரிந்து நிற்கும் கருவேல மரங்கள். இரவில் மின்னும் நட்சத்திரங்களாய், மரக்கிளைகளில் கூட்டங்கூட்டமாய் கொக்கு களும் நாரைகளும். வயல்காட்டின் நெற்பயிர்களை நீக்கிவிட்டு எப்படி தன் மனக்கண்ணால் பொட்டல் காடாய்ப் பார்த்தானோ

அதே மாதிரி, நிறை கண்மாயை வெற்றுக் கண்மாயாகக் கற்பனை பண்ணிப் பார்த்தான். அவன் நினைத்த மாத்திரத்தில் அத்தனை தண்ணீரும் மறைந்து தரையாய் தெரிந்தது கண்மாய். மரங்கள் எல்லாம் எங்கோ போய் ஒளிந்துகொண்டன. பறவைக் கூட்டங்கள் பதுங்கிக் கொண்டன போலும். ஆங்காரம் குறைய கண்களைத் திறந்தான். தன் காலடியை அலை தொட கண்மாய் சிரித்துக் கொண்டிருந்தது. காற்றில் மரக்கொம்புகள் கூத்தாடிக்கொண் டிருந்தன. விதவிதமான பறவைகள் அமைதியாய் அமர்ந்து அலை களை ரசித்துக்கொண்டிருந்தன. தன் காலடியில் 'தானா'ப் பூச்சி நீரின் மேல் சிக்கலான கோலங்களைப் போட்டுக்கொண் டிருந்தது.

என்ன நினைத்தானோ சித்தாண்டி மண்வெட்டியைத் தோளில் வைத்துக் கொண்டு வந்தது போலவே வந்த பாதையில் திரும்பிக் கொண்டிருந்தான். வரப்பில் தண்ணீருக்குள்ளிருந்து தலை நீட்டியிருந்த நீர் முள்ளிச் செடிகளை அவன் கால்கள் சட்டை செய்யவில்லை. அடைபட்டுக் கிடந்த தண்ணீர் பாய்ந்து வெளி யேறுவது போல், அவன் மனசை அரித்துக்கொண்டிருந்த கோபத் திற்கு வடிகால் கிடைத்தது மாதிரி வேகமாய் எட்டு வைத்தான். எதிரே வந்த சங்குப் பிள்ளை சித்தாண்டியை ஆச்சரியமாகப் பார்த்தார்.

'என்னடா, போன மாயம் தெரியல அப்பிடியே திரும்பிட்டே! வரப்புல பொதர் மண்டியிருக்கு, தண்ணி ஏறமாட்டங்குனு சொன்ன, வரப்பு வெட்டலையாடா?'

'வெட்டலாம்னுதான் போனன் சாமி, ரொம்ப ஈரமாயிருக்கு, மம்பட்டியில ஈரமண்ணு ஒட்டிக்கிட்டு, வெட்டவே விடாது, சொத்து சொத்துனு கைதான் வலிக்கும். அதுதான் கொஞ்சம் ஈரம் ஒணரட்டும், அடுத்த தண்ணிப் பாச்சலுக்கு பாத்துக்கிறலாம்னு திரும்பிட்டன்.'

'நிய்யி சொல்றதும் சரிதான். சரிடா, ஓங்கிட்ட ஒரு வெசயம் கேக்குணுமின்னு நெனச்சன், சமயமே கெடைக்கல. நிய்யும் தட்டுப் படல.'

'அப்பிடி என்ன வெசயம் சாமி?'

சங்குப் பிள்ளை ஜாக்கிரதையாக சுற்றும் முற்றும் பார்த்துக் கொண்டார். வாயில் வார்த்தைகள் வரப் பயந்தன. மெதுவாக காதோடு காது பேசுவது போல கேட்டார்.

'ஒனக்கும் ஓம் பங்காளிக்கும் ஏதோ தகராறுனு கேள்விப் பட்டன் நெசந்தானா.'

‘படப்பு வைக்கிறதுல ஓரெட்டு தள்ளி வச்சிட்டன், அதுல கொஞ்சம் பிரச்சினை: வேற ஒன்னுமில்ல.’

‘ரொம்ப தக்காபிக்கானு குதிச்சானாமில்ல?’

‘ஆமா, அவன் குதிச்சு கிழிச்சான்.’

‘நிய்யி லேசா சொல்ற, அவன் ஒன்னய தொலைச்சுப்புடுவன் தொலைச்சுனு சவால் விடுறான்.’

‘என்னக்கி அவனப் பாத்திரு, என்ன சொன்னான்?’

‘முந்தா நாள் மத்தியானம் செல்லி வீரம்மன் கோயிலு புளிய மரத்தடியில ரெண்டு பேரும் சந்திச்சுக்கிட்டோம். நான் ஒண்ணுமே கேக்கல, அவன்தான் வண்டி வண்டியா ஓம் மேல பிராது சொன்னான். ரொம்பக் கோவத்துல இருக்கான்டா ஓம் மேல.’

‘அதுதான் முடிஞ்சு போச்சில்ல, பெறகென்ன கோவம்.’

‘அவனோட எடத்துல ஒரு எட்டு தள்ளி நிய்யி படப்பு அடுக்கி வச்சிருக்கியாம்ல்ல, அத எடுக்க முடியாதுனு சொல்லிட்டியாம்ல்ல?’

‘அடுக்கி வச்ச படப்ப பிரிக்கவா முடியும்? படப்பு காலியானப் பெறவு அடுத்து அடுக்கும்போது சரியா அடுக்கிக்கிறன்னு சொல் லிட்டன். அவனோட எடம்னா விட்ற வேண்டியதான சாமி.’

‘நிய்யி இப்பிடிச் சொல்ற, அவன் குதியாளம் போடுறான். இன்னும் நாலு நாளைக்குள்ள படப்ப எடுத்துப் பிரிச்சு மேயலனா தீய வச்சுக் கொளுத்தி தீருவன்னு சவால் விட்டுட்டுப் போறான்.’

‘சரி, கொளுத்தட்டும். பெறவு பாப்பம்.’

‘டேய்... சித்தாண்டி, கோட்டிக்காரத்தனமா இருக்காதடா. ஒங்க அண்ணன லேசா எட போடாத. போன வருஷம் ஊர்ல அவனுக்குத்தான் சரியான வெள்ளாமை. கடலையும் நெல்லும் ஒரு தூக்கு தூக்கிரிச்சு. இந்த வருஷம் பாத்தியா நெல்லுப் பயிர் கரும்புத் தோட்டம் போலருக்கு. ஒனக்கும் அப்பிடியில்ல எனக்கும் அப்பிடியில்ல. அவன் கையில துட்டு ஏறிப் போச்சு. எனக்கு நெகர் ஆருமே இல்லனு பேசிட்டு அலையிறான். நிய்யி ஆருடா, சம பங்காளிதான, ஒரு எட்டு எடத்துல தள்ளி படப்பு வச்சா என்ன, எடத்தையா தூக்கிட்டுப் போகப் போற, மனுசனுக்குக் கொஞ்ச மாவது சகிப்புத்தன்ம வேண்டாமா, தீய வச்சு கொளுத்திருவம்னு வன்மம் பேசுறயே, மாடுக தீவனத்துக்கு எங்க போகும், மாட்டுக்குத் தீவனம் இல்லனா சம்சாரித்தனம் பாக்க முடியுமா, மாட்டப் பாப்பானா, காட்டப் பாப்பானா? கூறுகெட்ட பயங்கிறது சரியாத் தான இருக்கு. துட்டு என்னடா பெரிய துட்டு, ஒரு வெள்ளாமையில

வரும், ஒரு வெள்ளாமையில போகும், அதுக்காக நெகார் இல்லாமயா பேசுவாங்க. அடேய் சித்தாண்டி, மெத்தனமா இருக்காத சாமியவுக சொல்லலையேனு நாளைக்கு நிய்யி எம்மேல வருத்தப் படக் கூடாதுனுதான் சொல்றன். கட்டாயம் படப்புல தீய்ய வப்பான்.'

ஏற்கனவே சித்தாண்டியின் நெஞ்சுக்குள் இலேசாய்ப் புகைந்து கொண்டிருந்த கங்குக்கு சங்குப்பிள்ளை தீ வைத்துவிட்டார். சித்தாண்டியின் மனசெங்கும் சங்குப்பிள்ளை வைத்த தீ கொளுந்து விட்டு எரிந்தது. தன் மனசில் கருக்கொண்டிருந்த முட்டைகளை பக்குவமாய் இடம் மாற்றி சித்தாண்டியின் நெஞ்சுக்குள் அடை காக்க வைத்துவிட்டு இலேசாகிப் போன மனசுடன் வரப்பில் நடந்தார் சங்குப்பிள்ளை. அவர் இடம் மாற்றிய கரு முட்டைகளைச் சுமந்தபடி ஊர்வந்து சேர்ந்தான் சித்தாண்டி. நிறைசூலியாய் வயிற்றைத் தள்ளிக்கொண்டு தொழுவத்திலிருந்து வந்த தன் பெண்டாட்டி மயிலு சித்தாண்டியை எதிர்பார்த்திருக்க மாட்டாள்.

'என்ன இவன, போனமாயம் தெரியாம திரும்பி வந்துட்ட, அதுக்குள்ளயா வரப்பு வெட்டிட்ட?'

'..........'

'என்னவன ஒன்னும் பேசாம இருக்க, வயக்காட்ல என்ன பேய் அடிச்சிருச்சா? விருமுத்தியடிச்சவன் கெணக்கா உட்கார்ந்திருக்க.'

'இந்தப் பயல ஒரு வழி பண்ணுனாத்தான் நான் குடிக்கிறது கஞ்சி.'

'எந்தப் பயல?'

'இந்தப் பங்காளிப் பயலத்தான்.'

'படப்பு பிரச்சினை படப்போட போச்சில்ல. பெறகென்ன, வயக்காட்ல வந்து சண்டையிழுத்தானா?'

'...........'

'சொல்லு, இவன வயக்காட்டுக்கு வந்தானா?'

'வயக்காட்டுக்கு வரல, ஆனா ஆளுககிட்ட சவால் விட்ருக்கான், இன்னும் மொறச்சிட்டு அலையிறான்.'

'பேசாமக் கெட. இழுத்துவிட்டு வேடிக்கை பார்க்கிறவங்க பேச்சக் கேக்காத, நாசமாப் போயிருவ.'

'படப்படியில ஒரு எட்டு எடத்துக்கு இம்புட்டு வம்பு பண்ணுறவன், நாளைக்கி வயக்காட்ல வரப்பு தள்ளியிருக்னு வரமாட்டான்னு என்ன நிச்சயம்?'

‘வரட்டும் அப்ப பாத்துக்கிறலாம்.’

‘இல்ல, மயிலு. இவன ஒரு வழி பண்ணலனா, அவனுக்கு பயம் அத்துப்போகும். தல தூக்கவிடாம செஞ்சாத்தான் பயலுக்கு பயமிருக்கும்.’

ஊரில் மட்டும் இருள் படரவில்லை. சித்தாண்டியின் நெஞ்சுக் குள்ளும் இருள் படர்ந்து மூடிவிட்டது. இருள் கவ்விய இரவில் ஊர் ஜனங்கள் அனைவரும் உறங்கிக்கொண்டிருக்க சித்தாண்டி மட்டும் தூக்கமின்றிப் புரண்டுகொண்டிருந்தான். ஈத்துக்கு அலையும் ஆட்டைப் போல் முக்கிக்கொண்டும் முனங்கிக்கொண்டும் பிதற்றிக்கொண்டிருந்தான். சங்குப் பிள்ளையின் முக உருவமும் அவரின் பேச்சுக்களும் அவன் மனசில் நிறைந்து அலையாடியன. பங்காளி இருளப்பனின் வயக்காட்டில் செழித்து வளரும் நெறபயிர் களும் அவனுடைய பரந்த வயல்களும் சித்தாண்டியின் நினைவில் வந்து தீக்கங்காய் சுட்டது. பக்கத்தில் படுத்துறங்கும் தன் பெண்டாட்டி புரண்டு படுக்க முடியாமல் திண்டாடுவதை உற்றுப் பார்த்தான். நிறை சூல் வயிறு குமிந்திருக்க மல்லாக்கப் படுத்து, உறங்கிக் கொண்டிருந்தாள். தலைப்பிரசவத்தை நினைத்து பயத்துடன் கூடிய ஒரு ஏக்கப் பெருமூச்சை இழுத்துவிட்டான்.

தூரத்தில் எங்கோ ஒரு நாய் ஊளையிடும் சத்தமும் யார் வீட்டிலோ ஒரு குழந்தை அழும் சத்தமும் கேட்டன. சடக்கென எழுந்துகொண்டவன் தாழ்வாரத்து எரவானத்தில் தொங்கிக் கொண்டிருந்த மண்வெட்டியை எடுத்தவாறு கதவைச் சத்தமின்றி திறந்து தலையை மட்டும் நீட்டி தெருவை எட்டிப் பார்த்தான். ஆளரவமற்ற அந்தகார வேளையில் தெரு இருள் கவ்வ உறங்கிக் கொண்டிருந்தது. நன்றாக உறங்கிக்கொண்டிருக்கும் தன் மனைவி மயிலை உற்றுப் பார்த்துவிட்டு இருளுக்குள் இறங்கி நடந்தான். இலேசாக தூண்டிவிடப்பட்ட அரிக்கேன் விளக்கின் திரி மங்கலான வெளிச்சத்தை உமிழ்ந்துகொண்டிருந்தது.

தெருவைவிட்டு இறங்கி சக்கிலியக்குடிப் பாதைக்கு வந்தவன் தன்னை யாரும் கவனிக்கவில்லை என்பதை உறுதிசெய்து கொண்டான். சந்தியம்மன் கோவிலுக்கு எதிரே வந்தவன் கொஞ்ச நேரம் புளியமரத்து இருளில் நின்று கவனித்தான். ஆயிரமாயிரம் கண்கள் வானத்திலிருந்து தன்னைக் கவனிப்பதை அண்ணாந்து பார்த்தான். சற்றும் எதிர்பார்க்காத ஆந்தையின் ஒற்றை வீரிட்ட அலறலில் பயந்து நடுங்கி சொருக்கு மூத்திரம் இருந்துவிட்டான். நேரத்தைக் கணித்து உறுதிசெய்துகொள்ள ஆறாம் கூட்ட வெள்ளி யையும், ரெட்டியைக் கெடுத்த வெள்ளியையும் உற்றுப் பார்த்துத்

தேடினான். பூத்துக்கிடந்த நட்சத்திரங்களில் அவற்றை அவனால் கண்டு அனுமானிக்க இயலவில்லை. சாமம் இன்னும் வரவில்லை என்று தன்னைத்தானே தேற்றிக் கொண்டான். சங்குப் பிள்ளை யின் போதனைகள் வழிகாட்ட வயக்காட்டுப் பாதையில் வேகமாக எட்டு வைத்தான். கெத்கெத்தென்று அலையடித்துக் கொண டிருக்கும் ஊரணிக் கரை வழியே மறைந்து நடந்தான். தண்ணீருக்குள் துள்ளும் மீன்களின் டுமுக் டுமுக் சத்தம்கூட அவனைப் பயமுறுத்தி பீதிகொள்ளச் செய்தது.

வரப்பில் நடக்கும் போது இரண்டொருமுறை தடுமாறி நிதான மிழந்து வாய்க்காலுக்குள் காலை வைத்துவிட்டான். நீர்க்கொரண்டி முள் குத்திய வேதனையை சகித்துக்கொண்டான். தன் பங்காளி இருளப்பனின் வயல்காற்றை உற்றுப் பார்த்தான். கிய்ங் என்ற சில்வண்டுகளின் இரைச்சல் காதுகளில் ரீங்காரமிட்டது. வரிசைப் பனையிலிருந்து தொடர்ந்து ஆந்தைகளின் அலறல் கேட்டுக் கொண்டேயிருந்தது. இடையே வரும் வித்தியாசமான கூக்குரலை உற்றுக் கேட்டான். சந்தேகமே இல்லை, இது கூகையின் அலறல்தான். அவன் சற்றே பயந்தான். திரும்பிப் போய்விடலாமா என்றுகூட நினைத்தான். ஆனால் சங்குப் பிள்ளையின் போதனை ஆந்தை, கூகைகளின் அபச கூக்குரலை விடவும் வலிமையான குரலாய் வந்து அவனை வழிநடத்த, மெதுவாகக் கண்மாய்க் கரைமேல் ஏறினான். கரைமேல் நின்று பங்காளியின் வயலை வசம் பார்த்தான். நேர் எதிரே நிற்பதை உறுதி செய்துகொண்டான். கழுத்தில் தொங்கிய துண்டை எடுத்து தலப்பா கட்டினான். வேஷ்டியை மடித்து தார்ப்பாய்ச்சினான். கிழக்காமல் திரும்பி கண்மாய்க்கரை அய்யனாரை மூன்றுமுறை இருகரம் கூப்பி கும்பிட்டான். அய்யனார் கண்மாய்க்கும் காவல், கண்மாய்க் கரையை வெட்டும் சித்தாண்டிக்கும் காவலிருந்தது. கரை தொட்டு நிற்கும் நிறை கண்மாய் சூலியாய் அலையடித்துக்கொண்டு கிடந்தது. நமந்த கரை மண் வெட்டுவதற்கு இதமாயிருந்தது.

நிறைசூலியின் வயிற்றைப் பிளப்பது போல் கரையைக் கீறினான் சித்தாண்டி. கண்மாய்க்கரையின் வரிசைப் பனைக் கூட்டத்தி லிருந்து தொடர்ந்து ஆந்தையின் அலறல் கேட்டுக்கொண்டே யிருக்க இடையிடையே கூகையின் கூப்பாடும் ஒத்து ஊதியது. கரை தொட்டுத் திரும்பும் அலை எழுப்பும் தலக் தலக் சத்தமும் சங்கஞ் செடிப் புதருக்குள்ளிருந்து வரும் கசப்பு மணமும் செவியையும் நாசியையும் நிறைத்தன. நேர்வகிடாய்க் கரையைப் பிளந்தவன், கடைசியாய்த் தண்ணீரை அடைத்துக்கொண்டிருந்த மண்திட்டை

நீக்கினான். நல்ல பாம்பைப் போல் வெள்ளை வெளேரென்று தண்ணீர் பாய்ந்தோடியது. உள் அழுத்தத்தில் கரையின் மண் அரிப்பில் பாய்ந்தோடும் பாம்பு கோடாகியது. கோடு வாய்க்கா லாகியது. வாய்க்கால் ஓடையாகியது. உடைந்த கரையைப் பிளந்து கொண்டு காட்டாற்று வெள்ளமாய்ச் சீறிப் பாய்ந்தது கண்மாய் தண்ணீர்.

கரையில் கோடு போட்டுத் தண்ணீர் கசியத் தொடங்கியதுமே குறுக்குப் பாதையில் ஓட்டம் பிடித்தான் சித்தாண்டி. திரியைக் குறைத்து வெளிச்சமின்றி எரிய வைத்து விட்டுப் போன அரிக்கேன் விளக்கு முழு வெளிச்சத்தில் பிரகாசமாய் எரிந்து கொண் டிருப்பதைப் பார்த்து திடுக்கிட்டுப் போனான். இலேசாய் கதவை நீக்கி வீட்டுக்குள் எட்டு வைத்தவன், தன் பெண்டாட்டி பாயில் உட்கார்ந்திருப் பதைப் பார்த்துத் திடுக்கிட்டான். அவன் நினைத்துக்கூட பார்த் திருக்க மாட்டான். பயத்தில் நடுங்கினான்.

'இன்னேரம் மம்பட்டியும் கையுமா எங்கவன போய்ட்டு வார?'

'..........'

'எதுக்கு இப்படி அறுக்கப் போற ஆடு கெணக்கா திரு திருனு முழிக்க. கொல பண்ணிட்டு வந்தவன் மாதிரி கைகாலெல்லாம் ஒதறல் எடுத்து கிடுகிடுனு ஆடுது. மொகம் பேயறைஞ்சது மாதிரி கருகிப் போயி கெடக்கு. சொல்லு இவன எங்க போய்ட்டு வார?'

அவனுடைய நீண்ட தொடர் மௌனம் மயிலுக்கு பயத்தையும் பீதியையும் உண்டு பண்ணியது. அவள் சுதாரித்து நிதானிப்பதற்குள் தெருவில் ஆட்கள் ஓடும் சத்தமும் கூச்சலும் கூப்பாடும் கேட்டன. எந்திரிக்க முடியாமல் கையூன்றி எழுந்து வயிற்றைத் தள்ளிக் கொண்டு தெருவில் வந்து எட்டிப் பார்த்தாள். ஊர்ஜனம் அம்புட்டும் மண்வெட்டி, கூடை, கடப்பாரை, அரிக்கேன் விளக்கு சகிதம் ஓடிக் கொண்டிருந்தார்கள். அந்த பேதைக்கு என்ன ஏதென்று நிதானிக்க இயலவில்லை. ஆனால் ஏதோ அசம்பாவிதம் நடந்துள்ளதை உறுதிசெய்துகொண்டாள். வேகமாக எட்டு வைத்து, இருளில் தட்டுத் தடுமாறி வீடுவந்து சேர்ந்தாள். சித்தாண்டியைக் காண வில்லை. மண்வெட்டியையும் காணாமல் குழம்பி நின்றாள். கதவைச் சாத்திவிட்டு தெருவில் இறங்கி மேலக்களம் வந்து சேர்ந்தாள். நிறையப் பேர் கூட்டமாய் நின்று பேசிக்கொண்டிருந் தார்கள். கிழடு கெட்டைகளும் குழந்தைகளும் நிறையப் பேர் இருந்தார்கள்.

'என்ன தாயி, எனக்கு ஒன்னும் புரியல. தட்டுத் தடுமாறி

ஓடியாறன். ஒரே கூச்சலும் கொழப்பமுமா கெடக்கு.'

'கண்மா ஒடஞ்சு போகுதாம் தாயி, சக்கிலியக் குடிக்கு தண்ணி சத்தம் கேட்ருக்கு. மழ தண்ணி நின்னு எவ்வளவு நாளாச்சு, வெள்ளம் வார சத்தம் எப்பிடிக் கேக்கும், கலுங்கல அடச்சாச்சு ராத்திரி மடத்தண்ணி பாயாது, பெறகு எப்பிடி தண்ணிச் சத்தம் கேக்குதேனு பகடப்பயகதான் நீர்ப்பாச்சியப் போய் எழுப்பி யிருக்காங்க. நீர்ப்பாச்சி அந்தத் தண்ணி சத்தத்தக் கேட்டதுமே ஊரச் சத்தங்காட்டி எழுப்பிட்டான். எப்பிடி ஒடஞ்சதோ தண்ணி வெளியேறிருச்சோ என்னமோ, கண்மாயிலிருந்து யாராவது வந்தாத்தான் தெரியும். நம்மலாள அந்த முள்ளு மொடலுக்குள்ள இந்த ராத்திரியில போக முடியுமா, வரப்புல எட்டு வைக்க கண்ணு தெரியணுமே, அய்யனாரப்பா காப்பாத்து, காளியாத்தா கண்ணு தொறந்து பாரு தாயி.'

மயிலம்மாளின் ஒற்றைக் கேள்விக்கு நாச்சிக் கிழவி புலம்பித் தீர்த்தாள். மயிலுக்கு இலேசாக தலை சுற்றுவது போலிருந்தது. களத்து மூலையில் கிடந்த கல்லில் உட்கார்ந்துகொண்டாள். யாராவது கண்மாயிலிருந்து திரும்பி வந்து நல்ல செய்தி சொல்லி விட மாட்டார்களா என்று ஏங்கிக் காத்திருந்தார்கள். சந்தியம்மன் கோவில் வேப்பமரத்தில் கரிச்சான் குருவியின் சத்தம் விடியலைச் சொல்லியது. இன்னும் கொஞ்ச நேரம்தான் பொல பொலவென்று விடிந்துவிடும். விடியலை உணர்த்தி, சூரிய வரவைச் சுட்டும் கரிக்குருவியின் சத்தம் ஒரு நாளும் நிமிடம் தப்பியது இல்லை.

மயிலம்மாளை விட்டு திகில் அகலவில்லை. புரிந்தும் புரியாமலும் அவள் குழம்பிக்கொண்டிருந்தாள். தன்னைத் தானே சமாதானம் செய்து தேற்றிக்கொண்டாள். ஆனாலும் அவளால் அங்கு இருக்க முடியவில்லை. தட்டுத்தடுமாறி வீடு வந்து சேர்ந்து படுத்துக் கொண்டாள்.

கண்மாயிலிருந்து ஆட்கள் மண்வெட்டி கூடைகளுடன் திரும்பிக் கொண்டிருந்தார்கள். அனைவர் முகங்களிலும் சாவு வீட்டின் களை தெரிந்தது. யாரும் யாருடனும் பேசிக்கொள்ளவில்லை. சுடுகாட்டில் போய் பிணம் அடக்கம் பண்ணிவிட்டு வருகிறவர்களைப் போல் வந்தார்கள். மடைக்குடும்பன் கண்கள் சிவந்திருந்தன. அழுது புலம்பியிருப்பான். சித்தாண்டியும் மண்வெட்டியுடன் கூட்டத்தில் நின்று கொண்டிருந்தான்.

'தல மொற தலமொறயா நாங்கதானடா நீர்ப்பாச்சி, பத்து நாளா விடாத அடைமழை பேஞ்சு கரையைத் தத்திக்கிட்டு தண்ணி போயிருக்கு, அப்பவெல்லாம் ஒடையாத கண்மாய் இப்ப

ஒடையதுன்னா என்னடா அர்த்தம்.'

'எந்த ஊரோடயும் நம்ம ஊருக்குப் பககெடையாது. அப்பிடி இருந்தாலும் சந்தேகப்படலாம், அப்பிடியும் இல்ல. கரையித்துப் போயி ஒடஞ்சு போக வழியில்ல. ஏம்னா எல்லாப் பக்கமும் கரை தெடகாத்திரமா இருக்கு. அதுவும் போக தானா ஒடஞ்சா தாவுல தான் தண்ணியமுத்தம் ரொம்ப இருக்கும். இப்ப ஒடஞ்சிருக்கிற எடம் தாவு கெடையாது. அதுக்கு மேல அய்யனாரப்பனுக்குத் தான் வெளிச்சம், நமக்கென்ன தெரியுது.'

'ஆனா ஒன்னு. தானா ஒடஞ்சிருந்தா அது விதிவசம் நம்ம தாங்கித்தான் ஆகணும். ஆனா எவனாவது கைக்குத்தஞ் செஞ்சிருந் தாம்னா, அந்த அய்யனாரப்பன் சும்மாவிட மாட்டான். பாவத்த அனுபவிச்சே தீரணும். ஏழு தல மொற போனாலும் இந்தப் பாவம் விடாது, ஜென்மப் பாவம் தீரவே தீராது.'

'இந்தக் கொற வருஷத்துக்கும் ஆடு மாடுக தண்ணிக்கு எங்க போகும், மாட்டுக்குத் தீவனம் எங்க போயி வாங்க? ஒரு துரும்பு வைக்கோல்கூட வராது. எத்தன உசுப்பிராணிக, குருவிங்க, கொக்குங்க, நண்டு, நத்தை, நாரை, உள்ளான், சிறகி அட கடவுளே, பெரிய ஒடையாப் போச்சே கரை,எப்பிடி அடைக்க, மகாராசா என்ன சொல்றாரோ! கண்மாயில் தண்ணி இல்லனா கெணத்துல தண்ணி இல்லாமப் போயிருமே. தோட்டத்து வெள்ளாமையும் இல்லனா இந்த வட்டம் சொக்கலிங்கபுரம் ஜனங்க வயித்துல மண்ணப் போட்ருச்சே, என்ன பாவம் நாங்க செஞ்சோம், எங்கல இப்பிடி சோதிக்கிறியே கடவுளே!'

பலப்பல பேச்சுக்களுடன் கூட்டம் கொஞ்சங் கொஞ்சமாய்க் கலைந்து கொண்டிருந்தது. விடிந்தபோது கண்மாய் சுடுகாடாய் மாறிப் போனது. பச்சைப் பசேல் என்று ஆடிக் கொண்டிருந்த பயிர்களைக் காணவில்லை. இருளப்பனின் வயலுக்கு நேராக உடைந்திருந்தபடியால், அவன் வயல்கள் எல்லாமே பாறை தெரியும் ஓடையாக மாறிப் போயிருந்தன. களிமண்ணால் மூடப்பட்டு விட்டன மீதி வயல்கள். ஒரே இரவில் வெற்றுக் கண்மாயைப் பார்க்க, பறவைகளுக்குகூட தாங்க முடியவில்லை. அலைகள் மாறி தன் தரையாய் போன சோகம்.

சித்தாண்டி மண்வெட்டியுடன் வீட்டுக்குப் போனபோது மயிலு பாயில் புரண்டுகொண்டிருந்தாள். அவள் தன்னுடைய துணிமணி களைப் பொட்டலமாகக் கட்டி தயாராய் வைத்திருந்தாள். அதைப் பார்த்ததும் திடுக்கிட்டுப் போனான்.

'இது என்ன மயிலு துணிப் பொட்டணம்?'

'நான் எங்க அப்பன் வீட்டுக்குப் போறன்.'

'எதுக்கு, திடுதிப்னு இந்த முடிவு.'

'கொலகாரப் பயகூட இனிமே நான் வாழமாட்டன்.'

'என்ன மயிலு என்னென்னமோ பேசுற, ஒனக்கு என்ன பைத்தியம் கியித்தியம் புடிச்சிருச்சா?'

'எனக்குப் பைத்தியம் புடிக்கல, ஒனக்கு பைத்தியம் புடிக்கப் போய்த்தான் இப்பிடி கொல வெறிபுடிச்சு அலையிற.'

'மயிலு புத்தியக் கடங்குடுத்திட்டன், என்னைய கேவலப் படுத்திராத.'

'கொலகாரனக்கூட ஏத்துக்கிறலாம், இது நூறு கொலைக்கு சமம். வாயில்லா ஜீவன்க எல்லாம் இந்த வருஷம் பூராவும் நம்ம ஊருக்கு எட்டிப் பாக்குமா? என்னக்கி கரைய அடைக்க, என்னைக்கு நெற பெருக்கு பெருக? ஓடைகளாகிப் போன வயக்காடுகள என்னைக்கு பழைய படியும் வயக்காடுகளாக்க, கொஞ்ச மண்ணு வேணுமா. துட்டுக்கு எங்க போக? இந்த ஊரவே கொல பண்ணிட்ட பாவிடா நிய்யி.'

அவள் துணி மூட்டையைக் கக்கத்தில் இடுக்கிக் கொண்டு தன் தாய் வீட்டுக்குப் புறப்பட்டாள். சித்தாண்டியின் எந்தப் பேச்சையும் அவள் காதில் வாங்கிக்கொள்ளவில்லை.

'இது எட்டு மாசம் மயிலு. ஒன்பதாவது மாசம் ஒன்யை கூட்டிட்டுப் போயிருவாகல்ல, அது வரைக்கு இங்க இரு, அதுக்குப் பெறகு போயி இருந்துக்கோ.'

'ஒம் மொகத்தப் பார்க்க எம் மனசு கூசுது. என்னயத் தொடாத. ஏம் முன்னால நிக்காத. கொலகாரப் பயலுக்கு முந்திவிரிச்சு புள்ளப் பெறப் போறமேனு அருவருப்பா இருக்கு.'

அவனால் அவளைத் தடுத்து நிறுத்த முடியவில்லை. தன்னுடைய அம்மாவையும் அய்யாவையும் கூட்டிக்கொண்டு வந்தான். மயிலு அழுதுகொண்டிருந்தாள்.

'என்ன தாயி திடுதிப்னு பொறப்பட்டா எப்பிடி.'

'மாமா எனக்கு இலேசா வயிறு குத்தல் எடுக்கிற மாதிரி இருக்கு, பயமா இருக்கு. எங்கம்மா வீட்டுக்குப் போய்ட்டா, அங்க வயித்தியச்சி இருக்கா, கவனிச்சுக்கிருவா. என்னய அங்க போயி விட்ருங்க.'

'போடா போயி முத்திருளன் பயகிட்ட வண்டி மாட்டப் பூட்டச் சொல்லு, சட்டுப்புட்னு கொண்டு போயி விட்டுட்டு வா.'

தோட்லாம்பட்டி போய் இறங்கி தன் தாய்வீட்டு வாசல் மிதிக்கும்வரை மயிலு வாய் திறக்கவில்லை. அத்தையையும் மாமனையும் பார்த்தவன் சிரிக்க முடியாமல் தவித்தான். கண்மாயின் வெறுமை அவன் உடலுக்குள் புகுந்துகொண்டதோ என்னவோ? அவனால் வண்டியைவிட்டு இறங்கி வீட்டுக்கு வர இயலவில்லை.

'மாமா ராத்திரியில எங்க ஊரு கண்மா ஒடஞ்சு போச்சு. இன்னக்கி மகாராசாவப் பாக்க பத்துப் பேரு எட்டயபுரம் போறம், நான் ஒடனே வந்திரம்னு சொல்லிட்டுத்தான் இவள கூட்டியாந்தன். நான் பெறப்படுறன் மாமா.'

முகங் கொடுக்க முடியாமல் அலையடிச்ச மனசுடன் வண்டியை விரட்டி ஊர் வந்துசேர்ந்தான்.

மயிலு இப்படி ஊமையாகிப் போவாள் என்று யாரும் எதிர்பார்த் திருக்க மாட்டார்கள். அவள் இருக்கிற இடம் எப்போதுமே கலகலப்பாயிருக்கும். அவளுடைய அய்யாவுக்கும் அம்மாவுக்கும் இலேசாய் சந்தேகம் தட்டியது. ஆனால் கேட்கவும் சங்கடமா யிருந்தது. இருவரும் குழம்பித் தவித்தார்கள். ஒரு வேளை வயிற்று வலி ரொம்ப இருக்குமோ என்றும் பயந்தார்கள். வயித்திச்சி சொன்ன கைப்பக்குவத்தைக் கவனமாகக் கொடுத்துவந்தார்கள். மயிலுவின் நீண்ட ஊமை மௌனம் அவள் தாயை ரொம்பப் பாதித்திருக்க வேண்டும். ஒரு நாள் கேட்டேவிட்டாள்.

'என்னடி வந்ததிலிருந்து நானும் கவனிச்சுக்கிட்டுத்தான் இருக்கன். இப்பிடி ஊமையா இருக்கிறத நான் பாத்ததில்லையே! என்னடி என்ன விஷயம்னு சொல்லு. ராத்திரி திடீர்னு மூசுமூசுனு அழுகிற, கேட்டா ஒன்னுமில்லைங்க. நெறசூலி, புள்ளத்தாச்சி, ஈருசுரு ஒடம்ப வச்சுக்கிட்டு இப்பிடி இருந்தா புள்ள எப்பிடி தெடாக்கியமா பெறக்கும்? என்னனு சொல்லு. தொயரமா இருக்கா? ஓங்க வீட்ல ஒனக்கு ஒரு இம்சையும் கெடையாது. சொல்லு மயிலு, சொல்லுடி.'

'நீ அழுகாதம்மா, ஒன்னுமில்ல. பேசாம இரு. வயிறு சில நேரம் குத்தலெடுக்கு. அதுதான் பயமாயிருக்கு.'

'அடியே, தலப்புள்ளக்கு அப்பிடித்தாண்டி இருக்கும். தைரியம் வேணும்டி. ஆணோ பொண்ணோ காலவிட்டுக் கழியிற வரைக்கி பொட்டக் கழுத செத்துத்தான் பெழைக்கணும். ஓம் புருஷன் வீட்டு கொலதாம்பரம் கோயிலுக்கு கெடா வெட்டி, பொங்க வச்சு, பேர் விடுறம்னு நேந்துக்கோ; எல்லாம் சரியாப் போகும்.'

மயிலின் அம்மா ஓரத்தில் இருந்தே கவனித்துக்கொண்டாள். வைத்தியச்சியும் அடிக்கடி வந்து போனாள். ஆனாலும் மயிலின்

முகத்தில் செழிம்பு இல்லை. அவள் நடமாடும் பொம்மையாகிப் போனாள். ஊரைப் பற்றி நினைத்தபோதெல்லாம் கண்ணீரை அடக்க முடியவில்லை. பொது உரல்களைச் சுற்றி குவிந்து கிடக்கும் நெல் உமிகளையும், களம் முழுவதும் நடக்கும் கதிரடிப்பையும், அழி கண்மாயில் மீன் பிடிக்கும் கூட்டத்தையும், கொக்குக் கூட்டங் களையும், ஊரைச் சுற்றி அம்பாரமாய் நிற்கும் வைக்கோல் படப்புக்களையும் காண முடியாது என்பதை அவளால் ஜீரணிக்க முடியவில்லை.

அன்றைக்கு ஊரே உடைந்த கண்மாயில் கூடியிருந்தது. அரண் மனையிலிருந்து மந்திரியாரும் கணக்குப் பிள்ளையும் பார்வையிட வருவதாக தகவல் வெளியாகியிருந்தது. கண்மாய் அழியும்போது மீன் பிடிப்பதற்குதான் இவ்வளவு கூட்டம் கூடும். அந்த அளவுக்குக் கூட்டம் கூடியிருந்தது. இறந்து போன யானையைச் சுற்றி நின்று வேடிக்கை பார்க்கும் கூட்டம் போல், உடைந்து ஓடையாகிப் போன கண்மாய்க்கரையின் இரு பக்கங்களிலும் ஊரே கூடி யிருந்தது. சிறிதே வளர்ந்திருந்த நெற்பயிர்களை உடை கண்மாயின் வெள்ளம் சின்னாபின்னப்படுத்தியிருந்தது. மண்மூடிய பயிர்கள் இப்போதுதான் முளைத்து வருவது போல தலை நீட்டிக்கொண் டிருந்தன. கூட்டத்தோடு கூட்டமாய் சித்தாண்டியும் நின்றான்.

கொஞ்ச தூரத்திற்கு முன்னாலயே சாரட் வண்டி நின்றுவிட்ட படியால் ஓடிப் போய் மடைக்குடும்பனும் நீர்ப்பாய்ச்சியும் அரண்மனை அதிகாரிகளை பாதை விலக்கிக் கூட்டிக்கொண்டு வந்தார்கள். ஜனத்திரள் மௌனத்தில் உறைந்து நின்றது. உடைப்புக்கு நேராக கரையின் மேலேறி கண்மாயின் உள் வாகரையை ஆராய்ந்தது அதிகாரிகள் குழு. கோடிட்டிருந்த தண்ணீர் அளவை கரையின் மடிப்பு காட்டிக் கொடுத்தது. அலையடிப்பில் சேர்ந்திருந்த தூசி துப்பட்டாக்களை வைத்து, தண்ணீர் கரையின் எந்த அளவுக்கு இருந்தது என்பதை யூகித்துக்கொண்டார்கள். கண்மாயின் அதிகபட்ச ஆழமான பகுதி இதுவல்ல என்பதை நீர்ப்பாய்ச்சி விளக்கிக் கூறினான். கரை இழந்து போயிருந்தால், ஊரே கூடி குடி மராமத்து செய்துகொள்ளும் என்பதை விசாரித்துத் தெரிந்து கொண்டார்கள்.

பக்கத்து ஊர்களில் உங்கள் ஊருக்கு ஏதும் பகை உண்டா என்றும் விசாரித்தார்கள். ஏனெனில் அப்படி இரு ஊர்களுக்கு ஏதாவது ஒரு காரணத்தால் பகை ஏற்பட்டுவிட்டால். கண்மாய் குறி வைத்து அழிக்கப்படும். படப்புக்களும், வீடுகளும் தீவைத்துக் கொளுத்தப்படும். இவற்றைப் பாதுகாப்பதற்காகவே பகை தீரும்

வரை இரண்டு ஊர்க்காரர்களும் முறைவைத்து ஊர்க்காவல் போட்டு காவல் காத்து தங்கள் ஊர்களைக் காப்பாற்றுவார்கள்.

உடைப்பை அடைத்துக் கண்மாய்க்கரையைப் பழையபடிக்கு கொண்டு வருவதற்கு எத்தனை ஆட்களின் உழைப்பு தேவைப்படும் என்று கணக்குப் போட்டார்கள். அரண்மனைக்கு ஆகும் செலவோடு, கரையடைத்து முடியும்வரை ஊரில் யாரும் வேலைக்குப் போகாமல் ஒத்துழைக்க வேண்டும் என்றும் கேட்டுக்கொண்டார்கள். நாளையே வேலையை ஆரம்பித்துவிடுங்கள் என்றும், மடைக்குடும்பனையும் இன்னும் சில நபர்களையும் வரச்சொல்லி, மகாராசா கொடுக்கும் தொகையை வாங்கிக்கொள்ளச் சொல்லிவிட்டுப் புறப்பட்டார்கள்.

'வருசா வருசம் கரைய மராமத்துப் பாக்கோம். இத்துப் போயிருந்தா, எழந்து போயிருந்தா மடக்குடும்பன் கண்ணுக்குத் தெரியாமையா போயிரும். ஒரு நாளைக்கு ராப்பகலா ஏழெட்டு தடவ கண்மாயச் சுத்தி வாரான்.'

'இங்க கேளுப்பா சும்மா புலம்பாத. இந்த வருஷம் நம்மள அரைவயித்துக் கஞ்சியோட அல்லோகலப்பட வைக்கணும்னு அந்த அய்யனாரப்பன் முடிவு பண்ணிட்டான். அத மாத்த யாரால முடியும்?'

'ஆனா எந்தப் பயலாவது கைக்குத்தம் செஞ்சிருந்தா, இன்னக் கில்லனாலும் என்னைக்கிருந்தாலும் தெரியாமப் போகாது, தாயோளிய சுண்ணாம்பு காள வாசல்ல வச்சு நீத்தியிற வேண்டியது.'

'அத எதுக்கு நம்ம செய்யணும். அய்யனாரப்பன் அவனோட குடும்பத்தையே கருவறுத்திரமாட்டாரா, கண்மாய்க்கு அவர்தான காவல்தெய்வம். அவரையே ஏமாத்துனா அய்யோனு போக வேண்டியதான்.'

இத்தனை பேச்சுக்கள் தன் காதில் விழுந்தும் சித்தாண்டி பிரமை தட்டி திகைப் பூண்டில் மிதித்தவனைப் போல் கூட்டத்தோடு கூட்டமாய் நடந்து வந்தான். அவன் தலை நிமிர்ந்து யாருடைய முகத்தையும் ஏறிட்டுப் பார்க்கவில்லை. தன்னையே ஒரு அசிங்க மாக உணரத் தொடங்கினான். தனிமையில் வருந்தியழுது தேய்ந்தான். மயிலுவைப் போய்ப் பார்த்து வர ஆசையிருந்தும், அங்கே போவதற்கும் அவள் முகத்தில் முழிப்பதற்கும் வெட்கப்பட்டான். நாளை ஆளோடு ஆளாக தானும் போய் உடைப்பை அடைக்க கூடை தூக்க வேண்டுமே என்று நாணி மருகினான்.

தண்ணீர் வற்றி ஊர்சாற்றி சுற்றுக்கிராமங்கள் எல்லாம் சேர்ந்து கண்மாயில் அழிமீன் பிடிப்பது மாதிரியே கூட்டம் கூடி கண்மாயின்

உடைப்பை அடைத்தார்கள். பத்து நாட்களாக ஊரில் ஒரு சுடு குஞ்சிகூட சொந்த வேலைக்குப் போகவில்லை. கண்மாய்க் கரையே கெதி என்று கிடந்து உடைப்பை சரிசெய்தார்கள். மகாராஜா கொடுத்து அனுப்பிய தொகை, விவசாயக் கருவிகள், தானியங்கள் எல்லாவற்றையும் பங்கிட்டுக்கொண்டார்கள். காலம் கடந்து விட்டபடியால் கோடை மழையை எதிர்பார்த்து காத்திருந் தார்கள். கரையில் நின்று வெற்றுக் கண்மாயைப் பார்ப்பவர்கள் எல்லோருமே புலம்பி, சாபமிட்டுத் தீர்த்தார்கள். நிறைசூலி குழந்தை பெற்றபின் ஒட்டிப் போன வயிற்றுடன் இருப்பது போல் வெறிச் சோடிக் கிடந்தது வெற்றுக் கண்மாய்.

மத்த ஊர்க் கண்மாய்கள் எல்லாம் கெத்கெத்தென்று நிறை பெருக்காய் நிற்க சொக்கலிங்கபுரம் கண்மாய் மட்டும் சுடுகாடாய்க் கிடந்தது. தவறாமல் பெய்யும் கோடை மழையை நம்பி தவ மிருந்தார்கள். அய்யனாரப்பன் கைவிடமாட்டார் என்று திடமாக நம்பினார்கள். ஊர்மக்களின் முகங்களில் தெளிச்சி இல்லை. உடைந்து வெளியேறிய தண்ணீருடன் சேர்ந்து சொக்கலிங்க புரத்தின் சந்தோஷமும் போய்விட்டது. படப்புக்கள் குறையக் குறைய சம்சாரிகள் சந்தோஷப்படுவதற்குப் பதில் முதல் முறையாக வருத்தப்பட்டார்கள். வைக்கோல் வராது. குட்டிச் சுவராகிப் போய்விட்ட வயல்காடுகளில் ஒரு குருவியைக்கூட காணவில்லை. பச்சைப் பயிர்களுக்கு மத்தியில் வெண்சங்குகளை விதைத்தது மாதிரி பூத்துக்கிடக்கும் கொக்குக் கூட்டங்கள் மறைந்துபோய் விட்டன. உயரக்கால்கள் கொண்ட உள்ளான்களும் சிறகிகளும் கண்ணில் படவே இல்லை. வெய்யிலின் உக்கிரம் குறைந்து கருமேகங்கள் திரளும் போதெல்லாம் ஊர்ஜனங்கள் அம்புட்டும் கண்கள் பூத்துப் போக கழுத்து வலிக்க அண்ணாந்து பார்த்துப் பார்த்துச் சலித்துக் கொண்டார்கள்.

‘அய்யனாரப்பா மனசு ஏறங்கக் கூடாதா, ஆடு, மாடுக படுற பாதறவப் பாத்தாவது எறங்கி வா சாமி, நிய்யி மனசு வச்சா இம்புட்டு மேகம் எதுக்கு, ஒத்த மேகம் போதாதா, கண்மாய் கெத்கெத்துனு நெறஞ்சு மறுகா போக?’

பொண்டாட்டியை ஊரில் கொண்டு போய் விட்டுவிட்டு வந்த சித்தாண்டி ஒரு மாதமாகியும் பார்க்க வராதது ஊர்மக்களிடம் கூட சந்தேகத்தை உண்டு பண்ணியது. மயிலுவின் அம்மாவும் அய்யாவும் கேட்ட போதெல்லாம் ஏதாவது சாக்குப்போக்கு சொல்லி சமாளித்து வந்தாள் மயிலு. எந்த நேரத்திலும் பிரசவம் ஆகலாம் என்பதால் மயிலின் அம்மாவும், வைத்தியச்சியும் கூடவே

இருந்தார்கள். வயிறு குவிந்து முன் நீண்டு இருந்தது. நிறை கண்மாயை சுமப்பவள் போல் மல்லாந்து நடந்து திரிந்தாள் மயிலு.

நாட்களை எண்ணிக் காத்திருந்த சொக்கலிங்கபுரம் ஊர்மக்களின் தாகம் தீர்ந்துவிடும் போல் மேகங்கள் கூடி வந்தன. தப்பாது பெய்யும் கோடை மழைதான் என்றாலும் இவ்வளவு தாமதப் படுத்தியதில்லை. குளிர்ந்த மழைக் காற்றையும், இடியையும், மின்னலையும் உணர்ந்தவர்கள் வாசலில் நின்று மழையை வரவேற்றனர். சுழன்றடித்த குளிர் காற்று சொக்கலிங்கபுரத்தையும் குளிர்வித்தது. இடியும் மின்னலும் சந்தோஷங்களைத் தூவின. எரி தூத்தல்மாறி பாக்குத்தண்டி கல்மழை கொட்டியது. முற்றத்தில் விழுந்த கல்மழைக் கட்டிகள் திறந்து கிடந்த வாசலின் வழியே வீட்டுக்குள்ளும் சிதறி உருண்டன. நீர்ப்பாய்ச்சியும் மடைக் குடும்பனும் இன்னும் சில சிறுசுகளும் மழையில் நனைந்தபடியே தெருவில் ஆட்டம் போட்டனர். மேகங்கள் கவிழ்ந்து மழை உக்ரத்துடன் கொட்டத் தொடங்கியது. நிறை கண்மாயாக இருந்தால் இந்நேரம் தெருவெங்கும் மீன்கள் ஏறி வரும். தெருத் தண்ணீர் போய் ஊருணியிலோ அல்லது கண்மாயிலோ போய் தொட்டவுடன் புதுவெள்ளத்திற்கு ஏற்று மீன்கள் குதியாளம் போட்டு ஏறி வரும். கோடு கிழிப்பதைப் போல் வெள்ளத்தைக் கிழித்துக்கொண்டு மீன்கள் ஏறி வருவதைப் பார்த்துக்கொண்டே இருக்கலாம். கண்மாய் வெறுங் கண்மாயாகக் கிடப்பதால் மீன்கள் ஏறி வரவில்லை. ஊர்ச் சனம் அம்புட்டும் உற்சாக மிதப்பில் லயித்துக் கிடக்க சித்தாண்டி மட்டும் சந்தோஷப்பட முடியாமல் தவித்துக் கிடந்தான். மயிலு வயிறு வலித்து பிரசவத்திற்கு நிற்பதாக தாக்கல் வந்திருந்தது. மழை இல்லாவிட்டால் இன்னேரம் போயிருப்பான்.

ஒரே மழையில் சொக்கலிங்கபுரம் கண்மாய் சூலியாய் மாறிப் போனது. கெத்கெத்தென்று தண்ணீர் அலையடிக்க கரை ததும்பி நின்றது. மழை வெறித்ததும் கண்மாயைச் சுற்றி ஊரே கூடிவிட்டது. உடைப்பை அடைத்த இடத்தைச் சுற்றி நின்று காவல் காத்தார்கள். தண்ணீர் கசிவு இருக்கிறதா என்று ஆராய்ந்து பார்த்து உறுதிசெய்து கொண்டார்கள். மழை பெய்து கண்மாய் பெருகி சூலியாக மாறிய அதே நாளில் நிறைசூலியாக நின்ற மயிலின் வயிறு காலியாகி உடைந்த கண்மாயைப் போலானது. மயிலின் பிரசவம் சுகமாகவே நடந்தேறியது. இரட்டைக் குழந்தைகள், இரண்டும் ஆண் குழந்தைகள்.

சித்தாண்டி துள்ளிக் குதித்தான். கொஞ்சங் கொஞ்சமாய் நைந்து கொண்டிருந்த தன் நெஞ்சு பஞ்சாய் மாற, காற்றில் பறந்தான்.

அவனுடைய கவலைகள் போன இடம் தெரியவில்லை. தன் நெஞ்சை தினமும் அரித்துக் கொண்டிருந்த விஷயம் மறைந்து மறந்து போனது. இரண்டு குழந்தைகளையும் தொட்டுத் தொட்டு கண்களில் ஒற்றிக்கொண்டான். மயிலின் முகத்திலோ எந்தவித மாற்றத்தையும் காண இயலவில்லை. சுமையை இறக்கியவன் இலேசாவதைப் போல் சிரமமின்றி நடந்தாள் அவ்வளவுதான். மயிலு சரியாக முகம்கொடுத்துப் பேசாததால் உடனே ஊர்த் திரும்பி விட்டான். எங்கே விஷயம் வெளியே வந்துவிடுமோ என்ற பயம் அவனைப் பற்றிக்கொண்டது. தன் ரகசியம் அறிந்தவள் தன் மனைவி மயிலு மட்டுமே என்பதை அவன் மட்டுமே அறிவான்.

ஆனால் புருஷன் பொண்டாட்டிகளுக்கிடையில் ஏதோ ஒரு பிணக்கு இருக்கிறது என்பதைக் கூடிய சீக்கிரத்திலேயே உணர்ந்து கொண்டாள் மயிலின் தாய். பாம்பின் கால் பாம்பறியும்தானே. ஜாடைமாடையாகத் தூண்டிலை வீசிப் பார்த்தாள். மகளிடமிருந்து ஒரு சிறு மீன்குஞ்சுகூட தேறவில்லை. சொக்கலிங்கபுரம் ஆட்கள் தட்டுப்பட்டால் இது பற்றி விசாரிக்கத் தொடங்கினாள். பங்காளிகள் சண்டை, படப்பு அடுக்கியது, கண்மாய் உடைந்தது, அடைத்தது, மழை பெய்து மீண்டும் கண்மாய் நிரம்பியது போன்ற விஷயங்கள் கிடைத்ததே தவிர சித்தாண்டி பற்றி வேறு எந்த விஷயங்களும் கிடைக்கவில்லை.

கண்மாய் பெருகிவிட்டாலும் வயல் காடுகளைச் சீர்செய்ய இன்னும் பல மாதங்கள்கூட ஆகலாம். நிறை கண்மாயின் தண்ணீர் வயக்காடுகளை தாறுமாறாக அரித்து மேடுபள்ளங்களாகவும், ஓடைகளாகவும் உருமாற்றிப் போட்டுவிட்டது. இருளப்பன் வயல் இருந்த இடம் தெரியவில்லை. அவனுடைய வயலைக் குறி வைத்தே கரையை வெட்டி உடைத்திருந்தான் சித்தாண்டி. இருளப்பனின் வயலுக்கு நேர் வடக்கே தான் சங்குப் பிள்ளையின் வயல்களும். அன்றைக்கு சித்தாண்டியின் நெஞ்சில் தான் விதைத்த அத்தனை நச்சு விதைகளும் செடிகளாய், மரங்களாய் மாறி, கண்மாய்க் கரையில் முளைத்து அதன் வேர்கள் கரையைத் துளைத்து கண்மாயை உடைத்த விவரம் சங்குப்பிள்ளைக்குத் தெரியாது.

ஊரைக் காலி செய்துவிட்டுப் போனவர்கள் மீண்டும் ஊர் திரும்புவதைப் போல் கண்மாய் நிறைந்தவுடன் பறவைகளின் ஒலி கேட்கத்தொடங்கியது. எங்கிருந்தாவது புழுக்களும், பூச்சிகளும், மீன்களும், தவளைகளும் நீர்நிலைகள் தேடிவந்து இன விருத்தியைத் தொடங்கும். முப்பது நாட்கள் சென்றவுடன் தன் மனைவியைக் கூட்டி வந்துவிடலாம் என்று போனவன், மயில் சம்மதிக்காததால்

திரும்பி வந்தான் சித்தாண்டி. அறுபது நாட்கள் கழித்துப் போன போதும் மயில் வர மறுத்தாள். வாடிய முகத்துடன் உட்கார்ந் திருந்தான்.

'இங்க கேளுங்க மாப்பிள்ள, சடச்சுக்கிறாதிக. அவ விருப்பப் படியே மூனு மாசம் முடியட்டுமே. இன்னும் முப்பது நாள்தானே, சமாளிச்சுக்கோங்க. ரெட்டப் புள்ள பெத்த வயிறு, அதுவும் தலப் புள்ள. இன்னும் கொஞ்ச நாளைக்குத் தாயொட அனுசரனையில்ல இருக்க பிரியப்படுறா போலருக்கு. இப்ப அங்க ஊர்ல என்ன வேல மாப்ள இருக்கு? நீங்களும் இங்கயே இருங்க. வேலவெட்டி இல்லனா அங்க சும்மாதான இருப்பீக. அங்க இருக்கிறதுக்கு இங்க இருந்திட்டுப் போறது அம்புட்டுத்தான. பொண்டாட்டி புள்ளைகளப் பாத்தது மாதிரியும் இருக்கும், அவளுக்கும் கொஞ்சம் தெம்பாவும் இருக்கும். ஒங்களுக்னு தனியாவா ஒல வச்சுப் பொங்கப் போறம்?'

மாமனாரின் பேச்சை சித்தாண்டி காதில் வாங்கிக்கொண்ட தாகத் தெரியவில்லை. அவன் உடனே ஊருக்குப் புறப்பட்டான்.

ஒரே நாளில் ஊமையாகிப் போன கண்மாய் மூன்றே மாதங் களில் பேசவும், சிரிக்கவும், பாடவும் கற்றுக்கொண்டது. நீர் நிரம்பி நிறை பெருக்காய் நிற்கும் கண்மாயிலிருந்து மடைகள் வழியாக வெளியேறும் தண்ணீர் ஏற்படுத்தும் இரைச்சல் பாடல் இல்லையா? எந்த ராகம் என்று எவருக்கும் தெரியாது. அலையின் சலசலப்பு சிரிப்பின்றி வேறென்ன? ஒருவேளை கைவளையல்களின் ஓசை யாகவும் இருக்கலாம். கரையைச் சுற்றிலும் இருக்கும் தளிர்த்த மரங்களில் கூடு கட்டிக் குடியிருக்கும் பறவைக் கூட்டங்கள் பேசிக் கொள்ளும் பேச்சு பறவைகளின் பேச்சல்ல, கண்மாயின் பேச்சு.

நீரின் வேகத்தில் சீரழிக்கப்பட்ட வயல்களில் பயிர்கள் பச்சை பிடித்திருந்தன. சொக்கலிங்கபுரம் பழையபடி உயிர்பித்துக் கொண்டிருந்தது. உடைந்த கண்மாயைப் பெருக்கிக் காட்டிய அய்யனாரப்பனை அனைவரும் கும்பிட்டார்கள். மகாராஜாவுக்கு கண்மாய் நிறைந்து மறுகால் போகிற தகவல் சொல்லப்பட்டது. மகாராஜா கண்மாயைப் பார்க்க வருவார் என்றும் சொல்லப்பட்டது. ராஜாவை வரவேற்க ஊர் தயாராகிக்கொண்டிருந்தது.

மயிலு கூப்பாடு போட்டு அழுதாள். புரண்டாள், உருண்டாள். மண்ணை வாரி தூற்றினாள். மூர்ச்சையாகி விழுந்தவளின் முகத்தில் தண்ணீர் தெளித்து உட்கார வைத்தார்கள். கூட்டம் கூடி நின்று வேடிக்கை பார்த்தது. வைத்தியச்சி கூட்டத்தோடு கூட்டமாய் சோகமாய் நின்றுகொண்டிருந்தாள். வைத்தியச்சியும் மயிலும்தான் ரொம்ப நேரம் பேசிக்கொண்டிருந்தார்கள். அதன் பிறகுதான்

மயிலு கூப்பாடு போட்டழுதாள். என்ன ஏதென்று வைத்தியச்சியைப் பிடுங்கி எடுத்தார்கள். வைத்தியச்சி மெதுவாக வாயசைத்தாள்.

'மயிலம்மாவோட இரட்டைப் புள்ளைக ரெண்டுமே ஊமைப் புள்ளைக.'

ஊர் முழுக்க ஊமையாகிப் போனது. யாரும் வாய் திறக்கவில்லை. அனைவர் முகங்களிலும் அதிர்ச்சிப் பூசணிப் பழங்களைப் போல் உருண்டு திரண்ட இரு ஆண்குழந்தைகளும் காலுதைத்துக் கொண்டு கிடந்தன.

மயிலின் தாய் சோகத்துடன் வைத்தியச்சியின் முன்னால் வந்து நின்றாள். கூடியிருந்த ஜனங்கள் அத்தனை பேரும் மௌனியாகி பார்த்துக்கொண்டிருந்தார்கள்.

'ஏந்தாயி, திடுதிப்னு மூணு மாசம் கழிச்சு இப்பிடி ஒரு குண்ட தூக்கிப் போடுறயே. பெறந்த ஒடன நல்லாத்தான அழுதுதுக, இப்ப வரைக்கு அழுகச் சத்தம் வரத்தான செய்யுது.'

'புள்ள ஊமையா என்னனு சரியா கண்டுபுடிச்சு சொல்லணும்னா மூணு மாசம் கழியணும். எங்களுக்கு லேசா சந்தேகம் இருக்கும், ஆனா சரியா சொல்ல மூணு மாசம் காத்திருக்கணும்.'

'எங்க வம்சத்துலயே ஆருமே ஊமைப் புள்ள பெறலியே.'

'வைத்தியத்துல இதுக்கு மருந்து கெடையாது தாயி. பாவ தோஷம்தான் காரணம்னு பெரியவங்க சொல்வாங்க.'

'அப்பிடி ஒரு பாவமும் நாங்க செய்யலையே, அய்யனாரப்பா! எங்கள எதுக்கப்பா இப்பிடி சோதிக்க.'

'பாவம்ங்கிறது வெளியில தெரியாமயும் இருக்கும் தாயி, நம்ம கண்ணுக்குத் தெரியாது. ஆனா ஆண்டவன் கண்பார்வையிலிருந்து தப்ப முடியுமா?'

'ஏந்தாயி, இதுக்கு வேற வைத்தியம் ஏதும் இல்லையா தாயி? ரெண்டு சிங்கக் குட்டிகளும் ஊமைனா தாங்கலையே தாயி.'

'மருந்து வைத்தியம் எதுவுமே பிறவி ஊமைக்குக் கெடையாது, அது பகவானோட படைப்பு. கூட்டவோ கொறைக்கவோ அவனால மட்டும்தான் முடியும்.'

'அப்ப இதுக்கு வேற வழி?'

'ஆண்டவனோட தண்டனைய அனுபவிச்சுத்தான் ஆகணும். ஆனா பரிகாரம் இருக்கு.'

'நல்லா இருப்ப சொல்லுதாயி. என்னோட தலைய அடகு வச்சாவது அந்தப் பரிகாரத்த நெறவேத்துறன்.'

'பரிகாரம் இந்தப் புள்ளைகளுக்குப் பயனளிக்காது, அடுத்த புள்ள ஊமையா பெறக்காம இருக்க பயன்படலாம்.'

'ஏ... தாயி, என்ன சொல்ற தாயி?'

'ஜென்மப் பாவம் செஞ்சவங்களுக்கு, அவங்களோட பரம்பரையே அந்தப் பாவ தோஷத்துக்கு பாதிப்பக் கொடுக்கும். அதனால அடுத்த புள்ளயும் நல்லா பெறக்கும்னு உறுதி சொல்ல முடியாது.'

'தாயி... பரிகாரம்னு என்னமோ சொன்னியே.'

'நேரா கீழ்நாட்டுக்குறிச்சிக்குப் போயி ஜோஸ்யர் அய்யரப் பாக்கச் சொல்லுங்க, அவரு வெவரம் சொல்வாரு.'

மயிலின் தாயும் தகப்பனும் விஷயம் கேள்விப்பட்ட நாளிலிருந்து ஊமையாகிப் போனார்கள். மயில் நடமாடும் பிணமாகிப் போனாள். பிணம் பேசாது, சிரிக்காது, ஊமைப் பிணம். தன் இரு குழந்தைகளையும் பார்த்துப் பார்த்து அழுதாள். பாவத்தின் சம்பளமாகிப் போன இரண்டு பிஞ்சுகளும் இப்போது பொம்மைகளாகிப் போய்விட்டதாக எண்ணினாள். மூன்று மாசம் கழித்துக் கூப்பிட வருவான் என்று இருந்த மயில் ஐந்து மாசமாகியும் தன் புருஷன் கூப்பிட வராததை நினைத்து உருகினாள். சித்தாண்டி செய்த ஜென்மப் பாவம் தெரிந்தவள் மயில் மட்டுமே.

கீழ்நாட்டுக்குறிச்சி அய்யர் பேரைக் கேட்டாலே பயப்படும் ஜனங்கள்! அவருடைய வாக்குகள் தப்பியதே இல்லை. எதிரே நிற்கவும் பேசவும் அஞ்சுவார்கள். ஜோஸ்யம் பார்க்கவும் பயப்படும் ஜனக் கூட்டம். பரம்பரைப் பாவங்களும், தோசங்களும், மறைந்து புதைந்து போன இரகசியங்களும், துரோகங்களும், அய்யரின் வாய்வழியே சரமாரியாக கொட்டிக்கொண்டேயிருக்கும். அவர் நிறுத்த நினைத்தாலும், முடியாது போலிருக்கும் அவர் பேச்சு. எதிரே உட்கார்ந்து ஜோஸ்யம் கேட்பவன் குனிந்த தலை நிமிர மாட்டான்.

எப்படியும் கீழ்நாட்டுக்குறிச்சிக்குப் போய் அய்யரைப் பார்த்து பரிகாரம் கேட்டு வர வேண்டும் என்ற எண்ணம் இருந்தாலும், குட்டு உடைபட்டு விடுமோ என்ற பயமும் பற்றிக்கொண்டது. சித்தாண்டி தெருவில் நடமாடும் ஊமையாகித்தான் திரிந்தான். ஊர் முழுக்க ஜனங்கள் வெளிப்படையாக இல்லாமல் ஊமையாகவே பேசிக்கொண்டார்கள். ஊர் வாயை அடைக்க முடியுமா என்ன? தான் ஊமையாக்கிய கண்மாய் பேச, சிரிக்க வன்மம் புகுந்த தானும், தன் குடும்பமும் ஊமையாகிப் போனதை எண்ணி எண்ணி அழுதான்.

209

ஒரு சுடு குஞ்சிக்குக்கூட தெரியாமல் ரகசியத்திலும் ரகசியமாகக் கீழ்நாட்டுக்குறிச்சி புறப்பட்டான் சித்தாண்டி. கேட்டவர்களிட மெல்லாம் மயிலின் ஊருக்குப் போகிறேன் என்று பொய் சொன்னான். யார் கண்ணுக்கும் தட்டுப்படாமல் பொழுது விடியும் முன்பே ஊர் எல்லையைத் தாண்டிவிட்டான். யார் கண்ணிலும் படவில்லை. கருப்பூர், பனைப்பட்டி தாண்டி முத்துலாபுரம் வந்தபோது அய்யர் ஊரில் இருப்பதை உறுதிசெய்துகொண்டான். கண்மாய்க்கரை வழி நடந்து வயல்காட்டைத் தாண்டிவிட்டால் கீழ்நாட்டுக்குறிச்சிதான். அவன் முத்துலாபுரத்திலேயே ஜோஸ்யம் பார்க்க தேவையான தேங்காய், பழம், பூ, பத்தி, சூடம் எல்லா வற்றையும் வாங்கிக்கொண்டான்.

நெருங்க நெருங்க பயம் கூடிக்கொண்டே போனாலும், பரிகாரம் தெரிந்தால் பாவத்திலிருந்து விடுபட வழிகிடைக்குமே என்ற ஆதங்கமும் ஆசையும் அவனை உந்தித்தள்ள நடந்தான். இரண் டொருவர் கையில் தேங்காய் பழத்துடன் எதிரே வந்ததை வைத்து அய்யர் இருப்பதை மேலும் உறுதிப்படுத்திக்கொண்டான். கிட்டத்தில் போனவுடன் வில்வண்டி நிற்பதைப் பார்த்தான். அய்யர் தனியாக சும்மா உட்கார்ந்திருப்பது தன் யோகம் என்றும், தான் வந்த நேரம் நல்லநேரம் என்றும் எண்ணிக்கொண்டவன், துண்டை இடுப்பில் கட்டி கோவிலுக்கு முன் நிற்பவனைப் போல் கும்பிட்டு நின்றான். பைக் கூட்டுக்குள்ளிருந்து தேங்காய் பழங்களை வெளியே எடுத்து வைக்க குனிந்தான். அய்யரின் வார்த்தைகள் காதில் விழ தலை நிமிர்ந்தான்.

'பாவக் கைகள் தீண்டிய தேங்காயும் பழமும் என் கண்ணில் பட வேண்டாம். ஊரைச் சுற்றிலும் மரங்கள் நடு, கண்மாய்க்கரை யெங்கும் கண்ட மரங்களையெல்லாம் நட்டுவைத்து, தண்ணீர் ஊற்றி வளர்த்து வா. மரங்கள் தோப்பாகட்டும், தோப்பைத் தேடி பறவைகள் வரட்டும். பாடட்டும், ஆடட்டும், அடையட்டும், ஆனந்தித்து இருக்கட்டும், குஞ்சுகள் பொரித்து இனவிருத்தி செய்யட்டும். உனக்கு அடுத்த குழந்தை அழகாய் ஜனிக்கும். பேச்சுக் கலையைப் பறவைகள் தரும். போய் வா, எதிரே நிற்காதே. ஜென்மப் பாவியே, படப்புக்கு தீ வைத்துக் கால்நடைகளைப் பட்டினி போடுபவன், பசுவைக் கொல்பவன், பச்சைக் குழந்தை யிடம் திருடுபவன், கண்மாயை உடைத்து ஊரையே அழிப்பவன் அத்தனை பேருக்கும் பரிகாரம் மட்டுமே வாழ்வு தரும். போ, போய் குளம் வெட்டு, மரம் நடு, அன்னதானம் செய். அடுத்த தலைமுறை சுகம் பெறும், ஓடு, நிற்காதே.'

சித்தாண்டி ஆடிப்போய் விட்டான். வேறு யாரும் கேட்டார்களா பார்த்தார்களா என்று சுற்றும் முற்றும் பார்த்தான். தன்னை தேற்றிக்கொண்டு மெதுவாக எட்டு வைத்தான். இன்னும் வியர்வை நின்றபாடில்லை. கைகளும் கால்களும்கூட இலேசாய் நடுங்குவதை உணர்ந்துகொண்டான். கருப்பூரில் வேப்பமரத்துக்கு அடியில் ஏழெட்டுப் பேர் உட்கார்ந்திருப்பதைப் பார்த்தான். அதனோரம் தான் பாதை.

'எந்த ஊரு ஆளுய்யா?'

'சொக்கலிங்கபுரம்.'

'அய்யரப் பாத்திட்டு வாரீரா?'

'ஆமய்யா.'

'அய்யரு இருக்காரா?'

'இருக்காருய்யா.'

'என்ன வெசயமாப் போனீரு?'

'பையன் பெறந்திருக்கான். போயி, ஜாதகம் எழுதக் குடுத்திட்டு வாரன். வர்ர வெள்ளிக்கிழம வந்து வாங்கிக்கிரச் சொல்லியிருக்காரு.'

போன மாசம் மகாராசா அய்யரை அரண்மனைக்கு வரச் சொன்னதையும், அய்யர் வர மறுத்ததோடு, ஆண்டவனே ஆனாலும் என்னைப் பார்க்க வேண்டுமானால் இங்கேதான் வர வேண்டும் என்றும், அதே நேரம் என் தேவைக்கு நான் பார்க்க விரும்பினால் குத்துக்கல்லே ஆனாலும் நானே நேரில் போய்க் கும்பிட்டுப் பார்ப்பேன் என்றும் அய்யர் மகாராசாவுக்கு சொல்லி அனுப்பியதையும் பெருமையாக ஒருவர் சொல்ல, ராசாவும் அய்யரின் வாக்குக்குப் பயந்து பேசாமல் இருந்துகொண்டதையும் பேசிக் கொண்டார்கள்.

சித்தாண்டி எதற்காக இப்படி மாறிப் போனான் என்று யாருக்கும் புரியவில்லை. சொக்கலிங்கபுரம் சொர்க்கபுரியாக மாறிக் கொண்டிருந்தது. எப்போது அவனைப் பார்த்தாலும் அவன் கையில் ஒரு மரக்கன்று இருந்தது அல்லது தண்ணீர்க் குடம் இருந்தது. காடு முழுக்க அலைந்து திரிந்தான். ஓடைகளிலும் கண்மாய்க்கரைகளிலும் பறவை இட்ட எச்சத்தில் முளைத்திருக்கும் மரக்கன்றுகளை வேர்முனை முறியாமல் தோண்டி எடுத்து மண் நிறைந்த ஓலைப் பெட்டியில் வைத்து எடுத்து வந்தான்.

நல்லதண்ணீர் கிணற்றடியில், ஊர்ப் பொது இடங்களில், கோவில்களைச் சுற்றிலும் அவன் நட்டு வளர்த்துவரும் மரக்

கன்றுகள் ஏராளம் ஏராளம். தன் பிள்ளைகளைப் போலவே பராமரித்தான். சித்தாண்டியின் செயல்கள் சில நேரம் தனியே இல்லாமல் ஊரோடு சேர்ந்தும் செய்யப்பட்டது. தான் நடும் மரங்களில் நிச்சயம் பறவைகள் வந்தடைந்து கூடுகட்டி முட்டைகள் இட்டு குஞ்சுகள் பொரிக்கும். அக்குஞ்சுகளின் கீச்கீச் ஒலி பிறக்கப் போகும் என் குழந்தையின் பேச்சொலியாய் மாறும். முதன் முதலாக என் குழந்தையின் மழலைப் பேச்சை நான் ரசிப்பேன் என்று திடமாக நம்பினான். தான் நட்டு வளர்க்கும் மரங்களின் நிழல்களில் நித்தம் பல பேர் இளைப்பாறிப் போவார்கள். அவர்களின் உடலையும் உள்ளத்தையும் என் மரநிழல் குளிர்ச்சிப்படுத்தும். அவற்றின் விதைகள் இன்னும் பல மரங்களை உருவாக்கும் என்று திடமாக நம்பினான்.

நாட்கள் கடந்து மரங்கள் செழித்து தளிர்த்து வந்ததைப் போலவே மயிலும் இரண்டு பேசாப் பொம்மைகளுடன் ஊர் வந்து சேர்ந்தாள். புருசனும் பொண்டாட்டியும் சேர்ந்தே மரங்கள் நட்டார்கள், வளர்த்தார்கள். மரங்கள் தளிர்த்ததைப் போலவே மயிலும் தளிர்த்தாள். தானும் ஒரு மரமானாள். பேசாத குழந்தைகளைப் பெற்ற அவள் பேசும் குழந்தையைப் பெற முழுநம்பிக்கையுடன் மரங்களை வளர்த்தாள் குழந்தையைப் போல.

13

அய்யர் பண்டாரத்திற்குச் சொல்லி பண்டாரம் கொப்புளாயியிக்குச் சொன்ன பாம்புக் குளம் உருவான பரிகாரப் படலக் கதை

பொத்தையம்பட்டியில் போய் மாடன் என்று பெயர் கேட்டால் எந்த மாடன் என்றுதான் யாரும் திருப்பிக் கேட்பார்கள். மாடன் என்ற பெயர்கள் நிரம்பி வழிந்ததால் அடையாளம் காண அடை மொழிகள் ஒட்டிக்கொண்டன. சின்னமாடன், பெரியமாடன், சொட்டைத் தலைமாடன், புலமாடன், பன்னிமாடன், ஓய்யாக் கண்ணுமாடன், பித்துக்கால்மாடன் என்று பல மாடன்கள்.

புலமாடனுக்கும் பன்னிமாடனுக்கும் ஏற்பட்ட சச்சரவு யதார்த்தமானது. வழக்கமாக எல்லாக் கிராமங்களிலும் உண்டாவது தான். பன்னிமாடனின் பன்றிகள் புலமாடனின் சீனிக் கிழங்கு வெள்ளாமையை முண்டிச் சிதைத்து நாசம் பண்ணியது சத்தியமான உண்மை. பன்னிமாடன் புலமாடனிடம் கெஞ்சிக் கூத்தாடினான் -ஊர்க்கூட்டம் போட்டுத் தன்னைக் கேவலப்படுத்திவிட வேண்டாம் என்று. புலமாடனிடம் சேதாரத்தைத் தான் எந்த வழியிலும் ஈடுகட்ட தயாராய் இருப்பதாக சத்தியம் பண்ணினான். புலமாடன் கேட்கவே இல்லை. நியாயம் கேட்டு ஊரைக் கூட்டிவிட்டான்.

நடு இரவு நாட்டாண்மை வந்து தன் வீட்டுக் கதவைத் தட்டிய போது வெட்கத்துடன்தான் கதவைத் திறந்தான்.

‘ஊர் கூடியிருக்கு, ஒம் மேல பிராது வந்திருக்கு. ஓம் பாட்ல ஒறங்குனா என்ன மாமா அர்த்தம்.’

‘ஊர்க் கூட்டம் போட மாட்டான்னு நம்பினன். போட்டுட் டானா, சரி, உள்ளபடி இருக்கு. இந்தா வாரன் மருமகன, செத்த நேரம் நில்லுங்க. மொகத்த கழுவிட்டு வாரன், ரெண்டு பேரும் சேர்ந்தே போயிருவம்.’

‘ஏன் மாமா ஒத்தையில வர பயமாயிருக்கா?’

‘பயமில்ல மருமகன, வெட்கம் பிடுங்கித் திங்குது. கூட்டத்துல வந்து நிக்க ராஞ்சனையா இருக்கு மருமகன.’

வேப்பமரத்தடியில் ஊர்க் கூடியிருந்தது. பன்னிமாடன் பவ்ய மாக கூட்டத்தின் முன்னால் நின்றான். தலைத் துண்டை இடுப்பைச் சுற்றி இறுக்கிக் கட்டியிருந்தான். கூட்டத்தில் அத்தனை கண்களும் அவனை எகத்தாளமாகப் பார்த்துச் சிரித்தன. ஏளனப் பார்வையை எதிர்கொள்ள முடியாமல் தலைகவிழ்ந்து நின்றான்.

'என்னப்பா பன்னிமாடா! ஓம் மேல புலமாடன் பொராது கொண்டாந்திருக்கான். நிய் என்ன சொல்ற, ஒத்துக்கிறயா இல்ல மறுப்புச் சொல்லப் போகிறீயா?'

பன்னிமாடன் கோவிலுக்கு முன்னால் விழுந்து தெய்வத்தை வணங்கும் பக்தனைப் போல் நெடுஞ்சாணகிடையாக தரையில் விழுந்து மூன்றுமுறை ஊரை வணங்கி எழுந்து நின்றான்.

'சரி, ஊர வணங்கிட்ட, ஏத்துக்கிறோம். பொராத ஏத்துகிட்டயா இல்லையா, அது ஊருக்குத் தெரியணுமில்ல? வாய் தெறந்து பேசுனாத்தான தெரியும்.'

பன்னிமாடனின் உதடுகள் அசைந்தன. வார்த்தைகள் வெளி வரவில்லை. தெளிவற்ற உளறல் நடுங்குபவனைப் போல் பேசினான்.

'மாமா, சாமி வந்தவுக மாதிரி கிடுகிடுனு ஆடுறாக, ஒளுறாக. என்ன கொலையா பண்ணிட்டு வந்து நிக்காக, இல்ல கன்னம் போட்டு களவாண்டு கையும் களவுமா பிடிபட்டு வந்து நிக்காகளா? சீனிக் கெழங்கு தோட்டத்துல பன்னி முண்டிருச்சு. இதுக்குப் போயி இவ்வளவு வெக்கப்படுறாகளே, பன்னி முண்டுனது உண்மையா, பொய்யா அத மட்டும் சொல்லுங்க மாமா.'

'பன்னி முண்டுனது வாஸ்தவம்தான். ஊரு என்ன சொல்லுதோ அதுக்குக் கட்டுப்படுறன்.'

'இம்புட்டுத்தானே, இதுக்குப் போயி எதுக்கு தலப் புள்ள சாகக் கொடுத்தவன் கெணக்கா மொகம் குராவி நிக்க?'

'சரி, பெறகென்ன, பொராது உண்மைனு ஒத்துக்கிட்டான். மறுத்தாத்தான வெவகாரம். சரி, ஊர் வழக்கப்படி என்ன செய்யணுமோ அத செய்ங்க. காலா காலத்துல போயி கண் மூடுவம், எதுக்கு ஊரோட முழிச்சிக்கிட்டு இருக்கணும்.'

குறிப்பிட்ட நாலைந்து பேர் எழுந்து கொஞ்சம் தள்ளி இருந்த இன்னொரு வேப்பமரத்தடியில் கூடி தீர்ப்பு சொல்வது பற்றி ஆலோசித்தார்கள். அந்தச் சொற்ப நேர இடைவேளையில் கூட்டத்தில் கேலியும் கிண்டலும் களைகட்டி, சிரிப்பும் கும்மாளமும் கலந்து கசகசத்தது. பன்னிமாடன் குனிந்த தலைநிமிராமல் நின்று கொண்டிருந்தான். அவன் மனசில் பல எண்ண அலைகள் ஓடிக்

கொண்டிருந்தன. தன் தாத்தாவும், தன் அப்பனும் சாகும்வரை ஊர் கூட்டத்தில் நின்றது கிடையாது என்பதையும், தன் அப்பன் அடிக்கடி சொல்லும் வாசகத்தையும் நினைத்து அசைபோட்டான்.

'அடே... மாடா, நான் சொல்லுறத நல்லா ஞாபகத்துல வச்சுக் கோடா. எந்தக் காரணத்தக் கொண்டும் எந்தச் சூழ்நிலையிலயும் களவு செய்யக் கூடாது. களவு அழகக் கெடுத்திரும். அதே மாதிரி பொய்யும் சொல்லக் கூடாது. பொய் பேசுற மனுசம்னு தெரிஞ்சு போச்சுனா நாய்கூட நம்மல மதிக்காது. பிறத்தியார் சொத்துக்கு நம்ம எதுக்டா ஆசப்படணும்? கடவுள் கையையும் காலையும் தெடாக்கியமா கொடுத்திருக்கான், பூர்வீகமா நம்மட்ட சொத்து இருக்கு, ஒழைச்சு சம்பாத்தியம் பண்ணனும், நல்ல பேரையும் சம்பாத்யம் பண்ணனும்.'

ஆலோசனை செய்துவிட்டு வந்தவர்கள் உட்கார்ந்தவுடன் கூட்டத்தில் சலசலப்பு ஓய்ந்து அமைதியானது. ஒருவர் முகத்தை ஒருவர் பார்த்துக்கொண்டனர்.

'சரி, இனி என்னத்துக்கு உம்முனு ஒக்காந்திருக்கீக? ஊர்க் குடும்பா சொல்லுப்பா, காலா காலத்துல வீட்டுக்குப் போவம்.'

'கொஞ்சம் பொறேம்ல, அதுக்குள்ள எதுக்கு வீடு வீடுனு பறக்க, ஒம் வீட்ட என்ன களவாணிப் பயலா தூக்கிட்டுப் போறான்.'

'ஏனேய், ஊர்க் குடும்பண்ண, அவனுக்கு வீட்டப்பத்தி கவல கெடையாது, பொண்டாட்டி ஒத்தையில இருப்பாளேங்கிற கவல.'

'அப்பிடிச் சொல்லு. அதுதான் பொட்டியாரு வீடுவீடுனு பறக்காரு.'

கூட்டம் சிரித்துக் கும்மாளமிட்டது. மீண்டும் பலப்பல பேச்சுக்கள் எழும்பி வந்தன. ஆலோசனை செய்தவர்களிடம் ஊர்க்குடும்பன் காதோடு காதாக ஏதோ இரகசியம் பேசிக்கொண்டிருந்தான்.

'வளவளனு பேசாத, காது குடுத்துக் கேளுங்க. புலமாடன் தோட்டத்து சீனிக் கெழங்கு தோட்டத்த பன்னிமாடனோட பன்னிக முண்டி சேதப் படுத்தியிருச்சுனு பெராது வந்துச்சு. ஊர்க் கூடி கேட்டதுல பெராது உண்மைனு ஒத்துக்கிட்டதோட, ஊர் முடிவுக்கு கட்டுப்படுறம்னு ஒத்துக்கிட்டான், அதனால நம்ம ஊர் வழக்கப்படி பன்னிமாடனுக்கு ரூவா நூத்தி ஒன்னு அபராதம், இது ஒட்டு மொத்த ஊரோட முடிவு.'

'ஊரு முடிவு சரி, குத்தவாளி என்ன சொல்றான், அதக்கேளு, ஒத்துக்கிறானா இல்ல ஊர மீறுறானா?'

பன்னிமாடன் மீண்டும் நெடுஞ்சாண் கிடையாகக் குப்புற

விழுந்து கும்பிட்டான். அபராதத்தைக் குறைக்க வேண்டும் என்பதற்கு அடையாளம் கும்பிடு.

'சரிப்பா பாவம், அவனும் நம்மளப் போல சம்சாரி. களவாணிப் பய கெடையாது. அதனால அம்பத்தொன்னா கொறச்சிருக்கு, எந்திரிப்பா.'

அவக்தவக்கென்று எழுந்துகொண்ட பன்னிமாடன் இரு கைக ளையும் உயர்த்தி ஊரைக் கும்பிட்டவன் மீண்டும் குப்புறப் படுத்துக்கொண்டான். ஊர் ஆரவாரமாகச் சிரித்துக் கும்மாள மிட்டது.

'சரி, அபராதத்த இன்னும் கொஞ்சம் கொறைக்கச் சொல்லி குத்தவாளி திரும்பவும் ஊர வணங்கி கால்ல விழுந்திருக்கான். அதனால அபதாரத்த இருபத்தி ஆறா கொறச்சு ஊரு முடிவு பண்ணியிருக்கு'

மீண்டும் வேகவேகமாக அவக் தவக்கென்று எழுந்துகொண்ட பன்னிமாடன் இரு கைகளையும் தலைக்குமேல் தூக்கி கும்பிட்டவன் மீண்டும் தரையில் குப்புற விழுந்து படுத்துக்கொண்டான். இப்போது கூட்டத்தில் ஆரவாரம் ஒடுங்க வெகு நேரமாகியது.

'சரி, ஊர மீறாம, ஊர மதிச்சு கால்ல விழுந்ததுனால கடேசியா அபராதத்த பதினொன்னா கொறச்சு ஊரு முடிவு பண்ணியிருக்கு. ஏத்துக்கிட்டு, எந்திரிச்சு, எதிராளியிட்ட விரோதம் காட்ட மாட்டமினு சத்தியம் பண்ணிட்டு வெத்தலை மாத்திட்டுப் போப்பா.'

பன்னிமாடன் பவ்யமாய் எழுந்து நின்றான். ஊருக்குக் கட்டுப் பட்டுவிட்டதற்கு அடையாளமாய் இடுப்பைச் சுற்றிச் கட்டியிருந்த துண்டை அவிழ்த்து தோளில் போட்டுக்கொண்டான். ஆனாலும் அவன் முகம் பொலிவிழந்து, குராவிப்போயிருந்தது. தயாராய் வைத்திருந்த வெற்றிலையை எடுத்து பன்னிமாடனிடம் கொடுத்து புலமாடனிடம் கொடுக்கச் சொன்னான் ஊர்க்குடும்பன். இருவரும் எதிர் எதிராய் நின்று வெற்றிலை பரிமாறிக்கொண்டார்கள். அப்படி வெற்றிலை பரிமாறிக்கொண்டபோது, ஊர்க்குடும்பன் சொன்ன வாசகங்களைப் பன்னிமாடன் திருப்பிச் சொன்னான்.

'ஒகோ ஊராரே, ஒறவு முறையோரே, ஊர் தீர்ப்ப உளமாற ஏத்துக்கிட்டன். எதிராளியோட எந்தப் பகைமையும் பாராட்டாம அண்ணன் தம்பியா பழகி ஊர் மெச்ச வாழ்ந்து வருவேன். இது நம்மூர் சாமி மேல சத்தியம்.'

இருவரும் வெற்றிலை பரிமாறி ராசியானதை ஊர் ஆரவாரத்

துடன் ரசித்து மகிழ்ந்தது. தயாராய் வைத்திருந்த இரண்டு தேங்காய் களைப் பன்னிமாடனிடம் கொடுத்து சாமியிடம் போய் சிதறு தேங்காய் எறியும்படி சொன்னான். சிதறு தேங்காய் பொறுக்க இளவட்டங்கள் பன்னிமாடன் பின்னால் ஓடினார்கள். பன்னி மாடனின் மனசு சிதறிக் கிடந்ததைப் போலவே அவன் எறிந்த தேங்காய் சிதறி நாலா புறமும் ஓடியது. முண்டியடித்து இளவட்டங்கள் தேங்காய் சில் பொறுக்கினார்கள்.

ஊர்க் கூட்டம் முடிந்து கனத்த இதயத்துடன் வீடு வந்து சேர்ந்தான் பன்னிமாடன். விடிய விடிய உறங்காமல் பாயில் புரண்டான். அவமானம் பிடுங்கித் தின்றது. காலில் விழுந்ததால் கௌரவம் போய் விட்டதாக மறுகினான். விடியக் கருக்கலில் ஊரார் முகத்தில் முழிக்க ராஞ்சணப்பட்டான். வருத்தமும் வெட்கமும் கலந்த கோபப் பெருமூச்சு அனலாய் வெளியேறியது. வன்மம் காட்ட மாட்டேன் என்று சத்தியம் பண்ணிக் கொடுத்திருப்பதையும் நினைத்துக்கொண்டான். அவன் தலை கவிழ்ந்து நடைபிணமாய் தான் நடந்து திரிந்தான். அபராதம் கொடுத்ததைத் தனக்கு ஏற்பட்டு விட்ட பெருத்த அவமானமாய் நினைத்துக்கொண்டான்.

தன் எதிரே முத்துப் பிள்ளையைப் பன்னிமாடன் எதிர்பார்க்க வில்லை. அவக்தவக்கென்று தலைத் துண்டை அவிழ்த்து கொடங் கையில் தொங்கவிட்டபடி மரியாதையாக கும்பிட்டான். பனைமர நிழல்கள் கிழக்காமல் நீண்டிருந்தன. அலையடிப்பில் பனை நிழல்கள் நெளிந்து நெளிந்து கோடு கோடாய் ஓடுவதை உற்றுப் பார்த்தபடி நின்றான் பன்னிமாடன். குளத்தில் நீரலைகள் சீராய் வந்து மோதிக்கொண்டிருந்தன.

'யேல, மாடா... ஓம் மனசுல என்னல நெனச்சிருக்க? ரெண்டு நாளா நானும் தேடியலையிறன், கண்ணுல தட்டுப்படவே இல்ல. கூட்டம் போட்டு அபராதம் வாங்குன நாள்லருந்து ஒரு வேல வெட்டிக்குப் போக மாட்டேங்கயாம், சரியா சாப்பிடுறது கூட இல்லையாம், யாருகூடயும் சரியா பேச்சுகூட கெடையாதாம், ராத்திரி தூங்காம பாய்ல ஒக்காந்திட்டே இருக்கயாம். ஒங்க அப்பனும் அஞ்ஞையும் வந்து ஆவலாதி சொல்லிட்டுப் போறாக, ஒனக்கென்ன கொழுப்பால?'

'............'

'யேல, நான் சொல்றது காதுல ஏறுதா, ஏறலியா? பேசாம நிக்க, வாயத் தொறந்து பேசுல, எதுக்கு வேலைக்குப் போகல?'

'மனசே சரியில்ல சாமி.'

'எதுக்குனு சொல்லு.'

'காசு பெறாத காரியத்துக்கு இந்தப் பய ஊரக் கூட்டி என்னைய கால்ல விழ வச்சிட்டானே சாமி.'

'யாரு கால்லடா விழுந்த, புலமாடன் கால்லயா விழுந்த? ஊரோட கால்ல விழுந்து, ஊர மதிச்சு வணங்குன. அதுக்கு எதுக்டா கோட்டிக்காரப் பயல வருத்தப்படுற? எப்பேர்பட்ட கொம்பனா இருந்தாலும், ஊர வணங்கித்தான ஆகணும். அது நம்ம ஊர மதிக்கிறதுக்கு அடையாளம்டா.'

'எப்பிடி இருந்தாலும் அத்தன கூட்டத்துல கால்ல விழுறது அவமானம் தான சாமி.'

'என்னடா அவமானம், ஏங் கால்ல நீ விழுந்தா அவமானம், ஓங் கால்ல நான் விழுந்தா அவமானம். ஊர வணங்குறது தெய்வத்த வணங்குறது மாதிரி. மொதல்ல ஊருக்குக் கட்டுப்படணுமில்லடா, பெறகு என்ன அவமானம்.'

தன் கவலைகளை மறைப்பதற்காக பன்னிமாடன் வேட்டைக்குப் புறப்பட்டான். அவன் தோளில் மண்வெட்டி. கையில் கம்பு. கூடவே இரண்டு நாய்கள். வயல்காடுகளில் ஆங்காங்கே பெண்கள் உட்கார்ந்தபடியே நிலக்கடலை ஆய்ந்துகொண்டிருந்தார்கள். சலங்கை கொத்தாய் நிலக்கடலையுடன் அம்பாரமாய்க் குமித்து வைக்கப்பட்டிருந்தன செடிகள். செடிகளில் கொத்தாய்த் தொங்கும் நிலக்கடலைகளைப் பார்த்தவுடன் குட்டி ஈன்ற பெண்நாயின் முலைக்காம்புகளை நினைத்துக் கொண்டான் பன்னிமாடன்.

கடலைச் செடி பிடுங்கிய இடங்களில் எலிப் பொந்து தேடி யலைந்தான். எலிப் பொந்துக்குள் சேர்த்து வைத்திருக்கும் கடலைகள், சில நேரம் இரண்டு மூன்று மரக்கால் வரை இருக்கும். வரப்போரம் பரிபோட்டிருந்ததைக் கண்டுபிடித்து மண்வெட்டியைத் தரையில் வைத்துவிட்டு தார்ப்பாய்ச்சல் கட்டினான். நாய்கள் இரண்டும் தரையை முகர்ந்தபடியே சுற்றிச் சுற்றி வந்தன. எலிப் பொந்து பிரிந்து திசை மாறிப் போகிற இடத்தில் எல்லாம் குத்துக் குத்தாய் கடலைகளைப் பதித்து பண்ணை வைத்திருந்தது. சில கடலைகள் முளைவிட்டிருந்தன. அள்ளி அள்ளி விரித்து வைத்திருந்த துண்டில் வீசினான். எலி வெட்டுவதை வேடிக்கை பார்க்க ஏராளமான சிறுவர்கள் கூடிநின்றார்கள். எலி வெளியேறி ஓடும் போது நாய்கள் விரட்டிச் சென்று கடிக்கும். சில நேரம் எலிகள் உட்கார்ந்து நிலக்கடலை ஆய்ந்துகொண்டிருக்கும் பெண்களிடம் ஓடி ஒளிந்து கொள்ளும். அப்படிப்பட்ட நேரங்களில் வயல்காடே அல்லோகலப்

படும். சிரிப்பாணியும், கும்மாளமும் கேலியும் கூத்தும் கொண்டாட்டமாய் இருக்கும்.

மேற்காமல் போன பொந்து சடக்கென்று மாறி ஆழமாய்க் கீழிறங்கியது. கடலைக் குமிதான் என்று எண்ணி அள்ளுவதற்கு கை நீட்டினான் பன்னிமாடன். இலேசாய் நெளியவும் உற்றுப் பார்த்தான். மினுமினுவென்று மினுங்கியது கட்டுவிரியன் பாம்புத்தோல். அப்படியே ஆடாமல் அசையாமல் நின்றான். அக்கம்பக்கம் பார்த்தான். சிறுவர்களுடன் சிறுவனாய் புலமாடன் மகன் நின்று கொண்டிருந்தான்.

பழிவாங்கத் துடித்துக் கொண்டிருந்த பன்னி மாடனின் ஆங்காரம் அவன் மனசில் ஏறி சவாரி போட்டுக்கொண்டது. தன்னை ஊரார் மத்தியில் காலில் விழ வைத்து அவமானப்படுத்திய புலமாடனை நினைத்து பல்லைக் கடித்துக்கொண்டான். பொந்துக்குள் பாம்பு எப்படி சுருண்டு கிடந்தாலும் தலை வாசல்பக்கமே இருக்கும் என்பதை பன்னிமாடன் நன்றாக அறிவான். புலமாடனின் மகனைக் கையசைத்துக் கூப்பிட்டான்.

'யேல, சின்னமணி, நான் போயி வாய்க்கால்ல தண்ணி குடிச்சிட்டு வாரன், பொந்துக்குள்ள கடல நெறய்யா இருக்கு, கைய ஓட்டி அள்ளி அள்ளி துண்டுல போடு. வேற யாரையும் கிட்ட நெருங்க விடாமப் பாத்துக்கோ.'

பெருவாய்க்கால் பக்கம் தண்ணீர் குடிக்கப் போவதைப் போல வேகமாக நடந்தான் பன்னிமாடன். சின்னமணிப் பயலுக்கு சந்தோஷம் பிடிபடவில்லை. பரம்பரை பரம்பரையாய்த் தன் மரபணுவில் ஒட்டியிருந்த வேட்டைத் தொழில் மேல் எழுந்து கும்மாளமிட எலிப் பொந்துக்குள் கையை ஓட்டி நிலக்கடலை குமி என்று குத்தாய் பிடித்தான் விரியன் பாம்பை. அம்மா என்று அலறியபடி கையை உதறிக்கொண்டு வயலில் ஓடினான். கடலை ஆய்ந்துகொண்டிருந்த பெண்கள் கூடிவிட்டார்கள். அவன் கையை உதற உதற, விரல்களுக்கு மேலுள்ள நரம்பிலிருந்து இரத்தம் ஒழுகிக்கொண்டேயிருந்தது. ஒன்றுமே தெரியாதவன் போல் பன்னிமாடன் ஓடி வந்தான். கூட்டத்தோடு கூட்டமாய் நின்று கொண்டு கூப்பாடு போட்டான். சிறுவனைத் தூக்கிக் கொண்டு செல்லையா நாடார் தோட்டத்தை நோக்கி ஓடினார்கள். பார்வை பார்த்து விஷத்தை முறிக்கும் கலை கற்ற செல்லையா நாடார் வாசம் செய்வது வீட்டைவிட தோட்டத்தில்தான் அதிக நேரம். துவண்டு கிடந்த பையனின் கண்ணாம் பட்டையை நீக்கிப் பார்த்த நாடார் பையன் ஏற்கனவே இறந்துவிட்ட விஷயத்தைச் சொன்னார்.

‘விதி முடிஞ்சாத்தான் விருஷம் பாம்பு கடிக்கும்ங்கிறது சொலவட. பையனுக்கு விதி முடிஞ்சு போச்சு.’

புலமாடன் தன் ஒரே மகனையும் பாம்பிடம் தூக்கிக் கொடுத்து விட்டேனே என்று அழுது புரண்டான். நிலக்கடலை ஆய்ந்த பெண்கள் பலவாறு பேசிக்கொண்டார்கள்.

‘அஞ்சு நிமிசம்தான், பன்னிமாடன் செத்திருப்பான், எந்தச் சாமி புண்ணியமோ அந்த நேரம் பார்த்து அவனுக்கு தண்ணி தவிக்கப் போயி, தண்ணி குடிக்க வாய்க்காலுக்குப் போய்ட்டான். சுத்தி வெளையாடிக்கிட்டு இருந்த சின்னப்பயக பொந்துக்குள்ள கைய ஓட்டிட்டான், அதுபாரு கெட்டநேரம் சின்னப் பய சாகணும்னு இருந்திருக்கு, விதிய மாத்த யாரால முடியும்?’

‘பன்னிமாடன் சின்னப் பயக்கிட்ட விட்டுட்டுப் போகலாமா.’

‘இது நல்லாருக்கே, அவன் என்ன கெணா கண்டானா பொந்துக் குள்ள பாம்பு இருக்குனு. அவனுக்கு ஆயுள் கெட்டி, இல்லனா தண்ணி குடிச்சிட்டு வந்த ஒடன கைய ஓட்டியிருப்பான். இன்னேரம் மண்டயப் போட்ருப்பான். எந்த சாமி புண்ணியமோ பன்னி மாடன் தப்பிச்சான், பாவம் சின்னப் பய செத்துப் போய்ட்டான்.’

எந்த ரூபத்திலும் சந்தேகம் என்கிற மூச்சே வராமல் ஒரு கொலையைச் செய்த பன்னிமாடன் பழிவாங்கிவிட்ட மதமதப்பில் நெஞ்சு நிமிர்த்தித் திரிந்தான்.

காலங்கள் கடந்தன. கடலைச் செடிகளின் இலைகள் பழுத்து சருகுகளாய் நிலத்தில் விழுந்தன. புதிய எலிப் பொந்துகளுக்குள் சர்ப்பங்களும் புகுந்து வாசம்செய்தன. இரவில் விழித்திருந்து ஆந்தைகளும் கூகைகளும் வயல் களில் எலி வேட்டையாடி தன் இனம் பெருக்கிக்கொண்டது போல சாகச் சாகப் பெருகிக் கொண்டன எலிகளும் பாம்புகளும். எலிப்பொந்துகள் தேடி ஒளிந்து வாசம் செய்த பாம்புகளில் ஒன்று பன்னிமாடனின் மகன் பெண்டாட்டி மாரியின் வயிற்றுக்குள் புகுந்துகொண்டது எப்படி? மாரி பெற்றுப் போட்ட ஆண் குழந்தை அழுது கூப்பாடுப் போட்டுக் காலுதைத்தது. மேலெல்லாம் கண்ணாடிவிரியன் பாம்பின் தோலைப் போல மினுமினுப்பு. சுரண்டச் சுரண்ட ஈசல்களின் உதிர்ந்த இறக்கைகளைப் போல் ஒட்டிக்கொண்டன கைகளில். துடைக்கத் துடைக்க மினுமினுப்பு அதிகமாகி மேலெல்லாம் ஒளிர குழந்தை காலுதைத்து அழுதது. பேரன் உதைத்த காலின் உதை பன்னி மாடனின் நெஞ்சில்பட, பன்னிமாடன் நெளிந்தான் கட்டுவிரியன் பாம்பாய். ஒவ்வொரு நிமிஷமும் பன்னிமாடனைக் கட்டுவிரியன்

பாம்பு கொத்திக்கொண்டே இருந்தது. தன் பேரனைக் காணும் போதெல்லாம் விஷம் தலைக்கேறியது. ஆனால் இந்த விஷத்திற்கு பார்வை பார்க்கவும், வைத்தியம் பார்க்கவும், ஏறிக்கொண்டிருக்கும் விஷத்தை முறிக்கவோ அல்லது இறக்கவோ வைத்தியர்களும் இல்லை மூலிகைகளும் இல்லை. பன்னிமாடன் அந்த அபூர்வ மூலிகை தேடி அலைந்தான். அந்த அபூர்வ மூலிகை கீழ்நாட்டுக் குறிச்சி அக்ரஹாரத்தில் மட்டுமே இருப்பதாகக் கேள்விப்பட்டு அங்கே போய்ச் சேர்ந்தான். நோயில்லா நோய்களையும், கண்ணுக்கே தெரியாத ரகசியப் புதிர்கள் நோயாய் மாறும்போது கொடுக்கப்படும் மருந்தில்லா மருந்துகளையும் தரவல்ல அந்த மூலிகை பேசியது, சிரித்தது, விரட்டியது, ஏளனம் செய்தது. பன்னிமாடன் முகத்தை ஐயர் ஏறிட்டுப் பார்க்கவில்லை. எதிரே நின்றவுடனே ஐயர் உட்கார்ந்தபடி தலை கவிழ்ந்து தரையைப் பார்த்திருக்க படபடவென்று பேசினார்.

'விஷம் உன் வீட்டைச் சுற்றிவிட்டது. மலைப்பாம்பின் பிடியிலிருந்து விடுபடுவது சுலபமல்ல. நீ செலுத்திய கொடிய விஷம் அந்தப் பாலகனை மட்டும்தான் கொன்றது. ஆனால் அந்தப் பாலகன் கக்கிய அவன் உடலில் இருந்து சொட்டுச் சொட்டாய் கொட்டிய உதிர விஷம் உன் உடலில் ஏறவில்லை. மாறாக உன் சந்ததியின் மனசுக்குள் ஏறிவிட்டது. உடலில் ஏறிய விஷத்துக்கு மருந்துண்டு, வைத்தியமுண்டு. மனசுக்குள் ஏறிவிட்ட விஷத்துக்கு மருந்தும் இல்லை வைத்தியமும் இல்லை. போ, என் எதிரில் நிற்காதே. போய், குளம் வெட்டு, தூர்ந்து போன ஓடைகளைத் தூர்வாரு, பட்டுப்போன மரங்களைத் தளிர்க்க வை. உசுப்பிராணிகள் ஆனந்தித்திருக்க கூடுகள் கட்டு. பாம்புகள், தவளைகள், மீன்கள், பூச்சிகள் வாழ குளம் அமைத்து, அதிலே குளித்து நீராடி பாம்புப் புற்றுக்குப் பால் வார்த்து வா, விஷம் இறங்கும். மினுங்கும் தன்மேனியின் பாம்புச் சுரட்டை சட்டை கழற்றி தன்மேனியாகும்.'

பன்னிமாடன் ஏன் இப்படி மாறிப் போனான் என்று யாருக்கும் ஒன்றுமே புரியவில்லை. தண்ணீர் செல்ல தடையாய் நிற்கும் தடைகளை அகற்றி ஊரில் உள்ள அத்தனை ஓடைகளையும் சுத்தம் செய்தான். பாம்புப் புற்றுக்கள் இருக்கும் இடம் தேடி பால்வைத்து வணங்கினான். தொலை தூரத்துக் கிராமமான அய்யநேரியில் இருக்கும் பாம்புச் சித்தன் கோவில் பற்றிக் கேள்விப்பட்டு குடும்பத்துடன் போய் பொங்கல் வைத்துக் கும்பிட்டுவந்தான். ஊருக்கு மேற்கில் தனியாளாய் அவன் வெட்டிய சிறிய குளம் இன்றும் பாம்புக் குளம் என்றே அழைக்கப்படுகிறது. இதுவரை

யாரையும் கொத்தாத பாம்புகள் வாசம் செய்யும் குளமாக இன்னும் இருக்கிறது.

'ஏஞ்சாமி, கொப்புளாயி கேக்காளேனு சிரிக்கக் கூடாது, அப்படின்னா, நம்ம மகாராசா ஏராளமா கொளம், கண்மா, ஊருணி, ஓடை, தெப்பம், நீராவி எவ்வளவோ வெட்டுறாரு, இதுக்கெல்லாம் இப்பிடி ஏதாவது பாவ தோஷம் இருக்குமா வேளாரே.'

'தப்பா ஒன்னும் கேக்கல தாயி. சரியாத்தான் கேட்ருக்க, தாயி. சித்தாண்டிப்பயலும் பன்னிமாடன் பயலும் செஞ்ச ஜென்மப் பாவம், அவங்க குடும்பத்தையும் அவங்களோட சந்ததியவும் புடிச்சி ஆட்டுது. இதே மாதிரி நம்ம மகாராசாவோட எல்லைக்குள்ள தெனமும் எத்தன பாவம் யாரு கண்ணுக்கும் தெரியாம நடக்குது, அதுக்கெல்லாம் பொறுப்பு யாரு? மகாராசாதான் பொறுப்பு. அதனால பொதுவா எல்லா மக்களும் பாவதோஷத்திலிருந்து தப்பிக்கணும்னுதான் நாடு முழுக்க ராசாக்கமாரு தர்ம காரியங்கள் பண்றது. அதோட அரண்மனையிலயும் ஆயிரம் ரகசியங்கள் இருக்கும். நமக்குத் தெரியாம என்னென்னமோ நடக்கும். நாலு சொவருக்குள்ள நடக்கிறது நமக்கென்ன தெரியும்? யுத்தம்னு ஒன்னு நடக்கு. இங்கிட்டு ஆயிரம் உயிர் போவுது, அங்கிட்டு ஆயிரம் உயிர் போவுது. எப்பிடிப் பாத்தாலும் பாவம் பாவம்தான, அதையெல்லாம் எப்பிடி சரிசெய்ய? ஒரு பக்கம் ஜெயிச்சிட்டம்னு கெக்கலி போட்டு ஆடிப் பாடுவாங்க, ஆனா மறுபக்கம் பாவம் அரிச்சு திங்கும். வெளியில தெரியாது. யுத்தத்துல செத்துப் போனவ னோட வாரிசுக அழுகுற அழுக சும்மா விடுமா? அத எப்பிடி ஆத்துறது, நல்லது செஞ்சுதான் ஆத்திக்கிறணும். நெஞ்சு நிமிர்த்தி ஆத்திக்கிற முடியாது.'

14

அமைதியாய்ப் போய்க் கொண்டிருந்த உருளைக்குடி மக்களின் வாழ்க்கை திடுதிப் என்று இவ்வளவு பரபரப்பாய் மாறிப் போகும் என்று யாரும் கனவுகூட கண்டிருக்க மாட்டார்கள். அதுவும் உப்புப் பெறாத ஒரு சின்ன விஷயம் பூதாகரமாகி இரண்டு கிராமங்களுக் கிடையில் பெரும் பகையாக மாறி, அன்றாட வாழ்க்கையின் நிம்மதியைப் பதற்றம் அடையச் செய்யும் என்று யாரும் நினைத்துக் கூட பார்த்திருக்கமாட்டார்கள்.

என்றைக்கும் போலத்தான் அன்றைக்கும் பொழுது விடிந்தது. பயனாரெட்டியார் என்றைக்கும் போல தான் தன்னுடைய வேட்டைத் துப்பாக்கியைத் தோளில் மாட்டிக்கொண்டு, அரைக்கால் டவுசருடன் தலைத் தொப்பி சகிதம் வெள்ளைக்காரத் துரையைப் போல் தன்னுடைய காட்டை சுற்றிப் பார்த்துக்கொண்டிருந்தார். என்றைக்கும் போல் தான் முண்டானிப் பயல் ஆடு மேய்த்துக் கொண்டிருந்தான்.

இரண்டு ஊர்களுக்கும் பெரும் பகையாய் மாறும் சம்பவம் ஒரு வெள்ளாட்டுக் குட்டியின் பசியில் மறைந்து கிடந்திருக்கிறது. புஞ்சையைச் சுற்றிலும் வரப்பு எல்லை தெரிவதற்காக எள் செடியை விதைத்திருந்ததால் ஆட்டுக்குட்டி பருத்திச் செடிக்குள் போனதை முண்டாணிப் பயல் கவனிக்கவில்லை. 'டமார்' என்று வெடித்த துப்பாக்கிச் சத்தம் கேட்டு மற்ற ஆடுகள் சிதறி ஓடின. கருவேல மரத்தில் உட்கார்ந்திருந்த ஒற்றைக் காக்கை விருட்டென்று பறந்து மறைந்தது. சிதறிய ஆடுகளை ஒன்றுகூட்டிவிட்டு முண்டானிப் பயல் மேற்காமல் ஏறிட்டுப் பார்த்தான். தோளில் துப்பாக்கியுடன் பயனாரெட்டியார். இந்தப் புஞ்சை ரெட்டியாருக்குச் சொந்தமானது தான் என்று முண்டானி பயலுக்கு நன்றாகவே தெரியும். ஆனால் மத்தியான வெய்யிலில் எதைச் சுட்டார் என்றுதான் தெரியவில்லை. முயல்கள் பகலில் வெளி வருவதில்லை. வேறு ஏதாவது பறவையைச் சுட்டிருப்பார் என்று நினைத்துக்கொண்டான். ஆடுகளை விட்டு விட்டு ஆவலில் அவரிடம் போய் நின்றான். எதைச் சுட்டார் என்று அறிந்து கொள்ளும் ஆவல். கண்கள் நாலா பக்கமும் தேட ஒன்றும் தட்டுப்படவில்லை.

‘சாமி கும்புடுறன் சாமி, உருளகுடி கெண்டல் குடும்பன் மகன் முண்டானிப்பய சாமி.’

‘..........’

‘இந்நேரம் அப்படி என்னத்த சாமி சுட்டீக, டமீர்னு துப்பாக்கிச் சத்தம் கேட்டுச்சு. ஒன்னயவும் காணும்.’

‘ஏன்டா, சின்னச்சிரிக்கிபுள்ள, ஆட்ட புஞ்சைக்குள்ள பத்தி மேய விட்டுட்டு ஒன்னும் தெரியாதது மாதிரி நடிக்கவா செய்யிற.’

முண்டானிப் பயல் பதறிப் போனான். படபடப்புடன் கண்கள் மிரள நாலா பக்கமும் தேடினான். தூரத்தில் எள்ளுச் செடி கூட்டத்திற்குள் கருப்பு நிறத்தில் ஏதோ ஒன்று படுத்துக்கிடப்பது போலத் தெரிந்தது. ஆணி அடித்த கனத்த செருப்புக்கள் இழுபட பருத்திச் செடிகளை விலக்கிக்கொண்டு வேகமாய் ஓடினான். துரட்டிக் கம்பு இழுபட்டுக்கொண்டே வந்தது. கிட்டத்தில் போய்ப் பார்த்தவன் அப்படியே பேயறைந்தவனைப் போல் நின்றுவிட்டான். தன்னுடைய களவாணி குரால் செத்துக்கிடந்தது. தலையை சிதறடித் திருந்தது துப்பாக்கி குண்டு. மிதுக்கம் பழத்தைப் போல் இரண்டு கண்களும் வெய்யிலில் மினுங்கிக் கொண்டிருந்தன. பருத்திச் செடிகளின் பச்சை இலைகள் சிவப்பு இலைகளாக மாறிப் போயிருந்தன. குராலின் காலுதைப்பில் உயிர் பிரிந்ததற்கு அடை யாளமாய் கரிசல் மண்ணில் அடையாளங்கள் பதிந்திருந்தன.

‘ஏஞ்சாமி, ஒரு ஆட்டுக்குட்டி காட்டு வெள்ளாமையில பயிர் பச்சையில ஒரு நாலுவாய் கடிச்சிட்டா இப்பிடியா சாமி சுட்டுக் கொல்வாக, இது ஞாயமா சாமி?’

‘டேய்... த் தாயோளி தூக்கிட்டு ஓடிப் போடா, ஒனக்கெல்லாம் ஞாயம் அநியாயம் சொல்லணுமோ?’

‘சாமி கையில துப்பாக்கி இருக்குங்கிறதுக்காக இப்பிடி வன்கொல பண்ணக்கூடாது சாமி, கையில அருவா இருக்குங்கிறதுக்காக ஒன்னுமில்லாத வெஷயத்துக்கெல்லாம் கொலயா பண்ணுவாக.’

‘ஏல, இப்ப பேசாமப் போறியா இல்ல, நீயும் ஆட்டுக்குட்டி மாதிரி செதறிப் போவ. மரியாதையா போயிரு.’

பயத்துடன் விக்கிப் போய் நின்றான் முண்டானிப் பயல். விருமுத்தியடிச்சவனைப் போல் நின்றான். கண்களில் ஒரு சொட்டு கண்ணீர் வரவில்லை. செத்துக் கிடந்த குராலை தூக்கித் தோளில் வைத்தான். இடது தோள் பட்டையில் இரத்தம் ஒழுகியது. பனங்காயைப் போல் ஆட்டின் தலை தொங்கிக்கொண்டிருக்க, இடது கையால் முன்னங்கால்கள் இரண்டையும், வலது கையால்

பின்னங்கால்கள் இரண்டையும் இழுத்து இடது கைக்குள் திணித்து நான்கு கால்களையும் இடது கையால் மட்டுமே பிடித்துக் கொண்டான். இப்போது ஆட்டுக்குட்டி அவன் கழுத்தில் வட்டம் சுற்றியது போல் கிடந்தது. கீழே கிடந்த துரட்டிக் கம்பை காலால் தூக்கி வலது கையில் பிடித்துக் கொண்டான். தரையில் உறைந்து கிடந்த இரத்தத் திட்டுக்களைக் காலால் மண் கூட்டி மூடினான். கழுத்தில் சுமை, இடது கையில் ஆட்டுக்குட்டியின் கால்கள், வலது கையில் துரட்டிக் கம்பு. பயனாரெட்டியாரை ஏறிட்டுப் பார்க்க முடியவில்லை. வாய் மட்டுமே பேசியது.

'போய்ட்டு வாரன் சாமி, நீங்க நல்லா இருங்க. ஆனா கையில ஆயுதம் இருக்குங்கிறதுக்காக ஒரு உசுப்பிராணியக் கொல்றது பாவம் சாமி. அதுவும் இது மாதிரி வாயில்லா ஜீவன்களக் கொல்றது பெரும்பாவம். ஒங்க கையில மட்டும்தான் ஆயுதம் இருக்குனு நெனச்சிராதிக, எல்லார் கையிலயும் ஆயுதம் இருக்கு. என்னடா ஒரு சின்னப் பய, அதுவும் பள்ளப்பய இப்பிடி பேசுறானேனு நெனைக்காதிக. தேவையில்லாம ஒரு சில்லானக் கொன்னதுக்கு எங்கப்பன் கெண்டல் அடிச்ச அடி இன்னும் எனக்கு நல்லா ஞாபகமிருக்கு. நீங்க கொல பாவம் ஏத்துட்டீக. இதே ஆயுதம் ஒங்களையும் கொல்லாதுனு என்ன நிச்சயம்?'

'ஏல, இப்பப் போறியா இல்ல சுடவா?'

தன் மேலெல்லாம் இரத்தம் சிந்த குராலைத் தோளில் போட்ட படியே ஆடுகளைப் பத்திக்கொண்டு ஊர்வந்து சேர்ந்தான் முண்டானிப் பயல். மேலெல்லாம் இரத்தம் உறைந்து திட்டுத் திட்டாய்ப் படிந்திருந்தது. இரத்தக் கவுச்சிக்கு ஈக்கள் மொய்த்தன. கெண்டலும் அவன் பெண்டாட்டி நடையாளியும் மண்ணை வாரித் தூற்றினார்கள். மரத்தடியில் ஊர் கூடிநின்றது.

இளவட்டங்களைக் கட்டுப் படுத்த முடியவில்லை. ஆளாளுக்கு உணர்ச்சி வசப்பட்டுப் பேசினார்கள். நீர்ப்பாய்ச்சி, மடைக் குடும்பன், குப்பாண்டி மூவரும் இளவட்டங்களை சமாதானப் படுத்தினார்கள். அரண்மனைக்குப் போய் ராஜாவிடம் சொல்ல வேண்டும் என்று சிலர் கூறினார்கள். கடைசியாக தெக்கூர் போய் நியாயம் கேட்பது என்றும், இறங்கி வந்தால் சமாதானமாகப் போய்விடுவது என்றும், இல்லையென்றால் அரண்மனைக்குப் போய் மகாராஜாவைப் பார்த்து முறையிடுவது என்றும் முடிவா யிற்று. தெக்கூருக்கு யார் யாரெல்லாம் போக வேண்டும் என்றும், என்ன பேச வேண்டும் என்றும் இங்கேயே முடிவாயிற்று. அதன் படியே குப்பாண்டி, நீர்ப்பாய்ச்சி, காட்டுப்பூச்சி, முண்டானிப் பயல்,

அவனுடைய அப்பன் கெண்டல் ஆகிய ஐந்து பேர் மட்டும் போய் நியாயம் கேட்பது என்று முடிவாயிற்று.

மறுநாள் சாயங்காலம் தெக்கூர் போய்ச் சேர்ந்தபோது ஊருக்குப் பக்கத்தில் உள்ள வேப்பமரத்தில் ஏழெட்டுப் பேர் உட்கார்ந் திருந்தார்கள். உருளைக்குடி ஆட்கள் நாலைந்து பேர் மொத்தமாக தங்களை நோக்கி வருவதைப் பார்த்ததும், என்னமோ ஏதோவென்று ஆச்சரியமாகப் பார்த்துக்கொண்டிருந்தனர். குப்பாண்டியையும், நீர்ப்பாய்ச்சியையும் அடையாளங் கண்டுகொண்டார் சொக்கலிங்க ரெட்டியார்.

'அடடடே... நீர்ப்பாச்சியா? வாடா வா, குப்பாண்டி நிய்யுமா வராத ஆளெல்லாம் வந்திருக்கு? என்ன விஷயம்டா.'

நடந்த விஷயம் எல்லாவற்றையும் கெண்டல் மகன் முண்டானிப் பயல் அழுதுகொண்டே சொல்லி முடித்தான். விஷயம் கேள்விப் பட்டு மரத்தடியில் கூட்டம் கூடிவிட்டது. முண்டானிப் பயல் சொல்லி முடித்ததும் திம்பு ரெட்டியாருக்குக் கோபத்தை அடக்க முடியவில்லை.

'பட்டாளத்துக்காரப் பய வந்தாம்னா ஏதாவது பிரச்சினையை இழுக்காம இருக்கானா? ஆட்டுக்குட்டி அதுலயும் ஒத்தக் குட்டி நாலு வாயி வெள்ளாமையக் கடிச்சிட்டா காடு பூராவும் அழிஞ்சா போகும். கொலபாதகம் ஏற்கலாமா, நம்மளும் ஆடுமாடுக வச்சிருக்கோம், அவங்களும் சம்சாரிகதான, கீழ்ச்சாதிக்காரங்கனா தொக்கா நெனைக்கக் கூடாதில்ல.'

'யேய் திம்பு கொஞ்சம் பொறுப்பா. பயனா கிட்டயும் ஒரு வார்த்த கேட்டுக்கிருவம்.'

'அந்தப் பயகிட்ட என்ன கேக்கப் போறீக? வெள்ளாமையில மேஞ்சா அப்பிடித்தான் சுடுவேன்ம்பா. என்ன செய்யப் போறீரு?'

'அட ஒரு வார்த்த கேட்டுத்தான் பார்ப்பமே.'

பயனாரெட்டியாரைக் கூட்டி வரும் படி ஒரு ஆளை அனுப்பினார் சொக்கலிங்க ரெட்டியார். குப்பாண்டியும் திம்பு ரெட்டியாரும் வெள்ளாமை, நெல், கண்மாய் என்று பலப்பல பேச்சுக்கள் பேசிக் கொண்டிருந்தார்கள். வடக்கேயிருந்து பயனாரெட்டியார் வேகமாக வந்துகொண்டிருந்தார். கூட்டம் அவரையே பார்த்துக் கொண டிருந்தது. அவர் நேராக திம்பு ரெட்டியாரின் முன்னால் போய் நின்றார்.

'என்ன சின்னய்யா கூப்பிட்டு விட்டீகளாம்ல்ல என்ன விஷயம்?'

'யேலேய்... எங்கண்ணன் பேரக் கெடுக்கவே பொறந்த பயடா

நிய்யி. ஒங்க அப்பன் அதுதான்டா எங்க அண்ணன் கட்டராமையா பேரக் கேட்ட ஒடன சுத்துப்பட்டி ஜனங்க பூராவும் மரியாத குடுக்கும். அதக் கெடுக்கிறதுக்குத்தான் நிய்யி பட்டாளம் போயிருக்க.'

'அது இருக்கட்டும் சின்னய்யா, இப்ப கூப்பிட விட்டீகள்ள அது எதுக்னு சொல்லுங்க. அத விட்டுட்டு என்னென்னமோ பேசிட்டு இருக்கீக.'

'உருளகுடி முண்டானிப் பயலோட ஆட்டுக்குட்டிய சுட்டயா?'

'ஆமா சுட்டன். நான் இல்லைனு சொல்லலையே.'

'எதுக்குடா சுட்ட?'

'வெள்ளாமையில மேஞ்சது, சுட்டன்.'

அமைதியாக உட்கார்ந்திருந்த நாகு ரெட்டியார் சத்தமாகக் கேட்டார்.

'வெள்ளாமையில மேஞ்சா ஒடனே சுட்டுக் கொன்று தா?'

'பெறவு என்ன செய்யணும்ங்கிரு, தொட்டுக் கும்பிடச் சொல்றீரா, இல்ல பேசாம வேடிக்க பாக்கணும்ங்கீரா?'

'யேய்... பயனா, திமிரா பேசாத. அவங்கள ரொம்பவும் எளக்காரமா நெனைக்காத. தெக்கூரு வடக்கூருள்ள வம்ப வெலைக்கு வாங்கிட்டுப் போயிராத.'

கூட்டத்தில் யாருடைய பேச்சையும் பயனாரெட்டியார் சட்டை செய்யவில்லை. அவருடைய அய்யா குமாரசாமி ரெட்டியாரைக் கூப்பிடப் போன ஆள் திரும்பி வந்தான். அவனுடைய விவகாரத் திற்குள் தன்னை இழுக்க வேண்டாம் என்றும் தான் சொன்னாலும் கேட்க மாட்டான் என்றும் சொல்லிவிட்டதாக சொன்னான் அவரைக் கூப்பிடப் போன ஆள்.

'பாத்தியாடா ஒங்கய்யா என்ன சொல்லிவிட்டுருக்கார்னு.'

'ஆட்டுக்குட்டிய சுட்டது நான்; அவர எதுக்கு இதுல போயி இழுக்கீக? நான் இல்லனு சொன்னாத்தான் பிரச்சினை.'

'சரி, இப்ப என்னடா செய்யலாம், சொல்லுங்கடா.'

'எங்களுக்கு நியாயம் வேணும், பெரியவங்ககிட்ட சொல் லிட்டோம். நீங்க என்ன சொன்னாலும் அத அப்படியே ஏத்துக் கிறோம்.'

'இன்னைக்கு ஆட்டுக்குட்டிய சுட்டுருக்கான், நாளைக்கு கடலையூரு ஆள் ஒருத்தன சுடுவான். கேட்டா எம் புஞ்சைக்குள்ள வெளிக்கிருந்தான் அதுதான் சுட்டேன்பான். கொல காரப்பய

ஊர்னு பேர் வாங்கிட்டு நம்ம வாய மூடிட்டு இருக்கவேண்டிய தான்.'

'சின்னய்யா இங்க கேளுங்க. வளவளனு பேசி, நேரத்த வீணாக்காதிங்க. ஒங்க தொண்டத் தண்ணியவும் பாழாக்காதிங்க. வெசயத்துக்கு வாங்க, நான்தான் சுட்டன். சும்மா சுடல, வெள்ளாமையில மேஞ்சது சுட்டன். இப்ப என்ன செய்யனும் அத மட்டும் சொல்லுங்க.'

'இங்க கேளு பயனா, நிய்யி ஒவ்வொரு லீவுக்கு வரும்போதும் இப்பிடி ஏதாவது சில்லரத்தனமா சிலுவு இழுத்து விட்டுட்டு போயிர்ர. தெக்கூர் வடக்கூருக்குள்ள, நாங்க ஜாதியில வேற வேறனாலும் தாயா புள்ளையாத்தான் பழகிட்டு இருக்கோம். நிய்யி போனப் பெறவு அவங்க மூஞ்சியில நாங்களும், நம்ம மூஞ்சியில அவங்களும் முழிக்காம இருக்க முடியாது. அதனால ராசியா போய்ட்டா ரெண்டு பேருக்குமே நல்லது.'

'ராசினா எப்பிடி, புரியும் படியா சொல்லுங்க சின்னையா'

'சுட்டது தப்புத்தான்னு மன்னிப்பு கேளு. வெத்தல பாக்கு பரிமாறி ராசியாயிட்டுப் போகட்டும்.'

'மன்னிப்பா, யாருகிட்ட யாரு மன்னிப்பு கேக்கிறது?'

'தப்பு செஞ்சா மன்னிப்பு கேட்டுத்தான்டா ஆகணும்.'

'தப்பு செஞ்சேன், தப்பு செஞ்சேனு ஓயாம சொல்றீரே, நான் என்ன தப்பு செஞ்சன், ஆட்டுக்குட்டி வெள்ளாமையில மேஞ்சது சுட்டன், இதுல என்ன தப்பு?'

'வெள்ளாமையில ஆடு மாடுக மேய்றது சகஜம்டா, அதுக்காக சுட்டா எப்பிடி. பவுண்டுல போயி அடைச்சு வையி. அபராதம் கட்டி திருப்பிட்டு வரட்டும். இல்ல ஊர்ல சொல்லு அவனக் கூப்பிட்டு அபராதம் வாங்குவோம். அத விட்டுட்டு நம்மளே தண்டன குடுத்தா எப்பிடி?'

'என்னோட வெள்ளாமையில மேஞ்சா சுடத்தான் செய்வன். மன்னிப்பெல்லாம் கேக்க முடியாது. எனக்கு நெறய்யா வேல இருக்கு. போய்ட்டு வரட்டுமா?'

ஓரமாக உட்கார்ந்து கவனமாகக் கேட்டுக்கொண்டிருந்த சகுனி ரெட்டி என்று பட்டப்பேர் கொண்ட பெத்து ரெட்டியார் வாய் திறந்தார். பெத்து ரெட்டியார் தலையிட்டு விட்டால் அந்த விஷயம் தீராது என்பதும் பெரிய சிக்கலில் போய் முடியும் என்றும் ஊரார் எல்லோருக்குமே தெரியும். திம்பு ரெட்டியார் பதறினார்.

'இங்க கேளுங்கப்பா பயனா மன்னிப்பு கேக்கணும், அவ்வளவு தான. இப்பவே கேக்கச் சொல்லிரன் சரியா, ஆனா மன்னிப்பு கேட்டப் பெறவு நாங்க சொல்றதுக்கு அவங்க கட்டுப்பட்டுத் தான் ஆகணும் நல்லா யோசிச்சுக்கோங்க.'

'அவங்கனா யாரு?'

'உருளகுடிக்காரங்க.'

'அவங்கள என்ன செய்யச் சொல்ற?'

'அது பின்னால தெரியும்.'

வேகமாக எழுந்துகொண்ட பெத்து ரெட்டியார் பயனா ரெட்டியாரின் வீட்டை நோக்கி வேகமாக நடந்தார். திம்பு ரெட்டியார் கவலையுடன் முணுமுணுத்தார். அவர் முகத்தில் பீதி தெரிந்தது.

'பெத்து ரெட்டி தலையிட்டா எதுவுமே வெளங்காது. அவனோட பட்டப் பேரே சகுனி ரெட்டி. ஈரப் பேனாக்கி, பேனப் பெருமா ளாக்கி, பெருமாளுக்கு கோயில் கட்டி, கோபுரமும் கட்டி, கும்பாபிஷேகமும் நடத்தி தேர இழுத்துத் தெருவுல விட்ருவான்.'

போன மாயம் தெரியவில்லை. பெத்து ரெட்டியார் பயனா ரெட்டியாரைக் கூட்டிக்கொண்டு வேகமாக வந்தார். பயனா ரெட்டியார் எதுவும் பேசாமல் பெத்துரெட்டியாரின் பின்னால் ஆட்டுக் குட்டியைப் போல் வந்துகொண்டிருந்தார். திம்பு ரெட்டி யாருக்கு உள்மனசு சொல்லியது, பின்னால் ஏதோ விபரீதம் நடக்கப் போவதை. அனைவரும் மௌனமாக உட்கார்ந்திருந்தார்கள். பயனாரெட்டியார் சந்தோஷமாக சத்தமாகப் பேசினார்.

'எங்க பெத்து மாமா, மன்னிப்பு கேட்டே ஆகணும்னு சொல்லிட்டாக. மாமா சொல்ல மீறலாமா அதனால மன்னிப்பு கேக்கலாம்னு வந்திருக்கன். வாய்ட்டு கேட்டா மட்டும் போதுமா, இல்ல கால்ல விழுந்து மன்னிப்பு கேக்கணுமா?'

'..........'

'சொல்லுங்க சின்னய்யா, நீங்கதான ஓயாம மன்னிப்பு மன்னிப்புனு சொன்னீக, சொல்லுங்க எப்பிடி கேக்கணும்?'

'சுட்டது தப்புத்தான்னு சொல்லிட்டுப் போடா.'

'உருளகுடி கெண்டல் மகன் முண்டானியோட ஆட்ட நான் தான் சுட்டன், சுட்டது தப்பு, தப்பு, தப்பு. அதனால என்னைய மன்னிச்சுக் கோங்க. மன்னிப்பு. மன்னிப்பு. மன்னிப்பு.'

தயாராய் வைத்திருந்த வெற்றிலையை பெத்து ரெட்டியார்

பயனாரெட்டியாரிடம் கொடுத்தார். வாங்கிக்கொண்ட பயனா ரெட்டியார் அந்த வெற்றிலையை உருளக்குடி நீர்ப்பாச்சியிடம் நீட்டினார். நீர்ப்பாய்ச்சி மரியாதையாகக் குனிந்து தலை வணங்கி இரு கையேந்தி சந்தோஷமாக வாங்கிக்கொண்டான். திம்பு ரெட்டியார் கவலையோடு பார்த்துக்கொண்டிருந்தார். பெத்து ரெட்டியின் சதித் திட்டத்தை யாராலும் கண்டுபிடிக்க முடியாது. கும்பிட்டு விடை பெறும்போது உருளக்குடிக்காரர்கள் மீது பெத்து ரெட்டியார் அந்த அணுகுண்டை வீசினார். நீர்ப்பாச்சியும், குப்பாண்டியும், மடைக்குடும்பனும், கெண்டலும், முண்டானிப் பயலும் கருகி பஸ்பமாகிப் போனார்கள். திம்புரெட்டியார், சொக்கலிங்கரெட்டியார் இன்னும் பல தெக்கூர் ரெட்டியார்களும் உருளக்குடிக்காரர்களோடு சேர்ந்து கருகிப் போனார்கள்.

திம்பு ரெட்டியார் நினைத்தது சரியாகப் போயிற்று. பயனா ரெட்டியார் கெக்கெலி போட்டுச் சிரித்தார். சுற்றுக் கிராமங்கள் எங்கும் அந்த எகத்தாளச் சிரிப்பு எதிரொலித்தது. ஊசி விழுந்தாலும் கேட்கும்படியான மௌனத்தில் உறைந்து கிடந்தது கூட்டம். உருளைக்குடிக்காரர்கள் செய்வறியாது திகைத்து நின்றார்கள். ராசியானதற்கு அடையாளமாகப் பரிமாறிக்கொள்ளப்பட்ட வெற்றிலை கை நழுவி தரையில் விழுந்தது. ஒன்றும் தெரியாதது போலவும், நடக்கும் விஷயத்தில் தனக்கு சம்பந்தமே இல்லாதது மாதிரியும் அப்பு ராணியாய் உட்கார்ந்திருந்தார் பெத்து ரெட்டியார். வெற்றிலை பரிமாறிக் கொண்டதுமே பயனாரெட்டியார் முகம் சந்தோஷத்தில் பிரகாசிக்க அவர் கெக்கெலிபோட்டுச் பேசினார்.

‘சரி, மன்னிப்பு கேட்டாச்சில்ல, இப்பச் சொல்றன் உருளகுடி காரங்க கவனமா கேட்டுக்கோங்க, இன்னையிலருந்து நாகு ரெட்டியார் ஓடையிலருந்து கெழக்காம இருக்கிற பத்து ஏக்கர் இடம் என்னோட எடம். அதுல ஒங்க ஊர்க்காரங்க கால்படக் கூடாது, பட்டா கட்டாயம் சுடுவன்.’

‘அந்த புஞ்சையில் கால்படாம எங்க ஊர்காரங்க எப்பிடிக் கூடி அரண்மனைக்குப் போக, கடலையூருக்குப் போக?’

‘அவங்க அவங்க கால்களத் தூக்கி தோல்மேல போட்டுக்கிட்டு நடங்க, இல்லனா மகாராசாட்ட போய்க் கேளுங்க. புதுசா ரோடு போட்டுத் தருவாரு.’

‘டேய், பயனா நிய்யி செய்யிறது நல்லா இல்லடா, பெத்து ரெட்டி பேச்சக் கேக்காத, வம்பா சீரழிஞ்சு போயிருவ. தெக்கூரு வடக் கூருக்குள்ள இது நல்லா இல்ல.’

'நீங்கதான சித்தப்பா மன்னிப்பு கேக்கச் சொன்னீக, கேட்டாச்சில்ல, பெறகென்ன, பேசாம இருங்க.'

'அடேய், தலமொற தலமொறயா அந்தப் பாதை வழிதானடா அவங்க நடக்காங்க. இன்னைக்கிங்குல நடக்கக் கூடாதுனா வேற எப்பிடி நடப்பாங்க?'

'சுத்தி நடக்கட்டும், அதுதான பொதுப் பாத. இது குறுக்குப் பாத. நாங்க நெனச்சாத்தான் நடக்க முடியும், ஏம்னா அந்தப் புஞ்ச எங்க சொந்த பட்டா எடம்.'

உருளைக்குடி ஜனங்கள் தெற்காமல் போய் கிழக்காமல் திரும்பி நடந்தால் அரணமனைப் பாதைக்கு வந்துவிடலாம். அந்தத் திருப்பத்தில் இருப்பதுதான் பயனாரெட்டியாரின் பத்து ஏக்கர் நிலம். அதில் மிதிக்காமல் நேரே சென்றால் கண்மாய்க்குள் சென்று கரையேறி அரண்மனைப் பாதைக்கு வரவேண்டும். கண்மாயில் தண்ணீர் இல்லை என்றால் ஒரு வழியாகச் சமாளித்துக் கொள்ளலாம். கண்மாய் பெருகிவிட்டால், கண்மாயையே சுற்றித்தான் அரண் மனைப் பாதைக்கு வரவேண்டும். அது இயலாத காரியம். நீர்ப்பாய்ச்சி, மடைக்குடும்பன், குப்பாண்டி மூவரும் மௌனமாகிப் போனார்கள். அவர்களுக்கு என்ன செய்வதென்று தெரியவில்லை.

'இப்பிடிச் சொன்னா எப்பிடி சாமி? இன்னைக்கி நேத்தா நடக்கம். பரம்பரை பரம்பரையா எங்க ஊரு ஆட்களுக்கு அதுதான சாமி நட பாத.'

'டேய், பெத்து ரெண்டு ஊருக்கும் வம்பு இழுத்துவிட்ராத. பயனாகிட்ட சொல்லி விஷயத்த சிக்கலாக்காம முடிடா.'

'மன்னிப்பு கேக்க வச்சது தப்புத்தாம்னு, மன்னிப்பு கேக்கச் சொல்லுங்க. வெவகாரத்த முடிச்சிருவம்.'

'இந்தப் பேச்சு நல்லாவா இருக்குடா.'

'நல்லா இருக்கு, நல்லா இல்ல. அத நீங்க முடிவு செஞ்சா எப்பிடி, உருளகுடிக்காரங்ககிட்ட கேட்டு சொல்லுங்க.'

விவகாரத்தைக் கவனமாகக் கேட்டுக்கொண்டிருந்த நீர்ப்பாய்ச்சி பேசினான்.

'நாங்க இப்ப மன்னிப்பு கேட்டுருவோம். ஆனா அப்பிடி மன்னிப்பு கேட்டுட்டா ஆட்டுக்குட்டிய சுட்டது சரினு ஆகிப் போயிரும், அடுத்து இது மாதிரி பல வெவகாரம் தலையெடுக்கும். அதனால நாங்க நாளையிலருந்து கண்மாய சுத்தியே நடந்துக்கிறம், இப்ப திரும்பி போகும் போது நாங்க ஒங்க புஞ்சையில கால் வைக்க மாட்டோம். இது சத்தியம்.'

நீர்ப்பாய்ச்சி இப்படிப் பேசுவான் என்று யாரும் எதிர்பார்த் திருக்கமாட்டார்கள். ஒரு பெரிய நீண்ட மௌனம் சூழ்ந்து கொண்டது. இரண்டு ஊர்க்காரர்களும் எதுவும் பேசிக்கொள்ள வில்லை.

கண்மாயைச் சுற்றி நடப்பது ஆரம்பத்தில் சிரமமாகத் தெரிந்தாலும் வைராக்கியம் வெற்றி பெற்றது. உருளைக்குடி ஜனங்கள் பழகிக் கொண்டார்கள். இரண்டே மாசங்களில் கால் தடங்கள்பட்டு ஒற்றையடிப்பாதை உருவானது. விடுமுறை முடிந்து பட்டாளத்துக்குப் போய்விட்ட பயனாரெட்டியார், பெத்து ரெட்டியாரிடம் சில பொறுப்புக்களை ஒப்படைத்துவிட்டுப் போய்விட்டார். காடு கரைகளில் கண்ணில்பட்ட உருளைக்குடிக் காரர்களிடமெல்லாம் பயனாரெட்டியாரின் அய்யா குமாரசாமி ரெட்டியார் புலம்பித் தீர்த்தார்.

'அடேய் மடைக்குடும்பா, ஒங்க ஊரு ஜனங்ககிட்ட சொல்லீருடா, என்னைய எதுவும் தப்பா நெனச்சிக்கிற வேண்டாம்னு. பய, யாரு சொல்லையும் கேக்க மாட்டேங்கான். அத்தோட இந்தத் பெத்து ரெட்டிப் பய அவன சீரழிச்சு வச்சிருக்கான். தெக்கூரு வடக்கூருக் குள்ள இது தேவையா?'

'ஒங்களப் பத்தியும், ஒங்க அய்யா பெரிய சாமியவுகளப் பத்தியும் எங்களுக்குத் தெரியாதா சாமி, நீங்க ஒன்னும் வருத்தப்படாதீக. நடக்கிறது நடக்கட்டும்.'

'நாலு நாளைக்கு முன்னால பெத்து ஒங்க ஊருக்கு வந்தாம்னு கேள்விப்பட்டன். எதுக்குடா வந்தான், நெசமா இல்ல பொய்யா?'

'வந்தாரு, நெசந்தான். ஏம்னா, யார் யாரெல்லாம் பழைய பாதைவழி நடக்கலாம்னும், யார் யாரெல்லாம் நடக்கக் கூடா துன்னும் பேர் எழுதிக் கொண்டாந்து குடுத்தாரு. கேட்டா ஒங்க மகன்தான் அப்பிடிச் சொல்லிட்டுப் போயிருக்கார்னு சொன்னாரு. நாங்க யாருமே அவருகிட்ட சரியா பேசல. எளவட்டப் பயக மரியாதை இல்லாமப் பேசி வெரட்டிட்டாங்கனு கேள்விப் பட்டன்.'

'எல்லாமே இந்தப் பெத்து ரெட்டியோட ஐடியாதான்டா, ரெண்டு ஊரையும் துண்டுபடுத்தியாச்சு. இனி ஒங்க ஊருக்குள்ளயே குழப்பத்த உண்டாக்கி, ஒங்க ஊரையும் ரெண்டாக்கி விட்டுட்டா சந்தோஷம்தான.'

'நாங்க எல்லோருமே கண்மாயச் சுத்தி நடந்துக்கிறம், ஒங்க சோலியப் பாருங்கனு பயக சொல்லிட்டாங்களாம்.'

நம் கண்ணுக்குத் தெரியாமலே உலகத்தில் உள்ள அனைத்தையும் காலம் நகர்த்திக்கொண்டேயிருக்கிறது. பழைய பாதைகள் தூர்ந்து போவதும், புதுப்பாதைகள் உருவாவதும், மரங்கள் இலையுதிர்ப்பதும், பூப்பதும், காய்ப்பதும், பறவைகள் கூடு கட்டுவதும், கட்டிய கூடுகள் வெற்றுக் கூடுகளாவதும் ஜனிப்பதும் மரணிப்பதும் போன்றே நிகழ்கின்றன. கண்மாயைச் சுற்றிச் செல்லும் புதிய ஒற்றையடிப் பாதை பழகிப் போனது. பாதைப் பிரச்சினையின் சூடு ஆறி அடங்குவதற்குள் புதிய பிரச்சினை இப்படித் தலைதூக்கும் என்று யாரும் நினைத்திருக்க முடியாது. நடுராத்திரியில் பெத்துரெட்டி யாரின் நாற்றுப் படப்பு தீப்பற்றி எரிந்து சாம்பலாகிப் போனது. காற்றடி காலங்களில் கூரை வீடுகள் தீப்பிடிப்பதும், படப்புகளில் தீப்பிடிப்பதும் வழக்கமான ஒன்று என்பது மறந்து பெத்து ரெட்டி ஆர்ப்பாட்டம் பண்ணினார்.

'இத்தன படப்புக இருக்கும் போது, என்னோட படப்பு மட்டும் தீப்பிடிச்சு எரியணும்னா இதென்ன மாயமா இல்ல மந்திரமா, சுத்தி உள்ள படப்பெல்லாம் இருக்க ஊடால இருக்கிற எம்படப்பு மட்டும் எப்பிடி வேகும்?'

'சரிப்பா ஆரு மேல சந்தேகம்னு சொல்லு. கூப்பிட்டு வெசாரிப் போம். இல்ல இன்னார்னுதாம்னு சொல்லு, அதுக்கு என்ன நடவடிக்க எடுக்கணுமோ எடுப்போம். சும்மா தெனமும் தக்காபுக் கானு குதிச்சா ஆகப் போறது ஒன்னுமில்ல.'

'மாமா... இத சும்மா விடப்போறதில்ல. எங்கயாவது போயி 'நெலையம்' கேட்டு, துப்பு வெட்டி, அந்தப் பய குடும்பத்த ரத்தங்கக்கி சாக வச்சு கருவறுக்காம விடவே மாட்டேன்.'

குமாரசாமி ரெட்டியார் ஒரே வரியில் பதில் சொன்னார்.

'நிய்யி நெலையங் கேக்கப் போகும்போது நம்ம ஊரு ஆட்க ரெண்டு பேர்த்தையும் கூட கூட்டிட்டுப் போ. அப்பத்தான் உண்மை தெரியும்.'

'அப்படின்னா எம் படப்புல நானா தீய்ய வச்சிட்டு உருள குடிக்காரங்க மேல பழியப் போடுறமினு சொல்றீங்களா? ஒங்க பேச்சு அப்பிடித்தான் தெரியுது.'

பெத்து ரெட்டியாரின் நாற்றுப் படப்பு தீயில் வெந்து போன விஷயம் காடு கரைகளில் பெரிய அளவில் பேசப்பட்டது. நான்கு பேர் கூடிவிட்டால் போதும் ஊர் முழுக்க இதே பேச்சுத்தான். பேச்சு முடியும் போது கூடவே இந்த ஆதங்கமும் கட்டாயம் சேர்ந்து கொள்ளும்.

'எந்தப் பய தீ வச்சிருந்தாலும் அந்தப் பயலும் வெளங்க மாட்டான், அவன் குடும்பமும் வெளங்காது. ஏம்னா, வாயில்லா ஜீவன்களப் பட்டினி போடுறது பாவத்துலயும் பெரும் பாவம். மனுசருக்கு மனுஷர் ஆயிரம் சண்ட போடலாம், வெட்டலாம், குத்தலாம் அது நம்மளோட போயிரும், நம்மள அண்டி நமக்காக வாழ்ற ஜீவனப் பழிவாங்கலாமா?'

'உருளகுடி ஆட்க மேலதான் சந்தேகம்னு பெத்து ரெட்டி சொல்லிட்டு அலையிறானாம்.'

'கூறுகெட்ட பயங்கிறது சரியாத்தான இருக்கு. நம்ம என்ன சம்சாரிகளா இல்ல நாடோடிகளா? நாடோடினா பொசுக்னு தீய வச்சிட்டு ஓடிருவான், கண்காணாத தெசையில போயி இருந்துக் கிருவான். நம்ம பரம்பர சம்சாரிக. நமக்கும் ஆடு, மாடு, காடு, தோட்டம், தொறவு அம்புட்டும் இருக்கு. நம்ம போயி வேற ஊரு படப்புல தீய்ய வச்சா நம்ம படப்புல அவங்க வந்து வைப்பாங்கனு தெரியாதா?'

எப்படியாவது இரண்டு ஊர்களுக்கும் பகையை உண்டாக்கி விட்டு அதில் குளிர் காய்வதற்காக பெத்து ரெட்டியார் அலையாய் அலைந்தார். பயனாரெட்டியார் விவகாரத்தில் தோல்வியடைந்து விட்டதால் அவர் மனசில் வன்மம் குடியேறிக்கொண்டது. கண்ட ஆட்களிடமெல்லாம் பதிலுக்கு எப்படியும் நான் தீ வைக்காமல் விட மாட்டேன் என்று சவால்விட்டுக்கொண்டு திரிந்தார். நீர்ப்பாய்ச்சி யின் காதுகளுக்கு அவர் பேச்சு வந்த போதும் அவன் அதைச் சட்டை செய்யவில்லை. விவசாய வேலைகள் மும்முரமாக நடந்து கொண்டிருந்தன. யாருமே எதிர்பார்த்திருக்கமாட்டார்கள். உருளைக்குடியில் நள்ளிரவு படப்பு தீப்பிடித்து எரிந்தது. ஊர் கிணற்றிலிருந்து தண்ணீர் இறைத்து ஊற்றி அணைக்க முடியவில்லை. ஆறு படப்புக்கள் சாம்பலாகிப் போயின.

உருளைக்குடி ஊரே குக்கிப்போனது. யார் முகத்திலும் ஈயாட வில்லை. கோபமும் பீதியும் கலந்த இறுக்கமான முகங்களுடன் ஆண்களும் பெண்களும் நடமாடினார்கள். பெத்து ரெட்டியார் மார் தட்டி சிரிக்கும் கொக்கரிப்பு பல பேர் வழியாக உருளைக்குடிக் காரர்களின் காதுகளில் விழுந்தது. குப்பாண்டி, நீர்ப்பாய்ச்சி, மடைக்குடும்பன், காட்டுப்பூச்சி, நான்கு பேரும் நடுஇரவில் ஒன்று கூடினார்கள். ஓடைக் கரைக்கு மேலே கெண்டலும் சுண்டானும் காவல் இருந்தார்கள். மறு நாள் இரவில் ஊர்க் கூட்டம் கூடியது. ஓடைக்குள் பேசிய பேச்சுக்கள் செயல் வடிவம் பெற்றது.

ஆறு பித்தளை அண்டாக்களும், எட்டு நீண்ட கம்பிகளும் வந்து

இறங்கின. உப்பத்தூர் பாதையைப் பயன்படுத்தி இரவோடு இரவாக மாட்டு வண்டிகள் திருவண்ணாமலையிலிருந்து வந்து சேர்த்தன. படப்புகளுக்கு மத்தியில் ஆங்காங்கே மூன்று அண்டாக்களையும், கூரை வீடுகள் உள்ள இடங்களில் மூன்று அண்டாக்களையும் இறக்கி வைத்து தண்ணீர் நிரப்பினார்கள். வீட்டுக்கு நான்கு சாக்குகள் வாங்கி தண்ணீரில் ஊறவைத்து ஆங்காங்கே போட்டு வைத்தார்கள். இரண்டு பக்கமும் கொக்கிகள் உள்ள நீண்ட S வடிவக் கம்பிகளையும், அதே மாதிரி சில இடங்களில் மறைத்து வைத்துக்கொண்டார்கள். கூரைவீடுகளில் தீப்பிடித்து விட்டால் வரிசையாக நின்றுகொண்டு நீண்ட கம்பியை தூக்கி முகட்டில் கொக்கியை மாட்டி இழுத்தால், கூரைவீடு அப்படியே தரையில் சாய்ந்து விடும். தீ அடுத்த வீட்டுக்குப் பரவாது. அதே மாதிரி படப்பையும் இழுத்தால் பாதிப் படப்பு கீழே சரிந்துவிடும். தயாராக இருக்கும் நனைந்த சாக்குகள் கொண்டு மூடி அறைந்து தீயை அணைப்பது. ஆங்காங்கே இருக்கும் பித்தளை அண்டாக்களில் பெண்களும் ஆண்களும் கிணற்றிலிருந்து தண்ணீர் கொண்டு வந்து ஊற்றி நிரப்பிக்கொண்டேயிருப்பது. இரண்டு மூன்று தடவை தீ வைத்தும் எந்தச் சேதாரமும் ஏற்படாமல் தீ அணைக்கப்பட்டதால் பெத்து ரெட்டியாரின் ஆட்கள் குழப்பத்தில் தவித்தார்கள். கூரை வீடுகளும் படப்புக்களும் இலேசான சேதாரத்தோடு காப்பாற்றப் பட்டன.

காடெல்லாம் அலைந்து காட்டுப்பூச்சியும் இன்னும் சில இளவட்டங்களும் சுரைக் குடுக்கைகளையும் பீர்க்கங் குடுக்கை களையும் பொறுக்கிச் சேர்த்தார்கள். எதற்கு என்று தெரியாமலே நிறைய்ய குடுக்கைகளைச் சேகரித்துக்கொண்டு வந்து குப்பாண்டியின் முன் போட்டார்கள். அன்று இரவு குப்பாண்டியின் வீட்டு முன்னால் ஏழெட்டுப் பேர் சாமம் வரை முழித்துக்கொண்டே இருந்தார்கள். நாட்டுக் கருவேல மரக்கட்டைகளை எரித்து அதிலிருந்து விழும் கட்டக் கங்குகளை கவட்டைக் குச்சிகளால் எடுத்து குடுக்கை களுக்குள் நிரப்பிக்கொண்டிருந்தார்கள். கனத்த ஓடுகளால் மூடப் பட்ட குடுக்கைகளுக்குள் விதைகள் நிரம்பிய பஞ்சு போன்ற நரம்புகளால் மூடப்பட்ட பலப்பல அறைகள் இருக்கும். விதை களை உதிர்த்து விட்டு கங்குகளை நிரப்பினார்கள். உயிர்க்கும் விதைகள் இருந்த குடுக்கையின் அறைகள் அழிக்கும் விதைகளான கங்குகளால் நிரப்பப்பட்டன.

ஆளுக்கு நாலைந்து குடுக்கைகளை எடுத்துக்கொண்டு நடுச்சாமம் தெக்கூருக்குள் நுழைந்தார்கள். ஒவ்வொரு படப்பிலும் குறிப்பிட்ட

இடத்தில் வெளியே தெரியாதபடி கங்குகள் நிரப்பிய குடுக்கைகளை சொருகினார்கள். கூரைவீடுகளில் ஓலையைத் தூக்கி அதனடியிலும் சில குடுக்கைகளைச் சொருகிவிட்டு பத்திரமாக வந்து படுத்துக்கொண்டார்கள். நீ கங்குகள் விளைந்து குடுக்கைக் குள்ளிருக்கும் பஞ்சு நரம்புகளில் பரவி, குடுக்கையின் தடித்த மேல் ஓட்டில் பிடித்து படப்பில் தீ பரவ எப்பிடியும் மூன்று அல்லது நான்கு மணி நேரம்கூட ஆகலாம்.

காலையில் தடபுடலாக வேலைக்குப் புறப்பட்டுக் கொண்டிருந்த ஜனங்கள், படப்புகள் இருந்த இடத்தில் கீழக் கடேசியில் புகை தெரியவும் கூப்பாடு போட்டார்கள். தண்ணீரை ஊற்றிக் கொண்டிருக்கும் போதே நாலா திசைகளிலும் ஒவ்வொரு படப்பாய் தீப்பிடித்து எரியத் தொடங்கியது. கூரைவீடுகள் தானாகவே தீப்பிடித்து எரிந்த போது தெக்கூர் ஜனங்கள் பதறிப்போனார்கள். பட்டப்பகலில் தங்கள் கண்கள் முன்னாலயே ஒவ்வொரு படப்பாக எரிந்து சாம்பலானதை அவர்கள் வேடிக்கை பார்த்தார்கள்.

ஊரை மறைத்துக் கொண்டு நின்ற படப்புக்களும் கூரை வீடுகளும் சாம்பலாகிப் போயின. தெக்கூர் மொட்டைப் பனையைப் போல் நின்றது. மாயம் என்றார்கள், மந்திரம் என்றார்கள். உருளக்குடி குப்பாண்டிக் குடும்பனின் செய்வினை மந்திரம் என்றார்கள். ஆண்களும் பெண்களும் பெத்து ரெட்டியாரை மண்ணை வாரித் தூற்றினார்கள். நம் கண் முன்னாலயே வீடுகளும் படப்புக்களும் தீப்பிடித்து எரிகிற தென்றால் இது சாமானியவனின் சக்தியாக இருக்க முடியாது. இன்னும் ஊருக்கு என்னென்ன கேடுகள் வருமோ என்று பயந்தார்கள். ஆனாலும் உருளக்குடிக்காரர்களின் சதியாகத்தான் இருக்கும் என்றும் பேசிக்கொண்டார்கள்.

காலையில் வயக்காட்டுக்குத் தண்ணீர் பாய்ச்சப் போன கொண்டு ரெட்டியார் வேகவேகமாக ஊருக்கு வந்தார். அவரால் எதுவும் பேச இயலவில்லை.

'மாமா அதுதான் எல்லாமே எரிஞ்சு சாம்பலாப் போச்சே, பெறகு எதுக்கு இவ்வளவு வேகமா ஓடியாறீரு, வயக்காட்லயும் தீ எரியுதா?'

'வயக்காட்ல மட்டும் தீ எரியலடா, ஊருல உள்ள அத்தன பேரோட வயித்துலயும் தீய்ய வச்சிட்டாண்டா.'

'கொஞ்சம் வெளக்கமா சொல்லுங்க மாமா.'

'ரெண்டு மடையிலருந்தும் ஒத்தச் சொட்டு தண்ணி வெளியேற மாட்டேங்கு.'

'மடைய தொறந்தீரா தொறக்கலையா?'

'அடேய்... எகடாசி பேசுற நேரம் இல்லடா இது. படப்புக எல்லாம் சாம்பலாகிப் போச்சு, கால்நடைக பட்டினி. வயக் காட்டுக்கு தண்ணி இல்லனா மனுஷர்க பட்டினி, ஏதோ சோதன வந்திருச்சுடா நம்ம ஊருக்கு.'

'பயிர்ல வாய் வச்சதுங்கிறதுக்காக வெள்ளாட்டுக் குட்டிய மூளை செதற சுட்டான் பயனாரெட்டி. சும்மா இருந்த சங்க ஊதிக் கெடுத்தான் ஆண்டிங்கிற கதையா உருளக்குடியில போயி படப்புல தீ வச்சான் பெத்து ரெட்டி. இப்ப பாவம் நம்மளப் புடிச்சு ஆட்டுது, அவன் மயிர் போச்சுனு பட்டாளம் போயிட்டான். இவன் தலைய தொங்கப் போட்டுக்கிட்டு தெருவச் சுத்திட்டு அலையிறான். ஊடைக்கு ஊட சீரழியப் போறது நம்மதான்.'

தெக்கூர் ஜனங்கள் கண்மாய்க்கரையில் கூடிநின்று வேடிக்கை பார்த்தார்கள். இரண்டு மடைகளையும் சுற்றிச் சுற்றிவந்தார்கள். தண்ணீர் பாய்ச்சும் ஓவு ரெட்டியார் என்னனென்னமோ பண்ணிப் பார்த்தார். பாச்சா பலிக்கவில்லை. நீண்ட வாரிக் கம்புகொண்டு வந்து முங்கி முங்கி தண்ணீருக்குள் போய் குத்திப்பார்த்தார்கள். அடைப்பை எடுக்க முடியவில்லை. அதற்கு மேல் மூச்சை அடக்க முடியாமல் மேலேறினார்கள்.

'கொறஞ்சது அஞ்சு நிமிஷமாவது மூச்சடக்க முடிஞ்சாத்தான் மடக்குழிக்கிட்டயே போக முடியும், போன மாயம் தெரியல புழுக்னு தண்ணிக்கு வெளிய தல நீட்டுனா எப்பிடிக் கூடி அடப்ப எடுக்க முடியும், என்னது அடச்சிருக்கோ.'

'நீ சொல்றபடி மூச்சடக்னா மடக்குழிக்குள்ளேயே சாக வேண்டியதுதான், வெளிய வர முடியாது.'

'சரி... சட்டுபுட்டுனு ஆகவேண்டிய வேலையப் பாருங்க இல்லனா துப்பரவா பயிர் கருகிப் போயிரும், பெறவு மண்ண திங்க வேண்டியதுதான்.'

'ஆக வேண்டியதப் பாருங்கனு வாய்ட்டு லேசா சொல்லிரலாம். வழி வேணும்ல்ல, என்ன செய்ய சொல்லுங்க?'

'உருளகுடி நீர்ப்பாய்ச்சியவும், மடக்குடும்பனையும் கூட்டிட்டு வாங்க. ஒரு வீச்சுல அடப்ப எடுத்துருவாங்க.'

'முட்டாத்தனமா பேசாதிங்க சின்னய்யா. மடைய அடைச்சதே அந்தப் பயகதான், அவங்க கால்லயே போயி விழணும்ங்கீரா.'

'அடேய் பெத்து, சொல்றதக் கேளுடா. தண்ணிக்குள்ள முங்கி மூச்சடக்கிறது லேசுப்பட்ட வேலையில்ல. உசுர வெறுத்து செய்யிற வேல. அவங்க பரம்பரையா அந்த வேல பாக்கிறவங்க, வெள்ளக்

காரத் தொரைகளே ஊரு ஊருக்கு அவங்க ஆட்களத்தான் கண்மாய் பராமரிப்புக்கும் தண்ணி பாய்ச்சுற வேலைக்கும் வச்சிருக்கான்.'

'அதுக்காக அவங்க கால்ல போயி நம்ம விழ முடியாது. பயிர் கருகட்டும், பொசுங்கட்டும் பரவாயில்ல. ரெண்டுல ஒன்னு பாக்காம விடப் போறதில்ல.'

உருளக்குடி ஜனங்கள் கால்கள் வலிக்க கண்மாயைச் சுற்றி நடந்தார்கள். கட்ட மண் ஆகிப் போன வீடுகளைக் கட்டுவதிலும், கருகிப் போய்க்கொண்டிருக்கும் பயிர்களைக் காப்பாற்றவும், மடையைத் திறக்க வழி தேடி தெக்கூர் ஆட்கள் அலைந்தார்கள். பயனாரெட்டியாரின் அய்யா குமாரசாமி ரெட்டியார் அப்படியே முடங்கிப் போனார். இத்தனை பிரச்சினைகளுக்கும் தன் மகனே காரணம் என்று நினைத்து தினமும் மனம் வருந்தினார். இன்னும் என்னென்ன நடக்குமோ என்று அச்சப்பட்டார். பொருள் சேதத் தோடு போய்விட்டால் போதும் என்று தினமும் கோவில் குளங் களில் போய்க் கும்பிட்டு அழுதார்.

தெக்கூர் ஊர்க் கூட்டத்தில் முடிவானபடி வேம்பார் கடற் கரையில் போய் இரண்டு மீனவர்களைக் கூட்டிக்கொண்டு வந்தார்கள். இரண்டு மீனவர்களும் கண்மாயையும் மடையையும் சுற்றிச் சுற்றி வந்தார்கள். மடையின் அமைப்பை நிதானிக்க முடியவில்லை. தண்ணீர் பாய்ச்சும் ஓவு ரெட்டியார் விளக்கம் சொல்லிக்கொண்டிருந்தார்.

'இங்க பாருங்க, இப்பிடி மூனு அடுக்கா இருக்கும். கீழ் மட, நடுமட, மேல் மட. இந்த மூனு அடுக்குலேயும் இப்பிடி அகலமா பெரிய ஒட்ட வட்டமா இருக்கும். அதுக்குள்ள பூந்து கரைக்கு அந்தப் பக்கமாகூட வந்துறலாம். ஒராள் நொழைஞ்சு இப்பிடி கொழந்த தரையில தவழ்ந்து போறது மாதிரி போகலாம். ஆனா திரும்ப முடியாது. மூச்சு காலியாயிருச்சுனா அப்பிடியே பின்னுக்கு வந்து கண்மாய்த் தண்ணிக்குள்ள வந்துதான் திரும்ப முடியும். வழியில இப்பிடி குறுக்கால ஒரு கம்பி நட்டு வசமா மூனு அடுக்குக்கும் போகும். அதுல சிக்காம வரணும், இல்லனா மூச்சு போயிரும்.'

'இங்க கேளுங்கய்யா, எங்களுக்குக் கடலுக்குள்ள மூச்சடக்க தெரியும். அங்க இப்பிடி பொந்து, பொடவு, கடவு, கம்பியெல்லாம் கெடையாது. நீங்க சொல்றத வச்சுப் பாக்கும்போது இதோட அமைப்பு தெரிஞ்சவங்க, இதுலயே பழக்கப்பட்டவங்களாலதான் இந்த வேலையைச் செய்ய முடியும். துட்டுக்கு ஆசைப்பட்டு தெரியாத வேலையில எறங்கி, ஒரு லாபம் நட்டம்னு வந்திட்டா

எங்க பரதவ கொலத்துக்கே கேவலம்யா.'

வேம்பார் பரதவர்கள் சொன்னது மாதிரியேதான் தூத்துக் குடியிலிருந்து கூட்டிக்கொண்டு வந்த முத்துக்குளி மீனவர்களும் சொன்னார்கள். வயல்களில் பயிர்கள் மட்டும் வாடவில்லை. தெக்கூர் ஜனங்களின் முகங்களும் வாடிக்கொண்டிருந்தன. மடைகள் மட்டும் மௌனமாகி ஊமையாகிப் போகவில்லை. ஜனங்கள் அனைவருமே ஊமையாகிப் போனார்கள். ஒரு இறுக்கமான சூழல் ஊரின் நிம்மதியைக் காவுகொண்டது.

உருளக்குடி ஊரிலும் இந்த விஷயம் அரசல் புரசலாக வெளியில் தெரிந்தது. யாராலும் செய்ய முடியாத இந்த வேலையை அந்த இருவரில் ஒருவன்தான் செய்திருக்க வேண்டும் என்று குப்பாண்டி நினைத்தான். அவனால் இதைத் தாங்கிக்கொள்ள முடியவில்லை. விஷயம் காதில் விழுந்த உடனேயே படபடப்பானான். நீர்ப்பாய்ச்சி இருக்கும் இடம் தேடி வேகமாகப் போனான். அய்யனார் கோவில் புளியமரத்தடியில் ஆழ்ந்து உறங்கிக்கொண்டிருந்தான். நிறை கண்மாயின் தண்ணீருக்குள்ளிருந்து வரும் குளிர்ச்சியும், வளர்ந்து நிற்கும் பயிர்களைத் தழுவி வரும் காற்றும் சேர்ந்து ஜில்லென்று உடல் குளிர்ந்தது. குப்பாண்டி வந்ததைக் கவனிக்கவில்லை.

மடையின் மூன்று அடுக்குகளையும் தலைகீழாய் சொருகி அடைக்கும் நீண்ட கம்பி அவனுக்குப் பக்கத்தில் கிடந்தது. குப்பாண்டியின் திருநீறு வாசனை நீர்ப்பாய்ச்சியின் நாசிக்குள் புகுந்திருக்க வேண்டும். கையால் மூக்கை கசக்கியபடியே கண் முழித்தான். பக்கத்தில் குப்பாண்டியைக் கண்டவுடன் அவக் தவக்கென்று எழுந்து உட்கார்ந்தான்.

'என்னடா ஒறக்கம் கடுமையா இருக்கு.'

'இந்த வேகாரிப் பயககூட நாலஞ்சு நாளா ராப்பகலா அலஞ்சம் பாருங்க, அதுதான் அசதியா இருந்துச்சு. கண்ணசந்துட்டன்.'

'வேகாரிப் பயககூட அலஞ்சு, நீயும் வேகாரித்தனம் பண்ணிட்டு அலையிர.'

'என்ன செய்ய, ஊருக்கு ஒரு கேடுனா நம்ம மட்டும் தனியா ஒதுங்கிர முடியுமா, அப்பிடியே விட்டுற முடியுமா?'

'எத்தன இருந்தாலும் மடைய வாய்க் கெட்டலாமா, அந்தப் பய பாதைய மறிச்சான்ங்கிறதுக்காக நாம் தண்ணிய மறிச்சா என்னடா ஞாயம்? அவனுக்கும் நமக்கும் என்ன வித்தியாசம். பாத வேற பாதையில நடந்துக்கிறலாம். மனுஷரு நாலெட்டு கூட வச்சா போதும் நடந்துக்கிறலாம். தண்ணி வேற எந்தப் பாதையில

போகும், காலா காலத்துல தண்ணி பாய்ச்சலனா பயிர் எதுக்கு ஆகும்? தண்ணியில்லாம, மழயில்லாம பயிர் கருகலாம். கைக்கு எட்டுற தூரத்துல தண்ணி கெத்துகெத்துனு கெடக்க பயிர்வாடுனா அது பெரிய பாவம்டா. பச்சையைப் பொசுங்க விடுறது பாவத்துலயும் பாவம்டா.'

'மொத மொத அவங்கதான மாமா நம்ம படப்புகளுக்கு தீய்ய வச்சாங்க.'

'ஆமா, பதிலுக்கு நிய்யும் தீய்ய வச்சிட்ட. அவங்க படப்புலதான் தீ வச்சாங்க, நீங்க வீடுகளையும் கொளுத்திட்டீக. அவங்க வச்ச தீயில நாலு படப்புதான் எரிஞ்சது, நீங்க எட்டுப்படப்ப சாம்பலாக் கிட்டீக, பெறகுமா வெறி தீரல?'

'சரி, மாமா தப்புத்தான். நான் இப்ப என்ன செய்யணும்?'

'பயிருக வாடியிருச்சு, இன்னும் கருகல. கருகிச் சாகும் முன்ன மடைவாய தொறந்து விட்ரு, யாருக்கும் தெரிய வேணாம்.'

யாருக்கும் தெரியாமல் தன்னந் தனியாளாய் போய் எப்படி மடைகளை அடைத்துவிட்டு வந்தானோ அதே போல் சாமம் போல நீர்ப்பாய்ச்சி தெக்கூர் கண்மாய்க்கரையேறினான். அவனைப் பொறுத்தவரை இரவும் பகலும் ஒன்றுதான். தண்ணீருக்குள் வாழும் உசுப்பிராணிகளுக்கு இரவேது பகலேது? அடைமழைக் காலங்களில், நிரம்பி வழியும் கண்மாய்க்கரைகளை இரவும் பகலும் பாதுகாத்துத் தொழில்புரியும் நீர்பாய்ச்சியின் துணிச்சல் பரம்பரையாய் வந்தது. தண்ணீரையும் கண்மாயையும் பாதுகாப்பதால் தண்ணீரும் கண்மாயும் அவன் பரம்பரைக்கே பாதுகாப்பு. நீர்ப்பாய்ச்சி ஜலத்திலேயே வாசம் செய்யும் ஒரு ஜந்துவைப் போல் நிறை கண்மாயில் கும்மிருட்டில் நீந்தினான். நீர் அவனை அரவணைத்துக் கொண்டது. மடை அவனை தழுவிக்கொண்டது. தண்ணீருக்குள் மூச்சடக்க மீன்கள் கற்றுக்கொடுத்தன. தண்ணீரிலிருந்து காற்றை உறிஞ்சும் கலை கைவரப்பட்டவனே நீரை ஆள முடியும். நீர்ப்பாய்ச்சி தண்ணீருக்கு வெளியே தலை நீட்டியபோது, மடை திறந்து நீரோடி வயல்களில் பாய்ந்தது. கருகிய பயிர்கள் மூச்சிழுத்தன. அவன் விலாங்கைப் போல் நீந்தி பூனையைப் போல் வீடேறினான்.

விடிகாலையில் கண்மாய்க்குப் போனவர்களின் காதுகளில் தண்ணீர் மடையேறிப் பாயும் 'கும்ம்ம்' என்ற இரைச்சலும், வாய்க்காலில் தண்ணீர் ஓடும் சலசல சத்தமும் கேட்டது. அவர் களால் தங்கள் கண்களையே நம்ப முடியவில்லை. மீண்டும் ஊர்கூடி கண்மாய்க்கரையில் நின்றது. அவர்களால் ஆச்சரியப்

படாமல் இருக்க முடியவில்லை.

ஓவு ரெட்டியாரிடம் பொறுப்பை ஒப்படைத்து விட்டு ஜனங்கள் ஊர் திரும்பிக் கொண்டிருந்தார்கள். திரும்பிய கூட்டம் குமாரசாமி ரெட்டியார் வீட்டின் முன்னால் கூடிநின்றது. உள்ளிருந்து பெண்கள் ஒப்பாரி வைத்து அழுதுகொண்டிருந்தார்கள். கண்கள் சிவந்திருக்க குமாரசாமி ரெட்டியார் வெளியில் வந்தார். பட்டாளத்தில் நடந்த சண்டையில் பயனாரெட்டியாரின் தலையில் குண்டு பாய்ந்து இறந்துவிட்ட செய்தியைக் கேள்விப்பட்ட ஜனங்கள் முகங்கள் குராவி மௌனமாகிப் போனார்கள். கூட்டத்தில் இருவர் பேசிக் கொண்டது பெண்களின் அழுகை சத்தத்தையும் மீறி கேட்டது.

‘ஒரு ஆட்டுக்குட்டி, வாயில்லா ஜீவன். ரெண்டு வாயி வெள்ளாமையில கடிச்சிருச்சுனு, தலையிலயே சுட்டு மூளை செதறி சாகடிச்சியே இப்ப என்னத்த அள்ளிக் கெட்டிட்டே?’

‘அதோடயா போச்சு. தெக்கூரு வடக்கூருக்குள்ள பக, பாவம் அந்த ஊருக்காரங்க தெனமும் வம்படியா நடந்து சுத்திச் சுத்தி சீரழியிறாங்க. அவங்க மனசு என்ன பாடுபடும், தெனமும் மண்ணவாரி தூத்துனா பாவம் புடிக்குமா புடிக்காதா? வயித்தெரிச்சல வாங்கக் கூடாது.’

‘நீ எப்பிடி ஆட்டுக்குட்டிய தலையில சுட்டு மூளைய செதறடிச்சயோ அதே மாதிரி ஒந்தலையில ஒருத்தன் சுட்டு ஓம் மூளைய செதறடிச்சிட்டான்ல, நீ சுட்ட குண்டு சாகாம ஒன்னையவும் பழிவாங்க ஒளிஞ்சுதான கெடந்திருக்கு.’

‘பயனா செத்த ஒடன மட தொறந்து தானா தண்ணி பாயுதுனா இது பெரிய அதிசயமால இருக்கு.’

‘ஒனக்கு அதிசயமா இருக்கு எனக்கு பயமாயிருக்கு.’

மரத்தடியில் கூட்டம் கூடிவிட்டது. யார் கண்ணும் நம்ப மறுக்கும் உருவம். இரண்டு ஊர்க்காரர்களின் பகையையும் மீறி குமாரசாமி ரெட்டியார் உருளக்குடி ஊருக்கு வருவார் என்று யாராலும் நம்ப முடியவில்லை. அவர் முகங் குராவி நின்றதைப் பார்த்ததும் குப்பாண்டி கண் கலங்கிவிட்டான். மனுஷரில் மகா மனுஷர் குமாரசாமி ரெட்டியார். பக்கத்துக் கிராமங்களில் அனைவராலும் மதிக்கப்படும் ஒரு மாபெரும் மனிதர். மகாபாரதம், ராமாயணம், அரிச்சந்திரன் கதை, நல்ல தங்காள் கதை, பொம்மக்கா தும்மக்கா கதை என்று வண்டி வண்டியாய் கதைகளைச் சுமந்து திரிபவர். ஊர் ஊராகப் போய் கதைகள் சொல்லிவருபவர். குமாரசாமி ரெட்டியார் பெரும்பாலும் இருக்கும் ஊர் உருளக்குடி,

இடம் வாகை மரத்தடி.

பயனாரெட்டியார் இறந்து போன விஷயத்தை பலர் வந்து அவருடன் பகிர்ந்துகொண்டார்கள். பெத்து ரெட்டியாரின் சகுனித் தனத்தால்தான் தன் மகனைப் பறிகொடுத்து விட்டேன் என்று அவர் சொன்னபோது அழுகையை அடக்க முடியவில்லை. ஆட்டுக் குட்டியை சுட்டு சாகடித்ததைவிட, உங்களை நடக்கவிடாமல் சுற்றி நடக்க வைத்தது பெரிய பாவம் என்றார். ஏனெனில் சித்திரவதைகள் மரணத்தைவிடவும் வலுவானவை என்றும், மரணத்தையும் கொலையையும்கூட மறந்துவிடலாம். ஆனால் சித்திரவதையை மறப்பது கடினம் என்றார். தினமும் சுற்றி நடந்த உங்கள் ஊர் ஜனங்கள் அனுபவித்தது சித்திரவதையை என்றார்.

'சரி சாமி, வருத்தப்படாதிக. இப்ப வந்த விஷயத்தச் சொல்லுங்க. ஒங்க ஊருக்காரங்க யாரும் பார்த்தா ஒங்கள ஊரு தள்ளி வச்சிருவாக. இப்படி பட்டப் பகல்ல துணிகாரமா வந்து நிக்கீகளே, எங்களுக்கு பயமா இருக்கு சாமி.'

'பயப்படுறதுக்கு என்னடா இருக்கு. ஞாயம் தான்டா ஜெயிக்கும். எல்லாம்தான் முடிஞ்சு போச்சே. இனி என்ன பயம், பாதைவழி நடக்கக் கூடாதுனு சொன்னதுக்கு நான் எதுவுமே மறுப்பு சொல்லலையேனு ஒங்களுக்கு வருத்தம் இல்லையாடா?'

'சாமி, அது ஒங்க ஊரோட முடிவு, எத்தன இருந்தாலும் யாருமே தன்னோட ஊர விட்டுக் குடுக்க மாட்டாக. எங்க பயக எல்லாருமே சொன்னாங்க, ஆயிரம் கத போடுறவரு, ஊர் ஊருக்குப் போயி கத படிக்கிறவரு, ஒரு அரிச்சந்திரனப் போல வாழ்றவரு கொமாரசாமி ரெட்டியாரு. பேசாம இருந்திட்டாரே, அப்படின்னா நம்ம ஊருக்காரங்க எப்பிடியும் சுத்திச் சுத்தி நடந்து சாகட்டும்னு மத்தவங்க நெனைக்கிறது மாதிரிதான அவரும் நெனைக்காரு.'

'டேய்... நீங்க நெனைச்சதும் சரி, வருத்தப்பட்டதும் சரி. ஆனா ரெண்டு ஊர் பிரச்சினைனு நீங்க நெனச்சது தப்பு. ஏம்னா, இது என்னோட குடும்பப் பிரச்சினை, அதுக்குப் பெறகுதான் ஊர்ப் பிரச்சினை.'

'ஆட்டுக் குட்டிய சுட்டது ஒங்க மகன்தான்...'

'ஒங்கல எங்க புஞ்சை வழி நடக்க கூடாதுனு சொன்னதும் எம் மகன்தான். அவன அப்பிடிச் சொல்ல வச்சது வேணும்னா வேற ஆளா இருக்கலாம். அத எதுத்து ஒன்னும் சொல்ல முடியலை யேங்கிற வருத்தம் எனக்குண்டு. என்ன செய்ய, தலையெடுக்கிற பய சரியில்ல. கேப்பாரு பேச்சக் கேக்கான். தேவையில்லாம

ஆயுதத்த கையிலெடுக்கான். கொல செய்ய பயப்பட மாட்டேங்கான், அப்படின்னா நம்ம ஒதுங்கி இருக்கிறது தான்டா புத்திசாலித்தனம்.'

'நீங்க சொல்றதும் சரிதான் சாமி.'

'நான் எம் மகன எதுத்து ஒரு வார்த்த சொல்லியிருந்தாலும், ஆட்டுக் குட்டிக்கு நேர்ந்த கதிதான் எனக்கும் நேர்ந்திருக்கும், ஏம்னா அவன் சுய புத்தியோட இல்ல. பெத்து ரெட்டி அவன சூடேத்தி புத்திய மழுங்கடிச்சிட்டான். வெறி நாயி கிட்ட வெலகிப் போறது தான் சாமார்த்தியம். வெறிபிடிச்சிட்டா யாரையும் கடிக்கும், அப்பன்னும் பாக்காது அண்ணன் தம்பினும் பாக்காது. கடிச்சப் பெறவு கூப்பாடு போட்டு ஆகப் போறது ஒன்னுமில்ல.'

தீ பிடித்தால் மற்ற இடங்களுக்குத் தீயைப் பரவவிடாமல் தடுப்பதற்காக அவர்கள் செய்து வைத்திருந்த பாதுகாப்பு ஏற்பாடு களைப் பார்த்து குமாரசாமி ரெட்டியார் ஆச்சரியப்பட்டுப் போனார். படப்புகளுக்குள் தண்ணீர் நிறைத்த பெரிய பெரிய அண்டாக்கள், நனைத்த ஈரச்சாக்குகள், கொக்கி போட்டு அப்படியே தரையில் இழுத்துப் போடக்கூடிய நீண்ட கம்பிகள். இவை யெல்லாம் குப்பாண்டியின் யோசனைகள் என்று தெரிந்து குப்பாண்டியை மெச்சினார். படப்புக்களிலும் கூரை வீடுகளிலும் திடீர் திடீரென தீ எப்படிப் பிடித்தது என்பதை அறிந்தபோது சிரித்து உருண்டார். சாதாரண பீர்க்கங்குடுக்கையும், சுரைக் குடுக்கையும் எங்கள் ஊர்க்காரர்களை உறங்கவிடாமல் பாடாய்ப்படுத்தியதை சொன்னபோதும், குப்பாண்டி செய்வினை, ஏவல் வைத்து தன்னுடைய மந்திர சக்தியால்தான் திடீர் திடீரென தீப்பிடிக்க வைக்கிறான் என்று மக்கள் பேசிக் கொண்டதையும் குறிப்பிட்டார்.

மடைகளைத் தான் மட்டுமே அடைத்ததாகவும், ஊரில் வேறு யாருக்கும் தெரியாது என்றும், கண்மாய்க்கரை அய்யனாருக்கும் எனக்கும் மட்டுமே தெரியும் என்றும், சாகும்வரையும் தண்ணீருக்குள் மூச்சடக்கும் கலை எங்கள் பரம்பரை சொத்து என்றும், மடைக் குடும்பனும், நீர்ப்பாய்ச்சியும் ஊருக்குள் நடமாடும் போது மட்டுமே அவர்கள் நம்மைப் போன்ற சாதாரண மனிதர்கள் என்றும், வயலுக்குள் நிற்கும் போது வேறு மனிதர்களாகவும், தண்ணீருக்குள் இறங்கும் போது வேறு மனிதர்களாகவும் உருமாறிக் கொள்வார்கள் என்றும் கூறினார்கள்.

'முத்துக் குளிக்கிறவங்களே முடியாதுனுட்டுப் போய்ட்டாங் களேடா.'

'சாமி கடல் வேற, கண்மாய் வேற. அந்த உப்புத் தண்ணிக்குள்ள ஒரு நிமிஷம் நம்மலாள மூச்சடக்க முடியாது. அதே போல இந்த

மழத் தண்ணியில அவங்களால மூச்சடக்க முடியாது.'

'எவ்வளவு நேரம்டா ஒங்களால மூச்சடக்க முடியும்?'

'துல்லியமா சொல்ல முடியாது சாமி, தண்ணிக்குள்ள வேலை முடியிறவரைக்கு கூட எங்களால உள்ள மூச்சடக்க முடியும். ஏம்னா தண்ணிக்குள்ள முங்கிட்டா நாங்க ஒரு தவளை அல்லது ஒரு மீனு. சமயத்துல எங்களச் சுத்தி தண்ணி இருக்கிறதோ அல்லது தண்ணிக் குள்ள நாங்க இருக்கிறொம்ங்கிறதும் எங்களுக்கு தெரியாது. வெட்ட வெளியில இருக்கிறது மாதிரியே இருக்கும். அது ஐயனாரப்பனோட வாக்கு. ஏம்னா உசுர வெறுத்து நாங்க பாக்கிற அந்த நீர்ப்பாய்ச்சி வேல, ஊருக்குச் சொந்தமான வேல. ஊரக் காப்பாத்த வேண்டிய பொறுப்பு சாமிகளுக்குண்டு. அதனால எங்களையும் காப்பாத்துக.'

மறுநாள் காலையில் உருளக்குடி ஆட்கள் பயனாரெட்டியாரின் புஞ்சைப் பாதை வழியே நடந்தார்கள். குமாரசாமி ரெட்டியாரும் பெத்து ரெட்டியாரும் வருகிற ஆட்களிடமெல்லாம் கண்மாய் பாதை வழி நடக்க வேண்டாமென்றும், பழைய பாதை வழியே நடக்குமாறும் கைகூப்பி கேட்டுக்கொண்டார்கள். வருவது கெண்டலேதான். முகத்தை இறுக்கமாக வைத்துக்கொண்டு, நேராக கண்மாய்க்கரைப் பாதைவழி திரும்பி நடந்தான். பெத்து ரெட்டியார் மறித்துக்கொண்டார்.

'நீங்க நடக்கக் கூடாதுனா நடக்கக் கூடாது, நடனா நடக்கணும். நான் புதுப்பாதையிலயே நடந்துக்கிறன். எனக்குப் பழைய பாதை வேணாம். தயவு செஞ்சு என்னைய மறிக்காதிக.'

'டேய், கெண்டலு, சொன்னா கேளுடா. நடந்தது எல்லாத்தையும் வல்லிசா மறந்திரு. நமக்குள்ள வன்மம் வேண்டாம்டா.'

'எப்பிடி சாமி மறக்க முடியும்? மூளை செதறி, மேலெல்லாம் இரத்தம் வடிய ஆட்டுக்குட்டிய எம் மகன் சொமந்துட்டு வந்தது இன்னும் என் கண்ணுக்குள்ள அப்படியே இருக்கு. இன்னைக்கு நெனச்சாலும் வயிறு எரியுது, கண்ணீர் பிதுங்குது.'

'எம் மகனும் அதே மாதிரி மூளை செதறித்தான்டா செத்திருக்கான். வாயில்லா ஜீவன வம்படியா கொன்னா அந்தப் பாவம் சும்மா விடாதுடா. எங்களோட விருப்பத்தோடயா ஒன்னோட ஆட்டுக் குட்டிய எம் மகன் சுட்டான்? கணநேர ஆங்காரம், கண்ணக் கட்டியிரும், என்ன செய்றோம்ங்கிறது தெரியாது. ஒங்க ஊரு ஆட்க அம்புட்டுப் பேரும் எங்க புஞ்சைப் பாதைவழி நடந்தாத்தாண்டா எம் மகனோட ஆத்மா சாந்தியடையும். இந்தப் பாவம் அவனோட வெலகும், இல்லனா ஜென்மப் பாவமா மாறி எங்களையும் எங்க

குடும்பத்தையும்கூட கருவறுத்திரும். தயவு செஞ்சு நாங்க சொல்றத கேளுடா கெண்டலு, இப்பிடி நடடா.'

குமாரசாமி ரெட்டியாரின் குரல் கம்மி மண்ணையைக் கட்டியது. கண்களில் நீர் முட்டியது. பெத்து ரெட்டியார் கெண்டலை வழி மறித்துக்கொண்டு நின்றார். கெண்டல் இருவர் தோளையும் இரு கைகளால் தொட்டுக் கும்பிட்டு விட்டு பயனாரெட்டியாரின் புஞ்செய்யின் மேல் எட்டு வைத்தான். அவனுக்குப் பின்னால் நின்ற ஏழெட்டு உருளக்குடி ஆட்களும் கெண்டலைப் பின்தொடர்ந்து நடந்தார்கள். குமாரசாமி ரெட்டியார் மனம் நிறைவுடன் பார்த்துக் கொண்டே நின்றார்.

தூர்ந்து போய்க் கிடந்த பழைய பாதை புதுப்பித்துக்கொண்டது. மனிதக் காலடித் தடங்களின் வலிமை நிலத்தில் பதியப் பதிய, அழிக்க முடியாத அடையாளங்கள் உருவாகின்றன. புதுப்பாதை தூர்ந்து முட்செடிகள் மேதி கண்மாய்க்கரையொடு சேர்ந்து கொண்டது. இரண்டு ஊர்க்காரர்களின் மனங்களும் முட்செடிகள் நீங்கிய விசாலமான பாதைகளாக மாறிப்போயின. மனித மனங்களின் கோபதாபங்களிலும் சஞ்சலங்களிலும் பட்டுச் சீரழியும் இயற்கை அழிவுகளுக்கு சாட்சியாக மாறாமல் கண்மாயும் வயல்களும் தப்பித்தன. குமாரசாமி ரெட்டியாரின் சீடனாக பெத்து ரெட்டியார் மாறிப் போனார். பெத்து ரெட்டியாரின் மனசுக்குள் மகாபாரதப் பாத்திரங்களைக் குமாரசாமி ரெட்டியார் ஒளித்து வைத்துவிட்டாரோ என்னவோ! ரெட்டியார் ஊர்ஊராகக் கதை படிக்கப் போகிற இடத்திற்கெல்லாம் பெத்தையும் கூட்டிக்கொண்டு போனார். சகுனியை கர்ணனாக மாற்றிய பெருமை குமாரசாமி ரெட்டியாருக்கே சொந்தம்.

இரண்டு ஊருக்குமான பகை முடிய பயனாரெட்டியாரின் மரணமும் குமாரசாமி ரெட்டியாரின் மணமும் பெத்து ரெட்டி யாரின் மாறிய குணமும் காரணங்களாகிப் போயின. ஒரே ஒரு துப்பாக்கிக் குண்டின் சரித்திரம் அதே மாதிரியான ஒரு துப்பாக்கிக் குண்டால்தான் முடிந்தது. தீப்பந்தங்களும், வீச்சரிவாள்களும், வேல் கம்புகளும், அழுகையும் கண்ணீரும் கால்களில் மிதிபட பழைய பாதை புதுப்பாதையானது.

15

பருத்தி வத்தல் ஆமணக்கு முத்து நவதானியங்கள் கொடுத்து பண்டங்கள் வாங்கும் கூட்டம் வெயிலாம் பிள்ளையை எதிர் பார்த்துக் காத்திருந்தது. அவர் கொண்டுவரும் அவித்த பயறும் சீனிக் கிழங்கும் நொடிப் பொழுதில் விற்றுத் தீர்ந்து சிறுசுகளின் கொட்டான்களில் போய் ஒளிந்துகொள்ளும். வெயிலாம் பிள்ளையின் கடகாப் பெட்டியில் பருத்தியும் வத்தலும் நவ தானியங்களும் இடம்பிடித்துக் கொள்ளும். வடக்கேயிருந்து சின்னத்தம்பி நாடார் சத்தமான குரல் கொடுத்தபடி வந்தார்.

'மொச்சப் பயறு, தட்டப் பயறு, பாசிப் பயறு, சீனிக் கிழங்கு, ஓடியா, ஓடியா. பயறுபச்ச எடைக்கு எடை, கிழங்கு நாலெடை, ஓடியா, ஓடியா.'

சின்னத்தம்பி நாடார் கூவிக்கொண்டே முன்னால் வர, கடகாப் பெட்டியை சுமந்தபடி அவர் பின்னாலயே சீனியாபிள்ளை வந்து கொண்டிருந்தார். கூடியிருந்த சிறுசுகள் கும்மாளமும் குதியாளமுமாய் சத்தம் போட்டு ஆடியது.

'யே...ய், பொதிமாடு வருது. சொமமாடு வருது ஓடிருங்கடா கிட்ட வந்தா முட்டிரும், கொடல் வெளிய தள்ளிரும்.'

கடகாப் பெட்டியை இறக்கி வைத்துவிட்டு மெனக்கெட்டு காத்திருப்பார். ஒருவர்கூட நாடாரிடம் வியாபாரம் வாங்க மாட்டார்கள். பொறுமையாக உட்கார்ந்திருப்பார். யார் என்ன சொன்னாலும், எத்தனை ஆட்டம் பாட்டம் போட்டுக் கேலி பண்ணினாலும் நாடார் முகத்தில் இம்மிகூட எரிச்சலைப் பார்க்க முடியாது.

'ஓடியா... ஓடியா. கூட ஒரு எடதாரன் ஓடியா... ஓடியா.'

தோளில் மண்வெட்டியைச் சுமந்தபடி மடைக்குடும்பனும் காட்டுப்பூச்சியும் வந்துகொண்டிருந்தார்கள். இருவரும் நாடார் இருக்கிற பாதையைக் கடந்துதான் செல்ல வேண்டும்.

'யேப்பா... ஏ, குடும்பா இப்பிடி வாப்பா, நான் கொண்டு வரும் போதுதான் ஒங்க தெரு ஆட்க எங்கிட்ட யேவாரம் வாங்கல, நாடார் விக்கிற யேவாரத்த வாங்கக்கூடாதுனு இருந்துட்டீக. சரி,

இருந்துக்கோங்க. இப்ப என்ன வந்துச்சு, கிழங்கு, பயறு, பச்ச அவிக்கிறது சீனியாபிள்ள வீட்லதான், தொட்டு நிறுத்துப் போடுறதும் அவருதான். சம்பளம் குடுத்துக் கூட்டியாந்திருக்கன். இனியும் யேவாரம் வாங்க மாட்டோம்னா என்னப்பா ஞாயம்?'

'நீரு சொல்றது ஞாயம்தான் நாடார, என்ன சொல்லியும் கேக்க மாட்டேங்குதுக. நம்ம என்ன செய்ய?'

'இந்தாப்பா இத தின்னு பாரு, எதாவது கொற இருந்தா சொல்லு.'

சீனிக் கிழங்கையும் மொச்சைப் பயரையும் கைகளில் அள்ளிக் கொண்டு மடைக்குடும்பனிடமும் காட்டுப்பூச்சியிடமும் நீட்டினார். இருவரும் வாங்கிக்கொள்ள மறுத்ததோடு, அவர் வரவர இவர்கள் விலகிக்கொண்டே போனார்கள். நாடார் ஏமாற்றத்துடன் சொன்னார்.

'இந்த ஊர்ல மட்டும்தாம்ப்பா இப்பிடி செய்யிறீக. ராவுத்தம் பட்டியிலயும் பீக்கிலிபட்டியிலயும் ஏங்கிட்டத்தான் ஒங்க தெருவு ஆட்க எல்லாரும் யாவாரம் வாங்குறாக.'

'நாடார அந்த ரெண்டு ஊரும் ஜாதி எங்க சாதிதான். ஆனா பிரிவு வேற, இத்தன வருஷம் ஆகுதே, அந்த ரெண்டு ஊர்ல இருந்தும் எங்க ஊருக்கு கொள்ளுவன கொடுப்பன கெடையாது.'

'என்ன எழவு ஜாதியோ, ஒரே ஜாதிக்குள்ள ஏழெட்டுப் பிரிவு வேற. இதுக்குள்ள நான்தான் ஒசந்தவன், நீ தான் ஒசந்தவனு சண்ட சச்சரவு வேற. நாடார் யேவாரம்னா தொடப் பயப்படுறீகளே.'

தூரத்தில் வெயிலாய் பிள்ளையின் சத்தம் பலமாகக் கேட்டது. ஆங்காங்கே தயாராய் நின்றுகொண்டிருந்த கூட்டம் பருத்தி வத்தல் ஆமணக்கு முத்து தானியங்களுடன் பிள்ளையைச் சுற்றிக் கொண்டார்கள். நாடார் சிரித்தபடியே பார்த்துக்கொண்டிருந்தார்.

'நாடாரே... மாடு ஒன்னு வசமான மாடு புடிச்சிருக்கீரே, எந்த ஊரு சந்தையில புடிச்சீரு.'

'நாளைக்கு ஒம்ம மகளும் எங்கூட சொமக்க வர்ரமுனு சொல்லியிருக்கா மாமா, நாளைக்குப் பாரும் நாங்க ரெண்டு பேரும் ஜோடியா வருவம்.'

சீனியா பிள்ளையின் பேச்சைக் கேட்டு கூடியிருந்த எல்லோரும் சிரித்தார்கள்.

'மாமா நாளையிலருந்து சீனிக்கிழங்கு எட்டு எடை, பயறுக பத்து எடை போடப் போறோம், என்ன செய்வீருனு பாப்பம்.'

'யே... வெயிலு, ஒம்ம மருமகன் வெளையாட்டுக்கு சொல்றான்

நமக்குள்ள ஒத்துமை முக்கியம், யேவாரம் விக்காட்டாலும் பரவாயில்ல.'

சீனியாபிள்ளை தலையில் கடகாப் பெட்டியுடன் நடக்க, அவருக்கு முன்னால் சத்தம் போட்டபடியே சின்னத் தம்பி நாடார் கைவீசி நடக்க, அவர்கள் இருவரும் கீழக் கடேசியில் இருக்கும் சக்கிலியக் குடிக்குப் போனார்கள்.

மடைக்குடும்பனும் காட்டுப்பூச்சியும் கண்மாய்க்கரையை தொட்ட உடனேயே கண்டுகொண்டார்கள் ஆலமரத்தடியில் குதிரைகள் நிற்பதை. கரைவழியே நடந்து ஆல மரத்தடிக்கு வந்தார்கள். நான்கு குதிரைகள் கட்டப்பட்டிருந்தன. மரநிழலில் நான்கு பேர் உட்கார்ந்திருந்தார்கள். இரண்டு வெள்ளைக்காரர்கள், இரண்டு அரண்மனைக்காரர்கள். மரத்தடிக்கு வந்ததும் மண் வெட்டியைத் தரையில் போட்டதும், தலைத் துண்டை எடுத்து இடுப்பில் கட்டினார்கள். வெள்ளைக்காரர்கள் இருவரும் ஒரே மாதிரி இருந்ததால் இருவரும் ஒருவேளை இரட்டைப் புள்ளை களாக இருக்கலாம் என்று நினைத்துக்கொண்டான் காட்டுப்பூச்சி. அரண்மனைக்காரர்கள் இருவரையும் மடைக்குடும்பன் பல முறை பார்த்திருக்கிறான். வெள்ளைக்காரன் பேசுகிற பாஷையை நம்ம பாஷையாக மாற்றிச் சொல்வதுதான் அவர்களுடைய வேலை. வெள்ளைக்காரன் போகிற இடமெல்லாம் இவர்களும் போக வேண்டும்.

'கட்டபொம்முவோட ஆட்க ஒங்க ஊருக்கு வரப்போக இருக்கிறதா அரண்மனைக்குத் துப்பு கெடச்சிருக்கு, அத வெசாரிக்கத் தான் ராஜா எங்கள அனுப்பியிருக்காரு.'

'தப்பு சாமி. நம்ம மகாராஜாவுக்கு துரோகம் பண்ணுவமா? அப்பிடி எங்களுக்குத் தெரியாம யாராவது தொடர்பு வச்சிருந்தா நாங்களே புடிச்சி அரண்மனையில ஒப்படைச்சிர மாட்டமா சாமி.'

'அப்பிடி யாரும் இங்க வந்தா ஒடனே நம்ம ராஜாவுக்கு நீங்க தாக்கல் சொல்லியிறணும், இல்ல ஊரோட ஜெயிலுக்குத்தான் போகணும், தொரைக சுட்டுப் பொசுக்கிருவாக.'

'அப்ப நாங்க உத்திரவு வாங்கிக் கிறட்டுமா?'

'சொன்னது ஞாபகம் இருக்கட்டும்.'

கீழே கிடந்த மண்வெட்டியை எடுத்துத் தோளில் போட்டுக் கொண்டு கரையேறினார்கள். சங்கஞ்செடி புதருக்குள்ளிருந்து செம்போத்து ஒன்று பறந்து போனது. தூரத்தில் கௌதாரிக் கூட்டத்தின் சன்னம் தெளிவாய்க் கேட்டது.

திரும்பித் திரும்பிப் பார்த்தபடியே இருவரும் கரையில் நடந்தார்கள். கரைப்பனை வரிசையிலிருந்து இவற்றையெல்லாம் கவனித்துக் கொண்டிருந்த எலியன் உச்சிப் பனையிலிருந்து கீழிறங் கினான். காய்ப்பேறிய நெஞ்சும், கைகளும் கருப்பாக துணிப்பாய்த் தெரிந்தது. இடுப்பில் பானை அரிவாளும், பாளை இடுக்கும் கவட்டைக் கம்பும் சொருவியிருந்தான். பதநீர் வர இன்னும் பருவம் வராததால் பாளைகளைச் சீவி பக்குவப்படுத்திவிட்டு ஒவ்வொரு பனையாக தயார்படுத்துகிறான்.

'வாங்கடா சண்டியர்களா, ரெண்டு சண்டியர்களும் அப்படியே தரையில விழுந்து குதிரைச்சாணிய தின்னது மாதிரி இருந்தது.'

'யேல... எலிப்பயல வம்பா சீரழியாத.'

'மாமா பாத்ததத்தான் நான் கேட்டன். அப்ப குதிரைச் சாணி திங்க குனியலையா, வெள்ளக்காரன் கவுட்டுக்குள்ள என்ன இருக்குனு குனிஞ்சு பாத்தீகளோ?'

'யேல, பனையேறிப் பயல, வம்பா சாகாத. ஒரு நேரத்தப் போல ஒரு நேரம் இருக்காது. ஒனக்கும் எனக்கும் ரெண்டு காதுதான், ஆனா அரண்மனைக்கு ஆயிரம் காது தெரிஞ்சுக்கோ.'

'என்ன வெசயமா வந்தாங்களாம்.'

'கட்டபொம்மும் ஊமைத்துரையும் வெள்ளக்காரன் வாயில குசுவிட்டு தப்பிச்சு ஓடிட்டான். இவங்க ஊருஊருக்கு தேடி யலையிறான். பாஷ தெரியாதுல்ல அதனால நம்ம ராசாவோட ஆட்களையும் கூட்டிக்கிறான்.'

எலியன் பேச்சைக் கேட்டு மடைக்குடும்பன் பதறினான். பரக்கப் பரக்கப் பார்த்துக்கொண்டான். பயலால் வம்பு வந்துவிடக் கூடாது என்று அய்யனார் சாமியை வேண்டிக்கொண்டான்.

'நம்ம ராசாவுக்குத்தான் நம்ம பயப்படணும், விசுவாசமா இருக்கனும் எந்தக் காட்ல இருந்து வந்த பரங்கிப் பயலுக்கு நம்ம எதுக்கு பயப்படணும். அவன் என்ன நம்ம எனமா இல்ல ஜாதியா ஜனமா? அவன் கையில ஆயுதம் இருந்தாப்ல நம்ம அவனுக்கு பயப்படணுமா?'

எலியன் பயலுக்கு பைத்தியம்தான் பிடித்திருக்க வேண்டும் என்று மடைக்குடும்பனும் காட்டுப்பூச்சிப் பயலும் நினைத்துக் கொண்டார்கள். பயலின் பேச்சு ராசா காதுக்கு எட்டிவிட்டால் போச்சு, மூன்று பேரையும் சுண்ணாம்பு காளவாசலில் வைத்து நீத்தி விடுவார் என்று பயந்தான். எலியன் அவர்களை சாமானியமாக விடுவதாக இல்லை. பாளை அரிவாளை வீசியபடியே பின்னால்

வந்தான். கண்மாய்க்கரைச் சரிவில் இருந்த புங்கை மரத்தடியில் மூவரும் நின்றார்கள். காட்டுப்பூச்சியை உறுத்திக்கொண்டிருந்த கேள்வி முணுக்கென்று வெளியில் வந்தது.

'நம்ம ராசாவ மட்டும் எப்பிடி வெள்ளக்காரன் சேக்காளியா சேத்துக்கிட்டான். மத்தவுக எல்லாத்தையும் அழிக்கான், அடிச்சு ஒடுக்குறான், கோட்டைய இடிக்கான். சொல்லு சின்னய்யா.'

'நம்ம ராசாவ வெள்ளக்காரன் சேக்காளியாக்கலடா முட்டாப் பயல. நம்ம ராசாவக் கண்டு வெள்ளக்காரன் பயப்படுறான்.'

'கேலி பண்ணாத சின்னய்யா, வெள்ளக்காரங்கிட்ட நெறய்யா பீரங்கி இருக்குதாம். அவன் எப்பிடி நம்ம ராசாவுக்கு பயப்படுவான்?'

'நம்ம ராசாகிட்ட வெள்ளக்காரன்கிட்ட இருக்கிறதவிட ஏகப்பட்ட பீரங்கி இருக்கு, அதுதான் வெள்ளக்காரன் பயப்படுறான்.'

'சும்மா அடிச்சு விடாத சின்னய்யா, நம்ம ஊரு ஆட்க எத்தனாட்ட அரண்மனைக்குப் போயிருக்காக, ஒருத்தர் கண்ணுலகூட பீரங்கி தட்டுப்படலையே. இருந்தா தட்டுப்படாமலா இருந்திருக்கும்.'

'நம்ம ராசா எல்லாப் பீரங்கிகளையும் காட்டுக்குள்ள மறச்சு வச்சிருக்காரு.'

'இத நான் நம்பமாட்டன் சின்னய்யா.'

'வெள்ளக்காரத் தொர பெரிய தொர, நம்ம அரண்மனைக்கு வந்திருக்காரு. அவரு வரப் போறது தெரிஞ்சு நம்ம ராசா என்ன பண்ணுனார் தெரியுமா? ஒரு ரெண்டாயிரம் பேரு. நல்லா வாட்ட சாட்டமான ஆளா தயார் பண்ணி, அத்தன போர்த்தையும் நெற அம்மணமாக்கி, இப்பிடி வரிசை வரிசையா குனிய வச்சு ரெண்டு குண்டியிலயும் துணிப்பா தெரியும் படியா சுண்ணாம்பு பால வச்சு வெள்ளை வெளேர்னு வட்டம் வட்டமா போட்டுட்டார், கை ரெண்டையும் கவுட்டுக்குள்ள திணிச்சுக்கிட்டு தலைய கவுந்தபடி வரிசை வரிசையா பார்பாரா ரெண்டாயிரம் பேரும் நிக்கான். மேற்காம திரும்பி குனிஞ்சு இருக்காங்க பாரு கெழக்கேயிருந்து சூரிய ஒளி சில்லுனு அவங்க குண்டியில விழுது. சூரிய ஒளிபட்டு சுண்ணாம்பு வளையம் அப்படியே மினுங்குது. அரண்மனை மொட்டை மாடியிலருந்து வெள்ளைக்காரன்கிட்ட பூதக் கண்ணாடியக் குடுத்து நம்ம ராசா பாக்கச் சொல்றார். பூதக் கண்ணாடிய கையில வாங்கி மேற்காம வெள்ளக்கார பெரிய தொர பாத்தான் பாரு, அப்பிடியே விருமுத்தியடிச்சுப் போயி நின்னுட்டான், கையும் ஓடல, காலும் ஓடல. நம்மட்ட நூறு பீரங்கிகூட இருக்காது, ராசாகிட்ட ரெண்டாயிரம் பீரங்கி அதுவும் பளபளனு புத்தம் புதுசு.

அப்படியே நம்ம ராசாவ கட்டித் தழுவி, சேக்காளியாக்கிக் கிட்டான், ஏம்னா இந்த ராசாவ எதுத்து நம்ம எதுவும் செய்ய முடியாதுனு பயந்து போனான்.'

எலியன் சொல்லி முடித்ததும் மடைக்குடும்பனும், காட்டுப் பூச்சியும் சிரித்து உருண்டார்கள். பயம் ஒரு பக்கம் இருந்தாலும் சிரிப்பை அடக்க முடியவில்லை.

'யேலேய் எலியா, இப்படியெல்லாம் பேசிட்டு அலையாதடா. நல்லதில்ல, ஆரு காதுலயாவது விழுந்திட்டா, அப்புறமா அய்யா னாலும் முடியாது, ஆத்தானாலும் முடியாது.'

'கழுத அப்பிடி விதி போட்டிருந்தா போய் சேர்ரது.'

'அரண்மனைக்குள்ள ஆயிரம் இருக்கும், எப்பிடி இருந்தாலும் அவருதான் நமக்கு ராசா. இந்தா இந்தக் கண்மாய் யாரு கண்மா, இந்தக் கரையில இருக்கிற பனைக யாரு பனை எல்லாமே ராசாவுக்கு சொந்தம். அவரு பனையில கள் எறக்கி, பதநீர் எறக்கி, அவரு வயக்காட்ல பாடுபட்டு சாப்பிட்டுட்டு அவருக்கு துரோகம் பண்ணக் கூடாதுடா, அது பெரிய பாவம்.'

'நம்ம என்ன அவருக்கு எதிரா வாள எடுத்திட்டு சண்டைக்கா போகப் போறம், எப்பிடி இருந்தாலும் இன்னொரு நாட்ல இருந்து வந்தவங்க கூட சேர்ந்துக்கிட்டு, நம்ம நாட்டு ராசாக்கமார அடிச்சு வெரட்டுறது எப்பிடி ஞாயமாகும், சொல்லு தப்பா இல்லையா, என்ன ஒன்னும் சொல்லமாட்டேங்க? தப்புனு சொல்லு இல்ல தப்பில்லனு சொல்லு.'

'..........'

போன மாசம் விடிகாலையின் மம்மல் நேரம். எலியன் இடுப்பில் பாளை அரிவாளை சொருகிக்கொண்டு கையில் பதநீர் இறக்கும் கலயத்தைத் தொங்கவிட்டபடி நடந்துகொண்டிருந்தான். விடியப் போகிறது என்பதற்கு ஆதார சுருதியாக கரிச்சான் குருவியின் குரல் தொடர்ந்து கேட்டுக்கொண்டேயிருந்தது. கௌதாரிக் கூட்டத்தின் கெச்சட்ட ஒலி ஊரைத்தாண்டியும் கேக்கும் வேகத்துடன் ஒலித்தது. அப்போதைக்கப்போது மயில்களின் கூவல்கள் விட்டுவிட்டுக் கேட்டுக்கொண்டேயிருந்தன. தினமும் விடிகாலையில் வழக்கமாக கேட்கும் குரல்கள்தான் என்றாலும், கரிச்சான் குருவியின் சத்தம் வித்தியாசமாகக் கேட்டது. இது விடியலை அறிவிக்கும் குரல் அல்ல, மிருகங்கள் தட்டுப்பட்டால் கரிச்சான் ஒருவிதமான ஒலியை எழுப்பிக்கொண்டே இருக்கும். அந்த வகையான ஒலி தொடர்ந்து வடக்குப் பக்கமிருந்து கேட்டுக்கொண்டேயிருந்தது.

சரியாக விடிந்து வெளிச்சம் தெரியாதபடியால் வேறு எந்த உருவங்களையும் காண இயலாத, இன்னும் சிறிது நேரத்தில் விலகிக் கொள்ளப் போகிற விடி இருட்டில் ஒன்றும் தெரியவில்லை. எல்லா பனைகளிலும் இன்னும் பதநீர் இறக்க பருவம் வரவில்லை. கட்டுப்பாளை (ஆண்) பனைகளில் மட்டுமே பதநீர் வர ஆரம்பித் திருந்தது. பருவப்பாளை (பெண்) பனைகளில் இன்னும் சில நாட்களில் கலயம் நிறைய்ய பதநீர் வரத்து தொடங்கிவிடும். தனக்கு மட்டுமே குடிப்பதற்காக இரண்டு கலயங்களில் கள் இறக்க பிரித்துப் போட்டிருந்தான். முதன் முதலில் கள்ளை இறக்கி வயிறு முட்டக் குடித்த பின்புதான் தெம்புடன் சுதாரிப்பாக மற்ற பனைகளில் ஏறி பாளை சீவுவான்.

பனையடியில் நின்று தார்ப்பாய்ச்சல் கட்டிய உடன் அய்யனா ரப்பன் கோவில் இருக்கும் திசை நோக்கி கும்பிட்டான். வலது காலை தூக்கி பனந்தூரில் வைக்கும் முன்னால் பனையை தொட்டுத் தொட்டு மூன்று தரம் கண்களில் ஒற்றிக்கொண்டான். இருள் மெல்ல விலகி விடிந்துகொண்டிருந்தது. கரிச்சான் சத்தம் இன்னும் ஓயவில்லை. காதலோடு ஒரு பெண்ணைக் கட்டித் தழுவி இறுக்கு வதைப் போல் பனையைக் கைகோர்த்து இறுக்கியபடி மேலேறி உச்சியை அடைந்தான்.

இடுப்பில் தொங்கிய முட்டிக் கலயத்தில் கள்ளை ஊற்றி தொங்கவிட்டவன், கள் கலயத்தைப் பனஞ்சில்லாட்டையால் உரசி சுத்தம் செய்துவிட்டு, மண்டி மகிழு கீழே விழுவதற்காக, கவுத்திப் பிடித்துக்கொண்டு பனைமட்டையில் கலயத்தின் வாயை இலேசாய்த் தட்டினான். கலயத்திற்குள்ளிருந்து சில தேனிக்குளவிகளும், பாளைச் சீவல்களும் தரையில் விழுந்தன. பாளையைக் கலயத்திற்குள் திணித்துக் குளவிகள் விழாதபடி வெள்ளைத் துணியால் கலயத்தின் வாயை மூடிக் கட்டினான். எல்லாக் கலயத்தையும் கட்டி பாளை களைச் சீவிவிட்டு, இடுப்பில் கள்கலயம் தொங்க, மட்டையை இறுக்கிப் பிடித்து பனங்கழுத்தில் ஒரு கால் வைத்தவன் தெற்கே ஏறிட்டுப் பார்த்தான். கரிச்சான் ஒலி எழுப்பிய திசையில் ஆடோ, மாடோ, கழுதையோ சரியாகத் தெரியவில்லை. ஒரு உருவம் தெரிந்தது. பனையைவிட்டு கீழிறங்கியவன் கள்ளை வயிறுமுட்டக் குடித்தான். பயிரு பச்சைகள் இருக்கும் நடு வயக்காட்டில் எப்படி ஆடு மாடுகள் வரமுடியும், அதுவும் ராத்திரி நேரத்தில் என்று குழம்பிய எலியன் நேராக அந்த உருவத்தை நோக்கி எட்டு வைத்தான்.

அவன்கிட்ட நெருங்கவும் கண் அடையாளம் தெரிகிற அளவு வெளிச்சம் வரவும் சரியாக இருந்தது. கிட்டத்தில் போய் உற்றுப்

பார்த்தான். இவ்வளவு கிட்டத்தில் வைத்து எலியன் குதிரையைப் பார்த்தது கிடையாது. வாட்டசாட்டமான வெள்ளைக் குதிரை. ஆதாளைச் செடியின் தூரில் கட்டப்பட்டிருந்தது. கண்ணுக்கு எட்டிய தூரம்வரை கண்ணில் யாருமே தட்டுப்படாததால் இலேசான பயம் பற்றிக்கொண்டது. வெள்ளைக்காரர்களோ அல்லது அரண்மனைக்காரர்களோ வந்திருக்கலாம் என்று நினைத்துக் கொண்டான். ஆனாலும் ஊருக்குள்தானே அவர்கள் வருவார்கள், வயக்காட்டுக்குள் அதுவும் ராத்திரியில் வரமாட்டார்கள் என்று குழம்பியபடியே நின்றான். சிறிது தூரத்தில் மகாலிங்கம் பிள்ளையின் வெற்றிலைக் கொடிக்கால் கிணறு இடிந்து மேடேறி ஒரு கிடங்கைப் போல் பயன்பாடற்றுக் கிடந்தது. பிள்ளைவாள் பேயாய் அலைகிறார் என்ற வதந்தியால் யாருமே கிட்டத்தில் போகமாட்டார்கள்.

எலியன் மெதுவாக எட்டு வைத்து இடி கிணற்றை எட்டிப் பார்த்தான். திடுக்கிட்டுப் போனான். மொடாப் பானையைக் கவுத்தி வைத்தது போல் பெரிய வட்ட தலைப்பாகை பக்கத்தில் இருக்க, திடகாத்திரமான வாட்ட சாட்டமான ஒரு ஆள் உறங்கிக் கொண்டிருந்தான். மணிக்கை தண்டி மீசை இழுத்துவிடும் மூச்சில் அசைந்து கொண்டிருந்தது. மேலிருந்து உற்றுப் பார்த்தான். முதன் முதலில் குடுகுடுப்பைக்காரன் என்றுதான் நினைத்தான். குடு குடுப்பைக்காரன் என்றால் காளை மாடுதானே வைத்திருப்பான், குதிரையா வைத்திருப்பான் என்று குழம்பினான். தைரியத்தை வரவழைத்துக் கொண்டு இலேசாக இருமினான். சடாரென எழுந்து கொண்ட அந்த ஆள் சுற்றிச் சுற்றி எதையோ தேடி, கற்களுக் கிடையில் சொருகி மறைத்து வைத்திருந்த வாளைக் கையிலெடுத்தார். எலியன் சொருக்கு மூத்திரத்தை அடக்க முடியவில்லை. பாளை அரிவாளைத் தொட்டுப் பார்த்துக்கொண்டான். ஆனாலும் தன் பயம் போகவில்லை. வாளையும் குதிரையையும் பார்த்த உடனேயே தெரிந்துகொண்டான் இது அரண்மனை ஆள்தான் என்று. தைரியத்தை வரவழைத்துக்கொண்டு குரலை உயர்த்தி அதட்டினான்.

'யாருய்யா நீரு, பாத்தா அரண்மனை ஆளு மாதிரி தெரியுது கெடங்குக்குள்ள, அதுவும் பேய்க் கெடங்குக்குள்ள வந்து படுத்துக் கெடக்கீரு. என்ன வெசயம், எங்க போகணும்.'

தலப்பாகையை எடுத்துத் தலையில் கவுத்தியபடி இறங்கி உள்ளே வரும்படி சைகை செய்தார் அரண்மனைக்காரர். பாளை அரிவாளை கையில் பிடித்தபடியே மேலே ஏறி வரும்படி சைகை செய்தான் எலியன்.

'என்னால மேல ஏறி வரமுடியாது, பயப்படாம கீழ எறங்கி

வாரும், அரிவாள பத்திரமா வச்சுக்கோரும், பாளை சீவ வேணும்ல்ல.'

எடக்கும் எகடாசியுமான பதில். கொஞ்சம்கூட பயமே இல்லாத நிதானம். ராத்திரியில் குதிரையில் வரும் போது இடி கிணறு என்று தெரியாமல் உள்ளே தவறி விழுந்திருப்பானோ, கைகால் ஒடிந் திருக்குமோ, என்னால் ஏற முடியாது என்று சொல்கிறானே என்று குழம்பியபடியே எலியன் நடுங்கியபடியே கீழே இறங்கினான். தன் பக்கத்தில் வந்து உட்காரும்படி சைகை செய்தது தலைப்பாகை.

'பனையேறிக்கு எந்த ஊரோ?'

'பக்கத்து ஊருதான், உருளகுடி.'

'ம்... ம்... எட்டயபுரம் ஜமீன் இல்லையா?'

'அது இருக்கட்டும், நீரு எந்த ஊரு, எந்த ஜமீனு ஆள்.'

'பாஞ்சாலங்குறிச்சி.'

'கட்டபொம்மு ராசாவோட ஜமீன் ஊரு.'

'கட்டபொம்மு ராசாவ நீரு பாத்திருக்கீரா?'

'அவரு இங்கிட்டெல்லாம் வர மாட்டாரு, ஏம்னா எங்க மகா ராசாவுக்கும் அவருக்கும் பகையாம்.'

'சரி, ஒங்க மகாராசாவ பாத்திருக்கீரா?'

'ரெண்டாட்ட பாத்திருக்கன், எங்க ஊருக்கே வந்திருக்காரு.'

இலேசான வெளிச்சம் பரவியிருந்தது. இன்னும் சிறிது நேரம் தான். நன்றாக விடிந்து விடும்.

'அது சரி பாஞ்சாலங்குறிச்சி அரண்மனைக்காரருக்கு இங்க என்ன வேல, அதச் சொல்லலையே.'

'ஓம் பேரு என்ன பேருய்யா?'

'அம்மா அப்பா வச்ச பேரு குருசாமி, எலியன்னு சொன்னாத் தான், எல்லார்த்துக்கும் தெரியும்.'

'நான்தான் குருசாமி வீரபாண்டிய கட்டபொம்மன். பாஞ்சால குறிச்சி ராஜா, ஜக்கம்மா சோதனையால இங்க ஒளிஞ்சு கெடக்கன்.'

எலியன் தடாபுடாவென்று எழுந்து தலை குப்புற காலில் விழுந்து எழுந்தான். கதை கதையாய்க் கேட்ட வீரம் இப்படி தன் முன்னால் வந்து நிற்கும் என்று கனவிலும் நினைத்திருக்க மாட்டான். பீரங்கிக்கே பயப்படாமல் சண்டை போடுகிறவர் என்று கேள்விப்பட்ட மாவீரன் தன் முன்னால் கூனிக் குறுகி கை கட்டி வாய்பொத்தி சுருண்டு நின்றான்.

'குருசாமி நான் ஒன்னோட மகாராசா இல்லாட்டாலும் எனக்கு

நீ ஒரு உதவி செய்யணும்.'

'சொல்லுங்க ராசா என் தலைய வேணும்னாலும் தாரன்.'

'எனக்காக தன் உயிரையே தானமாகக் கொடுத்த தளபதி சுந்தரலிங்கத்தின் இனத்தைச் சேர்ந்தவன் நீ, அந்த இனத்தின் வீரம், அவர்களின் பூர்வீகத் தொழில் விவசாயம் இவையெல்லாம் சேர்ந்துதான் உன்னை இப்படி பேச வைக்கிறது. எதிரி ராஜா என்று தெரிந்தும், உதவி என்று கேட்ட உடனேயே என் தலையைக் கூட தருகிறேன் என்கிறாயே, உன் இனத்தின் வீரத்தை நினைத்து சந்தோஷப்படுகிறேன் குருசாமி.'

'ராஜானா எங்களுக்கு எல்லா ராஜாவும் ஒன்னுதான், ஒங்களுக்குள்ளதான் சண்டையே தவிர எங்களுக்குள்ள எந்தச் சண்டையும் கெடையாது. பாக்கப் போனா ஒங்களுக்குள்ள இருக்கிற கோபதாபம்தான் எங்களுக்குள்ள சண்டையா மாறிருது. சரி, ராஜா சொல்லுங்க நான் என்ன உதவி செய்யணும்?'

'தப்பிச்சு வர்ர வழியில குதிரைக்கு முன்னத்தியங்கால்ல லாடம் கழண்டு போச்சு, ராத்திரியில கரடுமுரடான குறுக்குவழியில வெரட்டிட்டு வந்தன் பாரு, சோளத்தட்டை வசமா பூந்திருச்சு, அது அப்பிடியே குளம்புக்குள்ளதான் இருக்கு, குதிரை தரையில கால ஊன்ற மாட்டாம கஷ்டப்படுது. உள்ள பூந்திருக்கிற சோளத் தட்டை ஈக்கிய புடிங்கிட்டு கழன்டு கெடக்கிற லாடத்த இறுக்கி அடிக்கணும். அப்பத்தான் நான் கோல்வார்பட்டி ஜமீன்ட்ட போயி சேர முடியும்.'

'எட்டயபுரம் அரண்மனை மாடுகளுக்கும் குதிரைகளுக்கும் லாடம் கட்டுகிற பிச்சை ஆசாரி இங்க எங்க ஊர்லதான் இருக்காரு, அவர கூட்டிட்டு வாரன், ஆனா பெரிய நொரநாட்டியம் புடிச்ச ஆளு, என்ன சொல்றாரோ தெரியல, உறுதியா வருவார்னு என்னால ஒங்ககிட்ட சொல்ல முடியல, மன்னிக்கனும் ராசா.'

'அப்படின்னா நான் சொல்றபடி செய்யிடா எலியா, எட்டயபுரம் அரண்மனை ஆள்க ரெண்டு பேரு வந்தாக, வந்த எடத்துல இப்பிடி ஆகிப் போச்சு, அப்பப்பாத்து நான் பனையடியில நின்னன், என்னயக் கூப்பிட்டு இந்த வேலைய ஒப்படைச்சிட்டு சாயங்காலமா வந்து குதிரைய பத்திட்டுப் போறம்னு சொல்லிட்டுப் போய்ட்டாகனு பொய் சொல்லுடா எலியா, இல்லனா நான் இந்த இடி கெணத்துக் குள்ள கெடக்க வேண்டியதுதான், கோல்வார்பட்டி போக முடியாது.'

'நீங்க சொல்றது தான் ராஜா சரியான யோசன. இல்லனா ஆசாரி மசியமாட்டான். பெரிய கொம்பேறி.'

‘சட்டுப் புட்டுனு போய்ட்டு சுருக்கா ஓடியாடா.’

‘இந்த மஞ்சணத்திச் செடி கூட்டத்துக்குள்ள ஒங்க வாளையும் தலப்பாவையும் ஒளிச்சு வச்சிட்டு கண்மாய்க்குள்ள போயி கருவ மரத்தடியில செத்த நேரம் ஒக்காருங்க. நான் சுருட்டாப் போய்ட்டு ஒரு வீச்சுல ஆசாரிய கூட்டிட்டு வாரன். ராஜா நல்லா விடிஞ்சு போச்சு. வேல எப்ப முடியுதோ, பசியெடுக்கும். ராத்திரி சாப்பிட்டீ களோ இல்லையோ, இந்தா இந்தக் கலயத்துல கள் இருக்கு ரெண்டு பட்ட ஊத்திக்கோங்க, அளவு மீறிற வேண்டாம், கோல்வார்பட்டி போறதுக்குப் பதிலா குதிரை எட்டயபுரம் போயிறக் கூடாதில்ல.’

எலியன் வேகமாகப் புறப்பட்டுக் கரையேறி நடந்தான். ஒரு பக்கம் பயம் இருந்தாலும் உதவிகேட்டு ஒரு மகாராஜாவே வந்திருக்கிறார் என்று நினைத்தவனுக்கு பயம் குறைந்து வீர்யம் பொங்கியது. கூடவே எட்டயபுரம் அரண்மனைக்குத் தகவல் கொடுத்துவிட்டால் தனக்கு கிடைக்கும் பரிசு, பாராட்டு எல்லாவற்றையும் ஒரு நிமிஷம் நினைத்துப் பார்த்தான். அடுத்த நொடியே காறித் துப்பினான். காட்டிக் கொடுக்க அவன் மனசு இடம் தரவில்லை. விடியக் கருக்கலிலேயே அவன் பிச்சை ஆசாரி வீட்டு முன்னால் வந்து நின்றபோது, ஆசாரி அப்போதுதான் தூங்கி எழுந்து திண்ணையில் உட்கார்ந்திருந்தார். எலியனை அவர் எதிர்பார்த்திருக்க மாட்டார்.

‘வாங்க பனையேறி சண்டியரு வாங்க, என்ன காலாங்காத்தால ஆசாரியத் தேடி, யாருக்கு லாடம் கட்டணும், வெறுங்கைய வீசிட்டு வர்ரவரு ஒரு கலயத்துல ரெண்டு செம்பு கொண்டாரலாம்ல்ல.’

‘பாளைக இப்பத்தான் ஆசாரியார சொட்டுப் போடுது. ஏதோ எனக்கு மட்டும் ஒதட்ட நனைக்க ஒழக்கு ஆழாக்குனு வருது, இன்னும் பத்து நாள் போகட்டும், ரெண்டு செம்பு என்ன ரெண்டு கலயம் கொண்டாந்து தாரன்.’

‘சரி, காலாங்காத்தால நல்ல விஷயத்தப் பேசுவம், வந்த காரியம் என்ன மொதல்ல அதச் சொல்லும்.’

எலியன் சுற்றும் முற்றும் பார்த்தான். ஆசாரியம்மாவைக் காணவில்லை. குழந்தைகள் நடையில் உறங்கிக் கொண்டிருந்தன. ஆசாரியார் புரிந்துகொண்டார். எலியன்கிட்ட நெருங்கிப் போனான்.

‘சொல்லுப்பா என்ன விஷயம்? அம்மா கெணத்துக்கு நல்ல தண்ணி எடுக்கப் போயிருக்கு, வேற யாருமில்ல.’

பிச்சை ஆசாரி லாடப் பையை தோளில் வைத்துக்கொண்டு நடந்தார். தெருப்பாதைவழி நடக்காமல் படப்புப் பாதை வழியே

நடந்து கண்மாய்க்கரையை அடைந்தார்கள். இலேசாக வெய்யில் முகம் தெரிந்தது. கண்மாய் தண்ணீரில் காலையிலேயே நீர்க் கோழிகள் நிறைபிடித்து நீந்திக்கொண்டிருந்தன. பனைமரத்தி லிருந்து விகாரமாய் சத்தம் எழுப்பியபடி பறந்து போனது மீன்கொத்திப் பறவை ஒன்று. அலையடிப்பில் சூரிய ஒளிபட்டு தண்ணீர் தகதகப்பாய் மின்னியது. இடி கிணற்றை அடைவதற்காக மடை யோரமாக கீழிறங்கி வயலுக்குள் நடந்தார்கள். காலடிச் சத்தம் கேட்டதும் வரப்புகளிலிருந்து வாய்க்காலுக்குள் ஓடி வளையில் புகுந்தன நண்டுகள்.

தோளில் சுமந்துகொண்டு வந்த லாடப் பையைத் தொப்பென்று தரையில் போட்டார். பற்றுக் குறட்டை கையில் எடுத்துக் கொண்டு குதிரையை நெருங்கி உட்கார்ந்து இடது கையால் குதிரையின் முன்னங்கால் மொளியோரமாக இரண்டு சுண்டு சுண்டினார். குதிரை தன் காலைத் தூக்கி மொளியை மடக்கிக் கொண்டு நின்றது. கழண்டு தொங்கிய லாடத்தைப் பற்றுக் குறட்டால் பிடுங்கி கையில் வைத்துக் கொண்டு மேலும் கீழும் உற்றுப் பார்த்தார். எலியனை முறைத்துப் பார்த்தார். எழுந்துகொண்டவர் குதிரையின் முதுகில் இலேசாய் ஒரு தட்டு தட்டினார். தூக்கி வைத்திருந்த காலை தரையில் வைத்துக்கொண்டது. மீண்டும் கையில் வைத்திருந்த கழட்டிய லாடத்தை உற்றுப் பார்த்தபடியே எலியன் பக்கத்தில் வந்து நின்றார் பிச்சை ஆசாரி.

'எப்பா, பனையேறி, எனக்கு இந்தா என் கண் முன்னால நிக்கிற பனைக மட்டும்தான் தெரியும். ஆணு எது, பொண்ணு எதுனுகூட எனக்குத் தெரியாது. அதுமாதிரி கள் எப்பிடி எறக்கிறது அப்பிடினும் தெரியாது. ஒனக்கு பனைகளப் பத்தி என்னவெல்லாம் தெரியுமோ அது எனக்குத் தெரியாது. அதே மாதிரி மாடுக, குதிரைகளப் பத்தி ஒன்னவிட எனக்கு ரொம்பத் தெரியும். அதுகளோட சமயத்துல நாங்க பேசிக்கிறதுகூட உண்டு. ஒனக்கு லாடத்தப் பத்தியும் ஒன்னும் தெரியாது. லாடத்துல எத்தனையோ வகை இருக்கு, லாடம் அடிக்கிறதுலயும் நெறய்யா வகைக இருக்கு. அது எங்க பரம்பரைத் தொழில் அறிவு.'

'அந்தந்தத் தொழில் பாக்கிறவங்களுக்கு அந்தத் தொழிலப் பத்தி வெவரமெல்லாம் தெரிஞ்சாத்தான செம்மையா தொழில் பண்ண முடியும். இல்லனா அரை கொறையா ஒப்பேத்தத்தான் முடியும், அப்பிடிச் செய்யிறது தொழில் தருமமாகாதில்ல ஆசாரியாரே.'

'அதே மாதிரி ஏமாத்தி பொய் சொல்லி அல்லது அரட்டிமெரட்டி தொழில் செய்யச் சொல்றது பெரிய பாவம்.'

‘நீங்க சொல்றது எனக்கு ஒன்னும் புரியலையே ஆசாரியாரே.’

‘அது எப்பிடி புரியும். பொய்சொல்லி வேல வாங்குறதும், கன்னம் வச்சு களவு செய்யிறதும் ஒன்னுதான். அய்யா பனையேறி சண்டியரே உண்மையச் சொல்லும். இது யாரோட குதிரை, சத்தியமா இது நம்ம அரண்மனை குதிரையில்ல.’

‘எத வச்சு இப்பிடி திட்டாந்திரமா சொல்றீரு.’

‘திட்டாந்திரமா சொல்லல, சரியாத்தான் சொல்றன். இந்தா என் கையில இருக்கிற லாடம் என்னோட பெரியப்பா செல்லையா ஆசாரி பட்டறையில அடிச்ச லாடம். அவரோட ஊரு வெள்ளாரம், கவர்னகிரிக்குப் பக்கத்துல இருக்கு. அவரு பாஞ்சாலங்குறிச்சி ஜமீனுக்கு வேலை செய்றவரு. ஆக இந்தக் குதிரை கட்டபொம்மு ராசாவோட அரண்மனைக் குதிரை. வெள்ளக்காரன் வர்ரதுக்கு முந்தி எல்லாரும் ஒன்னாமன்னாத்தான் இருந்திருக்காக. அவன் வந்துதான் எல்லார்த்துக்குள்ளயும் பகைய உண்டுபண்ணிட்டான். அங்க வேல ரொம்ப இருக்கும் போது எங்க அய்யா அங்க போயி அந்த அரண்மனை வேலை செய்வாராம். அதே மாதிரி இங்க வேல ரொம்ப இருக்கும்போது அவரு இங்க வந்திருந்து எட்டயபுரம் அரண்மனை வேலைய முடிச்சிட்டுப் போவாராம், இப்ப ரெண்டுக்கும் ஆகாமப் போச்சு.’

எலியன் வசமாக மாட்டிக்கொண்டான். சொன்ன பொய் எல்லாவற்றையும் பற்றுக் குறட்டால் பிடுங்கி தன் கையில் வைத்துக் கொண்டார் பிச்சை ஆசாரி. விருட்டென்று மேலேறி வரப்பு வழியே நடந்து கண்மாய்க்கரையை அடைந்தான். தலை தெரிந்ததும் ராசா வேகமாக வந்தார். இருவரும் பிச்சை ஆசாரியிடம் வந்தபோது ஆசாரி ஒருவாறு யூகித்துக்கொண்டு கும்பிட்டார். எல்லா விஷயங் களையும் கேட்டுக்கொண்டிருந்த ஆசாரி ஒரே வரியில் பதில் சொல்லிவிட்டு வேலையை ஆரம்பித்தார்.

‘முள் தச்சு நொண்டிட்டு வாரவன், முள்வாங்கி கேட்டா இல்லனு சொல்லக் கூடாது. சொன்னா அது தொழில் தர்மம் இல்ல. அது மாதிரி குதிரைக்கு அந்த ஈக்கியப் புடுங்கி லாடத்த சரியா அடிச்சு அனுப்புறது என்னோட தொழில் தர்மம். நாளைக்கே துப்பு வெட்டி எட்டயபுரம் ஆட்க வரலாம், வெள்ளக்காரத் தொரையோட ஆட்களும் வரலாம், அதுக்குப் பயந்தா தொழில் தர்மத்த காப்பாத்த முடியாது. நானும் எலியனும் இந்த வேலைக்காக ஒங்ககிட்டயிருந்து சல்லிக் காசு வாங்கல. இது முழுக்க முழுக்க தர்மம். எங்கள தர்மம் காக்கும்.’

ஆசாரியை உற்றுப் பார்த்தபடியே நின்றார் மன்னர். அவருடைய பேச்சு ஒரு தேர்ந்த ஞானியின் பேச்சைப் போல் இருந்தது. சோளத்தட்டை ஈக்கியைப் பிடுங்கி வளைந்த லாடத்தை நிமிர்த்தி குதிரைக் குளம்பில் பொருத்தி வசம் பார்த்து ஆணி அடித்தார். குதிரை தன்னுடைய வாலை வட்டஞ்சுற்றி சுழற்றியது. கும்பிட்டு விட்டு மன்னர் புறப்பட ஆயத்தமானார். மஞ்சணத்தி மூட்டின் கும்மலுக்குள்ளிருந்து வாளையும் தலப்பாகையையும் எலியன் எடுத்துக் கொடுத்தான். கள் இருந்த கலயம் வெறுங்கலயமாகி யிருந்தது. வெறும் வயிறாக இருந்த மன்னரின் வயிறு இப்போது வெறும் வயிறாக இல்லை. வேகமாகப் போன குதிரையைக் கண் மறையும் வரை இருவரும் பார்த்துக்கொண்டே இருந்தார்கள்.

'ராசா நேரா போறாரே உப்பத்தூர் ஆத்துல தண்ணி வருமே என்ன செய்வாரு, எப்பிடியும் சுத்தித்தான் போகணும். பாலத்து வழியாத்தான ஆத்த கடக்க முடியும்.'

'பாலத்துக்குப் போனா நாலாளு கண்ணுல படும், அது ஆபத்து. ஒன்னு தண்ணிக்குள்ள எறங்கி ஆத்துக்கு மறு கரைக்குப் போவாரு, இல்ல ஒரே தாண்டா தாண்டிக் குதிப்பாரு.'

தரையில் கிடந்த குதிரைச் சாணத்தை ஒன்றுவிடாமல் கூட்டி அள்ளி வயக்காட்டுக்குள் சிதறி எறிந்தான். தடயங்கள் தெரியாதபடி கோளாறாக எல்லாவற்றையும் அழித்தான். ஒரே நேரத்தில் இருவரும் பயத்துடனும் சந்தோஷத்துடனும் கவலையுடனும் கவலையில்லாமலும் எட்டு வைத்து ஊருக்குள் நுழைந்தார்கள்.

குப்பாண்டி படப்படியில் நின்றுகொண்டு ஊரை ரசித்துக் கொண்டிருந்தான். வீடுகளை மறைத்துக் கொண்டு ஊரைச் சுற்றிலும் இருக்கும் பெரிய பெரிய படப்புக்கள், மாட்டுத் தாவணியைப் போல் எங்கே பார்த்தாலும் ஜோடி ஜோடியாய்க் கட்டிக் கிடக்கும் காளை மாடுகள், மாட்டு வண்டிகள், கலப்பைகள், ஊரைச் சுற்றிலும் பொது உரல்கள், அதைச் சுற்றி குமிந்து கிடக்கும் நெல் உமிகள், வீடு தவறாமல் கோழி மடங்கள், சிலு சிலுவென்று கூட்டங்கூட்டமாய்த் திரியும் கோழிக் கூட்டங்கள், வருபவர்கள் உட்கார்ந்து இளைப்பாற, பேச, வீடு தவறாமல் திண்ணைகள், பெரிய பெரிய களங்கள், வாசல்களை மறைத்துக் கொண்டு தானிய மூட்டைகள், பெரிய அரக்கர்களைப் போல் வீட்டுக்குள் நிற்கும், எப்போதும் தானியங்கள் நிரம்பி வழியும் குலுக்கைகள், மிளகாய் வத்தல் அம்பாரம், பருத்திக் குவியல்கள். குப்பாண்டி சந்தோஷப் பட்டான்.

'தாயோளி... சம்சாரிக நெறஞ்ச ஊர்னா அதோட லட்சணமே

வேறதான்டா.' தனக்குள்ளேயே சொல்லிக்கொண்டான்.

முந்தியெல்லாம் எப்போதாவது ஊருக்குள் வரும் அரண்மனைக் காரர்களும் வெள்ளைக்காரர்களும் இப்போது அடிக்கடி ஊருக்குள் வருவதும், கண்ட ஆட்களிடமெல்லாம் கட்ட பொம்மனைப் பற்றி விசாரிப்பதும் வழக்கமாகிவிட்டது. அவர்களைப் பார்த்த போதெல்லாம் பனையேறி எலியனும், லாடம் கட்டுகிற பிச்சை ஆசாரியும் கைகால்கள் நடுங்க ஒளிந்துகொண்டார்கள். விஷயம் வெளியே தெரிந்துவிட்டால் என்ன நடக்கும் என்பது இருவருக்குமே நன்றாகத் தெரியும். ஒரு நாள் பிச்சை ஆசாரி எலியனிடம் கேட்டார்.

'அடேய்... எலியா, தெனம் தெனம் நம்ம ரெண்டு பேரும் இப்படி செத்துச்செத்து பிழைக்கிறதுக்குப் பதிலா ஒரே நாள்ல செத்திரலாம்டா. எட்டயபுரம் போயி அரண்மனையில உண்மையச் சொல்லிருவம், ராத்திரிப் பூராவும் ஒறக்கமே இல்லடா. ராத்திரியில ஒன்னுக்கிருக்கப் போனாக்கூட சறுக்னு சத்தம் கேட்டா போதும், சொருக் மூத்திரம் தன்னால போகுது. துப்பு வெட்டி கண்டு புடிச்சிட்டா அம்புட்டுத்தான், ராசத் துரோகம்னு சுண்ணாம்புக் காளவாசல்ல வச்சு பஸ்பமா நீத்திருவாங்க, சாம்பல்தான் மிச்சம்.'

'நான் பனையேறி. என்னைய ஒன்னும் செய்யமாட்டாக, குதிரைக்கு லாடம் கட்டுனது நீர்தான, ராசாவ தப்பிக்க வச்சது ஒம்மோட லாடம்தான, அப்ப ஒமக்குத்தான் தண்டன, எனக்கு ஒன்னுமில்ல.'

'அடே... அய்யா, ஏதோ ஒரு வெறிச்சியில உதவி செஞ்சுட்டன், வெள்ளக்காரனையும் அவனோட துப்பாக்கியையும் பாக்கும் போதெல்லாம் அடி வயித்தக் கலக்குதுடா பாவி. நீ எப்பிடிடா இப்பிடி பயப்படாம அலையிற.'

'எனக்கும் இதுக்கும் என்ன இருக்கு, நான் எதுக்கு பயப் படணும்?'

'யே... அய்யா, அப்பிடிச் சொல்லாதடா, ஒந்தைரியத்துலதான் நான் இருக்கன், இல்லனா நாளைக்கே எட்டயபுரம் போயிருவன்.'

'எதுக்கு இப்பிடி பயப்படுறீரு, கழுத ஆறுலயும் சாவு நூறுலயும் சாவு. என்னைக்கிருந்தாலும் ஒரு நாளைக்கு சாவு நிச்சயம். அது எப்பிடி வந்தா என்ன? கட்டபொம்மன் பேரு இருக்கிற வரைக்கும் ஒம்ம பேரும் இருக்கும்.'

'என்னோட போயிட்டாகூட பரவாயில்லடா, பரம்பரையவே கருவறுத்திருவாங்களடா.'

ஆசாரி முகம் குராவிப்போய் இருந்தார். தொழிலில் சிரத்தை

காட்டவில்லை. சம்சாரிகளிடம் சரியாக பேசக்கூட இல்லை. நேற்று வந்த அரண்மனைக்காரர்கள் சொன்ன விஷயம் எலியன் வயிற்றிலும் பிச்சை ஆசாரியின் வயிற்றிலும் புளியைக் கரைத்தது. ஊர் கூடிநின்றது. அரண்மனைக் காவலாளி சத்தமாகப் பேசினான்.

'எல்லாரும் நல்லா கேட்டுக்கோங்க, கோட்டைய விட்டுத் தப்பி ஓடிய பாஞ்சாலங்குறிச்சி மந்திரிய நேத்து ராத்திரியே கைது பண்ணியாச்சு. கட்டபொம்மு ஒளிஞ்சு கெடக்கிற எடத்த மந்திரி காட்டிக் குடுத்துட்டாரு. நாளைக்கே கட்டபொம்முவ புடிச்சிரு வாங்க. இன்னைக்கு சாயங்காலம் மந்திரியோட தலைய துண்டா வெட்டி, நீண்ட பலாக்களையில குத்தி ஊரு ஊருக்கு ஊர்வலமா கொண்டாராங்க. இந்த ஊருக்கும் சாயங்காலம் தலை வருது. ஊர் ஜனங்க எல்லாரும் கட்டாயம் பாக்கணும்னு ராசாவோட உத்திரவு, ஏம்னா யாராவது கட்டபொம்முக்கு உதவி செஞ்சா இதே கதன்னு காட்டத்தான் இந்த ஊர்வலம். ஊர்ஊருக்கு வருது, அதனால சாயங்காலம் எல்லாரும் ஒரே எடத்துல கூடிநின்னு மந்திரியோட தலையப் பாக்கணும். இது ராசா உத்திரவு.'

கூட்டத்தோடு கூட்டமாய் நின்று இந்தப் பேச்சைக் கேட்டுக் கொண்டிருந்த பிச்சை ஆசாரியும் எலியனும் திடுக்கிட்டுப் போனார்கள். பிச்சை ஆசாரி தன்னுடைய தலை வாரிக் கம்பில் குத்தியிருக்க, வெள்ளைக்காரர்கள் ஊர் ஊராய் அதை ஊர்வலமாய்க் கொண்டு போவது போல் கற்பனை பண்ணிப் பார்த்தார். வெட்டப் படாத தன் தலைசுற்ற வேப்பமரத்தடியில் அப்படியே உட்கார்ந்தார். ஊர்வலமாய் வரும் மந்திரியின் தலையைப் பார்க்காமல் போய் விட்டால் அதுவும் குற்றம். என்ன செய்வதென்று தெரியாமல் குழம்பிக்கொண்டிருந்தார்.

கிழக்கே இருந்து ஏழெட்டுக் குதிரைகள் வருவது தெரிந்தது. கூட்டத்தில் மயான அமைதி, மரணபீதி. பிணங்கள் பார்த்த கண்கள் முதன் முறையாக துண்டிக்கப்பட்ட மனித தலையை பார்க்க பயத்துடனும் ஆவலுடனும் காத்துக்கிடந்தன. நீண்டு வளர்ந்த ஒரு (பலாக்களை) வரிச்சிக் கம்பின் நுனியில் மந்திரியின் துண்டித்த தலையைக் குத்தி அதை தூக்கிப் பிடித்தபடி குதிரையில் வந்தான். அவனுக்குப் பின்னால் ஏழெட்டுக் குதிரைவீரர்கள் கையில் பளபளக்கும் வாட்களுடன் ஊர்வலமாய் வந்தார்கள். கூட்டம் கூடிநின்ற இடத்தில் வந்ததும் தலையை நன்றாக உயர்த்தித் தூக்கிக் காட்டினான். மௌனம், இறுக்கம், பெருமூச்சுக்கள், பயம், மிரட்சி, மூச்சுவிடும் சத்தம் மட்டுமே மிச்சம்.

மந்திரியின் தலை உச்சிக் கம்பில் கறுத்துப் போய் குத்திவைக்கப்

261

பட்டிருந்தது. அவருடைய முகம் நன்றாகத் தெரிய வேண்டும் என்பதற்காக தலைப்பாகை அகற்றப்பட்டிருக்கலாம். காதுகளில் கடுக்கண் மின்னுவது போல் தெரிந்தது. மம்மிருட்டில் எதுவுமே சரியாகத் தெரியவில்லை. குதிரைக் கூட்டம் கண்களில் இருந்து மறைந்ததும், பீதி குறைந்து கூட்டத்தில் கசுபுசு பேச்சுக்கள் கேட்டன. எலியன் பிச்சை ஆசாரியைக் கைத்தாங்கலாகக் கூட்டிக்கொண்டு போய் அவருடைய வீட்டில் விட்டுவிட்டு வந்தான். தன் கால் கைகள் நடுங்கினாலும், வெளியே காட்டிக்கொள்ளாமல் நடித்தான். ஊரெல்லாம் இதே பேச்சாகத்தான் இருந்தது. பக்கத்து ஊர் ஜனங்களும் பயத்தில் உறைந்துகிடந்தார்கள்.

துண்டிக்கப்பட்ட தலை ஊர்வலம் பயம் மறையக்கூட இல்லை. மூன்றே நாட்கள்தான், கட்டபொம்மனும் பாஞ்சாலங்குறிச்சி ஆட்கள் அனைவரும் கைது செய்யப்பட்டுச் சிறையில் அடைக்கப் பட்டிருக்கிறார்கள் என்ற தகவல் ஊருக்குள் கசிந்து மெல்ல பரவியது. பிச்சை ஆசாரி செத்துப் பிழைத்தார். பீதியுடன் பனை யடிக்கு ஓடினார். எலியன் பனையின் மேல் இருந்து ஆசாரி ஓடி வருவதை உற்றுப் பார்த்தான். அவனுக்கும் கை, கால்கள் உதறல் எடுத்தது. குருத்தோலையின் குளிர்ச்சிகூட உஷ்ணமாய்த் தெரிந்தது. அவன் மெதுவாக சுரத்து இல்லாமல் கீழிறங்கினான். பனையின் சிராய்ப்புக்கள்கூட அவனுக்கு வலிக்கவில்லை. பனையடியில் நின்ற ஆசாரியின் முகம் பேயறைந்தது போலிருந்தது.

'எஞ்செவனேனு வீட்ல கெடந்த என்னைய நீ தானடா வம்படியா கூட்டிட்டுப் போயி ராசா குதிரைக்கு லாடம் கட்ட வச்ச.'

'ஆமா, இப்ப அதுக்கு என்ன?'

'என்னவானா கேக்குற, கட்டபொம்முவையும் அவரோட ஆட்க எல்லார்த்தையும் வெள்ளக்காரன் கைதுபண்ணி ஜெயில்ல போட்டுட்டானாம், நம்ம ஊருக்குத் தாக்கல் வந்திருக்கு.'

'அவங்களப் புடிச்சா புடிக்கான். நமக்கென்ன வந்துச்சு?'

'அட, பாவிப்பயல நம்மள காட்டிக் குடுக்க எம்புட்டு நேரமாகும், அடிக்கிற அடியில எல்லாத்தையும் சொல்லிர மாட்டாரா கட்டபொம்மு. நகக்கண்ணுல ஊசிய ஏத்தி வெசாரிப்பானாம்ல வெள்ளக்காரன்.'

'இங்க கேளும் ஆசாரியாரே, ராஜபரம்பரையச் சேர்ந்தவங்க தன்னோட உசுரே போனாலும், தனக்கு உதவி செஞ்சவங்கள காட்டிக் குடுக்க மாட்டாங்க.'

'சத்தியமாத்தான் சொல்றயா, இல்ல என்னய ஏமாத்துறதுக்காக

சொல்றயா, இதெல்லாம் ஒனக்கு ஆருடா சொன்னா?'

'நம்ம பொசுங்கல் கெழவன் செத்த அன்னைக்கு குமாரசாமி ரெட்டியாரு, பாரதம் கத படிச்சார்ல்ல, அன்னைக்கு அவருதான் இப்பிடி சொன்னாரு.'

'அடே... கோட்டிக்காரப் பயல அது கதடா, இது நிஜம்.'

'நீரு பயப்படுறத பார்த்தா நீரா போயி ஆஜர் ஆவீரு போலருக்கு.'

'கொஞ்ச நாளக்கி ஒங்கூட பனையடியிலயே இருக்கேன்டா எலியா.'

பனையேறி எலியனும் லாடம் கட்டுகிற பிச்சை ஆசாரியும் எப்படி இப்படி சேக்காளியாகிப் போனார்கள் என்று ஆங்காங்கே ஊர்ஜனங்கள் பேசிக்கொண்டார்கள். கள் குடிக்க காத்துக் கிடக்கும் குடிகாரர்களைப் போல பனையடியில் காத்துக்கிடந்தார் பிச்சை ஆசாரி. தூரத்தில் வரும் காளை மாடுகூட அவர் கண்ணுக்கு குதிரை மாதிரியே தெரிந்தது. ஆபத்துக்கு உதவப் போய் பேராபத்தில் மாட்டிக்கொண்டு முழிக்கிறார். அவர் செய்தது சின்ன மிகச்சின்ன உதவிதான். ஆனால் அது ராஜ துரோக குற்றமாக இப்போது தான் உணர்கிறார். தன்னுடைய மன்னரால் தேடப்படும் எதிரி மன்னர் தப்பிப் போவதற்கு உதவியிருக்கிறார், இது ராஜ குற்றமில்லாமல் வேறென்ன?

தன் வீட்டு முன்னால் உள்ள புங்கமர நிழலை மறந்து பனை யடியே தஞ்சம் என்று கிடந்தார். இருவரையும் பிரித்துப் பார்க்க முடியவில்லை.

'என்னடா... எலியா பிச்சையாசாரிக்கு பனையேறி பதநீர் எறக்கிறது எப்படின்னு சொல்லிக் குடுக்கியா?'

'எப்பவும் லாடமும் சுத்தியலுமா இருக்குறது போரடிக்காம். அதுதான் கொஞ்ச நாளா பனையேறி பழகுறாரு, இன்னும் நாலைந்து நாளைல மேல போயிருவாரு.'

'அடப்பாவி, பயமுறுத்தாதடா, பயத்துக்கு பயந்து தானடா ஒங்கிட்ட வந்து கெடக்கன்.'

'மேலனா மேலல்ல சாமி, பனைமேல ஏறி உச்சிக்குப் போயிரு வீருன்னு சொன்னன்.'

'உச்சிக்கு எங்கடா போக, எங்கயாவது போயி பூமிக்குள்ள ஓடி ஒளிஞ்சுக்கிறலாமானு இருக்கு.'

'அதுவும் நல்ல யோசனதான்.'

'அடேய், வெள்ளக்காரன் கண்ணுல தட்டுப்பட்டாலும் போச்சு,

எட்டயபுரத்து அரண்மனை ஆட்க கண்ணுல தட்டுப்பட்டாலும் போச்சு, என்னடா செய்யச் சொல்ற? வீட்டுக்குப் போனா பெண்டாட்டி ஓயாம சொல்றா, இப்ப கொஞ்ச நாளாவே நானும் பாக்கன் களவாணிப்பய மாதிரியே முழிக்கீரு, ராத்திரி கண்ணா பிண்ணானு ஒளர்றீரு, என்ன விஷயம்னு கேக்கா. மந்திரியோட தலையப் பாத்ததுலருந்து மனுஷனுக்கு ஒறக்கமே இல்லடா எலியா.'

16

ஊருக்கு ஒரு பொதுமடம் வேண்டும் என்றும்,புளியமரத்தடியில் ஊர் கூடுவது சரியல்ல என்றும் முடிவு செய்யப்பட்டு, தலைக் கட்டுக்கு இவ்வளவு வரி என்றும், வண்டிமாடு வைத்திருக்கும் சம்சாரிகள், தசை கூலி ஆட்கள் எல்லாருக்கும் வேலை நிர்ணயிக்கப் பட்டுப் பகிர்ந்தளிக்கப்பட்டது. ஊருக்கு மேற்கே அரண்மனைக்குப் போகிற பாதை ஆரம்பிக்கிற இடத்தில் வானம் தோண்டி வேலை மும்முரமாய் நடைபெற்றது. முத்துலாபுரம் ஆற்றிலிருந்து மணலும், கசவன் குன்று மலையிலிருந்து தேவையான கற்களும், சிப்பி பாறையிலிருந்து கற் தூண்களும், பாவூர் சத்திரத்திலிருந்து உத்திரத் தூண்களும் வந்து இறங்கிவிட்டன.

ஊர்ப்பொது மடம் வேலை நடக்கும் போதே குப்பாண்டி தன் தோட்டத்தின் மத்தியில், தனக்கான சமாதியைக் கட்ட ஆரம்பித் தான். உருளக்குடி ஜனங்கள் போக, சுற்றியுள்ள ஊர் ஜனங்களும் அவன் கட்டும் சமாதியை பார்க்க தினமும் கூட்டங்கூட்டமாய் வந்தும் போய்க்கொண்டும் இருந்தார்கள். காவி வேஷ்டி. உத்திராட்ச கொட்டை, நெற்றியில் அகன்ற திருநீறுப்பட்டை என்று குப்பாண்டி பண்டாரமாகவே மாறிவிட்டான்.

‘எப்பிடி மாமா சமாதி கட்டி முடிச்ச ஓடனேயே நீங்க செத்துப் போவீகளா, இல்ல நாங்களே ஓங்களப் புடிச்சு கையக் காலக் கட்டி உள்ள வச்சு மேல பூசியிறவா?’

‘படைச்சவன் சீட்ட கிழிப்பான்டா, அன்னைக்கு தானா போற உசுர நம்ம எதுக்குடா வலுக்கட்டாயமா வெளியேத்தணும்.’

‘ஊர்லதான் சுடுகாடு இருக்குதே. நீரு செத்தா நாங்க தூக்கிட்டுப் போயி பொதைக்க மாட்டமா? இது எதுக்கு நடுத் தோட்டத்துல, பொம்பள புள்ளிக பயமில்லாம தோட்டத்துக்கு வரவேணாமா?’

‘வாரவுக எல்லாத்துக்கும் நான் காவல் இருப்பேண்டா. என் தோட்டத்துக்கு ஒரமா இருப்பன், ஊருக்கு ஒறவா இருப்பேண்டா.’

‘செத்தப் பெறவு எல்லா சவமும் பேய்தான. பெறவு ஒறவு என்ன ஒறவு, பேயும் பேயும்தான் ஒறவு வைக்கமுடியும்.’

‘அப்படிப் பார்த்தாலும் நிய்யும் பேய்தான் நானும் பேய்தான்

நான் முந்திச் செத்தா, நிய்யி பிந்திச் சாகப்போற அம்புட்டுத்தான்.'

குப்பாண்டியின் சமாதியும் ஊர்ப் பொதுமடமும் கிட்டத்தட்ட ஒரே காலத்தில் கட்டி முடிக்கப்பட்டன. சமாதி என்பது புதைப் பதற்கான இடத்தில் மட்டும் கட்டிய கல்லறையல்ல, பெரிய வீடு, வீட்டினுள் குப்பாண்டியைப் புதைப்பதற்கான இடம் அடையாளம் காட்டப்பட்டிருந்தது. பெரும்பாலான நேரங்களில் அவன் சமாதி வீட்டிலேயே தங்கிக்கொண்டான். பார்வை பார்க்க வருகிறவர்கள், வைத்தியம் பார்க்க வருகிறவர்கள், ஜோஸ்யம் பார்க்க வருகிறவர்கள் என்று சமாதிவீடு எப்போதும் ஜனக் கூட்டத்தால் நிரம்பி வழிந்தது.

காளியம்மன் கோவில் புளிய மரத்தடி வெறிச்சோடிப் போயிற்று. மடத்தில் ஜனங்கள் கூடியிருந்தார்கள். கிழடு கெட்டைகள், குழந்தைகள், சிறுவர் சிறுமிகள் என்று பறவைகள் அடையும் ஆலமரத்தைப் போல் எந்த நேரமும் கூடிக்கிடந்தது கூட்டம். ஊர்க் கட்டுப்பாடு கடுமையாகப் பின்பற்றப்பட்டது. பதினைந்தாம் புலி ஆட்டம், சீட்டாட்டம் தடைசெய்யப்பட்டது. குழந்தைகள் மடத்தில் அசிங்கப்படுத்திவிட்டால் கட்டாயம் சுத்தம் செய்ய வேண்டும். அசிங்கப்படுத்துபவர்களுக்கு அபராதம் என்று கட்டு வைக்கப்பட்டது.

மடத்திற்கு முன்னாலும், மடத்தைச் சுற்றிலும் இருந்த காலி இடத்தில் காட்டுப்பூச்சி வேப்ப மரங்கன்றுகளையும், அரச மரக் கன்றுகளையும் நட்டு முள்வேலி கட்டினான். ஊர் கிணற்றில் தண்ணீர் இறைக்கும் பெண்கள் குடம்குடமாய்த் தண்ணீர் ஊற்றினார்கள். இது போக வடகோடியில் ஏழெட்டு செவ்வரளிச் செடிகளைப் பதியம் போட்டு வைத்தான். பக்கத்து ஊர்க்காரர்கள் பல பேர் வந்து புதியதாக கட்டிய மடத்தைப் பார்த்துவிட்டுச் சென்றார்கள். ஊருக்கு வரும் நாடோடிகள், அனாதைகள், பிச்சைக்காரர்கள், பைத்தியங்கள் எல்லாருக்கும் மடத்தில் தங்க இடம் கொடுத்ததோடு, அவர்களுக்குத் தேவையான சோற்றை ஊர் இளவட்டங்களே, தெருவில் வீடுவீடாகப் போய் வாங்கிக்கொண்டு வந்து கொடுத்தார்கள். தெருவுக்குள் வந்து வேற்றாள் யாரும் பிச்சை எடுத்தால் அது ஊருக்கே கேவலம் என்று பெரியவர்கள் சொன்ன சொல்லை இளைஞர்கள் வேதவாக்காக எடுத்துக்கொண்டார்கள்.

புதுமடத்தில் எந்த நேரமும் கூட்டம் நிரம்பி வழிந்தது. கிழடு கெட்டைகள் போக வந்தேறிகள், சிறுசுகள் எல்லோரும் கூடியிருக்கவும் படுத்து உறங்கவும் குளிர்ச்சியான தரை தோதாக மாறிப் போயிருந்தது. மடம் கட்டியதில் யாருக்கு நன்மையோ தீமையோ தெரியாது. குறிப்பாக மூன்று பேருக்கு ரொம்ப சௌகரியம் என்பது

ஊருக்கே தெரியும். மாடு இல்லாதவன் மகாராஜன், பொண்டாட்டி இல்லாதவன் புண்ணியவாளன் என்பது கிராமத்துச் சொலவடை. இந்த மூவருக்கும் பெண்டாட்டி வாய்க்காமல் போனது எப்படி என்று யாருக்கும் தெரியாது. ஆனால் கூனனுக்கு மட்டும் பொண்டாட்டி இறந்து போனதும், அதற்குப் பெறகு முள்ளிக்கை கொத்தன் பொண்டாட்டியுடன் தொடுப்பு வைத்துக்கொண்டு வேறு கல்யாணம் முடிக்காமலேயே காலத்தைக் கழித்துக் கொண்டிருந்தான். குழந்தை குட்டிகளும் கிடையாதாகையால் முழு பிரமச்சாரி கூனன்.

சப்பான் கல்யாணமே முடிக்காதவன். இரண்டு கால் பாதங் களிலும் பித்துக்கள் நிறைய இருக்கிறபடியால் தரையில் கால் ஊன்றவே சங்கடப்படுபவன். மெதுமெது செருப்பில்லாமல் ஒரு எட்டு நடக்க இயலாதவன். வேலை வெட்டி செய்ய முடியாது என்பதால் தன்னை உணர்ந்து கல்யாணமே வேண்டாம் என்று கட்டைப் பிரமச்சாரியாய் வாழ்பவன். சப்பானை எந்த நேரமும் தூண்டில் கம்போடு குளக்கரையில் தான் பார்க்க முடியும். பகல் முழுவதும் மீன்பிடிப்பதுதான் அவன் வேலை.

மூக்கனைப் பொறுத்தமட்டில் மூன்று கல்யாணம் முடித்தவன். மூன்று பெண்டாட்டியும் மூக்கனிடம் இருக்கப் பிடிக்காமல் ஏன் போனார்கள் என்று யாருக்கும் தெரியாது. சில நேரம் அரசல் புரசலாக தெருவில் சண்டை சச்சரவு வரும்போது தவறாமல் மூக்கனை நோக்கி அந்த நாகாஸ்திரம் வீசப்படும். மூக்கன் அப்படியே பொசுங்கி சாம்பலாகிப் போவான்.

'பெண்டாட்டி புள்ள கொள்ளினு இருந்து இருந்தா அவனுக்கு தெரியும். 'மலட்டுப் பயலுக்கு' என்ன தெரியும், மூனு பொண்டாட்டி கட்டியும் ஒருத்தியாவது இந்த 'மலட்டுப் பயலுக்கு' கெழக்காம ஒக்காந்து தாலியறுக்கவும், தவிச்ச வாய்க்குத் தண்ணி மோந்து குடுக்கவும் இருக்காளா, அப்படி இருந்தா இந்த மலட்டுப் பயலுக்கு புத்தி இருக்கும்.'

தெருச் சண்டையில் நாலு பேர் கூடியிருக்கும் இடங்களில் இந்த நாகாஸ்திரம் வீசப்படும். அப்போதெல்லாம் மூக்கனை பஸ்ப மாகாமல் தடுத்து நிறுத்திய கிருஷ்ண பரமாத்மா சப்பான்தான்.

'எதுக்குடா இப்பிடி ரெண்டு நாளா உம்முனு மூஞ்சிய வச்சுக் கிட்டு, இஞ்சி தின்ன கொரங்கு மாதிரி அலையிற. செவ்வாளப் பய பொண்டாட்டி தெருச்சண்டையில ஒன்னய மலட்டுப் பயனு கேட்டுட்டாளாக்கும். கேட்டா கேக்கட்டும்டா. கேட்டுட்டு நல்லா இருந்துட்டுப் போகட்டும். அதையெல்லாம் நெனச்சு

வருத்தப் பட்டா நம்ம உசுரு வாழ முடியாது. எந்த வருத்தத்துக்கும், ஆசாபாசத்துக்கும் மனசுலயும் சரி, ஒடம்புலயும் சரி இம்மிகூட இடம் கொடுக்கக் கூடாது, குடுத்திட்டா நம்ம நிம்மதி போயிரும், கரையான் மாதிரி கவல நம்மள கொஞ்சங் கொஞ்சமா அரிச்சுத் தின்னுரும் தெனமும் ஒடம்பையும் மனசையும் ஒரு உலுக்கு உலுக்கி உதுத்துறனும், தெனமும் புது ஆளா மாறிறனும், நேத்து இருந்த ஆளு நான் இல்லனு நெனைக்கனும். இல்லனா நம்மள மாதிரி ஆளுக காலம் தள்ள முடியாது, செத்துப் போகவேண்டிய தான்.'

'எப்படிக் கூடினே மறக்க முடியும். காக்காசு பெறாத கழுத சர்வ சாதாரணமா கேக்கா போடா மலட்டுப் பயலேனு. அந்த எடத்துலயே நாக்கப் புடிங்கிட்டு சாகலாம் போலருக்கு.'

'இங்க கேளுடா மூக்கா. கவலைய மறக்கனும்னா எங்கூட இருந்து பாரு தெரியும். எனக்கும் தான் பொண்டாட்டி இல்ல புள்ள இல்ல, வேலவெட்டி செய்ய கால்ல தெடமும் இல்ல. வருத்தப் பட்டா முடியுமா? ஒனக்காவது இந்த ஊர்ல ஒறவுனு சொல்ல அண்ணன் தம்பி அக்கா தங்கச்சி சின்னம்மா பெரியம்மா இருக்கு. எனக்கு ஆரு இருக்கா, எனக்குனு இருக்கிற ஒரே ஒரு சொத்து,ஒறவு எல்லாமே இந்தத் தூண்டில் கம்புதான். நாளையிலருந்து நிய்யும் ஒரு தூண்டில் கம்ப தயார் பண்ணு. என்கூட, கொளத்தங் கரைக்கு வா, கவலையெல்லாம் பஞ்சா பறக்கும்.'

வீசப்பட்ட நாகாஸ்திரத்தின் சேதாரத்தையெல்லாம் தன்னுள் வாங்கிக்கொண்டது சப்பான் கொடுத்த தூண்டில் எனும் பிரம்மாஸ்திரம். மூக்கனும் சப்பானும் ஆளுக்கொரு தூண்டில் கம்புடனும், பிடித்த மீன்களைப் போட்டு வைக்க பிரம்பால் பின்னப்பட்ட 'தெள்ளி' என்னும் கூம்பு வடிவ கூடையுடனும் போகும் போதெல்லாம் மூக்கன் தன்னைப் புதுமனுஷனாய் உணர்ந்தான். சப்பான் மீன்களை வைவது, மீன்களுடன் பேசுவது, மிதப்பின் அசைவை வைத்தே தூண்டிலில் மாட்டப் போவது இன்ன மீன்தான் என்று மீன் வகையைச் சரியாக கணித்துச் சொல்வது, குளத்து அலைகளின் போக்கு, மீன்பாடுகளின் இடங்கள், பல வகையான நீர்ப்பறவைகள், அவற்றின் வித்தியாசமான சத்தங்கள் மூக்கனைப் புதுமனுசனாய் மாற்றிவிட்டன. நாகாஸ் திரத்தையும், தன் மீது அதை வீசியவர்களையும் முற்றாக மறந்து விட்டான். தூண்டிலின் மிதப்பைத் தவிர அவன் கண்ணுக்கு வேறு எதுவும் தெரியவில்லை. தூண்டில் மிதப்பின் அசைவை மட்டுமே உணரும் தவப் பார்வை நிலை பெற்றுவிட தினமும் மூக்கனும்

சப்பானும் கண்மாய்க்கரையில் தவமிருந்தார்கள். தவம் அவர்களை விசாலமாக்கியது. அலைகள் தினமும் அவர்கள் இருவரிடமும் ஆயிரம் தத்துவங்களைக்கொண்டு வந்துசேர்த்தது. குளக்கரை வாசம் அவர்களுக்குப் பிடித்துப் போனது.

நடுச்சாமம். முள்ளிக்கை கொத்தன் வீட்டுக்குக் கூனன் போயிருக்கிறான். என்ன ஏதென்று தெரியவில்லை. கொத்தன் பெண்டாட்டி கதவைத் திறக்க மறுத்துவிட்டாள். கூனனுக்கு அகங்காரம் பொங்கி வழிந்தது. காம ஆசை கண்ணை மறைத்தது. தான் அவமானப்படுத்தப் படுகிறோம் என்று ஆவேசப்பட்டவன் புத்தியைக் கடன் கொடுத்துவிட்டான். சாமத்தில் கொத்தன் பொண்டாட்டி வீடு தீப்பிடித்து எரிந்தது. ஆடிமாச மேகாத்து தீயை அமர்த்த முடியவில்லை. கொத்தன் வீட்டுக்கு கிழக்கே இருந்த ஏழு வீடுகளும் கூரை வீடாகையால் சாம்பலாகிப் போயின. குய்யோ முறையோ என்ற கூப்பாட்டுக்கிடையில் கொத்தன் பொண்டாட்டி உண்மையைச் சொல்லிவிட்டாள். கூனன் தலைமறைவாகிப் போனான்.

விடிந்தபோது தெருவில் வடக்கு வரிசையில் கொத்தன் வீட்டுக்கு கிழக்கே ஏழு வீடுகள் கட்ட மண்ணாகி குட்டிச் சுவராய் நின்றன. மண் சுவர் தவிர்த்து எதுவும் மிஞ்சவில்லை. மே காற்றின் வேகம் தீயை அணைக்க முடியவில்லை. கூனனைத் தேடி போலீஸ் ஊருக்குள் வந்தபோது கூனன் தலைமறைவாகிப் போனான். கொத்தன் பொண்டாட்டிக்கும் கூனனுக்கும் இருக்கும் தொடுப்பு ஊரார் அனைவருக்கும் தெரிந்த ஒன்றுதான்.

'பொண்டாட்டி செத்தப் பெறவு அவன ரெண்டாங் கல்யாணம் முடிக்க விடாம, ராப்பகலா படுத்த தேவிடியா, திடீர்னு இன்னைக்குனு சேலையத் தூக்க முடியாதுனா எந்த ஆம்பளையும் இப்பிடித்தான் செய்வான். கூனன் பாவம், அவன்மேல தப்பில்ல. தப்பெல்லாம் இந்த பலபட்டற மேலதான்.'

'நல்ல வேளைக்கு பொருள் சேதத்தோடு போச்சு. வெறிச்சியில இந்தக் கண்டார ஓழிய கழுத்தறுத்துப் போட்டுட்டா என்ன செய்ய.'

'போதையிலயும் வெறிச்சியிலயும் என்ன செய்யிறம்னே தெரியாது. செஞ்சப் பெறவு அய்யோனு சொன்னாலும் ஆத்தானு சொன்னாலும் அழிஞ்சது திரும்பியா வரும். போனது போனது தான்.'

அஞ்சாறு நாட்களுக்குப் பிறகு கூனன் ஒட்டப்பிடாரம் கோர்ட்டில் சரணடைந்துவிட்டதாகவும், உடனே கொண்டுபோய்

ஜெயிலில் அடைத்துவிட்டதாகவும் ஊருக்குத் தகவல் வந்தது. ஆறு மாசம்கூட ஆகவில்லை கூனன் ஐம் என்று ஊருக்குள் நுழைந்தான். போதுமான சாட்சிகள் இல்லாததால் குற்றம் நிரூபிக்கப் படவில்லை என்று விடுதலை செய்யப்பட்டான் கூனன். சட்டப்படி கூனன் விடுவிக்கப்பட்டு விடுதலை செய்யப்பட்டிருந்தாலும், ஊர் அவனுக்குக் கடுமையான தண்டனையை வழங்கியது. சிறுசு முதல் பெருசுவரை அவனுடன் யாருமே பேசவில்லை. அவனால் ஊமையாக வாழ இயலவில்லை. இப்போது அவன் தன் தவறை முழுவதுமாக உணர்ந்தான். பொண்டாட்டி புள்ளைகள் இருந்தால், இந்த நிலை வந்திருக்குமா என்று யோசித்தான். தன் கண்ணை மறைத்த காமத்தைக் காறித் துப்பினான். தனக்குத்தானே பேசிக் கொள்வதைத் தவிர வேறு வழியில்லை. மந்தையிலிருந்து தப்பிய ஆட்டுக் குட்டியாய் அலைந்தான்.

மத்தியான நேரம் கூனன் தெருவழியே சுதாரிப்பு இல்லாமல் தலை கவிழ்ந்து போய்க்கொண்டிருந்தான். அவன் காதுகளையே அவனால் நம்ப இயலவில்லை. சடக் கென்று நின்றவன் திரும்பி பார்த்தான். மீண்டும் அதே சத்தம்.

'டேய் கூனா... இங்க வாடா.'

கடவுக்குள் இருக்கும் சப்பான் வீட்டிற்குள்ளிருந்து வந்தது சத்தம். அடர் வனத்திற்குள்ளிருந்து வரும் பறவையின் ஒற்றைக் குரல் போல் ஒலித்தது அந்த சத்தம்.

'டேய்... கூனா, ஒன்னத்தான்டா இங்க வாடா.'

வாசலில் நின்று நிலையைப் பிடித்தபடி நிற்கும் சப்பானை உற்றுப் பார்த்தான். சப்பான் இப்போது கையசைத்துக் கூப்பிட்டான். நான்கு மாதங்களாக மடத்தின் வாசலை மட்டுமே மிதித்த கால்கள், சப்பான் வீட்டு வாசலை மிதித்தன. அசையாத தன் உதடுகள் அசைந்தன.

'சப்பாண்ணே, என்னயவா கூப்புடுற.'

'ஒன்னயக் கூப்டாம ஒங்க ஆத்தாளையா கூப்புடுறாக, தாயோளி இங்க வால.'

சப்பானின் வீட்டுக்குள் நுழைந்த பிறகுதான் பார்த்தான் மூக்கன் அங்கு இருப்பதை. குதிரைவாலிச் சோற்றை கும்பா நெறயப் போட்டு மீன்குழம்பு ஊற்றி சாப்பிட்டுக்கொண்டிருந்தான் மூக்கன். கூனனுக்கு இலேசாய் பயம் தொற்றிக்கொண்டாலும், காட்டிக் கொள்ளவில்லை. ஏனெனில் மூக்கனுடைய தம்பிதான் முள்ளிக்கை கொத்தன்.

'சாப்பிட்டயால.'

'..........'

'யேல, ஒன்னத்தான கேக்கன், சாப்பிட்டயால.'

'இல்ல.'

'அந்தா அந்தக் கும்பாவ எடுத்துக்கோ, பானையில குருதவாலிச் சோறு இருக்கு, சட்டியில மீன் கொழம்பு இருக்கு. வேணும்ங்க மட்டும் போட்டுச் சாப்பிடுல.'

'யேல, யாரச் சொல்றன், சோறு போட்டுக் குடுக்க இங்க பொம்பளபுள்ளிக கெடையாது. தானா சமைக்க வேண்டியது, தானா போட்டுத் தின்னுட்டு, கும்பாவக் கழுவி கவித்தியிற வேண்டியது.'

'..........'

கூனன் சாப்பிட்டு முடித்தபோது சப்பான் மூன்றாவது தூண்டில் ஒன்றை உருவாக்கி முடித்திருந்தான். கவலைகளை மறக்கும் புதிய இசைக்கருவியாகவும், பசிப்பிணி போக்கும் அட்சயப் பாத்திர மாகவும், தவமிருக்கக் கிடைத்த வரமாகவும் இவர்களுக்குத் தூண்டில் மாறிப்போனது. குளத்துவாகரை தனிமை என்பது அலை களோடு உறவாடுவது, மீன்களோடு விளையாடுவது, பறவை களோடு பேசுவது, அறுவடையின் சந்தோஷத்தை அனுபவிப்பது. உடலும், மனசும் கலந்து அனுபவிக்கும் காம சுகத்தைக் கடந்து காற்றில் ,ரிதப்பது. மூன்று பேரோடு இன்னும் நிறையப் பேர் தூண்டில் போட்டு மீன்பிடித்துக்கொண்டிருந்தார்கள். வடகோடியில் பைப்பன். மூக்கனிடம் சத்தமாக கேட்டான்.

'வீட்டுக்கு தீ வச்ச சண்டியர புதுசா சேத்திருக்கீகளாக்கும்.'

'கோர்ட்லயே கூனன் தீ வைக்கலனு சொல்லி விடுதல பண்ணிட்டான், அவனப் போயி தீ வச்சவம்னு சொல்ற.'

'அப்ப தீய வச்சது கூனன் இல்லனா, யாரு தீ வச்சது?'

'கொத்தன் பொண்டாட்டி வச்சிருப்பா.'

'முட்டாத்தனமா பேசாதடா மூக்கா, வம்பா சீரழியப் போற.'

'இங்க கேளுப்பா பைப்பா, தீ வைக்கணும்னா தீப்பெட்டி வேணுமா இல்லையா?'

'தீப்பெட்டி இல்லாம எப்பிடி தீ வைக்க முடியும்.'

'கூனன்கிட்ட தீபெட்டி கெடையாது. குச்சி மட்டும்தான் இருக்கு, குச்சிய மட்டும் வச்சு எப்பிடி தீ வைக்கமுடியும்?'

‘அப்ப தீப்பெட்டி எங்க போச்சு?’

‘தீப்பெட்டி கொத்தன் பொண்டாட்டி வச்சிருக்கா, அவகிட்ட இருக்கிற தீப்பெட்டியும், கூனன்கிட்ட இருக்கிற தீக்குச்சியும் ஒரசுனாத்தான் தீ பிடிக்கும். அன்னைக்கு தெனத்துக்கு தீப்பெட்டியும் குச்சும் ஒரசல, ஆனா தீ பிடிச்சிருச்சு.’

தூண்டில் போட்டுக்கொண்டிருந்த அனைவருமே சிரித்து உருண்டார்கள். பைப்பனும் சேர்ந்து சிரித்தான். இது மாதிரியான கேலியும் கிண்டலும் சப்பானிடமிருந்தும் மூக்கனிடமிருந்தும் சரம்சரமாய் வந்துகொண்டேயிருக்கும். இந்த கேலி கிண்டல்களை கேக்கத்தான் மாறிமாறி அலைகள் வந்து அவர்களின் காலடிகளைத் தொட்டுச் செல்கிறது போலும்.

வரிசை வரிசையாக உட்கார்ந்து தூண்டில் போட்டுக் கொண்டிருந்த கூட்டத்திலிருந்து வென்னிமலை தூண்டிலை தூக்கியபடியே மூக்கனிடம் வந்தான். சப்பான் வென்னிமலையைப் பார்த்ததுமே சந்தோஷத்தில் மிதந்தான்.

‘யேல, ஏய், மூக்கா அங்க பாருல யாரு மீன்பிடிக்க வந்திருக்கானு. ஓம் மகன் புதுசா மீன் பிடிக்க வந்திருக்காம்ல.’

‘அடடே, வென்னிமலையா? வாடா வா, மீன்பிடிக்க வந்தயாக்கும், நான் ஒன்னய கவனிக்கலயே, மீன் மாட்டுச்சாடா, வரும் போதே ஓம் பொண்டாட்டிட்ட சொல்லிட்டு வந்தயாடா மசால் அரைச்சு தயாரா வையினு.’

வென்னிமலைப் பயல் மூக்கனுக்கு மகன் உறவு. வெள்ளந்திப் பயல். சூதுவாது என்றால் என்னவென்றே தெரியாத அப்புராணிப் பயல். யார் என்ன சொன்னாலும் அப்பிடியே நம்பிவிடுகிற பயல். மூக்கனிடம் வந்தான்.

‘பெரிய்யா ஒத்த மீனுகூட மாட்டல. எல்லார் தூண்டியிலயும் மீன் மாட்டுது, என் தூண்டியில ஏதாவது கோளாறு இருக்கானு பாரு பெரிய்யா.’

மூக்கன் அவன் தூண்டிலைக் கையில் வாங்கிய உடனேயே கண்டு பிடித்துவிட்டான் என்ன கோளாறு என்று. மிதப்புக் கட்டையைக் குளத்தின் ஆழத்தைவிடவும், அதிகமாக மேலேற்றி யிருந்தான். தூண்டில்முள் தரையில் கிடக்கும் பொழுது எந்த மீனும் தொடாது. மிதப்பை குளத்தின் தரையைத் தொடாமல் தண்ணீருக்குள் தொங்கிக்கொண்டிருக்கும்படி கொஞ்சம் கீழே இறக்கிவிட வேண்டும். ஆனால் மூக்கன் அதைச் செய்யவில்லை.

‘இதுக்கு முன்னாடி தூண்டில் போட்டு மீன் பிடிச்சிருக்கியா?’

‘இல்ல, பெரிய்யா. இதுதான் மொதமொத, எல்லாரும் புடிக்காகலேனு நானும் வந்தன்.’

‘தூண்டில தூக்கிட்டு வந்திட்டா போதுமா, அதுல எவ்வளவோ நெளிவுசுளிவு இருக்கு. அது தெரிய வேணாமா?’

‘எனக்கு ஒன்னும் தெரியாது பெரிய்யா.’

‘சரி, சரி ஒன்னோட தூண்டில இங்க கொண்டா. என்ன செய்ய, மீனு இல்லாம வெறுங்கையோட போனா ஓம் பொண்டாட்டி வைவால்ல.’

வென்னிமலைப் பயலிடம் தூண்டிலை மூக்கன் வாங்கிய உடனேயே கூனனுக்கும், சப்பானுக்கும் சிரிப்பை அடக்க முடிய வில்லை. என்ன கூத்து கெட்டப் போறானோ என்று ஆர்வமாய்ப் பார்த்தார்கள். வென்னிமலையின் தூண்டில் முள்ளில் மாட்டப் பட்டிருந்த இரையான மண்புழுவைப் பிடுங்கி தண்ணீருக்குள் எறிந்தான். தான் கொண்டு வந்திருக்கும் மண்புழுவிலிருந்து ஒரு புழுவை எடுத்து வென்னிமலையின் தூண்டில் முள்ளில் மாட்டினான். இந்த வேலைகள் நடந்துகொண்டிருக்கும் போதே வென்னி மலையின் தூண்டில் மிதப்பை கையால் பொத்தியபடியே கீழே இறக்கி குளத்தின் ஆழத்துக்கு சரியாக வைத்தான்.

‘அடேய்... மகனே, வென்னிமலை இப்ப போடுடா. தூண்டில் மீன் மாட்டுதா இல்லையானு பார்ப்பம்.’

‘ஏ... மூக்கா ஓம் மகன் பேரு வென்னிமலையா இல்ல... னி மலையா.’

‘சேச்சே... வென்னிமலைதா, அதெல்லாம் அந்த மலை கெடையாது.’

சந்தோஷத்துடன் தூண்டிலை வாங்கிக்கொண்ட வென்னிமலை தண்ணீருக்குள் எட்டி வீசி எறிந்தான். வீசி எறிந்த மாயத்திலேயே மிதப்பு மேலும் கீழும் சுண்டியது. மிதப்பு தண்ணீருக்குள் முங்கியதும் சுண்டி இழுத்தான். பெரிய கெண்டை மீன் ஒன்று வெள்ளிக் குருத்தாய் மின்னியபடி தரையில் விழுந்து துள்ளியது. அந்த மீனைப் போலவே வென்னிமலையும் துள்ளினான். முதல் மீனைப் பிடித்து விட்ட சந்தோஷம்.

‘பாத்தியாடா வென்னிமலை, ஒன்னோட தூண்டில்ல எந்தக் கோளாறுமில்ல, நீ கொண்டு வந்திருக்கிற மண்புழுவிலதான் பெரிய கோளாறு இருக்கு.’

‘நானும் குப்பையிலதான் மண்புழு தோண்டுனன்.’

‘மண்புழு குப்பையில தோண்டாம, ஒங்க ஆத்தா இதுக்குள்ளயா

தோண்டுவாக.'

'யே... மூக்கா, ஓம் மகன்கிட்ட வெவரமா சொல்லிவிடுப்பா இன்னைக்கி நம்ம புழுவ வச்சு மீன் பிடிக்கச் சொல்லு, நாளைக்கு வரும்போது நீ சொல்றபடி புழு கொண்டாரச் சொல்லு, வீணா ஒக்காந்து ஏமாந்து போவான் பாத்தியா?'

மூக்கன் கொடுத்த மண்புழுவை வைத்து வென்னிமலை மீன் பிடித்தான். கூனன் மனசுக்குள்ளேயே சிரித்துக்கொண்டு உட்கார்ந் திருந்தான். நேரம் செல்லச்செல்ல ஒவ்வொருவராக வீட்டுக்குக் கிளம்பி போய்க் கொண்டிருந்தார்கள். கடைசியாக மிஞ்சியது நான்கே பேர்தான். கூனன், சப்பான், மூக்கன், வென்னிமலை. சப்பான்தான் மூக்கனிடம் சொன்னான்.

'டேய்... மூக்கா சீக்கிரமா வெவரம் சொல்லி விடுடா ஓம் மகன் கிட்ட. நேரமாகுதுல்ல.'

'யேல... வென்னிமலை மீன் மாட்டுச்சாடா.'

'பெரிய்யா பத்து மீனு புடிச்சிட்டன் பெரிய்யா.'

'சரி, நாளைக்கெல்லாம் நாங்க மண்புழு தர மாட்டோம். நான் சொல்றபடி கேட்டாத்தான் மீன் மாட்டும். இல்லனா வெறும் தூண்டில் போட்டுட்டுப் போக வேண்டியதான்.'

'என்ன செய்யணும்னு சொல்லு பெரிய்யா அந்தப்படியே செஞ்சிரன்.'

'இங்க வா, எங்க மண்புழுவ மோந்து பாரு எப்பிடி வாசனை வருதுனு, ஓம் புழுவுல வாசனையே இல்லையே! பெறகு எப்பிடி மீன் மாட்டும்.'

'வாசனை வரணும்னா என்ன செய்யணும் பெரிய்யா?'

'மண்புழுவத் தோண்டி எடுத்து சிரட்டையில போட்ட ஒடன நேர ஓம் பொண்டாட்டியிட்டப் போயி குடுத்து, கொஞ்ச நேரம் அவளோட கவுட்டுக்குள்ள அந்த செரட்டைய வச்சு எடுத்திட்டு வரணும் அம்புட்டுத்தான்.'

'அந்த கோட்டிக்காரக் கழுத முடியாதுனு சொல்லுவா.'

'முடியாதுனு சொன்னா சொல்லிட்டுப் போறா, இப்ப வீட்டுக்குப் போன ஒடன சிரட்டையில மண்புழுவ வச்சு வீட்டுக்குள்ள ஒரு எடத்துல அவளுக்கு தெரியாம ஒளிச்சு வச்சிரு. சாமம் போல நல்லா ஒறங்குவா பாரு, அப்ப நேரத்துல மெதுவாக சேலையத் தூக்கிட்டு, கப்புனு சிரட்டைய ஒரு கவுத்து கவுத்துனதும், பெறகு அள்ளி சிரட்டையில போட்டு மூடி வச்சிரு, நாளைக்குப் பாரு பெரிய

பெரிய விலாங்குமீனா வந்து மாட்டும்.'

வென்னிமலை கவனமாக கேட்டுக்கொண்டிருந்தான். கூனனும் சப்பானும் மனசுக்குள் சிரித்து மகிழ்ந்துகொண்டிருந்தார்கள்.

ஊர்ப் பொதுமடத்தை ஒட்டித்தான் ஊர்ப் பொதுக் கிணறும். காலையில் கிணற்றின் நான்கு பக்கமும் இருந்து பெண்கள் தண்ணீர் இறைத்துக்கொண்டிருப்பார்கள். தண்ணீருக்குள் வாளி விழும் டப்-டப்-டப் சத்தம் எந்நேரமும் கேட்டுக்கொண்டேயிருக்கும். எல்லா சத்தங்களையும் உள்ளே அமுக்கிவிட்டது ஓங்காரமாக ஒலித்தது வென்னிமலையின் பொண்டாட்டி வீரியின் சத்தம். அப்போதுதான் எழுந்து கண்முழித்த மூக்கன் சப்பான் கூனன் இவர்கள் காதிலும் விழுந்தது. மடத்தில் படுத்து எழுந்தவர்கள் காது கொடுத்து உற்றுக் கேட்டார்கள். வீரியின் சத்தம் மடத்தைத் தாண்டியும் கேட்டது.

'எக்கா வீரம்மாக்கா என்ன, காலாங்காத்தால வீ வீனு கத்துற, ஊர்க் கெணத்துல வந்து நின்னுக்கிட்டு.'

'நேத்து எங்க வீட்டுத் துப்புக்கெட்ட பய, அரைக்கோட்டிப் பய கண்மாய்க்கு தூண்டி போடப் போயிருக்கான். மீனு ஒன்னும் மாட்டலையாம். அங்க அந்த அறுதப் பயக, பொண்டாட்டி புள்ள இல்லாத பண்டாரப்பயக, வேகாரிப் பயக, ஊர்சுத்திப் பயக இருந்திருக்காங்க. மீனு நெறய்யா மாட்டனும்னா, மண்புழுவத் தோண்டி எடுத்து ஓம் பொண்டாட்டி கவுட்டுக்குள்ள வச்சு எடுத்திட்டு வானு சொல்லியிருக்காங்க. இந்த கோட்டிக்காரப்பய அத அப்பிடியே உண்மைனு நம்பி, நடுச் சாமத்துல செரட்டையும் கையுமா ஏங் கால் மாட்ல நிக்கான். என்னடா இன்னியும் விடியலையே இந்தக் கூறு கெட்ட பய எதுக்கு கால் மாட்ல நிக்கான்னு பாத்தா கையில சிரட்டை, சிரட்டை நெறய்ய மண்புழு, தூண்டில் போடப் போகுதா இருந்தா விடிஞ்சப் பெறவு போ, நடுச் சாமத்துல போயி என்ன செய்யப் போற, கண்மாய்க் கரையில பேயறஞ்சு சாகப் போறியானு கேக்கன். இந்தக் கோட்டிக்காரப்பய இந்த மண்புழுவ ஓங் கவுட்டுக் குள்ள வச்சு எடுத்துக் குடுங்கான்.'

'அந்தானக்கி வெளக்கு மாத்தால நாலு சாத்து சாத்த வேண்டியது தானே.'

'கிட்டத்துல கரண்டி கெடந்துச்சு எடுத்தன் பாரு, பய எங்க போனோம்னே தெரியல. அந்த வேகாரிப் பயகளுக்கு பொண்டாட்டி புள்ளிக இல்லைல, அப்ப நீங்க ஓங்க ஆத்தா கவுட்டுக்குள்ளயா வச்சு எடுத்திட்டு வந்திகனு கேக்க வேண்டியதான.'

ஊர்க் கிணறு பூராவும் சிரித்தது. மடம் முழுவதும் சிரித்தது. மூன்று பேரும் மடத்துக்குள் ஒளிந்துகொண்டார்கள். வீரம்மாளின் வசவு வண்டி வண்டியாய் வந்து கொண்டிருந்தது. இது மாதிரியான வசவுகள், கேலிகள், கிண்டல்களை உருவாக்கிக்கொண்டே இருப்பவர்கள் அந்த மூவரும். அவர்களின் கவலைகள், ஏக்கங்கள், எதிர்காலம் பற்றிய பயம், கஷ்டம், ஆதரவு, அரவணைப்பு, ஆசைகள், எல்லாமே அவர்களிடம் கேலிகளாய் கிண்டல்களாய் மாறிவிட்டிருந்தன. இம்சைப்படுத்தும் காமம்கூட அவர்களிடம் கேலியாக கிண்டலாக மாறிவிட்டிருந்தது. ஊருக்கே செல்லப் பிள்ளைகளாகவும், ஊரையே சிரிக்க வைப்பவர்களாகவும், அந்த நிமிட நிகழ்வாழ் சாட்சியங்களாகவும் ஊரின் நிழல்களாகவும் நடமாடித் திரிந்தார்கள்.

சாயங்காலம் கண்மாய்க்கரை களைகட்டியிருந்தது. வரிசையாய் ஆட்கள் தூண்டிலும் கையுமாய் வென்னிமலை தூண்டிலைத் தூக்கிக்கொண்டு கரைவழியே வந்துகொண்டிருந்தான். மூக்கன் சப்பானிடம் கண் சிமிட்டினான். கூனனும் கவனித்து விட்டிருந்தான்.

'வாடா வென்னிமல இப்பிடி வா, நடுவுல உக்காரு, யேல கூனா எம் மகனுக்குக் கொஞ்சம் எடம் விடுடா.'

'பெரிய்யா இன்னைக்கும் புழு குப்பையிலதான் தோண்டுனன்.'

'புழு குப்பையில தோண்டுனது இருக்கட்டும். நேத்து நான் சொன்ன கோளாறச் செஞ்சையா.'

'நான் நேத்தே சொன்னம்ல அந்த கோட்டிக்காரக் கழுத விடமாட்டானு. சண்டைக்கு வாரா, அடிக்கா.'

'அப்ப புழுவ கவுட்டுக்குள்ள வைக்கலியா?'

'அடிக்க வாரா பெரிய்யா.'

'இப்பிடி வச்சதும் எடுத்துற வேண்டியதான.'

'வைக்க விடமாட்டேங்கால்ல, பெறகு என்ன செய்ய?'

'அப்ப மீனு எப்பிடி மாட்டும்.'

'நேத்து மாதிரி ஓம் புழுவ குடு. நாளைக்கு எப்பிடியாவது நல்லா ஒறங்னப் பெறவு சிரட்டைய கவுத்தி எடுத்துறன்.'

'யேல, மூக்கா ஓம் புழுவக் குடு, வெலாங்கு மாட்டும்.'

கூனன் கவனமாகப் பார்த்துக்கொண்டிருந்தான். கரை தொடும் தொடர் அலைகளும், கரை மேல் உதிரும் சிரிப்பாணிகளும் கலந்த கலகலப்பு. வாய்கள் பேசினாலும் கண்கள் எல்லாமே மிதப்பிலும், மிதப்பின் அசைவிலும். மிதப்பின் அசைவு மீனுக்கு எமன் கொடுக்கும்

சைகை. துள்ளல் அடங்கி தூளிக்குள் அடங்கும் சவம். குறைந் தாலும் வெறுமையடையா குளம். பறக்கும் பறவைகளும், துள்ளும் மீன்களும் காற்றும் தண்ணீரும் வெவ்வேறல்ல.

வென்னிமலை மூக்கன் கொடுத்த புழுவை வைத்தே மீன் பிடித்தான். சப்பான் சொன்ன புது யோசனையை மூக்கன் வென்னி மலையிடம் சொன்னான். கவனமாகக் கேட்டுக்கொண்டிருந்த வென்னி மலைக்கு சந்தோஷம் பிடிபடவில்லை.

'இங்க கேளுடா, வென்னிமலை, நீ கஷ்டப்படக் கூடாதுனு தான் பெரிய்யா இந்த யோசனையை ஒனக்கு சொல்றன். வேற யாருக்கும் சொல்லித்தர மாட்டன். நிய்யும் வேற யாருக்கும் சொல்லிக் குடுத்துராத. புழுவத் தோண்டிச் சிரட்டையில வச்சுக்கோ, நேரா வண்ணாக்குடிக்குப் போ. செவனான் கண்ணுல படாம கழுதைகிட்ட போகணும். போயி பொட்டக் கழுத எதுனு உத்துப் பாக்கணும், அந்தமானைக்கி சிரட்டைய கப்னு கவுட்டுக்குள்ள கவுத்திட்டா வேல முடிஞ்சது, நாளைக்கு வா, கண்மா மீனு அம்புட்டும் ஒனக்குத்தான்டா மகனே.'

'எப்பா மூக்கா மீனு திங்க பல்லு இருக்குமா.'

'சே... அதெல்லாம் எம் மகன் வெவரமான பய, காரியத்த கச்சிதமா முடிப்பான் பாரு.'

'இன்னைக்கே வீரி வஞ்ச வசவுல ஊரே நாறிக் கெடக்கு, நாளைக்கு என்ன கூத்து கெட்டப் போறாளோ, இந்தப் பய எப்பிடி வந்து நிக்கப் போறானோ.'

ஒற்றைப் பனையில் அமர்ந்திருந்த மீன்கொத்தி விகாரமாக சத்தம் போட்டபடி பறந்து போனது. கத்தரிக்கோலால் குறுக்காக வெட்டியது போல் ஒரு கெண்டையை குறுக்குவெட்டாகக் கவ்வியபடி நீர்க்கோழி ஒன்று எட்டிப் பார்த்தது. துள்ளிக்கொண்டிருந்த கெண்டையை மேல் நோக்கி சுண்டி அலகால் உதறியது. மேலே துள்ளிப்போன கெண்டை தலைகீழாக வந்து லபக்கென்று நீர்க்கோழியின் வாய்க்குள் மறைந்து போனது. கண்மாய் வருடம் முழுக்க மீன்களைக் கொடுத்துக்கொண்டே இருந்தது. தெரு முழுக்க மீன் மணத்துக்கொண்டே இருந்தது. கரையைச் சுற்றிலும் தவமிருந்து வரம் பெற்றது போல் குளத்திடம் தினம் மீன் பெற்றுக்கொண்டார்கள்.

விடிந்தும் விடியாமல் இருக்கும் போதே செவனான் மூக்கனைத் தேடி வந்தபோதே சப்பான் புரிந்துகொண்டான். ஏதோ விபரீதம் நடந்திருக்கிறது என்பதை செவனானின் இறுகிய முகம் காட்டியது.

'வாப்பா செவனான் வா, என்ன காலாங்காத்தால.'

'ஏஞ்சாமி ஒரு ஆளு கொஞ்சம் கோட்டினா, இப்பிடியா முழுக்கோட்டியாக்குவாக.'

'என்னப்பா சொல்ற, புரியும்படியா சொல்லு.'

'வெண்ணிமலைக் குடும்பனோட பல்லு கொஞ்சம் தப்பிச்சது, நல்லவேளை இல்லனா பல்லு அம்புட்டும் சில்லு சில்லா செதறி யிருக்கும். மூக்காந்தண்டுல ஒதை விழுந்தா வம்பா செத்துப் போவாக. வெளையாட்ட கொஞ்சம் அளவோட வச்சுக்கோங்க. வெனையா மாறிட்டா தாங்குறது யாரு. வீரம்மா குடும்பச்சி தாலியறுக்க வேண்டியதுதான்.'

'வெண்ணிமலைப் பய கழுதையிட்ட வந்துட்டானா?'

'நல்லவேளைக்கு ஒறங்காம முழிச்சிருந்தன். ஒறங்கியிருந்தா ஓட்டப்பல்லாயிருக்கும், பொட்டக் கழுத டப்டப்புனு ஓயாம ஒதைக்கிற சத்தம் கேட்டது. என்னடானு பைய்ய எட்டிப் பார்த்தா, கழுதைக்குப் பின்னால ஒரு ஆளு ஒக்காந்து இருக்கிறது தெரிஞ்சது, கழுத களவாணிப் பயதான் வந்திட்டாம்னு, கவக்கம்ப தூக்கிட்டு இப்பிடி நிமிச்சிர ஓங்குனமானைக்குக் கிட்டத்துல போனம்பாரு, யப்பா, செவனா அடிச்சிராதப்பா நான் தான்ப்பாங்காக, ஆருனு பார்த்தா இவுக நிக்காக. என்ன ஏதுனு கேட்டா கதையப் பூராத்தையும் சொல்றாக. நேத்து அவுக பொண்டாட்டிகிட்ட நடந்த கதையவும் சொன்னாக, பெறவு என்ன நானும் எம் பொண்டாட்டி புள்ளை களும் விடிவிடிய சிரிச்சு உருண்டோம். இப்ப நெனச்சாலும் சிரிப்பு வருது, பல்லு தப்பிச்சது அய்யனாரப்பன் புண்ணியம்.'

இப்போதெல்லாம் வெண்ணிமலையின் தூண்டிலில் நிறைய்ய மீன் மாட்டுகிறது. தினமும் சந்தோஷமாக வீட்டுக்கு மீன் கொண்டு போகிறான். மூக்கன் வெண்ணிமலையிடம் கறாராகச் சொல்லி விட்டான்.

'இங்க கேளுடா, வெண்ணி மலை இனிமேப்பட நீ தூண்டில் போடணும்னா நேரா இங்க கண்மாய்க்கு வந்திரு, நீ மண்புழு தோண்ட வேண்டாம். ஒனக்கும் சேர்த்து நாங்க தோண்டிட்டு வந்துருவோம். நீ கழுதைகிட்டயும் போக வேண்டாம், ஓம் பொண்டாட்டி கவுட்டுக்குள்ளயும் வைக்க வேண்டாம், எல்லாத்தை யும் பெரிய்யா நான் பாத்துக்கிறன்.'

வெண்ணிமலையையும் கண்மாய் ஏற்றுக்கொண்டது. அவனுக்கும் அவன் பெண்டாட்டி வீரிக்கும் தினமும் கண்மாய் மீன் கொடுத்து அனுப்பியது. சம்சாரிகளுக்குத் தண்ணீர் கொடுத்தது. உரமாக கரம்பைமண் கொடுத்தது. ஏராளமான பறவைகளுக்கு கூடுகட்டி

குஞ்சுகள் பொறிக்க இடம் கொடுத்தது. தினமும் உணவு கொடுத்தது. நரிக்கு நண்டுகளையும் நத்தைகளையும் கொடுத்தது. எல்லோருக்கும் நீச்சல் கற்றுக்கொடுத்தது. ஆடுமாடுகளைக் குளிர்வித்தது. நெல், வாழை, கரும்பு, நிலக்கடலை என்று பல தானியங்களை அள்ளிஅள்ளி கொடுத்துக்கொண்டே இருந்தது. கரையில் அய்யனார் கண்மாய்க்கு காவல் இருந்தார். கரையில் இருக்கும் அய்யனாருக்கு கண்மாய் காவல் இருந்தது.

கயத்தாறில் வைத்து கட்டபொம்மனை வெள்ளைக்காரன் தூக்கில் போட்டுக் கொன்றுவிட்டான் என்ற தகவல் ஊருக்குள் மெல்லக் கசிந்தது. அதைப்பற்றிப் பேசவே ஜனங்கள் பயந்தார்கள். தன்னைச் சுற்றிப் பாதுகாப்பாக யாரும் இல்லை என்று நன்றாகப் பார்த்து உறுதி செய்துகொண்ட பின்னரே ஜனங்கள் வாய்திறந்தனர். இப்போது பிச்சை ஆசாரியை பயம் கவ்விக்கொண்டது. எப்படியும் கட்டபொம்மன் தான் செய்த உதவியை வெள்ளைக் காரனிடம் சொல்லியிருப்பார் என்றும், கட்டபொம்மனைக் கொன்றுவிட்டு பின்னர் கட்டபொம்மனுக்கு உதவியவர்களை ஒவ்வொருவராகப் பிடித்துக் கொல்வான் என்று நினைத்து பயந்தார்.

பனையடியே தஞ்சம் என்றாகிப் போன பிச்சை ஆசாரி கரைமேல் உட்கார்ந்திருந்தார். பனை உச்சியில் அமர்ந்து பாளை சீவிக் கொண்டிருந்தான் எலியன். பொழுது இறங்கிக்கொண்டிருந்தது. கண்மாயிலும் வயக்காடுகளிலும் ஆள் நடமாட்டம் குறைந்திருந்தது. பாளை சீவிவிட்டுக் கீழிறங்குவதற்காக பனையை வட்டம் சுற்றி, பனைக் கழுத்தில் ஒற்றைக் கால் ஊன்றி மறுகாலில் உள்ள தடையைக் கோர்த்து இறுக்கினான் எலியன். வடக்கே செல்லி வீரம்மன் கோவில் புளியமரத்தடியில் மாடு ஒன்று நிற்பது போல் தெரிந்தது. மாடென்றால் ஜோடி வேண்டுமே என்று உற்றுப் பார்த்த போது தான் தெரிந்தது அது குதிரை என்று. பயத்தில் கைகால்கள் நடுங்க பனையை இறுக்கிப் பிடித்து மெதுவாக கீழே இறங்கினான்.

‘ஆசாரியாரே இங்க வாரும். இப்பிடி எங்கிட்ட வாருமய்யா.’

‘என்னல வச்சிருக்க, கிட்டத்துல கூப்புடுற.’

‘வடக்காம திரும்பி செல்லி வீரம்மன் கோயில் புளியமரத்தடியில என்னனு பாரும். ரொம்ப நேரமா அங்கயே நிக்குது.’

ஆசாரியார் உற்றுப் பார்த்தார். குதிரை என்று தெரிந்ததுதான் தாமதம் ஓடுவதற்குத் தயாராய் தார்ப்பாய்ச்சல் கட்டினார். தரையில் கிடந்த துண்டை எடுத்து இறுக்கி தலப்பா கட்டினார். பயத்தில் நடுங்கிக்கொண்டிருந்தார்.

‘இங்க கேளும் ஆசாரியாரே, அரண்மனையப் பகைச்சிட்டு ஓடி ஒளிஞ்சு வாழ முடியாது. இப்ப நம்ம கண்ணுக்குத்தான் ஒத்தக் குதிர தெரியுது. நம்மளச் சுத்தி எத்தன குதிர எங்கெங்க மறஞ்சு நிக்குதுனு இப்ப நமக்குத் தெரியாது, அதனால ஓடனும்ங்கிறத விட்டுட்டு பேசாம இங்கயே நிப்போம். ஒன்னு அரிசியாகட்டும் இல்ல தவிடாகட்டும். நானும் நீரும் ஓடி ஒளிஞ்சிரலாம், ஊருக்குள்ள போகமாட்டானா, ஒம்ம பொண்டாட்டிய நிம்மதியா இருக்க விடுவானா, ஏங்குடும்பத்த கருவறுக்காம விடுவானா? வந்திருக் கிறது வெள்ளக்காரனா இல்ல எட்டயபுரம் ஆளானு பார்ப்பம், அய்யனாரப்பன் விட்ட வழி. களவாங்கல, கன்னம் போடல, ஊரார் சொத்துக்கு ஆசப்படல, காதறுத்து, மூக்கறுத்து நகையைப் பறிக்கல. உதவினு வந்தவருக்கு நம்மளால ஏன்ட உதவியச் செஞ்சோம், உண்டானபடி இருக்கட்டும் ஓடாம இங்ஙனயே நிப்பம், வந்தது வரட்டும், அதுக்கு மேல என்ன, தூக்குலதான போடுவான். போட்டுட்டுப் போகட்டும். நித்தம் நித்தம் செத்துப் பிழைக்கிறதுக்குப் பதிலா ஒரே நாள்ல செத்துட்டுப் போவம்.’

எலியன் பேச்சில் பிச்சை ஆசாரி தெம்புபட்டது மாதிரி தெரிந்தாலும் அவர் முகத்தில் பயத்தின் பீதி மறையவில்லை. குதிரை வீரன் நிதானமாக குதிரைமேல் ஏறி இவர்களை நோக்கி வந்து கொண்டிருந்தான். மம்மலான இருட்டில் வெள்ளைக்குதிரை துணிப்பாய்த் தெரிந்தது. ஆசாரியார் தலப்பாகையை அவிழ்த்து இடுப்பில் இறுக்கிக் கட்டிக்கொண்டார். எலியன் பதனீர் கலயத்தையும் பாளை அரிவாளையும் மஞ்சணத்தி மூட்டுக் கடியில் ஒளித்து வைத்துவிட்டு, சாமியிடம் வரம் கேட்கும் பக்தர்களைப் போல வடக்காமல் திரும்பி நின்றார்கள். வாட்ட சாட்டமான இளைஞன் குதிரையிலிருந்து குதித்து இவர்களை நோக்கி வந்தான். நம்மைச் சுற்றி வேறு குதிரைகள் தென்படுகிறதா என்று ஆசாரி சுற்றும்முற்றும் பார்த்தார்.

‘எசமான் கும்புடுறோம், எங்க கும்பிட ஏத்துக்கிறணும்.’

‘...........’

‘இங்க பனையேறி எலியம்ங்கிறது..?’

‘சத்தியமா நான்தான் எசமான்.’

‘லாடம் கட்டுற ஆசாரி பிச்சைங்கிறது..?’

‘நான்தான் எசமான். இதே ஆள்தான் சந்தேகமே வேண்டாம்.’

‘கொஞ்ச நாளைக்கு முன்னாடி...’

‘இதே எடத்துலதான் எசமான், கட்டபொம்மு வந்தாரு, அவரு

குதிரைக்கு நான்தான் லாடம் அடிச்சன். இந்தப் பயதான் என்னய கூட்டியாந்தான். நேரா வடக்காம கட்டபொம்மு குதிரைய வெரட்டி தப்பிச்சு ஓடிட்டாரு. நீங்க என்ன தண்டன குடுத்தாலும் ஏத்துக்கிறம். ஆனா ஒன்னு எசமா! அந்த நேரம் நான் இல்லாட்டாலும் யார் இருந்தாலும் இந்த உதவிய செஞ்சிருப்பாங்க, ஏம்னா அது தொழில் தர்மம் எசமான். தவிச்ச வாய்க்கு தண்ணி இல்லனு சொன்னா அது பாவமில்லையா?'

'கட்டபொம்மு செத்துப் போய்ட்டாரு, தெரியுமில்ல.'

'தாக்கல் வந்துச்சு எசமான். அது ராச வெவகாரம். ஞாயம், அநியாயம் பேச நமக்கு அருகதையில்ல எசமான்.'

தான் கோல்வார்பட்டி ஜமீன் ஆள் என்றும் வெள்ளைக்காரன் ஆளோ அல்லது எட்டயபுரம் ஆளோ இல்லை என்றும் ஆகவே பயப்பட வேண்டாமென்றும் குதிரை வீரன் சொன்ன பிறகுதான் இருவருக்கும் போன உயிர் திரும்பி வந்தது.

அவர்களிடமிருந்து கிளம்பி ராத்திரியே கட்டபொம்மு கோலார் பட்டி வந்த விசயத்தையும், இரண்டு நாட்கள் ஒளிந்து இருந்த பின்னர் புதுக்கோட்டை கிளம்பிப் போனதையும், பாதை தெரியாததால், நிறைய்ய தண்ணீர் ஓடிக் கொண்டிருந்த உப்பத்தூர் ஆற்றை குதிரையுடன் நீந்திக் கடந்து அக்கரை சேர்ந்ததையும் பெருமையுடன் சொல்லச் சொல்ல இருவரும் ஆச்சர்யமாய்க் கேட்டுக்கொண்டிருந்தார்கள்.

அவர்கள் இருவரும் செய்த உதவியை அடிக்கடி சொல்லிக் கொண்டிருந்ததையும், யுத்தம் முடிந்தவுடன் உங்களிடம் கொடுக்கச் சொல்லி எங்கள் ஜமீன்தாரிடம் இரண்டு பொட்டலங்கள் கொடுத்து விட்டுப் போனதையும், அதை அவர்களிடம் ஒப்படைக்கும்படி தங்கள் ஜமீன்தார் தன்னை அனுப்பியிருக்கிறார் என்ற விவரத்தையும் சொன்ன குதிரை வீரன், வேகமாக குதிரையிடம் சென்று குதிரையின் விலாப்புரம் தொங்கிய இரண்டு பொட்டலங்களை எடுத்துக் கொண்டு வந்தான். நீல நிறப் பையில் வாய் தைக்கப்பட்ட இரண்டு பொட்டலங்கள்.

'உள்ளே என்ன இருக்கிறது என்று எங்கள் ஜமீன்தாருக்கு மட்டுமே இப்போது தெரியும். தெரிந்த இன்னொருவர் வீர பாண்டிய கட்டபொம்மு. இப்போது அவர் உயிரோடில்லை.'

பொட்டலத்தை வாங்கிக்கொண்ட இருவரும் பேசாமல் சிலையாக நின்றார்கள். எதுவும் பேச நா எழவில்லை. குதிரை வீரனே பேசினான்.

'நிலமை இன்னும் சரியில்லை. வெள்ளைக்காரன் கண்ணிலோ எட்டயபுரத்தார் கண்ணிலோ தட்டுப்படாமல் நான் அரண்மனை போக வேண்டும். இந்தப் பொட்டலத்தைப் பாதுகாப்பது உங்கள் திறமை. இல்லையென்றால் இரண்டு பொட்டலமும் போய்விடும். அதோடு உங்கள் இரண்டு தலைகளும் போய்விடும்.'

வெள்ளைக் குதிரை வடக்காமல் பறந்து போய்க்கொண்டிருந்தது. வரம்பெற்ற பக்தர்கள் இன்னும் நினைவு திரும்பாமல் நின்று கொண்டிருந்தார்கள். நினைவு திரும்பியபோது நன்றாக இருள் பரவியிருந்தது.

'ஏன்டா... எலியா, இது நல்லதுக்கோ பொல்லதுக்கோ தெரியல. எனக்கு பயமா இருக்குடா. பாவி நிய்யி எப்பிடித்தான் பயப்படாம இருக்கியோ?'

'ஆசாரியாரே முழுக்க நனஞ்சாச்சு, இனி முக்காடு எதுக்கு? தூர தூக்கி எறிஞ்சிர வேண்டியதான, வர்ரது வரட்டும்.'

'பொட்டலம் கனமாயிருக்குடா, உள்ள என்ன இருக்குனு தெரியல.'

'நீரு லாடம் கட்டி தப்பிக்க வச்சீருல்ல, அந்தக் குதிரையோட சாணத்த ஆளுக்கு ஒரு துலாம் கொடுத்தனுப்பியிருக்காரு.'

'டேய்... மடையா, ராசான்னா ராசாதான்டா, நன்றிய மறக்காம, அவரு மண்ணாங்கட்டிய குடுத்து அனுப்பியிருந்தாலும் பரவா யில்லடா, சந்தோஷமா வாங்கிக்கிருவன்டா.'

'சரி, சரி, அந்தப் பொட்டலத்த இப்பிடி கொண்டாரும், பதநீர்க் கலயத்துக்குள்ள வையும். வீட்டுக்குப் போகும் போது வேற யாரும் பாத்துட்டா அம்புட்டுத்தான், நம்ம ரெண்டு பேரோட உசுரும் இந்தப் பொட்டலத்துக்குள்ளதான் இருக்கு.'

அவர்கள் இருவரும் வழக்கமாகப் போகும் பாதைவழி போகாமல் புங்க மரத்து ஓடைப் பாதை வழியே போய், மடத்துக்குப் பின்னால் நின்று ஆள் நடமாட்டம் இருக்கிறதா என்று ஊசலாட்டம் பார்த்தார்கள். உடைமரத்து இருட்டில் நின்றுகொண்டு ஆசாரியாரின் வீட்டு வேப்பமரத்துக்கு மறைந்து போனார்கள். இருவரும் ஆசாரியின் வீட்டுக்குள் நுழைந்த போது ஆசாரியம்மா இருவரையும் ஆச்சரியமாய்ப் பார்த்தது. வீட்டுக்குள் நுழைந்த உடனேயே கதவைப் பூட்டி தாழ்ப்பாள் போட்டுவிட்டு வந்தார் பிச்சை ஆசாரி. அரிக்கேன் லைட்டை எடுத்து நடுவீட்டில் வைத்து தரையில் உட்கார்ந்தார். எலியன் இரண்டு பொட்டலங்களையும் வெளியே எடுத்து வைத்தான். அரிக்கேன் விளக்கின் வெளிச்சத்தில் நீல நிறப்

பொட்டலங்கள் இரண்டும் துணிப்பாய் தெரிந்தது. ஆசாரியம்மா பீதியுடன் பார்த்தாள்.

என்ன நடக்கிறது என்று யூகிக்க முடியாமல் பரக்கப் பார்த்தபடி அரிக்கேன் லைட் வெளிச்சத்தைப் பார்த்தபடியே உட்கார்ந்திருந்தது ஆசாரியம்மா. பொட்டலம் இலேசாக பிரிக்க இயலாதபடி தைக்கப்பட்டிருந்தது. பாளை அரிவாளின் நுனியால் தையல் நூலை சுண்டி அறுத்தான் எலியன். நீல நிற துணிப் பைக்குள் மேலும் ஒரு வெள்ளை நிற துணிப்பை நான்கு புறமும் தைக்கப்பட்டு உள்ளே வைக்கப்பட்டிருந்தது. நூலைப் பிரித்து எடுத்துவிட்டு கையை ஓட்டி கை நிறைய்ய அள்ளி கையை வெளியே எடுத்த பிச்சை ஆசாரி வாய் பிளந்து பார்த்துக்கொண்டிருந்தார். கைகளில் மின்னிய தங்க நகைமுத்துக்களில் அரிக்கேன் லைட்டின் ஒளிபட்டுப் பிரகாசிக்க வெளிச்சம்கூடி அந்த இடமே மின்னியது. ஆசாரியம்மாள் பேயறைந்தது போல் அமர்ந்திருந்தது. கையை ஓட்டி ஒவ்வொரு நகையாக வெளியே எடுத்து பிச்சை ஆசாரி கொடுக்க கொடுக்க நீட்டிய தன் மடியில் வாங்கி வாங்கி அடுக்கியது ஆசாரியம்மாள். கடேசியாக ஒரு வெள்ளைக் காகிதம் நான்காய் மடித்து வைக்கப் பட்டிருந்தது. எழுத்துக் கூட்டிப் படித்தார் பிச்சை ஆசாரி.

நெத்திச் சூடி - 1, சந்திர பிறை - 1, சூரிய பிறை - 1, ராக்கடி - 1, தோடு - 1 ஜோடி, ஜடைமாட்டி - 1, டோலக் - 1 ஜோடி, ஜிமிக்கி - 1 ஜோடி, தலைமாட்டி - 1, பாம்படம் - 1 ஜோடி, தண்டட்டி - 1, பூடி - 1, குருட்டுத்தட்டு - 1 ஜோடி, புல்லாக்கு - 1 ஜோடி, கரடு - 1, அட்டியல் - 1, சங்கிலி - 1, காசுமாலை - 1, வங்கி - 1, வளையல் - 1 ஜோடி, கங்கணம் - 1, ஒட்டியாணம் - 1, ஓலை - 1 ஜோடி. ஆகமொத்தம் இருபத்து ஐந்து என்று எழுதி யாரோ கையெழுத் திட்டிருந்தார்கள். இனி அந்தப் பொட்டலத்தில் என்ன இருக்கிறது என்று பார்ப்பதற்காக பொட்டலத்தை தூக்கினான் எலியன். பூட்டிய கதவு டப்டப் என்று தட்டும் சத்தம் கேட்டது. மூன்று பேருக்கும் சப்த நாடியும் ஒடுங்கி விட்டது. பிச்சை ஆசாரி பரணமேல் தாவி படுத்துக்கொண்டார். மீண்டும் ஒருமுறை பலமாக கதவு தட்டப்படும் சத்தம். எலியன் சுதாரித்துக்கொண்டு கேட்டான்.

'யாரு இன்னேரம் கதவத் தட்டுறது.'

'யே... துப்புக்கெட்ட மனுசா பனையடிக்குப் போயி எம்புட்டு நேரமாகுது, இருட்டிப் போச்சே, வீட்டுக்கு வராம லாடம் கட்டுற ஆசாரி வீட்ல என்ன ஜோலி? நீங்க ரெண்டு பேரும் தான இப்ப ரொம்ப நாளா சேகாரம், அதுதான் ஆசாரியார்ட்ட கேட்டுட்டுப் போகனும்னு வந்தன்.'

வெளியே எலியன் பொண்டாட்டி வந்திருப்பதை உறுதி செய்த பின், எலியன் போய் கதவைத் திறந்தான். சுற்று முற்றும் ஒரு பார்வை பார்த்துவிட்டு உடனே கதவைத் தாழ்ப்பாள் போட்டு பூட்டினான். உள்ளே வந்த எலியன் பொண்டாட்டி கிட்ணம்மாள் சிலையாகிப் போனாள். ஆசாரியம்மாளின் மடிமேல் குவித்து வைக்கப்பட்டிருக்கும் தங்க நகைகளை வைத்த கண்வாங்காமல் பார்த்துக் கொண் டிருந்தாள். ஆசாரி சமையல்கட்டுக்கு மேல் உள்ள பரண்மேல் இருந்து இரண்டு கால்களையும் வெளியே நீட்டினார். அவர்கள் மூவரும் சத்தமின்றி சிரித்தார்கள்.

முதல் பொட்டலத்தில் என்னவெல்லாம் இருந்ததோ அதே மாதிரி நகைகள், அதே எண்ணிக்கையில் இரண்டாம் பொட்டலத் திற்குள்ளும் இருந்தது. கிட்ணம்மாள் பூரித்துப் போனாள். நகைப் பொட்டலம் கிடைத்த வரலாற்றை இருவரும் இருவரிடமும் விவரமாக சொல்லிக்கொண்டிருந்தார்கள்.

'சரிப்பா எலியா இத எப்பிடி பாதுகாக்கிறது? இந்த ரெண்டு பொட்டலத்துக்குள்ள இது வரைக்கு நம்ம ரெண்டு பேரோட தலைக மட்டும்தான் இருந்தது, இப்ப கூட ரெண்டு தலைக சேர்ந்து போச்சு. தெரிஞ்சா அம்புட்டுத்தான். தங்கமும் போயிரும் நம்ம நாலு பேரோட தலையும் போயிரும்.'

'இங்க கேளும் ஆசாரியார, பொட்டலத்த ரெண்டையும் நடுவீட்ல ஆழமா குழி தோண்டி பொதைச்சிருவம். என்னைக்கும் போல நீரு லாடம் கட்டப் போரும், நானு பனையடிக்குப் போறன். வெளிய ஒரு சுடு குஞ்சிட்டக் கூட மூச்சு விட்றக் கூடாது. கொஞ்ச நாள் கழிச்சு என்ன செய்யலாம் ஏது செய்யலாம்னு முடிவு பண்ணிக்கிருவம். பொம்பளைக வாய்தான் ஓட்டை வாய்னு சொல்வாக, சொல்லிப் புட்டன், வெள்ளக்காரன் தலைய எடுத்து ஊர்வலமா கொண்டு போயிருவான்.'

'ஏங்க பூமிக்குள்ள வச்சு பொதைக்கிறதுக்கு முன்னாடி ஒரே ஒரு தடவ கழுத்துல, கால்ல, காத்துல போட்டுப் பாத்திட்டு பெறவு கழட்டி வச்சு பொதைச்சிருவம்.'

'ஆசாரியார, பொம்பளைகளுக்கு ஆசையப் பாத்தீரா, நகையக் கண்டா விடுவாளா, போட்டு லாத்தாம ஒறக்கம் வருமா?'

ஒரு பொட்டலத்தை அவிழ்த்து ஒவ்வொரு நகையாக ஆசாரியம்மாளுக்கு மாட்டிவிட்டாள் எலியன் பொண்டாட்டி கிட்ணம்மாள். ஆசாரியம்மாள் தங்கச் சிலையாக மாறிக்கொண் டிருந்தது.

‘தங்கச் சாமான கண்ணுலயே காண்காவிட்டாலும், எந்தச் சாமான எப்பிடி மாட்டணும், எங்க மாட்டணும்னு பொம்பளைகளுக்கு சரியா தெரியுது பாத்தியாடா எலியா.’

‘ஒவ்வொரு பொம்பளையும் தெனம்தெனம் தன்னைக் கனவில் அலங்கரிச்சுப் பாத்திட்டுத்தான் ஒறங்குவானு எங்க பாட்டி சொல்வா.’

சுவரை ஒட்டி நின்று கொண்டு ஆசாரியம்மாள் காட்சி கொடுத்தாள். மூவரும் பார்த்துப் பார்த்து சிரித்தார்கள். அரிக்கேன் லைட் வெளிச்சத்தில் ஒட்டியாணம் தகதகவென்று மின்னியது. அடையாளமே தெரியாமல் யாரையோ மாதிரி மாற்றியிருந்தது தங்க ஆபரணங்கள். வெட்கத்துடனும் மாராயம்பண்ணியும் ஒவ்வொரு நகையாக அணிந்துகொண்டாள் கிட்ணம்மாள். வலமும் இடமும் நின்று தெய்வங்களைப் போல் இருவரும் பூரித்து நின்று காட்சி கொடுத்தார்கள். தங்கநகை மினுங்கலில் வீடு பிரகாசம் கூடியிருந்தது. இரவுநேரம் போனதே தெரியாமல் நால்வரும் மகிழ்ச்சியில் மிதந்துகொண்டிருந்தார்கள். வெளியே கதவு தட்டப் படும் சத்தம் இடியாய் இறங்கியது. நால்வரும் பதறிப் போனார்கள். யோசிப்பதற்கு நேரமே இல்லை. கதவைத் திறக்க தாமதித்தால் சந்தேக விதை விழுந்துவிடும். வெளியே வந்திருப்பது யாராக இருந்தாலும் உடனடியாகக் கதவைத் திறந்தாக வேண்டும். இரண்டு பொம்பளைகளையும் இழுத்துக்கொண்டு ஆசாரி மச்சுவீட்டுக்குள் ஓடினார். மச்சுவீட்டின் கதவை இழுத்துச் சாத்திவிட்டு நிதானமாக நடு வீட்டிற்கு வந்தார். எலியன் கதவைத் திறந்தான். வெளியே கோணக் கண்ணன்.

‘ஏல, யே... பனையேறிப் பயல ஆசாரிய, எங்கல காணும், இன்னேரம் ஒனக்கு இங்க என்னல சோலி?’

‘ஆசாரியாரு கொஞ்சம் வெள்ளப் பதனி (கள்) வேணும்னு கேட்டாரு, கொண்டாந்து குடுத்தன், ரெண்டு பேரும் ஆளுக்கு ஒரு செம்பு குடிச்சோம், அப்பிடியே பேசிக்கிட்டே இருந்தமா நேரம் போனதே தெரியல.’

‘வாப்பா கோணக்கண்ணா வீட்டுக்குள்ள வா, என்ன ராத்திரியில வந்திருக்க. சொல்லுப்பா என்ன விஷயம்?’

‘போன வாரம் லாடம் கட்டிட்டுப் போனம் பாருங்க அதுலருந்து, அந்த செவலக் காளை கால் நொண்டுது. லாட ஆணி குளம்புக்கு மேல குருத்துல ஏறியிருக்கும்னு பாக்கன், பத்துக் கொறட்டால அத இலேசா கழட்டிவிடனும், இல்லனா புடுங்கிட்டு கீழ எறக்கி அடிக்கணும், கருக்கல்ல சோளத்துக்குத் தண்ணி எறைக்க போகணும்.

நீரு பல சோலி ஆளு, எங்கிட்டாவது எவனாவது கூட்டிட்டுப் போயிருவான். நீரு போயிட்டா நாளைக்கு எறவ நின்னு போயிரும், நல்லா இருப்பீரு விடிய என்னோட தொழுவத்துக்கு வந்துரும், நான் அங்கதா படுத்திருப்பன்.'

பேசிக்கொண்டிருக்கும் போதே கோணக்கண்ணன் கண்ணை சாய்ச்சு சாய்ச்சு வீடு முழுவதும் நோட்டம் விட்டான். அவனுடைய பட்டப் பெயரே அவன் பார்க்கும் விதத்தால் வந்தது. உழவு உழுது கொண்டிருப்பது மாதிரி தெரியும், தூரத்தில் ஓடைக்குள் ஒரு தலை தெரிகிறதே அது யார் என்பான். கமலை இறைத்துக் கொண் டிருக்கும்போதே சோளக் கதிரில் உட்கார்ந்திருக்கும் காக்காய்களை விரட்ட ஒரு குரல் கொடுப்பன். நேராகப் பார்ப்பது போல் கண்பார்க்கும், ஆனால் கோணப் பார்வை சுற்றிலும் கவனித்துவிடும்.

'சரிப்பா, கோணா, விடிய தொழுவுல நிப்பன், வரச் சொல்லிட்டு வேற எங்கயும் போயிராத, பெறவு எம் மேல குத்தம் சொல்லக் கூடாது.'

காலடியில் கிடந்த நீலநிறப் பொட்டலத் துணியும், வெள்ளை நிறப் பொட்டலத் துணியும் கோணக்கண்ணன் கண்ணில் தப்ப வில்லை.

'இது என்ன பை ஆசாரியார புதுசா இருக்கு, இப்பிடிப் பைய நான் ஒரு நாளும் பார்த்தில்லையே.'

எலியனும் ஆசாரியும் விருமுத்தியடிச்சது மாதிரி நின்றார்கள். கோணக்கண்ணன் பைகளைக் கையில் எடுத்து சுத்திச் சுத்திப் பார்த்தான். மூன்று பக்கமும் தைக்கப்பட்டு ஒருபக்கம் மட்டும் தையல் பிரிக்கப்பட்டிருந்தது. முழங்கை வரை கையை உள்ள ஓட்டினான்.

'நல்ல பைய்யாத்தான் இருக்கு, எதாவது பத்திரப்படுத்தி வைக்கணும்னா தோதா இருக்கும்.'

'லாடம் தீர்ந்து போச்சு கோணா, இப்பைக்குள்ள பட்டறையும் போடல, அதனால பாஞ்சாலங்குறிச்சியில இருக்கிற எங்க பெரியய்யாகிட்ட ஒரு நூறு லாடம் கேட்டன், நம்ம ராசா திடீர்னு கூப்பிடவிட்டுட்டா என்ன செய்ய. லாடம் இல்ல ராசானு சொல்ல முடியுமா, அதுதான் குதிரை லாடம் நூறு, மாட்டு லாடம் நூறு தனித்தனியா ரெண்டு பையில போட்டு தச்சு பாதுகாப்பா கொடுத்தனுப்பியிருக்காரு. லாடத்த பூராத்தையும் பட்டறையில எடுத்து, அடுக்கிட்டு அந்தப் பைய இங்ஙன போட்டுட்டன், இந்த கூறு கெட்ட கழுத அத எடுத்து அங்கிட்டு வைக்காம இருந்துட்டா.'

'ஆசாரியம்மாள காணும் அதுக்குள்ளயா ஒறங்கிருச்சு.'

'பகல் பூரா துருத்தி ஊதுனா, புஜம் ரெண்டும் வலிக்குனு நேரத்தோடயே மச்சு வீட்டுக்குள்ள படுத்து ஒறங்கிட்டா.'

'சரி, காலையில மறந்துராம வந்திரும்.'

கதவைச் சாத்தி தாழ்ப்பா போட்டுவிட்டு வந்து மூச்சுவிட்டார் ஆசாரியார். மச்சு வீட்டுக்குள் ஒளிந்துகிடந்த இருவருடைய பொண்டாட்டிகளும் தங்கச் சிலைகளைப் போல வந்து நடுவீட்டில் உட்கார்ந்தார்கள். மீண்டும் கதவு தட்டப்படும் சத்தம். மீண்டும் ஓடி ஒளிந்துகொண்டார்கள். எலியன் கதவைத் திறந்தான். மீண்டும் கோணக்கண்ணன் நின்றுகொண்டிருந்தான்.

'ஆசாரியாரே, பழைய லாடம் சரியில்லனா புதுலாடம் கட்டிருவோம், எதுக்கும் கையில ரெண்டு புதுலாடத்த எடுத்திட்டு வாரும், பாஞ்சாலங்குறிச்சி லாடத்த எந்த மாட்டுக்காவது அடிச்சுப் பாத்திரா?'

'மத்தியானம் ரெண்டு மாட்டுக்கு அடிச்சன், பிரமாதமா இருக்கு, அப்பிடியே தகதகனு தங்கம் கெணக்கா மினுங்குது.' எலியன் சிரிப்பை அடக்கிக்கொண்டான்.

'அப்படின்னா புது லாடமே அடிச்சிருவம், மறந்துராதிரும்.'

மீண்டும் நால்வருக்கும் மூச்சு நின்று பின்வந்தது. எல்லா வற்றையும் கழட்டி முன்பு இருந்தது மாதிரியே தனித்தனி பைகளில் வைத்து முடிச்சுப் போட்டார்கள். ஆளுக்கொரு பையை எடுத்துக் கொண்டார்கள். எலியன் பொண்டாட்டி கவலையுடன் மெல்லப் பேசினாள்.

'ஆசாரியாரே நீங்க நல்லா இருப்பீக. நாளைக்கே போயி, இந்த ரெண்டு பொட்டலத்தையும் நம்ம அரண்மனையில குடுத்திட்டு வந்திருங்க, வர்ரது வரட்டும், எனக்கு மனசுல நிம்மதியில்ல, கோணக்கண்ணன் வந்துட்டுப் போறது வரைக்கு மூச்சு விடாம ஒளிஞ்சு கெடந்தன். இதக் கொண்டு போயி வீட்டுக்குள்ள வச்சு பொதச்சாலும் இதே கதிதான், முனி பொதையலக் காத்தது மாதிரி காவல் இருக்க வேண்டியதிருக்கும். நிம்மதியா மனுஷரு ஒரு காடு கரைக்குப் போய் வரமுடியாது, ஊர்வழி போனாலும் மனசு பூராவும் வீட்டு மேலதான் இருக்கும். மொத்தத்துல நிம்மதி கெட்டுப் போகும். குடிச்சாலும் குடிக்காவிட்டாலும் மனுஷருக்கு நிம்மதி வேணும், தங்கப் புதையல தலமாட்ல வச்சிக்கிட்டு நித்தம் நித்தம் செத்துப் பிழைக்கிறது என்ன பொழப்பு.'

'இங்க கேளு கிட்ணம்மா, இதக் கொண்டு போய்த் திருப்பிக்

குடுத்தாலும், நம்ம தல தப்பிக்கிறது ரெண்டாம் பட்சம்தான். மன்னரு எங்க ரெண்டு போர்த்தையும் தண்டிக்காம விடமாட்டாரு, ஆக நமக்கு எங்கிட்டுப் போனாலும் ஆபத்து இருக்கு, அதனால உண்டானபடி இருக்கட்டும், வாரது வரட்டும். நம்ம களவாங்கல தாயி, தைரியமா இரு.'

ஆசாரியின் பேச்சில் கிட்ணம்மாள் கொஞ்சம் ஆறுதலடைந்தாள். பொட்டலத்தை மறைத்து வைத்துக் கொண்டு இருவரும் கடவு பாதை வழியாக தங்கள் வீட்டுக்கு நடந்தார்கள்.

வீட்டுக்குப் போனதும் முதல் வேலையாக அட்ணப் பலகையில் கழட்டிப் போட்டிருந்த பித்தளைக் குத்து விளக்கைத் தேடி எடுத்தான். உப்பும் புளியும் வைத்து தேய்த்து விளக்கி பளபளப்பாக்கினாள். எண்ணெய் ஊற்றி திரிபோட்டாள். சாமி படத்திற்கு நேர் கீழே சுவரை ஒட்டி வீட்டுக்குள் ஆழமாக குழிதோண்டி பொட்டலத்தைப் புதைத்தான். தோண்டியது தெரியமலிருக்க தன் தரையைப் போல மண்பூசி குத்துவிளக்கை அதன்மேல் வைத்து விளக்கேற்றினான். காலையில் பிச்சை ஆசாரியின் வீட்டிலும் எலியன் வீட்டிலும் குத்து விளக்குகள் பிரகாசமாக எரிந்துகொண்டிருந்தன. ஒரு சுடு குஞ்சிக்கு கூட தெரியாமல் நால்வரும் மௌன விரதம் இருந்தார்கள். காலையில் பிச்சை ஆசாரியைத் தேடிப் போன கோணக்கண்ணன் முற்றத்தில் ஆசாரியைக் காணாததால் வீட்டுக்குள் எட்டிப் பார்த்தான். திறந்திருந்த வீட்டிற்குள் ஆசாரியம்மா மட்டுமே இருந்தது.

'யெம்மாவ் ஆசாரிய எங்க காணும், ராத்திரி வந்து ஒரு தரத்துக்கு ரெண்டு தரம் சொல்லிட்டுப் போயும் கருக்கல்ல வராம இருந்துட்டாரே.'

'ஓம் வீட்டுக்குப் போறன்னுதான் சொல்லிட்டு, லாடப் பையவும் தூக்கிட்டுப் போனாரு, அதுக்குள்ள எங்க போயி தொலஞ்சாரோ.'

'சரிம்மா, வந்தா நான் வந்துட்டுப் போனம்னு சொல்லுங்க.'

கோணக்கண்ணன் வேகமாக கடவுக்குள் நுழைந்தான். எலியன் வீட்டில் பேசிக்கொண்டிருந்தார் ஆசாரி.

'ஆசாரியாரே நீரு வருவீரு வருவீருனு மாட்டுத் தொழுவுல காத்திருந்து பாத்துட்டு ஒம்ம வீடு போயி தேடிட்டு இங்க வர்ரன், காலா காலத்துல வந்தீர்னா என்வேல சுளுவா முடியும்.'

'இந்தா கௌம்பிட்டன், லாடப் பைய கையோட கொண்டாந் துட்டன்.'

'பனையேறி சண்டியரு என்ன செய்றாரு, இருக்காரா இல்லையா பேச்சு மூச்சக் காணும்.'

சொல்லிக்கொண்டே எலியன் வீட்டுக்குள் எட்டிப் பார்த்தான் கோணக்கண்ணன். எலியனும் அவன் பொண்டாட்டி கிட்ணம்மாளும் குத்துவிளக்கின் முன்னால் உட்கார்ந்திருப்பதை கவனித்துவிட்டான். கோணக்கண்ணன் முகத்தில் குத்து விளக்கின் வெளிச்சம் பரவி யிருந்தது.

'யோவ் ஆசாரியாரே ஓங்க வீட்டுக்குப் போனா அங்க குத்து விளக்குக்கு முன்னால ஒம்ம சம்சாரம் உகார்ந்திருக்கு, இங்க இந்தப் பய வீட்டுக்கு வந்தா இங்க என்னடானா புருஷனும் பொண்டாட்டியும் காலாங் காத்தாலயே குத்துவிளக்குக்கு முன்னாடி உட்கார்ந்திருக்காக, என்ன விஷயம்னு தெரியலையே, இன்னக்கி என்ன விசேஷமான நாளா அதுவும் இல்ல. அப்படின்னாலும் சாயங்காலம்தான் விளக்கு பொருத்தி வைப்பாக. நீங்க என்னடானா விடியுமுன்ன விளக்கேத்திட்டீக.'

கோணக்கண்ணனின் கேள்வியில் மூன்று பேரும் திணறிப் போனார்கள். சற்று நேரம் எதுவும் பேசத் தோன்றவில்லை. ஒருவர் முகத்தை ஒருவர் மாறி மாறி பார்த்துக்கொண்டனர்.

'ரெண்டு பேரும் வேற ஏதாவது நேமிக்கம் போட்டு இருக்கீகளா, இல்ல வேற சாத்திரம் சடங்கு செய்றீகளா?'

'வேற ஒன்னுமில்லப்பா, ரெண்டு பேரும் போன வாரம் கீழ்நாட்டுக்குறிச்சி போயி ஐயரப் பார்த்தோம்.'

'எந்த ஐயர, ஜோஸ்யர் ஐயரையா.'

'ஆம்ப்பா, அவரு என்ன சொன்னார்னா, ஓங்க ரெண்டு பேரு வீட்டுக்குள்ளயும் கன்னித் தெய்வம் ஒன்னு குடியிருக்கு அத நீங்க கையெடுக்க மறந்துட்டீக, தினம் தினம் கையெடுத்துக் கும்பிட்டு, குத்துவிளக்கேத்தி, வெள்ளி செவ்வாய்க்கு பூப்போட்டுக் கும்பிட்டு வந்தா, நாற்பத்தொரு நாளுக்குப் பெறகு, ஓங்க ரெண்டு பேருக்குமே தங்கப் பொதையல் கிடைக்கும்னு சொல்லிட்டாரு, அதுதான் இன்னையிலருந்து ஆரம்பிச்சிருக்கோம்.'

'யேல, எலியா இத மாதிரிதான்டா ரெண்டு மூனு மாசத்துக்கு முன்னாடி ஒரு சடுகுடுக்காரன் எங்க வீட்லயும் சொல்லிட்டுப் போய்ட்டான், ஓங்க பெரியாத்தா குத்துவிளக்க தேச்சு தேச்சுப் பொருத்திப் பார்த்தா, விளக்கு தேஞ்சதுதான் மிச்சம், எண்ணெய் தீர்ந்ததுதான் மிச்சம், ஒரு பொதையலும் கெடைக்கல, புஞ்சைக் குள்ளருந்து பொதையல் வெளியேறிரும்னு, கலப்பைய அமுக்கிப் பிடிச்சு உழுததுதான் மிச்சம், கொழுவுதான் தேஞ்சதே ஒழிய ஒரு ஈயம் பித்தளைகூட கண்ணுல தட்டுப்படல. ஆனா ஒரே ஒரு நல்ல

விஷயம்டா எலியா. ஒங்க பெரியாத்தா எப்பவுமே எட்டு நாளைக் கொருக்க தான் குளிப்பா, சடுகுடுக்காரன் சொன்னதுலருந்து இன்னக்கிவரைக்கு தெனம் குளிக்கா, அதனால ஒங்க பெரியாத்தா தான் இப்ப தங்கம் கெணக்கமினுங்குறா.'

மூன்று பேரும் சிரித்துக் குணுகினார்கள். சீக்கிரமாக தொழுவுக்கு வரச் சொல்லிவிட்டு கோணக்கண்ணன் வேகமாகப் போய் விட்டான். அவன் போய் விட்டதை உறுதி செய்துவிட்டு கதவைச் சாத்திவிட்டு வந்தான் எலியன்.

'ஆசாரியார கோணக்கண்ணன் வாரவரத்து ஒன்னும் சரியில்ல. லேசா ஒளறிட்டாலும் போச்சு, அதையே பிடிச்சுக்கிட்டு ஊரு பூராவும் சொல்லிருவான். ரெண்டு பேர் வீட்லயும் குத்துவிளக்கு பொருத்தியிருக்கிறத ஒரே நாள்ல கண்டுபிடிச்சிட்டான் பாத்தீரா, இனிமே அவன வீடு தேடி வரவிடாம பாத்துக்கோரும், அப்படியே வந்தாலும் வெளிய வச்சே பேசி அனுப்பிரும், வீட்டுக்குள்ள வந்திட்டாம்னா குடிகெட்டுப் போகும்.'

எலியன் பேச்சுக்கு தலையாட்டிய ஆசாரி லாடப் பையைத் தூக்கிக்கொண்டு வேகமாக நடந்தார். கோணக்கண்ணன் தொழுவத்தில் தயாராய் காத்திருந்தான். கால் நொண்டும் மாடு தரையில் படுத்துக் கிடந்தது. பற்றுக் குறட்டால் குளம்பில் ஏறியிருந்த ஆணியைப் பிடுங்கி எடுத்தார்.

'எப்பா, யே... கோணையா, ஆனிய வெளிய எடுத்திட்டன், புது ஆணி இப்ப போட வேணாம், ரெண்டு நாளைக்கு வேதன இருக்கும், மத்த ஆனிக பலமா இருக்கு, லாடமும் அசையல, பதறாம வேல செய்யி, ரெண்டு நாள் கழிச்சு நானே வந்து புது ஆனி அடிச்சு விடுறன், வேலையப் போட்டுட்டு நிய்யி எங்க வீட்டுக்கு அலைய வேணாம், யாரு கிட்டயாவது சொல்லி விடு ஓடியாந்துறன்.'

'ஆசாரியார கீழ்நாட்டுக் குறிச்சி ஐயர் சொன்னார்னா சரியா இருக்கும்னு சொல்வாக. நீரு வீட்டுக்கும் வேப்பமரத்தடிக்கும் அலையிற ஆளு. அவன் பனையேறி காடுமேடுனு அலையிற பய, பொதையல் கெடச்சாலும் அவன் கண்ணுக்குத்தான் தட்டுப்படும், சத்தியமா அந்தப் பய ஒம்மகிட்ட சொல்லாம தான்மட்டும் ஒத்தையில அமுக்கிக்கிறலாம்னு தான் பாப்பான். அதனால இன்னை யிலருந்து அந்தப் பய மேல நானும் ஒரு கண்ணு வச்சுக்கிறன், பய ஒம்ம ஏமாத்திரலாம், ஆனா இந்தக் கோணக்கண்ணன்கிட்ட யேருந்து தப்ப முடியாது.'

ஆசாரியாருக்கு என்ன சொல்வதென்று தெரியவில்லை. இந்தக்

கோணக்கண்ணனை எப்படி சமாளிக்கப் போகிறோமோ, தங்கத்தை எப்படி பாதுகாக்கப் போகிறோமோ என்ற கவலையுடன் லாடப் பையைத் தோளில் போட்டுக்கொண்டு வேப்ப மரத்தடிக்கு நடந்தார். வேப்பமரத்தடி களைகட்டியிருந்தது. செல்லையா ரெட்டியாரும், வடக்கத்திப் பிள்ளையும் தங்கள் மாடுகளைக் கட்டிப் போட்டுவிட்டு ஆசாரிக்காகக் காத்திருந்தார்கள்.

'யோவ் பிச்சை வர வர ஓமக்கு கெராக்கி கூடிப் போச்சு, மனுஷரு வேற வேல வெட்டிக்குப் போக வேணாமா, வீட்டுக்குத் தேடிப் போனா, வீடு பப்பரப் பளானு தெறந்து கெடக்கு. எட்டிப் பார்த்தா குத்துவிளக்குதான் பளிச்னு எரியுது, தண்ணிக் கொடத்தோட வாரா ஓம் பொஞ்சாதி. எங்கேனு கேட்டா, தெரியாதுங்கா. சரி, ஓஞ்சேக்காளி வீட்டுக்குப் போயிருப்பனு பனையேறிப்பய வீட்டுக்குப் போனா அங்க புருஷனும் பொண்டாட்டியும் குத்து விளக்குக்கு முன்னால விழுந்து விழுந்து கும்புடுறாக. ஆசாரிய எங்கேனு கேட்டா கோணக்கண்ணன் தொழுவுல போயி பாருங்க சாமினு சொன்னான். அங்க போயி பார்த்தா இப்பத்தான் போறாருனு கோணக்கண்ணன் பய சொல்றான். வரவர ஓமக்கு கெராக்கி கூடிட்டே வருது. பேசாம இன்னொரு ஆசாரிய கொண்டாந்திர வேண்டியதான்.'

'எத்தன ஆசாரிய நீங்க கூட்டிட்டு வந்தாலும் யாருமே இது பிள்ளைவாள் மாடு, இது ரெட்டியார் மாடுனு துட்டு வாங்காம ஓசியில லாடம் கட்ட மாட்டாங்க தெரிஞ்சுக்கோங்க.'

'யோவ் மயிர ஒரு வெளையாட்டுக்கு கேலிக்கு சொன்னா விசுக்னு கோபப்படுறீரே.'

'கோபப்படல ரெட்டியாரே, நெசமும் அது தான. ஓசியில வேல செய்ய எங்களுக்கும் பொண்டாட்டி புள்ளைக இருக்கில்ல.'

எப்போதும் கலகலப்பாய் இருக்கும் எலியன் முகம் குராவிப் போய் உட்கார்ந்திருந்தான். பிச்சை ஆசாரி என்றைக்கும் போல் எலியனிடம் வந்து பேச்சுக் கொடுத்தார். ஆசாரியின் பேச்சை காதில் வாங்கிக்கொள்ளாமல் பட்டும் படாமல் சலிப்புடன் பேசிக் கொண்டிருந்தான் எலியன்.

'என்னடா சமாச்சாரம், வந்ததுலருந்து நானும் பாக்கன், எங்கயோ பார்த்துக்கிட்டு யார்ட்டயோ பேசுறது மாதிரி பேசுற, சொல்றா என்னடா விஷயம்?'

'வாயக்குடுத்திட்டு சூத்தப் புண்ணாக்குன கதைனு ஒரு சொலவடை சொல்வாக, அதுகெணக்கா ஓம்ம வாயால இப்ப நான் சீரழியிறன்.

மனுஷன் நிம்மதியா இருக்க முடியல.'

'அப்பிடி நான் யார்ட்ட என்னடா சொன்னன், வெவரமா சொன்னாத்தானடா தெரியும்.'

'குத்துவிளக்கு பொருத்துங்க, ஓங்களுக்குப் பொதையல் கிடைக்கும்னு கீழ்நாட்டுக்குறிச்சி ஐயர் சொல்லியிருக்கார்னு சொன்னீர்ல்ல, அதுதான் எனக்கு இப்ப வெனை.'

'சும்மா கேலிக்குத்தானடா சொன்னன்.'

'அத கோணக்கண்ணன் வசமா புடிச்சிக்கிட்டான். வேல நேரம் போக மறைவா மோளப் போகவும் முடியல, பேளப்போகவும் முடியல. பின்னாலயே வாரான்.'

'அப்ப நாளைக்கே ரெண்டு பேரும் குத்துவிளக்க அணைச்சு வச்சிருவம், வீட்டுக்குள்ள கெடங்கு தோண்டுன தடம் தெரியாம பார்த்துக்கிருவம்.'

'குத்துவிளக்க திடீர்னு அமர்த்தி வச்சிட்டா வேற வெனையே வேண்டாம், பொதையல் கெடைக்கப் போய்த்தான் நாற்பத்தொரு நாள் ஆகு முன்ன விளக்க அமர்த்திட்டீகனு சொல்லி நம்ம ரெண்டு பேரோட வீட்டையும் தோண்டித் தேடி நாசமாக்கி ஊருக் குள்ளயும் சொல்லிப் புடுவான்.'

'அப்ப என்னதான் பண்ணனும்னு சொல்லு. சும்மா மூஞ்சிய உம்முனு வச்சுக்கிட்டு இருந்தா எப்பிடி.'

'நான் ஒன்னும் வெளையாட்டுக்கு சொல்லல. நேத்து நடந்த கதையச் சொல்றன் கவனமா கேளும். அப்புறமா நீயே மூஞ்சிய உம்முனு வச்சுக்கிருவீரு.'

'கீழக்காட்ல ஒரு முப்பது நாப்பது கட்டு பருத்திமார் கட்டு கெடக்கு, வேகாரியா கெடக்கே அதக் கொண்டாந்து கொட்டாரத்து படப்படியில வச்சிட்டா ஒரு ஆத்திரம் அவசரத்துக்கு தீ எரிச்சுக் கிறலாம்னு மம்பட்டிய எடுத்து கையில வச்சுக்கிட்டு, அந்த படப்படிய சுத்தம் பண்ணலாம்னு போனன். இந்த கோணக் கண்ணன் எப்பிடியோ எங்கிட்டு இருந்தோ பாத்திருக்கான், நாசமாப் போறபய வேல வெட்டியவும் போட்டுட்டு என் பின்னால வந்தத நான் கவனிக்கல. படப்படிய சுத்தப் படுத்துறதுக்காக அங்ஙனக்குள்ள கெடந்த முள்ளு மொடலு எல்லாத்தையும் ஒன்னா கூட்டி தீ வச்சு பொசுக்கிட்டு, பெரிய கல்லு ரெண்டு கல்லு கெடந்துச்சு. அதுல ஒன்ன தூக்கி தலமேல வச்சுக்கிட்டு ஓடைக் குள்ள போட்ருவம்னு போயி கரைமேல நின்னு கல்லப் போடப் போறன், இவன் செடி மறைவுக்குள்ளருந்து அவக் தவக்னு

எந்திரிக்கான்.

'டேய்... எலியா கல்ல போட்டுறாதடா ஆள் இருக்கு.'

'ஓடைக்குள்ள இன்னேரம் ஒக்காந்துக்கிட்டு என்ன செய்ற பெரிய்யா, வேலைக்குப் போகலையா?'

'வேலைக்குப் பொறப்புட்டன்டா, வயித்தக் கலக்குனது மாதிரி இருந்தது, அதுதான் ஓடியாந்தன்.'

'கொஞ்சம் தப்பிச்ச இல்லனா தலையிலயே கல்லப் போட்ருப்பன், எந்தச் சாமி புண்ணியமோ, இரத்தக் குறி காட்டாம விட்ருச்சு.'

'பொதையல் கெடச்சாலும் ரத்தக்குறி காட்டாம கையில தொடக் கூடாது, அதே மாதிரி கெடச்ச பொதையல ரத்தக் குறி காட்டாம எடுத்து, வேற எடத்துல பொதச்சு வச்சா, அத்தன தங்கத்தையும், பேய்களும் முனிகளும் எடுத்திட்டுப் போயி வேற எடத்துல பொதச்சு வச்சிட்டு அதே எடத்துல காவல் இருந்துக்கிரும், பெறகு யாருமே சாமானியமா கிட்ட நெருங்க முடியாது.'

முள்ளு மொடல்களைச் செதுக்கிய இடத்தை நோட்டம் விட்டான் கோணக்கண்ணன். எலியனுக்கு ஒருபுறம் கோபம். மறுபுறம் சிரிப்பு. அவனால் ஒன்றும் சொல்ல முடியவில்லை. கீழே கிடந்த இன்னொரு பாறாங்கல்லை புரட்டிப் பார்த்தான். மண் திட்டை காலால் எட்டிப் பார்த்தான். நாயைப் போல் மோப்பம் பிடித்து அலைந்தான்.

'அய்யர் சொன்ன நாற்பத்தொரு நாள் முடிய இன்னும் எத்தன நாள்டா இருக்கு எலியா?'

'இன்னும் பத்து இருபது நாள் இருக்கு பெரிய்யா, பாதி நாள்தான முடிஞ்சிருக்கு.'

'விடாம விளக்கு போடு. ஒரு நாள்கூட விளக்கு போட மறந்துறாத, அதே மாதிரி ஆசாரிய முழுசா நம்பிராத.'

'சரி, பெரிய்யா, அப்பிடி ஏதாவது ஒரு மச்சம் கெடச்சாலும், ஆசாரிக்கு தெரியாம ஒரு துப்பு குடுக்கன், ஓடியாந்துரு. நம்ம ரெண்டு பேரும் பங்கு வச்சுக்கிருவம்.'

'நான் என்னேரமும் ஒம்கூட இருக்க முடியாது, மினுக்னு தெரிஞ்ச ஒடன ரத்தக்குறி காட்ட மறந்துறாத. அதே மாதிரி எடுத்து வேற எடத்துல மாத்தி பொதச்சு வச்சிட்டு நம்ம மட்டும் எடுத்துக் கிறலாம்னு நெனச்சிராத. முனி தூக்கிட்டுப் போயிரும், பூமிக்குள்ள எங்ஙன தங்கம் இருந்தாலும், பேய்க்கும் முனிக்கும் தெரியும். நாம தொடும்போதுதான் நம்மல அடிச்சுக் கொல்லும், ரத்தக் குறி

காட்டிட்டா வெலகிப் போயிரும்.'

'அந்த நேரத்துல ரத்தக்குறி காட்டணும்னா எப்பிடிக் காட்ட முடியும் பெரிய்யா. வீட்டுக்குப் போயி கோழி சேவல் ஆடு மாடுனுதான ரத்தம் கொண்டார முடியும்.'

'அட, கோட்டிக்காரப் பயலே, ஓங் கண்ணுக்கு மினுக்குனு தெரிஞ்சுட்டா மறுநிமிஷம் ரத்தச் சொட்டு அது மேல விழுந்தாகணும், இல்ல அம்புட்டுத்தான், ஓங் கண்ணுமுன்னாலயே முனி தூக்கி வேற எடத்துக்குக் கொண்டு போயிரும். பொதையல் கெடைக்கும்னு சொன்ன ஐயரு, அத எப்பிடி எடுக்கணும்னு சொல்லாமயா இருந்தாரு. ஆசாரிகிட்ட சொல்லியிருப்பாரு, அந்தப் பய ஓங்கிட்ட சொல்லாம விட்ருப்பான்.'

'பெரிய்யா பொதையல் எங்கண்ணுக்குத் தட்டுப்பட்ட ஒடன அதே எடத்துல நின்னுக்கிட்டு ஒனக்கு தாக்கல் சொல்லி அனுப்பியிறன், நீ எங்கயிருந்தாலும், ஓட்டமா ஓடியாந்துரு. அந்தானக்கி ரத்தக் குறி காட்டி எடுத்து நம்ம ரெண்டு பேரும் வச்சுக்கிருவம்.'

ரத்தக்குறி காட்டாமல் தங்கத்தை எங்கே புதைத்து வைத்தாலும் பேய்களும் முனிகளும் எடுத்துக்கொண்டு போய் இடம் மாற்றி வைத்துவிடும் என்று கோணக்கண்ணன் சொன்னதிலிருந்து எலியனுக்கு பயம் பற்றிக்கொண்டது. பிச்சை ஆசாரியிடம் சொன்னபோது அவரும் குழம்பிப் போனார். கைக்கு எட்டியது வாய்க்கு எட்டாமல் போய் விடுமோ என்று நால்வரும் பயந்தார்கள். வேலை வெட்டிக்குப் போகாமல் வீட்டையே சுற்றிச் சுற்றி வந்தார்கள். தங்கள் கண்ணுக்குத் தெரியாமல் தங்கள் வீடுகளை பேய்களும் முனிகளும் சுற்றுவதாக எண்ணிப் பயந்தார்கள். எலியன் வீட்டில் உரிக்கலயம் கீழே விழுந்து உடைந்து கிடந்தது. பதநீர் இறக்கும் முட்டிக் கலயம் இடம் மாறிக் கிடந்தது. கோழிக் குஞ்சுகள் கவுத்தும் பஞ்சாரம், கோழிக் குஞ்சுகள் வெளியே திரிய சும்மா கவுத்திக் கிடந்தது. குத்து உரலில் தானியம் குத்தும் உரப்பெட்டி உரலை விட்டு வெகுதூரம் தள்ளிக் கிடந்தது. ரத்தக்குறி காட்டாததால் முனி வந்து தன் வீட்டில் புதையலைத் தேடிப் பாத்திருக்கிறது என்று எலியன் நம்பினான்.

ராத்திரியோடு ராத்திரியாக கோழி மடத்துக்குள் அடைந்து கிடந்த சேவலைப் பிடித்தான். பாளை அரிவாளால் அதன் ஒற்றைக் காலில் அறுத்தான். சொட்டுச் சொட்டாய் தரையில் விழுந்த ரத்தத்தை குத்துவிளக்குக்கு அடியில் ஒழுகவிட்டான். ஏழெட்டு சொட்டுக்கள் விழுந்தபின் குத்துவிளக்கை எடுத்து ரத்தம் விழுந்த இடத்தின் மேல் வைத்து மறைத்தான். ரத்தத் துளி வெளியே

தெரியாமல் தரையைச் சுற்றி நோட்டம் விட்டான். இதே போல் சேவலின் மறு காலில் அறுத்து, பிச்சை ஆசாரியின் வீட்டிலும் ரத்தக் குறி காட்டினான். இப்போது மனசு இலேசாகியது. பேய்களும் முனிகளும் இனிமேல் தூக்கிப் போகாது, இடம் மாற்றாது, காவல் காக்காது என்று முழுசாய் நம்பினான். ரத்தம் கசிந்துகொண்டிருந்த சேவல்களின் இரண்டு கால்களிலும் தண்ணீரில் நனைத்த வெள்ளைத் துணியை இறுகச் சுற்றி தரையில் விட்டான். சேவல் துள்ளி ஓடியது. ஆசாரியம்மாள் புலம்புவதை இன்னும் நிறுத்தவில்லை.

'யே... சாமி, நீங்க நல்லாயிருப்பீக, இந்தத் தங்கம் வந்ததுலருந்து நிம்மதி போச்சு. நல்லா ஒறங்கி ரொம்ப நாளாச்சு, எப்ப பார்த்தாலும் மனசு திக்திக்னு அடிக்குது, எப்படா நிம்மதியா இருப்போம்னு இருக்கு, நமக்கு இது வேண்டாம். எலியன் பயகிட்டயே தூக்கி குடுத்துருங்க, இல்ல ராசாட்டப் போயி குடுத்துட்டு வாங்க, எனக்கு கண்ணக்கட்டி காட்ல விட்டது மாதிரி இருக்கு.'

'கோட்டிக்காரத்தனமா பேசாதம்மா, கடலையூரு வெயிலு கந்த முதலியார் தலைமையில வெள்ளக்காரன நம்ம நாட்ட விட்டு விரட்டணும்னு போராட்டம் நடத்துறாங்க, எப்பிடியும் கூடிய சிக்கிரம் வெள்ளக்காரன் ஓடிப் போயிருவான். பெறகு எந்தப் பயலுக்கும் நாம பயப்பட வேண்டாம். இந்த ஊருக்கே பெரிய பணக்காரன் நானும் எலியனும்தான்.'

'கழுத கெணாக்கண்டுச்சாம் கத்தலும் கதக்கலுமா, அது மாதிரி வெள்ளக்காரன் என்னைக்கு நம்மளவிட்டுப் போக நான் என்னைக்கு நகையைப் போட்டு லாத்த.'

'நம்ம பொதையல பேயும் முனியும் காவல் காக்கல. மகாராசாங்கிற பேயும் வெள்ளக்காரன்கிற முனியும்தான் புடிச்சு வச்சுக்கிட்டு காவல் காக்குதுக, இதுகள வெரட்டிட்டா தன்னால பொதையல் நம்ம கைக்கு வந்துரும்.'

சரியாக பனையடிக்குப் போகாததால் பனையடி முள்ளும் மொடலும் மேதி பாதை தூர்ந்து போகிற அளவுக்கு மாறிப் போயிருந்தது. ரொம்ப நாளைக்குப் பிறகு எலியன் பாளை அரிவாளை எடுத்துக்கொண்டு பனையடிக்குப் போய்க்கொண்டிருந்தான். கரையிலிருந்து பார்ப்பதற்கு துணிப்பாய்த் தெரிந்தது, பனையடியில் நிற்பது வெள்ளைக்குதிரையேதான். அப்படியே கண்மாய்க்குள் இறங்கி தண்ணீர் வழியே நீந்தி மறைந்து கொள்ள லாமா என்று நினைத்தான் எலியன். ஆனால் தூரத்தில் வரும் போதே வெள்ளைக்காரன் இவனைப் பார்த்துவிட்டான். வேறு வழியின்றி பயத்துடன் இடுப்பில் துண்டைக் கட்டினான்.

கிட்டத்தில் நெருங்க நெருங்க பயம் கூடிக்கொண்டிருந்தாலும். கள்ளிச்செடிப் புதருக்குள் என்னமோ செய்து கொண்டிருந்தான். எலியனுக்கு கொஞ்சம் பயம் குறைந்து தெம்பு வந்தது. கிட்டத்தில் நெருங்கிப் போய் கும்பிட்டான். ஏறிட்டுப் பார்த்த வெள்ளைக் காரன் வாயெல்லாம் பல்லாக சிரித்துக்கொண்டு நின்றான். தோசையை சுட்டு அடுக்கியதைப் போல் சப்பாத்திக் கள்ளியின் சதைகளை வெட்டி அடுக்கி வைத்திருந்தான்.

'தொர இது எதுக்கு தொர.'

'...........'

'கள்ளியக் கொண்டு போய் என்ன செய்யப் போற.'

'...........'

என்ன கேட்டாலும் சிரிப்பைத் தவிர வேறு எதுவும் அவனிட மிருந்து வரவில்லை. ஒரு வேளை கோட்டிக்காரனாக இருப்பானோ என்று எண்ணி பயந்தான். குதிரையில் ஏறியா கோட்டிக்காரன் வருவான் என்று தன்னையே கேட்டுக்கொண்டான். ஒன்னுக்குமே உதவாத இந்த கள்ளியைக் கொண்டு போய் என்ன செய்யப் போகிறான் என்று திகைத்தான். ஒவ்வொரு கள்ளித்தண்டிலும் ஏதோ அடையாளம் போட்டு ஒட்டினான். கைச்சாடை போட்டு இது எதற்கு என்று கேட்டான். சிரிப்பைத் தவிர வேறு பதில் இல்லை. எலியன் என்ன செய்வதென்று யோசித்துக்கொண்டிருக்கும் போது தான், கண்மாய்க்குள்ளிருந்து கள்ளிச் சதைகளைத் தரதரவென்று இழுத்தபடியே ஒருவன் வந்தான். அவனை எங்கேயோ பார்த்தது மாதிரி இருந்தது எலியனுக்கு. கிட்டத்தில் வந்ததும் உற்றுப் பார்த்தான். எட்டயபுரம் அரண்மனையில் வேலை செய்யும் இன்னாசி.

'வாங்க பனையேறி ஆம்பள வாங்க.'

'யாரு இன்னாசியண்ணனா, என்னண்ணே ரொம்ப நாளா ஊருக்கே வரல, பனையடிக்காவது வருவேனு பார்த்தன், இங்கேயும் ஆளக் காணும், அரண்மனையில இருக்கியா இல்லையா?'

'அரண்மனையிலதான் இருக்கன், இப்ப ஒரு மாசமா இந்தப் பய கூடத்தான் வேல. ஊர் ஊரா இழுத்தடிக்கான், வெய்யிலுனும் மழையினும் பாராம, முள்ளு மொடலு எல்லாத்துலயும் சர்வ சாதாரணமா போறான், கால்ல பூட்சப் பாத்தியா மொழங்கால் வரைக்கி, கையில முழங்கை வரைக்கி ரப்பர் உறையப் பாத்தியா, தொப்பி, கண்ணாடி, நமக்கு இதுகளுக்கு எங்க போக.'

'இந்த கள்ளியக் கொண்டு போயி என்ன செய்யப் போறான்.'

'அதாவது அவுக நாட்டுப் பொம்பளைகளுக்கு கொஞ்சம்

கோணல் மாணலா இருக்காம். இந்தக் கள்ளி மாதிரி கரெக்டா இப்பிடி வட்டம் வட்டமா இருக்கும்படி செய்யப் போறானாம்.'

சிரிப்பை அடக்க முடியாமல் எலியன் பலமாகச் சிரித்தான். இவன் சிரிப்பதைப் பார்த்து வெள்ளைக்காரனும் சிரித்தான். வெள்ளைக்காரன் சிரிப்பதைப் பார்த்து இன்னாசியும் சிரித்தான். சேகரித்த கள்ளிச் சதைகளை வட்டவட்டமாய் அடுக்கி முட்களை மடக்கி சாக்குப் பைக்குள் போட்டுக் கட்டினான்.

'இன்னாசியண்ண, சத்தியமா தெரியாமத்தான் கேக்கன் இதக் கொண்டு போயி என்னண்ணே செய்யப் போறான்.'

'மொதல்ல அவுக ஆத்தாளுக்கும் அக்கா தங்கச்சிகளுக்கும் வட்டமா மாத்தப் போறான், பெறவு அவுக நாடு பூராவும் இருக்கிற பொம்பளைகளுக்கு வட்டமா மாத்தப் போறான்?'

'இன்னாசியண்ணே வெளையாடாத, நம்ம பாஷை தெரியாதுனு நெனச்சு கண்டதக் கழியதப் பேசாத. தெரிஞ்சுக் கிட்டே தெரியாதவன் கெணக்கா இருந்தாலும் இருப்பான், வம்ப வெலைக்கு வாங்காத, நம்ம தலையில நம்மளெ மண்ணள்ளிப் போட்டது மாதிரி.'

'இவன் லண்டன்லருந்து இங்க வந்து பத்து நாள்தான் ஆகுது, பெரிய ஆராய்ச்சியாளனாம், இந்தக் கள்ளிச்செடிப் பொதர்க் காடு பூராவும் பெருகிப் போச்சு, குதிரைப் படைக போக முடியலயாம், கூட்டமா படைக போறதுக்கு பெரிய தடங்கலா இருக்காம், கள்ளிய ஒழிக்க புதுசா மருந்து கண்டுபுடிக்கிறதுக்காக சீமையிலருந்து ராணி இவன இங்க அனுப்பி வச்சிருக்கு.'

'கள்ளிக்கு மழையும் வேண்டாம், தண்ணியும் வேண்டாம், சருகா காஞ்சாலும் பச்சை போகாது, ஒரு சிறு துண்டு தனியா போய் விழுந்தாலும் அதுலருந்து வேர் போட்டு மொளச்சிரும். தீ வச்சு கொளுத்தனும்னா காஞ்சாத்தான கொளுத்த முடியும். எப்பவும் பச்சைப் பசேல்னுதான இருக்கு, ஆனா அது வார வார்த்தப் பாத்தா இன்னும் கொஞ்ச நாள்ல பாதையென்ன பாதை காடுகரைகளவும் மூடியிரும், ஊரையே மூடுனாலும் மூடிரும், காட்ல கால் வைக்க எடமில்லாம பரந்துருச்சு.'

கள்ளிக்கும் கரிசல் மண்ணுக்கும் கொண்டாட்டம். கள்ளிச் செடிகளை அகற்ற வழி தெரியாமல் சம்சாரிகள் சங்கடப்பட்டார்கள். வெள்ளைக்காரனின் குதிரைகள் சுதந்திரமாகச் செல்ல முடியவில்லை. படைகள் சில இடங்களில் காத்திருந்து ஒன்றன்பின் ஒன்றாக வரிசையாகத்தான் செல்ல வேண்டியதிருந்தது. வெட்டிய கள்ளிகள் முளைத்துக்கொண்டன. ஓடைகளுக்குள் போட்டால்

ஓடைகளையே மறித்துக்கொண்டு கள்ளிப்புதர்கள் முளைத்தன. சம்சாரிகள் தினமும் கள்ளியுடன் மல்லுக்கட்டினார்கள்.

சேகரித்த கள்ளிச் சதைகளை கோணிப் பைக்குள் வைத்து தைத்தான் இன்னாசி. வெள்ளைக்காரனும் இன்னாசியும் குதிரையில் ஏறிப் பறந்தார்கள். எலியன் பனையடிக்கு நடந்தான்.

வெள்ளைக்காரனை விரட்ட வேண்டும் என்று ஜனங்கள் பேசிக் கொள்கிறார்கள். இங்கே என்னடாவென்றால் கள்ளிச்செடியை ஒழித்துப் பாதைகளை சீராக்கப் போகிறோம் என்று வெள்ளைக் காரன் சீமையிலிருந்து வந்திருக்கிறான். ஆக சாமான்யமாக வெள்ளைக்காரன் இங்கே இருந்து போகப் போவதுமில்லை, என் பொண்டாட்டியும், ஆசாரியம்மாவும் தங்கத்தை எடுத்துப் போட்டு தெருவுக்குள் நடமாடப் போவதுமில்லை என்று எண்ணிக் கொண்டான். கூடவே கோணக்கண்ணனை நினைத்த போது கோபமும் சிரிப்பும் வந்தது. தாயோளி, ஒரு வார்த்த தவறிப் போய் ஆசாரி சொல்லிட்டாரு, அதையே உடும்புப் புடியா புடிச்சிக்கிட்டு பொதையல் எடுக்க நாயா அலையிறானே, பய வாரவர்த்தப் பார்த்தா என்னயவும் ஆசாரியவும் நிம்மதியா ஒறங்க விடமாட்டான் போலருக்கே. சண்ட போட்டுட்டா காரியம் கெட்டது, ஊருக்குள்ள தெரிஞ்சா எல்லாப் பயகளும் பொதையல் தேட ஆரம்பிச்சிருவான். பெறகு நம்ம பொதையலப் பாதுகாக்கிறது பெரிய சங்கடமாப் போயிரும்.

வேப்ப மரத்தடியில் உட்கார்ந்து பிச்சை ஆசாரி லாடங்களை ஒழுங்குபடுத்திக்கொண்டிருந்தார். பக்கத்தில் உட்கார்ந்து கோணக் கண்ணன் ஏதோ பேசிக்கொண்டிருந்தான். பாளை அரிவாளுடன் எலியன் மேற்காமல் இருந்து வந்தான்.

‘பனையடிக்குப் போன பயலுக்கு மத்தியானம் வரைக்கு என்னல ஜோலி, பாளைய சீவிட்டு வர வேண்டியதான.’

வெள்ளைக்காரனும் இன்னாசியும் வந்தது பற்றியும் கள்ளிச் செடிகளை சேகரித்துக் கொண்டு போனது பற்றியும், அவர்களுடன் தான் இருந்ததால் நேரம் போனதே தெரியவில்லை என்றும் எலியன் சொல்லிக்கொண்டிருந்தான்.

‘யேல, கோட்டிக்காரப் பயல நல்லாப் பாத்தயால, ஊரு ஒலகத்துல இல்லாத கள்ளிச்செடி ஓம் பனையடியிலதான் இருக்காக்கும். பூமிக்குள்ள எவ்வளவு ஆழத்துக்குள்ள என்ன இருந்தாலும் கண்டுபுடிக்கிற கருவி வெள்ளக்காரன் வச்சிருக் கானாம். ஒருவேளை சும்மாவாதிக்கு கள்ளிச்செடி ஆராய்ச்சினு

சொல்லிட்டு பூமிக்குள்ள பொதையல் தேடுறானோ என்னமோ, கையில வேற எதுவும் கருவி வச்சிருந்தானா இல்ல வெறுங் கையோட இருந்தானா?'

'கையில ஏதோ பெட்டி மாதிரி வச்சிருந்தான், பாக்கிறதுக்கு மிசின் மாதிரிதான் தெரிஞ்சது. கள்ளிப் பொதருக்குள்ள அத வச்சு வச்சு எடுத்தான், பெறகு என்னமோ தாள்ல எழுதுனான்.'

'ஆசாரியார குடிகெட்டுப் போச்சு, நான் சொன்னது சரியாப் போச்சா, இனி பொதையல் நமக்குக் கெடையாது, அடையாளம் போட்டுட்டுப் போய்ட்டான், இனி அம்புட்டுத்தான்.'

கோணக்கண்ணன் பேசிக்கொண்டிருக்கும் போதே, இரண்டு கால்களிலும் வெள்ளைத் துணிகள் சுற்றிய சேவல் வேப்ப மரத்தடியில் மேய்ந்துகொண்டிருந்தது.

'டேய், எலியா இது யாரோட சேவல்டா?'

'ஏஞ் சேவல்தான் பெரிய்யா.'

'எதுக்குடா ரெண்டு கால்லயும் வெள்ளத் துணிய சுத்தியிருக்க.'

கோணக்கண்ணன் இப்படிக் கேட்பான் என்று எலியன் எதிர் பார்க்கவில்லை. பிச்சை ஆசாரி சுத்தியல் அடிப்பதை நிறுத்திவிட்டு எலியனை பார்த்தபடியே உட்கார்ந்திருந்தார். எலியன் திரு திருவென்று முழித்தான்.

'சும்மா வீட்டுக்குள்ளயே வந்துச்சு, கூட ஒரு சேகாரம் வேற இருக்கு. ரெண்டும் வெளிய போகாம வீட்டுக்குள்ளயே சுத்தி சுத்தி வரவும், ஒங்க மருமக ஒரு கம்ப எடுத்து இப்பிடி இலேசா எறிஞ்சா பாருங்க, அது கொஞ்சம் பலமா பட்ருச்சு, ரெண்டு காலும் ஒடிஞ்சு போச்சு, அதுதான் தண்ணியில நனச்சு வெள்ளத் துணிய சுத்தி வச்சிருக்கன்.'

'யேல, யார்ட்ட கத விடுற. கால் ஒடிஞ்சா சாவல் நொண்டி நொண்டில்ல எட்டு வைக்கும், ரெண்டு கால்லயும் சரியா சொல்லி வச்சது மாதிரி பாதத்துக்கு மேல கெட்டுப் போட்ருக்கு, ஒடிஞ்ச காலுக்கு போட்ட கெட்டு மாதிரி தெரியல.'

'பெரிய்யா சத்தியமா சொல்றன் நம்பு, இல்ல ஒரு எட்டு போயி ஒம் மருமககிட்ட கேட்டுக்கோ.'

'ரத்தக்குறி காட்டுறதா இருந்தாலும் சுத்த வெள்ளச் சேவலோட ரத்தத்தைதான் காட்டணும், இது செவல நிறச் சேவல், இதோட ரத்தத்துக்குப் பேயும் முனியும் கட்டுப்படாது.'

'ஒனக்கு வேற வேலையே இல்லையா பெரிய்யா, எப்பப்

பார்த்தாலும் பொதையல் நெனப்புத்தானா.'

'யேல, கோட்டிக்காரப் பயல, வேற யாரும் சொல்லியிருந்தா நம்பவே மாட்டன். கீழ்நாட்டுக்குறிச்சி ஜோஸ்யர் ஐயர் சொன்னா குறி தப்பாது. வங்கார்பட்டி சாத்துரப்ப நாயக்கருக்கு இத்தனாம் தேதி, இந்த மணிக்கு, இன்னவிதமாகச் சாவு வரும்னு சொன்னாரு, எல்லாரும் கேலி பண்ணுனாங்க, ராத்திரியில வீட்டுக்குள்ள ஒறங்கும் போது, எலிய வெரட்டி வந்த நல்ல பாம்பு, எலி வீட்டுக்குள்ள நுழைய, அதுவும் நுழஞ்சு நாய்க்கர தீண்டிருச்சு. பாத்தா நாய்க்கரு வாய்ல நுரதள்ளிட்டு கெடக்காரு. பாம்பு எலிய விழுங்க மாட்டாம விழுங்கிட்டு இருக்கு. எலிய பாம்பு கொன்னது, பாம்ப மனுஷன் அடிச்சுக் கொன்னான், நாய்க்கார பாம்பு கொன்னது, மூனு உசுருக்கும் ஒரே நேரத்துல எமன் ஓலையக் கிழிச்சுட்டான். அன்னைக்கு தெனம்தான் ஐயரு நாய்க்கரு சாவார்னு குறிச்சுக் குடுத்த நாள், சாமத்த தாண்டியிருந்தா நாய்க்கரு பொழச்சிருப்பாரு, சாமங்கழியுமின்னயே உசுரு போயிருச்சு.'

கோணக்கண்ணன் போன பின்பு எலியனை இப்போது புதியதாக ஒரு கவலை பிடித்துக்கொண்டது. என்ன செய்வதென்று புரியாமல் குழம்பிப் போயிருந்தான். பிச்சையிடம் சொன்னபோது கொஞ்சம் பதறிப் போனார். கோணக்கண்ணன் சொன்னதை மனசுக் குள்ளேயே நினைவுபடுத்திப் பார்த்த ஆசாரிக்கு குழப்பமும் சேர்ந்து கொண்டது.

'ரத்தக்குறி காட்டுறதா இருந்தா சுத்த வெள்ளைச் சேவலோட ரத்தத்தைதான் காட்டணும், செவலச் சேவல் ரத்தத்துக்கு பேயும் முனியும் கட்டுப்படாது.'

பிச்சை ஆசாரி வீட்டிலும் எலியன் வீட்டிலும் சுத்த வெள்ளைச் சேவல் கிடையாது. தெருவில் வேறு யாரிடமும் கேட்கவும் முடியாது. விலைக்கு வாங்குகிற விற்கிற பழக்க முறை கிடையாது. வேறு ஏதாவது நேர்த்திக் கடன் சடங்குகளுக்கோ அல்லது பேய் பிசாசு பிடித்திருப்பவர்களிடமிருந்து அவற்றை உடுக்கடித்து விரட்டியபின் பலி கொடுப்பதற்கோ வெள்ளைச் சேவல் கட்டாயம் தேவைப்படும். அப்போது உறவுக்காரர்கள் தாராளமாக இனாம் கொடுத்து உதவுவார்கள். மாற்றாக பணமோ பொருளோ பெற்றுக் கொள்வதில்லை.

'டேய், எலியா, கோணக்கண்ணன் நம்மள ஒரு வழி பண்ணாம விடமாட்டான்டா. பேசாம, அவனையே அருவமில்லாம பலி கொடுத்திட்டு எங்கேயாவது யாருக்கும் தெரியாம ஆழமா குழி தோண்டி பொதைச்சிரலாம் போலருக்கு.'

'தாயோளி, பொதச்சாலும் பொதையல்னா குழிக்குள்ளருந்து எந்திரிச்சு வந்திருவான். என்ன சொல்லி வெள்ளச் சேவல் வாங்க? கேட்டா குடுப்பாக, எதுக்குனு கேட்டா என்ன சொல்ல.'

'யேல, எலியா, யார் வீட்லயாவது களவாண்டுருவமா?'

'களவாண்டு ரத்தக்குறி காட்டிட்டு சேவல விட்ற முடியுமா? சேவல்காரி தெருவுல நின்னு தம்பட்டம் போட்ருவா. அம்புட்டுத் தான், வேற வெனையே வேண்டாம். கோணக்கண்ணன் காதுல விழுந்தா போதாது, ஊரு பூராவும் வெதச்சு வெள்ளாமை எடுக்காம விடமாட்டான்.'

'அப்ப ரத்தக்குறி காட்டிட்டு சேவல குழி தோண்டிப் பொதச் சிருவம்.'

'சேவலக் காணும்னு சேவல்காரி வைய மாட்டாளா, ஊரு ஓலகத்து காதுல வசவு விழாதா, அடுத்த வீட்டுக்கு வாசன தெரியாம கோழிக் கொழம்பு வச்சு சாப்பிட முடியுமா?'

'அப்ப என்னதான் செய்யச் சொல்றடா, வேற வழியே இல்லையா?'

'ஆசாரியாரே ஒரே யோசனதான் இருக்குது. அத விட்டா வேற வழி கெடையாது. அதுப்படி செஞ்சா நமக்கு தங்கம். இல்லனா வெறுங்கைய நக்கிட்டுப் போக வேண்டியதான்.'

'என்ன செய்யணும்னு சொல்லுடா. அந்தப்படியே செஞ்சுருவம்.'

எலியன் யாரும் இருக்கிறார்களா என்று சுற்றும் முற்றும் பார்த்தான். ஆசாரியம்மா சிறிது நேரத்திற்கு முன்னாதான் நல்ல தண்ணீர் எடுப்பதற்காக வாளி குடத்துடன் போனது. முற்றத்தில் நின்று யாரும் பக்கத்தில் இல்லை என்பதை உறுதி செய்து கொண்டபின் மெதுவாக ஆசாரியிடம் காதோடு காதாகச் சொன்னான்.

'இங்க கேளும், ஆசாரியார. இந்த வழிய விட்டா வேற வழி இல்ல. பக்கத்து ஊர்ல போயி சொந்தபந்தங்களோட வீட்ல கேட்டாலும், என்ன சாஸ்திரத்துக்குனு கேக்காம குடுக்க மாட்டாங்க. கெடச்ச சீதேவிய பேய்ட்டருந்து காப்பாத்தணும்னா நான் சொல்றபடிதான் செய்யணும்.'

'அட, நாசமாப் போறபயல, என்ன செய்யணும்னு சட்டுனு சொல்லித் தொலையேன்டா.'

'ஆசாரியம்மாளுக்குப் பேய் புடிச்சிருக்னு ஊருக்குள்ள சொல்லி பொரளியக் கௌப்பிருவம். வன்னி மடையிலருந்து ராக்கனக் கூட்டியாந்து ரெண்டு நாளைக்கு உடுக்கடிச்சு பேய் வெரட்டுறது மாதிரி நடிச்சு வெள்ளச் சேவல் வாங்கி ரத்தக்குறி காட்டிருவம்.'

'யோசன, நல்ல யோசனதான்டா, எம் பொண்டாட்டி சம்மதிக்கணுமில்ல.'

'சம்மதிக்கலனா போக வேண்டியதான், வீசுன கை வெறுங்கைனு.'

'ஏன்டா எலியா, ஓம் பொண்டாட்டி பேயாட மாட்டாளா?'

'நெசத்துக்குனா பேயாடுவா, நடிக்கத் தெரியணுமில்ல, ஆட்டத்தோட ஆட்டமா எங்க ரெண்டு பேர் வீட்லயும் குத்து விளக்குக்கு அடியில தங்கப் பொதையல் பொதச்சு வச்சிருக் கோம்ணு ஒளறிட்டா அம்புட்டுத்தான்.'

'சரிடா எலியா, இப்ப வேண்டாம். நாளைக்கு கோளாறா மெதுவா ஆசாரியம்மாகிட்ட கேட்டுப் பாக்கன். என்ன சொல்லுதுனு பாப்பம். சரினு சொல்லிட்டா நாளைக்கே நீ வன்னி மட போயி ராக்கன்கிட்ட தாக்கல் சொல்லிரு.'

எலியன் சந்தோஷமாகப் புறப்பட்டுப் போனான். பிச்சை ஆசாரி முற்றத்துத் திண்ணையில் கவலையுடனும் குழப்பத்துடனும் உட்கார்ந்திருந்தார். தன் பெண்டாட்டி மண்டி போட்டு உட்கார்ந்து கொண்டு இரண்டு கைகளையும் தரையில் ஊன்றி, அவிழ்ந்து முதுகில் புரளும் கூந்தல் சுழன்றாட, பேயாடும் காட்சியை எண்ணிப் பார்த்தார்.

மறுநாள் காலையில் வீட்டில் உம்மென்று உட்கார்ந்து கொண் டிருந்தார் பிச்சை ஆசாரி. எப்படியும் இன்று கேட்டு விடுவது என்று முடிவு செய்து சமயம் பார்த்துக் காத்திருந்தார். தான் எதிர்பார்த்தது மாதிரியே நேரம் அமைந்துவிட்டது. ஆசாரியம்மாவே பேச்சை ஆரம்பித்தது.

'நேத்துலருந்து நானும் பாக்கன், இஞ்சி தின்ன கொரங்கு மாதிரி மூஞ்சிய உம்முனு வச்சிக்கிட்டு, தலப்புள்ள சாகக் குடுத்தவன் கெணக்கா இருக்கீரு, இன்னக்கி விடிஞ்சு இளம் மத்தியானம் ஆகப் போகுது. பட்டறைக்குப் போகிற மாதிரி தெரியல. என்ன விஷயம்னு சொல்லும் நானும் தெரிஞ்சுக்கிறன்.'

'வேற ஒன்னுமில்ல தாயி, ஓங்கிட்டத்தான் ஒரு முக்கியமான வெசயம் பேசணும், அதுதான் நேத்துலருந்து எப்பிடிடா சொல்றதுனு தயங்கிக்கிட்டே இருக்கன்.'

'தயக்கமா, ஏங்கிட்ட சொல்றதுக்கு என்ன தயக்கம்? அப்பிடி முக்கியமான விஷயம் என்ன விஷயம் சும்மா சொல்லும்.'

பிச்சை ஆசாரி சொல்லச்சொல்ல கவனமாகக் கேட்டுக் கொண்டிருந்தது ஆசாரியம்மா. கடைசியில் நீ பேய் ஆடாவிட்டால்,

வெள்ளைச் சேவல் பலி கொடுக்க முடியாது என்றும், தங்கம் தங்கள் கைக்குக் கிடைக்காமல் போய்விடும் என்றும். எப்படியாவது நீ தான் பேயாடி நடிக்க வேண்டும் என்றும் சொல்லி முடித்தார்.

எல்லாவற்றையும் கவனமாகக் கேட்டுக்கொண்டிருந்த ஆசாரி யம்மா, ஆசாரி பேச்சை நிறுத்தியதுதான் தாமதம், பொரிந்து தள்ளி விட்டது.

'ஒங்க ஆத்தாள பேயாடச் சொல்லு, இல்ல ஒங்க அக்கா தங்கச்சிமார பேயாடச் சொல்லு. பொதையல எடுத்து அவுக கையிலயே குடுத்துவிடு. எனக்கு ஒரு பொட்டுத் தங்கம்கூட வேணாம். இன்னைக்கி பேயாடும் பே, நாளைக்கு இன்னொரு பய சொல்லிக் குடுப்பான், சேலை இல்லாம நெற அம்மணமா ஊரச் சுத்தி வரணும்னு, அதையும் செய்யச் சொல்வ. இங்க கேளும், ஒன்னும் செய்ய வேணாம். உண்டானபடி இருக்கு, வெள்ளக்காரன் இந்த நாட்ட விட்டுப் போறவரைக்கு அது பாடல இருக்கட்டும், அதுக்குப் பெறவு சொதந்திரமா எடுத்து சந்தோஷமா அனுபவிப் போம்.'

'வெள்ளக்காரப் பய நாட்டவிட்டுப் போகுமுன்ன நீயும் நானும் வங்கெழடாப் போயி செத்துப் போவம்.'

'எல்லாரும் தான் சாகப் போறாக, சாகாம இந்தப் பூமியக் கெட்டி ஆளப் போறது யாரு, நம்ம செத்தா நம்ம புள்ளைக எடுத்து அனுபவிச்சிட்டுப் போகுதுக. நம்ம வீட்டுக்குள்ள தான இருக்கு, ஊரார் வீ' லயா இருக்கு?'

'நீ சொல்றதுதான் சரிம்மா, நாளைக்கே நாற்பத்தொரு நாள் முடிஞ்சு போச்சுனு சொல்லி குத்துவிளக்கு பொருத்தி வைக்கிறத நிறுத்து. அப்பத்தான் கோணக்கண்ணன் பய வாய அடைக்க முடியும். என்னைக்கும் போல வேல வெட்டிக்குப் போவம், உண்டானபடி இருக்கட்டும்?'

'எலியனக் கூட்டிட்டு கடலையூருக்குப் போயி பாரும். முதலியார் தலைமையில வெள்ளக்காரன வெரட்டுறதுக்காக சோறு சாப்பிடாம ஒக்காந்திருக்காகலாம்ல்ல, அவுககூடப் போயி நீங்க ரெண்டு பேரும் ஒக்காருங்க. வெள்ளக்காரன வெரட்டுறதுக்கு நம்மலால முடிஞ்ச மட்டும் பார்ப்பம், பய சீக்கிரம் போய்ட்டா, நமக்கும் நல்லதுதானே! பூமிக்குள்ள பொதச்சு வச்சிருக்கிற தங்கத்த யாருக்கும் பயப்படாம எடுத்து சொதந்திரமா கழுத்துல காதுல போட்டுக் கிறலாம்ல்ல.'

சாத்தூர் கோவில்பட்டி வழியாக மணியாச்சி போய், அங்கிருந்து

திருநெல்வேலிக்கும் தூத்துக்குடிக்கும் வெள்ளைக்காரன் ரெயில் ஓட விட்டிருக்கிற விஷயம் ஊரெல்லாம் பெரிதாகப் பேசப்பட்டது. ஆனால் அதைப் போய்ப் பார்ப்பதற்கு ஆசை இருந்தாலும், ஒவ்வொருவரும் ஒவ்வொரு விதமாகச் சொல்லி பயமுறுத்தி வைத்திருந்தார்கள். நேற்று கஞ்சம்பட்டி உப்போடைப் பக்கம் ஆடு மேய்த்துக்கொண்டிருந்த வழுக்கையன் பயலின் ஆடு ஒன்று காணாமல் போய்விட்டது. தன் ஆடுகளைக் கூட்டாளியைப் பார்த்துக்கொள்ளும்படிச் சொல்லிவிட்டு தப்பிப் போன ஆட்டை தேடிப் போனவன், கடைசியாக ரெயில் பாதைக்கே போய் விட்டான். வழுக்கையன் போன நேரம் வடக்கே இருந்து கரும்புகையைக் கக்கிக்கொண்டு ரெயில் வந்து கொண்டிருந்தது. ரெயில் போட்ட கூப்பாட்டுச் சத்தமும், ரெயில் என்ஜின் சத்தமும் பயலை நிலைகுலைய வைத்துவிட்டது. ஒரே ஓட்டமாய் ஓடிப் போய் ஓடைக்குள் பதுங்கிக்கொண்டு மெல்ல தலை தூக்கி எட்டிப் பார்த்தான். அவன் பார்த்த காட்சிகள் எல்லாவற்றையும் ஒன்று விடாமல் மடத்தில் சொல்லிக்கொண்டிருந்தான். இவனைச் சுற்றிலும் கூட்டமான கூட்டம்.

‘யே... தாயோளி, வெள்ளக்காரன்னா வெள்ளக்காரன்தான் நம்ம ஊர்லருந்து எட்டயபுரம் அரண்மனை நீளத்துக்கு இருக்கும், அத்தன பொட்டிகளும் வரிசையா ஒன்னுக்குப் பின்னால ஒன்னு, கட்டெறும்பு சாரைசாரையா மரத்துல ஏறும்ல அதே மாதிரி போய்க்கிட்டே இருக்கு. நானும் ஓடைக்குள்ள காதப் பொத்திட்டு கெடக்கன். போய்க்கிட்டே இருக்கு. காதப் பொத்தலனா ரெண்டு காதும் செவிடாப் போயிருக்கும். கூப்பாடு போடுது, பக்கத்துல இருக்கிற மரம் மட்டையெல்லாம் அது போற வேகத்துல பேயாட்டம் போடுது. காத்து புயல் அடிச்சது மாதிரி சொழன்று அடிக்கி, மண்ண வாரி தூத்துது. புயல் அடிக்கிறது மாதிரி காத்து, இடி இடிக்கிற மாதிரி சத்தம், பயப்படாம இருக்க முடியுமா, ஈரக்கொலைய கையில ஏந்திக்கிட்டு ஓடைக்குள்ள கெடந்தன், நெஞ்சு படக் படக்னு அடிச்சது, போனப் பெறவுதான் உசுரு வந்தது.’

‘யேல, ரோட்டு மேலதான ஓடும், புழுதி எப்பிடி அடிக்கும்?’

‘ஒங்க ஆத்தா இது மேல ஓடும், முட்டாப் பயங்கிறது சரி யாத்தான இருக்கு. ரோடு கெடையாதுல்ல, ரெண்டு பக்கமும் இம்புட்டுத் தூரம் கடவு போட்டு நீளமா இரும்ப பதிச்சு அது மேலதான் ஓடுது.’

‘நீ சொல்றதப் பார்த்தா அதிசயமால்ல இருக்கு. இரும்பவிட்டு கீழ எறங்கி ஏதாவது ஊருக்குள்ள பூந்துட்டா கெதி என்னாகும்.’

'அம்புட்டுத்தான், அத்தன மனுஷர்களும் சாக வேண்டியதுதான். அத்தன வீடுகளும் தரை மட்டம்தான். கீழ பதிச்சிருக்கிற இரும்பு எவ்வளவு அகலம் இருக்கும்னு நெனைக்க? இந்தா நாலு விரக்கட அகலம்தான். அது மேலதான் அவ்வளவு நீளம், கழுத அந்த ஓட்டம் ஓடுது.'

'அப்ப சத்தியத்துக்குக் கட்டுப்பட்டு ஓடுதுனு சொல்லு.'

'அதுலயும் பயப்படாம ஆள் ஏறிப் போகுதில்ல.'

'உசிர வெறுத்தவன் தான் அதுல ஏறனும். சாமான்யமான வங்க யாரும் ஏற மாட்டாங்க.'

'சரிப்பா, அம்புட்டு நீளம் இருக்குனு சொல்ற, நாலு விரக்கட அகலம் இரும்பு மேல ஓடுதுனு சொல்ற, நீ சொல்றபடியே வச்சுக்கிருவம். எப்பிடி அத்தப் பெரிய கழுதையத் தூக்கி இரும்பு மேல வச்சான்?'

'அந்த சூட்சுமம் தெரிஞ்சா எல்லாரும் ரெயில் செஞ்சுற மாட்டானா, வெள்ளக்காரன் ரகசியத்த சாமான்யமா சொல்வானா? தாயோளி, பெரிய கில்லாடிப் பயல்ல.'

'கஞ்சம்பட்டி, தோட்லாம்பட்டி ஆட்க எல்லாம் ஊரக் காலி பண்ணிட்டு வேற ஊருக்குப் போய்ட்டாகளாம்.'

'எதுக்குடா?'

'பாதிப்பேருக்கு காது செவிடாப் போச்சாம். எந்த நேரத்துலயும் இரும்ப விட்டு வெெகி ஊருக்குள்ள பாஞ்சிரும் அப்பிடிங்கிற பயம். ஏம்னா அத ஒட்டித்தான் இந்த ரெண்டு ஊரும் இருக்கு. எத்தன நாளைக்கு பயந்துக்கிட்டே உசுர் வாழ்றது.'

'எந்த சாமி புண்ணியமோ நம்ம ஊரு தப்பிச்சது.'

முன்கூட்டியே பக்கத்து ஊர்களுக்குத் தகவல் சொல்லியிருந்த தாலும், உள்ளூரில் ஊர் சாட்டியிருந்ததாலும் கண்மாய்க்கரையில் கூட்டம் அலை மோதியது. போர்க்களம் போல் நாலா திசைகளிலும் ஆண்களும் பெண்களும் கூடி கரையை மறைத்து நின்றார்கள். எல்லோருடைய கைகளிலும் மீன்பிடிக்க வலைகள். மீன்கள் அள்ள பெட்டிகள், கூடைகள். இளவட்டங்கள் கைகளில் கட்டையான கம்புகளை வைத்திருந்தார்கள். மூன்று வருடங்களாக கண்மாய் அழியவில்லை. மீன்கள் பெருத்தும் பருத்தும் கெலித்தும் தண்ணீரும் மீனும் சரி சமமாகிப் போனது. பெரிய பெரிய விலாங்குகளையும், விரால்களையும் பல பேர் பார்த்திருக்கிறார்கள். சாமானியமாக வலைக்குள் அடங்காது. ஒரே அடியில் அடித்துவிட்டு தலைக்கு மேல்

கூட தாவி ஓடிவிடும். தண்ணீருக்குள்ளிருந்து தலையை நீட்டும் போதே ஒரே அடி, கட்டக்கம்பால் அடித்து தூக்கிவருவார்கள். கைக் குழந்தையை ஏந்திக் கொண்டு வருவது போல் இள வட்டங்கள் கொண்டுவந்து கரையில் போடுவார்கள்.

மடைக்குடும்பனும் நீர்ப்பாய்ச்சியும் குப்பாண்டியும் தலையாரி மூலமாக அரண்மனைக்கு மீன்கள் வசூல் பண்ணிக் கொண் டிருந்தார்கள். கரை நெடுக நிரம்பி வழியும் கூடைகளில் ஒரே மாதிரியான அளவில் அள்ளி அள்ளி அரண்மனைக் கூடைகளை நிரப்பினார்கள். கெண்டை, கெழுத்தி, ஆரா, உளுவை, விரால், விலாங்கு என்று வகைவகையாக மீன்கள் குமிந்தன. தண்ணீர் கலங்கி குளுகுளுவென்று சகதியாகிப் போனதால், சுவாசிக்க வழியின்றி எல்லா மீன்களும் தண்ணீருக்கு வெளியே தலை நீட்டின. கழுகுகளும் பருந்துகளும் மின்னலைப் போல தண்ணீருக்குள் மிதக்கும் மீன்களைக் கால்களால் பிடித்துத் தூக்கிப் போயின. கொக்குகளும், நாரைகளும், உள்ளான்களும், சிறகிகளும், நீர்க் கோழிகளும், எங்கேயோ ஓடி ஒளிந்துகொண்டன. மனித நடமாட்டம் ஓய்ந்தபின் தன் இடம் தேடி பறவைகள் வந்து கூடும். மீன்களைக் காணாது ஏமாறும்.

மூன்று வருடங்களுக்குப் பின்னர் இப்போதுதான் கண்மாயில் தரை தெரிந்தது. இந்த மூன்று வருடங்களிலும் உள் மராமத்து வேலைகள் நடைபெறவில்லை. தண்ணீர் வற்றாததால் வெளி மராமத்து வேலைகள் மட்டுமே நடைபெற்றன. இயற்கை தன்னை புதுப்பித்துக்கொள்வதற்காகவே குளங்களையும் கண்மாய்களையும் தற்காலிகமாக வற்றச் செய்கிறது என்பதை மக்கள் உணர்ந் திருந்தார்கள். முள்ளூ மொடல்களும் வருடாவருடம் அப்புறப் படுத்தப்பட்டன. பாடுபாசி பார்ப்பதற்காக மக்கள் கண்மாயில் தினமும் கூடினார்கள். மழை பெய்தால் தண்ணீர் பெருகும் கண்மாயாகப் பார்க்கவில்லை. என்றைக்கும் வற்றாது உண வளிக்கும் அட்சய பாத்திரமாகப் பார்த்தார்கள். உருளைக்குடி ஆட்களின் அத்தனை பேர்களின் வயிறும் ஒரே வயிறாக மாறிப் போனதே கண்மாய். உயிர்ப்புடன் இயங்கும் கர்ப்பப்பை. துளி விந்தின் ஸ்பரிசம். தலைமுறையை வளர்க்கும் சூட்சுமம். ஓடைத் தண்ணீரை உள்வாங்கும் கண்மாய் யாருடைய யோனி? மழைத் துளிகள் இயற்கையின் விந்துத் துளிகளா? தண்ணீர் செலுத்தும் ஓடைகள் ஆணின் குறிகளா? திசைக்கொன்றாய் எத்தனை குறிகள்? அத்தனை குறிகளையும் அசையாமல் உள்வாங்கிக்கொள்ளும் அபூர்வ யோனி. ஒரு குறி ஒரு உயிர். பல குறிகள் பல உயிர்கள்.

கண்மாய் பிரசவிக்கும் உயிர்கள் எத்தனை! எத்தனை!!

வெள்ளத்தில் அடித்து வரப்பட்ட வண்டல் மண்ணைத் தன் தரை தெரிய அள்ளி விளைநிலங்களில் கொண்டு போய் போட்டார்கள். கலுங்கலையும் மடைகளையும் செப்பம் செய்தார்கள். கரைகளில் இழந்து போன இடங்களைச் சரிசெய்தார்கள். கண்மாயை நம்பி ஊர் மட்டுமா இருக்கிறது! ஆயிரமாயிரம் உசுப்பிராணிகளுக்கு அடைக்கலம் கண்மாய்தானே! அறுவடைகள் முடிந்து வயல்கள் மூளியாகிவிட்டன. வற்றிய கண்மாயை விட்டுவிட்டுப் பறவைகள் போய்விட்டன. கிணறுகளில் நீர்மட்டம் குறைய மூடிய படிக் கற்கள் வெளியே தெரிந்தன. குடி தண்ணீர் தேடி கால்நடைகள் தெலாக் கிணறுகளை வட்டமிட்டன.

கண்ணெட்டும் தூரம்வரை பச்சை தட்டுப்படவில்லை. உழவு அடித்த கரிசல்கள் நீண்டு கிடந்தன. கருவேல மரங்களும் காட்டு வாகை மரங்களும் காயும் கரிசல் காடுகளில் குடை பிடித்து நின்றன. அனைவர் கண்களும் மேகக் கூட்டம்காண காத்துக் கிடந்தன. காலச் சுழற்சியில் இம்மிகூட பிசகாமல் நடந்தேறின காரியங்கள். தலைமுறை தலைமுறையாய் வீண் போகாத நம்பிக்கைகள். நம்பிக்கைகளுக்கு உயிருட்டும் சாஸ்திரங்கள். விதைநெல் சேகரிப்பது எந்த நம்பிக்கையில்? கண்மாயின் காத்திருப்பை மழை என்றைக்கும் ஏமாற்றியதில்லை. தவளைச் சத்தம் தண்ணீரின் சங்கீதம், மீனின் துள்ளல் கண்மாயின் எகத்தாளம், பறவைகளின் சத்தங்கள் கண்மாயின் தாளலயம், மடையின் இரைச்சல் கச்சேரியின் ஒத்திகை குழல். தண்ணீர் மேலேறி சலசலத்து ஓடி சிறகசைக்கும் நீர்ப் பறவைகளின் கால்களில் சலங்கை கட்டிவிட்டது கண்மாய் தானே. தாய்ப் பறவை கொண்டு வந்து கக்கிக் கொடுக்கும் இரைகளை வாங்க வாய் பிளக்கும் குஞ்சுகளின் முனகல் கண்மாயின் பிரசவ லயம். விதைநெல் முளைத்துப் பயிராகி பச்சையாகி விளைந்து மீண்டும் விதைநெல்லாகும் சக்கரச் சுழற்சி கண்மாய் காட்டும் மாயாஜாலம்.

உருளைக்குடி ஊரில் இதுவரை மனிதர்களுக்கு நம்பிக்கை வறட்சியே ஏற்பட்டதில்லை. நீர் வறட்சியின் அறிகுறியே நம்பிக்கை வறட்சி. காலங்கள் கன கச்சிதமாகத் தன் காரியங்களை நிறை வேற்றின. வெண்கல கும்பாவை விளக்கி பளபளக்க கைகளில் ஏந்தி காத்திருந்தார்கள் சம்சாரிகள். வீட்டுக்கு கும்பா. ஊருக்கு கண்மாய். சித்தனுக்குத் திருவோடு. பசி போக்கும் பகவான். கரு வளரும் நாட்களை எண்ணும் பெண்ணைப் போல் நாட்களை அமாவாசையை, பௌர்ணமியை எண்ணினார்கள் சம்சாரிகள். கரு

வளர்ந்து காலுதைக்கும் சுகம் ரசிக்கும் பெண்கள் போல் அறிகுறிகள் கண்டு ஆனந்தப்பட்டார்கள். தைலான் குருவி தாழப் பறந்து முதல் சேதி சொன்னது. எறும்புகள் தன் முட்டைகளைத் தானே கவ்விக் கொண்டு மேடேறிச் சென்று இரண்டாம் சேதி சொன்னது. மேயாமல் கூடிநின்று சத்தியாக்கிரகம் செய்து ஆடுகள் சொன்ன சேதி மழை வருமென்று. அந்தியில் செவ்வானம் அழுதாலும் மழை யில்லை, செவ்வானம் செத்துப் போனது. வட்டத்துக்குள் நிலா கிட்டத்தில் மழை. கல்லில் வாழும் தேரைத்தவளை சொல்லும் சேதி செவிகளில் கேட்டது. கருமேகத்திரள்கள் கண்களுக்கு விருந்து. வீடுகளில் விதைகளின் முணுமுணுப்பு. மண்ணை தரிசிக்க தவிக்கும் தவிப்பு.

சக்கரச் சுழற்சியின் ஆரக்கால் வட்டங்களாய்க் காலம் உருண் டோடியது. கண்மாய் நிறைய மக்களின் மனங்கள் நிறைய, குளங்கள் நிறைய, ஊருணிகள் நிறைய, கோணிப் பைகளும் குலுக்கைகளும் நிரம்பிவிடும். எங்கிருந்து வந்தன இத்தனை ஈசல் கூட்டங்கள். ஊரைச் சுற்றிக் கேட்கும் தவளைச் சத்தங்கள் எங்கே ஒளிந்து கிடந்தன. தட்டான்கள் கூட்டங்கூட்டமாய் வந்தது எப்படி. கொட்டிய மழையுடனா இவைகளும் ஒரே நாளில் பூமியில் குதித்தன. இல்லையென்றால் பூமி இவற்றை எங்கே ஒளித்து வைத்திருந்தது.

கண்மாய் வற்றியவுடன் காணாமல் போய்விட்ட பறவைகளுக்கு ரகசிய சேதி சொன்னது யாராயிருக்கும்? வெறுமையில் என்னை விட்டுப் பிரிந்த உங்களை ஏற்றுக்கொள்ளமாட்டேன் என்று கண்மாய் சொல்லவில்லையே. தாய்மையின் மகத்துவம் பிள்ளை களை, அதுவும் தான் பெற்றுவளர்த்த பிள்ளைகளை, வெறுப்பாளா தாய்? மீன்களும், தவளைகளும், பறவைகளும், வேறு யாருடைய பிள்ளைகள். ஊரைப் பசுமை போர்த்திக்கொண்டது. சுற்றிலும் தண்ணீர் சூழ்ந்து நின்றது. வயல்கள் உயிர்பித்துக்கொண்டன. புது ரத்தம் ஏறிய சம்சாரிகள் துள்ளி நடந்தார்கள். கண்மாயை ஆராதித் தார்கள். அய்யனாரைக் கும்பிட்டு ஆனந்தக் கூத்தாடினார்கள். கண்மாய் தண்ணீரை எல்லாம் நெல்லாக, கரும்பாக, கடலையாக, வாழையாக மாற்றும் ரசவாதச் சித்தனாக நீர்ப்பாய்ச்சி கண்மாய்க் கரையை வலம் வந்தான்.

உருளைக்குடி ஜனங்களுக்கு அன்றைய பொழுது மிகவும் வித்தியாசமாக விடிந்தது. கரிச்சான் குருவியின் விடியல் சத்தமோ, சேவல்களின் கூவல்களோ, கண்மாய்கரையில் கெச்சட்டமிடும் கௌதாரிகளின் சன்னமோ, மயில்களின் கூவலோ அன்றைக்கு

யாருடைய காதிலும் விழவில்லை. ஊரைச் சுற்றிலும் திறந்த வெளிகளில் கட்டிப் போட்டிருக்கும் மாடுகள் காடிகளில் போட்டிருந்த கூளங்களைக் கடித்துக்கொண்டிருக்க, ஊரைச் சுற்றிலும் குதிரைப் படைகள் வளைத்துக்கொண்டு நின்றன. தெரு வழியே தடதடத்து ஓடிய குதிரைக் குளம்படிச் சத்தமே அன்றைய விடியலுக்கான ஓசையாய் மாறி எல்லோரையும் தூக்கம் கலைய வைத்தது.

தடதட சத்தங்கேட்டு கதவு திறந்து தலை நீட்டியவர்களின் கண்களில் எல்லாம் குதிரைகளும், பளபளக்கும் வாள்களும், நீட்டிய துப்பாக்கிகளும். எட்டயபுரம் அரண்மனை வீரர்களும் வெள்ளைக்காரர்களும் ஊர் நிறைய நடமாடித் திரிந்தார்கள். கைகளில் கூம்பு வடிவ கருவி ஒன்றை வைத்துக்கொண்டு குதிரையில் அமர்ந்தபடி தெருத் தெருவாக சத்தமாக கத்தியபடி ஒருவன் செல்ல, அவனுக்குப் பின்னால் நாலைந்து குதிரைவீரர்கள் பின்தொடர்ந்து சென்றார்கள். துப்பாக்கிகளை இவ்வளவு கிட்டத்தில் பார்க்காத ஜனங்கள் பயத்துடனேயே எட்டிப் பார்த்தார்கள். குதிரைவீரன் கத்திச் சொன்ன சேதி கூம்பில் பட்டு எல்லோர் காதுகளிலும் எதிரொலித்தது.

'பாளையங்கோட்டை ஜெயில்லருந்து கட்டபொம்மு தம்பி ஊமைத்துரை தப்பிச்சு ஓடிட்டான். தொரைகளோட உத்திரவுப்படி ஒவ்வொரு ஊரா தேடி சோதன போடுறம். எல்லாரும் அவுக அவுக வீட்டுக்குள்ளேயே இருக்கணும். மீறி யாராவது வெளிய தலைய நீட்டுனா சுட்டுப் பொசுக்கும்படி மன்னர் உத்தரவு. அதே மாதிரி சோதனை போட முழுசா ஒத்துழைப்பு தரணும். யாருடைய கையிலும் எந்தக் காரணம் கொண்டும் சின்ன ஆயுதம்கூட வச்சிருக்கக் கூடாது. கேட்கிற கேள்விக்கு உண்மையா பதில் சொல்லணும், பொய் சொன்னா ராஜதுரோகம். இது பெரிய துரையோட உத்திரவும், நம்ம ராஜாவோட உத்திரவும்தான்.'

தெரு முழுக்க வரிசையாக ஒரு வீடு தவறாமல் சோதனை போட்டார்கள். வீடுகளில் சோதனை நடைபெற்றுக் கொண் டிருக்கும் போதே, ஊரைச் சுற்றியிருக்கும் படப்புக்கள், ஓடைகள், வெள்ளாமைகளில் சல்லடை போட்டுத் தேடினார்கள். வீடுகளில் சோதனை போடுவதற்கு வெள்ளைக்காரர்களுக்குப் பெரும் தடையாக இருந்தது வீடுகள் தோறும் இருக்கும் குலுக்கைகள். சில வீடுகளில் இரண்டு மூன்று எண்ணம்கூட இருந்தன. சில குலுக்கை களில் தானியங்கள் நிரம்பி இருந்தன. சில காலியாக இருந்தன. இன்னும் சில வீடுகளில் பாதி தானியம் நிறைந்த குலுக்கைகள்.

தானியம் நிறைந்த குலுக்கைகள் பற்றிக் கவலை இல்லை. வெற்றுக் குலுக்கைக்குள்ளும், பாதி நிறைந்த குலுக்கைகளுக்குள்ளும் அஞ்சாறு பேர்வரை பாதுகாப்பாகப் பதுங்கிக்கொள்ளலாம். ஒவ்வொரு குலுக்கையின் மேலேறி, நீண்ட கம்பால் தரைதட்டு கிறதா என்று துழாவிப் பார்த்துத்தான் ஒன்றும் இல்லை என்பதை உறுதிசெய்ய வேண்டியதிருந்தது.

குலுக்கைகளை வெள்ளைக்காரன் இவ்வளவு கடுமையாக கண்காணித்து சோதனை செய்வதற்குக் காரணமும் இருந்தது. இரண்டு மூன்று வருடங்களுக்கு முன்னர் பொம்முத்தேவரைக் கொலை செய்த வழக்கில் தலை மறைவாகிப் போன நான்கு பேர் உருளைக்குடியில்தான் பதுங்கி இருக்கிறார்கள் என்ற தகவலில் இதே போல்தான் ஊரைச் சுற்றி வளைத்தது போலீஸ் பட்டாளம். எங்கு தேடியும் கிடைக்கவில்லை. தப்பிப் போவதற்கும் வழி இல்லை. எல்லா வழிகளும் அடைத்துக் காவல் போடப்பட்டிருந்தது. தேடப் படுபவர்கள் ஊரைவிட்டுப் போயிருக்க வழியே இல்லை யென்றும், இங்கேதான் இருக்கிறார்கள் என்றும் உறுதிப்படுத்திக் கொண்ட போலீஸ் தேடுதல் வேட்டையை இறுக்கி ஒவ்வொரு வீட்டிலும் குலுக்கைகளை குறிவைத்துத் தேடியது. கோழிமடங் களைப் பதுங்குகுழிகளைப் போல் பார்த்தனர் போலீசார். தவழ்ந்து உள் நுழைந்து கோழிப்பிய்யின் நாற்றத்தில் முகம் சுளித்தனர்.

ஊரில் தெற்குக்கடேசி வீடு சக்கணன் வீடு. கூரை வீடுதான் என்றாலும் விசாலமான வீடு. மூலைக்கொன்றாய் மூன்று குலுக்கைகள். காடிகளில் கூளம் நிறைந்திருந்தது. தொழுவும் வீடும் ஒன்று. கோழி மடத்திலும் காடியிலும் தேடிவிட்டுப் பரணமேல் ஏறி முக்குறுணி கரியைப் பூசிக் கொண்டு கீழிறங்கினான் ஒருவன். அடுப்படிப் புகை முழுக்கப் படிந்து கண்ணங்கரேல் என்றிருந்தது பரண். இன்னும் குலுக்கைதான் பாக்கி. சக்கணன் முகத்தில் பயம் அப்பிக்கொண்டது.

‘குலுக்கைக்குள்ள தானியம் இருக்காவே?’

‘ஆமா எசமான், சோளம் இருக்கு எசமான்.’

‘இந்தா இருக்கே, இதுல என்னவே இருக்கு?’

‘கம்மம் புல் இருக்கு எசமான்.’

‘இந்தப் பெரிய குலுக்கையில என்னவே இருக்கு?’

‘அது நெறய்யா நெல்லு இருக்கு எசமான்.’

‘சரி, அப்ப சோதன போடலாம்ல்ல, பொய் சொல்லமாட்டியே.’

‘எங்கண்ணான நெசத்ததான் சொல்றான் எசமான்.’

பெரிய குலுக்கையைக் கம்பால் தட்டிப் பார்த்தார் ஏட்டையா. தானியம் நிறைய்ய இருந்தால் பொத் பொத்தென்று சத்தம் கேட்கும். ஆனால் வந்த சத்தமோ இது வெறுங் குலுக்கை என்பதைச் சொன்னது.

'நெறய்யா நெல் இருக்குனு சொன்ன, சத்தம் சடார் சடார்னு கேக்கு. வெறுங் குலுக்கை மாதிரி தெரியுது.'

'..........'

சக்கணன் பேந்தப் பேந்த முழித்துக் கொண்டு நின்றான். ஒரு மூடையைப் புரட்டிக் குலுக்கைக்கு அடியில் போட்டு மேலே ஏறுவதற்கு தயாரானார் ஏட்டையா.

'எசமான் அது ரொம்ப பழைய குலுக்கை, மேல ஏறுனா பிஞ்சு போகும். சந்தேகம்னா கம்ப ஓட்டி துலாவிப் பாருங்க. என்ன சொன்னாலும் நம்ப மாட்டேங்கீக.'

'அந்த நீளக் கம்ப இங்க கொண்டாவே, இந்தா மூடையில நின்னுக்கிட்டு கம்ப ஓட்டி தரை தட்டுப் படுதானு பாரு.'

ஏட்டையா பக்கத்தில் நிற்க இன்னொரு போலீஸ்காரன் குலுக்கைக்குள் கம்பை ஓட்டி துலாவினான். உள்ளே பதுங்கிக் கிடந்தவனின் முதுகில் குத்தியது கம்பு. தரைதட்டாமல் கம்பு மேலாடுவதைக் கவனித்துவிட்டான் ஏடடையா. பலமாக குத்தும்படி கட்டளையிட்டான். உள்ளே இருந்து முதல்குரல் கேட்டது.

'எசமான் குத்த வேண்டாம். மேல ஏறி வாரன்.'

மேலே ஏறி வந்தவனையும் சக்கணனையும் புறங்கையைக் கட்டி வீட்டுக்குள் உட்கார வைத்துவிட்டு மேலும் கம்பால் ஓங்கி குத்தினான். மேலும் இரண்டு பேர் மேலே ஏறி வந்து காலில் விழுந்தார்கள்.

'மூனு பேர்தானா, இன்னும் யாரும் இருக்காகளா?'

'மூனு பேருதான் எசமான், சத்தியமா வேற யாரும் கெடையாது, சந்தேகம்னா ஏறிக்கூட பாத்துக்கோங்க.'

கடைசி ஆளாக குலுக்கைக்குள் பதுங்கிக்கொண்ட சுண்டான் தரையோடு தரையாய் பதுங்கிக்கொண்டான். மேலே இருந்து கம்பால் குத்தும் போது விலகிக்கொள்ள இடம் கிடைத்தது. குத்திய கம்பு தரையில் குத்தி நின்றது. சுற்றிச் சுற்றி குத்திய போதும் கம்பு தன் மேல் படாமல் நடுங்கி ஒளிந்துகொண்டான் சுண்டான். குத்திய போலீஸ் கீழிறங்கினான்.

'ஏட்டையா, வேற ஆள் கெடையாது. நல்லாப் பாத்துட்டன், தரைதான் தட்டுப் படுது.'

சக்கணனையும் சேர்த்துப் புறங்கையைக் கட்டி அடித்து இழுத்துக் கொண்டு முற்றத்துக்கு வந்தது போலீஸ். ஊரே கூடிநின்று வேடிக்கை பார்த்தது. சக்கணன் வீட்டுக்குள்ளிருந்து ஒரு சத்தம் வந்தது.

'எசமான் இங்க நான் ஒருத்தன் இருக்கன். என்னையவும் சேர்த்துக் கூட்டிட்டுப் போயிருங்க.'

திமுதிமுவென்று வீட்டுக்குள் ஓடியது போலீஸ். குலுக்கைக் குள்ளிருந்து மெதுவாக தலையை நீட்டி ஏறி வந்தான் சுண்டான்.

ஊர் ஜனங்களால் சிரிப்பை அடக்க முடியவில்லை. சுண்டானை யும் புறங்கையைக் கட்டி அடித்து இழுத்துச் சென்றது போலீஸ். அஞ்சாறு மாசம் கழித்து அவர்கள் ஜாமீனில் ஜெயிலைவிட்டு வந்து ஊருக்குள் நடமாடிய போது சுண்டான் முறைக்காரர்களால் கேலி செய்யப்பட்டான். எதிரே மாமன் மச்சினன் வந்துவிட்டால் போதும். குலுக்கைக்குள்ளிருந்து அவன் பேசிய கடேசி பேச்சு.

'எசமான், இங்க நானும் ஒருத்தன் இருக்கன், என்னையவும் சேர்த்துக் கூட்டிட்டுப் போயிருங்க.'

இந்த வார்த்தையைச் சொன்ன உடனேயே கூடி நிற்பவர்கள் சிரித்து ஆரவாரம் செய்ய சுண்டான் நிதானமாகப் பதில் சொல்வான்.

'அன்னைக்குப் பேசாம மூச்சுவிடாமக் கெடந்தா நான் தப்பிச் சிருக்கலாம். எத்தன நாளைக்கு? பிடிபட்டவங்கள கொட்டையப் பிதுக்கும்போது தன்னால சொல்ல மாட்டானா சுண்டான் உள்ள கெடக்காம்னு. அதுக்குப் பெறகு வந்து நம்மளப் புடிச்சா அடி லேசா அடிப்பானா? நோனி கழன்டு போகும். இதுனா ஆளோட ஆளாப் போயிரும். ஆளுக்கு நாலடினு போயிரும். அதனாலதான் அப்பிடிச் சொன்னது. போலீஸ்காரன் கம்பால துலாவும் போது உசுரக் கையில புடிச்சிட்டு தரையோட தரையா பம்மிக்கிட்டன். ஆனாலும் என்னயை அறியாம மோத்திரம் போகுது. அந்தப் பயக மோண்டது வேற. பெராந்து நெழல்பட்டா கோழிக்குஞ்சு தரையோட பதுங்கும்பாரு அது மாதிரிதான் கெடந்தன், ஆனா தன் பயம் விடல. வேற வழி இல்லாம தொடையெல்லாம் கிடுகிடுனு ஆட்டம் போட்ருச்சு. என்னைய அறியாமயே வாயி எசமான்னு கூப்பிட்டு சொல்ல ஆரம்பிச்சிருச்சு.'

எலியன் மகன் குத்துவிளக்கு இருந்த இடத்தில் பாயை விரித்துத் தன் பிள்ளைகளைப் படுக்க வைத்திருந்தான். பனையேறி வீடாகையால் குலுக்கைகள் இல்லை. அதேபோல் ஆசாரி வீடும் சோதனை போடப்பட்டும் ஊமைத்துரை கிடைக்கவே இல்லை.

ஆனாலும் குதிரைப்படை போகவில்லை.

பெண்கள்தான் மிகவும் சிரமப்பட்டார்கள். ஊருணியில் போய் குளிக்கவோ ஓடைகளில் சுதந்திரமாக கழிக்கவோ முடியவில்லை. ஊரைச் சுற்றிலும் வெள்ளைக்காரன் குதிரைகளில் வலம் வந்தான். பெண்கள் ஓடைக்குப் போவதற்கே ராஞ்சனப்பட்டார்கள்.

'எக்கா நேத்து மத்தியானம் அவசரம்னு ஓடைக்குள்ள போயி ஒக்காந்திருக்கன், பூனைக் கண்ணுப் பய குதிரமேல இருந்து குறுகுறுனு பாத்துக்கிட்டே நிக்கான். எனக்னா வெக்கமாப் போச்சு, பாதியில எந்திருச்சு ஓடியாந்துட்டன்.'

'ஊமத்தொர ஓம் இதுக்குள்ள ஒளிஞ்சு கெடக்கானானு உத்துப் பாத்திருப்பான், நல்லா தொறந்து காட்டிர வேண்டியதான.'

மூன்று நாட்களாக ஜனங்கள் சுதந்திரமாக நடமாட முடிய வில்லை. வீடு மட்டுமின்றி தோட்டம், தொரவு, காடு, ஓடை, படப்பு, கொட்டாரம். கோழிமடம் என்று சல்லடையாய்ச் சலித்தான். தகவலோ அல்லது துப்போ கிடைக்கவில்லை. என்ன உத்திரவு வந்ததோ தெரியவில்லை. நான்காம் நாள் அவக்தவக்கென்று அத்தனை குதிரைகளும் அவசர அவசரமாய் புறப்பட்டு அரண்மனைப் பாதை வழியே அணிவகுத்துச் சென்றன. அப்புறம்தான் தாக்கல் வந்தது, ஊமைத்துரை பாளையங்கோட்டை ஜெயிலிலிருந்து தப்பித்து வெள்ளைக்காரர்களை திசை திருப்பிவிட்டு, வல்ல நாடு மலைக்குப் போவது போல் பாவலா காட்டிவிட்டு, பாஞ்சாலங் குறிச்சிக்கே போய் இடித்துத் தரைமட்டமாக்கிய கோட்டை இருந்த இடத்திலேயே புதுசாக கோட்டை கட்டியிருக்கிறான் என்று தகவல் தெரிந்தது. வெள்ளைக்காரன் பாஞ்சாலங்குறிச்சியில் தேடாமல் வல்லநாடு மலையையும், மற்ற எல்லா ஊர்களையும் சல்லடை போட்டுச் சலித்து விட்டான். ஏழு நாட்களுக்குப் பிறகு தான் கண்டுபிடித்தான். ஊர் பழையபடியும் சுதந்திரமாக இயங்கியது. எலியன் மகனும் பிச்சை ஆசாரி மகனும் இப்போதுதான் வீட்டை விட்டே வெளியே வந்தார்கள். மீன்பிடிக்கப் போகாததால் சப்பானும் மூக்கனும் மொன்னையனும் அடைக்கோழிகளைப் போல் முடங்கிக் கிடந்தார்கள்.

ராமேஸ்வரம் கடற்கரையில் வாழும் மீனவர்களுக்கு சிம்ம சொப்பனமாகத் திகழ்ந்த அனுமன் முனி தற்போது வேம்பார் கடற்கரை மீனவர்களையும் அல்லோகலப்படுத்தியது. இரவில் நிம்மதியாகக் கடலுக்குப் போய் மீன்பிடித் தொழில் செய்ய முடிய வில்லை. உயிர் நஷ்டம் இல்லையென்றாலும் தொழில் நஷ்டத்தைத் தாங்க முடியவில்லை. வலைவிரித்த இடத்தில் ஒரு பெரிய ராட்சத

மீன் துள்ளி விழுவது போல் வந்து வலைக்குள் விழும். வலை ஒரு பனை உயரம் பறந்து மீண்டும் கடல் அலைக்குள் விழும். வலை நிறைய்ய மீன்பாடு உள்ளது போல் தெரியும். வலையை இழுத்துப் பார்த்தால் ஒரு மீன்குஞ்சுகூட இருக்காது. அனேகமாக எல்லா மீனவர்களின் வலைகளும் பனை உயரம் பறந்து கடலுக்குள் விழுந்ததை எல்லோர் கண்களும் பார்த்திருக்கும். படகுக்குப் படகு அனுமனைப் போல பறந்து தாவி வருவதாலும் வலைகள் அந்தரத்தில் மேலே பறந்து விழுவதாலும் மீனவர்கள் வைத்த பெயரே அனுமன் முனி.

கிறிஸ்தவ பரதவர்கள் சர்ச்சுகளில் முறையிட்டார்கள். விசேஷ திருப்பலிகள் கொடுக்கப்பட்டன. இந்து மீனவர்கள் கோயில் களிலும் மந்திரவாதிகளிடமும் முறையிட்டும் பாச்சா பலிக்கவில்லை. இதில் பெரிய அதிசயம் என்னவென்றால் அனுமன் முனி தன் சேட்டைகளைக் கடலுக்குள் மட்டும் செய்ததுதான். பெரிய பெரிய மந்திரவாதிகள், பூசாரிகள், கோடாங்கிகள் எல்லோருமே தரையில் வாழும் பேய்களை விரட்டியே பழக்கப்பட்டவர்கள். அவர்களின் தொழில் ரகசியங்கள் கடலுக்குள் செல்லுபடியாகவில்லை. அனுமன் முனியின் பெயரைக் கேட்ட மாத்திரத்திலேயே பயந்து ஓடினார்கள். கடலுக்குள் நம்பிக்கையுடன் தொழில் செய்யப் போன மீனவர்களில் தினமும் பாதிக்கு மேல் வெறும் கையுடன் கரை திரும்பினார்கள். வலை காற்றில் பறந்து மேலேறி தொப் பென்று மீண்டும் கடலுக்குள் விழுந்ததை கண்ணால் பார்த்த மீனவர்கள் அதிர்ச்சியில் உறைந்து நோய்வாய்பட்டு பயத்தினால் பத்து இருபது நாட்கள் வீட்டில் படுத்து எழுந்தார்கள்.

அனுமன் முனியைப் பிடிக்கவோ அல்லது அடக்கவோ தமிழ்நாட்டு மந்திரவாதிகளால் முடியாது என்றும், இது மாதிரியான கடல் முனிகள் தங்களுக்கு புதுசு என்றும், அதை அணுக வேண்டுமானால் புதிய சாஸ்திரம் சடங்குகள் தேவை என்றும், அது தங்களுக்குத் தெரியாது என்றும் கை விரித்து விட்டதோடு, கேரளாவில் இது மாதிரியான முனிகள் இருப்பதைத் தாங்கள் கேள்விப்பட்டிருக் கிறோம் என்றும் அதை அடக்கும் மந்திரவாதிகள் கேரள கடற்கரை களில் வாசம் செய்கிறார்கள் என்ற தகவலையும் சொன்னார்கள்.

அந்தப்படியே முடிவு செய்து நாலைந்து மீனவர்கள் கேரளா சென்று மந்திரவாதியைக் கூட்டிவர முடிவாயிற்று. கேரளா போய் கடற்கரையோர மீனவர்களிடம் அனுமன் முனிபற்றி சொன்ன உடனே அவர்கள் எவ்வித பயமோ பீதியோ அடையாமல் கை காட்டிய இடம் ஒரே இடம்தான். செறுமுலாவி, குஞ்ஞான்

மந்திரவாதி. குஞ்ஞான் என்ற பேர் கடற்கரைகளில் எல்லா மீனவர்களுக்கும் மனப்பாடம். கடல் பேய்களும், பிசாசுகளும், முனிகளும் குஞ்ஞான் பேரைக் கேட்ட மாத்திரத்தில் காதவழிக்கு ஓடின.

வேம்பார் மீனவர்கள் கேள்விப்பட்டு தங்கள் மனசுக்குள் உருவாக்கியிருந்த பிரம்மாண்ட உருவம்கொண்ட பயங்கர சித்திரிப்புக்களுடன் உள்ள குஞ்ஞான் அங்கில்லை. மாறாக காவி வேஷ்டி, காவித் துண்டுடன், தாடியும் மீசையும் முகம் மறைக்க ஒல்லி தேகத்துடன் உட்கார்ந்திருந்தான் குஞ்ஞான். பாஷை தெரியாதோ என்று நினைத்த மீனவர்களுக்கு அதிர்ச்சியளித்து தமிழில் வரவேற்றான். அனுமன் முனியின் கதைகளையும் அது செய்யும் அட்டகாசங்களையும் கவனமாகக் கேட்டான். சில இடங் களில் புருவம் நெறித்துத் தன் வியப்பையும், இன்னும் சில இடங்களில் புன்னகையையும் காட்டியவன் ஒரு வார்த்தைகூட பேசவில்லை.

தன்னால் அனுமன் முனியை அழிக்க முடியாதென்றும், ஆனால் அடக்கிப் பிடித்து அதைப் பாதுகாக்க முடியுமென்றும், அது மாதிரி பல முனிகள் அடக்கப்பட்டுப் பாதுகாப்பான இடங்களில் பாதுகாக்கப்படும் விஷயத்தைச் சொன்னதோடு தான் வேம்பார் வரும் தேதியை சொல்லி வருகின்ற வழியையும் நன்கு விசாரித்துத் தெரிந்துகொண்டான். வேம்பார் மீனவர்கள் தெம்புடனும் சந்தோஷத் துடனும் ஊர் திரும்பினார்கள்.

குஞ்ஞான் மாந்ரீகன் நடைபயணமாகவே வேம்பார் புறப் பட்டான். திருவனந்தபுரம் நாகர்கோவில் திருநெல்வேலி வந்தடைந்து, மங்கம்மாள் சாலைவழி கயத்தார் கோவில்பட்டி அடைந்து எட்டயபுரம் ஜமீன் எல்லைக்குள் நுழைந்தான். எட்டயபுரம் விளாத்திகுளம் சென்று வேம்பார் கடற்கரை அடைந்தான். குஞ்ஞான் வந்திருக்கும் சேதி பரவ, கன்னிராஜபுரம், சாயல்குடி, ராமேஸ்வரம், அக்காமடம், தங்கச்சிமடம் மீனவர்கள் ஏராளமாகக் கூடிவிட்டார்கள். அனுமன் முனியால் அவரவர்களுக்கு ஏற்பட்ட விசித்திரமான அனுபவங்களை குஞ்ஞானிடம் சொல்லிக் கொண் டிருந்தனர்.

'வலைக்குள்ள ஏராளமான மீன்கள் மாட்டியிருந்தத நாங்க எல்லாருமே நல்லா பார்த்தோம். திடீர்னு வலை கடலுக்கு மேல இருந்து பறந்து போறது மாதிரி மேலேறி ஒரு பனை ஒயரத்துக்குப் போயி திரும்பவும் பொத்துனு தண்ணீர் மேல விழுந்துச்சு. போய் பார்த்தா ஒத்த மீனக் காணும், வெறும் வலையா இருக்கு. சரி வலையில ஏதாவது சேதம் இருக்கானு பார்த்தா போட்ட வலை

அப்பிடியே இருக்கு, ஒரு கண்ணிகூட கிழியல. அதனாலதான பயமாயிருக்கு. வலை கிழிஞ்சு மீனு போயிருச்சுனு சொல்ல வழி இல்லையே, அப்ப இது எப்பிடி நடக்கு.'

இது மாதிரி பல மீனவர்கள் தங்களுக்கு ஏற்பட்ட அனுபவங் களைச் சொன்னார்கள். ஆனால் இதுவரை படகுக்கோ வலைக்கோ மீனவர்களுக்கோ எந்த சேதத்தையும் உண்டுபண்ணவில்லை என்பதையும் சொன்னார்கள். எல்லாவற்றையும் குஞ்ஞான் கவனமாகக் கேட்டுக்கொண்டிருந்தான். கடல் அலை நடுவே யார் கண்ணுக்கும் படாமல் மிதக்கவிட்டு பூஜைகள் செய்து உருவேற்றிய வெண்சங்கு ஒன்றைக் காட்டினான். பாத்திரத்தில் உள்ள தண்ணீருக்குள் கிடந்தது. இந்தச் சங்குக்குள்தான் அனுமன் முனியைப் பிடித்து அடைக்கப் போகிறேன் என்று சொன்னான். கூடிநின்ற மீனவர்கள் ஒரே நேரத்தில் பீதியுடன் அந்த சங்கை உற்றுப் பார்த்தார்கள்.

'நிலத்தில் வாசம் செய்யும் பேய்களையும் முனிகளையும் அடக்கி சுடப்படாத பச்சை மண்கலயங்களில் அடைக்க வேண்டும். கடல் போன்ற நீர்நிலைகளில் வாசம் செய்யும் பேய்களும் முனிகளும் கலயத்திற்குள் அடங்காது. சங்குக்குள் அடங்கும். ஏம்னா கலயம் பூமியின் ஆதாரமான மண். சங்கு கடலின் ஆதாரமான தண்ணீர். ஆக கலயமும் சங்கும் என்பது பூமியும் கடலுமாகும்.'

'எப்பிடியோ சாமி, எங்கள நிம்மதியா பயமில்லாம தொழில் பண்ண விட்டாலே போதும், ஒங்களுக்குக் கோடி புண்ணியம்.'

'ராத்திரி பூராவும் கண் முழிச்சு வெறுங்கைய வீசிக்கிட்டு கரைக்கு வந்தா வயிறு என்னத்த திங்கும்? எல்லாப் பக்கமும் இந்த ஆவலாதி இருக்கு, இங்கதாம்னு இல்ல தூத்துக்குடி, திருச்செந்தூர் மணப்பாடு, உவரி, புன்னக்காயல்னு எல்லா ஊர்லயும் இதே புலப்பம்தான். ஆனா அத ஒன்னுமே செய்ய முடியல.'

'ஒரு பேயோ முனியோ நமக்குத் தொல்ல குடுக்கிற அறிகுறி தெரிஞ்சிட்டா, ஒடனே அத அடக்கிறனும், அப்புறப்படுத்தி யிறனும்ணு நெனைக்க கூடாது. அதோட பூர்வீகத்த அறியனும். இது யாரோட ஆவி அல்லது யாரோட சாபம் அல்லது யாரோட வரம்னு சகலத்தையும் தெரிஞ்சப் பெறவுதான் அதுமேல கை வைக்கணும். இல்லனா வெசயம் சிக்கலாகிப் போகும்.'

'இது மாதிரி முனி கேரளாவுல இருக்கா சாமி?'

'எங்க தாத்தா காலத்துல இருந்தே இருக்கத்தான் செய்யுது. எந்தப் பேயையும் முனியையும் அழிச்சு ஒழிக்க எந்தக் கொம்பனாலயும்

முடியாது. புடிச்சு கொண்டு போய் மறைவான எடத்துல அடக்கி வைக்கத்தான் முடியும். ஒரு குறிப்பிட்ட காலத்துக்குப் பெறவு சிலதுக தப்பிச்சுப் போயி பழைய எடத்த விட்டுட்டுப் புது எடத்துல குடியேறி சேட்டைய ஆரம்பிக்கும். இன்னும் சிலதுகள நாங்களே தொறந்துவிட்ருவம். சேட்டை பண்ணாம எங்கேயாவது மரம் மட்டையில கொளம் குட்டையில போயி குடியேறி மக்களோட கண்ணுல படாமலேயே இருந்துரும். பேய்களுக்கும் முனிகளுக்கும் வாரிசு கெடையாது. பொண்டாட்டி புள்ளைக கெடையாது. இருக்கிற மட்டும் இருந்துட்டு அதாகவே அழிஞ்சிரும்.'

'இந்த அனுமன் முனியும் எங்க தாத்தா காலத்துல இருந்தே இங்க இருக்கு சாமி. நான் சின்னப்புள்ளையா இருக்கும் போதே இதப்பத்தி எங்க தாத்தா கதை கதையா சொல்வாரு. ஆனா இது எங்கேயிருந்து வந்தது, எப்படி வந்ததுனு யாருக்குமே தெரியாது.'

'அத தெரிஞ்சுக்கிட்டு வரத்தான் எனக்கு இத்தன நாள் ஆகிப் போச்சு. அதுக்குப் பெறகுதான் கடலுக்குள்ள சங்குப் பூசைய ஆரம்பிச்சன். பூர்வீகம் ரொம்பக் காலத்துக்கு முந்தியது.'

'சொல்லுங்க சாமி, அந்தச் சனியன் புடிச்ச கழுதையோட பூர்வீகத்த நாங்களும் தெரிஞ்சுக்கிறோம்.'

தென்னங்கிடுக்குகளால் வேயப்பட்டிருந்த ஓலைக் குடிசைகளைக் கடல் காற்று தழுவிச் சென்றது. அலைகளின் சத்தம் ஓயாமல் கேட்டுக்கொண்டிருந்தது. நட்சத்திரங்கள் பூத்துக்கிடந்த நள்ளிரவில் கூடியிருந்த சில பரதவர்களிடையே குஞ்ஞான் மாந்ரீகன் அனுமன் முனியின் கதையை விவரமாகச் சொல்ல ஆரம்பித்தான், பனை யோலைகளின் சலசலப்பில்.

ராமனின் தூதுவனாக சீதையைத் தேடி வருத்தத்துடனும் கோபத்துடனும் ஆக்ரோஷமாய்ப் பறந்துகொண்டிருந்தான் அனுமன். மத்தியான வெய்யில். கடல் தண்ணீரின் வெதுவெதுப்பிலிருந்து விடுபட எண்ணி ஆழ்கடலுக்குள்ளிருந்து ஒரே உந்தில் கடலின் மேலேறி அலைகளின் தாலாட்டில் மல்லாந்து படுத்து ஆனந்தமாய் மிதந்து கொண்டிருந்தாள் மச்சக்கன்னி. பறந்தலைந்து அகிலத்தையே சல்லடையாக்கிவிட்ட அனுமன் தன் மேனியெங்கும் வியர்வை பொங்கி வழிய வாயுவைக் கிழித்துக்கொண்டு கடல்மேல் பறந்து கொண்டிருந்தான். பொங்கிவழிந்த வியர்வை ஒழுகிக் கடலில் விழ, அதில் ஒரு துளி வியர்வை மல்லாந்து மிதந்துகொண்டிருந்த மச்சக் கன்னியின் கருவாயில்பட்டு உப்புத் தண்ணீரை உந்தித் தள்ளிவிட்டு தரைக்குள் புகுந்து கரைவதற்குப் பதில் கருவாய்க்குள் புகுந்து கருவாய் உருக்கொண்டுவிட்டது. ஆம் மச்சக்கன்னி கருத்தரித்தாள்.

ஆழத்துக்குள் சென்று கடலிடம் அடைக்கலமானாள். கோடானு கோடி உயிர்களை வளர்க்கும் கடல் பிரபஞ்சம், கோடி சிப்பி களுக்குள் வளரும் முத்துக்களில் ஒரு முத்தாக மச்சக்கன்னியின் வயிற்றில் கரு வளர்ந்தது.

காலங்கள் கனிந்து மச்சக்கன்னி பிரசவித்த போது கடல் கொந்தளித்தது. நீருக்குள் வாழும் மச்சக்கன்னிக்கும் காற்றில் வாழும் அனுமனுக்கும் கருத்தரித்துப் பிறந்ததால் தாயிடமிருந்து கடலையும், தந்தையிடமிருந்து காற்றையும் பெற்று தனதாக்கிக் கொண்டது குழந்தை. மச்சவல்லான் என்று பெயர் சூட்ட ஆழ் கடல்வாசத்தில் தன் தாயுடனே வளர்ந்து வாலிபனாகி விட்டான்.

ஒருநாள் கடலின் மேல் தன் தாயைப் போலவே நீந்தி விளையாடிக்கொண்டிருந்தான் மச்சவல்லான். திடீரென்று அந்த இடத்தில் மட்டும் அலைகள் மேலெழும்பின. காற்றின் வேகம் புயலைப் போல் உருக்கொண்டது. செவிகள் செவிடாகும்படியான இரைச்சல். என்ன ஏதென்று அறிவதற்காக வானத்தை நீந்திக் கொண்டே அண்ணாந்து பார்த்தான் மச்சவல்லான். தன் தலையில் சொத் என்று கொட்டிச் சிதறியது வெற்றிலை எச்சில். தன் முகம் வழியே வெற்றிலை எச்சில் வழிய கடலிலிருந்து மேலேறி காற்றில் கலந்தான். அசுர வேகத்தில் பறந்து செல்லும் கந்துகனை விரட்டிச் சென்றான். தன் பின்னால் புயல் உருக்கொண்டது போல் தன்னைப் பின் தொடரும் இளைஞன் யாரென்று அறிய இயலாதவனாய் கந்துகன் பதறினான். கிட்டத்தில் நெருங்கியவனின் நெற்றியில் வழிந்து கொண்டிருந்த வெற்றிலை எச்சிலை உற்றுப் பார்த்தான். விபரீதம் புரிந்துவிட்டது. முழு வேகத்தில் பறந்து கானகத்தில் மரத் தடியில் அமர்ந்திருந்த அனுமன் காலடியில் பொத்தென்று விழுந்து அபயம் அபயம் என்று குரல் எழுப்பினான். என்ன ஏதென்று கூட அறியாத நிலையிலும் அனுமன் வாயிலிருந்து தானாக வெளிவந்தது வார்த்தை.

'அபயத்திற்கு அடைக்கலம்.'

அனுமன் வாய்மூடும் முன்பே பொத்தென்று தரையில் விழுந்தான் மச்சவல்லான். நெற்றியிலிருந்து வழிந்தோடும் வெற்றிலை எச்சில். கோபத்தில் அனல்கக்கும் கண்கள். அனுமனையே சுட்டெரித்துவிடுவது போன்ற சினப்பார்வை. கந்துகன் அனுமனுக்குப் பின்னால் ஒளிந்துகொண்டு நடுங்கிக் கொண்டிருந்தான். கானகமே அதிரும்படி மச்சவல்லான் கோபத்தில் கொக்கரித்தான்.

'ஐயா பெரியவரே, அந்த நீசனை என்னிடம் அனுப்பும். மரத்தை வேருடன் பிடுங்கி தரையில் அடிப்பது போல அடித்துச் சிதறடித்து

அவனைக் கொல்லப் போகிறேன்.'

'இளைஞனே, கோபம் வேண்டாம். சாந்தமாகப் பேசு. நடந்ததைச் சொல். கேட்டுவிட்டுப் பின்னர் பேசலாம்.'

'நான் உங்களிடம் கதை சொல்ல வரவில்லை பெரியவரே. அவனுக்கு அந்த அற்பனுக்குத் தக்க பாடம் புகட்டவேண்டும்.'

'அவன் தற்சமயம் என்னிடம் அபயம் கேட்டு அடைக்கலமாயிருக்கிறான். நானும் அடைக்கலம் தருவதாக வாக்கு கொடுத்து விட்டேன். அவனை நான் உன்னிடம் ஒப்படைத்தால் நான் வாக்கு தவறியவனாக ஆவேன். கொடுத்த வாக்கைக் காப்பாற்றுவது கடமையல்லவா? அதிலும் நீ குறிப்பிடுவது மாதிரி பெரியவர் வாக்கு தவறலாமா?'

'தகப்பன் முகம் அறியாத தாயின் முகம் மட்டுமே அறிந்த என் முகத்தில் காறித்துப்பி என்னை அவமானப்படுத்தி விட்டான். அந்த அவமானமே என்னுள் கோபமாய் உருக்கொண்டு அவனைக் கொல்லத் துடிக்கிறது.'

சொல்லிக்கொண்டே மச்சவல்லான் அனுமனை விலக்கிக் கொண்டு கந்துகனை நெருங்க முற்பட்டான். நெருங்க விடாமல் தடுப்பதற்காகத் தன் எதிரே நின்ற மரத்தில் கையை நீட்டிப் பிடித்து பாதையை மறித்தான் அனுமன். இதைச் சற்றும் எதிர்பார்க்காத மச்சவல்லான் ஒரு கணம் திகைத்தபடியே அனுமனை ஏறிட்டுப் பார்த்தான்.

'பெரியவர்களை மதிக்கக் கற்றவன் நான். மீண்டும் கேட்டுக் கொள்கிறேன். தயவு செய்து வழி விடுங்கள். கையை எடுங்கள், அவனை என்னிடம் ஒப்படையுங்கள்.'

'பெரியவர்கள் என்றால் சொன்ன வாக்கைக் காப்பாற்றுபவர்கள் என்பதை முதலில் நீ புரிந்துகொள் இளைஞனே. அவனுக்கு நான் அடைக்கலம் கொடுத்து வாக்கு கொடுத்துவிட்டேன். என் உயிரைக் கொடுத்தாவது அபயம் கேட்டவனைக் காப்பாற்ற வேண்டும். அது எங்கள் குலநீதி.'

மச்ச வல்லான் தன்னைக் கடந்து செல்லாதபடி மறித்துக் கைநீட்டி மரத்தைப் பிடித்திருந்த கையை எட்டிப் பிடித்தான். அனுமன் பிடியை இறுக்கினான். தன் முழு பலத்தையும் பிரயோகித்து அனுமனின் கையைப் பிடுங்கினான். முழுமரமும் வேரோடு பிடுங்கிக் கொண்டது. மரத்தை வீசி எறிந்த அனுமன் மச்சவல்லானைத் தாக்கினான். இருவருக்கும் பயங்கர யுத்தம் மூண்டது. அந்தரத்தில் பறந்துபறந்து இருவரும் சமர்செய்தார்கள். ஒரு கட்டத்தில்

அனுமனின் வாலைப் பிடித்துச் சுழற்றி வீசி விண்ணில் எறிந்தான் மச்சவல்லான். அனுமன் காற்றோடு காற்றாய் ஒரு தூசியைப் போல் பறந்து மறைந்து நீண்டநேரம் கழித்துத் திரும்பி வந்தான். கந்துகனை வதம் செய்யத் துணிந்தபோது அனுமன் மீண்டும் வந்து மோதினான்.

வனம் அதிர்ந்தது. வானம் குலுங்கியது. புல்லினங்கள் கூச்ச லிட்டபடி கலைந்தோடின. மிருகங்களும் அனைத்து ஜீவராசிகளும் பயத்தால் நடுநடுங்கிப் பதுங்கிக்கொண்டன. அனுமனின் யுத்த உத்திகள் மச்சவல்லானிடம் பலிக்கவில்லை. அனுமன் ஆச்சரியப் பட்டதுடன் களைத்தும் போய்விட்டான். அந்தரத்தில் அனாயச மாகப் பறந்து வந்து தன்னிடம் பொருதி சமர்செய்த மச்ச வல்லானைச் சமாளிக்க இயலாமல் அனுமன் தடுமாறினான்.

'இளைஞனே... மிக அருமையாக சமர் செய்கிறாய். அந்தரத்தில் பறந்து வாயுவின் மேல் செய்யும் அத்தனை யுத்த முறைகளையும் பயன்படுத்தி விட்டேன். அனைத்தையும் தடுத்து நிர்மூலமாக்கிய தோடு உன்னையும் காத்துக்கொண்டாய். என்னுடைய யுத்த முறைகள் அனைத்தும் உனக்குத் தெரிந்திருக்கின்றன. நீ யாரென்று நான் தெரிந்து கொள்ளலாமா?'

'என் தந்தை வாயு. என் தாய் கடல். காற்றுக்கும் கடலுக்கும் ஜனித்தவன் நான். என் பெயர் மச்சவல்லான். என் தாய் பெயர் மச்ச கன்னிகை.'

'தந்தையின் பெயர் கூறவில்லையே.'

'என் தந்தையின் பெயர் அனுமன் என்று என் தாய்சொல்லித் தான் தெரியும். இது வரையிலும் தந்தையின் முகம் அறியாத பாவி நான்.'

அனுமன் சற்று நேரம் மௌனமாக யோசித்தான். அவன் குழப்பத்தில் இருப்பது போல் தெரிந்தது.

'என்ன பெரியவரே, யோசிக்கிறீர்? யுத்தத்தைத் தொடரலாமா இல்லை இந்த அற்பனை என்னிடம் ஒப்படைக்கறீரா?'

'தாய் தந்தை பெயரைச் சொல்லிவிட்டாய். நான் அறிந்த பெயர்கள் மாதிரி இல்லை. தற்சமயம் அவர்கள் வாசம் செய்யும் இடம் எதுவோ? எந்த நாட்டை ஆள்பவர்கள்?'

'என் தாயின் வாசஸ்தலம் கடல். தண்ணீருக்குள் வசிக்கும் கோடானு கோடி ஜீவராசிகளுடன் வாழும் மச்சக் கன்னிகை. என் தந்தையின் வாசம் வாயுவோடு. காற்றை சுவாசிக்கும் அத்தனை ஜீவராசிகளுடன் கானகத்தில் வாழும் அனுமன். என் தாய் கடலின் மேல் மல்லாந்த நிலையில் சயனிப்பதைப் போல் ஒரு நாள் மிதந்து

கொண்டிருந்தபோது, வட திசையிலிருந்து தென் திசை நோக்கிப் பறந்து கொண்டிருந்த அனுமனின் வியர்வைத் துளி உதிர்ந்து கடலில் விழ, அதில் ஒரு சிறு துளி என் தாயின் கருவாயில் பட்டதால் கருத்தரித்துப் பிறந்தவன் நான். என் பெயர் மச்சவல்லான். தந்தை காற்று. தாய் கடல். காற்றின் வலிமையும் கடலின் வலிமையும் கலந்து பிறந்தவன். இரண்டின் பலமும் என்னிடம் உண்டு. என்னை நீ ஜெயிக்க முடியவே முடியாது. கடலிலும் என்னால் யுத்தம் செய்ய முடியும். தோல்வியை ஒப்புக்கொண்டுவிட்டு அவனை என்னிடம் ஒப்படையுங்கள். என் தந்தை முகம் காணாத முகத்தை வெற்றிலை எச்சால் அசிங்கப்படுத்திய அவனை நான் வதம் செய்து கொல்ல வேண்டும். விலகி வழிவிடும்.'

'மச்சவல்லானே, நானே அனுமன். நானே உன் தந்தை.'

'தந்தையே உம்மை வணங்குகிறேன். என்னை ஆசிர்வாதம் பண்ணுங்கள். உங்களுடன் பொருதி சமர் செய்ததற்காக வருந்து கிறேன். என்னை மன்னியுங்கள்.'

'என்னை உன் தந்தை என்றும், உன்னை என் மகன் என்றும் அடையாளம் காண எது உதவியது என்று யோசித்துப் பார் மகனே. கந்துகன் கடலில் துப்பிய வெற்றிலை எச்சில். அவன் வெற்றிலை எச்சில் வழியாக ஒரு பாசக் கயிற்றை வீசியிருக்கிறான் கடலுக்குள், அதை இறுகப் பற்றிக்கொண்டு நீ உன் தந்தையிடம் வந்து சேர்ந்து விட்டாய். நம் இருவரையும் இணைய வைத்த கந்துகனிடம் பகைமை பாராட்டாதே. விதியின் வலிமைகள் எப்போதுமே வெற்றிலை எச்சில்களைப் போலத்தான் வெளிப்படும்.'

தன் தந்தையின் நிதானமான பேச்சைக் கேட்ட மச்சவல்லான் அமைதியானான். ஆனாலும் அவனை ஆட்கொண்ட வருத்தம் அவன் முகத்தில் பிரதிபலித்தது. தந்தையை இனம் கண்டு கொண்ட சந்தோஷம் நிலைக்கவில்லை. வாடிய முகத்துடன் இருந்தான்.

'இதுவரையில் என் தந்தை யாரென்று தெரியாமலே மன உளைச்சலுடன் வாழ்ந்து வந்தேன். இனிமேல் என் தந்தை இன்னாரென்று தைரியமாகப் பேசி ஊர்வாயை மூடுவேன். ஆனால் என் தாயிடமும், என்னைப் பற்றியும் என் பிறப்பைப் பற்றியும் புறம் பேசித் திரியும் என் மக்களிடமும் என் தந்தையை அழைத்துச் சென்று அவரின் முகத்தை அவர்களுக்குக் காட்டி மகிழும் சந்தோஷத்தை நிரந்தரமாக நான் இழந்துவிட்டேன்.'

'அழாதே மகனே, மச்சவல்லான், சாபத்தையும் விதியையும் வெல்வது எளிதல்ல என்பதை நீ புரிந்துகொள்ள வேண்டும். உன்

தாய் கடல். தந்தை காற்று. கடலுக்குள் காற்றும், காற்றுக்குள் கடலும் வர முடியாது என்பதை அறியாதவனல்ல நீ. நீ கடலும் காற்றுமாக இருக்கிறபடியால் கடலுக்குள் வாசம் செய்யும் தாயையும், காற்றுக்குள் வாழும் தந்தையையும் தனித்தனியே காண இயலும். இருவரையும் ஒரே இடத்தில் ஒன்றாகப் பார்க்கும் பாக்கியம் உனக்குக் கிடையாது. காரணம் உன் தாய் கன்னியாக இருக்கும் போது அவள் மீது விடப்பட்ட ஒரு சாபத்தின் வலிமை தடுக்கின்றது.'

'தந்தையே அது என்ன சாபம், சாபம் விட்டது யார், சாபம் விட்டதற்கான காரணம் இவற்றை நான் அறிந்துகொள்ளலாமா? இதுபற்றி என் தாய் என்னிடம் ஏதுமே கூறவில்லை.'

'ஒரு நாள் ஆழ்கடலுக்குள் ரஸ கன்னிகை என்ற கன்னியும் சரஸவல்லான் என்ற இளைஞனும் காதல் வயப்பட்டு சரஸமாடி மயங்கி கலவியில் ஈடுபட முனையும் வேளையில் உன் தாய் மச்சக்கன்னி அந்த வழியாக வர நேர்ந்தது. பிறர் கண்ணில்பட்டு அவமானப்பட்டுவிடக் கூடாதென்று பயந்து இருவரும் ஆளுக் கொரு திசையில் ஓடி மறைய, ரஸ கன்னிகை அவசரத்தில் அருகில் இருந்த உப்புக் குகைக்குள் ஓடி மறைய, உப்புக் குகைக்குள் வாசம் செய்யும் உளுவன் என்ற அரக்கன் ரஸகன்னிகையைக் கவர்ந்து கொண்டு பெண்டாளத் துணிந்தான். ரஸகன்னிகை போட்ட கூப்பாடும், அவள் கேட்ட அபயக் குரலும் உன் தாயின் காதில் நன்றாக கேட்டும் அவளைக் காப்பாற்ற எந்த முயற்சியும் செய்யாமல் சென்றுவிட்டாள். ஒரு பெண் தனக்கு ஆபத்து வரும் போதும், தன்னுடைய மானத்திற்கு இழுக்கு வரும் போதும், தன் உயிர் காக்க போராடும் போதும், காப்பாற்ற அல்லது சிறிதளவேனும் உதவி செய்ய வாய்ப்பிருந்தும் செய்யாமல் அலட்சியப்படுத்துபவர்கள் மீது அப்பெண் விடும் சாபம் அப்படியே பலிக்கும்.'

'தந்தையே உளுவனால் பெண்டாளப்பட்ட ரஸ கன்னிகை என் தாயின் மீது விட்ட சாபம் என்ன?'

'ரஸ கன்னிகை அழுது புரண்டாள், கும்பிட்டாள், கெஞ்சிக் கூத்தாடினாள். உளுவன் மனசு இரங்கவில்லை. சரஸவல்லான் ஓடி ஒளிந்துகொண்டான். உன் தாய் மட்டுமே அறிவாள் ரஸ கன்னிகையின் அழுகுரலையும் அவளுக்கான ஆபத்தையும். உன் தாய் வேடிக்கை பார்த்தாள், கண் முன்னே ஒரு கன்னி அழிவதை. அப்போதுதான் அந்தச் சாப வார்த்தைகளை உன் தாயைப் பார்த்து வீசினாள்.'

'உன் கண் முன்னாலே அழியும் ஒரு கன்னியின் அபயக் குரல் கேட்டும் பேசாமல் நிற்கும் நீயும் ஒரு கன்னி என்பதை மறந்து

விடாதே. என் பரிதாபக்குரல் உன்னைச் சும்மா விடாது. கன்னியாய் இருக்கும் நீ கல்யாணமாகாமலேயே குழந்தை பெறுவாய். கணவன் யாரென்று தெரியாது, பின்னர் தெரிந்தாலும் கடைசிவரை உன் கணவன் முகத்தை நீ காணவே முடியாது. ஆனால் உன் கணவன் முகத்தை உன் குழந்தையால் பார்க்க முடியும். நீ பெற்ற அந்தக் குழந்தையின் மூலம் உன் கணவரை யாரென்று அறிய முடியுமே தவிர காண முடியாது. கணவன் முகம் காணாமலே கடைசி வரை வாழ்ந்து மடிவாய்.'

தன் தந்தை சொன்ன சாபத்தின் கதை கேட்டு மச்சவல்லான் மௌனமாகிப் போனான். நீண்ட மௌனத்திற்குப் பின் மெதுவாகப் பேசினான்.

'சாபங்களுக்கும், பாவங்களுக்கும் பரிகாரங்கள் உண்டுதானே தந்தையே.'

'உண்டு. ஆனால் கன்னிப் பெண்களின் சாபத்தை, பரிகாரங் களால் கட்டுப்படுத்தவோ நீக்கவோ இயலாது.'

'நல்லது தந்தையே, நான் புறப்படுகிறேன். என் தாயை விட்டுப் பிரிந்து இதுவரை இவ்வளவு நேரம் இருந்ததில்லை. என் தாய் எனக்காகக் காத்திருப்பார்கள். நான் உங்களைக் காண்பதும் இதுவே கடைசியாக இருக்கும்.'

'மச்ச வல்லானே, என் அருமை மகனே, நீ எப்போது வேண்டு மானாலும் என்னை வந்து சந்திக்கலாம், நானும் உன்னை அடிக்கடி சந்திக்க ஆவலாய் இருக்கிறேன்.'

'முடியாது தந்தையே, நான் தன்னைவிட்டுப் பிரிந்து போய்விடக் கூடாது என்று. என் தாய் என்னிடம் ஒரு சத்தியம் வாங்கியிருக் கிறாள். அதாவது என் மானத்திற்கும், கௌரவத்திற்கும் இயற்கை யான முறையில் இழுக்கு ஏற்பட்டால் ஒழிய நான் கடலைவிட்டு வெளியேற மாட்டேன் என்று நான் சத்தியம் செய்து கொடுத்திருக் கிறேன். கந்துகன் துப்பிய வெற்றிலை எச்சில் என் மானத்திற்கு இழுக்கு ஏற்படுத்திவிட்டதால், அவனைத் துரத்திக் கொல்லவே நான் கடலைவிட்டு வெளியேறினேன்.'

'மகனே, இனிமேல் நமக்குள் ஒரு சந்திப்பு நிகழ வாய்ப்பே இல்லை. உன்னை நிரந்தரமாகப் பிரியும் நேரம் வந்துவிட்டது. விடை கொடு மகனே.'

'தந்தையே, பிரியும் முன் தாங்கள் எனக்கு ஒரு வரம் கொடுக்க வேண்டும். தயவு செய்து மறுத்து விடாதீர்கள்.'

'என் உயிரையே கேட்டாலும் தருகிறேன், கேள் மகனே.'

‘ஆழ்கடலுக்குள் தினமும் வலைவீசி மச்சங்களை வண்டி வண்டியாகப் பிடித்துச் செல்கிறார்கள். பிடிபடும் மச்சங்களைக் காப்பாற்றவோ மச்சங்களை வலையிலிருந்து விடுவிக்கவோ எங்களுக்கு வழி தெரியவில்லை, ஓடிப் பதுங்கித் தப்பித்தாலும் இரைதேட வெளியில் வந்து இரையாகிப் போகிறோம். எங்களைக் காப்பாற்ற தாங்கள் ஒரு வரம் தர வேண்டும்.’

‘ஒரு உயிர் இன்னொரு உயிரின் மீது ஆதிக்கம் செலுத்துவதும், வேட்டையாடுவதும், வேட்டையாடியவற்றை உண்பதும் இறைப் படைப்பின் நியதி. இந்தச் சங்கிலித் தொடர்ச்சியின் இடையில் ஒரு கண்ணி அறுபட்டாலும் படைப்பின் இயற்கை நியதி கெட்டு, தொழில்கள் முடங்கி, பசியும் பிணியும் மக்களிடம் குடிகொள்ளும். ஆகவே வலைவீசுவோரைத் தீண்டமாட்டேன், வலைகளை அறுத்து எறிய மாட்டேன். வலைக்குள் சிக்கிக்கொள்ளும் உங்களை சிறுகச்சிறுக விடுவித்து, பயமுறுத்தி வலை வீசாமல் போக வைப்பேன், மீண்டும் வந்தால் பயமுறுத்தமாட்டேன். கடல் மச்சங்களுக்கு மட்டுமல்ல, கோடானு கோடி உயிர்களுக்கு. நீ விடைபெற்றுப் போகலாம். நான் அனுப்புகிற ஒரு ஆவி உன்னைப் பின்தொடரும். எவர் கண்ணுக்கும் தெரியாது. கடலில் வீசும் அலையும், வலையும் பனை உயரம் மேலெழும், மேலேறிய வலை வெறுமையாய் அலையில் விழும், அகப்பட்ட மச்சங்கள், வலைகளைக் கிழிக் காமலே வெளியேறிப் போயிருக்கும். ஒரு நாளைக்கு ஏதாவது ஒரு வலையில் மட்டுமே மச்சங்கள் தப்பிக்கும். இந்த வரம் பலிக்கும்.

மச்சவல்லான் விடைபெற்று விண்ணில் பறந்தான். அனுமன் தென் திசை நோக்கிப் பறந்தான். நடு இரவில் தன்னைச் சுற்றி அமர்ந்திருந்த பரதவ மக்களிடையே அனுமன் முனியின் கதையை குஞ்ஞான் விபரமாக சொல்லிக்கொண்டிருந்தான். அனுமன் அனுப்பிய அந்த ஆவிதான் ஓங்க வலையில சிக்குன மீன்கள விடுவிச்சு ஓங்களப் பயமுறுத்தி, வலைய பனை ஓசரம் தூக்கியடிச்சு வெளையாட்டு காட்டுது. கவனமாக கேட்டுக்கொண்டிருந்த தொம்மை கூறினான்.

‘சாமி, இதுவரைக்கு அந்த முனி எங்களத் தொடவே இல்ல. வலையில மீனு காணாமப் போகும். வலையில ஒரு கண்ணி அறுந்ததில்ல. பயத்துல நாங்க நடுங்கி வீடு திரும்பி வந்ததுண்டு, பயம் சொஸ்தமாகி தொழிலுக்குப் போனா திரும்ப அந்த மாதிரி சம்பவம் நடக்காது. மீன் பாடு நெறய்ய கெடைக்கும். ஆனா எங்கேயாவது இதே மாதிரி வேலைய அனுமன் முனி செஞ்சிருக்கும், மறுநாள் தகவல் வரும். அந்த ஆள் பயத்துல வெறும் வலையோட

கரையேறி வீடு திரும்பி பயத்துல படுத்திருப்பான்.'

குஞ்ஞான் கேட்ட பொருட்கள் எல்லாம் வாங்கி கொடுக்கப் பட்டன. அவன் கொண்டு வந்திருந்த பெரிய வெண்சங்கு ஒன்றை நடுவில் வைத்து பூஜைப் பொருட்களைச் சுற்றிலும் வைத்தான். இரவும் பகலும் தனியே உட்கார்ந்து என்னென்னவோ செய்து கொண்டிருந்தான். அந்த ஓலைக் குடிசையை எட்டிப் பார்க்கவே ஜனங்கள் பயந்தார்கள். அன்று நிறை அமாவாசை. கும்மிருட்டில் கையில் சங்குடன், பரதவர்களுடன் தானும் ஒரு பரதவனாய் தோணியில் அமர்ந்துகொண்டான். பல தோணிகளுக்கு மத்தியில் குஞ்ஞானின் தோணியும் கடலில் ஏகியது. பல பகுதிகளாகப் பிரிந்து சென்று வலைவீசிக் காத்திருந்தார்கள். கடலலையில் தோணிகள் அசைய தொட்டில் ஆடுவதைப் போல் மேலும் கீழும் அசைந்தன.

திடீரென தொம்மைப் பர்னாந்தின் வலைகள் மேலெழும்பின. அந்த இடத்தில் மட்டும் அமாவாசை இருட்டு விலகி பௌர்ணமி வெளிச்சமாகியது. பரதவர்கள் பயத்துடன் ஜெபித்தார்கள். தங்கள் மார்புகளில் சிலுவைக் குறியிட்டுக்கொண்டார்கள். குஞ்ஞான் தான் கொண்டுவந்த சங்கை இரண்டு கைகளிலும் ஏந்தியபடி ஏதோ உருப்போட்டுக் கொண்டிருந்தான். மேலெழும்பிய வலைகள் தொப்பென்று அலைகளின் மேல் விழுந்தன. தோணி கடலுக்குள் மூழ்குவது போல் தண்ணீருக்குள் இறங்கியது. அனைவரும் பயத்துடன் நடுங்கிக் கொண்டிருக்க குஞ்ஞான் ஆவேச மாக சிரித்துக்கொண்டிருந்தான். சங்கின் வாயை ஒரு மஞ்சள் தடவிய மெல்லிய துணியால் மூடி சுருட்டினான். தோணி சிறிது நேரம் தள்ளாடியது. துடுப்புக்குக் கட்டுப்படாமல் ஆடிய தோணி இப்போது அமைதியாகியது.

17

பத்து நாட்களாக ஊருக்குள் குதிரையில் வரும் ஆட்களை காணவில்லை. வல்லிசாக ஒருவன்கூட வராததால் ஒருவேளை வெள்ளைக்காரன் நாட்டை விட்டே ஓடி விட்டானோ என்றுகூட யோசித்தார்கள். அப்போதுதான் எட்டயபுரம் அரண்மனையில் சேவகம் செய்யும் வேலைக்காரன் விட்டியன் அந்தச் செய்தியை சொன்னான். ஊமைத்துரை கட்டியிருந்த கோட்டையை வெள்ளைக்காரன் தரைமட்டமாக்கியதோடு, ஊமைத்துரையைக் கைது செய்து தூக்கில் போட்டுக் கொன்றுவிட்டான் என்ற செய்தி கேட்டு மக்கள் பதற்றமடைந்ததோடு சற்று நிம்மதியும் அடைந்தார்கள். யாரையும் தேடிக்கொண்டு ஊருக்குள் குதிரைக்காரர்கள் வரமாட்டார்கள், வீடுவீடாகச் சென்று சோதனை போட மாட்டார்கள் என்ற நிம்மதி.

விட்டியன் கூடவே இன்னும் சில செய்திகளையும் சொன்னான். கட்டபொம்மன் கோட்டையைத் தானே தரைமட்டமாக்கிய இடத்தில் ஏழே நாட்களில் இன்னொரு கோட்டை எழுந்து நின்றதைப் பார்த்து ஆச்சரியப்பட்டுப் போனான் வெள்ளைக்காரன்.

'இச்செயல் கடவுளின் சக்தியால் இன்றி வேறு வகையில் நடந்திருக்க வாய்ப்பில்லை. ஒரு கைதேர்ந்த பொறியாளனால்கூட இதைச் செய்திருக்க முடியாது.'

ஆனாலும் வெள்ளைக்காரன் தன்னிடம் இருக்கும் பீரங்கிகளால் கோட்டையைத் தகர்த்துவிடலாம் என்று ஆறுதல்பட்டுக் கொண்டான். யுத்த ஆயத்தங்களில் ஈடுபட்டுக்கொண்டே தூதுவன் ஒருவனைக் கோட்டைக்குள் அனுப்பி ஊமைத்துரையை சரணடைய வைக்க முயற்சித்தான். தூதுவனாகப் போனவன் போன நொடியிலேயே திரும்பி வந்து சொன்னான்.

'ஊமைத்துரை சரணடைய மறுப்பதோடு, தாமதிக்காமல் உடனடியாக யுத்தத்தைத் தொடங்குமாறு கேட்டுக்கொண்டதாக தன்னிடம் சொன்னார் பிரபு.'

இப்பதிலைக் கேட்ட வெள்ளைக்காரத் தளபதிகள் ஆச்சரியத்தில் உறைந்து போனார்கள். அண்ணன் வீரபாண்டிய கட்டபொம்மனின்

கோட்டையை தரைமட்டமாக்கியதும், அவனைத் தூக்கிலிட்டுக் கொன்றதும் ஊமைத்துரைக்கு தெரியாத விஷயமல்ல. மேலும் நம்மிடம் பீரங்கிகள் இருப்பதும், கோட்டையைத் தகர்த்துவிடும் வல்லமைகள் அதற்கு உண்டு என்பதையும் ஊமைத்துரை நன்கறிவான். அப்படியிருந்தும் சரணடைய முடியாது, யுத்தத்தை ஆரம்பி என்று சொல்கிறான் என்றால்...

சற்றே வெள்ளைக்காரன் யோசித்துக்கொண்டிருக்கும் போது கோட்டைக்குள்ளிருந்து ஒரு பயங்கர விசித்திரமான சைரன் ஒலி ஒன்று ஊடுருவி வந்து வெள்ளைக்காரத் தளபதியின் காதில் ஒலித்தது. தளபதி பதறிப் போனான்.

'இது என்ன விசித்திரமான 'சைரன்' சத்தம். நான் இதுவரை இப்படியான ஒரு 'சைரன்' ஒலியைக் கேட்டதே இல்லையே. இந்த ஆயுதத்தை ஊமைத்துரை எங்கேயிருந்து கொண்டு வந்தான். இது பீரங்கியைவிட வலிமை உள்ளதாக இருக்கும் போலிருக்கிறதே! இந்த தைரியத்தில்தான் ஊமைத்துரை சரணடைய மறுப்பதோடு, சண்டைக்குத் தயார் என்று சவால் விடுகிறான்.'

புலம்பிக்கொண்டிருந்த வெள்ளைக்காரத் தளபதிகளின் முன்னால் எட்டயபுரம் படைவீரர்கள் இரண்டு பேர் வந்து நின்றார்கள்.

'எசமான்... அது யுத்த ஆயுதத்தின் 'சைரன்' அல்ல. எங்கள் பகுதி பெண்கள் போடும் குலவைச் சத்தம்.'

'வாட்யூ மீன் குலவை? நான் நம்பமாட்டேன். இதைப் பற்றி தெளிவாக விடை கிடைத்த பின்பே நான் யுத்தத்தைத் தொடங்கு வேன். படைகள் பாளையங்கோட்டைக்கே திரும்பிச் செல்லட்டும்.'

திரும்பிச் சென்ற கும்பினிப் படைகளை ஊமைத்துரையின் ஆட்கள் விரட்டிச் சென்று தாக்கினார்கள். பயங்கர சேதாரம் ஏற்பட்டும் திருப்பி தாக்காமல், பாதுகாப்பாக பாளையங் கோட்டைக்குப் போவதிலேயே குறியாக இருந்து தப்பித்துப் போனார்கள்.

பாளையங்கோட்டையில் வெள்ளைக்காரத் தளபதிகளின் முன்னால் எட்டயபுரம் வீரர்கள் விவரமாக குலவை என்றால் என்னவென்று விவரித்துக்கொண்டிருந்தார்கள். பயத்துடனும், பீதியுடனும், மிகக் கவனமாகக் கேட்டுக்கொண்டிருந்தான் வெள்ளைக் காரன்.

'அதாவது பிரபு, கல்யாணம், சடங்கு, பொண்ணு பூப்பெய்தா, பொங்கலிட்டா, நாத்து நடவு நட்டா, இப்பிடி ஏராளமான மங்கள நிகழ்ச்சிகள் நடக்கும் போது எங்க தமிழ்ப் பெண்கள் நாக்க இப்பிடி

சுழட்டிச் சுழட்டி கொலவ போடுவாக, இது எங்க குல வழக்கம்.'

'மங்கள நிகழ்ச்சி, யுத்தம் ஒங்களுக்கு மங்கள நிகழ்ச்சியா? அடுத்த நொடி என்ன நடக்கப் போகுதுனு யாருக்கும் தெரியாது, கை கால் உடையலாம், கண் பறிபோகலாம், உயிரே போகலாம். இது எப்பிடி மேன் மங்களம்?'

'யுத்தத்துக்கு வழியனுப்புறது எங்க வழக்கம். அப்பிடி வழியனுப்பும் போது நெத்தியில வீரத் திலகம் வச்சு, குலவ போட்டு வாழ்த்தி யனுப்புறது எங்க பெண்களோட வழக்கம்.'

'வா....ட்? தன்னோட அப்பன, அண்ணன் தம்பிய, கணவன போருக்கு அனுப்பும் போது சந்தோஷமா, திரும்பி வருவாங்கனு என்ன நிச்சயம். ஒங்க பெண்கள் டேஞ்சரானவங்க, பயமே இல்லாதவங்க.'

வெள்ளைக்காரன் முன்னால் குலவை போட்டுக் காட்டுவதற்காக, வயல்களில் நெல்நாற்று நட்டுக்கொண்டிருந்த, வேளாண்தொழில் செய்யும் பள்ளப்பெண்கள் ஏழெட்டுப் பேரை, குலவை போட்டுக் காட்டும்படி சொன்னான். சொன்ன மாயம் தான் வெள்ளைக் காரன் சிரித்துச்சிரித்து குலுங்கினான். மூன்று பெண்கள் போட்ட குலவையின் சத்தமே இவ்வளவு பவர் என்றால் அங்கே கோட்டைக்கு முன் கேட்ட சத்தம் இதைவிடப் பலமடங்கு அதிகம். அப்படி யென்றால் எத்தனை பேர் கோட்டைக்குள் இருப்பார்கள் என்று கணக்குப் போட்டுப் பார்த்தான். ஒவ்வொரு வீரனுக்கும் நெற்றியில் திலகமிட்டுப் போருக்கு அனுப்பும் பெண்களின் முகத்தைக் கற்பனை பண்ணினான்.

மூன்று நாட்கள் கழித்து திரும்பி வந்து கோட்டையை முற்றுகையிட்டுத் தகர்த்ததையும் ஊமைத்துரையைக் கைது பண்ணிக் கொண்டு போய் தூக்கில் போட்டதையும் விட்டியன் கதையாய் சொல்லி முடித்தான்.

எலியன் மகள் கஞ்சிக் கலயத்தைத் தூக்கி முற்றத்தில் வைத்தாள். தன் பேரனை சத்தம் போட்டுக் கூப்பிட்டாள். தூரத்தில் விளையாடிக் கொண்டிருந்தவன் வேகமாக ஓடிவந்தான்.

'யேல, அஞ்ஞு நாத்தறுக்கப் போறன். மதிப்பு வேலதான். வெள்ளனத்துல வந்துருவன். வர்ர வரைக்கு வீட்ட விட்டு எங்கயும் போகாத. வீட்ட தொறந்து போட்டுட்டு வெளையாடப் போகாத. இன்னைக்கும் நாலு கோழியும் முட்ட இடும். பஞ்சாரத்துல கவுத்திப் போடு, மறந்துராத அம்புட்டுத்தான். எங்கயாவது போயி முட்ட இட்டுரும், ஒனக்கு பொரிச்சுத்தாரன். என்ன ராசா, அஞ்ஞு

போகட்டா?'

தன் பாட்டியைக் காட்டுக்கு வழியனுப்பிவிட்டு தன் முற்றத்திலேயே உட்கார்ந்துகொண்டான். ஆசாரியின் பேரனும் அவனும் வீட்டு முற்றத்துப் புளியமரத்தைவிட்டு வேறு எங்கும் போகாமல் விளையாடிக்கொண்டிருந்தார்கள். சற்று நேரத்துக்கெல்லாம் முட்டையிடும் கோழிகள் வீட்டைச் சுற்றிக் கேவிக்கொண்டு வந்தன. இரண்டு கோழிகளைக் கோழி மடத்துக்குள்ளும், மீதி இரண்டை பஞ்சாரத்துக்குள்ளும் பிடித்துக் கவுத்தினான். கேவலை நிறுத்திவிட்டு மௌனமாக படுத்துக்கொண்டன கோழிகள்.

முதல் முறையாக உருளைக்குடியின் தெருவில் அந்த விசித்திர மான குரல் கேட்டது. பொடிசுகள் கூடிவேடிக்கை பார்த்தனர். காடு கரைகளுக்குப் போகாத பெரிசுகள் வாயைப் பிளந்துகொண்டு மூக்கில் விரலை வைத்துக்கொண்டு ஆச்சரியமாக வேடிக்கை பார்த்துக் கொண்டு நின்றனர். குரல் பலமாய் ஒலித்தது.

'கோழிமுட்ட இருக்கா, கோழிமுட்ட... கோழிமுட்ட இருக்கா கோழிமுட்ட...'

கடலையூர் ராசையா நாடார் தான் தெருவழியே சத்தமாகக் கத்திக் கொண்டுவந்தார். அவர் வலைவலையாய் பின்னியிருந்த இரும்புக் கம்பிக் கூண்டு ஒன்றைக் கையில் பிடித்திருந்தார். அதனுள் ஆவரஞ் செடியின் இலைகளை நிரப்பியிருந்தார். வாங்கிய நாலைந்து முட்டைகளை அந்த இலைகளுக்குள் பத்திரமாக வைத்திருந்தார்.

'நாடார, இத வாங்கிட்டுப் போயி என்ன செய்யப் போறீரு? அவுச்சு திங்கவும் பொரிச்சுத் திங்கவும் ஒங்க வீட்ல கோழி இல்லையா? துட்டுக் குடுத்து வாங்கித் தின்ன இது என்ன சீமையில கெடைக்காத கெடாரமா? நாறக் கழுதைய வாங்குறதுக்கு வெக்கமில்லாம தெருவழியா கூப்பாடு போடுறீரே!'

'இது பொரிச்சுத் திங்க வாங்கல தாயி.'

'பெறகெதுக்கு, அடவச்சு குஞ்சு பொரிக்க வைக்கப் போறீரா?'

'நமக்குக் கோழிக் குஞ்சு எதுக்குதாயி?'

'பெறகு எதுக்கு வாங்குறீரு?'

'யேவாரத்துக்கு தாயி.'

'அப்பபடின்னா!'

'அப்படின்னா, ஒங்கிட்ட ஒரு முட்டைய அரையணாவுக்கு வாங்கிட்டுப் போயி, யேவாரிகிட்ட முக்காலணாவுக்கு விக்கிறது.'

'அது பாவமில்லையா நாடார, கழுத ரெண்டு முட்ட வேணும்னு

கேட்டா ஓசியில குடுத்திட்டுப் போறோம். அதுக்கு மேல துட்டு வாங்குறது எப்பிடிப் பார்த்தாலும் பாவம்தான் நாடார.'

'தாயி... ஒங்களுக்குள்ள ஓசியில குடுத்துக்கிறலாம், வாங்கிக் கிறலாம். அறியாத ஆட்க வந்து கேட்டா நிய்யி குடுப்பியா, அப்பிடியே குடுத்தாலும் ஒரு நாளைக்கு ரெண்டு நாளைக்கு குடுப்ப, தெனம் குடுப்பியா?'

'தெனம் எப்பிடி குடுக்க முடியும்?'

'அதனாலதான் விக்கிறவங்ககிட்ட இருக்கிற சரக்க வாங்கிட்டுப் போயி, தேவையானவங்க கிட்ட கொஞ்சம் லாபம் வச்சு விக்கிறது. எனக்கு சம்பளம் வேணும்ல்ல தாயி, வெய்யிலுக்குள்ள நாயா அலையிறன்ல்ல.'

வேலை மும்முர நாட்களில் ஊரில் சிறுசுகள், கிழடு கெட்டைகள் தவிர்த்து ஒரு சுடு குஞ்சியைக்கூட பார்க்க முடியாது. காடு ஊராக மாறிப் போயிருக்கும். காடுகளில் கூட்டங்கூட்டமாக தலைகள் தட்டுப்படும். ராசையா நாடாரைச் சுற்றிலும் பையன்கள் மொய்த்துக் கொண்டார்கள். ஒன்றிரண்டு கிழடுகளும் வேடிக்கை பார்த் தார்கள். எலியன் பேரன் சின்னாத்துரை ரெண்டு முட்டைகளுடன் வேகமாக ஓடிவந்தான். முட்டையை வாங்கி ஆவாரங்குலைக்குள் பத்திரமாக வைத்துவிட்டு, மடியில் முடிந்து வைத்திருந்த சுருக்குப் பையை எடுத்து, பல சுற்றுக்கள் கட்டியிருந்த கயிற்றை அவிழ்த்து சில்லறையை எடுத்துக்கொடுத்தார்.

முதன் முதலாக துட்டை தன் கையில் பார்த்த அவனுக்கு தலைகால் புரியவில்லை. இந்த உலகமே தன் உள்ளங்கைக்குள் வந்து விட்டதைப் போல் குதியாளம் போட்டான். மற்ற பையன்களிடம் காட்டினான். தொட்டுப் பார்த்துவிட்டுத் தர சம்மதித்தான். பிச்சை ஆசாரியின் பேரனிடமும் சில்லறை இருந்தது. அவனும் இரண்டு கோழிமுட்டைகளை ராசையா நாடாரிடம் விற்று காசு வாங்கி யிருந்தான். இது மாதிரி இன்னும் சில சிறுவர்களும் தங்கள் வீட்டு கோழிமுட்டைகளைக் காசாக்கியிருந்தார்கள்.

கலர் கலரான மிட்டாய்களை வாங்கித் தின்றதால் சிறுவர்களின் நாக்குகள் பல நிறங்களாக மாறிப் போயிருந்தன. ஒருவருக் கொருவர் தங்கள் நாக்குகளை நீட்டிநீட்டி நிறங்களைக் காட்டி மகிழ்ந்தார்கள். சாயங்காலம் ஆகஆக நாக்கில் ஒட்டியிருந்த சாய நிறம் மங்கி மாறிவிட்டிருந்தது. இப்போது அழிக்கவே முடியாத பொய் என்னும் சாயம் வந்து அவர்களின் நாக்குகளில் ஒட்டிக் கொண்டது. அஞ்ஞை வந்து கோழிமுட்டையை எங்கே என்று

கேட்டால் என்ன சொல்வது என்ற பயம் மேலோங்கியது. இப்போது அவர்கள் சுய சந்தோஷங்களை இழந்து பொம்மைகளைப் போல சுரத்தில்லாமல் பாட்டியிடம் சொல்ல வேண்டிய பொருத்தமான பொய்யைத் தேடிக் கொண்டிருந்தார்கள். பாட்டியைக் கண்ட வுடன் துள்ளியோடும் பேரன் மெதுவாக எட்டு வைத்து பூனையைப் போல நடந்தான்.

'யேல... சின்னா வீட்ட விட்டு எங்கேயும் போனியா?'

'இங்கயேதான் இருந்தன், நானும் மூக்காவும் இந்தப் புளிய மரத்துலயேதான் வெளையாட்டோம்.'

'வேற யாரும் வீட்டுக்குள்ள வந்தாகளா?'

'ஆருமே வரல பாட்டி.'

'கோணக்கண்ணன் மகன் வந்தானா?'

'ம்... கும்... யாருமே வரல.'

'சரி, கோழிய முட்டைக்குக் கவுத்துனயா, முட்டைகள எங்க எடுத்து வச்சிருக்க.'

'செவலக் கோழியும் வெள்ளக்கோழியும்தான் முட்டை போட்டுச்சு, கருப்புக் கோழியும், தவிட்டு நெற போர்க் கோழியும் நம்ம வீட்டுப் பக்கமே வரல.'

'நல்லா தேடிப் பாத்தயால.'

'நல்லா தேடிப் பாத்தன், ஊருணிக்கரை வரைக்கும் போய்ப் பாத்தன். கோழியக் காணும்.'

எலியன் மருமகள் பதறிப் போனாள். இரண்டு கோழிகளையும் காணவில்லை என்றால், பதறி எழுந்து வேகமாகக் கொட்டாரத் திற்குப் போனாள். கோழிகளோடு கோழியாய்க் கொட்டாரத்தில் மேய்ந்துகொண்டிருந்தன இரண்டு கோழிகளும். இதுவரை வேறு எங்கும் போய் முட்டை இடாத கோழிகள் வேறு எங்கு போய் முட்டை இட்டன என்று தேட ஆரம்பித்தாள். தொழுவங்களிலும், படப்படிகளிலும், மாடுகள் கூளம் திங்கும் காடிகளிலும் நிறைபிடித்து தேடினாள். கூடவே வசவுகளும் வந்தன.

'எந்தத் தேவிடியா பலபட்ற முண்ட கோழிமுட்டைய களவாண்டாளோ தெரியலையே. அவிசாரி ஆருனு தெரிஞ்சா இழுத்து வச்சு அறுக்காமவிட மாட்டன்.'

தூரத்தில் இதே மாதிரி இன்னொரு சத்தம் கேட்கவும் உற்றுக் கேட்டாள். அது ஆசாரியம்மாவின் ஆக்ரோஷமான வசவு சத்தம்.

'ஊராத்தி வீட்டுக் கோழிமுட்டைய களவாண்டு திங்கிறதுக்குப்

பதிலா ஓடையில போயி பெறக்கித் திங்க வேண்டியதான.'

இரண்டு பேரும் முச்சந்தியில் நின்றுகொண்டு சத்தமாக வைது கொண்டிருந்தார்கள். போகிற வருகிறவர்கள் ஆச்சரியமாகப் பார்த்துக்கொண்டு போனார்கள். தண்ணீர் பானையுடன் வந்த பாலம்மா நிதானமாகச் சொன்னாள்.

'இங்க கேளும்மா, கோழிமுட்டையப் போயி ஆரு களவாம்மா? ஒரு நாளும் இல்லாத திருநாளா இன்னைக்கி மட்டும் நம்ம ஊருக்கு திருடன் கெட்டிச் சோறு கெட்டிட்டு வாரானாக்கும். பூனை தூக் கிட்டுப் போயிருக்கும், சின்னப் பயக பாத்துக்கிட்டேவா இருக்காங்க.'

'யெக்கா... பாலமக்கா, பூனை கோழியப் புடிச்சு திங்கும். முட்டையவா திங்கும். சரி, ஓம் பேச்சுப் படியே வச்சுக் கிட்டாலும், நாலு முட்டையவும் திங்கணும்ல்ல, ரெண்ட மட்டும் தின்னுட்டு, ரெண்ட விட்டுட்டா போகும்? ஆசாரியம்மா வீட்லயும் ரெண்டு முட்டையக் காணுமாம்.'

கோழிமுட்டை களவு போன விஷயம் பெரிசில்லை. இன்றைக்கி கோழிமுட்டைதானே என்று பேசாமல் இருந்துவிட்டால், நாளை தங்கப் புதையல் களவு போகாது என்பதற்கு என்ன நிச்சயம்? இருவரும் இதை எப்படியும் கண்டுபிடித்தே தீரவேண்டும் என்று முனைப்பாக இருந்தார்கள். இன்னும் சில வீடுகளிலும் கோழி முட்டைகள் காணாமல் போனதாக பேசிக்கொண்டார்கள்.

மத்தியான வெய்யில் பனைகளில் வேலையை முடித்துவிட்டு வீட்டுக்குப் புறப்பட்ட முத்து கண்மாய்க்கரைமேல் ஏறினான். கரையின் இரு பக்கங்களிலும் மஞ்சள் பூக்கள் சொரிய பச்சைப் பசேல் என்று தளிர்த்துக் கிடந்தது ஆவாரம் செடிகள். தூரத்தில் யாரோ ஒரு ஆள் ஆவாரஞ்செடிகளைப் பிடுங்கிக்கொண்டிருந்தார். கிட்டத்தில் போய் பார்த்தான். கடலையூர் ராசையா நாடார்.

'என்ன நாடார ஆவாரஞ்செடி ஒங்க ஊர்ல இல்லையாக்கும். உருளகுடி மந்தையில வந்து புடுங்குறீரு, என்னத்துக்கு இவ்வளவு எலை? இதென்னது இரும்புக் கூண்டு, கிளி, புறா வளக்கிற கூண்டு மாதிரி இருக்கு.'

முத்துவின் பேச்சைக் காதில் வாங்கிக்கொள்ளாமல் பூக்களைத் தனியே எடுத்துக் போட்டுவிட்டு இலைகளை மட்டும் கூண்டுக்குள் போட்டு மெத்மெத்தென்று இருக்கிறதா என்று உள்ளங்கையால் அடிக்கொருதரம் அமுக்கி அமுக்கிப் பார்த்துக்கொண்டார். முத்து என்ன ஏதென்று யோசித்தபடியே உற்றுப் பார்த்துக்கொண் டிருந்தான்.

‘நாடார என்ன வேல பாக்கீரு, இது எதுக்கு?’

‘முட்டைக ஒடஞ்சிராம இருக்கணுமில்ல.’

‘என்ன முட்டைய வைக்கப் போறீரு, காட்டுக்குள்ள கௌதாரி முட்ட, மயிலு முட்ட, மாடப் புறா முட்ட இருக்கும், அதக் கொண்டு போயி என்ன செய்யப் போறீரு?’

‘ஒனக்கு ஒங்க அப்பன் எலியனைப் போல பனையேறுற தொழில் மட்டும்தான்டா தெரியும்.’

‘எனக்குத் தெரிஞ்ச வேல அது ஒன்னுதான் நாடார.’

‘அத மட்டுமே பாத்துட்டு இருந்தா, நீயும் பனையப் போல நின்ன எடத்துலயே அசையாம நிப்ப.’

‘பெறகு என்ன செய்யணும்ங்கீரு, தடத்தடானு ஓடச் சொல்றீரா?’

‘ஓடுனாத் தான்டா சகலத்தையும் தெரிஞ்சுக்கிற முடியும். இருந்த எடத்துல இருந்தா அம்புட்டுத்தான், எல்லாமே நம்மள விட்டுட்டு ஓடிப் போயிரும், நீ மட்டும் தனியாளா நின்னுக்கிட்டே இருக்க வேண்டியதான்.’

இருவரும் பேசிக்கொண்டே ஒற்றையடிப் பாதையில் நடந்தார்கள். ஒரு வாரமாகத் தான் கோழிமுட்டை வியாபாரம் பார்க்கும் விஷயத்தையும், ஒவ்வொரு ஊருக்கும் ஒவ்வொரு கிழமை போய் வருவதையும், நான்கு நாளைக்கு முன்னால் இங்கு வந்து முட்டை வாங்கிவிட்டுப் போன விபரத்தையும் சொல்லிக்கொண்டே வந்தார். ஊர் மடத்துக்குப் பக்கம் வந்தவுடன் எலியன் பின்தங்கிக் கொள்ள, ராசையா நாடார் சத்தமிட்டபடியே தெருவுக்குள் நுழைந்தார்.

‘கோழிமுட்ட இருக்கா கோழிமுட்ட.’

சத்தத்துக்காக காத்திருந்தவர்களைப் போல் சிறுவர்கள் ஓடி வந்தார்கள். எல்லோருடைய கைகளிலும் வெள்ளை வெளேரென்று பிதுங்கிக்கொண்டிருந்தன கோழிமுட்டைகள். தண்ணீருக்குள் முங்கவிட்டு நல்ல முட்டையா கூமுட்டையா என்று பார்த்து ஆவாரங்குலைக்குள் வைத்துக்கொண்டிருந்தார் நாடார். தான் நினைத்ததை உறுதி செய்து கொள்வதற்காக மடத்து மறைவிலிருந்து மெல்ல தலை நீட்டி தெருவுக்குள் வந்தான் முத்து. வெறிச்சோடிய தெருவில் நாடாரைச் சுற்றிலும் நிறைய சிறுவர்கள் நின்றிருந்தார்கள்.

தன் அப்பனைப் பார்த்த உடனேயே பதறினான் முத்துவின் மகன். இன்றைக்கு மிட்டாய் திங்கும் ஆசையில் மண் விழுந்ததோடு வசமாக மாட்டிக்கொண்ட வருத்தமும் சேர்ந்துகொண்டது.

பக்கத்திலேயே பிச்சை ஆசாரியின் பேரன் சித்திரையின் மகன். அவனுடைய கைகளிலும் இரண்டு முட்டைகள்.

'நாடார, முத்து இப்பிடிச் சொல்றானேனு வருத்தப்படாதிரும். சொல்லட்டுமா.'

'தாராளமா சொல்லுப்பா. நமக்குள்ள என்னப்பா இருக்கு.'

'ஒரே நாள்ல எங்க ஊர்ப்பிள்ளைக அம்புட்டயும் களவாணிப் புள்ளைகளா ஆக்கிட்டீரே.'

'அய்யய்யோ... என்ன வார்த்த பேசுற? இப்படியெல்லாம் பேசாதப்பா, நான் கோழிமுட்டை யேவாரம் பாக்கன், யேவாரம் வாங்குறதும் விக்கிறதும்தான் என்னோட வேல, வாங்குற யேவாரத்துக்கு காசு குடுக்கலனாத்தான் தப்பு, மத்தப்படி நீ சொல்றது மகா தப்புப்பா.'

ஊரில் கோழிமுட்டையைத் திருடியவர்கள் தங்களுடைய பிள்ளைகளே என்று தெரிந்தபோது பெற்றோர்கள் வருத்தத்துடன் சிரித்துக்கொண்டார்கள். இன்னும் சில மாற்றங்களையும் அவர்கள் எதிர்கொண்டார்கள். தலையில் பெரிய கடகாப்பெட்டியும் கையில் நீண்ட கம்பில் கட்டிய அகப்பையுடன் தினமும் ஊருக்கு வந்து அத்தனை கோழிமடங்களையும் இலவசமாக சுத்தம் செய்து கூலியாக கோழிமடத்துக்குள் கிடக்கும் கோழிக்காரத்தை (பிய்) மூட்டையாக கொண்டு போகும் ஆசைத்தம்பி நாடார்.

ஒவ்வொரு வீட்டின் முன்னும் இருக்கும் திண்ணை என்பது உண்மையிலேயே கோழிகள் அடைப்பதற்காகக் கட்டப்பட்ட கோழிமடங்களே. இதற்குள் அடையும் கோழிகள் இடுகின்ற எச்சங்கள் தோட்டங்களில் பயிரிடப்படும் காய்கறிகளுக்கு தோதான உரங்களாகும். தோட்ட வெள்ளாமைகளில் தானியப் பயிர் தவிர்த்து பணப்பயிர்கள் அவ்வளவாக பயிரிடப்படாததால் கோழி எச்சங்கள் எல்லாவற்றையும் இலவசமாக ஆசைத்தம்பி நாடார் ஒருவரே அள்ளி வந்தார். கோழிமடம் சுத்தமானால் போதும் என்று அனைவரும் விட்டுவிட்டனர். திடீரென்று ஒரு நாள் மீனாட்சிபுரம் முத்தையா நாடார், வருடம் முழுக்க அள்ளிக் கொள்ள இவ்வளவு பணம் என்று நிறையப் பேரிடம் பணம் அட்வான்ஸ் கொடுத்து விட்டார். இலவசமாக கொடுத்தவர்கள் பணம் கிடைக்கவும் முத்தையா நாடாரிடம் விட்டுவிட்டார்கள்.

மறுநாள் தெருவில் ஆசைத்தம்பி நாடாருக்கும் முத்தையா நாடாருக்கும் பெரிய சண்டை நடக்கும் என்று பேசிக் கொண் டார்கள். இன்னும் சிலரோ ராசையா நாடார் இதைவிட அதிகம்

பணம் தருவார் என்றும் எதிர்பார்த்திருந்தனர். ஆனால் அவர்கள் எதிர்பார்த்தது மாதிரி எதுவும் நடக்கவில்லை. மறுநாள் ஒரு மாட்டு வண்டி உருளைக்குடி ஊருக்குள் வந்து நின்றது. மாட்டு வண்டியி லிருந்து மூன்று பேர் இறங்கினார்கள். முதலாமவர் கோழிமுட்டை வியாபாரி ராசையா நாடார். இரண்டாமவர் இதுவரை கோழி எச்சங்களை ஓசியில் அள்ளி வந்த ஆசைத்தம்பி நாடார். மூன்றாவது எல்லா கோழிமடத்தின் உரிமைகளையும் பணம் கொடுத்துத் தனதாக்கிக்கொண்ட மீனாட்சிபுரம் முத்தையா நாடார். மூன்று பேரும் திண்ணையில் உட்கார்ந்து வெற்றிலை பாக்கு போட்டுக் கொண்டிருந்தனர். கூட்டி வந்திருந்த கூலி ஆட்கள் கோழிமடங் களை வரிசை பிடித்துக் கோழிக்காரங்களை அள்ளி சாக்குகளில் நிரப்பி, மூட்டி போட்டுக்கொண்டிருந்தனர். வண்டி களில் ஏற்றிக் கொண்டு போய் வேலாயுதபுரம் கத்தரிக்காய் பயிரிடும் சம்சாரி களிடம் அதிக லாபத்துக்கு விற்பது உருளைக்குடி சம்சாரி களுக்குத் தெரியாது.

சாயங்கால நேரம் ஜனங்கள் காடு கரைகளில் வேலை முடிந்து வீடுகளுக்குத் திரும்பிக் கொண்டிருந்தார்கள். வில்வண்டியிலிருந்து வெள்ளையும் சொள்ளையுமாக வந்திறங்கியவர்களைப் பார்த்ததும் வெள்ளைக்காரத்துரைமார்தான் வந்துவிட்டார்களோ என்னமோ ஏதோவென்று ஜனங்கள் பயத்துடனேயே கூடி வேடிக்கை பார்த்தார்கள். முத்துக்கும் சித்திரைக்கும் வயிற்றில் புளியைக் கரைத்தது. திரும்பவும் வீடுவீடாக ஏதோ சோதனைதான் நடத்தப் போகிறான் என்று பயந்தார்கள். ஆனால் வந்தவர்கள் வெள்ளைக் காரர்கள் இல்லை. வெள்ளை வெளேர் என்று நீண்ட அங்கி அணிந்து இடுப்பைச் சுற்றி பெருவிரல் தண்டி கறுப்பு கயிறு கட்டி, இடுப்பிலிருந்து முழங்கால்வரை இரட்டை மடிப்பாய் கயிற்றைத் தொங்கவிட்டபடி நின்றுகொண்டிருந்த கிறிஸ்தவப் பாதிரியார்கள். குறிப்பிட்ட ஒரு இடத்தில் நின்றுகொண்டு ஏதேதோ பேசிக் கொண்டிருந்தார்கள். சுற்றி நிற்கும் மக்களை அவர்கள் பொருட் படுத்தவில்லை. நாட்டாண்மைதான் கிட்டத்தில் நெருங்கிப் போய் கையெடுத்துக் கும்பிட்டான். பதிலுக்கு ‘ஸ்தோத்திரம்’ என்று சொல்லிவிட்டு பாதிரியார் நகர்ந்து கொண்டார். எல்லாம் பார்த்து முடித்த பின்பு வில்வண்டியில் ஏறப் புறப்பட்டனர். நாட்டாண்மை குறுக்கே வந்தான்.

‘சாமி... என்ன விஷயம், நாங்களும் தெரிஞ்சுக்கிறோம்.’

‘ஒங்க ஊர்ல ஒரு கோயில் கட்டவும், பக்கத்துலேயே பள்ளிக் கூடம் கட்டவும் கர்த்தர் ஆசீர்வாதம் பண்ணியிருக்கார்.’

'அப்படியா சாமி சந்தோஷம்.'

வில்வண்டி புறப்பட்டுச் சென்றது. ஜனங்கள் ஒன்று கூடி பலப்பல பேச்சுக்கள் பேசினார்கள். குப்பாண்டிதான் முதலில் பேசினான்.

'மொதமொதல்ல பள்ளிக்கூடம் படிப்புனுதான் ஆரம்பிப்பான். போகப்போக கோயிலும்பான், பெறகு சொர்க்கம், நரகம், சாத்தான், ஆவினு ஆரம்பிச்சு எல்லார் கழுத்துலயும் சிலுவைய தொங்க விட்டுவான். கடேசில நீங்க கும்பிடறது எல்லாமே பேய் பிசாசு. கர்த்தர் ஒருத்தர்தான் கடவுள்னு சொல்லிச் சொல்லியே எல்லாத்தையும் மாத்திருவான்.'

'லிங்கம்பட்டியில பார்த்தயா எத்தப் பெரிய கோயில்னு. கோபுரம் மட்டுமே பனை ஒசரம், மணிக்கூண்டுக்குள்ள பெரிய்ய மணி, அது டங்டங்னு அடிக்கும் போது சத்தம் சுத்துலாப் பட்ட அத்தன ஊருக்கும் கேக்குது, வெள்ளக்காரன் செஞ்சு குடுத்த மணியாம், பக்கத்துலயே பள்ளிக்கூடம், நெறய்யப் பிள்ளைகள் படிக்குது.' முத்து சொல்லி முடித்தான்.

'பள்ளிக்கூடம் வர்ரது நல்லதுதான் வேணாங்கல, நம்ம புள்ளைகளும் நாலு எழுத்து படிச்சா நமக்குப் பெருமதான், வந்து ஒக்காந்துக்கிட்டு கொட்டு அடிக்கக் கூடாது, சாமியாடக் கூடாது, சிலைகளக் கும்புடக் கூடாதுனா என்ன செய்ய.'

'அவன் என்ன மகாராசாவா அவன் சொன்ன ஒடன நம்ம கேக்கிறதுக்கு? கழுதப்பய சரியில்லனா ஊரோட சேர்ந்து அடிச்சு விரட்ட வேண்டியதுதான்.'

'கிழிப்ப, அவங்க எல்லாருமே வெள்ளக்காரத் தொரமாரோட ஆளுங்க. நம்ம மகாராஜா வெள்ளக்காரனோட ஆளு. ஆரு சொன்னதைக் கேப்பாரு, நீயும் நானும் சொன்னா கேப்பாரா, வெள்ளக்காரத் தொர சொன்னதத்தான் கேப்பாரு.' குப்பாண்டி சொல்லி முடிக்கவில்லை.

'அப்ப ஒன்னய மாதிரி சாகு முன்னயே சமாதியக் கட்டி வச்சுக்கிட்டு காவி வேஷ்டிய உடுத்திக்கிட்டு நம்ம ஊரு புள்ளை களும் நாலெழுத்துப் படிக்காம பண்டாரங்களா போக வேண்டியது தான். திங்குதிங்குனு சாமியாட வேண்டியதான்.' பொன்னுக்குட்டி அதட்டலாகப் பேசினான்.

'பள்ளிக்கூடம் வேணும், நம்ம புள்ளைக நாலெழுத்துப் படிக்கணும் வேண்டாங்கல. அதுக்காக தலமொற தலமொறையா நம்ம தாத்தன் பூட்டன் காலத்துலருந்து கும்பிட்டுக்கிட்டு வார சாமிய நிய்யி கும்பிடக் கூடாதுனா எப்பிடி.'

‘அது பெறவு பாத்துக்கிருவம். மொதல்ல பள்ளிக்கூடம் வரட்டும், நம்ம புள்ளைக படிக்கட்டும்.’

‘கஞ்சம்பட்டி, லிங்கம்பட்டி, வெங்கடாசலபுரம், கடலையூர் இங்கெல்லாம் கோயில் கட்டிட்டான். இப்ப இங்க வந்துட்டான். போற போக்கப் பாத்தா ஒரு ஊரு விடாம கோயிலக் கட்டி எல்லாத்தையும் சிலுவ போட வச்சிருவான்.’

குப்பாண்டியின் பேச்சு எடுபடவில்லை. ஒரு கட்டத்தில் ஊர் முழுக்கவும் அவனை எதிர்த்துப் பேசி அடக்கியது. பள்ளிக்கூடம் வேண்டும் என்பதிலேயே குறியாய் இருந்ததால் அவனை வாய் திறக்க விடாமல் எல்லாருமே எதிராகப் பேசியதால் அவன் மௌனமாகிப் போனான். ஏகோபித்த முடிவாய் பள்ளிக்கூடம் வேண்டும் என்று முடிவு செய்யப்பட்டது.

‘குப்பாண்டியண்ணே... இங்க கேளு, நிய்யி நெனைக்கிற மாதிரி நம்ம சாதாரணமா சிலுவையைத் தூக்கியிற மாட்டோம். நம்ம சாமி என்ன அவ்வளவு எளக்காரமா? ஓம் பேச்சுப் படியே வச்சுக்கிருவம் நம்ம ராசா வெள்ளக்காரனோட ஆளுதான, அவரு என்ன சிலுவையா போடுறாரு, இல்ல அவர கோயிலுக்கு போகக் கூடாதுனு வெள்ளக்காரன் தடுத்தானா? இன்னைக்கும் அரண் மனையைச் சுத்தி ஆயிரம் பண்டாரம் அலையுது, யார என்ன செஞ்சாங்க, அதனால நிய்யி பேசாம இரு, பள்ளிக்கூடம் வரட்டும்.’

‘பள்ளிக்கூடம் வரட்டும்டா, வேணாங்கல. கோயில் கட்ட எடங்குறிச்சிட்டுப் போயிட்டான். நம்ம ஊர்ல சிலுவச்சாமி கும்புடு றவுக ஆரு இருக்கா?’

‘ஒருத்தரும் இல்ல.’

‘பெறவு கோயில் எதுக்கு?’

‘..........’

‘என்ன பேசாம இருக்க சொல்லு. கஞ்சம்பட்டியில இப்பிடித் தான் ஊருக்குள்ள வாய் வச்சான், இப்ப நம்ம ஆட்களுக்குள்ளயே ரெண்டு பிரிவு. ஒருத்தருக்கொருத்தரு சம்பந்தம், கொள்ளுவன கொடுப்பன கெடையாது, நம்ம வீட்ல ஒரு கோயிலுகொளம்னு கும்பிட்டு கெடா வெட்டி பொங்கல் வச்சா ஒரு ஈஞ்குஞ்சி வராதுக, சோறும் சாப்புடாதுக. கேட்டா பேய், பிசாசு, நரகம், மோட்சம். பொய்யில்லப்பா நெசம்.’

‘அப்ப வேதத்துல சேந்திட்டா ஒசத்தினு சொல்றாகளா?’

‘அதத்தான இம்புட்டு நேரமும் சொன்னன், வம்பா ஊரு

ரெண்டாப் போகும், சந்தேகமே இல்ல.'

வேதக் கோவில் வேலைகள் இவ்வளவு சீக்கிரத்தில் ஆரம்பமாகும் என்று யாருமே நினைத்திருக்க மாட்டார்கள். சூட்டும் கோட்டும் போட்ட அதிகாரிகளும், அங்கி அணிந்த சாமியார்களும் தினமும் தவறாமல் வந்து போயினர். அளந்து கல் ஊன்றிய இடம் பல ஏக்கர் வரை நீண்டு சென்றது. பார்த்துக்கொண்டிருந்த கிழவன் முத்துவீரன் மெதுவாக முணுமுணுத்தான்.

'ஏது, இவன் கல் ஊனியிருக்கிற நாலு மாலு எடத்தப் பாத்தா பள்ளிக்கூடமும் கோயிலும் கட்டுறதுக்கு மாதிரி தெரியல.'

'பெறகு எப்பிடி தெரியுது?'

'நம்ம ஊர்ல பாதிய வளைஞ்சிட்டான், பெரிய பண்ணை வச்சு ஆயிரம் பேருக்கு வேல குடுக்கப் போறது மாதிரியிருக்கு.'

'எடமென்ன அவுக அப்பன் வீட்டு எடமா, சல்லிக் காசு இல்லாம ஓசியா கெடைக்கிற எடம், அம்புட்டும் நம்ம அரண்மனை எடம் தானே, பெறகென்ன பகுதியா தீர்வையா.'

கட்டட வேலை ஆரம்ப நாள் அன்று ஊரே அல்லோகலப் பட்டது. எங்கு பார்த்தாலும் புதிய தலைகள், நாகரிக உடையணிந்த பெண்கள். தொடர்ந்து பாட்டும், ஜெபமும் இதுவரை பார்த்திராத காட்சிகள். ஊரே கூடிநின்று வேடிக்கை பார்த்தது. வெற்றிலை பாக்கு இல்லை, பூ இல்லை, மாலை இல்லை, குத்துவிளக்கு, சூடம், சாம்பிராணி, தேங்காய், பழம், முளைக்குச்சு எதுவுமே இல்லை. திருநீறும் குங்குமமும் வரும் என்று எதிர்பார்த்துக் காத்திருந்த கூட்டம் சாக்லெட் மிட்டாயை வாங்கிக்கொண்டு கலைந்து சென்றது. பலவாறாகப் பேசிக்கொண்டார்கள்.

'சாத்திரம் சம்பிரதாயம் இல்லாத சாமி என்ன சாமி?'

'நம்ம சாமிக்குத்தான் ஆயிரம் சாஸ்திரம், சம்பிரதாயம். வெள்ளக்காரன் சாமிக்கு எதுவுமே கெடையாது. எல்லாமே சிலுவ தான். அடுத்து மோட்சம் நரகம்.'

'எனக்கென்னமோ வெறிச்சுனு தெரியுது.'

'இன்னும் நெறய்ய இருக்குப் போகப் போகத் தெரியும். சாமி முன்னால வரைக்கு செருப்போட போகலாம்.'

'இதென்ன கூத்து, நம்ம சாமினா கண்ண கெடுத்திருமே செருப்போட கோயிலுக்குள்ள போனா.'

மூன்று நாட்களாக விடாத அடை மழை. மழை என்றால் சாதாரண மழை இல்லை. எல்லா மேகமும் கிழிந்து ஓட்டையாகி

அதிலிருந்து தண்ணீர் கொட்டுவது போன்ற மழை. கிராமத்தில் இப்படிச் சொல்வார்கள்.

'சேய்... என்ன கழுத மழ, மாடு மோண்டாப்ல இப்பிடியா பெய்யும்.'

மொத்தம் ஏழு நாள் அடப்பு என்றும் இன்னும் நான்கு நாட்களுக்கு இப்படித்தான் பெய்யும் என்றும் பேசிக் கொண்டார்கள். ஜனங்கள் வெய்யில் முகம் காண காத்துக் கிடந்தார்கள். எங்கு பார்த்தாலும் சேரும் சகதியும் நச்சும் பிச்சுமாய் ஊரே தத்தளித்தது. வீட்டுக்கு வெளியே தலை காட்ட முடியவில்லை. வீட்டுக்குள்ளேயே எவ்வளவு நேரம்தான் முடங்கிக் கிடப்பது. ஜனங்களுக்கு அச்சலாத்தியாய் இருந்தது. இந்த மாதிரியான மழைக் காலங்களில் தான் அனேகம் கிழடு கெட்டைகள் மண்டையை உதறிவிடும்.

களங்களில் எல்லாம் தண்ணீர் தேங்கிவிடும். தானியங்கள் காயப் போட முடியாது. விறகுகள் எல்லாம் நனைந்து ஈரம் தட்டி ஊதிப் போய்விடும். அடுப்பு பற்ற வைக்க படாதபாடு பட வேண்டியதிருக்கும். துணிமணிகள் எல்லாமே புழுங்கிப் போய் ஒரு விதமான கெட்ட வாசனை வர காயாத துணிகள் குளிர்ச்சியாக இருக்கும். எப்படா வெய்யில் வரும் என்று தவம் கிடப்பார்கள் ஜனங்கள்.

இந்த அடை மழையில்தான் கோணக்கண்ணன் மருமகள் கேப்பை திரித்து களி கிண்டுவதற்காக தன் வீட்டுத் திருகையைப் புரட்டினாள். முளைக்குச்சி ஒடிந்து மொட்டையாய்க் கிடந்தது. அவளுக்குக் கோபம் பொத்துக்கொண்டு வந்தது. புருஷனை முறைத்துப் பார்த்தாள்.

'ஏ... துப்புக்கெட்ட மனுஷா, திருகையில மொளக்குச்சி ஒடிஞ்சு போச்சுனு சொல்லி எம்புட்டு நாளாகுது. ஆசாரி பொதையல் எடுக்கப் போறாம்னு, அவன் குண்டிக்குப் பின்னாலயே அலையிறயே, ஆசாரியிட்ட சொல்லி இதுக்கு ஒரு மொளக்குச்சு போட ஒனக்கு முடியல. பட்டினியாக் கெட, அப்பத்தான் புத்திவரும். பொதையலு ஒங்க ஆத்தா இதுக்குள்ள இருக்காம், போய் தேடிப் பாரு. வா, இவன கிட்ணமக்கா வீடல போயி இந்தக் கேப்பைய திரிச்சிட்டு வருவம். இல்லனா புள்ளைக பட்டினியாத்தான் கெடக்கும்.'

ஆளுக்கொரு சாக்கை எடுத்து மடித்து தலையில் கொங்காணியாகப் போட்டுக் கொண்டு இருவரும் முத்து வீட்டுக்கு கடவு வழியாக ஓடினார்கள். முத்து மூலையில் படுத்திருந்தான். மருமகள் இரு கால் நீட்டி உட்கார்ந்துகொண்டு கொம்புச் சீப்பால் பேன்

வளித்துக்கொண்டிருந்தாள். இந்த அடை மழையில் யார் கதவைத் தட்டுகிறது என்று வியந்தபடி கதவைத் திறந்தாள்.

‘திருகை குச்சி ஒடிஞ்சு போயி கெடக்கு, இப்பத்தான் பார்த்தன். பெறகு என்ன செய்ய, அதுதான் மழையோட ஓடியாறன், நாழிக் கேப்பதான், ஒரு வீச்ல திரிச்சிருவன்.’

‘நிய்யி எதுக்கும்மா வார, தாயிளி அவன வெரட்டி விட வேண்டியதான. திரிச்சிட்டு வந்தா சோறு, இல்லனா பட்டினியாக் கெடனு போட்ற வேண்டியதான.’

‘யேல, ஏய்... பனையேறிப் பயல, ஓந் தங்கச்சி என்னயப் பட்டினியாப் போட்டா, ஏந்தங்கச்சி ஒன்னயப் பட்டினியாப் போட எவ்வளவு நேரமாகும்.’

மூலையில் கிடந்த திருகையைப் புரட்டி தூசி தட்டினான் கோணக்கண்ணன் மகன். மேடுபள்ளம் இல்லாத, தோதான இடம் தேடினான். அவன் தேர்ந்தெடுத்த இடத்தில்தான் எலியன் தங்கம் புதைத்து வைத்திருக்கிறான்.

‘அங்க வேண்டாம்மா, இங்ஙன போட்டுத் திரி. அந்த எடம் கொஞ்சம் கெடங்கும் மேடுமா இருக்கும், திருகை ஆடும்.’

‘சும்மா அங்ஙனயே இருக்கட்டும், இங்கிட்டு மழை எறைச்சல் விழுது, மாவு வம்பாப் போகும்.’

‘சொன்னா கேளு, அந்த எடத்துல வேணாம்.’

‘இப்பத்தான் தோண்டி மூடுனது மாதிரி இருக்கு. எதுக்கு முத்து இங்ஙன தோண்டுன?’

‘மழ நேரத்துல ஆட்டுக்குட்டிய வீட்டுக்குள்ள கெட்டி யிரலாமேனு ஒரு மொளக்குச்சி அடிச்சன், அது எறங்க மாட்டேங்குது, அது தான் அப்பிடியே விட்டுட்டன்.’

‘மொளக்குச்சி அடிச்சியா இல்ல பொதையல் தோண்டுனயா?’

‘பொதையல் நடு வீட்டுக்குள்ளயா தோண்டுவாக.’

இருவரும் எவ்வளவுதான் சமாளித்தாலும் கொஞ்சம் பதறித்தான் போனார்கள். கிழக்கு மூலையோரம் திருகையைப் போட்டு கோணக்கண்ணன் மகனும் அவன் பொண்டாட்டியும் எதிரெதிராக உட்கார்ந்துகொண்டு கேப்பை மாவு திரித்தார்கள். முத்து அவக்தவக் கென்று தான் விரித்துப் படுத்திருந்த கோரம்பாயை எடுத்து தங்கம் இருக்கும் இடத்தின்மேல் விரித்து ஒருக்களித்துப் படுத்துக் கொண்டான்.

கேப்பை திரித்துக்கொண்டே கோணக்கண்ணன் மகன்

பேசினான்.

'டேய் முத்து, அதுக்குப் பெறகு ஐயரப் போயி பாத்தியா.'

'எந்த ஐயர?'

'கீழ் நாட்டுக்குறிச்சி ஐயர.'

'போயிப் பாக்கல.'

'கோட்டிக்காரப் பயல, போயி பாருடா. அவரு சொன்ன வாக்கு என்னைக்கும் தப்புனதே கெடையாது. வேற ஏதாச்சும் பரிகாரம் செய்யணுமானு கேளு, செஞ்சுருவம்.'

முத்து பொண்டாட்டி மூலையில் மௌனமாக உட்கார்ந் திருந்தாள். கோணக்கண்ணன் மகன் புதையலைப் பற்றியே பேசிக் கொண்டிருந்தான்.

'ஒருவேளை சித்திரைப் பய எடுத்து ஒத்தையில வச்சுக்கிட்டு ஒனக்கு நாமத்தப் போட்ருப்பான்.'

'அப்பிடி இருந்தா வெளியில எப்பிடியும் தெரிஞ்சிரும்.'

'எப்பிடிக் கூடி தெரியும், வெளியில நம்ம சொன்னாத்தான தெரியும்? அருவமில்லாம வீட்டுக்குள்ள தோண்டிப் பொதச்சு வச்சுக்கிட்டு பைய்ய எடுப்பம்னு இருந்தா என்ன செய்வ?'

'..........'

'சொல்லு, என்ன கம்முனு பேசாம இருக்க. நாஞ் சொல்றது சரியா, தப்பா? ஆர நம்புனாலும் நம்பு ஆசாரிய நம்பாத.'

'நானும் ஆசாரி மேல ஒரு கண்ணு வச்சிருக்கன்.'

'அவன் இல்லாற அன்னைக்கு ஒரு நாளைக்கு அருவமில்லாம என்னயக் கூப்புடு. அவனோட பட்டறை, மச்சு வீடு எல்லாத்தையும் ஒரு அலசு அலசிருவம், இப்பிடி கம்பவச்சு குத்துனா இறுகுன தரைனா டக்டக்குனு சத்தம் கேட்கும், புதுசா தோண்டி மூடுன தரைனா போடு மண்ணு இறுகாம இருக்கும். பொத்பொத்துனு சத்தம் கேக்கும். அதுல கண்டுபுடிச்சிரலாம். பொதச்சு வச்சிருந்தா பொட்டியாரு வசமா மாட்டிக்கிருவாரு, தப்ப முடியாது.'

'தரையில பொதச்சு வச்சா கண்டுபுடிச்சிரலாம், வேற எங்கயும் வச்சிட்டா எப்பிடிக் கண்டு புடிக்க?'

'வேற எங்க வைக்க முடியும்?'

'நானும் இனிமேப்பட அவன் மேல ஒரு கண்ணு வச்சுக்கிறன்.'

கேப்பை திரித்து முடித்தவுடன் கோணக்கண்ணன் மகனும் அவன் பொண்டாட்டியும் புறப்பட்டார்கள். மாவு மழையில்

நனைந்துவிடாதபடி கக்கத்தில் வைத்துப் பெட்டியை இடுக்கிக் கொண்டாள். இருவரும் போய்விட்டார்கள் என்பதை நன்றாக உறுதிசெய்து கொண்ட பின்பு கதவைச் சாத்தி உள் தாழ்ப்பாள் போட்டுவிட்டு வீட்டுக்குள் வந்தான் முத்து. அவன் முகத்தில் பதற்றம் தெரிந்தது.

'சனியன வீட்டுக்குள்ள விடாதனு எத்தனாட்ட சொல்லியிருக்கன் கேட்டியா? நல்ல வேளைக்கு எந்தச் சாமி புண்ணியமோ நகைக கொஞ்சம் தப்பிச்சது, இல்லனா இன்னியாரம் தோண்டி எடுத்து ஊரக் கூட்டியிருப்பான்.'

'அடை மழையோட இப்பிடி பொண்டாட்டியும் புருஷனுமா கேப்பை திரிக்க வருவாகனு கெனாவா கண்டோம். இல்ல வீட்டு வாசலுக்கு வந்தவுகள எதுக்கு இங்க வந்தீகனு பெடதியப் புடுச்சு வெளிய தள்ளவா முடியும்.'

'எடத்த கணக்கா கண்டுபுடிச்சு என்ன ஏதுனு வெசாரிச்சிட்டான், இனிமே வீட்டுக்குள்ள அவன விட்டா தங்கம் நமக்கில்ல தாயி, சொல்லிப்புட்டன்.'

மூலையில் கிடந்த வெட்டரிவாளைத் தேடி எடுத்தான். திரிகையின் மேல் கைப்பிடியை அடித்து உடைத்துப் பிடுங்கினான். குச்சியை தூக்கி தூர எறிந்தான்.

'இனிமே வந்தா அன்னைக்கு புரட்டிப் போடும்போது மேக்குச்சு ஒடிஞ்சு போச்சுனு சொல்லி திருப்பி அனுப்பிரு.'

வெளியே மழை ஒரே சீராகப் பெய்து கொண்டிருந்தது.

மறுநாள் முதல் வேலையாக சித்திரை ஆசாரியைச் சந்தித்து கோணக்கண்ணன் மகன் கேப்பை திரிக்க வந்த விபரம், அவன் கேட்ட கேள்விகள், ஆசாரி வீட்டை சோதனை போட வேண்டும் என்று சொன்னது எல்லா விவரத்தையும் சொன்னான். ஆசாரி பதறிப் போனார்.

'போற போக்கப் பார்த்தா அவன்கிட்ட இருந்து தப்ப முடியாது போலருக்கே.'

'எடுத்து வேற எடத்துல வச்சிருவமா?'

'எங்க வைக்க, எடம் வேணும்ல்ல.'

'நம்ம எடம் தவிர்த்து வேற எடத்துல வைக்கிறது நல்லதில்ல.'

'இப்பிடி செஞ்சா என்ன?'

'எப்பிடி?'

'எல்லாத்தையும் மொத்தமா கட்டி ஏதாவது ஒரு பனைமேல

வச்சிட்டா என்ன?'

'கள்ளு, நுங்கு களவாங்குற பயக கண்ணுல பட்டா போச்சு.'

'இதாவது நம்ம வீட்ல, நம்ம கண்பார்வையில இருக்கு. அது அப்பிடியில்லையே. ராத்திரி நம்ம ரெண்டு பேருக்கும் நிம்மதி வேணும்ல்ல. தூக்கம் வருமா?'

'வேற ஏதாவது ஒரு ஐடியா வேணும் ஆசாரியார, இல்லனா நமக்கு சங்கடம்தான்.'

'கோணக்கண்ணன் மகனுக்குப் பனையேறத் தெரியுமா?'

'தெரியாது.'

'அப்ப, இப்பிடிச் செய்வம். நாளைக்கு நானும் நிய்யும் சாமம் போல பனையடிக்குப் போவம், சப்புச் சவத்தக் கெட்டி ஒரு பெரிய பொட்டணத்தவும் எடுத்துக்கிருவம். இந்த வெசயத்த யாரிடமாவது சொல்லி அவன் காதுலயும் போட்ருவம். தாயோளி பனையிலருந்து கீழ விழுந்து சாகட்டும்.'

'கட்டாயம் பனை பனையா ஏறுவான், எப்பிடியும் கீழ விழுவான். ஆனா இது பாவம் ஆசாரியார, ரெண்டு பேரும் கொல பாவம் ஏத்துறக் கூடாதில்ல, எனக்கும் புள்ள குட்டிக இருக்கு, ஒமக்கும் புள்ள குட்டிக இருக்கு. ஜென்மப் பாவமா ஆகிப்போகும், மனசு நிம்மதி கெட்டுப் போகும். பெறகு தங்கம் இருந்தாலும் நிம்மதி கெடையாது.'

தன் அய்யா விளையாட்டாகச் சொன்ன ஒரு வார்த்தையால் இவ்வளவு பாதிப்பு வரும் என்றோ, கோணக்கண்ணன் அதை உண்மை என்று நம்பி இவ்வளவு அழிச்சாட்டம் பண்ணுவான் என்றோ இருவரும் நினைத்திருக்க மாட்டார்கள். கீழ்நாட்டுக் குறிச்சி ஐயரின் வார்த்தைக்கு எவ்வளவு மதிப்பு இருந்தது, மக்கள் அவர் சொன்னவற்றை தெய்வ வாக்காக எப்படி நம்பினார்கள், வாக்குகள் எப்படிப் பலித்தன என்று பல கதைகள் கிராமங்களில் உண்டு. செத்துப்போன எலியனும் பிச்சை ஆசாரியும் பேய்களைப் போல் தான் தங்கத்திற்குக் காவல் இருக்க வேண்டியதாயிற்று.

அறுவடைக் காலங்களில் ஊர்ஊராய் வரும் நாடோடிகளில் சடுகுடுகாரர்கள் தவறாமல் வந்துவிடுவார்கள். அடுத்து அலங்கரிக்கப் பட்ட ஒற்றை மாட்டுடனும் உறுமியுடனும் வரும் பூம்பூம் மாட்டுக்காரன் அல்லது தம்பட்டைக் காளைக்காரன். சடுகுடு காரன் வந்துவிட்டால் வீட்டுவீட்டுக்கு வாக்குச் சொல்லி முற்றத்தில் நின்று காணிக்கையாகத் தானியம் வாங்கிக்கொண்டு போவான்.

அன்றைக்கு பேச்சியப்பனின் அப்பன் நாராயணன் இறந்து

விட்டபடியால் ஊரில் யாருமே காடுகரைகளுக்குப் போகவில்லை. துஷ்டி கேக்க வந்த வெளியூர் ஆட்களின் கூட்டம் வேறு. ஊரே கசகசவென்று மனிதர்களால் நிரம்பி வழிந்தது. மேலக் கடைசி வீட்டில் குடுகுடுப்பைக்காரனின் கையுடுக்கைச் சத்தம் கேட்டது. சிறுசுகளின் கூட்டம் வேடிக்கை பார்க்க திரண்டுவிட்டது. ஒவ்வொரு வீட்டு முற்றத்திலேயும் நின்று வாக்குச் சொல்லி தானியம் வாங்கிக் கொண்டே வரிசையாக நிற்கும் வீடு தவறாமல் வந்துகொண்டி ருந்தான். அடுத்து கோணக்கண்ணன் வீடு. கோணக்கண்ணன் வாசலில் இருந்தான்.

'வெள்ளிக் கெழமையும் பொழுதுமா வந்திருக்க, நல்ல வாக்கு குடுப்பா.'

'காலம் கனிஞ்சிருச்சு, கை மேல தங்கம் கொட்டப் போவுது, அய்யா குனிஞ்சு கல்ல எடுத்தாலும் அது பொன்னா மாறி பொதையலா மாறப் போகுது. பட்ட கஷ்டங்கள் நீங்கி, தொட்டது துலங்கும் காலம் வந்துருச்சு அப்பனே. ஒனக்கு பூமி பொன்னா விளையும், கால் தட்டி கரம்பைமண்ணு உதிர்த்து கலயம் நெறய்யக் காசு தங்கக்காசு கையில குவியப் போகுதுனு ஜக்கம்மா சொல்றாப்பா. ஜக்கம்மா வாக்கு என்னைக்கும் பொய்யானதில்ல. அடுத்த வருஷம் வரும்போது அய்யன மறந்துராத அப்பனே.'

கோணக்கண்ணனுக்கு சந்தோஷம் பொறுக்க முடியவில்லை. முகம் மலர சிரித்துக்கொண்டிருந்தான். மரக்கால் நிறைய்ய தானியத்தை அள்ளிக்கொண்டு வந்து பெரிய பையில் கொட்டினான். கோணக்கண்ணன் பொண்டாட்டி எதுவுமே பேசாமல் மௌன மாக வேடிக்கை பார்த்துக்கொண்டிருந்தாள். சாவு வீட்டின் மேளச் சத்தம் பலமாகக் கேட்டது. சடுகுடுகாரன் வரிசையாய் ஒவ்வொரு வீடாகக் குறிசொல்லி அடுத்து எலியன் வீட்டுக்கு வந்துவிட்டான். அவன் பின்னாலயே ஒரு கூட்டம் கூடிவந்து நின்றது. முத்துவும் அவன் பொண்டாட்டியும் வாசலில் உட்கார்ந்துகொண்டிருந் தார்கள். அவர்கள் குடுகுடுப்பைக்காரனைப் பார்த்து ஆச்சரியப் படவில்லை. கோணக்கண்ணனைப் பார்த்து பயந்து போனார்கள். அவக்தவக்கென்று வீட்டுக்குள் ஓடிப்போய் நாழி நிறைய்ய தானியத்தை அள்ளிக்கொண்டு வேகமாக முற்றத்திற்கு ஓடி வந்தான். சடுகுடுகாரனிடம் நிறை நாழியை நீட்டினான்.

'யே...ய், ஜக்கம்மா ஒன்பது கம்பளம் உலகாளுது, பிச்சை வாங்கமாட்டா ஜக்கம்மா. குறிசொல்லி கூலி வாங்குவா, வாக்கு கொடுத்துட்டு வாங்குவா கூலி. இப்பிடி வா மகனே, தவசத்த இப்பிடி வச்சிட்டு இங்க வந்து நில்லு.'

முத்து பதற்றத்துடன் சடுகுடுகாரனின் முன்னால் போய் நின்றான். கோணக்கண்ணன் நெருங்கிப் போய் பக்கத்தில் நின்று கொண்டான். அவன் காதை தீட்டிக்கொண்டு நின்றான். கூட்டம் அமைதியுடன் நின்றது.

'சடுகுடு ஜக்கம்மா, வீட்டுக்குள்ள ஏழுருக்கு, ஏழுருக்கு, ஏழுருக்கு. ஓம் வீட்ல கன்னி மூலையில ஒரு தெய்வம் ஒன்னயக் காத்து வருதப்பா, அத கையெடுக்க மறந்துட்ட, ஆனாலும் அது ஒன்னயக் கைவிடல. அதனால ஒனக்கு தங்கம் கெடச்சும் தான் அனுபவிக்க வழியில்ல, பொன்னு கெடச்சும் பொதச்சு வைக்கத்தான் முடியுது, போட்டுப் பாக்க குடுத்து வைக்கல. கவலப்படாத மகனே, காலம் கனியும். அந்தக் கன்னி தெய்வத்த கையெடுத்துக் கும்பிட்டு வா, ஒனக்குப் பொன்னும் பொருளும் பொதையலா கெடைக்கும்னு ஜக்கம்மா வாக்கு சொல்றா அப்பனே.'

நிறை நாழி தவசத்தை வாங்கி பையில் கொட்டிவிட்டு திருநீறு பூசிவிட்டு அடுத்த வீட்டுக்குப் புறப்பட்டான் சடுகுடுகாரன். வேகமாகக் கூட்டத்தில் இருந்து ஓடி வந்தான் கோணக்கண்ணன்.

'ஜக்கம்மா, அந்தா இருக்கு பாருங்க தனியா ஒத்த வீடு. அங்க போயி வாக்குச் சொல்லிட்டு பெறகு தெருவுக்கு வாங்க.'

கோணக்கண்ணன் சுட்டிக் காட்டிய ஒற்றைத் தனி வீடு. லாடம் கட்டும் பிச்சை ஆசாரியின் வீடு. முத்துக்கு கோபம் தலைக்கேறி விட்டது. அப்படியே பாளை அரிவாளை எடுத்து வெட்டிவிடலாமா என்றுகூட நினைத்தான். ஒரு வேளை சடுகுடுகாரனை இவன்தான் வரச் சொல்லியிருப்பானோ என்றும் நினைத்துக்கொண்டான். கோணக்கண்ணன் முன்னால் செல்ல அவன் பின்னாலயே சடுகுடு காரனும் கூட்டமும் சென்றது. சித்திரை ஆசாரி தன் முற்றத்தில் உட்கார்ந்து புதிய லாடங்களை நெளிவு சுளிவு தட்டி ஒழுங்கு படுத்திக்கொண்டிருந்தார். கூட்டத்தைப் பார்த்ததும் பதறி எழுந்து நின்றார். கோணக்கண்ணன் சிரித்தபடி நின்றான்.

'இன்னொரு நாளைக்கு வந்து குறி சொல்லுங்கய்யா, பொம்பளை யாள் துஷ்டி வீட்டுக்குப் போயிருக்கு. குறி கேக்கணும்னா பொம்பளையாளும் இருந்தாத்தான நல்லது.'

சடுகுடுகாரன் கோணக்கண்ணனை ஏறிட்டுப் பார்த்தான்.

'நீருதான இங்க வானு கூட்டியாந்தீரு. ஓம் வீடில்லையா?'

'ஏம் வீட்ல குறி பாத்தாச்சு சாமி.'

'அப்புறம் எதுக்கு அங்க போறவன இங்க கூட்டியாந்த?'

பேசிக்கொண்டிருக்கும் போதே ஆசாரியம்மா கடவுக்குள்ளிருந்து

வீட்டுக்கு வந்தது.

'இந்தா வந்திருச்சு ஆசாரியம்மா, எம்மா ஒங்களுக்காகத்தான் காத்துக்கிட்டு இருக்கோம் அம்புட்டு பேரும்.'

கோணக்கண்ணனை எரித்து விடுவது போல் பார்த்தார் ஆசாரி.

சுத்தியலைத் தூர வைத்துவிட்டு லாடப் பையை ஓரங்கட்டி விட்டு அமைதியாக உட்கார்ந்திருந்தார் சித்திரை ஆசாரி. தன்னைச் சுற்றி ஒரு கூட்டம் கூடி நிற்பதையும் கோணக்கண்ணன் தன் முன்னால் வந்து ஒட்டிக்கொண்டு நிற்பதையும் பார்க்க அவருக்கு எரிச்சலாய் இருந்தது. சடுகுடுகாரன் கையுடுக்கையை சுண்டினான். தாராளமாக வார்த்தைகள் புறப்பட்டு வந்தன.

'சடு குடு ஜக்கம்மா ஒம்போது கம்பளம், ஜக்கம்மா பொய் வாக்கு சொல்ல மாட்டா, புரட்டுப் பேச்சு பேசமாட்டா. சொல்லுறேன் கேட்டுக்கோ. சும்மானு நெனைக்காத, ஒடம்பு தேய ஓயாம ஒழச்சாலும், காலு தேய காடெல்லாம் அலஞ்சாலும், ஒட்டுத்துணி கூட ஒனக்கு மிச்சமில்ல. கைக்குவரும் வாய்க்கு எட்டாது. பொதையல் கெடச்சாலும் போட்டுப் பாக்க நீதமில்ல. பனையேறிப் பதுக்கினாலும் பாவி ஒன்னய விடமாட்டான், பாதாளம் தோண்டி பதுக்கி வச்சாலும், கெணத்து தண்ணிக்கு கீழ போட்டாலும் கெட்ட பய ஒருத்தன் கிட்ட நெருங்கிட்டான். வஞ்சாவா மாண்டு போன வடிவான கன்னி ஒன்னு, வாழ்வு கொடுத்து வாறா ஒனக்கு வாழ்வு கொடுத்து வாரா. அந்தக் கன்னியை மறக்காம, காலமெல்லாம் கையெடுத்து, குத்து விளக்கேத்தி கும்புட்டு வந்தாயானா, துஷ்டன் வரமாட்டான், தூர ஓடிப் போவான். இரும்பு லாடம் இனிமே ஒனக்கில்ல, தங்க லாடம் தானா வருதுனு ஜக்கம்மா சொல்றாப்பா.'

ஆசாரியம்மா கொண்டுவரும் தானியத்தை எதிர்பார்த்து காத்திருந்தான் சடுகுடுகாரன். சாவுவீட்டுக்குப் போய்விட்டு வந்திருந்தபடியால் குளிக்காமல் வீட்டுக்குள் போக முடியாது. புரிந்துகொண்ட சித்திரை ஆசாரி அவசரமாய் வீட்டுக்குள் போய் நாளிநெறய்ய தானியம் கொண்டு வந்து கொடுத்தார். தானியப் பையை வலது தோளில் தொங்க விட்டிருந்தது மாதிரி, வீட்டுக்கு வீடு சொல்வதற்கு கொண்டு வந்த ஜக்கம்மாவின் வாக்குகளை இடது தோளில் தொங்க விட்டிருந்தான். வலது தோள் கனமேற இடது தோள் இலேசாகிக் கொண்டே வந்தது. சிறுவர் கூட்டம் பின் தொடர மீண்டும் தெருவுக்குள் ஜக்கம்மா போனாள்.

சுத்தியலால் மூக்கில் அடித்துக் கொன்று விடலாம் போலிருந்தது சித்திரை ஆசாரிக்கு. ஆனால் அவன் சிரித்துக்கொண்டிருந்தான்.

கூட்டம் எல்லாம் போய்விட்டது. ஆசாரியம்மா வாளியுடன் குளிக்கப் போய் ரொம்ப நேரம் ஆகிவிட்டது. ஆசாரியும் கோணக் கண்ணனும் தனியே மரத்தடியில் உட்கார்ந்திருந்தார்கள்.

'ஒங்க ரெண்டு பேரு வீட்ல குறி சொல்லும் போது மட்டும் தான். ஐக்கம்மா தங்கம், பொதையல், யோகம்னு சொல்லுது. அதுவும் ஒமக்கு லாடமெல்லாம் தங்க லாடமா மாறப் போகுதுனு சொல்லிட்டுப் போகுது.'

'எப்பா கோணக்கண்ணா இங்க கேளு, வயித்துப் பாட்டுக்கு என்னத்தையாவது சொல்லிட்டுப் போவான், அதெல்லாம் நடக்குமா? இரும்பு லாடமெல்லாம் தங்க லாடமா மாறுனா நல்லது தானப்பா, ஊரு மாடுக எல்லாத்துக்கும் தங்கத்தால லாடம் அடிச்சு விட்டுட்டுப் போறன்.'

பூவரசு மரத்தின் மஞ்சள் பூக்கள் பூத்து வாடி தரையில் சொரிந் திருந்தன. பழுத்த இலைகள் சிதறிக் கிடந்தன. சாவு வீட்டில் நீர்மாலைக்குப் போவதற்கான கொட்டடிச் சத்தம் கேட்டது. இருவருமே அவக் தவக்கென்று எழுந்து கடவு வழியாகச் சென்றனர். இவர்கள் போய் சேர்வதற்கும் கூட்டம் கிணற்றடிக்குப் புறப்படு வதற்கும் சரியாக இருந்தது. இருவரையும் ஒன்றாகப் பார்த்த மூக்காண்டி பதறிப் போனான். முதல் முறையாக சித்திரை ஆசாரியை சந்தேகத்தோடு பார்த்தான். கோணக்கண்ணனைக் கொன்று இந்த தேரிலேயே சுடுகாட்டுக்கு அனுப்பி விடலாமா என்று நினைத்தான். நீர்மாலைக்குப் போகும்போதும் வரும்போதும் சில இளவட்டங்கள் கூடிக்கூடிப் பேசியதை முந்து கவனித்தான். ஆனால் என்ன ஏது என்று அவனால் யூகிக்க முடியவில்லை. ஏதோ நடக்கப் போகிறது என்று உள் மனசு உறுத்தியது. செத்துப் போனவனுக்கு ஒரே மகன் மண்ணுதின்னி. பங்காளிகள் கிடையாது. ஆகவே வேறு தகராறுகள் வரவும் வழியில்லை. ஆனாலும் இளவட்டங்கள் ஏதோ திட்ட மிட்டார்கள்.

இறந்தவனின் மகன் மண்ணுதின்னிப் பயலைப் பொறுத்த மட்டில் அப்புராணிப் பயல். எப்போதுமே வேலை வேலை என்று ஆலாய் பறப்பவன். வம்புதும்பு என்றால் காதவழிக்கு ஓடி விடுகிற பயல். பெரும்பாலும் ஊருக்குக் கட்டுப்படாதவர்களின் பிரச்சினைகள், அவன் வீட்டில் சாவு விழுந்த அன்றைக்கு முடிவுக்கு வந்துவிடும். ஊருக்குக் கட்டுப்படாமல் பிணத்தை ஒற்றையாள் தூக்க முடியுமா? அப்படியான பிரச்சினைகள் ஏதும் தெரியவில்லை. பிணம் புறப்பட்டது. வழக்கம் போல் இளவட்டங்கள் தேரைச் சுமந்து சென்றார்கள். கொல்லிக்குடம் உடைப்பதற்காக தெருவின்

முடிவில் தேர் இறக்கி வைக்கப்பட, மகள் அழுதுகொண்டே தேரை மூன்றுமுறை சுற்றிவந்து குடம் உடைத்தாள். மீண்டும் தேர் புறப்பட்டது. சுடுகாட்டுக்குச் செல்லும் வழியில் கிணறு ஒன்று இருக்கும். அந்தக் கிணறுக்கு மாடசாமி கோயில் கிணறு என்று பெயர். அந்தக் கிணற்றை ஒட்டித்தான் சுடுகாட்டுக்குப் பாதை.

கிணறு பக்கத்தில் வந்தவுடன் சொல்லி வைத்தது மாதிரியே தேரை தரையில் இறக்கி வைத்தார்கள். கூட வந்த பெரியவர்கள் பதறிப் போனார்கள். இடையில் பிணத்தை இறக்கி வைப்பது வழக்கமில்லை. தேரை இறக்கி வைத்த இளவட்டங்கள் பனையடி நிழலில் போய் கூட்டமாக நின்றுகொண்டார்கள். நாட்டாண்மை வேகமாகப் போனான்.

'என்னப்பா, இது புதுசா இருக்கு, பிணத்த எடவழியில எறக்கக் கூடாதுனு ஒங்களுக்குத் தெரியாதா?'

'தெரியும். நல்லா தெரியும்.'

'பெறகு எதுக்கு..?'

'இதுக்கு அங்கிட்டு சுடுகாட்டு வரைக்கு அவுக அப்பன மண்ணுதின்னி ஒத்தையில தூக்கிட்டுப் போவான்.'

'ஒத்தையில எப்பிடிடா தூக்கிட்டுப் போவான், எதுனாலும் சொல்லுங்கடா சட்டுப் புட்டுனு. பொணத்தக் கொண்டாந்து நடு வழியில எறக்கி வச்சுக்கிட்டு நல்லா இல்லடா.'

'இதுவரைக்கு இந்த மண்ணுதின்னிப் பய எந்தப் பொணத்துக்கு வந்தாலும், சுடுகாட்டுக்கு வந்திருக்கானா? இந்தக் கெணத்து வரைக்கு வருவான், அப்படியே கெணத்துக்குள்ள எறங்கி ஒரு முங்கு நெற முங்கு குளியல் போட்டுட்டு வீட்டுக்குப் போயிருவான், நம்ம சுடுகாட்டுக்கு ஊரோட போயி உண்டான காரியத்த எல்லாத்தையும் முடிச்சிட்டு வரும் போது அய்யா அவுக காட்டுல நிப்பாக, இல்ல தோட்டத்துல நிப்பாக. உருளைக்குடி ஊர்ல இவனுக்கு மட்டும்தான் தோட்டம் தொரவு காடு கரைக இருக்கு, மத்தவங்க எல்லாம் எரந்து குடிக்கிற பண்டாரப்பயகனு நெனப்பு.'

நாட்டாண்மை மட்டும் மௌனமாக நிற்கவில்லை. கேட்டுக் கொண்டிருந்த கூட்டமும்கூட மௌனித்து நின்றது. பனை வரிசையில் காக்கைக் கூட்டங்களின் ஓயாத சத்தம். பிணம் வந்தால் சுடுகாட்டில் தங்களுக்கு சோறு கிடைக்கும் என்பது தெரியாதா, என்ன? தன் வாகனத்திற்குத் தெரியாமலா எமன் உயிர் பறிப்பான்.

மண்ணுதின்னி வசமாக மாட்டிக்கொண்டான். பேச நா எழ வில்லை. கூட்டத்தில் தலை கவிழ்ந்து நின்றுகொண்டிருந்தான்.

தேரில் கிடத்தி வைத்திருந்த தன் அப்பனை ஒரு தரம் உற்றுப் பார்த்துக்கொண்டான்.

'அதனால தேர நாங்க இப்பிடி வந்த வழியா ஊருக்குகொண்டு போயிறோம். அவுக அப்பன தோள்ல போட்டு சொமந்துகொண்டு போயி அடக்கம் பண்ணிட்டுவரச் சொல்.'

'சரிடா, ஊர்க்கூட்டம் போட்டு அத என்னனு விசாரிப்போம், அதுக்காக நடுவழியில பொணத்த எறக்கி வச்சுக்கிட்டு வெவகாரம் பண்றது நல்லாவா இருக்கு.'

'இந்த வெவகாரத்த இந்த எடத்துலயே இப்பவே பேசி முடிக்கணும், இல்லனா பொணம் இங்கனயே கெடந்து நாறட்டும். ஏம்னா இது மத்த பயகளுக்கும் ஒரு பாடமா இருக்கட்டும், இல்லனா பயக ஊர மதிக்கமாட்டான்.'

மௌனமாக நின்றுகொண்டிருந்த மண்ணுதின்னி காலில் விழுந்தான். ஆங்காங்கே பனைமர நிழலிலும் மரத்தடிகளிலும் உட்கார்ந்திருந்த இளவட்டங்கள் ஒன்று கூடினார்கள். அனைவரும் தேரில் அமர்ந்திருக்கும் பிணத்தைப் போலவே மௌனமாக நின்றார்கள்.

'பெறகென்னப்பா கால்ல விழுந்து ஊர வணங்கிட்டான்ல, ஊருக்கு கட்டுப்படுறான்னுதான அர்த்தம், வெருசனா பேசி முடிங்கப்பா. மத்த ஊர்க்காரன் நம்மள மெதமா பேசுவான்.'

'ஊரோட சேர்ந்து கடைசிவரைக்கு மயானத்துக்கு வராம இருந்தது குத்தம்தானடா?'

'குத்தம்தான், ஒத்துக்கிறன். ஊரு என்ன சொல்லுதோ அதுக்குக் கட்டுப்படுறன், இனிமேப்பட இந்தத் தப்பு நடக்காது.'

'சரிப்பா, தப்ப ஒத்துக்கிட்டான். நம்ம ஊரு காளியம்மன் கோவிலுக்கு ஒரு மாசத்துக்கு தெனமும் விளக்கேத்தி வச்சிரு.'

'நீர்ப்பாச்சியண்ண தண்டன காணாது, கோயில் நம்ம ஊருக் குள்ளதான இருக்கு. ஒரு மாசம் பொசுக்னு விளக்கேத்திருவான், இப்படியான வெசயத்துக்கெல்லாம் தண்டன கொஞ்சம் கடுமையா இருந்தாத்தான் மத்த பயக பயப்படுவான்.'

'சரி அப்பனா நீங்களே பேசி முடிவு பண்ணுங்கப்பா.'

தனியாகப் போய் ஏழெட்டுப் பேர் கலந்து பேசிவிட்டு வந்தார்கள். என்ன சொல்லப் போகிறார்களோ என்று மண்ணுதின்னி கவலையுடன் பார்த்துக்கொண்டிருந்தான். அந்த இடம் மௌனத் தால் உறைந்து போயிருந்தது.

'டேய்... மண்ணுதின்னி, ஊர்கூடித்தான் இந்த முடிவு எடுத்திருக்கு நல்லா கேட்டுக்கோ. ஆறு மாசத்துக்கு கடலையூர் 'பவுண்டுல' அடைபடுற மாட்டுக்கு நீதான் தீவனம் போட்டுக் காப்பாத்தணும், தெனமும் போயி இன்னைக்கி மாடு அடைபட்டிருக்கானு வெசாரிச்சிட்டு வரணும்.'

மண்ணுதின்னி திரும்பவும் காலில் விழுந்து எழுந்தான். இலேசாக முனங்கிக்கொண்டே சொன்னான்.

'தயவுசெஞ்சு, நாஞ் சொல்றதையும் ஊரு கேக்கணும். ஆறு மாசம் தெனமும் கடலையூர் அலைய முடியாது. நானும் இப்ப ஒத்தப்பரி ஆளாகிட்டன், வேற பாடு சோலி பாக்க முடியாது. அதனால தண்டனையக் கொறைக்கனும்.'

'யே... அவன் சொல்றதும் சரிதானப்பா, ஒத்தப் பரி ஆளு சம்சாரித்தனம் பாப்பானா, கடலையூருக்கு அலைவானா? ஒரு நேருசீரா போங்கப்பா, ஆறு மாசம்ங்கிறத ஒரு மாசமா கொறங்கப்பா.'

'சரி, நீர்ப்பாச்சி மாமா சொல்லிட்டாகல்ல, அந்தப்படியே முடிங்கப்பா. தூக்கு தேர, ஓடியாங்கப்பா.'

அவர்கள் சந்தோஷத்துடன் முன்னிலும் வேகமாக தேரை சுமந்து சென்றார்கள். இடுகாடு இடம் மாறிவிட்டதோ என்று யோசித்த படியே பனைமரங்களில் அமர்ந்திருந்த காக்கைகள் கத்திக் கொண்டே சுடுகாட்டுக்குப் பறந்தன. ஓடைத் தண்ணீர் ஓடிச் சேரும் இடமான கண்மாயைப் போல் ஓடிஆடி அடங்கி வருவோரை வரவேற்கும் இடமாக, அதுவும் ஒரு கண்மாயாக இருந்தது சுடு காடு. தண்ணீர் தேங்கி வற்றி, பின்னர் தேங்கி வற்றி தண்ணீர் தேடியடையும் கண்மாய். மனிதன் பிறந்து இறந்து பின்னர் பிறந்து இறந்து கடைசியில் வந்தடையும் இடமாக கண்மாயாக இருந்தது சுடுகாடு. ஒவ்வொரு முறையும் கண்மாய் வற்றியபின் மீண்டும் வந்து நிறைக்கும் தண்ணீர் வெவ்வேறு தண்ணீரா? பெய்யும் மழையெல்லாம் ஒரே மழையா? வெவ்வேறு மழையா? தினமும் இறக்கும் மனிதர்கள் வெவ்வேறு மனிதர்களா? அப்படியென்றால் சாவும் ஒன்றில்லையா? வெவ்வேறு சாவா? நேற்றைய இன்றைய நாளைய மனிதர்கள் எல்லாம் ஒரே மனிதனே. சுடுகாட்டில் கால் நீட்டிப் படுக்கும் நீ, புத்தக அலமாரியின் அடுக்கில் அடுக்கி வைக்கப்பட்டுள்ள ஒரு புத்தகம். பல அடுக்குகள் நிறைந்த எண்ணில் அடங்கா புத்தகங்கள் தூங்கும் பெரிய்ய புத்தக அலமாரி சுடுகாடு. உன் இடம் எத்தனாவது அடுக்கு என்பது எமனுக்கு மட்டுமே தெரியும். மனிதன் தண்ணீர், ஒவ்வொரு மனிதனும் ஒரு பெரும் புத்தகம், சுடுகாடு பிணம் எரிக்கும், பிணம் புதைக்கும் நிலம்

மட்டுமல்ல, பல்வேறுபட்ட புத்தகங்கள் துயிலும் பல அடுக்கு புத்தக அலமாரி. மண்ணும் சாம்பலுமே அழியாத மைகொண்ட எழுத்துக்கள். தத்துவம், விசாரம், வியாக்கியானம், பொய், சூது, வாது, பணம், பதவி, துரோகம், புரட்டு, ஆட்சி, அதிகாரம், காமம், கதி, சல்லாபம் எல்லாவற்றையும் உள்ளடக்கிய கோடானு கோடி வரலாற்றுப் புத்தகங்கள் துயிலும் இடமே சுடுகாடு.

கால்நடைகள் வெள்ளாமைகளில் புகுந்து அழிச்சாட்டியம் பண்ணிவிட்டால், அதனால் பாதிக்கப்பட்டவர்கள் கால்நடைகளைக் கொண்டுபோய் 'பவுண்டு'களில் ஒப்படைத்துவிடுவார்கள். உரியவர்கள் தெண்டம் கட்டி அவற்றைத் திருப்பிக் கொள்ள வேண்டும். இதில் தப்பி வந்து நீண்டநாள் தங்கிவிடுகின்ற ஆடு மாடுகளும் உண்டு. வெள்ளைக்காரர்கள், மன்னர்கள் இப்படியான பவுண்டுகளை ஊர்ஊருக்கு ஏற்படுத்தி, அதைப் பராமரிக்க ஆட்களையும் நியமித்திருந்தார்கள்.

விடிந்தவுடன் மண்ணுதின்னி மாட்டுத் தீவனத்தைக் கட்டாக கட்டி தலையில் சுமந்துகொண்டு கடலையூர் போய் பவுண்டில் ஒப்படைத்துவிட்டு வந்த பின்னர்தான் வேறு வேலைக்குப் போனான். எப்படா ஒரு மாசம் முடியும் என்று சலிப்புடன் தினமும் நடந்தான். தினமும் இப்படி பவுண்டுக்கு கூளம் கொண்டு போய்க் கொடுத்துவிட்டு வரும் மண்ணுதின்னி விவகாரம் எட்டயபுரம் அரண்மனைக்கு எட்டிவிட்டது. அரண்மனை ஆள் ஊருக்குள் வந்து நாட்டாண்மை, மடைக்குடும்பன், நீர்ப்பாய்ச்சி மூவரையும் மன்னர் அழைத்திருக்கிறார் என்றதும் பதறிப் போனார்கள். மறுநாளே பயத்துடன்தான் அரண்மனைக்குள் நுழைந்தார்கள். மன்னரும், மந்திரியாரும், மன்னரின் ஜோஸ்யரும் மிகவும் சந்தோஷத்துடன் இவர்களை வரவேற்றது ஆச்சரியமாய் இருந்தது. மூன்று பேருமே திகைத்தபடியே நின்றார்கள்.

மண்ணுதின்னியானுக்கு ஊர் வழங்கிய தண்டனையைப் பற்றி மந்திரியார் பேச்சை ஆரம்பித்த உடனேயே மூன்று பேரும் தூரோடு வெட்டிச் சாய்க்கப்பட்ட பனைமரங்களைப் போல தரையில் சாய்ந்தார்கள். மூவரையும் பெரும் பயம் பற்றிக்கொண்டது.

'மகாராஜா... எங்கள மன்னிக்கனும், சின்ன தப்புத்தானே அப்பிடின்னு ஊர்கூடி நாங்களே தண்டனை குடுத்தோம், தப்புனா சமஸ்தானம் கருணை காட்டி எங்கள மன்னிக்கணும், ஒங்க ஊரு, ஒங்க உப்பு, ஒங்க கண்மாய், ஒங்க தண்ணி, ஒங்க சோறு, அத தின்ன ஒடம்புதான் நாங்க.'

மன்னரும் மந்திரியும் குலுங்கக்குலுங்கச் சிரித்ததைக் கண்டதும்

பயம் இன்னும் கொஞ்சம் கூடிக்கொண்டது. அவர்கள் நடுங்கிக் கொண்டே எழுந்து பயபக்தியுடன் கைகட்டி நின்றார்கள். இப்படி யான தண்டனை எல்லாம் குடுக்கச் சொல்லி இவர்களுக்கு யார் யோசனை சொல்கிறார்கள் என்று சிந்திந்த மன்னர் கேட்டே விட்டார்.

'ஒங்க ஊரப்பத்தி இன்னும் சில விஷயங்கள் என் காதுக்கு வந்தது. கேட்டு சந்தோஷப்பட்டேன்டா.'

'..........'

'கூரையில படப்புல தீ பிடிச்சா, அப்பிடியே கொக்கி போட்டு இழுத்துருவீகளாம்ல்ல, அது எப்பிடிடா?'

'மகாராஜா, எங்க ஊருக்கு யோசன சொல்றது எல்லாமே குப்பாண்டிசாமிதான். அவரோட யோசனையிலதான் எல்லாமே நடக்குது. மத்த ஊரு ஆட்களும் ஆச்சரியமா பாக்காங்க.'

'எல்லாமே கேள்விப்பட்டன்டா.'

'எங்க ஊரச்சுத்தி இருக்கிற மரத்துக்கு அடியில மாடுகள கட்டலாம், ஆனா மொளக் குச்சு அடிச்சுத்தான் மாடு கட்டணும். மரத்தோட வேர்லயோ இல்ல தூர்லயோ கட்டுனா அபராதம், அதே மாதிரி வேப்ப மரத்துல ஏறி பல் தீத்த இம்புட்டுத் தண்டி குச்சு ஒடிச்சாலும் அபராதம். மருந்துக்கு மட்டும்தான் தேன் எடுக்கணும், கட்டுப்பாடு அப்பிடி.'

'பரவாயில்லடா. மாமிசம் திங்கிறவங்களா இருந்தும், மாடுக மேல எரக்கப்பட்டு பவுண்டு மாடுகளுக்குத் தீவனம் போடணும்னு அபராதம் போடுற ஊரு ஒங்க ஊரு ஒன்னுதாண்டா.'

'மகாராஜா, நீங்க நெனைக்கிறபடி நாங்க மாட்டுக்கறி சாப்பிடுற ஜாதி கெடையாது.'

மன்னர் முகத்தில் ஆச்சரியம். மந்திரியாரை உற்றுப் பார்த்தார்.

'மந்திரியாரே இவங்க உருளைகுடி பள்ளர்கள்தான?'

'ஆமாம் அரசே.'

'அவங்க சொல்றத கேட்டீரா?'

'உண்மைதான் அரசே. பறையர்களும் சக்கிலியர்களும்தான் மாட்டிறைச்சி உண்பார்கள் அரசே.'

'ஆச்சரியம், எனக்கு இதுவரை தெரியாது.'

'விவசாயத்தைத் தொழிலாக வைத்திருப்பதால் ஆதியிலிருந்தே பரம்பரை பரம்பரையாக வரும் வழக்கம் அரசே.'

'அப்படியானால் அவர்களுக்குள் கொள்வினை கொடுப்பினை...'

'கெடையாது ராஜா. மூன்று ஜாதிக்குள்ளும் சம்பந்தம் கெடையாது. வேற வேற பழக்கவழக்கங்கள் உண்டு.'

'தப்பு செஞ்சா ஒரு மாசம் ரெண்டு மாசம் கோயிலுக்கு தீபம் ஏத்தச் சொல்லி அபராதம் போடுறது உண்டாமே.'

'அதாவது மகாராஜா எங்க ஊரு குப்பாண்டிசாமி என்ன சொல்றார்னா, தண்டனங்கிறது குத்தஞ் செஞ்சவன தண்டிக்க மட்டும் கூடாது, செஞ்ச குத்தத்த நெனச்சு வருத்தப்பட்டுத் திருந்தணும். அது மாதிரி இருக்கணும் தண்டன. தீபம் ஏத்துறதும், பவுண்டு மாடுகளுக்கு கூளம் போடுறதும் லேசுதான், ஆனால் ஊரு முழுக்க தெரிஞ்சு பகிரங்கமா ஆகிப்போறதால வருத்தப்பட்டுத் திருந்திருவாங்க ராஜா.'

மாடுகளுக்கும் மனுஷர்களுக்கும் வைத்தியம் பார்ப்பது, தான் உயிருடன் இருக்கும் போதே தன்னை அடக்கம் செய்ய சமாதி கட்டி வைத்திருப்பது போன்ற விஷயங்களை எல்லாம் கேள்விப் பட்ட மகாராஜா தான் ஒருநாள் அவரைச் சந்திக்க வேண்டும் என்ற விருப்பத்தைச் சொன்னார்.

'நாளைக்கே கூட்டியாந்து இங்க நிறுத்தியிறோம்.'

'தப்புடா, மகாராஜாவே ஆனாலும் தெய்வத்தை சுமந்து திரிபவர்கள், தெய்வங்களுக்குப் பணிவிடை செய்பவர்கள், தெய்வமாகவே வாழும் பண்டாரங்கள், பரதேசிகள், சித்துவேலை செய்யும் சித்தர்கள் இவர்களையெல்லாம் அதிகாரத்தால் வர வழைத்துப் பார்க்கக் கூடாது. அதிகாரத்தை தூரத்தூக்கி எறிந்து விட்டு சக மனுஷனாகப் போய்ச் சந்தித்தால்தான் பலன். ஏனென்றால் அதிகாரம் அவர்களின் முன்னால் செல்லாது, அகந்தை இருக்கும் இடத்தில்தான் அதிகாரம் செல்லுபடியாகும். ஆசைகளையும் அகந்தைகளையும் துறந்தவர்கள் அவர்கள்.'

ராஜா கொடுத்த பட்டு அங்கவஸ்திரத்தை கையேந்தி வாங்கிக் கொண்டு புறப்பட்டனர்.

'நம்ம ஊரப்பத்தி மகாராசா அணுப்பிசகாம அத்தனையும் தெரிஞ்சு வச்சிருக்கார.'

'ராசானா சும்மாவா, இருந்த எடத்துல இருந்துக்கிட்டு அத்தன ஊரையும் கெட்டி மேய்க்கணும்ல்ல.'

'ஒன்னும் தெரியாம நமக்கென்னனு ஒக்காந்துக்கிட்டு இருந்தா அம்புட்டுத்தான், ஊரு ஊராவா இருக்கும்.'

‘அப்ப இதே மாதிரி எல்லா ஊரு வெவகாரமும் ராசாவுக்குத் தெரிஞ்சிருக்கும்.’

‘டேய்... கோட்டிக்காரா, ஊருக்கு ஒத்தக் கண்ணு அரண்மனைக்கு ஆயிரம் கண்ணுனு சொலவட. ஊர்ஊருக்கு ஒட்டுக் கேட்கிறதுக்கு அரண்மனை ஆளுங்க இருப்பாங்க. அவங்க வேலையே அன்னன்னைக்கு நாட்டு நடப்ப ஒன்னுவிடாம அரண்மனையில போயி சொல்றதுதான். அவங்களுக்குப் பேரே ஒற்றர்கள்தான்.’

மூன்று பேரும் பேசிக்கொண்டே ஊருக்குள் நுழைந்தார்கள். ராஜா கூப்பிட்டு அரண்மனைக்குப் போயிருக்கிறார்கள் என்ற விஷயம் ஊருக்குள் பரவி இருந்தபடியால் நிறைய்ய ஆட்கள் மடத்தில் இவர்களின் வரவுக்காகக் காத்திருந்தார்கள்.. சாயங்கால வெய்யில் இறங்கிக்கொண்டிருந்தது. அரண்மனையில் நடந்த விஷயங்களைச் சொல்லச்சொல்ல ஆவலுடன் கேட்டார்கள். வடக்கே இருந்து இன்னொரு கூட்டம் வந்துகொண்டிருந்தது. நிறைய நாய்கள் ஓடிவந்தன. இரண்டொருவர் இறந்துபோன சில முயல்களைத் தூக்கி வந்தனர். வாழைப் பூவின் மடல்களைப் போல் நீண்ட காதுகள் தொங்க முயல்கள் செத்து விறைத்திருந்தன. வேட்டைக்காரர்களும் கூட்டமாக மடத்துக்கே வந்தார்கள். இதுவரை வெளியே காட்டாமல் மறைத்து வைத்திருந்த இரண்டு நரிவால்களைக் குஞ்சங்களைப் போல் தூக்கிக் காட்டினான். கூட்டம் ஆர்ப்பரித்தது. ஊரின் நுழைவு இடத்தில் உள்ள மரத்தில் ஏறி போவோர் வருவோர் கண்களில் படும்படி கட்டித் தொங்க விட்டான். நரியை வேட்டையாடுவது என்பது சாதாரண விஷயமல்ல. அதற்குப் பிரத்தியேகத் திறமையுள்ள வேட்டை நாய்கள் வேண்டும். அதேபோல் நரிமாமிசம் உண்ணவும் மாட்டார்கள். இலேசில் நாயிடம் அகப்படாது. பல தந்திரங்கள் செய்து தப்பித்துவிடும். எந்த ஊரிலாவது நரிவால் தொங்கினால், அந்த ஊரில் சிறந்த வேட்டைக்காரர்களும், வேட்டை நாய்களும் இருக்கின்றன என்று அர்த்தம். பல மாதங்களுக்கு அந்த நரிவால்கள் காற்றில் ஆடியபடி தொங்கிக்கொண்டிருக்கும். கூட்டம் எப்படா கலையும் என்று காத்திருந்து தனியே நீர்ப்பாய்ச்சியிடம் போனார்கள் முத்துவும் சித்திரையும் சுற்றும் முற்றும் பார்த்துவிட்டு மெதுவாக கேட்டார்கள்.

‘நீர்ப்பாச்சியண்ண, மகாராசா வேற எதுவும் கேட்டாரா?’

‘வேற ஒன்னும் கேக்கல, நம்ம குப்பாண்டிசாமிய பாக்கிறதுக்காக நம்ம ஊருக்கே நேர்ல வாரன்னு சொல்லியிருக்காரு.’

‘எதுக்குணே இவனப் பாக்க வாராரு?’

'சாமியாருக மேல நம்ம ராசாவுக்கு அப்பிடி ஒரு பிரியம்.'

ஊருக்கு மேற்கே வேதக் கோயில் கட்டுமான வேலையும், பள்ளிக்கூடக் கட்டுமான வேலையும் முழுவீச்சில் நடந்து கொண்டிருந்தன. முழு அங்கியுடன் கூடிய சாமியார்கள் வில் வண்டிகளிலும், குதிரை வண்டிகளிலும் தினமும் வந்துபோனார்கள். காவலாளியாகவும் சாமியார்கள் வந்தால் எடுப்பு வேலைகள் செய்பவனாகவும் இச்சியனை நியமித்திருந்தார்கள். இந்த உத்தியோகம் கிடைத்த உடனேயே ஆளே மாறிப்போய்விட்டான். திருநீறு பூசுவதை நிறுத்திவிட்டு கழுத்தில் சிலுவையைத் தொங்கப் போட்டுக் கொண்டான். மத்த உறவினர்களை எல்லாம் ஏதோ தொடக் கூடாத புழு பூச்சிகளைப் போல் பார்த்தான். சில நேரங்களில் இந்து சாமிகளைக் கிண்டல் அடிக்கவும் இயேசுவை உயர்த்திப் பேசவும் தப்பவில்லை. சிலநேரம் வந்து போகிற சாமியார்களுடன் தானும் கூடப் போய்த் தங்கிக்கொண்டு நாலைந்து நாட்கள் கழித்து சாமிமாருகளுக்குச் சமதையாக உட்கார்ந்துகொண்டு வில்வண்டி யிலிருந்து இறங்கினான்.

அதிகாலை நேரம். ஊர்க் கிணற்றில் ஆட்கள் கூடியிருந்தார்கள். குப்பைகளைக் கொண்டுபோய்க் கிடங்குகளில் போட்டுவிட்டு வந்தவர்களின் கூடைகள் கிணற்றுச் சுவரோரம் கிடந்தன. கால் கைகளைக் கழுவுபவர்கள், பல் விளக்கி வாய் கொப்பளிப்பவர்கள், குளிப்பவர்கள் என்று காலையில் எப்போதும் கூட்டம் நிறைந் திருக்கும். நாயுருவி குச்சி ஒன்றை வாயில் வைத்து மென்று கொண்டே இச்சியன் வந்தான். கீழோர சுவரின் மேல் உட்கார்ந் திருந்த குப்பாண்டிசாமியின் பக்கத்தில் போய் நின்றான். இச்சியனுக்கு குப்பாண்டிசாமி மாமா உறவு.

'வாங்க மாமா, சாமி வாங்க. மாமாவுக்கு குளிக்கிற பழக்க மெல்லாம் உண்டா?'

'எங்களுக்குக் குளிக்கிற பழக்கமும் உண்டு, குண்டி கழுவுற பழக்கமும் உண்டு. ஒங்க வெள்ளக்காரச் சாமிமாருக மாதிரி பேப்பர்ல தொடைக்கிற பழக்கம் கெடையாது.'

குப்பாண்டியின் பேச்சு சுற்றி உட்கார்ந்திருந்தவர்களிடம் சிரிப்பை உண்டாக்கியது. இச்சியன் இலேசாய் முகம் சுளித்தான். கொஞ்சம் தள்ளி கிணற்றுச் சுவரின் மேல் உட்கார்ந்திருந்த கருவாயன் குப்பாண்டியுடன் சேர்ந்து கொண்டான்.

'ஏணே... குப்பாண்டியண்ணே, வெள்ளக்காரச் சாமிமாருக பேப்பரால குண்டிய தொடைக்காகனு சொன்னியே அதுவும்

எப்பிடித் தெரியுமா, அவுக கையால தொடைக்க மாட்டாக, இப்பிடி கப்பப் பிளந்துட்டு நின்னுக்கிருவாக. நம்ம இச்சியன் மாப்ளதான் இப்பிடி குனிஞ்சு போயி கவுட்டுக்குள்ள கைய விட்டு சுத்தமா தொடப்பாக.'

'அப்ப அதுக்குத்தான் சாமிமாருக மாப்பிளைய விடாம கூடவே கூட்டிட்டுப் போயிராகளோ?'

'அதுமட்டுமா, இன்னும் என்னென்ன வேலையெல்லாம் செய்யிறதாக பேசிக்கிறாக.'

கூட்டம் முழுவதும் சிரித்துக் கூச்சலிட்டது. இச்சியன் நாயுருவி குச்சை தூர வீசினான்.

'பேசுங்க நல்லா பேசுங்க. என்னென்ன பேசணுமோ பேசுங்க, எத்தன நாளைக்குப் பேசுவீக, பள்ளிக் கூடமும், வேதக் கோயிலும் கட்டி முடிக்கிறவரைக்கு பேசுவீக. அதுக்குப் பெறகு வெள்ளக் காரனுக்கு குண்டி தொடச்சுவிட நான் நீன்னு போட்டி போட்டுக் கிட்டு ஓடியாருவீக.'

'அது வேற நெனப்பா, ஒன்னைய மாதிரி மலுமாறிப் பயதான், ஒரு அப்பனுக்குப் பெறந்திட்டு, இன்னொருத்தன அப்பன்னு சொல்வான். எங்க தலைக்கு மேல பனை ஓசரம் தங்கமா குமிச்சாலும் மலுமாற மாட்டோம், திருநீத்த மறந்துட்டு சிலுவையத் தொங்க விட மாட்டோம்.'

'கோயில் கொளம்னு இருந்தாத்தான கும்புடுவீக. எல்லாத்தையும் இடிச்சு தரைமட்டமாக்கப் போறான் வெள்ளைக்காரன். அதுனால தான் ஊரு ஊருக்கு வேதக் கோயில் கட்றான்.'

'இடிக்க வரட்டும்டா அப்ப பாத்துக்கிருவம்.'

'என்ன செய்வ, குறுக்க விழுந்து தடுத்திருவியோ? சுட்டுப் பொசுக் கிருவான், துப்பாக்கியோட வருவான், சும்மா இல்ல.'

'நிய்யும் ஒரு துப்பாக்கி வேணும்னு கேட்டு வாங்கிக்கோ. ஓங்க ஆத்தாளையும் அப்பனையும், ஓங்க அக்கா தங்கச்சிமார்களையும் சுட வேண்டியதிருக்கும்.'

'அவுகள எதுக்குச் சுடணும்? அவுகதான் வேதத்துல சேரத் தயாரா இருக்காகலே.'

இச்சியன் தெருத் தெருவாய் வேதத்திற்கு ஆள் சேர்க்கும் வேலையையும் சேர்த்து செய்து வந்தான். வெளியே காட்டிக் கொள்ளாவிட்டாலும் அவனைப் பார்த்துச் சிலர் பயப்படவும் செய்தார்கள். வெள்ளைக்காரத் துரையுடன் சரிசமமாக உட்கார்ந்து

வில்வண்டியில் பயணம் செய்பவனைப் பார்த்துப் பயப்படாமல் இருக்க முடியுமா என்ன? கடலையூரிலிருந்து தங்கையா நாடார் வந்துவிட்டுப் போன பின்னர்தான் தெரிந்தது, அவர்தான் உருளைக்குடி வேதப் பள்ளிக்கூடத்திற்கு வாத்தியாராக வரப் போகிறார் என்று. தங்கையா வாத்தியாருடைய அண்ணன் ஞானமுத்து நாடார் கடலையூர் வேதப் பள்ளிக்கூடத்தில் ஏற்கனவே வாத்தியார் வேலை பார்த்துவருகிறார்.

வேதக் கோயிலும் பள்ளிக்கூடமும் அருகருகே இருந்தாலும் இரண்டுக்கும் இடையில் ஒரு கடையைக் கட்டியிருந்தார்கள். திடீரென்று ஒரு நாள் ஒரு குடும்பம் வந்து மாட்டுவண்டியிலிருந்து ஜாமான்களை இறக்கிக்கொண்டிருந்தது. புருஷன் பொண்டாட்டி, இரண்டு பொம்பிளைப் பிள்ளைகளுடன் கடையில் குடியேறி னார்கள். முதன் முதலாக உருளைக்குடி ஊரில் ஒரு கடை உருவானது. தனிஸ்லாஸ் நாடார் சூசையம்மாள் தம்பதிகள் கடை வியாபாரத் துடன் ஊரில் ஒன்றாய்க் கலந்து போனார்கள். வியாபாரம் வாங்கு வதற்காக நடந்து கடலையூர் சென்றவர்களுக்கு எல்லா வியாபாரமும் உள்ளூரிலே கிடைத்தன. கடைக்கு நவதானியங்கள், பயறு வகைகள், வத்தல், மல்லி, ஆமணக்கு முத்து, கோழிமுட்டை என்று சகலமும் வரத்தொடங்கின. பருத்தியைக் கொடுத்தே எல்லாப் பொருட் களையும் வாங்கினார்கள். பள்ளிக்கூடத்துப் பிள்ளைகளுக்காக விதவிதமான மிட்டாய்களை வைத்திருந்தார் நாடார். அவித்து, பொரித்துத் தின்ற கோழிமுட்டைகள் அனைத்தும் சில மிட்டாய் களுக்காக நாடார் கடையில் வந்து அடை காத்தன. கடையின் முன்னால் எந்த நேரமும் கூட்டம் நிரம்பி வழிந்தது. எலியன் பேரன் சின்னாத்துரையும், பிச்சை ஆசாரியின் பேரன் மூக்காண்டியும் சிறியவர்களாக இருந்தாலும் நாலெழுத்துப் படிக்கவேண்டும் என்பதற்காகவும், நாட்டு நடப்பைத் தெரிந்துகொள்ளவேண்டும் என்பதற்காகவும் பள்ளிக்கூடத்தில் சேர்ந்து படித்தனர்.

மணியடிக்கவும் பூஜை வைக்கும் போது சாமியாருக்கு உதவுவதற் காகவும் உபதேசியராக சாமுவேல் நாடார் குடும்பத்துடன் வந்து இறங்கினார். கோயில் பக்கத்திலேயே தங்கிக்கொண்டார். யாருமே வேதத்தில் சேராததால் ஞாயிற்றுக்கிழமைகளில் பெரும்பாலும் பூஜைக்கு வெளியூரிலிருந்தே ஆட்கள் வந்து போயினர். கடலை யூரிலிருந்து வந்து போய்க்கொண்டிருந்த வாத்தியார் தங்கையா நாடார் சில மாசங்கள் கழித்து குடும்பத்துடன் உருளைக்குடியில் குடியேறினார்.

18

அனுமன் முனியை சங்கிற்குள் அடக்கிய மலையாள மாந்திரீகன் குஞ்ஞான் ராமேஸ்வரத்திலிருந்து புறப்பட்டான். அக்காமடம் தங்கச்சிமடம் வழியாக நடந்து சாயல்குடியை அடைந்தான். எங்கே திரும்பினாலும் இஸ்லாமியர்களின் தலைகளாகத் தெரியவும் இருளானாலும் பரவாயில்லை, இந்த ஊரில் தங்க வேண்டாம், பக்கத்து ஊரில் போய்த் தங்கிக்கொள்ளலாம் என்று வேகமாக எட்டு வைத்தான். ஆனால் வானம் இருட்டத் தொடங்கியது. கருமேகக் கூட்டங்கள் மேற்கில் கோபுரமிட்டுக் கொண்டு தெரிய, இலேசாகக் குளிர்காற்று வீசியது.

குஞ்ஞான் சுதாரித்துக்கொண்டான். எரிதூத்தல் விழத் தொடங் கியது. அனுமன் முனி அடங்கிக் கிடக்கும் சங்கு நனைந்துவிட்டால் காரியம் கெட்டது - ஒரு மழைத்துளி பட்டாலும் போதும் முனி சிலிர்த்துக்கொள்வதற்கு. மழைத்துளிகளின் கூட்டுதானே கடல். குஞ்ஞான் இப்போது திகைத்து நின்றான். இனிமேல் ஓர் அடி எடுத்து வைத்தாலும் மழையில் நனைவது உறுதி என்பதை உணர்ந்தான். சாயல்குடி ஊரைவிட்டுக் கொஞ்சதூரம் வந்திருந்தான். இனிமேல் திரும்பி நடந்துதான் ஊருக்குள் போகவேண்டும் என்று நடையை துரிதப்படுத்தினான்.

பாதையின் ஓரமாக இடது பக்கத்தில் பெரிய வீடொன்று இருப்பதைப் பார்த்தான். இவ்வளவு பெரிய வீட்டில் ஓர் இரவு தங்கிக்கொள்ள இடம் கொடுக்காமலா போய்விடுவார்கள் என்ற நம்பிக்கையில், பாதையைவிட்டு விலகி வீட்டின் முன்னால் போய் நின்றான். எதிர்வரும் உருவம் இன்னாரென்று உணர முடியாத அளவுக்கு இருள் அடர்ந்திருந்தது. இன்னும் சற்று நேரத்தில் எதிர் வரும் உருவமே தெரியாத அளவுக்கு இருள் கெட்டியாக அடர்ந்து விடும். வீட்டின் முன்னால் இடமும் வலமுமாக இரண்டு பெரிய வேப்பமரங்கள் இருளை மேலும் இருளாக்கிக்கொண்டு நிற்க, குஞ்ஞான் சற்றே யோசித்தான். விளக்கின் வெளிச்சம் எங்குமே தென்படவில்லை. ஆளில்லாத வீடு என்பதையும், குமிந்திருந்த குப்பைகளை வைத்து ஆட்களே வசிக்காத வீடு என்பதையும் உணர்ந்துகொள்ள அவனுக்கு ரொம்ப நேரம் ஆகவில்லை.

பழுத்துதிர்ந்த வேப்பமர இலைகள் வீட்டின் முற்றத்திலும் வராந்தா விலும் நிறைந்துகிடந்தன. மின்னலின் கணநேர வெளிச்சத்தில் தங்கத்தைப் போல மின்னிமின்னி மறைந்து கொண்டிருந்தான் குஞ்ஞான். தான் வைத்திருந்த பொட்டலத்தைப் பத்திரமாக தலைமாட்டில் வைத்துவிட்டு வராந்தாவில் ஓர் இடத்தில் தூசி தட்டிவிட்டுத் தரையில் கிடத்தினான் உடம்பை.

நடந்துவந்த அசதியும் இலேசான பசிக்கிறக்கமும் ஆட்கொள்ள குஞ்ஞான் உடம்பில் குளிர்ச்சியான மழைக்காற்று வருடிச் சென்றது. சிறிது நேரத்தில் மழைத் தூத்தல் வீட்டின் வராந்தாவில் விழுந்து தெறிப்பதை உணர்ந்தான். பையில் ஈரம் பட்டுவிடாதவாறு சுவரை ஒட்டி நகர்த்தி வைத்துப் பாதுகாத்தான். கண்ணயரும் நேரம். கதவு திறப்பது போல் உணர்ந்து கண்முழித்தான். வீட்டுக்குள்ளிருந்து தாழ்ப்பாள் நீக்கி கதவு திறந்து கையில் அரிக்கேன் விளக்குடன் முக்காடிட்ட ஒரு பெண் வந்தாள். குஞ்ஞான் படுத்துக்கொண்டே முகத்தை உற்றுப் பார்த்தான். மழை மேகத்திற்குள்ளிருந்து பௌர்ணமி நிலா வருமா? ஆம் வந்தது. கருப்புநிற அங்கிக்குள்ளிருந்து செக்கச் சிவந்த அந்த நிலாமுகத்தை நன்றாகப் பார்த்தான். குஞ்ஞானின் பக்கத்தில் வந்துநின்றுகொண்டு மெதுவாக கேட்டாள்.

'யாரது, இங்கே வந்து படுத்திருப்பது?'

குஞ்ஞான் அவக்தவக்கென்று எழுந்து நின்றான். இப்போது சிறிதே வெளிச்சத்தில் முகத்தை நன்றாக உற்றுப் பார்த்தான். பார்த்த மாத்திரத்திலேயே இது ஒரு கன்னிப் பெண்ணின் முகம் போல் இருப்பதை உணர்ந்தான்.

'தாயே என் பெயர் குஞ்ஞான். ஒரு வேலை விஷயமாக சேதுபதியின் சமஸ்தானத்திற்கு வந்தேன். வந்த வேலை நல்லபடி யாக முடிந்துவிட்டது. எட்டயபுரம் சமஸ்தானத்தைக் கடந்து திருவாங்கூர் சமஸ்தானம் செல்லவேண்டும். வழியில் இருட்டவும் மழையின் அறிகுறி தெரியவும் இன்று இரவு இங்கே தங்கிவிட்டு விடிந்ததும் என் பயணத்தைத் தொடரலாம் என்று படுத்திருக்கிறேன் தாயே.'

'மழை வரும் போலிருக்கிறது. பெரிய மழை பெய்து காற்றடித் தால் இங்கே தண்ணீர் இரைக்கும், நனைந்து விடுவீர். பொட்டலத்தை தூக்கிக்கொண்டு வாரும், வீட்டுக்குள்ளேயே தங்கிக்கொள்ளலாம். காலையில் எழுந்து போகலாம்.'

'சரி தாயே, நல்லது தாயே.'

அரிக்கேன் விளக்கைத் தூக்கிக்கொண்டு அப்பெண் முன்னே

செல்ல, தன் பொட்டலத்தைத் தூக்கிக்கொண்டு பின்னே சென்றான் குஞ்ஞான். பெரியவீடு. மிகப் பெரிய வீடு. எந்த அறையிலும் எதுவும் இல்லை. பல அறைகள் காலியாகவே கிடந்தன. மத்த அறைகளிலும் மனிதர்கள் இருப்பார்கள் என்பதற்கு எந்த அறிகுறிகளும் தென்பட வில்லை. அப்பெண் காட்டிய அறையில் தன் பொட்டலத்தைத் தரையில் வைத்த குஞ்ஞான் அதே இடத்தில் படுத்துக்கொண்டான். அந்தப் பெண் அடுத்த அறையை நோக்கிச் செல்வது, அரிக்கேன் விளக்கின் வெளிச்சத்தில் தெரிந்தது. இப்போது அரிக்கேன் விளக்கொளி முற்றாக மறைந்தது.

மழை நின்றுவிட்டதா அல்லது இலேசாக தூறிக்கொண் டிருக்கிறதா என்பதை உணர முடியவில்லை. ஆனால் குளிர்ந்த காற்று மட்டும் ஜன்னல் வழியாக வந்து குஞ்ஞானை ஆசுவாசப் படுத்தியது. அவனை நீள் துயில் ஆட்கொண்டது. சவத்தைப் போல் உறங்கினான். ஜன்னலின் வழியே வந்த மின்னலின் காந்த ஒளியை அவன் காணவில்லை. மின்னலைத் தொடர்ந்து வந்த காந்தஒலியை அவன் காதுகள் கேட்டன. இலேசாய் கண் விழித்தான். ஜன்னல்வழி வந்துகொண்டிருந்த குளிர் காற்று எப்படி வெப்பக் காற்றாய் மாறியது. குஞ்ஞானை உஷ்ணம் பற்றிக்கொண்டது. அவன் விடும் பெருமூச்சே வெளியே காற்றின் இரைச்சலாய் கருக் கொண்டு வீசியது. மழை மேகங்களுக்குள்ளிருந்து முக்காடு நீக்கி முழு நிலவு குஞ்ஞானிடம் வந்து அடைக்கலமாகியது. தன்னுடைய மயிரடர்ந்த முகத்தை மேகமென்றெண்ணி, முகத்திற்குள் புதைந்து புதைந்து வெளியேறியது. சடசடத்து விழும் நீர்த் துளிகள் உயிர்ப்பின் விதைகளாய் பூமியில் விழுந்தன. துளியும்துளியும். துளியாய் துளியாய். குஞ்ஞான் கரைந்து உருகிக்கொண்டிருந்தான். வேப்ப மரங்கள் இரண்டும் காற்றில் சுழன்று ஆடும் சத்தம் கேட்டது. ஊழிக்காற்று ஆக்ரோஷமாய் சுழன்றடித்தது. நிலவு உதிர்ந்து குஞ்ஞானின் மடியில் விழுந்தது. பயத்தில் சங்கின் நினைவு வர பொட்டலத்தில் கையை நுழைத்தான். பொட்டலம் திறந்தே கிடந்தது. கையால் துழாவினான். இரு சங்குகள் தட்டுப்பட்டன. சங்கின் வழுவழுப்பு. இறுக்கிப் பிடித்தான். சதைத் திரட்சியின் மெது மெதுப்பாய் சங்கு மாறிப் போகுமா என்ன? அனுமன் முனி தப்பித்து விடக்கூடாது என்பதற்காக வெண் சங்கை நன்றாக இறுக்கிப் பற்றிப் பிடித்தான். பெண்களின் கூந்தலைப் போல் மேகம் கீழிறங்கி குஞ்ஞானின் முகத்தை மூடியது. மூச்சுத் திணறியது. கூந்தல் நீக்கி சுவாசித்த போது புதிய வாசனை ஒன்றை உணர்ந்தான். இது வரை அவன் உணராத ஆனால் கேள்விப்பட்ட செண்ட் வாசனை அது.

குஞ்ஞான் காலையில் கண் விழித்தான். தன் முகம் மறைத்த மேகக் கூந்தலைக் காணவில்லை. மேகங்களுக்கிடையே இருந்து இறங்கிவந்து தன் மடியில் விழுந்த நிலவைக் காணவில்லை. பைக்குள் கை ஓட்டித் துழாவினான். கெட்டியான ஒற்றைச் சங்கு பத்திரமாயிருந்தது. இரவு முழுவதும் பற்றி இறுக்கிய மெது மெதுப்பான இரண்டு சங்குகள் எங்கே ஓடிப்போய் ஒளிந்து கொண்டன? இரவில் பெய்த கனமழையில் ஆங்காங்கே தண்ணீர் நிரம்பி இருப்பதைக் கண்டான். கிடங்கிற்குள் செல்லும் சிறு துளி நீர்தான் உயிர்ப்பின் விசையாய் மாறி சிறு புல்லாய் பூமியில் உருவாகி வாழ்வுக்கு சாட்சியமாகிறது.

கொஞ்ச நேரத்திற்கெல்லாம் குஞ்ஞானைச் சுற்றிப் பெருங் கூட்டம் கூடிவிட்டது. எல்லோரும் அவனை ஆச்சரியமாகப் பார்த்துக் கொண்டு நின்றார்கள். குல்லாய் அணிந்த ஆண்களும், பர்தா அணிந்த பெண்களும் குஞ்ஞானை பயபக்தியுடன் பார்த்துக் கொண்டே நின்றார்கள். இன்னும் கூட்டம் வந்துகொண்டே யிருந்தது. குஞ்ஞான் மௌனமாக உட்கார்ந்திருந்தான்.

பொழுதடைந்துவிட்டால் அந்த வீட்டுப் பக்கத்துக்கே யாரும் போகமுடியாத நிலையில் குஞ்ஞான் விடியவிடிய மழையிருட்டில் தன்னந்தனியே படுத்துக் கிடந்திருக்கிறான் என்றால் ஆச்சரியம் தானே. அவன் பக்கத்தில் நெருங்கி வரவே ஜனங்கள் பயப் பட்டார்கள்.

'ராத்திரி முழுக்க இங்கதான் படுத்திருந்தீரா?'

'ஆமா.'

'ஒமக்கு பயமில்லையா?'

'எதுக்கு பயப்படணும்.'

'வேப்ப மரம் குதியாளம் போட்டு ஆடுச்சா?'

'இல்லையே.'

'சென்டு மணம் தெரியலையா?'

'தெரியலையே.'

'கிருட்டு கிருட்டுனு இழுத்து இழுத்து உசுரு போற சத்தம் கேட்கலையா?'

'இல்லை.'

'முக்காடு போட்டுக்கிட்டு கையில அரிக்கேன் விளக்க வைச்சுக் கிட்டு ஒரு பொம்பள வந்தாளா.'

'ஆமா வந்தா.'

'வந்து என்ன செஞ்சா?'

'வராந்தாவுல தண்ணி எரைக்கும், நனைஞ்சு போகாதிக. வீட்டுக்குள்ள வந்து படுங்க அப்படின்னா.'

'அடப்பாவி வீட்டுக்குள்ளயா படுத்துக் கெடந்த?'

'ஆமா, ராத்திரி முழுக்க வீட்டுக்குள்ளதான் ஒறங்குனன்.'

'ஒன்னய வீட்டுக்குள்ள கூட்டிட்டுப் போனது, பொம்பள இல்ல, பிசாசு, சைத்தான், பேயி.'

குஞ்ஞான் இப்போது சற்றே யோசித்தான். இரவு பெய்த இடி மின்னலுடன் கூடிய மழையையும் அம்மழையில் தான் சொட்டுச் சொட்டாக நனைந்து உருகியதையும் கொஞ்சம் கொஞ்சமாய் நினைவுபடுத்திப் பார்த்தான். ஆம். மழை, பெருமழை. இடிமின்னல் காற்றுடன் பெருமழை. குஞ்ஞான் மேனியில் இப்போது செண்ட் மணத்தது. மழை வாசனையை நுகர இரவு ஆழ்ந்து மூச்சை இழுத்து அடக்கி இழுத்துவிட்ட குஞ்ஞான் இப்போது செண்ட் வாசனையை நுகர்ந்தான். முக்காடிட்ட பெண்ணையும் அரிக்கேன் லைட்டையும் அதற்குப் பிறகு பார்க்கவே இல்லை. குஞ்ஞானின் உடல்முழுக்க செண்ட் வாசம் அப்பியிருந்தது. மூச்சை நன்றாக உள்ளிழுத்து உணர்ந்தான். அந்தச் செண்ட் வாசனையில் கரைந்து போயிருந்த அத்தர் பாயின் வரலாற்றை அறிந்துகொண்டான்.

சாயல்குடி, இளையான்குடி, பரமக்குடி, கீழக்கரை வட்டாரங் களில் யூசுப்பாய் என்றால் யாருக்கும் தெரியாது. அத்தர்பாய் என்றோ, செண்ட் சாய்பு என்றோ, இல்லை வெள்ளைக்குதிரை என்றால் தெரியாதவர்கள் இருக்க முடியாது. வெள்ளைக்குதிரை என்பதற்கு அவர் குதிரையில் வருவது மட்டும் காரணமல்ல. சுத்த வெள்ளைவெளேர் வேஷ்டி, அதே வெள்ளையில் முழுக்கை சட்டை, தங்கம் மின்னும் பொத்தான்கள், தலையில் குல்லாய். செண்ட் மணம் கமகமக்க தெருவில் அவர் நடந்துவந்தால் வெள்ளைக் குதிரை நடந்து வருவது மாதிரியான கம்பீரம்.

சாயல்குடியில் அவர் பங்களா கட்டி குடும்பத்துடன் குடியேறிய போது ரங்கூன், பர்மா, சிங்கப்பூர் என்று பரவியிருந்த அவருடைய செண்ட் வியாபாரம் சாயல்குடி ஊரைச் சுற்றிலும் மணத்தது. ஏழை எளிய ஆதரவற்றோர் அவர் வீட்டின் முன்னால் காத்துக் கிடந் தார்கள். பண்டிகை நாட்களில் அவர் வீட்டில் கூட்டம் அலை மோதியது. எண்ணற்ற ஏழை எளியோர் யூசுப் பாயை அல்லாவின் அவதாரமாகவே வழிபட்டனர். அவருடைய மனைவி தௌலத்பீவி தங்க விக்கிரகம். வீட்டுக்கு வெளியே முற்றத்தில் நின்றாலும்

முக்காடு முகம் மறைக்க நிற்பாள். மாசத்தில் சில நாட்கள் மட்டுமே யூசுப்பாய் பங்களாவில் இருந்தாலும், மாசம் முழுக்க ஆதரவற்றோர் கூட்டம் முற்றத்தில் நிறைந்திருக்கும். அத்தனை பேருக்கும் அன்னமிட்டு ஆதரவளித்து ஆதரித்து வருபவள் தௌலத் பீவிதான். எந்நேரமும் சோறு விளையும் சத்திரமாக இருந்தது யூசுப் பாயின் பங்களா வீடு. தானியம் விளைந்த காட்டுக்கு தடங்கல் ஏதுமின்றி வந்து இரைப்பை நிரப்பும் பறவைகளைப் போல் ஏழை எளியவர்கள் வந்துசென்றார்கள்.

வெளியூர்களிலும் வெளிநாடுகளிலும் சுற்றிவிட்டு சாயல்குடிக்குத் திரும்பிய யூசுப்பாய் தன்னுடன் ஒரு பறவையையும் கொண்டு வந்தார். ஒரு புறாவைப் போல் வாழ்ந்துகொண்டிருக்கும் தௌலத் பீவி, அந்தப் பறவையைத் தன்னை வேட்டையாட வந்திருக்கும் வைரியாக, ராசாளியாக, கழுகாக நினைத்து மருண்டாள். புதியதாகக்கொண்டுவந்த பறவையுடன் யூசுப்பாய் கொஞ்சுவதும் குலவுவதையும் கண்டு புறா மருகியது, மருண்டது, பயந்தது. தன் மேனியிலிருந்து வரும் செண்ட் வாசனை, கழுகின் மேனியில் ஒட்டிக்கொண்டதை உணர்ந்துகொண்டது புறா. செண்ட் வாசனை சிந்தும் தன் மேனியில் வெற்றுக் காற்று மட்டுமே வீசுவதை எண்ணி மனம் வெதும்பியது புறா. கழுகின் மேனி செண்ட் வாசனையால் நிரம்பி வழிந்தது. கழுகின் மேனியிலிருந்து வரும் செண்ட் வாசனையை நுகர விரும்பாத புறா முகம்சுளித்து மூச்சடக்கிக் கொண்டது.

விடிந்தபோது தௌலத் பீவி உத்திரத்தில் தூக்குப் போட்டு செத்துத் தொங்கினாள். அவளுடைய உடலிலிருந்து வெளிப்பட்ட செண்ட் வாசனை ஊரெல்லாம் பரவியது. கூட்டம் கூடியது. நாசியை நிறைத்த செண்ட் வாசனையை எல்லா மக்களும் நுகர்ந் தார்கள். அத்தரும் செண்ட்டும் மணத்த அந்த பங்களாவில் கழுகு குடியேறிக்கொண்டதால் செத்த மாமிசத்தின் வாடை வீசியது. ஆதரவற்ற ஏழை எளிய பறவைகள் எல்லாம் உணவு தேடி வனம் தேட பங்களா சுடுகாடாகியது. யூசுப்பாய் புதியதாய்க் கூட்டிக் கொண்டு வந்த பெண்ணுடன் கீழக்கரை போய் குடியேறிக் கொண்டார். கழுகை விரட்டிய புறா பாழடைந்த பங்களாவில் ஆந்தையும் கூகையும் வந்து குடியேறி விடாதபடி, தானே வந்து தினமும் காவல் காக்கிறது. போவோர் வருவோர் செண்ட் வாசனையை நுகர்ந்து செல்கிறார்கள். தௌலத்தின் மேனியில் செண்ட் மணக்கிறது.

தன்னைச் சுற்றிக் கூடியிருந்த மக்கள் சொன்ன கதையைக்

கேட்டு குஞ்ஞான் ஆச்சரியப்பட்டுப் போனான். பொட்டலத்தைத் தூக்கி தலையில் வைத்துக்கொண்டு எட்டயபுரம் சமஸ்தானத்தை நோக்கி நடையைக் கட்டினான். ஒரு பெண்ணின் சகவாசத்தால் இன்னொரு பெண் இறந்ததையும், தினமும் ஏராளமானவர்கள் பசியாறிப் போனது மாறி அவர்களெல்லாம் பசியோடு அலை வதையும், பாலாய் பொங்கிய வீடு இப்போது பாழடைந்து கிடப்பதையும், மார்க்கத்தைச் சொல்லி மக்கள் ஏற்றுக்கொண்ட மணவாழ்க்கையைத் தன் மனசு ஏற்றுக் கொள்ளாததால் தன்னுயிர் மாய்த்த தௌலத்தையும் நினைத்துப் பார்த்தான்.

கீழக்கரையில் போய் குடியேறிய யூசுப்பாயின் வரலாற்றை சாயல்குடி மக்கள் சொன்னதையும் நினைத்துப் பார்த்தான். புதியதாய்க் கூட்டிவந்த பெண்ணுடன் ஒத்துப் போக முடியாததால் தினமும் சண்டை சச்சரவு என்று யூசுப்பாய் வியாபாரம் நலிந்து, கவலையில் கை கால்கள் விளங்காமல் போக, கிடைத்த சொத்து சுகத்தை வசப்படுத்திக்கொண்டு திடீரென்று காணாமல் போய் விட்டாள் புதிதாய் வந்தவள். ஒருவாய் சோற்றுக்கும், ஒரு மிடக்கு தண்ணீருக்கும் கூட வழியின்றித் தவித்த யூசுப்பாய் தஞ்ச மென பள்ளிவாசல் போய்ச் சேர்ந்தார். தன் இறுதிக் காலம்வரை பள்ளி வாசலிலேயே இருந்து கண்மூடினார்.

குழந்தை குட்டிகள் ஏதுமின்றி போய்ச் சேர்ந்துவிட்ட யூசுப்பாயின் கீழக்கரை வீட்டிலும் யாரும் குடியேற முடியவில்லை. சிலர் இரவில் குதிரையடிக் குளம்பு சத்தம் கேட்பதாகவும் சிலர் செண்ட் வாசனை மூக்கைத் துளைப்பதாகவும் சொன்னார்கள். கடற்காற்றின் உப்புத் தண்ணீர் பட்டு இரும்புகள் துருப்பிடித்து கதவுகள் இற்றுப்போய், சுவர்களில் காரை உதிர்ந்து, சுற்றிலும் முட் புதர்கள் மண்டி பாழடைந்து கிடக்கிறது. இரண்டு வீடுகளிலும் தௌலத் பீவி நிரந்தரமாகக் குடியேறி கழுகை விரட்டிய ஒரு புறாவைப் போல் வசித்து வருகிறாள்.

வெய்யில் ஏறிக் கொண்டிருந்தது. சாயல்குடியிலிருந்து புறப்பட்ட குஞ்ஞான் எட்டயபுரம் சமஸ்தானம் செல்லும் பாதையில் பயணித்துக்கொண்டிருந்தான். கண்ணுக்கு எட்டும் தூரம்வரை யிலும் மேடேறிக் கிடக்கும் தவிட்டுமணல் மேடுகளையும், வழி நெடுகிலும் பனங்குட்டிகளும் பனைமரங்களும் நிறைந்த தேரிக் காடுகளைக் கண்டான். குனிந்து ஒரு குத்து மணலை கையில் அள்ளி உள்ளங்கை விரித்து உற்றுப் பார்த்தான். இளஞ்சிவப்பு நிறத்தி லிருந்த தவிட்டு மணல் மின்னியது. பாதையின் இரண்டு பக்கமும் கூட்டங்கூட்டமாய் வனாந்திரமாய் வளர்ந்து நின்ற பனங்காட்டின்

கூட்டத்தை ஆச்சரியமாகப் பார்த்தான். பனையைப் போலவே நெடுநெடுவென வளர்ந்த, பனையைப் போலவே கன்னங்கரேர் நிறமுடைய கறுத்த பனையேறிகளைக் கண்டான். உள்ளங்கை யிலிருந்து முழங்கை வரையிலும், மார்பிலும் கறுத்துத் தழும்பேறிய பனையேறிகள் அரை வேஷ்டியுடனும் இடுப்பைச் சுற்றிய இடைவார்களுடனும் நிழல் உருவங்களைப் போல் நடமாடித் திரிந்தனர். பனங்கூட்டங்களுக்கு மத்தியில் காவோலைகளால் அமைக்கப்பட்டிருந்த சில குடில்களின் முன்னால் காது வளர்த்த பெண்கள் அடுப்பெரித்துக் கொண்டிருந்ததையும் கண்டான்.

கைகளில் பாளை அரிவாள்களுடனும், இடுப்பில் தொங்கும் பதனீர் கலயத்துடனும், கடுக்கன் அணிந்த வெற்று மேலுடன் குடுமியுடன் திரிந்த பனையேறிகளை நன்றாக உற்றுப் பார்த்தான். தன்னுடனேயே வந்துகொண்டிருந்த மணல் நிறைந்த தேரிக்காடும் பனங்கூட்டங்களும் பின்தங்கிக்கொள்ள, வெட்ட வெளியில் நீண்டு செல்லும் பாதையில் பயணித்தான். கன்னங்கரேரென்று கண்ணெட்டும் தூரம் வரை பரவிக் கிடந்த கரிசல் காடுகளைப் பார்த்து ஆச்சரியப்பட்டான். இரவு பெய்த மழையின் சுவடே தெரியாத தேரிக்காட்டையும், பாதையிலிருந்து விலகி கால் வைத்து விட்டால் பொதுக் என்று கரண்டைக் கால்வரை புதைந்து போகிற கரிசல் காட்டையும் ஒப்பிட்டுப் பார்த்தான். பனைமரங்களற்ற வெட்ட வெளியில் பாதை ஊடறுத்துச் சென்றது.

இடைப்பட்ட ஊரை என்ன ஊர் என்று விசாரித்தான். ஆனால் இந்த ஊரில் இவ்வளவு பெரிய ஆறு இருக்கும் என்றோ, இரவு பெய்த மழையில் பெருக்கெடுத்த தண்ணீர் இன்னும் இவ்வளவு வேகமாக ஓடிக்கொண்டிருக்கும் என்றோ குஞ்ஞான் நினைத்துக் கூடப் பார்த்திருக்க மாட்டான். கிழக்கு நோக்கி வெள்ளப் பெருக்கால் பாய்ந்தோடிக்கொண்டிருந்தது விளாத்திகுளம் வைப்பாறு. கரையின் இரு பக்கமும் நின்று ஜனங்கள் கூட்டமாக வேடிக்கை பார்த்துக்கொண்டிருந்தார்கள். நுங்கும் நுரையுமாகப் பெருக்கெடுத்து ஓடிய ஆற்று நீரின் சலசல சத்தம் பலமாகக் கேட்டது. தண்ணீரின் சத்தம் கேட்ட உடனேயே பொட்டலத் திற்குள் இருக்கும் சங்கு முண்டுவதும் நெளிவதும் தெரிந்தது. குஞ்ஞான் தண்ணீரின் ஓட்டத்தைவிட்டு சற்று தள்ளியே நின்று கொண்டான். மாட்டு வண்டிகளும் பாதசாரிகளும் ஆற்றின் இருபக்கமும் கூடிநின்று ஓடும் தண்ணீரை வேடிக்கை பார்த்துக் கொண்டிருந்தார்கள். தரைப் பாலத்தின் இருபக்கமும் இடுப்புயரம் நீட்டிக்கொண்டிருந்த கம்பிகளை மூழ்கடித்துக்கொண்டு தண்ணீர்

ஓடியது.

இரண்டு ஆட்டுக் குடில்களும் சில ஆட்டுக் குட்டிகளும் மிதந்து செல்வதை ஆச்சரியமாகப் பார்த்துக்கொண்டிருந்த ஜனக் கூட்டம், மிதந்து செல்லும் படப்புகளையும், கலப்பைகளையும், ஏர்க்கால் களையும் கண்டதும் பதறிப் போனது. ஏதோ ஒரு ஊருக்குள் வெள்ளம் புகுந்திருக்க வேண்டும் என்று பேசிக்கொண்டார்கள். மறுநாள் காலையில்தான் தண்ணீர் ஓட்டம் சொடியும் என்றும் அதற்கிடையில் பாலத்தில் கால் வைக்க முடியாது என்றும் கூறிக் கொண்டனர். தண்ணீர் பெருக்கெடுத்து ஓடும் சத்தமும் கூடி நிற்பவர்களின் பலப்பல பேச்சுக்களும் தெளிவற்றுக் கேட்க, செய்வதறியாது நின்றுகொண்டிருந்தான் குஞ்ஞான். ராத்திரி தங்கி காலையில்தான் புறப்பட முடியும் என்பதை நன்கு உணர்ந்து கொண்ட குஞ்ஞான் இரவு எங்கே தங்குவது என்பதை யாரிடமாவது விசாரித்துத் தெரிந்துகொள்ள முயன்றான்.

ஆற்றைக் கடந்து மறுபக்கம் போக இயலாதவர்கள், இந்தப் பக்கமும் அந்தப் பக்கமும் சிறுகூட்டமாகக் கூடிநின்றவர்கள், பொழுதடைந்தபோது தாங்களாகவே தங்கிச் செல்ல ஓரிடத்தைத் தற்காலிகமாக உருவாக்கிக்கொண்டார்கள். அடர்ந்து குமுக்காய் தளிர்த்திருந்த இரண்டு வேப்ப மரங்களுக்கடியில் சில குதிரைகள் கட்டப்பட்டிருந்தன. எட்டயபுரம் அரண்மனை வீரர்களும் இரண்டு வெள்ளைக்கார வீரர்களும் உடன் இருக்க வழிப் போக்கர்கள் சிலரும் சேர்ந்துகொள்ள வேப்பமரத்தடி சலசலத்துக்கொண் டிருந்தது. கூட்டத்தோடு கூட்டமாக குஞ்ஞானும் சேர்ந்து கொண்டான். நடைத் தளர்ச்சியில் ஒரு ஓரமாகப் பொட்டலத்தை வைத்துவிட்டு தரையில் சாய்ந்தான். வெள்ளைக்காரர்களும் எட்டயபுரத்து வீரர்களும் பலப்பல பேச்சுக்களைப் பேசிக்கொண்டே இரவு வெகுநேரம் முழித்திருந்தனர்.

விடிந்தபோது குதிரைவீரர்கள் யாருமே கண்ணில்படவில்லை. ஆற்றைக் கடந்து போயிருக்க வேண்டும் என்று நினைத்தபடியே ஆற்றின் வாகரைக்கு வந்தான் குஞ்ஞான். நேற்று சாயங்காலம் ஆட்களே இறங்க முடியாதபடி குதியாளமும் இரைச்சலுமாய் இடுப்பளவு ஓடிய தண்ணீர் முழங்கால் அளவு சொடிந்து ஓடிக் கொண்டிருந்தது. வெளியே நீட்டிக்கொண்டிருந்த கம்பிகளைப் பிடித்தபடி இரண்டு பக்கமிருந்தும் ஆட்கள் ஆற்றைக் கடந்து கொண்டிருந்தார்கள். எடுத்து இடுப்பில் சொருகிய சேலையுடன் தொடைகள் தெரிய பதனீர் குடங்களைத் தலையில் சுமந்தபடி பல பெண்கள் பாலத்தைக் கடந்து வந்துகொண்டிருந்தார்கள். குஞ்ஞான்

தன் பொட்டலத்தை இறுக்கிப் பிடித்தபடி தண்ணீருக்குள் கால் வைத்தான். தண்ணீரின் ஸ்பரிசம் பட்டவுடனேயே பொட்டலத் திற்குள் சங்கு விழித்துக்கொள்ளும் என்பதை குஞ்ஞான் அறிவான். பைக்குள் ஒரு கையை ஓட்டி சங்கின் வாயை இறுக்கிப் பொத்திக் கொண்டான். மூடியிருந்த மஞ்சள் தோய்த்த துணி கிழியாமல் பார்த்துக்கொண்டான். ஆற்றைக் கடந்து அக்கரையில் தரையில் கால் வைப்பதுவரை கயிற்றில் நடக்கும் வித்தைக் காரனைப் போல் எட்டு வைத்தான். மறுகரை வந்தவுடன் ஏதோ புதிய உலகத்திற்குள் நுழைந்துவிட்டது போல உணர்ந்தான். பாதையின் இருபக்கங் களிலும் வளர்ந்து பாதை மறைத்து நிழல் தரும் பெரியபெரிய புளியமரங்கள். கண்ணெட்டும் தூரம்வரை கரிசல் காடுகளில் மேகக் கூட்டங்களைப் போல படர்ந்து நிற்கும் வேப்பமரங்கள் நாட்டுக் கருவேலம், வாகை, மஞ்சணத்தி என்று வகைவகையான மரங்களும் விதவிதமான செடிகளும் பாதையின் இருமருங்கிலும் அடர்ந்திருந்தன. பூத்துக் குலுங்கிய ஆவாரஞ் செடியின் மஞ்சள் பூக்கள் சூரிய ஒளியில் மின்னின. வழிநெடுகிலும் பலவிதமான பறவைகளைப் பார்த்தபடியும் அவைகளின் விதவிதமான ஒலிகளைக் கேட்டபடியும் எட்டு வைத்தான். பொழுது ஏறிக் கொண்டிருந்தது.

இரவு தன்னுடன் தங்கிய குதிரைவீரர்கள் பேசிக்கொண்டதை நினைத்து அசை போட்டான். அவர்களின் பேச்சிலிருந்து குஞ்ஞான் சில விஷயங்களைத் தெரிந்துகொண்டான். நாகலாபுரம் ஊரைப் பூர்வீக வசிப்பிடமாகக்கொண்ட நாடகப் பாட்டுக்காரர் பாஸ்கர தாஸ். அவர் சமீப காலமாக வெள்ளைக்காரர்களுக்கு எதிராகக் கொஞ்சம்கூட பயமின்றி ஊர்ஊருக்கு நாடகங்களில் பாட்டுப்பாடி வருகிறார். இது விஷயம் கேள்விப்பட்டு வெள்ளைப்படையும் அவர்களுக்கு ஆதரவான எட்டயபுரம் வீரர்களும் அவரைத் தேடி பல மாசங்கள் அலைகிறார்கள். ஊருக்கு வந்திருக்கிற விஷயத்தை ஒற்றர்கள் மூலம் கேள்விப்பட்டு ஊருக்குப் போனால் யாருமே அவரைக் காட்டிக் கொடுக்க மாட்டேன் என்கிறார்கள். இது போல் வெள்ளைக் காரர்களுக்கு எதிரான கூட்டம் அவருடைய வீட்டில் கூடிக் கலைகிறது. எந்நேரமும் தாஸ் வீட்டில் பந்திச் சோறு பரிமாறப் பட்டுக் கொண்டேயிருக்கிறது. பல ஊர்களில் இது பரவி வருகிறது. எப்படியாவது அவரைக் கைது செய்யவேண்டும் என்று வெள்ளைக் காரன் கோபமாயிருக்கிறான். அவர் நாடக மேடைகளில் பாடும் பாடல்களை யார் பாடினாலும் அவர்களையும் கைது பண்ண உத்திரவாகியிருக்கிறது. அதையும் மீறி நிறைய இடங்களில் அவர் பாட்டுக்கள் பாடப்படுகின்றன. பட்டிக்காட்டு ஜனங்கள்கூட

அவருடைய பாட்டுக்களை முணுமுணுத்துக்கொண்டு திரிகிறார்கள். இப்படியே போனால் வெள்ளைக்காரனை இன்னும் கொஞ்ச நாட்களில் இங்கிருந்து மக்கள் சண்டை போட்டு விரட்டியடித்து விடுவார்கள். நாடு முழுக்கவும் வெள்ளைக்காரனுக்கு எதிராக மக்கள் கொதித்துப் போயிருக்கிறார்கள். வெள்ளைக்காரர்களுக்கு ஆதரவாகச் செயல்படும் எட்டயபுரத்து மன்னரையும் மக்கள் வெறுக்கிறார்கள். எட்டயபுரத்துக்குப் பக்கத்தில் இருக்கும் கடலையூரில் நூற்றுக்கணக்கான மக்கள் திரண்டு 'வெள்ளையனே வெளியேறு' என்று கோஷமிட்டபடி ஊர்வலம் போயிருக்கிறார்கள். அவர்கள் எல்லாரையும் கைது செய்து சிறையில் அடைத்து வைத்திருக்கிறான் வெள்ளைக்காரன். மக்கள் முன்பு போல் இப்போது குதிரைவீரர்களைக் கண்டால் கொஞ்சம்கூட மதிப்பதில்லை, பயப்படுவதில்லை. மாறாக வெறுக்கிறார்கள். ஆகவே நம்மையும் எந்த நேரத்திலும் தாக்க முயற்சி செய்யலாம். எச்சரிக்கையாக இருந்துகொள்ள வேண்டும்.

குஞ்ஞான் தன்னை மறந்து உறங்கிப் போவது வரை அவன் காதில் விழுந்த வார்த்தைகள் இவை. பாதையின் இரண்டு பக்கங்களிலும் பல இடங்களில் சின்னச் சின்ன தெலா கிணற்றைப் பார்த்தான். தண்ணீர் இறைத்து ஊற்ற நீண்ட கல் தொட்டிகளும் கிடந்தன. சில தொட்டிகளில் தண்ணீரும் நிரப்பப்பட்டிருந்தது. வழிப்போக்கர்கள், ஆடுகள், மாடுகள், குதிரைக்காரர்கள் தண்ணீர் குடித்து இளைப்பாறிப் பயணிக்கத் தோதாக சிறு சிறு கிணறுகள் வெட்டப்பட்டிருந்தன. இன்னும் கொஞ்ச தூரம் நடந்தால் எட்டயபுரம் சமஸ்தானத்தை எட்டி விடலாம் என்று எதிரே வந்த காவிப் பண்டாரம் சொன்னான். இரவு வருவதற்குள் எப்படியும் எட்டயபுரம் போய் விட வேண்டும் என்று குஞ்ஞான் நடையை எட்டிப் போட்டான்.

மஞ்சள் வெய்யில் இறங்கும் சாயங்காலம். மேற்காமல் நீண்டு செல்லும் எட்டயபுரம் செல்லும் வண்டிப்பாதை. இரவு பெய்த மழையில் நசநசத்து சேறும் சகதியுமாய், தன் பாதங்களில் ஒட்டும் கரிசல்மண்ணை அடிக்கொரு தடவை உதறி எறிந்துவிட்டு நடையை எட்டிப் போட்டான் குஞ்ஞான். இடையில் தட்டுப்பட்ட ஊர்களின் பெயர்களை மட்டும் விசாரித்துக் கொண்டான். பெரிய அரண்மனை தெரியும் என்ற அடையாளத்தை மனதில் பதிந்து கொண்டு அரண்மனை தேடி விரைந்தான் குஞ்ஞான். வழி நெடுகிலும் மேய்ச்சல் முடிந்து பாதையெங்கும் அடைத்துக்கொண்டு அடைவிடம் திரும்பிக் கொண்டிருந்தன கால்நடைகள். அரண்மனை

மாடுகளின் கூட்டம் அதிகமாயிருந்தது.

அவன் நடந்து வந்த பாதை எட்டயபுரம் ஊருக்குள் நுழைந்து பல்வேறு தெருக்களாகப் பிரிந்து போனது. திருவிதாங்கூர் சமஸ்தானம் செல்லும் பாதை எதுவென்று புரியாமல் திகைத்து நின்றான். இருட்டில் பாதையைத் தேடி அலைய வேண்டாம் என்றும் காலையில் விசாரித்துக் கொள்ளலாம் என்றும் எண்ணியவன் இரவு தங்க இடம் தேட முயன்றான். தன் முன்னாலுள்ள பிரம்மாண்டமான கோட்டைச் சுவரை ஆச்சரியமாகப் பார்த்தான். கண் எட்டும் தூரம்வரை கோட்டைச் சுவர் நீண்டு சென்றது. ஊரைச் சுற்றிலும் தண்ணீர் நிரம்பிய பெரிய பெரிய தெப்பங்களைப் பார்த்தான். ஆழமான அகன்ற தெப்பங்களில் சுற்றிலும் குளிப்பதற்கும் துவைப்பதற்கும் நீண்ட படிக்கட்டுக்கள் கற்களால் கட்டப்பட்டிருந்தன. தெப்பத்தை ஒட்டியே கோயில்களின் கோபுரங்களும் தெரிந்தன. இரவுநேர தூண்விளக்குகள் ஏற்றப்பட்டிருந்தன. மங்கலான விளக்கு வெளிச்சத்தில் இரவு தங்க இடம் தேடி அலைந்தான். தெப்பத்தின் வாகரையோரம் தாழ்வாரத்தில் சில வில்வண்டிகள் நிறுத்தப்பட்டிருந்த சாவடிகளைப் பார்த்தான். அதற்கு அடுத்து இருந்தது, வடக்கு சத்திரம். பண்டாரங்களும், பரதேசிகளும் திருச்செந்தூர் செல்லும் நடைப்பயணப் பக்தர்களும் தங்கிக் கொள்ள எட்டயபுரம் ராஜா கட்டிக் கொடுத்தது.

மழை வெறித்த இரவு துல்லியம் வெளுத்துக் கிடந்தது. கழுவிப் போட்ட மேகங்களில் நிலவு பிரகாசித்துக்கொண்டிருந்தது. தெப்பத்தை தூரத்திலிருந்து உற்றுப் பார்த்தான் குஞ்ஞான். நிறை சூலியைப் போல் தெப்தெப்பென்று நீர் நிறைந்து கிடந்தது தெப்பம். தண்ணீரின் அலையடிப்பில் நிலவு விளையாடிக்கொண்டிருந்தது. சாவடியில் படுப்பதற்கு இடம் தேடினான் குஞ்ஞான். வழிப் போக்கர்களாலும், திருச்செந்தூர் செல்லும் பக்தர்களாலும், காவிப் பண்டாரங்களாலும் நிறைந்து கிடந்தது சாவடிச் சத்திரம். வடக் கோரத்தில் இருந்த காலியிடத்தில் பத்திரமாகத் தன் பொட்டலத்தை இறக்கி வைத்துவிட்டு கண்ணயர்ந்தான் குஞ்ஞான். அடிக்கொரு தடவை குதிரைகளின் குளம்படிச் சத்தத்தில் கண் விழித்தான். அரண்மனைக் காவலர்களின் கண்காணிப்பு பலமாய் இருந்தது. பகல் முழுக்க நடந்து வந்த களைப்பில் ஆழ்ந்து உறங்கிப் போனான் குஞ்ஞான்.

கசகசவென்ற பலப்பல சத்தங்கள் கேட்டு முழிப்புத் தட்டி எழுந்தான் குஞ்ஞான். படுத்துறங்கிய அனேகம் பேர் எழுந்து புறப்படத் தயாராகிக்கொண்டிருந்தார்கள். விடியாத அந்த

அதிகாலையிலும் தெப்பத்தின் படிக்கட்டுக்களில் நின்று சிலர் குளித்துக் கொண்டிருந்தார்கள். துணிகள் துவைக்கின்ற சத்தம்கூட அரிச்சலாய்க் கேட்டது. தானும் புறப்படத் தயாராகி தலைமாட்டில் வைத்திருந்த பொட்டலத்தைத் தேடினான், காணவில்லை. பதற்றத் துடனும் பரபரப்புடனும் சாவடி முழுக்கத் தேடினான். பொட்டலம் தட்டுப்படவில்லை. பதற்றமும் பீதியும் நிறைந்தவனாய் சாவடியை விட்டு வெளியேறி தெப்பத்தின் வாகரையை அடைந்தான். கிழக்கு சுவரோரம் ஏராளமான ஜனங்கள் கூடியிருந்தார்கள். குஞ்ஞான் தன் பயத்தைக் காட்டிக்கொள்ளாமல் நிதானமாக நான்கு பக்கமும் தெப்பத்தைச் சுற்றிலும் தேடிப் பார்த்தான். எந்தத் தடயமும் கிடைக்கவில்லை. பயம் பற்றிக்கொள்ள பீதியுடன் கிழக்கு சுவர் பக்கம் வந்து கூட்டத்தோடு கலந்து நின்றுகொண்டான். நடக்கப் போகும் விபரீதம் அறிந்தவனாய் அனுமன் முனி தன் சுயரூபத்தை எந்த விதத்தில் வெளிப்படுத்தப் போகிறது என்று எதிர்பார்த்த வனாய் தானும் நின்றுகொண்டிருந்தான். காலை வெய்யில் முகம் தெரிந்தது.

கூடியிருந்த ஜனங்கள் அனைவரும் தெப்பத்தில் நீராட வந்தவர் களைப் போல் தெரியவில்லை. ஏதோ வேடிக்கை பார்க்க வந்தவர் களைப் போல் தெரிந்தது. அனைவரும் குறிப்பிட்ட ஒரே திசையை எதிர்நோக்கி பார்த்துக்கொண்டிருந்தனர். தெய்வத்தின் வரவை எதிர்நோக்கியிருக்கும் பக்தர்களைப் போல் ஒன்றுகூடி உட்கார்ந்து கொண்டும் நின்றுகொண்டும் இருந்தனர். திடீரென்று உட்கார்ந் திருந்த அனைவரும் எழுந்து இருகை கூப்பி பயபக்தியுடன் கும்பிட கிழக்கே உற்றுப் பார்த்தான் குஞ்ஞான். ஒல்லியான தேகம். வெற்று மேலுடன் நரைத்த தாடி மீசையுடன், மயிரடர்ந்த மார்புடன் வளர்ந்த ஒருவர் வந்துகொண்டிருந்தார். கூட்டம் முழுக்க கும்பிட்டு நிற்க எதுவும் பேசாமல் மௌனமாக கடந்துசென்ற அந்த ஒல்லியாள் கிடுகிடுவென தெப்பத்தின் படிக்கட்டுகளில் இறங்கி தண்ணீர் தன் பாதம் தொட நின்றார். கூட்டம் முழுவதும் தெப்பத்தின் சுவரைச் சுற்றி நின்று வேடிக்கை பார்த்தது. குஞ்ஞானுக்கு ஒன்றும் புரிய வில்லை. பயத்துடனும், பீதியுடனும், கவலையுடனும் காணாமல் போன தன் பொட்டலத்தை நினைத்தபடி கூட்டத்தோடு கூட்டமாய் நின்றான்.

ஜனங்கள் என்ன பேசிக்கொள்கிறார்கள் என்று உற்றுக் கவனித் தான். இரண்டொருவரிடம் விசாரித்தான். அவர்கள் சொன்ன தகவல்கள் அவனுக்கு ஆச்சரியத்தை ஏற்படுத்தின. வியப்புடன் தானும் கூட்டத்துடன் கலந்து நின்றான். விசாரித்த வரையில் குஞ்ஞான் அறிந்துகொண்ட விஷயங்கள்: பல வருடங்களாக

தெப்பத்தில் அதிகாலையில் இந்த நிகழ்ச்சி நடந்து வருவதாகவும், இதைக் காணவும் வணங்கவும் தினமும் ஆயிரக் கணக்கில் கூட்டம் கூடுவதாகவும், சுற்றிலும் உள்ள கிராமங்களில் இருந்து நிறைய ஜனங்கள் வருவதாகவும் அறிந்த குஞ்ஞான் பல விஷயங்களை வியப்புடன் கேட்டான். இந்தக் கூட்டம் பார்க்க வந்திருக்கிற நபரின் பெயர் கீரைபுசித்தான் சித்தர் என்றும், அவர் தினமும் கீரையை மட்டும் புசித்து உயிர் வாழ்பவர் என்றும், பல வகையான சித்துவேலைகள் கற்ற சித்தர் என்றும் தெரிந்து கொண்டான்.

கீரைபுசித்தான் எட்டயபுரத்திலும் அதைச் சுற்றிலும் அறியப் பட்ட சித்தராக ஆனதற்கு அவர் கீரையை மட்டுமே புசித்து வாழ்வது காரணம் என்றாலும் வேறு சில காரணங்களும் உண்டு. தினமும் காலையில் தெப்பத்துத் தண்ணீரில் முங்கி மறைந்து போவார். மணிக்கணக்கில் தண்ணீரைவிட்டு வெளியே வராமல் தண்ணீருக்குள்ளேயே ஒரு மீனைப் போல் மறைந்துகொள்வார். இவருடைய முகம் காண ஆயிரக்கணக்கில் மக்கள் தெப்பத்தை சுற்றிலும் கூடிக் காத்திருப்பர். அனைவர் முன்னிலையில் தண்ணீருக்குள் முங்கிய கீரைபுசித்தான் சித்தர் ஒரு மணிநேரங் கழித்து, கூடியிருக்கும் மக்களோடு மக்களாக தரையில் நடந்து வருவார். அத்தனை ஜனங்களுக்கும் காட்சி கொடுத்து ஆசி வழங்கி விட்டுத் தன் இருப்பிடம் செல்வார்.

பல ஆண்டுகளாக தினமும் காலையில் நடந்து வரும் இந்தச் சித்து விளையாட்டு படிப்படியாக உயர்ந்து, முதலில் ஒரு ஆளாக நீருக்குள் மறைந்து அந்த ஒரே ஆளாக வடக்குப் பக்க சத்திரத்திற்குள் இருந்து வெளிப்பட்டவர்; நாளடைவில் இரண்டாளாக, அப்புறம் மூன்று ஆளாக, அப்புறம் நான்கு ஆளாக தெப்பத்தின் நான்கு பக்கங்களிலிருந்தும் வெளிப்பட்டு காட்சி தந்தார் கீரைபுசித்தான் சித்தர். இன்று சித்து வேலையின் உச்சமாக ஒன்பது நபர்களாக வெளிப்பட்டு நவயோகி என்ற நிலைக்கு உயரப் போகிறார். கீரைபுசித்தான் சித்தர் தெப்பத்தின் தண்ணீருக்குள் முங்கி நவயோகி களாக ஒன்பது இடங்களில் காட்சி தரும் அபூர்வத்தைக் காணவே இந்தக் கூட்டம். தெப்பத்தின் நான்கு சுவர்களையும் மறைத்துக் கொண்டு மனித தலைகள். முண்டியடிக்கும் பெருங்கூட்டம். அதிசயம் காண குஞ்ஞானும் தானும் ஒரு சாமானியனாக கூட்டத்தோடு கூட்டமாக நின்றான். படிக்கட்டில் நின்று தண்ணீர் தன் பாதம் நனைக்க சூரிய பகவானை நமஸ்கரித்துவிட்டு ஒவ்வொரு படியாகக் கீழிறங்கி முழங்கால் மறைய, இடுப்பளவு நீர் நிறைய, மார்பளவு நீரில் கீழிறங்கி கழுத்து முங்க தலை மட்டும்

தெரிய, வெளியே ஜனங்கள் போட்ட உற்சாகக் கூச்சலில் தண்ணீருக்குள் தலையை முக்கினார் கீரைபுசித்தான். தண்ணீருக்குள் தலை மறைந்த மறுவினாடியே தண்ணீருக்கு வெளியே தலைநீட்டி, சிரசில் நீர் ஏறி இருமிக்கொண்டு மூச்சிரைக்க படிப்படியாக மேலேறி இளைத்துக்கொண்டு நின்றார் கீரைபுசித்தான். வேடிக்கை பார்க்கக் காத்திருந்த கூட்டம் மௌனித்து நின்றது. நவயோகி யாகத் தன்னை மாற்ற நினைத்த கீரைபுசித்தான் சித்தர் கண்கள் சிவக்க, இருமலுடன் தெப்பத்திற்கு வெளியே நின்றார். காவிப் பண்டாரம் ஒருவன் கிட்டத்தில் நெருங்கினான்.

'இன்னைக்கு சாமிக்கு என்ன நேர்ந்தது? நவயோகச் சித்து வேலை பார்க்க வந்த கூட்டம் ஏமாற்றம் அடைந்துவிட்டதே.'

'தெப்பத்திற்குள் கெட்ட ஆவி புகுந்துள்ளது. தண்ணீருக்குள் தலை முங்க முடியவில்லை. வெளியே தூக்கி வீசுகிறது.'

'இன்றைக்கு காலையிலிருந்து ஆயிரமாயிரம் பேர் நீராடிச் சென்றிருக்கிறார்களே சாமி.'

'இருக்கலாம். சாதாரணமானவர்களை ஆவிகள் கண்டுகொள் வதில்லை. வசியக்காரர்களையும் என் போன்ற சித்தர்களையும் கண்டால் கெட்ட ஆவிகளுக்குப் பிடிக்காது.'

'அப்படியென்றால் இனிமேல் நீங்கள் இந்தத் தெப்பத்தில் நீராட முடியாதல்லவா?'

'முடியாது. முடியவே முடியாது. வசியக் கலை கற்ற மாந்திரீகன் வந்து ஆவியை அப்புறப்படுத்தும் வரை நான் இங்கே கால்வைக்க முடியாது. மற்றப்படி மக்கள் நீராடலாம், மன்னர்கூட நீராடலாம். நான் நீராட முடியாது. சித்த நிலை மாறி சாதாரண மனிதனாக நான் மாறவும் முடியாது. கீரையை நான் விட நினைத்தாலும் கீரை என்னை விடாது.'

இந்த உரையாடலை ஓரத்தில் நின்று கேட்டுக்கொண்டிருந்த குஞ்ஞான் திடுக்கிட்டுப் போனான். நடந்திருக்கிற விபரீதத்தை உடனே உணர்ந்துகொண்டான். தன் பொட்டலத்தை யாராவது திருடியிருக்க வேண்டும். ஒன்றுமே இல்லை என்று தெரிந்ததும் அதைத் தெப்பத்திற்குள் தூக்கி எறிந்திருக்க வேண்டும். சங்குக்குள் அடைபட்டுக் கிடந்த அனுமன் முனி தண்ணீரைக் கண்டதும் துள்ளிக் குதித்து ஓடி தன் வேலையைக் காட்ட ஆரம்பித்திருக்கிறது. குஞ்ஞான் என்ன செய்வதென்று புரியாமல் நின்றான்.

தண்ணீருக்குள் இறங்கி யாருக்கும் தெரியாமல் அனுமன் முனியை மீண்டும் வசியப்படுத்தி அடக்கிக் கொண்டு போய்விட

வேண்டும், இல்லையென்றால் விபரீதமாகிவிடும் என்று எண்ணிக் கொண்டான். நல்லவேளையாக பொட்டலத்தை திருடியவன் மேலத் தெப்பத்தில் வீசிவிட்டுச் சென்றிருக்கிறான். கீழ்ப்பக்கம் உள்ள நீராவியில் வீசியிருந்தால் குஞ்ஞானால் கிட்ட நெருங்கவே முடியாது. இரவும் பகலும் அரண்மனைக் காவலர்களால் பாதுகாக்கப்படுவது கீழ்ப்பக்க நீராவி. கெத்தெத்தென்று கடலைப் போல் கண்ணாடியாய் மின்னும் தண்ணீர்தான் எட்டயபுரம் மக்களின் குடிநீர். எந்நேரமும் காவல் இருக்கும் என்று தெரிந்துதான் திருடன் நீராவிக்குள் தூக்கி எறியாமல் மேலத் தெப்பத்தைத் தேர்ந்தெடுத்திருக்கிறான். குஞ்ஞான் யாருக்கும் தெரியாமல் குளிக்கிறவனைப் போல் குளித்துக்கொண்டிருக்கிற ஜனங்களோடு ஜனமாய் ஊடுருவினான். நாலா திசையும் உருப்போட்டு அனுமன் முனி இருக்கிறதா என்பதை உறுதி செய்துகொள்ள முயன்றான்.

பதிலுக்கு எந்தவித தடயமும் கிடைக்காததால் குழம்பிப் போனான். நீராவிக்குள் போய் பதுங்கிக்கொண்டால் காவலர் களை மீறி தண்ணீரில் கால்வைக்கக்கூட முடியாதே என்று வருந்தினான். குடம் குடமாய் சுமந்து செல்லும் தண்ணீர்க் குடத்தில் ஒளிந்து வெளியேறிவிட்டால் கண்டுபிடிப்பது சிரமம் என்பதும், எட்டயபுரத்தைச் சுற்றிலும் உள்ள அத்தனை கிணறுகளிலும் போய் பதுங்கிக் கொண்டால், எந்தக் கிணற்றில் போய்த் தேடுவது என்றும் விசனப்பட்டான். அனுமன் முனி தெப்பத்தைவிட்டுப் போய் விட்டது என்பதை உறுதி செய்துகொண்டான். இன்னும் தெளிவாக உறுதி செய்துகொள்ள வேண்டும் என்றால் நாளை காலை கீரைபுசித்தான் சித்தர் நீராட வரும்வரை காத்திருக்க வேண்டும், அப்படியும் அவர் நீராட வரவில்லை என்றால் எப்படியாவது அவரை நீராட வைத்து உறுதி செய்துகொள்ள வேண்டும் என்று எண்ணியபடியே தெப்பத்திற்குள் முங்கிமுங்கி குளித்தான். நீராவிக்குள் போய் குடியேறிவிடக் கூடாது என்று தன்னுடைய குலதெய்வத்தை வேண்டிக்கொண்டான். குளித்துக்கொண்டே பேச்சுவாக்கில் கீரைபுசித்தான் சித்தரின் வசிப்பிடத்தை அறிந்து கொண்டான்.

மலையாள மாந்திரீகன் குஞ்ஞான் கீரைபுசித்தானின் வசிப் பிடத்தை அடைந்தபோது அங்கு ஒரு சிறுகூட்டம் தெரிந்தது. கூட்டத்தோடு கூட்டமாய் நின்றுகொண்டு நடப்பவற்றைக் கவனித்தான். அரண்மனை வீரர்கள் இருவர் கீரைபுசித்தானிடம் பேசிக்கொண்டிருந்ததை உற்றுக் கேட்டான் குஞ்ஞான்.

‘சாமியை உடனே அழைத்து வரும்படி மன்னரின் உத்திரவு.’

'என்ன விஷயமாகவோ?'

'தெரியாது சாமி.'

'ஜோஸ்யர் பிள்ளை இருக்கிறாரா.'

'இருக்கிறார் சாமி, நேற்று நான் அவரைப் பார்த்தேன்.'

'நேற்றைய சம்பவம் மன்னரின் காதுக்கு எட்டியதா?'

'தாங்கள் சித்து வேலை செய்ய இயலாதபடி ஏதோ கெட்ட ஆவி தடுத்து விட்டதாகவும், ஜனங்கள் கூட்டங்கூட்டமாக ஏமாற்றத்துடன் திரும்பிச் சென்றதாகவும் அரண்மனைக்குள் பேச்சு அடிபட்டது. ஆகவே இந்த விஷயம் மன்னருக்கும் தெரிந்திருக்கும் சாமி.'

சொல்லி முடித்த உடனேயே இன்னொரு வேலைக்காரன் சில விஷயங்களை மெதுவாக சித்தரிடம் சொன்னான். கவனமாக கேட்டுக்கொண்டிருந்த கீரைபுசித்தான் சித்தர் மௌனமாக உட்கார்ந்திருந்தார். வேலைக்காரன் சொன்ன விஷயங்களை குஞ்ஞானும் கேட்டுக்கொண்டிருந்தான். இப்போது அவனுக்கு விஷயம் புரிந்துவிட்டது. அனுமன் முனி தெப்பத்தை விட்டுப் போய் அரண்மனைக்குள் புகுந்துவிட்டது. தனக்கு பேராபத்து நெருங்குவதை உணர்ந்துகொண்டான். கீரைபுசித்தானும் வேலையாட்களும் அரண்மனைக்குப் புறப்பட்டுக்கொண்டிருந்தார்கள். தான் யாரென்று தெரியாதபடி குஞ்ஞான் கூட்டத்தைவிட்டு விலகினான். இப்போது தான் என்ன செய்ய வேண்டும் என்று முடிவுசெய்ய முடியாதவனாய் குழம்பிப் போயிருந்தான். பயத்துடனும், வருத்தத்துடனும், குழப்பத்துடனும் பொம்மையைப் போல் நடந்து சத்திரத்தை அடைந்தான். கூடியிருந்த பண்டாரங்களின் பேச்சை தானும் ஒரு பண்டாரமாய் ஒற்றுக்கேட்டான்.

கீரைபுசித்தானின் வரவுக்காகவே காத்திருந்தவரைப் போல் மன்னரும் மந்திரியாரும் ஜோஸ்யரும் வரவேற்றார்கள். மன்னரின் முகம் மலர்ச்சியற்று இருந்தது. முற்றிலும் புதிய முகத்தை தரிசித்தார் கீரைபுசித்தான் சித்தர். தன் அருகிலேயே அமரச் சொல்லி ஆணையிட்டார் மன்னர். ஜோஸ்யர் குரு குகதாஸப்பிள்ளைதான் பேச்சை ஆரம்பித்தார்.

'நேற்று நடந்ததாகக் கேள்விப்பட்ட விஷயங்கள் உண்மைதானா?'

'காலையில் நான் நீராடிய போது நடந்ததுதானே?'

'ஆமாம் சாமி.'

'உண்மை. முழு உண்மை. ஒரு வினாடிகூட தண்ணீருக்குள்

என்னால் முங்க முடியவில்லை. என் முழு உடலையும் காற்றில் தூக்கி எறிவது போல் தண்ணீருக்குள்ளிருந்து தூக்கி வீசியது. என்னால் எதுவும் செய்ய இயலவில்லை. சித்து வேலை பார்க்க வந்து காத்திருந்த கூட்டம் ஏமாற்றத்துடன் திரும்பிச் சென்றது.'

'என்னவாக இருக்குமென்று உணர்ந்தீர்கள் சாமி?'

'ஏதோ ஒரு கெட்ட ஆவி. நிதானிக்க இயலவில்லை. ஆனால் ஜனங்கள் குளித்துக்கொண்டுதான் இருந்தார்கள். என்னை மட்டும்தான் குளிக்க விடாமல் செய்தது.'

'அரண்மனையின் சரித்திரத்திலேயே நடக்காத ஒரு சம்பவம் இன்று அரண்மனைக்குள் நடந்திருக்கிறது சித்தரே.'

'சொல்லுங்கள் ஜோஸ்யரே, நானும் தெரிந்துகொள்கிறேன்.'

'அரண்மனைக்குள் இருக்கிற கிணற்றில் காலைப் பூஜைக்காக தண்ணீர் இறைப்பதற்காக வாளியை உள்ளே இறக்கிய பட்டர், வாளியை வெளியே இழுக்க முடியாமல் திணறியிருக்கிறார். எதிலோ சிக்கியிருக்குமோ என்று கிணற்றை எட்டிப் பார்த்தால் தடயம் ஏதுமில்லை. தன் முழுப் பலத்தையும் காட்டி வாளியை இழுத்த போது கயிறு அறுந்து வாளி கிணற்றுக்குள் விழுந்துவிட்டது. பட்டர் பதறிப்போனார். வேறு வாளியால் தண்ணீர் இறைத்து பூஜைக்கு முயன்றால், கற்பூரம் எரியவில்லை. எத்தனை தடவை கொளுத்தியும் கற்பூரம் ஏற்ற இயலவில்லை. தரிசிக்க வந்த பக்தர் கூட்டம் ஆச்சரியமாய் பார்த்துக்கொண்டிருந்தது. மற்ற கோவில் பட்டர்களும் ஓடி வந்தார்கள். எப்படி அடித்தாலும் மணியில் ஓசை எழும்பவில்லை என்று புலம்பினார்கள்.'

அரண்மனை ஜோஸ்யரும் வைத்தியருமான குரு குகதாஸப் பிள்ளை சொல்லச் சொல்ல மன்னரும், மந்திரியாரும் கீரை புசித்தாலும் மௌனமாகக் கேட்டுக்கொண்டிருந்தார்கள். மௌனம் கலைத்த மன்னர் மெதுவாகப் பேசினார்.

'இன்று காலை போஜனம் பண்ணப்போன எனக்கு ஒரு விசித்திரமான விஷயம் கிடைத்தது, என்னால் நம்பவும் முடிய வில்லை, நம்பாமலும் இருக்க முடியவில்லை.'

'சொல்லுங்கள் மன்னா.'

'நான் போய் போஜனத்தில் அமர்ந்த உடனேயே மடப்பள்ளிச் சேவகர்கள் குசுகுசுவென்று தங்களுக்குள்ளேயே ஏதோ பேசிக் கொள்வதை நான் கவனித்தேன். அது போக ஒரு இறுக்கமான சூழ்நிலை அங்கே நிலவியதையும் உணர்ந்தேன். என்னால் என்ன வென்று யூகிக்க இயலவில்லை. எல்லோருடைய முகங்களிலும்

பயம் அப்பியிருந்தது. போஜனம் பரிமாறுபவனின் கைகள் நடுங்கு வதை உணர்ந்தேன், மெதுவாக பேச்சுக் கொடுத்தேன்.'

'எதற்காக உன்னுடைய கைகள் இப்படி நடுங்குகின்றன?'

'..........'

'பயப்படாமல் சொல். என்ன நடந்தது?'

'மன்னா சற்று முன்னர்தானே காலை போஜனம் முடித்துச் சென்றீர்கள், அதற்குள் பசித்துவிட்டதா?'

'உனக்குப் பைத்தியம் பிடித்துவிட்டது என்று நினைக்கிறேன்.'

'நான் சொல்வதை நம்பவில்லை என்றால் மற்றவர்களிடமும் கேளுங்கள் மன்னா.'

'மடப்பள்ளியில் உள்ள அத்தனைபேரும் சற்று முன்னர்தான் நான் சாப்பிட்டுவிட்டுச் சென்றதாகவும் அதைப் பார்த்ததாகவும் சொன்னார்கள். எனக்கு பயமும் ஆச்சரியமும் பற்றிக் கொண்டது. ஏனெனில் காலையிலிருந்து நான் மடப்பள்ளிப் பக்கமே போக வில்லை. இதை எப்படி சாதாரணமாக எடுத்துக்கொள்வது?

'நான் சொல்வதும், கோயில் பட்டர்கள் சொல்வதும், மடப்பள்ளி வேலையாட்கள் சொல்வதும் பொய்யல்ல முழு உண்மை மன்னா.' கீரைபுசித்தான் சொல்ல அமைதியாக கேட்டுக்கொண்டிருந்தனர் மந்திரியும் மன்னரும் ஜோஸ்யரும்.

நால்வரும் ரொம்ப நேரம் விவாதித்து முடித்து விட்டு எழுந்தனர். அரண்மனைக்குள் ஏதோ ஒரு வசிய சக்திகெட்ட ஆவியாகப் புகுந்துகொண்டு சில சித்து வேலைகள் செய்வதை உறுதி செய்து கொண்டனர். அதை எப்படி வெளியேற்றுவது என்று முடிவு செய்து அதற்குரிய ஏற்பாட்டை விரைவாகச் செய்யும்படி ஜோஸ்யரிடம் உத்திரவிட்ட மன்னர் எழுந்து போனார். மன்னர் சென்று விட்டதை உறுதி செய்துகொண்ட மந்திரி பேசினார்.

'ஜோஸ்யரே, விரைவாகச் செயல்பட்டு ஆகவேண்டிய நடவடிக்கை களை எடுங்கள், இன்று இரவுக்குள்ளேயே பிரச்சினையை முடித்து விட்டால் எல்லோருக்கும் நல்லது. ஏனென்றால் இன்று இரவு மன்னர் அந்தப்புரம் போகும் போது, இப்பொழுதுதானே வந்துவிட்டுப் போனீர், அதற்குள் மறுபடியும் வந்து விட்டீரே என்று மகாராணி சொன்னால் மன்னரின் நிலைமை மோசமாகி விடும், அரண்மனையே அல்லோகலப்பட்டுவிடும். ஏனென்றால் இது மடப்பள்ளி விவகாரமில்லை. அந்தப்புர விவகாரம். மடப்பள்ளி அந்தப்புரம் இரண்டுமே பசி போக்குகின்ற இடங்கள் தான். ஆகவே மடப்பள்ளிக்குள் புகுந்து மன்னரின் ரூபத்தில்

தன் பசிதீர்த்த ஆவி, அந்தப்புரத்திலும் நுழையலாம். புரிகிறதா ஜோஸ்யரே?'

மந்திரியாரின் பேச்சைக் கேட்டு ஜோஸ்யர் குருதாஸப் பிள்ளை குலுங்கிக்குலுங்கிச் சிரித்தார். கீரைபுசித்தான் சித்தர் சிரிப்பை அடக்கிக்கொண்டார். அரண்மனை வாசலைவிட்டு வெளியேறி வெளிக்காற்றைச் சுவாசித்த சித்தர் மெதுவாக நடந்து தன் இருப்பிடம் சென்றார். நடக்கின்ற சம்பவங்களை எண்ணி வருத்தத்துடன் உட்கார்ந்தார். தான் செய்கிற சித்து வேலையைச் செய்து, தன் உருமாற்றி மன்னரைப் போல் உருக்கொள்ளும் மாயச் சித்து இலேசானதல்ல. வேறோர் இடத்தில் தன் உருகாட்டும் சித்து வேலை மட்டுமே தெரிந்த நான் நினைத்தவனின் உருவை எடுக்கும் மாயச்சித்தனின் சித்து வேலையைக் கற்காமல் தடுப்பது எப்படி?

நள்ளிரவு. தெப்பத்தின் அலையடிப்பில் நிலா சிதறிக்கொண்டிருந்தது. நிலவொளியுடன் சேர்ந்து தூண்களில் ஏற்றியிருந்த எண்ணெய் விளக்குகளும் மினுங்கிக்கொண்டிருந்தன. நீராவியின் இரவு காவலர்கள் கிழக்கு சுவரோரம் நின்று பேசிக் கொண்டிருந்தார்கள். வடக்குப் பக்க படிக்கட்டின் வழியே நீராவிக்குள் இறங்கும் ஓர் உருவம். உற்றுப் பார்த்தார்கள். பயமும் படபடப்பும் பற்றிக்கொள்ள தடிக்கம்புடன் வடக்கு சுவர் பக்கம் போனார்கள். நடு ராத்திரியில் தன்னந் தனியாய் கைகளில் குடமோ வாளியோ இல்லாமல், சுவரின்மேல் நின்று உற்றுப்பார்த்துக் கொண்டிருக்கும் உருவம் ஆணா பெண்ணா என்பதை உறுதிபடுத்திக்கொண்டார்கள். தண்ணீருக்குள் குதித்து தற்கொலைக்கு முயன்றாலும் நீரில் குதித்துக் காப்பாற்ற தயாராக நின்றுகொண்டார்கள். சத்தமிட்டு அரற்றிச் செயலை முடிக்கும் அதிகாரக் குரலை அடக்கி வைத்துக் கொண்டு அவ்வுருவம் படித் துறையில் என்ன செய்கிறது என்று உற்றுக் கவனித்தார்கள்.

தண்ணீரை ஒட்டியுள்ள கீழ்ப்படியில் உட்கார்ந்துகொண்டு கொஞ்சம் சத்தத்துடன் ஏதோ மந்திரம் ஓதுவது போல் தெரிந்தது. பொறுத்துப் பார்த்தார்கள். அவனிடமிருந்து முணுமுணுப்பு மட்டுமே வந்துகொண்டிருந்தது. வேறு யாராவது பைத்தியக் காரனாக இருக்கலாம் என எண்ணி இருவரும் விறுவிறுவென மேலிருந்து வேகமாகப் படித்துறையில் கீழிறங்கினார்கள். சற்றும் எதிர்பாராத அவன் சட்டென எழுந்து நின்றான். கையில் பெரிய வெண்சங்கு.

'இந்த நட்ட நடு ராத்திரியில் மக்களின் குடி நீர் நீராவி தெப்பத்தில் என்னப்பா செய்ற?'

'..........,'

'நாங்க ரெண்டு பேரும் அரண்மனைக் காவலாளிகள். குடி நீரைக் காக்க வேண்டியது எங்க பொறுப்பு. சொல், என்ன செய்துக்கிட்டு இருந்த, கையில என்ன வச்சிருக்க?'

பேசிக்கொண்டே அவன் கையிலிருந்த வெண்சங்கைப் பிடுங்கிக் கொண்டான் காவலாள். இருவரும் பக்கத்திற்கு ஒருவனாக நின்று கொண்டு படியேறி மேலே கூட்டி வந்தார்கள் அவனை. பொழுது விடிந்துகொண்டிருந்தது.

சில பெண்கள் அந்த விடிகாலையிலும் தண்ணீர் எடுத்துப் போவதற்காக நீராவிக்கு வந்துகொண்டிருந்தார்கள். காவலாளி களுடன் இருக்கும் அவனை விசித்திரமாகப் பார்த்தார்கள். பைத்தியக் காரனைப் போல் தோற்றமளித்த அவன் கொஞ்சமும் பயமோ பதற்றமோ இல்லாமல் நிதானமாகப் பேசிக்கொண்டிருந்தான். அவனைக் கொண்டுபோய் அரண்மனையில் ஒப்படைத்து விபரம் சொன்னவுடன் அரண்மனையே பரபரப்படைந்தது. அவன் சொன்ன ஒற்றை வரிப் பதிலே அனைவரையும் ஆச்சரியப்படுத்த போதுமானதாக இருந்தது.

'மலையாள மாந்திரீகன். ஆவிகளுடன் பேசுபவன். அட்டகாசம் செய்யும் ஆவிகளை அடக்கி இடம் மாற்றி வைக்கும் அபூர்வக் கலை கற்றவன். ஆவியுடன் பேசும் கலை கற்ற எனக்கு ஏராளமான பாஷைகள் தெரியும். விரதம், சாபம், வரம், வாக்கு, பழி, பாவம், சபதம். ஆவிகள் அனைத்து மீதும் நம்பிக்கைகொண்டவன், வருங் காலத்தை யூகித்தறியும் வல்லமைகொண்ட குஞ்ஞான் என் பெயர், பூர்வீகம் மலையாள தேசம். நாடோடி வாழ்க்கை.'

இரு கைகளையும் பின்பக்கமாகச் சேர்த்துக் கட்டி அரண் மனைக்குள் இருந்த கல்தூணில் கட்டிவைத்தார்கள். மன்னரைத் தவிர்த்து அரண்மனை முக்கியஸ்தர்கள் அனைவரும் கூடி நின்றார்கள். மன்னருக்குத் தகவல் சொல்லப்பட்டிருந்தது. அவர் வரவை எதிர்நோக்கிக் காத்திருந்தார்கள். வெய்யில் ஏறிக்கொண் டிருந்தது. எல்லா விபரத்தையும் சொல்லிவிட்டு இரவுக் காவலர்கள் இவனை ஒப்படைத்துவிட்டுப் போய்விட்டார்கள். கொஞ்ச நாட் களாக அரண்மனைக்குள் நடக்கும் சில மாறுபட்ட செயல்களுக்கு இவனே காரணம் என்றும், திட்டமிட்டே அரண்மனைக்குள் ஆவியை ஏவியிருக்கிறான் என்றும் நம்பினார்கள்.

ராமேஸ்வரம், வேம்பார் கடல் பகுதிகளில் அனுமன் முனி செய்த அட்டகாசங்களையும், அதைத்தான் அடக்கிக்கொண்டு

வந்ததையும், சத்திரத்தில் தங்கியிருந்த போது தப்பித்துப்போய் தெப்பத்திற்குள் புகுந்துகொண்டதையும், அங்கிருந்து எப்படியோ அரண்மனைக்குள் வந்து விட்டதையும் குஞ்ஞான் சொன்னபோது யாரும் நம்பவில்லை. மன்னர் கடுங் கோபத்தில் இருந்தார்.

சவுக்கடியில் குஞ்ஞான் உடம்பில் வரிவரியாகத் தழும்புகள் தெரிந்தன. இரத்தம் கன்றிய கோடுகள் உடல் முழுக்க சிவந் திருந்தன. குஞ்ஞானின் முகத்தில் கவலை தெரியவில்லை. கம்பீர மாகப் பேசினான்.

‘அதிகாரத்தால் அனுமன் முனியை அடக்கவோ அப்புறப் படுத்தவோ முடியாது. முனிகளை அடக்கி அப்புறப்படுத்தி அவற்றின் அட்டகாசங்களை முடக்கி வைக்கும் அபூர்வ வசியக் கலை எங்களின் பூர்வீகம். ஏழு தலைமுறைகளாக எங்களின் பரம்பரைத் தொழில் அது. ஆனால் எங்கள் குலம் முனிகளால் அவமானப் பட்டிருக்கிறது. இப்போதுதான் முதன்முறையாக அதிகாரத்தால் அவமானப்படுகிறேன். மீண்டும் மீண்டும் சொல்கிறேன். தயவு செய்து நம்புங்கள். ஆவிகளையும் முனிகளையும் அப்புறப்படுத்தும் வித்தையை எங்கள் மூதாதையர்களுக்குக் கற்றுக் கொடுத்தது மனிதர்கள் அல்ல, தெய்வங்கள். தெய்வங்களிடம் முனிகளும் ஆவிகளும் நெருங்காது.’

‘பொய் சொல்லாதே. அரண்மனையைச் சுற்றியும், அரண்மனைக் குள்ளும் இத்தனை தெய்வங்கள் இருந்தும், ஆவி அரண்மனைக்குள் வந்தது எப்படி?’

‘இங்கிருக்கும் அத்தனை தெய்வங்களும் தேக சுகத்தையும் தேவையான செல்வத்தையும், அந்தஸ்தையும், பதவியையும், அதிகாரத்தையும் கொடுப்பவைகளே ஒழிய ஆவிகளை விரட்டும் சக்தியற்றவை.’

‘அப்படியானால் ஆவியை விரட்டும் சாமியைச் சொல்லடா.’

‘அட்டகாசம் செய்யும் ஆவிகளையும் முனிகளையும் முற்றாக அழிக்கும் வல்லமை எனக்குமில்லை, எந்தச் சாமிக்குமில்லை. ஆவியை அண்டவிடாமல் காக்கும் சாமிகள் பல உண்டு. அந்த சாமிகள் இருக்கும் இடங்களில் ஆவிகள் முனிகள் அண்டாது. தங்கள் எல்லைகளைச் சுருக்கிக்கொண்டு வாழும். அந்த மாதிரியான சாமிகள் உங்கள் அரண்மனைக்குள்ளும் இல்லை, வெளியிலும் இல்லை. நன்றாகத் தேடிப் பார்த்துவிட்டேன்.’

‘அப்படியென்றால் அது என்ன சாமி என்று சொல்லடா நாயே. நாளைக்கே அரண்மனைக்குள் கோவில் கட்டிவிடுகிறேன். அதன்

பின்னரும் ஆவியின் தொந்தரவு இருந்தால் உனக்கு சமாதி இங்கே தான் கட்டப்படும்.'

'மன்னரே... எனக்கு இங்கே சமாதி கட்டுகிறீர்களோ இல்லையோ, அரண்மனைக்குள்ளே ஏராளமான சமாதிகள் உருவாகும். உன் ஊரைச் சுற்றிலும் அரண்மனைக்கு வெளியே நிறைய சமாதிகள் உருவாகும். அந்தச் சமாதிகளுக்கு மத்தியில்தான் உன்னுடைய சமாதியும் இருக்கும். மத்த சமாதிகளில் மக்கள் கூட்டம் நிரம்பி வழியும். தினமும் வழிபட்டுக் கோவில்களைப் போல் பராமரிப்பர். உன் அரண்மனையும் உன் சமாதியும் மக்களின் கால்படாத இடமாகவே இருக்கும். எந்த மக்களும் உன்னை வணங்க மாட்டார்கள். உன் அரண்மனைச் சுவரில் அணுவைப் போல் பறவைகள் எச்சமிடும். எச்சத்தின் விதைகள் முளைத்து, சுவருக்குள் வேரோடி அணுகுண்டாய் மாறி சுவர்களைப் பிளக்கும். அதிகாரம் அற்றுப் போன நீ காணாமல் போயிருப்பாய். காரை உதிர்த்த சுவர்களைப் பிளந்த வேர்கள் விருட்சமாய் உருக்கொண்டு பூமிக்குள் புதையுண்டு போகும். அரண்மனை இருந்த இடம் முள்மரங்களால் சூழப்பட்டு அடையாளம் காட்டி நிற்கும். அதிகாரம் கோலோச்சி ஆயிரமாயிரம் பாவங்கள் அரங்கேறிய இடம் இது தான் என்று மக்களிடம் முள்மரங்கள் பேசும். அதிகாரத்திற்கு அஞ்சி ஒளிந்து அலைந்து திரிந்து மடிந்து போனவர்களின் சமாதிகள் கோவிலைப் போல் மக்கள் வழிபடும் ஸ்தலங்களாக மாறிப் போயிருக்கும். தினமும் பூஜைகள் நடக்கும். பூக்கள் மணக்கும். தன் வாரிசுகளுக்கு அந்த சமாதிகளுக்குள் அடங்கியவர்களின் பெயர்களை மக்கள் சூட்டி மகிழ்வார்கள். உன் சமாதியில் மனிதக் காலடித் தடம் படாது. மாறாக முள்மரங்கள் முளைத்து பாதைகள்கூட தூர்ந்து போகும். ஆந்தையும் கூகையும் அடையும். உன் பெயர் சொன்னால்கூட பாவம் என்று உன் பெயரை மக்கள் வெறுப்பார்கள்.'

'பைத்தியக்காரனைப் போல் உளறாதே. அரண்மனைக்குள் புகுந்துள்ள ஆவியை விரட்ட என்ன சாமியை நான் இங்கே கொண்டு வர வேண்டும்?'

'நாளைக் காலையில் சொல்கிறேன்.'

கட்டவிழ்த்துக் குஞ்ஞானை சிறையில் அடைத்து வைத்தார்கள். கொடுத்த உணவைத் தொட்டுக்கூட பார்க்காமல் உதாசீனப் படுத்தினான். தனியறையில் தூங்கிய குஞ்ஞான் தப்பித்துப் போய்விடாதபடி கடுமையான காவல் போட்டிருந்தார்கள். எந்தச் சலனமும் இன்றி குஞ்ஞான் தூங்கிக்கொண்டிருந்தான். குஞ்ஞான்

தூக்கத்தில் பல ஆவிகளுடன் பேசிக்கொண்டிருந்தான். அவற்றில் பல ஆவிகள் இறந்து தெய்வங்களாகிப் போனவை. இன்னும் சில இனிமேல் இறந்து தெய்வங்களாகப் போகிறவை. ஆனால் எல்லா ஆவிகளும் அதிகாரத்தால் விரட்டப்பட்ட அதிகாரத்திற்கு அடங்காது கலகம் செய்த ஆவிகள். அதிகாரத்தால் கொல்லப்பட்ட ஆவிகளும் உண்டு. குஞ்ஞான் உறக்கத்திலேயே சிரித்துக்கொண்டான். சித்துக்கலை கற்ற அவனுடைய அகக் கண்ணில் அனேகம் ஆவிகள் தெரிந்தன.

அடர்ந்த காடுகள் அடங்கிய குருமலை அரண்மனையின் அதிகாரத்திற்கு சொந்தம். ஒரு சிட்டுக்குருவியைப் போல் மலை முழுவதும் சுற்றித் திரியும் தவசித் தேவர். ஆண்டுகள் பல. இடி, மின்னல், மழை, பசி, பட்டினி, தவம். மூலிகைகளின் மகத்துவம் தெரிந்த தம்பிரான் தவசித் தேவர். தவசித் தம்பிரான். ரஸவாதம் கற்ற சித்தன். மூலிகைச் சாற்றால் மண்ணைப் பொன்னாக்கும் மகத்துவம். அரண்மனையின் அதிகாரத்திற்கு அடங்காமல் ஜீவ சமாதியாகிப் போன சித்தன். இன்றும் வழிபடும் கோவிலாய் சமாதி. ரோஜா மாலை போட்டு வழிபட்டால் ரோஜா மணம் வீடு நிறையும் விந்தை. பூக்களால் நிறையும் சமாதி. வாழும் தெய்வமாய் வாழ்ந்துகொண்டிருக்கிறான்.

கீரைபுசித்தான். கண் காணாத தேசம் வங்காளத்திலிருந்து வந்து கீரைகளை மட்டுமே புசித்து வாழ்ந்து சித்து வேலைகள் கற்று, நவயோகியாக ஒன்பது சித்துக்கள் செய்து, நீரில் மூழ்கி தனித்தனி உறுப்புக்களாய் மிதந்து பின்னர் உறுப்புக்கள் ஒன்றுகூடி சித்தனாய் அதிகார மமதையை வெறுத்து மகா சமாதியாகிப் போன யோகி. தினமும் பூஜைகள். மக்கள் கூடும் கோவிலாய். தலைமுறைகள் கடந்தும் வழிபடும் தெய்வமாய் மாறிப்போன மகா சித்தர் கீரைபுசித்தான்.

காடல்குடி ஜமீன் வாரிசுகளில் ஒருவராய் நல்லப்ப சுவாமிகள். சங்கீத ஸ்வரங்களையும் ராக ஆலாபனைகளையும் நெஞ்சுக் கூட்டுக்குள் அடைத்து மூச்சாய் விட்டவர். காற்றில் கலந்த சங்கீத மூச்சு கர்நாடக ராகங்களாய் விரிந்து மக்களிடம் போய்க் காற்றாய் கலந்தது. அதிகாரங்களிடம் கை ஏந்தாமல் சாதாரண மக்களிடம் சங்கீதம் கையேந்தியது. காற்றோடு காற்றாய் சங்கீதம் கரைந்து காணாமல் போனது. சங்கீதத்திடம் சங்கீதம் கற்றவர்களும், சங்கீதத்திற்கு தலையாட்டியவர்களும் சங்கீதத்திற்கு சமாதி கட்டி வழிபட்டனர்.

சமாதியாகிப் போனதாக நினைத்த சங்கீதம் விளாத்திகுளம்

வைப்பாற்று வெள்ளமாய்க் கடலில் காற்றில் கலந்து எல்லை தாண்டி ஒலித்தது. சங்கீதத்தின் முன்னால் அதிகாரம் பலமற்று இற்றுப் போய் விழுந்தது. அதிகாரத்தை உதாசீனப்படுத்திவிட்டு மக்கள் அலைஅலையாய் சங்கீத சுவாமியை தரிசிக்கப் படையெடுத்தார்கள். கரிசல் நிலங்களும் வைப்பாறும் சங்கீதக் கலையின் குறியீடுகளாக மாறிப்போயின. காலவெள்ளத்தில் சங்கீதம் மிதந் தலைந்து கொண்டிருக்கிறது. காற்றுக்கு அழிவுண்டா? எல்லையுண்டா? கடலில் கலக்கும் வைப்பாற்றின் வெள்ளம் கர்நாடக சங்கீதத்தையும், நல்லப்ப சுவாமிகளின் அகந்தையையும் ஞானத்தையும் சேர்த்தே கொண்டு போய்ச் சேர்க்கிறது. கடல் பிரபஞ்சத்தில் சுவாமிகளின் கர்நாடக சங்கீதம் அலைகளாய் வீசிக்கொண்டிருக்கிறது. சமயங்களில் அவருடைய அதிகாரத்திற்கு எதிரான அகந்தையாய் மாறி புயலாய் கடல் சீற்றமாய் உருக்கொள்கிறது. காற்றின் தடுமாற்றத்தில் கடல் பொங்கும், நிலம் அழியும். சங்கீதத்தை அழிக்க காற்றாலும் கடலாலும் முடியுமா? காற்றும் கடலும் சங்கீத ராகங்களின்றி வேறென்ன?

கரிசல் காடுகளில் சித்திரை மாசத்துக் கோடை உழவின் சால்களில் பதிந்த காலடித் தடங்கள் இன்னும் அனலாய்த் தகித்துக் கொண்டிருக்கின்றன. ஆயிரமாயிரம் காலடித் தடங்களோடு ஏகாதிபத்திய அதிகார வெறியர்களின் தேடலுக்கு மறைந்து கரிசலில் திரிந்த நாகலாபுரம் வெள்ளைச்சாமித்தேவரின் காலடித் தடம் எது?

தன் வசீகர சங்கீதத்தால் வெள்ளை ஏகாதிபத்தியத்தை எதிர்த்த கரிசல் காட்டின் மதுரகவி, பெயர் மாற்றித் திரிந்த பாஸ்கரதாஸ். சிங்கங்களின் கர்ஜனை சிட்டுக்குருவியின் சங்கீதத்தில் காணாமல் போனது. அதிகாரத்திற்கு எதிராய்க் கலப்பை தூக்கிய கரிசல் காட்டு சம்சாரிகளின் கைகளில் கரிசல்மண் கருமருந்தாய் மாறுவது கண்டு வெள்ளைக் கொக்குகள் கூச்சலிட்டன. கரிச்சான் குருவியிடம் தோற்று ஓடும் கழுகு, பருந்து, காக்கைகளைப் போல் கவி பாஸ்கரதாஸின் கனல் வரிகளில் வெள்ளைக் கொக்குகள் பயந்தோடின. சமஸ்தானத்தை காறி உமிழ்ந்தார்கள் கரிசல் காட்டு மக்கள். காற்றில் அலைந்து கொண்டிருக்கிறது நாகலாபுரம் வெள்ளைச் சாமித் தேவரின் மதுர வரிகள். உரம் சேர்த்து உருமாறி காற்றில் திரிகிறார்கள் நல்லப்ப சுவாமியும் வெள்ளைச்சாமித்தேவரும்.

சுப்பிரமணி அதிகாரத்திற்கு எதிராகப் பூணூலை மட்டும் அறுத்தெறியவில்லை. அனைத்தையும் அறுத்தெறிந்தான். சங்கீதத்தை மட்டும் தன் வசம் வைத்துக்கொண்டான். பூணுலை அறுத்துப் புழுதியில் எறியவில்லை. தன் கையில் உள்ள ஈட்டிக் கம்பின் கீழ்

முனையில் இரும்புப் பூணாக மாற்றிக்கொண்டான். பக்தியுடன் கும்பிட்டு நிற்கும் மக்களின் மனசைக் குளிர்விக்க மணியாட்டி ஒலி எழுப்பிய கைகளில் குறுவாள் ஏந்தினான். கோயில்மணி ஆத்மாவைக் குளிர்விக்க மட்டுமே என்றுணர்ந்து அதிகாரத்தை விரட்டும் சங்கீதத்துடன் தன் இடம் விட்டு நீங்கி அலைந்தான். கங்கையில் குளித்து காசியில்பாடி கரிசல்காடு மறந்தான். அதிகாரம் எல்லை மீறிய போது அலி மகன்களுக்கு எதிராய் ஆவேசமுற்றான். துப்பாக்கிக் குண்டுகளும் பீரங்கிக் குண்டுகளும் சங்கீதக் குண்டின் முன்னால் செயலிழந்தன. வார்த்தைகள் தோட்டாக்களாக மாறி வானத்தில் பறக்கும் வெள்ளைக் கொக்குகளை விரட்டின. வார்த்தைகள் புறப்பட்டுவரும் இடம் தேடியலைந்தன வெள்ளைக் கொக்குகள். தன் எல்லை வரையறையை மீறிய பாண்டிச்சேரி என்று அறிந்த கொக்குகள் கூடிநின்று கொக்கரித்தன.

அதிகாரம் யானையாக உருமாறி நின்றதை அறியவில்லை சுப்பிரமணி. வெள்ளையை வெறுத்தவன் கறுப்பை நேசித்தான் போலும். ஜாதியை அழித்துவிட்டு காக்கை குருவி ஜாதியிடம் சேர்ந்து கழுதைக் குட்டியை முத்தமிட்டவன் நம்பிக்கையிழந்து வீழ்ந்தான் தும்பிக்கை வீச்சில். தோட்டாக்களை உற்பத்திசெய்த தொழிற்சாலை இடிந்து விழுந்து அழிந்து போனது. தோட்டாக்கள் மட்டும் காற்றில் கலந்து, கரைந்து மக்களின் உயிர் மூச்சாய் மாறிப் போனது. அதிகாரத்தை எதிர்த்து விரட்டும் ஆயுதங்களாய் மாறிப் போயின பூணூல் அறுத்து எறிந்தவன் உற்பத்தி பண்ணிய வார்த்தைத் தோட்டாக்கள். அனைத்து மக்களின் வாய்களும் துப்பாக்கிக் குழாய்களாகவும் பீரங்கி குழல்களாகவும் மாறி பூணூல் தோட்டாக் களால் அதிகாரத்தைச் சுட்டன. அதிகாரம் பயந்தோடியது. வெள்ளை வெளியேற கரிசல் மின்னியது. பூணூல் அறுத்த கலகக் காரனின் சங்கீத தோட்டாக்கள், ஐயர்களின் ஓம, வேத உச்சரிப்பு மந்திரங்களாய் மக்களின் உயிர்மூச்சில் ஒலித்துக் கொண்டிருக் கிறது. சங்கீத மும்மூர்த்திகளாகப் பரந்துவிரிந்த கரிசல் காடுகளில் அலைந்து திரிகிறது மூன்று ஆவிகள். கர்நாடக சங்கீத ஆலாபனை களாய் விளாத்திகுளம் நல்லப்ப சுவாமிகள். மதுர கவி பாஸ்கர தாஸாக நாகலாபுரம் வெள்ளைச்சாமித் தேவர். பூணூல் அறுத்து, மந்திர மணியோசை வெறுத்து, விட்டுவிலகி சிட்டுக் குருவியாய் திரிந்த மகாகவி சுப்பிரமணி ஐயர்.

வீரபாண்டிய கட்டபொம்மன், ஊமைத்துரை, வெள்ளையத் தேவன், வெடித்துச் சிதறிய சுந்தரலிங்கம். குஞ்ஞான் முன்னால் ஒவ்வொரு ஆவியாக அணிவகுத்து நின்றது. கதவு திறக்கும் ஓசை

கேட்டு திரும்பிப் பார்த்தான் குஞ்ஞான். அரண்மனைக் காவலர்கள் கை விலங்கிட்டு மன்னரிடம் இழுத்துச் சென்றனர். குஞ்ஞான் நிதானமாக எட்டு வைத்து நடந்து சென்றான். பயமோ, வருத்தமோ, கவலையோ, சோர்வோ இல்லாமல் அவன் நடந்து சென்றது காவலர்களுக்கு ஆச்சரியமாய் இருந்தது. விடிய விடிய ஆவிகளிடம் பேசியவன் இப்போது அதிகாரத்தின் முன் பேசினான். மன்னரின் முகத்தில் கோபம் குறையவில்லை. குஞ்ஞான் சிரித்தபடி நின்றான்.

'இரவு முழுக்க தூங்காமல் விடியவிடிய தனக்குத்தானே பேசிக் கொண்டிருந்ததாக காவலர்கள் சொன்னார்கள். யாருடன் பேசினாய்?'

'பைத்தியக்காரன் மட்டுமே தனக்குத்தானே பேசிக்கொள்வான். நான் பைத்தியக்காரன் இல்லை.'

'உன்னை மட்டும்தானே தனியறையில் அடைத்திருந்தேன், உன்னுடன் வேறு யாருமில்லையே.'

'நிறைய பேர் இருந்தார்கள். அதிகாரத்தின் கண்களுக்கு அவர்கள் தட்டுப்பட மாட்டார்கள்.'

'சரி, உளறாமல் பதில் சொல். அரண்மனைக்குள் புகுந்துள்ள ஆவியை விரட்ட நான் என்ன செய்ய வேண்டும்? '

'நான் சொல்லும் சாமியைக் கொண்டு வரவேண்டும். அரண் மனைக்குள் பீடம் வைத்து வழிபட வேண்டும்.'

'சொல். என்ன சாமி?'

'இருளை அப்புறப்படுத்துபவர். இருளை அகற்றுபவர்.'

'விளக்கமாகச் சொல்லித் தொலை.'

'இருளப்பன்.'

'இருளப்பனா, கேள்விப்படாத சாமியாக இருக்கிறதே!'

'அதனால் மட்டுமே உன்னைக் காப்பாற்ற முடியும். உன் அரண்மனைக்குள் சூழ்ந்திருந்த வெள்ளை வெளிச்சம் சிறுகச் சிறுக வெளியேறிக் கொண்டிருக்கிறது. மாற்றாக கறுப்பு இருள்படர்ந்து கொண்டிருக்கிறது. படரும் இருளை முற்றாகத் தடுக்கவோ விரட்டவோ முடியாது. தற்காலிகமாக கொஞ்ச காலத்திற்கு தடுத்து நிறுத்திக் கொள்ளலாம். வெளிச்சம் போய்விட்டால், உன் அதிகார மமதையும் அடங்கிவிடும். அப்போது இருள் பரவுவதை யாராலும் தடுத்து நிறுத்த முடியாது. உன் அரண்மனைச் சுவர்களை, உன்னுடைய அந்தரங்கமே அழித்துவிடும். அதிகாரத்தின் கள்ளக் குழந்தைதான் அந்தரங்கம். உனக்கு அந்தரங்கக் குழந்தைகள் பல

இருக்கலாம். ஆனால் மழலை பேசி மகிழும் வாரிசுக் குழந்தை உனக்குக் கிட்டவே கிட்டாது.'

குஞ்ஞானின் திமிர்ப் பேச்சு மன்னரின் கோபத்தைக் கிளறி விட்டது. வாரிசு இல்லாத வருத்தத்தில் வதங்கி, நித்தம் நித்தம் செத்துக்கொண்டிருந்தவருக்கு கோபத்தை அடக்க முடியவில்லை. குஞ்ஞானை தன் இடது காலால் எட்டி உதைத்தார். சற்றும் எதிர்பார்க்காத குஞ்ஞான் தன்நிலை தடுமாறி மல்லாக்க விழுந்தான். கைகளில் விலங்கு மாட்டப்பட்டிருந்ததால் அவனால் எழுந்து நிற்க முடியவில்லை. மல்லாக்க விழுந்த கரப்பான் பூச்சி தன் கால்களை உதைத்துக்கொண்டு கிடப்பதைப் போல் கைகால்களை உதறிக் கொண்டு எழுந்து நிற்க முயன்றான். பார்த்துக்கொண்டிருந்த அரண்மனைக் காவலர்கள் கையைப் பிடித்துத் தூக்கி நிறுத்தினார்கள். குஞ்ஞான் முகத்தில் கவலையோ பயமோ தெரியவில்லை.

'இவனைக் கொண்டு போய் மீண்டும் சிறையில் அடையுங்கள், நமது ஜமீன் எல்லைக்குள் இருளப்பசாமி எங்கேயிருக்கிறது என்று கண்டுபிடியுங்கள். நம்முடைய ஜமீன் எல்லைக்குள் இல்லா விட்டால், வேறு ஜமீன் எல்லையில் தேடிக் கண்டுபிடித்துச் சொல்லுங்கள்.'

கோபத்துடன் இறங்கிப் போனார் மன்னர். குஞ்ஞான் மீண்டும் ஜெயிலுக்குள் அடைக்கப்பட்டான். இருளப்பசாமி கோவில் இருக்கும் ஊர் தேடி அரண்மனை ஆட்கள் நாலா திசைகளுக்கும் அனுப்பப்பட்டார்கள். தினமும் தேடியலைந்து களைத்துப் போய் அரண்மனை திரும்பினார்கள். அனுமன் முனியின் சேஷ்டைகள் அரண்மனைக்குள் ஒவ்வொரு நாளும் ஒவ்வொரு விதமாய் வெளிப்பட்டன. குஞ்ஞானுக்கு தினமும் சாட்டையடி விழுந்தது. மன்னரின் கோபம் தணியவில்லை. வெகு தூரம் தேடிப் போன ஒருவன் சொன்ன தகவல் சற்று நம்பிக்கையூட்டுவதாக இருந்தது. கிழக்கே அருங்குளம் என்கிற ஊரில் இழிதொழில் செய்யும் சக்கிலியக் குடியில் ஊருக்கு ஒதுக்குப் புறமாக ஒரு சிறு கோவில் இருப்பதாகவும், அது அவர்களால் இருளப்பசாமி என்று அழைக்கப் படுவதாகவும் சொன்னான். அரண்மனை சுறுசுறுப்படைந்தது.

குதிரைகளில் வந்து இறங்கிய அரண்மனை ஆட்களைக் கண்டதும் அருங்குளம் ஊர் அல்லோகலப்பட்டது. ஊர்க்கூடி வேடிக்கை பார்த்தது. கூடியிருந்தவர்களின் முகங்களில் பயத்துடன் கூடிய பீதி படிந்திருந்தது. என்னவோ ஏதோவென்று தங்களுக்குள் பேசிக்கொண்டார்கள். என்ன பிரச்சினை என்றாலும் அரண்மனை யிலிருந்து தாக்கல்தான் வருவது வழக்கம். அதிகாரத்தின்

உத்திரவுக்கும் அழைப்பிற்கும் மறுப்பு உண்டா என்ன? ஆனால் விசித்திரமாக ஏழெட்டுப் பேர் வந்து ஊரைச் சுற்றுவது ஏன் என்று தெரியவில்லை. வீரப்ப நாயக்கர்தான் துணிச்சலுடன் கேட்டார்.

'மகாராசாவுக்கு வணக்கம். எங்க ஊர் தேடி வந்துருக்கீக, என்ன ஏதுனு தெரிஞ்சுக்கிறலாமா?'

'இங்கே இருளப்பசாமி கோவில் எங்கய்யா இருக்கு?'

'கீழக் கடேசியில சக்கிலியக்குடி இருக்கு பாருங்க, அங்க போங்க.'

குளம்படிச் சத்தம் தடதடக்க குதிரை வீரர்கள் தெரு வழியே போனார்கள். தெருவில் ஒரு ஈங்குஞ்சுகூட இல்லை. பெண்கள் எல்லோரும் கதவைப் பூட்டிக்கொண்டு வீட்டிற்குள் இருந்து கொண்டு ஓட்டை வழியே வேடிக்கை பார்த்தார்கள். இடுப்பில் துண்டை இறுக்கிக் கட்டியபடி நின்றுகொண்டு ஆண்கள் கும்பிட்டார்கள். அதிகாரம் தெருவைக் கடந்து தன்னந் தனியே உள்ள ஏழெட்டு வீடுகளைச் சுற்றி நின்றது. அரண்மனையின் குதிரையாட்களைக் கண்டதும் குடிசைக்குள்ளிருந்து பாய்ந்தோடி வந்த ஆண்களும் பெண்களும் நெடுஞ்சாண்கிடையாக தலை குப்புற தரையில் விழுந்து கும்பிட்டார்கள். பயம் மௌனமாய் உறைந்து நின்றது.

'யேல, இங்க இருளப்பசாமி கோயில் எங்கல இருக்கு?'

'அந்தா தெரியுது பாருங்க சாமி வேப்பமரம், அதுக்கு கீழதான் இருளப்பன் கோவில்.'

பரமன் பகடை முன்னால் நடந்து வழி காட்ட குதிரை வீரர்கள் பின் தொடர்ந்தார்கள். கோயில் என்றோ கட்டிடம் என்றோ ஏதுமில்லை. நான்கு பக்கமும் கல்தூண்கள். கூரை வேய்ந்த பந்தலுக்கடியில், கையில் அரிவாளுடன் ஒரு கற்சிலை. வாடிப் போன மாலைகள். பொங்கலிட்டதற்கு அடையாளமாக தீப்பட்டு கருப்பேறிய அடுப்பெரித்த கற்கள். மணிகள் கோர்த்த வல்லயக் கம்பு சாத்தி வைக்கப்பட்டிருந்தது. துருப்பிடித்த இரண்டு அரிவாள்கள் சாமியின் காலுக்கடியில் கிடந்தன. சாமியின் இடுப்பில் வெள்ளை அங்கவஸ்திரம் சுற்றப்பட்டிருந்தது. குதிரையாட்கள் கோவிலைச் சுற்றிச் சுற்றி வந்தார்கள். தங்களுக்குள்ளேயே ஏதேதோ பேசிக் கொண்டார்கள். பரமன் பகடை ஒன்றுமே புரியாமல் விழித்துக் கொண்டு ஊமையாக நின்றான்.

'யேல, இந்த சாமி ஒங்க தெருவுக்கு மட்டும் சொந்தமா, இல்ல எல்லா ஜாதிக்கும் சொந்தமா?'

'இந்தப் பத்து வீட்டு சக்கிலியக்குடிக்கு மட்டும்தான் இந்த சாமி.

மத்த தெரு ஆட்க இங்க வரவும் மாட்டாங்க, கும்பிடவும் மாட்டாங்க, சாமி.'

'ஓங்க தெருவுல பெரிய மனுஷன் யாருடா?'

'நான்தான் சாமி, கோயில தூத்துத் தொளிக்கிறது, நல்ல நாள் பொல்ல நாளுக்கு தீபம் போடுறதும் நான்தான் சாமி. எங்க தாத்தன், பெறகு எங்க அப்பன், இப்ப நானு.'

'இந்த சாமி நம்ம ராசாவுக்கு வேணும்மாம்டா.'

'ஓலகத்துல எத்தனையோ சாமிக இருக்கு, அவுக நெனச்சா நாளைக்கே ஒரு பெரிய கோயிலக்கூட கட்ட முடியும். சக்கிலியச் சனங்க கும்புடுற இந்த இருளப்பனக் கொண்டு போயி என்ன செய்யப் போறார்?'

'அரண்மனைக்குள்ள வச்சு ராசா கும்புடப் போறார்டா.'

'..........'

'யேல, என்ன பேசாம இருக்க, என்னல சொல்ற?'

'நான் என்ன சொல்றது, இது அவுக எடம், அவுக ஊரு, அவுகளுக்கு அடிமப்பட்டவக நாங்க. ஆனாலும் நான் மட்டும் எதுவும் சொல்லிர முடியாது, பத்து வீட்டுக்காரங்க கிட்டயும் கலந்துக்கிட்டு சொல்றன்.'

'இன்னைக்கே ஒரு முடிவு பண்ணி வைக்கணும். நாளைக்கு காலைல வருவம், எல்லாரும் இங்க இருக்கணும். பேசி முடிங்கல.'

'ஆகட்டும் சாமி. அரண்மனைக்குப் போகத்தான சாமி மிச்சம், இல்லனு சொல்லிற முடியுமா, அவுகதான் விட்ருவாகளா? இன்னொருத்தங்க கும்புடுற சாமிய தான்னு கேட்குறதும், அதிகாரத்தால அபகரிச்சுக் கொண்டு போறதும் நல்லதுக்கில்ல. சாமிகள் இடம்மாறும் போது நல்லதுதான் நடக்கும்னு சொல்ல முடியாது. கெட்டதும் நடக்கலாம்.'

அரண்மனை குதிரையாட்கள் போய்விட்ட தைரியத்தில் பரமன் சத்தமாகப் பேசிக்கொண்டிருந்தான். அவனைச் சுற்றிலும் ஆண்களும் பெண்களும் கூடிநின்றார்கள்.

'மாமா ஒரு வேளை நம்ம இருளப்ப சாமியக் கொண்டு போயி அரண்மனைக்குள்ள கோயில் கட்டி வெள்ளக்காரங்கள கும்புட வைக்கப் போறாரோ என்னமோ.'

'அப்பிடியிருக்காதுடா, வெள்ளக்காரங்க எல்லாருமே வேதக் காரங்க, ஏசுவக் கும்புடுறவங்க, இருளப்பன கும்புடமாட்டாங்க.'

'பெறகு எதுக்கு ராசா இதக் கேக்காரு?

'நம்ம பரமன் சாமியாடுறது நல்லா இல்லையாம், அதனால நம்ம ராசாவ திங்குதிங்குனு ஆடப் போறார்.'

'யேல, ஏய், வேகாரிப் பயகளா, வளவளனு பேசாதிக. அரண்மனை வெவகாரம். நாளக் காலையில டான்னு குதிரைக்காரன் வந்திருவான். ரெண்டுல ஒன்னு பதில் சொல்லியாகணும், இல்லனா பெறகு சவுக்கடிதான் கெடைக்கும்.'

'எல்லார்ட்டயும் ஒரு வார்த்த கேக்கணும், சட்டுப்புட்டுனு முடிவு சொல்லியிற முடியாது. அதனால ராத்திரி ஊர்க்கூடி முடிவு பண்ணிருவம்.'

கூடிநின்றவர்கள் பிரிந்து அவரவர் வீடு சென்றார்கள். பரமனால் எட்டு வைத்து நடக்க முடியவில்லை. என்ன முடிவு எடுத்தாலும் நஷ்டம் நமக்குத்தான். பெருமூச்சுவிட்டான். முடியாது என்று மறுக்க இயலாது. கொடுத்துவிட்டால், மாற்றாக என்ன சாமியைக் கும்பிடுவது? பூர்வீகம் அடிபெயர்ந்துவிட்டால் பூமியில் நிற்பது வெறும் கட்டமண்தானே. வெறும் மண்ணையும் கல்லையும் வழிபட முடியுமா? கோடானு கோடி மக்களின் நம்பிக்கைகள் மறைந்திருப்பது அந்த மண்ணுக்குள்ளும் கல்லுக்குள்ளும்தானே. அந்த நம்பிக்கைகள் உள் புகுந்தது இன்றா, நேற்றா? ஆயிரமாயிரம் ஆண்டுகள் அணுஅணுவாய் உள்புகுந்து உயிர்பெற்று கல்லாய் மண்ணாய் மாறிப் போன நம்பிக்கை.

அரிக்கேன் விளக்கு எரிந்துகொண்டிருந்தது. அருங்குளம் சக்கிலியக்குடி முழுவதும் விளக்கைச் சுற்றி கூடியிருக்க, அரண்மனைக் காவலர்கள் வந்த விஷயம் பற்றியும் இருளப்பசாமியைத் தரும்படி கேட்டது பற்றியும் பரமன் விரிவாகச் சொல்லிக்கொண்டிருந்தான். விளக்கின் சிம்னியைச் சுற்றி வட்டமிட்டுக் கொண்டிருந்தன வண்டுகளும் பூச்சிகளும். சூடேறிய சிம்னியைத் தொட்ட பூச்சிகள் சுருண்டு தரையில் விழுந்து துள்ளின. அரண்மனையின் அதிகாரத்தைப் போல் மினுங்கிக்கொண்டிருந்தது சிம்னி. அதிகாரத்தின் முன்னால் தலைகுனிய வேண்டும். இல்லையென்றால் தள்ளி நிற்க வேண்டும். இரண்டும் தெரியாத பூச்சிகள் கூட்டம் தொட்டுத் தொட்டு செத்து விழுந்துகொண்டிருந்தது. கும்மிருட்டில் தூரத்தில் கூகை குழறும் சத்தம் அபாயச் சங்கின் ஒலிபோல் கூட்டத்தில் வந்து விழுந்தது.

'இப்பிடி பேசாம உக்காந்துட்டு இருந்தா எப்பிடி, ஏதாவது ஒரு முடிவு எடுத்தாகணும். ஒன்னு இருளப்ப சாமிய தூக்கிட்டுப் போங்கனு சொல்லணும். இல்ல தர முடியாதுனு சொல்லணும். வெவகாரம் அரண்மனை வெவகாரம், எப்ப விடியும்னு இருப்பான், விடிஞ்சதும் வந்துருவான் குதிரைக்காரன்.'

‘நம்மளால தர முடியாதுனு சொல்ல முடியாது. சொல்லிட்டா இங்க நம்மள குடியிருக்க விடுவானா, இல்ல வெறுங் கையோட திரும்பி போயிருவானா, எப்பிடியாவது சாமிய தூக்காம போவானா?’

‘அப்ப சட்டுப் புட்டுனு ஒரு வழிக்கு வாங்க. பேசுனாத்தான ஒரு முடிவுக்கு வரமுடியும். நான் ஒருத்தனா முடிவு எடுக்க முடியுமா?’

‘சரிப்பா நாளைக்கு வந்தா தூக்கிட்டுப் போகச் சொல்லிருவம். பெறகு சாவகாசமா ஒருநாள் போயி மகாராசாவப் பாத்து நமக்குனு வேற ஒரு கோயில் கட்டி தரச் சொல்லி கேப்பம்.’

‘அவன் சொல்றதுதாம்பா சரி, அரண்மனைக்குப் போகத்தான் நமக்கு. ராசா கேட்டு நம்ம இல்லனு சொல்ல நம்ம என்ன பெரிய மகாராசாவா? செருப்பு தச்சு ஊழியம் செஞ்சு பிழைக்கிற இழி சாதிக்காரங்கதான, நம்ம ஊரு சாமி அரண்மனைக்குள்ள போயி இருக்கிறதுனா, அது நம்ம ஊருக்கு மட்டுமா பெருமை, இந்த தேசத்துல இருக்கிற சக்கிலியக்குடி அம்புட்டுக்கும் பெருமதான். எங்க இருந்தாலும் நம்ம சாமி நம்மள கைவிடாது.’

அந்தப்படியே முடிவாயிற்று. நாளை யாரும் வேலைக்குப் போகக் கூடாது என்றும், எல்லோரும் கூடிநின்று அரண்மனைக்குப் போகும் சாமியை வழியனுப்ப வேண்டும் என்றும் முடிவு செய்யப்பட்டுக் கூட்டம் முடிந்தது. யாருமே எதிர்பார்க்காத ஒரு சம்பவம் அப்போது நிகழ்ந்தது. கூட்டத்தில் வடகோடியில் உட்கார்ந்திருந்த காளியம்மாள் கிழவி துள்ளி எழுந்து குதியாளம் போட்டு சாமியாடினாள். நரைத்த கூந்தல் அவிழ்ந்து முதுகில் படர்ந்து தொங்கியது. ரவிக்கை இல்லாத மாராப்புச் சேலை விலகிக் கொள்ள, ஓடி இளைத்து நிற்கும் நாயின் தொங்கும் நாக்கைப் போல் சூம்பிய இரு முலைகளும் துள்ளிக் குதித்தன. கூட்டம் அமைதியில் உறைந்து வேடிக்கை பார்த்தது. தூரத்தில் ஒலிக்கும் கூகைச் சத்தம் தவிர வேறு சத்தம் இல்லை. ஆக்கங் கெட்ட கூகை அரற்றிக் கொண்டே இருந்தது. காளியம்மாள் கிழவி மூச்சிரைக்க ஏதோ பேசினாள்.

‘அடேய், கேட்டுக்கோங்கடா முட்டாப் பயகளா, முட்டாச் சிறுக்கிகளா, என்னைய அசைக்ககூட முடியாதுடா ஒங்களால. எம்முன்னால விழுந்து கும்பிடத்தான்டா முடியும், நான் நெனச்சாத் தான்டா இடம் மாறுவன். எனக்கு இந்த இடம்தான்டா பூர்வீகம். வருஷம் தவறாம நான் வேட்டைக்குப் போக செருப்பு தச்சு தாரீகளே அரண்மனைக் கோட்டைக்குள்ள போன பெறகு ஒங்கள அங்க விடுவானா? நித்தம் மாமிச வாட வேணுமடா எனக்கு. அங்க கெடைக்குமா? நான் இருளப்ப சாமிடா. சைவச் சாமி கெடையாது.

பேய், பிசாசு, முனிகூட என்னயக் கண்டா காதவழிக்கு ஓடி ஒளியும். ரத்தங் குடிக்கிற தெய்வம்டா. இதுவரைக்கு இந்த அருங்குளம் ஊர்ல காத்து கருப்பு அண்டியிருக்கா? எம்மேல பட்ட காத்து பட்டாலும் போதும் அந்த திசைக்கு வராதுடா காத்து கருப்பு.'

'எல்லாம் சரிதான் தாயி, நாங்க இல்லனு சொல்லலையே, ராசாவ பகைக்க முடியுமா? சாமிய தர முடியாதுனு சொன்னா விடுவாரா?'

'தர முடியாதுனு சொல்ல வேண்டாம்டா, நம்ம ஜாதிக்காரங்க. யாரும் என்னயத் தோண்டக் கூடாது. அவங்களா தோண்டி எடுத்திட்டுப் போகட்டும். அதே மாதிரி ஆம்பள பொம்பள யாருமே அவங்க தோண்டுறத வேடிக்கை பார்க்கவும் கூடாது. ஒன்னு காடு கரைக்குப் போயிரணும், இல்ல வீட்டப் பூட்டிக் கிட்டு உள்ள இருந்துக்கிறணும், சொல்றது கேக்காடா..?'

'சாமி, ஏழை எளியவுக, கீச்சாதிக்காருக யாருமே உள்ள போக முடியாத எடத்துக்கு நம்ம சாமி போகுதுனா, அது நமக்குப் பெரும தான சாமி? அப்பிடியிருக்கும் போது நம்மளே சந்தோஷமா வழியனுப்பி வைக்கிறதுதான சாமி மொற.'

'நிய்யி சொல்றது சரிதான்டா, ஆனா ஒன்னு சொல்றன் கேட்டுக்கோ. என்னைக்குமே நமக்கு அங்க எடம் கெடையாது, ஏம்னா எப்பவுமே அதிகாரம் நம்மள கைகட்டி சேவகம் பண்ற அடிமையாத்தான் வச்சிருக்கும், சமதையா இருக்க சம்மதிக்காது.'

'சரி சாமி, இப்ப மட்டும் எதுக்கு நம்ம சாமிய ராசா கேக்காரு?'

'ராசாவுக்கு ஆபத்து. அதிகாரம் இத்துப் போச்சு. எந்த நேரத்துலயும் அறுந்து விழுந்திரும் அதிகாரச் சங்கிலி. ராசா கூடிய சீக்கிரம் கோட்டையவிட்டு வெளியேறப் போறாரு, அதுக்குப் பெறகு அரண்மனையச் சுத்தியிருக்கிறது கோட்டையில்ல, வெறும் கட்ட மண்ணு. அந்தக் கட்ட மண்ணுக்குள்ள போயி நான் இருப்பேனாடா? வெட்ட வெளியில காலாற காடுபூராவும் சுத்தி வேட்டையாடுற இருளப்பன்டா நான், என்னைய கோட்டைக்குள்ள அடைக்க சம்மதிப்பனா, அடச்சாலும் நிப்பனா?'

'நம்ம ஒன்னு நெனச்சா வேற ஒன்னு நடக்கு, என்ன செய்யனே தெரியல. அங்கிட்டு ராசா சொல்றதக் கேக்கவா, இங்கிட்டு இந்த காளியம்மா கெழவி சொல்றதக் கேக்கவா? அரசன் பெருசா ஆண்டி பெருசானு என்ன செய்யனு தெரியலையே.'

கசகசவென்று பேசித்தீர்த்த கூட்டம் கடைசியில் காளியம்மாள் சொன்னது மாதிரி ஒதுங்கி வழிவிட்டுக் கொள்வது என்றும்,

காலையில் யாருமே இருளப்பசாமி கோவில்பக்கம் போக வேண்டாம் என்றும் முடிவு செய்து கலைந்து போனது. பரமனின் அய்யாவைப் பெத்த பாட்டிதான் சாமியாடிய காளியம்மாள். பரமன் குழம்பிப் போய்க் குடிசைக்குள் நுழைந்தான். இதுவரையிலும் சாமியாடாத தன் பாட்டிக்கு இன்று மட்டும் சாமி வந்தது எப்படி? வாயலுங்கப் பேசாதவளின் வாயிலிருந்து வார்த்தைகள் கொட்டியதே எப்படி? வாசற்படி ஏற தடுமாறும் வயோதிகம் எங்கே ஓடி ஒளிந்துகொண்டது?'

கூகைச் சத்தம் கேட்டுக்கொண்டே இருந்தது. பரமன் புரண்டு புரண்டு படுத்தான். கண்கள் முகட்டு வளையில்தான் குத்திட்டு நின்றன. விடிந்தபோது தெரு வெறிச்சோடிக் கிடந்தது. குதிரைகளின் குளம்படி சத்தத்தில் சக்கிலியக் குடிக்கதவுகள் அனைத்தும் பூட்டிக்கொண்டன. பத்து வீடுகளையும் சுத்திச்சுத்தி வந்தன குதிரைகள். என்ன செய்வது என்று புரியாமல் திகைத்து நின்றன. வெறுங்கையுடன் திரும்பிப் போனால் அதிகாரத்திற்குப் பதில் சொல்ல வேண்டும். குதிரை மீது ஏற்றிக் கொண்டுவந்த அதிகாரத்தை செலவழிக்காமல் திருப்பியா கொண்டு போக முடியும்? தோண்டி எடுத்துச் செல்வது என்று முடிவு செய்து மண்வெட்டியும் கடப்பாறையும் சம்மட்டியும் தேடி தெருவுக்குள் நுழைந்தார்கள். பூட்டிக் கிடந்த வீட்டின் கதவை எட்டி உதைத்தார்கள். பரமன் தலை நீட்டி எட்டிப் பார்த்தான்.

'யேல, கடப்பாரக் கம்பி மம்பட்டி இருந்தா கொண்டால.'

'சாமி இது சக்கிலியக்குடி. செருப்புத் தைக்கிற உளியும் ஊசியும் நூலும்தான் இங்க இருக்கும். மம்பட்டி கடப்பார வேணும்னா சம்சாரிக வீட்ல போயி கேளுங்க.'

நாயக்கர்கள் வசிக்கும் தெருவழியே நடந்தார்கள். வீட்டைச் சுற்றிலும் மாடுகள் கட்டிக் கிடந்தன. ஆங்காங்கே கலப்பைகளும் வண்டிகளும் தட்டுப்பட்டன. மரத்தடியில் கூடிநின்றவர்களிடம் விஷயத்தைச் சொல்லி கடப்பாரைக் கம்பி மம்பட்டி வேண்டும் என்று கேட்டனர்.

'இங்க கேளுங்கய்யா, காடு கரைகள்ல வேலை செய்ய வேணும்னு கேளுங்க. கடப்பார மண்வெட்டி என்ன, வண்டிமாடுகளக்கூட தருவம், செத்த சவத்தப் பொதைக்க குழிவெட்ட வேணும்னு கேளுங்க தருவம், ஆனா சாமிய தோண்டி எடுக்க தரமாட்டோம்.'

'யேல, அதென்ன நீங்க கும்புடுற சாமியா? சக்கிலியங்க கும்புடுற சாமிதான.'

'வாஸ்தவம்தான் இல்லேங்கல. சக்கிலியங்க கும்புடுற சாமி ஒங்களுக்கு எதுக்கு?'

'யேல, மகாராசா உத்தரவுடா. நாங்க போயி ராசாட்ட எதுக்குனு கேள்வி கேக்க முடியுமா? இன்னைக்கு இந்தச் சாமிய கொண்டு போகலனா அம்புட்டுத்தான்.'

தூரத்தில் வேடிக்கை பார்த்துக் கொண்டிருந்த பெரியவர் ஒருவர் கூடியிருந்தவர்களிடம் தெலுங்கில் ஏதோ பேசினார். பாஷை தெரியாத குதிரைக்காரர்கள் கிடாமீசை துடிக்க நின்றுகொண்டிருந்தார்கள். கூடிநின்றவர்கள் வேகவேகமாக கலைந்து சென்றார்கள். கொஞ்ச நேரத்திலேயே திரும்பிவந்தார்கள். எல்லோருடைய கைகளிலும் கடப்பாரை மண்வெட்டி.

'இந்தாங்கய்யா, தாராளமா கொண்டு போங்க. சாமியத் தோண்டி எடுத்திட்டு, இதுகளையும் அரண்மனைக்கே கொண்டு போயிருங்க. ஏம்னா சாமிய வைக்க அங்க தோண்டனும்ல்ல அதுக்குப் பயன்படும்.'

'யேல, அரண்மனையில இல்லாத மம்பட்டி கம்பியால.'

'இருக்கலாம் இல்லனு சொல்லல. இதுகளையும் கொண்டு போயிருங்க. திருப்பிக் கொண்டாந்தா வாங்க மாட்டோம்.'

'ஏம்ல.'

'தெய்வங்கள தோண்டி எடுத்திட்டுப் போறது பெரிய பாவம். நீங்க அதிகாரத்துக்குக் கட்டுப்பட்டு, ராசாவ எதுத்து எதுவும் பேச முடியாம அவரு சொன்னத செய்றீக. பாவம் ஒங்களுக்கு இல்ல, ஏழை எளியவங்க கும்புடுற சாமியப் புடுங்கிட்டுப் போறது பாவமில்லையா? அந்தப் பாவச் செயலுக்குப் பயன்பட்ட மம்பட்டி கம்பிய நாங்க இனிமே தொடமாட்டோம்.'

மறுப்பேதும் பேசாமல் ஆளுக்கொரு மம்பட்டி கம்பியைத் தூக்கிக் கொண்டு தெருவழியே வேகமாக நடந்தார்கள். நாயக்க மார்கள் மட்டுமே வசிக்கும் அந்தத் தெருவில் ஆண்களும் பெண்களும் கூடிநின்று வேடிக்கை பார்த்தார்கள். அரண்மனை வேலையாட்கள் எதையும் சட்டை செய்யவில்லை. சக்கிலியக் குடியில் யாருமே இல்லை. தாங்களாகவே தோண்டி எடுத்துச் செல்வது என்று முடிவுசெய்து சுற்றுப்புறத்தை சுத்தப்படுத்தினார்கள். சுற்றி நின்றுகொண்டு மண்வெட்டியாலும் கடப்பாரையாலும் தோண்டினார்கள். வெட்டிய மண்ணை வட்டமாக கரை மாதிரி குமித்து வைத்தார்கள்.

ஆள்மாற்றி ஆள் தோண்டிக்கொண்டே இருந்தார்கள். ஆழம்

கூடக்கூட வெளியில் தோண்டிய மண் பெருகிக்கொண்டே இருந்தது. முழங்கால் அளவு ஆழம் தோண்டியும் சிலை இம்மிகூட அசையவில்லை. கூடிநின்று அடிக்கடி அசைத்துப் பார்த்தார்கள். இலேசாக அசைவு கிடைத்துவிட்டால் போதும். அசைத்து அசைத்து சிலையைப் பிடுங்கி விடலாம் என்று அடிக்கொரு தரம் அசைத்துப் பார்த்தார்கள். மேலே குமிந்த மண் அம்பாரமாய் இடுப்புயரம் மேதிக் கிடந்தது. ஆனாலும் சிலை அசையவில்லை. மண்வெட்டி கடப்பாறைக்கு இதுவரையிலும் இடம் கொடுத்த கரிசல் மண் இப்போது கரும்பாறையாக தன்னை உருமாற்றிக்கொண்டது. சாமியின் கால் பாதங்கள் கரும்பாறைக்குள் ஊடுருவி செங்குத்தாய் கீழிறங்கியது. காவலர்கள் தெரியும் பாறையை சுற்றிச்சுற்றி வந்தார்கள். கரும்பாறைக்குள்ளிருந்து முளைத்து வந்தவரைப் போல் கம்பீரமாக நின்றது இருளப்பசாமி. காவலர்கள் பரமன் வீடு தேடிச் சென்றார்கள். வாசற்படியில் கவலையுடன் உட்கார்ந்திருந்த பரமன் பதறி எழுந்தான்.

'யேல, இந்தச் சாமி எத்தன அடி ஆழத்துல இருக்குல?'

'தெரியாது எசமான்.'

'நீங்க தானல வச்சிருப்பீக.'

'பரம்பரையா எங்க தாத்தன் பூட்டன் காலத்துலருந்து இருக்கு, ஆரு கொண்டாந்து வச்சாக, எம்புட்டு ஆழம் தோண்டுனாகனு எங்களுக்குத் தெரியாது சாமி.'

'ஏல, ஆழம் தோண்டத் தோண்ட சாமியும் பாறையும் ஒன்னா கலந்து நிக்கிறது மாதிரி தெரியுது. ஒரு இம்மிகூட அசைக்க முடியல. பாறையும் கரும்பாறை, கடப்பாரைக் கம்பிய வந்துபாருங்கு, கல்லுடைக்கிறவனக் கூட்டியாந்து வேட்டு வச்சாத்தான் பாறைய ஓடைக்க முடியும் போலருக்கு. ராசா என்ன சொல்றாரோ தெரியல, எப்பிடியும் கொண்டு வாங்கனு ஒத்தக்கால்ல நிக்காரு, என்ன ஏதுனும் தெரியல. எங்களுக்குப் பெரிய ரோதனையா இருக்கு, எப்பிடி அவரு முன்னால போயி நிக்கனு தெரியல.'

மகாராசாவின் முன்னால் அத்தனை வீரர்களும் தலைகுனிந்து நின்றார்கள். மன்னரின் முகத்தில் கோபம் கொப்பளித்துக் கொண்டிருந்தது. கோபத்திற்குத் தக்க காரணமும் இருந்தது. நேற்று இரவு ராசா ஆசையுடன் அந்தப்புரம் போனார். போன வேகத்தில் அதிர்ச்சியுடன் திரும்பி வந்தார். ராணி கேட்ட ஒரே கேள்வியில் ராசாவின் ஆசைகள் பறந்தோடி விட்டன. ஆச்சரியத்தில் சிலையாக நிற்பதைத் தவிர வேறு வழியில்லை. ஆசையாய் நுழைந்த ராசாவிடம்

ராணி கேட்டாள்.

'இப்பத்தான வந்திட்டுப் போனீக, அதுக்குள்ளயா?'

ராணியின் கேள்வி சவுக்காய் மாறி குஞ்ஞானை துவம்சம் செய்தது. குஞ்ஞான் உடம்பிலிருந்து சதைகள் பிய்ந்து இரத்தம் ஒழுகிக்கொண்டிருந்தது. மீண்டும் சிறையில் அடைக்கப்பட்ட போது அவன் முனங்கிக்கொண்டும் உருண்டுகொண்டும் கிடந்தான். வேதனை தாங்காமல் ஏதேதோ பிதற்றிக்கொண்டிருந்தான். ஏமாற்றத்துடனும், கோபத்துடனும், வெறியுடனும் விடியவிடிய முழித்திருந்த ராசா இருளப்ப சாமியைக் கொண்டு வராததால் கொதித்துப் போனார். சத்தமாக ஓங்கி உத்திரவிட்டார்.

'அந்தக் கிறுக்கன் குஞ்ஞானை இழுத்து வாருங்கள்.'

மேலெல்லாம் இரத்தத் திட்டுக்கள் உறைந்திருக்க குஞ்ஞானை இழுத்து வந்து மன்னரின் முன் நிறுத்தினார்கள். அவன் ஒரு கோழிக் குஞ்சைப் போல் சுருங்கிப் போய் நின்றான். மன்னர்தான் கோபத்தில் கத்தினார்.

'ஒரு ஆள் ஆழம் தோண்டியும் நீ சொன்ன இருளப்பசாமியை அசைக்க முடியவில்லையாம். பூமிக்கடியில் போகப் போக பாறையும் சாமியின் பாதங்களும் ஒன்றாக இருக்கிறது போல் தெரிகிறதாம் என்ன செய்ய, கல் உடைக்கிறவர்களை அனுப்பி வெடி வைத்து தகர்க்க உத்திரவிடட்டுமா?'

'அப்படியென்றால் அந்த இடத்தில் இருளப்பர் சுயம்புவாக முளைத்திருக்க வேண்டும். சுயம்பு என்பது அளவிட முடியாதது. ஆழமோ அகலமோ கிடையாது. பாதாளத்தைத் தாண்டியும் போகும். அசைக்க முடியாது. பிய்த்தாலோ உடைத்தாலோ மீண்டும் வளரும். உடைத்த பாகத்தை எடுத்து வந்தால் உருவம் மட்டுமே வருமே ஒழிய சக்தி வராது, ஏனெனில் சுயம்பும் சக்தியும் பிரிக்க முடியாதவை.'

குஞ்ஞான் சொன்னதைக் கேட்டதும் மன்னரின் முகத்தில் கோபம் கொப்பளித்தது. மௌனம் நிலைத்து பேச்சு இல்லாமல் போனது. நீண்ட பெருமூச்சு வெளிப்பட்டு அடங்கியது. அரண் மனைக்குள் நடக்கும் ஒவ்வொரு விஷயத்தையும் அசைபோட்டுப் பார்த்தார். இது துப்பாக்கியாலோ சவுக்கடியாலோ தீர்க்க முடியாத பிரச்சினை என்பதை உணர்ந்துகொண்டார். குஞ்ஞானையே உற்றுப் பார்த்தார். இவனும் செத்துப் போய்விட்டால் நிலைமை இன்னும் விபரீதம் ஆகிவிடும் என்பதை நினைத்துப் பதறினார். இந்தச் சிக்கலில் இருந்து தன்னை விடுவிக்க குஞ்ஞான் ஒருவனால்

மட்டுமே முடியும் என்பதை தெளிவாகப் புரிந்துகொண்டார். அடக்கத்துடன் மெதுவாகப் பேசினார். கர்ஜனைக் குரல் எங்கோ ஓடி ஒளிந்துகொண்டது.

'வேறென்ன செய்ய முடியும்னு சொல்லு, அந்தப்படியே செஞ்சுருவம். இன்னும் கொஞ்ச நாள் போனா என்னோட அரியாசனத்துலயே வந்து உக்காந்திரும் போலருக்கு, வேர ஊர்ல இருளப்பர் இருந்தா தூக்கிட்டு வரச் சொல்லட்டுமா?'

'வாய்ப்பில்லை அரசே. துடியான தெய்வங்களைப் பாதுகாப்பதும் அதுக்கான சாஸ்திரங்கள் செய்வதும் கஷ்டம், அதனால் இருளப்ப சாமி அபூர்வமாத்தான் இருக்கும். நாளை அருங்குளத்துக்குப் போய் இருளப்பர் இருந்த இடத்தில் 'பிடிமண்' மட்டும் எடுத்து வரச் சொல்லுங்கள், அதை வச்சு இங்கே சாமியைப் 'பிரதிஷ்டை' செஞ்சுரலாம்.'

மன்னரின் முகக் கலவரம் மாறி சந்தோஷக் களை தெரிந்தது. உத்திரவுகள் பறந்தன. மேலெல்லாம் இரத்தத் திட்டுக்கள் உறைந் திருக்க குஞ்ஞான் நொண்டியபடியே அழைத்துச் செல்லப்பட்டான். குஞ்ஞான் விஷயத்தில் மன்னரால் தெளிவான முடிவுவெடுக்க இயலவில்லை. அவனைச் சித்தரவதை செய்ததை நினைத்து வருந்தினார். அனுமன் முனியை அப்புறப்படுத்தும்வரை அவனை ஒன்றும் செய்ய வேண்டாம் என்றும், நன்றாக கவனித்துக் கொள்ளும் படியும் உத்திரவிட்டார்.

அருங்குளம் போய் 'பிடிமண்' எடுத்துவர அரண்மனைப் பட்டாளம் புறப்பட்டது. குதிரைவீரர்கள் தவிர்த்து ஜதீகப் பிராமணர்கள் சிலரும் வில்வண்டியில் அழைத்து வரப்பட்டனர். மீண்டும் அருங்குளத்தை முற்றுகையிட்ட அரண்மனை ஆட்களை யும், ஐயர்களையும் கண்ட சக்கிலியக் குடிமக்கள் திரண்டுவந்தனர். மொத்தமாக காலில் விழுந்து எழுந்தனர்.

'சாமிமார, நீங்க நல்லா இருப்பீக. சாமிய ஒடைக்காதிக.'

'டேய், கோட்டிக்காரப் பயகளா, சாமிய யாராவது ஒடைப் பாங்களாடா, பிடிமண் மட்டும்தான்டா எடுக்கப் போறம்.'

'பிடிமண்ணுனா என்னது?'

'இருளப்பசாமியோட இருப்பிடத்துலருந்து ஒரே ஒரு கைப்பிடி மண்ணு மட்டும் எடுத்துட்டுப் போகப்போறம். ராசா சாமிய ஒடைக்க வேணாம்னு சொல்லிட்டாரு. அதனால இப்பிடி ஒரு உத்தரவு போட்ருக்காரு.'

பதில் ஏதும் பேசத் தெரியாமல் திகைத்து நின்றது சக்கிலியக் குடி

ஜனம். 'பிடிமண்' எடுத்துப் போக பூஜை புனஸ்காரங்களும், சாத்திர சம்பிரதாயங்களும் செய்ய ஐயர்கள் ஆரம்பித்தார்கள். காவலர்கள் சுற்றி நின்றார்கள். அந்த இடமே மௌனத்தால் உறைந்து நின்றது. மூச்சுக் காற்று விடும் சத்தம் தவிர்த்து வேறு சத்தமில்லை. ஐயர்கள் கொடிய விஷமுள்ள நல்ல பாம்பைச் சுற்றி நடப்பவர்களைப் போல், தரை பார்த்து தன் பாதம் தூக்கி வைத்து சாமியைச் சுற்றி சாஸ்திரம் செய்தார்கள்.

காட்டுச் சத்தமாய் ஒலித்த காளியம்மாள் கிழவியின் சத்தத்தில் ஐயர்கள் பதறிப் போனார்கள். தங்கு தங்கு என்று ஆதாளி போட்டு ஆடிக்கொண்டு ஓடிவந்தாள். ஆவிப் பிடித்து இருளப்பசாமி சிலையை சுற்றிக்கொண்டாள். ஐயர்கள் விலகிக் கொண்டார்கள். தனியே ஆசனமிட்டு அமர்ந்து மேற்பார்வை பார்த்துக் கொண்டிருந்த அரண்மனையின் பரம்பரைப் பூசாரி ஓடோடி வந்தார். காளியம் மாளை ஒரே உத்தரவில் இழுத்துக் கட்டிப் போட முடியும். ஆனால் அவர் உத்தரவு போடவில்லை. காளியம்மாளின் உத்தரவிற்காக காத்திருந்தார்.

'டேய், பாவிப் பயகளா, என்னடா பேசாம வேடிக்கை பாக்கிக? ஒரு ஆளோட காலடி மண்ண வச்சு என்ன வேணும்னாலும் செய்யலாம், அந்த ஆளையே அவனோட காலடி மண்ண வச்சு பொம்மையாக்கியிறலாம், பொணமாவும் ஆக்கியிறலாம், புலம்பித் திரியும்படியாவும் ஆக்கியிறலாம். 'பிடிமண்' போயிருச்சுனா இங்க இருக்கப் போறது வெறும் கல்லுதான், சக்தி இருக்காது.'

கவனமாக காதுகொடுத்து கேட்டுக்கொண்டிருந்த அரண் மனைப் பூசாரி காளியம்மாளின் முன்னால் வந்துநின்றார். சாமியை சுற்றி இறுக்கிப் பிடித்திருந்த கைகளை விலக்கிக்கொண்டு பூசாரியின் காலில் விழுந்தாள்.

'சரி, தாயி, எந்திரி தாயி. நாங்க என்ன செய்யணும்னு சொல்லு. அந்தப்படியே செஞ்சுறம். நம்ம ராசாவையும் கொஞ்சம் நெனச்சுப் பாக்கணும், அவர் சொல்லுக்கும் நம்ம கொஞ்சம் மதிப்புக் குடுக்கணுமில்ல.'

'பிடிமண்ணு எடுக்க வேண்டாம்னு சொல்லல, தாராளமா எடுத்துட்டுப் போங்க. நம்ம சாமியாலதான் ராசாவுக்கு நல்லது நடக்கும்னா அதுக்கு நாங்க குறுக்க நிக்கமாட்டோம், ஆனா எங்களுக்கும் 'தொந்தம்' வேணும், பரம்பரையா இருந்த 'தொந்தம்' விட்டுப் போயிரக் கூடாது சாமி.'

'சாமி சொல்றது ஒன்னும் வெளங்கலையே தாயி, கொஞ்சம்

வெளக்கமா சொன்னா நாங்களும் புரிஞ்சுக்கிருவம்.'

'எங்க ஊரு இருளப்பசாமி போறது இன்னொரு ஊருக்கு இல்ல, நாலாபுறமும் கோட்ட. நாளெல்லாம் பூட்டுத் தெறப்பு. அப்பிடியிருக்க எங்க சாமிய நாங்க போயி கும்புட முடியுமா? கோட்ட வாசல் தொறக்குமா? இன்னொரு ஊருனா நாங்க நெனச்ச நேரம் போகலாம், கும்புடலாம். அரண்மனைக்குள்ள சக்கிலியக்குடி ஜனங்களுக்கு வழி உண்டா? மகாராசாவோட பூமிக்குப் போனப் பெறகு அவர் காலடி மண்ணு மேல எங்க காலடி மண்ணு பட முடியுமா? அதனால எங்களுக்கும் ஒரு சின்ன தொந்தத்த உண்டு பண்ணிக் குடுத்திட்டு நீங்க தாராளமா பிடி மண் எடுத்திட்டுப் போங்க.'

காளியம்மாள் கிழவியின் பேச்சுக்கு மறு பேச்சில்லை. கூட்டம் அமைதியில் உறைந்து நின்றது. சக்கிலியக்குடி ஜனங்கள் ஒருவர் முகத்தை ஒருவர் ஆச்சரியமாகப் பார்த்துக்கொண்டனர். அவர்களின் முகத்தில் படிந்திருந்த அதிகாரப் பேயின் ரேகைகள் விலகத் தொடங்கின. காளியம்மாள் கிழவி போடும் கொக்கி நங்கூரமாய் மாறி அனைவரது மனசுகளிலும் உட்கார்ந்துகொண்டது.

'சரிதாயி, நிய்யி சொல்றது சரிதான். ஒங்க சாமியக் கும்புட ஒங்கள வேண்டாம்னா சொல்வாங்க? நம்ம ராசா அப்பிடிப்பட்ட ராசா கெடையாது.'

'ராசாவுக்குப் பெறகு எத்தனையோ ராசா வருவாக போவாக. அதே மாதிரி இப்ப இருக்கிற இந்த சக்கிலிய ஜனங்களோட பேரன் பேத்தி பூட்டினு, தலமொற தலமொறைக்கும் தொந்தம் இருக்கிற மாதிரி மகாராசா எங்களுக்கு வாக்கு குடுக்கணும்.'

'இந்த விஷயத்தப் பொறுத்தமட்ல, மகாராசா ரெண்டாம் பட்சம்தான், ஐயர்க சொல்லுக்கு மறுசொல் சொல்லமாட்டார், அதுக்கு நான் உத்திரவாதம்.'

'நாங்க நம்பலாமா சாமி, ஏமாத்திபிற மாட்டீகளே?'

'இங்க கேளு தாயி, நான் பூணூல் போட்ட பிராமணன். வாக்கு தவறமாட்டன். ஒங்கிட்ட சத்தியம் பண்ண விரும்பல. ஏம்னா எங்க பூணூலே ஒரு சத்தியம்தான். சத்தியத்தத்தான் மார்புல சுத்தியிருக்கோம். பொம்பள கழுத்துல புருஷன் கட்டுற தாலி, அவ கழுத்துக்குப் போனப் பெறவு சத்தியமா மாறிப் போகுது. ஒவ்வொரு பொம்பளையும் தாலிங்கிற பேர்ல சத்தியத்தத்தான் சொமந்துக் கிட்டு அலையிறா. சத்தியம் மீறுவாளா பொம்பள? அது மாதிரி இந்த ஐயரும் சத்தியம் மீற மாட்டான். நீ தாராளமா கேள் தாயி.'

‘எங்க இருளப்ப சாமிக்கு, வருஷம் ஒரு தரம் மகா சிவராத்திரி அன்னைக்கு கொட குடுப்பம். அப்ப காடுதாங்கி செஞ்சு போடுவம், அந்த காடுதாங்கிதான் வருஷம் பூராவும் சாமி வேட்டையாட கால்ல முள் தைக்காம காப்பாத்துறதா எங்க நம்பிக்கை. அந்த நம்பிக்கைய நீங்க இந்த அருங்குளம் சக்கிலியக் குடிக்கு குடுக்கணும், வருசா வருசம் சிவராத்திரிக்கு அரண்மனை வாசல் எங்களுக்காகத் தெறந்திருக்கணும், நாடெல்லாம் இருந்து வர்ர சக்கிலியக் குடிச் சனங்கள அரண்மனைக்குள்ள அனுமதிச்சு இருளப்பனக் கும்புட அனுமதிக்கணும், அருங்குளத்திலருந்து நாங்க கொண்டார காடுதாங்கிய மன்னர் தன் கையால வாங்கி இருளப்பசாமி சன்னதியில தொங்க விடணும். மறுநாள் காலையில போயி பார்த்தா காடுதாங்கியோட மேல்வார் அறுந்து போயிருக்கும். காடுதாங்கிக்கு அடியில மண்ணு ஒட்டியிருக்கும். அப்பிடி மேல்வார் அறுந்து போகாமலும், அடியில மண்ணு ஒட்டாமலும் போச்சுனா, ஒரு சக்கிலியச் சனத்தக்கூட நீங்க அரண்மனைக்குள்ள விடவேண்டாம்.’

‘இப்ப நிய்யி சொன்ன எல்லாத்தையும் நிறைவேத்துறது எம் பொறுப்பு, என்னைய நம்பு.’

சாஸ்திர சம்பிரதாயங்களுடன் இருளப்ப சாமியின் பிடிமண் எடுக்கப்பட்டு, பூஜை புனஸ்காரங்களை முடித்துக்கொண்டு அரண்மனைப் பட்டாளம் அருங்குளத்தைவிட்டுப் புறப்பட்டுப் போனது. கூடிநின்ற ஆண்களும் பெண்களும் கண்ணீர் சிந்தியபடி பிடி மண்ணைக் கும்பிட்டு வழியனுப்பி வைத்தனர். புது மாலைகளும் புது அங்கவஸ்திரமும் அலங்கரிக்க இருளப்பசாமி என்றைக்கும் போல கம்பீரமாக நின்றார்.

‘சரி, எப்பபிடியாவது ராசாவுக்கு நல்லது நடந்தா சரி.’

‘நல்லது நடக்கும்ங்கிற நம்பிக்கையிலதான இம்புட்டு பிராயசப் பட்டுக்கொண்டு போறாக.’

‘எந்தச் சாமிக்கும் கட்டுப்படாத பேய்முனிகூட இருளப்ப சாமிக்குக் கட்டுப்படும்ங்கிறது ஆச்சரியமாத்தான் இருக்கு.’

‘ஜோஸ்யக்காரன் சொல்லாமயா ராசா இப்பிடி செய்வாரு.’

‘அது இருக்கட்டும், இந்தக் காளியம்மாக் கெழவியப் பாத்தியா. திங்கு திங்குனு ஆட்டம் போட்டதுமில்லாம, என்னென்னமோ பேசுறா. அரண்மனைக்குள்ள நம்ம போறதுக்கு ஒரு வழி பண்ணிட்டா பாத்தியா.’

‘அப்படியில்லனா சாமானியமா நம்மள அரண்மனைக்குள்ள விடுவானா!’

'சக்கிலிய ஜனங்களோட நெழல்கூட தங்கள் மேல விழுந்தா தீட்டுனு நெனைக்கான். காளியம்மாள் அந்த வகையில சமர்த்திதான், அரண்மனையோட பெரிய ஐயரே மறுப்பு ஏதும் சொல்லாம ஏத்துக்கிட்டார்னா பாரேன்.'

'காளியம்மாளா ஆடுனா? அவ ரூபத்துல இருளப்பசாமி வந்து ஆடி, நமக்கு அரண்மனைக்குள்ள போற பரம்பரை உரிமைய வாங்கிக் குடுத்திருக்கு, நம்ம ஊர கைவிடல பாத்தியா.'

அரண்மனை ஆட்களின் குதிரைகளும் வில்வண்டியும் கண் பார்வையிலிருந்து மறையும் வரை பலப்பல பேச்சுக்களைப் பேசிவிட்டு கலைந்து சென்றார்கள் அருங்குளம் சக்கிலிய ஜனங்கள்.

பிடிமண் வைத்துக் கும்பிடப் போகிற இடத்தில் சிலை ஒன்று நிறுவப்பட்டு பிரதிஷ்டை செய்து சின்ன அளவில் கோவில் கட்டுவது என்று தீர்மானிக்கப்பட்டது. இருளப்ப சாமியின் பிடிமண் அரண்மனைக்குள் வந்த நாளிலிருந்து அனுமன் முனியின் சேஷ்டைகள் காணாமல் போய்விட்டன. மன்னருக்கு சந்தோஷம் பிடிபடவில்லை. குஞ்ஞானை அழைத்து வரும்படி உத்திரவிட்டார். தன் எதிரே நிற்பது குஞ்ஞான்தானா என்றுகூட அடையாளம் காண இயலவில்லை. கண்கள் உட்சொருகி களையிழந்து வாடி சோர்ந்து துவண்டு நின்றான் குஞ்ஞான். மன்னர் பதறிப் போனார். முகத்தில் சந்தோஷம் மறைந்து போனது. வேலைக்காரனை அதட்டிக் கூப்பிட்டார்.

'நன்றாகக் கவனித்துக்கொள்ளும்படி நான் போட்ட உத்தரவு என்ன ஆனது?'

'மகாராஜா, மன்னிக்க வேண்டும், மூன்று நாட்களாக உணவு எதுவுமே சாப்பிடவில்லை. ஒரு மிடக்கு தண்ணீர்கூட குடிக்கவும் இல்லை, யாருடனும் பேசவுமில்லை. ஆனால் யாருடனோ ஓயாமல் முனங்கிக்கொண்டே இருக்கிறான்.'

குஞ்ஞான் எதிரே அமர்ந்திருக்கும் மன்னரை எகத்தாளமாகப் பார்த்துப் புன்னகைத்தான். அவனுடைய பார்வையிலும் புன்சிரிப்பிலும் ஏளனம் கொட்டிக்கிடந்தது. புழுபூச்சியைப் பார்ப்பது போல் பார்த்தவனின் முகத்தில் அருவருக்கத்தக்க சமிக்ஞைகளைப் படரவிட்டான்.

'மூனு நாளா சாப்பிடாம ஏன்டா பட்டினியாக் கெடக்கிற.'

'சாட்டையடி சாப்பாட்டை மறக்கடித்துவிட்டது.'

'இன்னும் ரெண்டு நாளைக்கு இப்பிடிப் பட்டினியாக் கெடந்தா

செத்துப் போயிருவ தெரியும்ல்ல.'

'சாக மாட்டன், ஆவியா மாறி அழியாம இருப்பன்.'

'உன்னுடைய அனுமன் ஆவியின் சேட்டைகளைக் காண வில்லை.'

'தன்னுடைய சக்தியைவிட உயர்ந்த சக்திகளுடன் ஆவிகள் ஒரு போதும் பகைமை பாராட்டாது. விலகிச்சென்று வேறிடம் தேடிக் கொள்ளுமே தவிர, உன்னைப் போல பணிந்து போய் அடிமையாக மாறி அதிகாரத்தைத் தக்க வைக்காது. எப்போதுமே ஆவிகள் நாகரிகமானவை மனிதர்களைவிட.'

'நான் யாருக்கும் அடிமையில்லடா மடையா.'

'வெள்ளையும் கறுப்பும் ஒரு போதும் சமமாகிவிடாது மகாராஜா. நீங்கள் வெள்ளைக்கு அடிமையென்று இந்த ஊர் முழுக்கவும் உலகம் முழுக்கவும் தெரியும்.'

'மரியாதையாகப் பேசடா மடையா, நான் நினைத்தால் ஒரு நொடியில் உன்னைக் கொன்றுவிடுவேன், ஜாக்கிரதை. என்னுடைய விரலசைவில் உன் உயிர் இருக்கிறது என்பதை மறந்துவிடாதே.'

'என்னைக் கொல்வதன் மூலம், கட்டுப்படுத்த முடியாத ஆவிகளின் அட்டகாசங்களையும் சேட்டைகளையும் நீ அனுபவிக்க வேண்டி வரும். ஆவிகளைக் கட்டுப்படுத்தி, அவைகளை இடம் மாற்றி வைக்கும் கலையும் வல்லமையும் உள்ளவன் நான். நான் செத்தால் மறுநொடியே ஆயிரக்கணக்கான ஆவிகள் ஆக்ரோஷமாகக் கிளம்பி வரும். அதிகாரத்தை விரட்ட ஆங்காங்கே சண்டையிடும். உன் கோட்டை நிர்மூலமாக்கப்படும். உன்னுடைய துப்பாக்கியும் பீரங்கியும் வலுவிழந்து போகும். உன்னுடைய கோட்டைச் சுவர், அரண்மனையைக் காக்கும் அரணாக இருக்காது, மாறாக அரண்மனை இருந்ததற்கான கட்டைமண் சாட்சியாக மாறிப் போகும். அதிகாரம் நாட்டைவிட்டு ஓடிப்போகும். தலைமுறை தலைமுறையாக உன் போன்றவர்களிடம் மட்டுமே இருந்த அதிகாரம் இனிமேல் பரவலாக்கப்பட்டு ஆவிகளைப் போல் எல்லா மக்களுக்கும் பகிர்ந்தளிக்கப்படும். ஐந்தாண்டுக்கு ஒரு முறை அதிகாரம் தகுதியானவர்களிடம் மாற்றி மாற்றி கொடுக்கப்படும். மன்னர்கள் காணாமல் போவார்கள்.'

குஞ்ஞானின் பேச்சைக் கேட்ட மன்னரின் முகம் கோபத்தால் சிவந்து போனது. உதடுகள் துடித்தன. சிரமப்பட்டுக் கோபத்தை அடக்குவது தெரிந்தது. குஞ்ஞானைப் பார்த்து இனமறியாத பயம் ஒன்றும் அவரைப் பயமுறுத்தியது. குஞ்ஞான் தொடர்ந்து பேசினான்.

‘இந்த நான்கு பக்க கோட்டைச் சுவருக்குள் உன்னை மிஞ்சி அதிகாரம் செய்த அனுமன் முனி ஓடி ஒளிந்த இடம் தெரியவில்லை. மேலாடை இல்லாமல் இடுப்பில் மட்டுமே அரையாடை உடுத்திய இருளப்பசாமியைக் கண்டு ஓட்டம்பிடித்து ஒளிந்துகொண்டது அனுமன் முனி. இதே போல் உன்னையும் உன்னைப் போல் கோட்டைக்குள் அமர்ந்துகொண்டு அதிகாரம் செய்யும் ஆயிர மாயிரம் பேய்களையும் விரட்ட, அரையாடை அணிந்த இருளப்பர் வந்துவிட்டார். அவரின் கைத்தடியின் முன்னால் உன்னுடைய துப்பாக்கியும் பீரங்கியும் சரணடையும்.’

‘இவனை விடுதலை செய்து விடலாம் என்று எண்ணியிருந்தேன். இனிமேல் உனக்கு விடுதலை கிடையாது. உன் சாவு என் அரண் மனையில்தான். இவனைக் கொண்டு போய் மறுபடியும் அதே ஜெயிலில் அடையுங்கள்.’

‘மன்னா... இன்னும் கொஞ்ச நாள்தான், யாருடைய உத்ரவும் இல்லாமல் தானாகவே கிளம்பி, எங்கே போவது என்றுகூட தெரியாமல் போய் விடுவாய். அப்புறம் நீயும் ஒரு ஆவியைப் போல் மறைந்து வாழ்வாய். அதிகாரம் உன்னிடம் இருக்காது.’

வேலையாட்கள் குஞ்ஞானை தரதரவென்று இழுத்துக்கொண்டு போனார்கள். அவன் பலமாகக் கத்தியபடியே கம்பீரமாக நடந்து சென்றான். மன்னரின் கோபம் இப்போது பயமாக மாறி அச்சுறுத்திக் கொண்டிருந்தது. கொஞ்ச நாட்களாகவே நாடெங்கிலும் மக்கள் அதிகாரத்தை மீட்பதற்காகவும், அடிமைத் தனத்தை உடைப்பதற் காகவும் போராடிக் கொண்டிருந்தார்கள். நிறைய இடங்களில் இரத்தக் களறிகள் ஏற்பட்டு அதிகாரம் பின்வாங்கிக் கொண்டி ருந்தது. துப்பாக்கிகளும் பீரங்கிகளும் கைத்தடியின் முன்னால் செயல் இழந்துகொண்டு வந்தன. புற்றீசல்களைப் போல் புறப்பட்டு வந்து கொண்டிருந்தன கோடானு கோடி அகிம்சாப் பறவைக் கூட்டங்கள்.

ஜெயில் கம்பிகளுக்கிடையே இருந்து குஞ்ஞான் இரவு முழுக்க சத்தமாகப் பேசிக்கொண்டேயிருந்தான். அவன் ஆவிகளுடன் பேசவில்லை. தன் எதிரே நின்றுகொண்டிருக்கும் அரண்மனையின் இரவுக் காவலர்களுக்கிடையே பேசினான். கம்பிக்கு வெளியே நின்று ஏழெட்டுக் காவலர்கள் குஞ்ஞான் பேசுவதைக் கவனமாகக் கேட்டுக்கொண்டிருந்தனர். இரவின் அமைதியில் குஞ்ஞானின் தெளிவான பேச்சு ஜெயிலின் நான்கு சுவர்களிலும் பட்டு எதிரொலித்து. கம்பி இடுக்கின் வழியே தெளிவாகக் கேட்டது. எண்ணெய் விளக்குகளின் மங்கலான வெளிச்சம் சிதறிக் கிடந்தது.

'உன் அதிகாரம் சாட்டையடியாய் மாறி என் மேல் தழும்புகளாக ஊர்கின்றன. அதிகாரம் நிலையில்லாதது என்பதை அறிய நீ தவறிவிட்டாய். இருளப்பசாமி கோட்டைக்குள் வந்தவுடனேயே அனுமன் முனியின் அதிகாரம் போன இடம் தெரியவில்லை. இதே போல்தான் இன்னும் கொஞ்ச நாளிலேயே உன் அதிகாரம் மாயமாக மறையப் போகிறது. அதிகாரமின்றி வாழத் தெரியாத நீ கோட்டையை விட்டு ஓடி ஒளிந்து வாழ்வாய். உன் பேர் சொல்லும் கோட்டை கொத்தளங்கள் இடிந்து பாழடைந்து ஆந்தையும் கூகையும் கோட்டானும் வாழுமிடமாக மாறிப் போகும். உன் பாவங்களைப் போக்கும் புண்ணிய கருவிகளாக நீ வெட்டிய கண்மாய், ஊருணி, குளம், குட்டைகள், நீராவி, தெப்பம் அனைத்தும் மண் மேடேறி தண்ணீர் தங்க இடமில்லாத முள் மரக்காடுகளாக மாறிப் போகும். விளைநிலங்கள் அனைத்தும் விலைநிலங்களாக ஆகிப் போகும். தானியங்கள் பயிரிடப்படுவது மாறி, விளைவிப்பவனுக்குப் பயன்படாத விளைபொருட்கள் விளையும் பூமியாக மாறிப் போகும். பறவைகள், பூச்சிகள், புழுக்கள்கூட உன் பூமியில் வாழாது இடத்தை மாற்றிக்கொள்ளும். வெறிச்சோடிய கிராமங்களில் மனிதர்கள் தட்டுப்பட மாட்டார்கள். பறவைகளைப் போல் இடம்பெயர்ந்து கௌரவமற்ற வாழ்க்கையை கௌரவமாக வாழ்வார்கள். சாஸ்திரங்கள், சடங்குகள் அழிந்து போகும். யாரும் யாருக்கும் அடிமையில்லை. ஆனால் எல்லோரும் எல்லோருக்கும் அடிமையாகிப் போவார்கள்.'

'பரம்பரை பரம்பரையாக நீ அனுபவித்து வந்த அதிகாரம் பறிக்கப்பட்டு பகிர்ந்தளிக்கப்படும். ஐந்து ஆண்டுக்கு ஒருமுறை அதிகாரங்கள் கை மாறும். அந்தக் கைகளில் தங்கமோ வைரமோ மின்னும் மோதிரங்கள் இருக்காது. மாறாக கொட்டடிப்பவன், குழல் ஊதுபவன், பனையேறி பாளை சீவுபவன் போன்ற சாமானியர்களின் கைகளில் அதிகாரம் அடைக்கலமாகும். கூத்தாடிகளும் வேசைகளும் விதிவிலக்கல்ல. நீர் பற்றியோ, விளை நிலங்கள் பற்றியோ, தானியங்கள் பற்றியோ, கல்விப் புலமை பற்றியோ ஏதும் தெரியாத இவர்களிடமிருந்து இவையனைத்தும் பறந்தோடிவிடும். காரண காரியங்களைப் பற்றி மக்கள் சிந்தித்து விடக்கூடாது என்பதற்காக தங்கள் அதிகாரத்தைப் பயன்படுத்தி மக்களை மயக்கத்திலேயே வைத்திருப்பார்கள். கேளிக்கைகள் ஒவ்வொரு வீட்டின் உச்சந்தலையின் வழியே உள்ளே நுழையும் வண்ணம் பார்த்துக்கொள்வார்கள். வாழ்க்கையின் இலக்கணம் பற்றி பேசிக்கொண்டே இலக்கணம் மீறி வாழ்வார்கள். கற்புக்கு இலக்கணமாக கணவர்கள் நாலைந்து மனைவிகளை வைத்துக்

கொள்வார்கள். உதடுகள் பேசுவது ஒன்றாகவும் உள்ளத்தின் செயல்பாடுகள் வேறொன்றுமாக இருக்கும். யாராலும் கிழிக்க முடியாத முகமூடிகளை அணிந்திருப்பார்கள். மாமிசம் தின்னும் கோரப்பற்கள் முகமூடியால் மூடப்பட்டு சைவம் மட்டுமே வெளியே தெரியும். வேம்பாய் கசக்கும் விஷயங்களையும் சர்க்கரையாய் பேசும் கலை கற்றவர்கள் இவர்கள். கூத்தாடி களையும் வேசைகளையும் வித்தைகளுக்காகவும் சுகத்திற்காகவும் மட்டுமே விரும்பிய மக்கள் அதிகாரத்தைக் கொடுத்துவிட்டு அப்புராணிகளாக மாறிப்போவார்கள். அலங்கார வசனங் களாலும், ஆடல்களாலும், பாடல்களாலும், கேலிக் கூத்துக் களாலும் நிரம்பி வழியும் நாடாக உன் பூமி மாறிப் போகும். போதை தெளியாத மக்கள் புலம்பிக்கொண்டே உன்னைப் போற்றுவார்கள். சிலம்புடைத்து நீதி கேட்க முடியாத ஆயிரமாயிரம் கண்ணகிகள் மனதுக்குள் குமைந்து உன்னை மண்ணை வாரித் தூற்றுவார்கள். அப்போது அதிகாரத்திற்காக உன் வைப்பாட்டியின் பிள்ளைகளுக்கும் உன் பிள்ளைகளுக்கும் சண்டை மூளும். கூத்தாடிகளின் தேசம் கூடிநின்று வேடிக்கை பார்க்கும்.'

விடிந்த போது காவலர்கள் குஞ்ஞான் இருந்த அறையை எட்டிப் பார்த்தார்கள். கைகளை தலைக்கு அனுசரணையாக வைத்து ஒருக்களித்துப் படுத்துக் கிடந்தான். அறையைத் திறந்து அருகில் போய் பார்த்தபோது அவனுடைய கண்களில் எறும்புகள் அரித்துக் கொண்டிருந்தன. விடியவிடிய அவன் இட்ட சாபங்கள் அரண்மனை முழுக்கப் பரவி சுவர்களில் ஒட்டி ஒளிந்துகொண்டன போலும். அவன் பேசிய பேச்சுக்களை ஒன்று விடாமல் வரிசையாக மன்னரிடம் ஒப்புவித்துக் கொண்டிருந்தார்கள் காவலர்கள். சில இடங்களில் மன்னர் சிரித்தார். சில இடங்களில் முகம்சுளித்தார். சில இடங்களில் கலவரமும் பீதியும் அவர் முகத்தில் தெரிய அமைதியாயிருந்தார். பயம் அப்பிய முகம் இறுகிக் கிடந்தது.

குஞ்ஞானை எங்கே அடக்கம் பண்ண வேண்டும் என்று முடிவு செய்ய கூட்டம் விவாதித்துக்கொண்டிருந்தது. அரண்மனைக் குள்ளே இருக்கும் சித்தர் சமாதிகளுக்குப் பக்கத்திலேயே அடக்கம் பண்ண வேண்டும் என்று சிலரும், இருளப்பசாமியின் கோவிலுக்கு அருகே வைத்துவிடலாம் என்று சிலரும், குஞ்ஞான் சித்தனோ அல்லது சாமியோ அல்லவென்றும் அவன் தன்னைத்தானே மந்திரவாதி என்று சொல்லிக்கொண்டானே ஒழிய அவன் எந்த சித்துவேலையையும் செய்துகாட்டவில்லை. ஆகவே அவனை ஊருக்கு வெளியே பொதுமயானத்தில் அடக்கம் செய்வதே

பொருத்தம் என்றும் மந்திரியார் உட்பட பலரும் சொன்னதால் அந்தப்படியே முடிவாயிற்று.

பிணம் எரிப்பவர்கள் தட்சணைப் பணத்தைப் பெற்றுக் கொண்டு, குஞ்ஞான் செத்துக் கிடக்கும் ஜெயிலுக்குப் போய் தூக்கிவரப் போனார்கள். ஜெயில் அறையில் பூட்டு மட்டுமே தொங்கியது. குஞ்ஞானைக் காணவில்லை. அரண்மனை பரபரப்படைந்தது. நாலா திசைகளிலும் தேடினார்கள். அரண்மனையின் நான்கு வாசல் காவல்காரர்களும் சொன்ன ஒரே பதில் அனைவரையும் திகைப்பில் ஆழ்த்தியது.

'விடிகாலை எங்கள் வாசல் வழியேதான் வெளியேறிப் போனான்.'

எவர் கண்ணுக்கும் தட்டுப்படாமல் அலைவதுதான் ஆவி. ஆனால் குஞ்ஞான் நான்கு பக்க வாசல்களின் வழியே அனைவர் கண்களும் படும்படி ஆவியில்லாத ஆவியாக வெளியேறிப் போயிருக் கிறான். அரண்மனை பரபரப்படைந்தது. மன்னரும் மந்திரியும் கொதித்துப் போனார்கள். பயத்தால் தவித்தார்கள். எல்லா அரண் மனைக் காவலர்களும் மந்திரி தளபதிகளின் முன்பு கைகட்டி நின்றார்கள்.

'எல்லோருடைய கண்களிலும் மண்ணைத் தூவிவிட்டு அரண் மனைக்குள்ளிருந்து ஒருவன் தப்பிப் போயிருக்கிறான். இதுதான் அரண்மனையைக் காவல் காக்கிற லட்சணமா?'

'அய்யா... அரண்மனைக்கு வெளியே இருந்து வருகிறவர்களை விசாரித்து உள்ளே அனுப்புறதுதான் எங்க வேல, உள்ளேருந்து வர்ற வங்கள வெசாரிக்கிறது வழக்கமில்ல.'

'நாலு வாசல் வழியாவும் ஒரே நேரத்துல போனதா சொல்றீங்களே எப்பிடி நம்புறது?'

'நாங்க கண்ணால பாத்தம், சொல்றம். பொய் சொல்வமா?'

'யாராவது குஞ்ஞான்கூடப் பேசினீங்களா?'

'நாங்க பேசல அய்யா, ஆனா குஞ்ஞான் பேசுனான்.'

'பேசுனானா, என்ன பேசுனான்?'

'ஏதோ பைத்தியக்காரன் போல ஒளர்னான், ஆனா தெளிவாப் பேசுனான். இன்னும் கொஞ்ச நாள்லயே ஒங்களோட அதிகாரத்தக் காட்டும் உடைகளும், தலப்பாகையும், வேலும், ஈட்டியும் விருதா வாகப் போகும். எல்லா அரண்மனை வாசல்களிலும் கழுதைகளும் பன்றிகளும் நுழையும். அதிகாரமற்ற நீங்கள் அனைவரும் வேலை

யில்லாமல் வீட்டில் முடங்கிக் கிடப்பீர்கள். வேலும் ஈட்டியும் பிடித்த கைகள் மம்பட்டியையும் கோடாரியையும் பிடிக்கக் கூசும். வேர்வை சிந்தாத உடல்கள் வெயிலுக்குள் நிற்க மறுக்கும். அதட்டியே பேசிய வாய்கள் அடங்கிப் பேச மறுக்கும். சுக போகத்தில் திளைத்த உங்கள் மனைவி மக்கள்கூட வெறுத்து ஒதுக்கும் வேலை வெட்டி இல்லாத வெறும் பொம்மைகளாகிப் போவீர்கள். பரம்பரையையும் பூர்வீகத்தையும் சொன்னால் எல்லாரும் கேலி பேசி சிரிப்பார்கள். மானம் மரியாதையைக் காக்க உழைக்காமல் மாறாக கொள்ளையடிக்கும் கள்ளர்களாக மாறிப் போவீர்கள்.'

நேற்று இரவு குஞ்ஞான் ஜெயிலுக்குள் இருந்தபடியே பேசிய பேச்சுக்கள், சாபங்கள், இன்று வாசல் காவலாளியிடம் பேசியிருக்கிற பேச்சுக்கள் சாபங்கள் எல்லாவற்றையும் மந்திரியார் பழையபடியும் அசை போட்டுப் பார்த்தார். மொத்தத்தில் அரண்மனை வெறும் கட்டமண்ணாகக் காட்சியளித்தது. இவ்வளவு பெரிய அரண் மனைக்குள்ளிருந்து இத்தனை காவல்களையும் மீறி ஆவியைப் போல் மறைந்து ஒளிந்து யாருடைய கண்ணுக்கும் மறைந்து வெளியேறாமல் அனைவர் கண்ணுக்கும் தெரிந்து ஒரு சிட்டுக் குருவியைப் போல் பறந்து போய்விட்ட குஞ்ஞானை நினைத்து வியந்தார் பயந்தார் மந்திரியார்.

ஊரெல்லாம் தேடி காடெல்லாம் தேடி யார் கண்ணிலும் தட்டுப்படவில்லை என்று திரும்பி வந்தனர் அரண்மனைப் படைவீரர்கள். குஞ்ஞானை அனுமன் முனியே கடத்திக்கொண்டு போயிருக்க வேண்டும் என்று பேசிக்கொண்டார்கள். குஞ்ஞானும் ஆவியாக மாறிப் போய்விட்டானோ என்னவோ! அடர்வனத்தில் மறைந்து கொண்ட சிட்டுக்குருவியைத் தேடிக் கண்டடைவது எங்ஙனம், விட்டு விலகி எட்டுத்திக்கிலும் பறந்தலையும் சிட்டுக் குருவியை எத்திக்கில் தேடிக் கண்டுபிடிப்பது? இருளப்பசாமி வந்ததினால் அனுமன் முனி வெளியேறிப் போனதா அல்லது குஞ்ஞான் தன்னுடனே கொண்டுபோய்விட்டானா என்று தெரியவில்லை. அரண்மனைக்குள் அனுமன் முனியின் சேஷ்டைகள் முற்றாக ஒழிந்து போயின. குஞ்ஞான் விட்ட சாபங்கள் நீர்ப் பாசியைப் போல் மெல்லமெல்ல அரண்மனைச் சுவர்களில் படிந்தன. கால் வைத்தவுடனேயே வழுக்கி விழவைக்கும் நீர்ப் பாசியின் அதிகாரக் குணம்கூட வழுக்கி விழுந்தது.

வெள்ளைக்காரர்களை எதிர்த்துப் பல இடங்களில் சண்டை சச்சரவுகள், கலவரங்கள், துப்பாக்கிச் சூடுகள் நடந்தன. கலகக்காரர்கள்

ஆயுதமற்ற ஆயுதங்களைப் பயன்படுத்திப் போராடினர். அந்த மாய ஆயுதத்தின் முன்னால் போரிடத் தெரியாததால் வெள்ளைக்காரன் நிதானமிழந்தான். போரை வழி நடத்தும் தளபதிகள் வெறுங் கையுடன் போரிட்டார்கள். சிகண்டியின் முன்னால் பீஷ்மரின் ஆயுதம் பலமிழந்தது. கோடானு கோடி சிகண்டிகளிடம் பீரங்கி பின் வாங்கியது.

19

உருளைக்குடியில் பள்ளிக்கூடமும் வேதக் கோவிலும் கட்டி முடிக்கப்பட்ட போது, காவலாளியாக வேலைக்கு அமர்த்தப் பட்டிருந்த இச்சியன் ஈசாக்காக மாறிப்போயிருந்தான். அவனுடைய அய்யா சாமுவேலாகவும், அம்மா குளோரியாகவும், மகன்கள் டேவிட்சிங், தனசிங் என்றும் மாறிப் போயிருந்தார்கள். வெள்ளைக் காரர்கள், பாதிரியார்கள் வழியே இச்சியனின் அதிகாரம் பாய்ந் தோடியது. கரிசக்காட்டில் முளைத்த காளானைப் போல் துணிப்பாகத் தெரிந்தான் இச்சியன். நடை, உடை, பாவனைகள் அனைத்தும் மாறிப் போயின. பேச்சில்கூட சிறு வித்தியாசம் தொற்றிக் கொண்டது. உறவுகள், சாஸ்திரங்கள், சடங்குகள் எல்லாவற்றி லுமிருந்து விலகிக்கொண்டதோடு அவற்றை எள்ளி நகையாடி இன்புற்றான். ஆனாலும் மாமன் மச்சினமார்கள் அவனை விடுவதாக இல்லை. வம்பிழுக்கத் தவறுவதில்லை.

'வாங்க ஈசாக் தொரைகளே, வாங்க.'

'இங்க கேளுங்க மாமா, சொன்னாலும் சொல்லாட்டாலும் தொரதான், வேதக் கோயில் கட்ட ஆரம்பிச்ச நாள்லருந்து இத்தன வருஷம் ஆகுதே, ஒரு துரும்ப எடுத்து அங்கிட்டுப் போட்ருப்பனா, ஒரு சொட்டு வேர்வை எம் மேல்லருந்து வெளியேறி இருக்குமா, வெய்யில் பட்ருக்குமா என்மேல, காடுகரைக்குப் போயிருப்பனா? ராசா மாதிரி திரியிறன், மாசா மாசம் சம்பளம் டான்னு வீட்டுக்கு வந்துருது. பெறகென்ன, தொரைதான?'

'வெள்ளக்காரனுக்கும் வேதக்காரச் சாமியானுக்கும் குண்டி கழுவி விட்டா வேர்வை எப்பிடி வரும், எங்கள மாதிரி வெய்யில்ல நின்னு வேல செஞ்சாத்தான வேர்வை வரும்.'

நோஞ்சான்மாடன் சொன்னவுடன் கூட்டம் கெக்கெலி போட்டுச் சிரித்தது. இச்சியன் முகஞ்சுளித்தான், கோபம் தெரிந்தது.

'ஒங்கள மாதிரி முட்டாப்பயக கூடயெல்லாம் என்னால பேச முடியாது. அறிவே இல்லாதவங்ககிட்ட என்ன பேச்சு?'

'தொரமாருகளும் சாமியார்மாருகளும் குடுத்த சூட்டையும் கோட்டையும் போட்டுட்டாப்பல நீங்க பெரிய அறிவாளிகளாயிட்டீ

களாக்கும், நாங்க முட்டாப் பயகளாக்கும்!'

'நீங்க பேசாம இருங்க மாமா, இப்பிடி எத்தன நாளைக்கி கோட்டும் சூட்டும் போட்டு அலைவாகனு பாப்பம். ஊரு ஊருக்கு வெள்ளக்காரன வெளியேறச் சொல்லி கலவரம் நடக்காம்! என்னைக்கிருந்தாலும் வெளியேறிப் போறது நிச்சயம், அதுக்குப் பெறகு தொரை நம்ம கூடத்தான் அருகு வெட்டவும் களையெடுக்கவும் வரணும்.'

'இங்க கேளுங்க மாமா, வெள்ளைக்காரன் நம்ம நாட்ட விட்டுப் போனாலும், இந்த வேதக்காரன் நாட்ட விட்டுப் போகமாட்டான். ஏம்னா வேதக்காரங்க வெள்ளக்காரங்களப் போல வேற நாட்லருந்து வந்தவுங்க இல்ல. அவங்க எல்லாருமே இந்த நாட்டுக்காரங்கதான். ஒங்களால இல்ல ஒங்க அப்பனாலயும் வேதக்காரங்கள இனிமேப்பட வெரட்ட முடியாது. நான் வேதக்காரன்தான், என்னைய இந்த ஊரவிட்டு ஒங்களால வெரட்ட முடியுமா?'

'எதுக்கு வெரட்டணும், நாயி ஊரச்சுத்திட்டு அதுபாட்ல அலையட்டுமேனு விட்ருக்கோம். கால என்னைக்கு கடிக்குதோ அன்னைக்கு ஆளாளுக்கு கல்லால எறிஞ்சு வெரட்டிட்டுப் போறம்.'

'அப்பிடி ஒரு நெனப்பு இருக்குதா, இங்க கேளுங்க மாமா, நீங்க கல்லால எறிய வரும் போது எங்க கையில துப்பாக்கி இருக்கும்.'

'வெள்ளக்காரன் போகும் போது துப்பாக்கியப் பூராத்தையும் வேதக்காரங்க கையில குடுத்திட்டுப் போயிருவானோ.'

'சரி, மாப்ள நீங்க துப்பாக்கிய வச்சுக்கோங்க சுட்ட அன்னைக்கு பாத்துக்கிருவம். இப்ப வெசயத்துக்கு வாங்க, ஓம்ம மகள நம்ம ஜாதிக்குள்ளயே பொண்ணு குடுக்க மாட்டேன்னு சொன்னதா கேள்விப்பட்டன். நெசந்தானா?'

'எந்தப் பய வேதத்துக்கு மாறுறானோ அந்தப் பயலுக்குத்தான் பொண்ணு, அதுல எந்த மாத்தமும் கெடையாது.'

'நம்ம ஊர்ல நம்ம ஜாதியில வேதக்காருக ஆரு இருக்கா, ஒருத்தரும் இல்லியே, என்ன செய்ய?'

'கெட்ணப் பெறவுகூட வேதத்துக்கு மாறுனாலும் சம்மதம்.'

'ஒருத்தனும் வேதத்துக்கு மாறப் போறதுமில்ல, ஓம்ம மகளுக்கு கல்யாணம் ஆகப் போறதுமில்ல. வச்சுக்கிட்டே இருக்காதிரும். பெறகு ஊசிப் போயிரும், ஊசுன பண்டம் பழைய பண்டம்னு பொம்பளப் புள்ள வாழ்க்க வம்பாப் போகும்.'

'இங்க கேளுங்க மாமா, வேதத்துல சேர்ந்த ஒடனேயே ஜாதி

கெடையாது. எல்லா ஜாதியும் ஒன்னுதான். அதுக்கு மேல ஜாதின்னு பார்த்தா ஆம்பள ஜாதி, பொம்பள ஜாதி ரெண்டு மட்டும்தான். அதனால எம்பொண்ணுக்கு மாப்ள நம்ம ஜாதியிலதான் பாக்கணும்னு இல்ல. வேற எந்த ஜாதினாலும் பரவால்ல வேதக்காரனா இருக்கணும்.'

'அப்படின்னா இனிமே மாப்ள பிராமணக் குடியில கூடப் போயி சம்பந்தம் பண்ணலாம்.'

'இப்ப நம்ம ஊர்ல மட்டும்னு இல்ல, ஏகப்பட்ட ஊர்ல பள்ளிக் கூடமும் வேதக் கோயிலும் கட்டிட்டு இருக்கான். நம்ம ஊரைச் சுத்தியே எத்தன ஊர்ல வேல நடக்கு தெரியுமா? வெங்கடாசல புரத்துல கோயிலும் பள்ளிக்கூடமும், அதே மாதிரி லிங்கம்பட்டி, பெருமாள்பட்டி, கடலையூர் இங்கேயெல்லாம் கட்டி முடிச்சு பள்ளிக்கூடம் நடக்குது. ஊர்ல பாதிப்பேரு வேதமா மாறிட்டான், வெங்கடாசலபுரத்துல பறையர்க அம்புட்டுப் பேரும் வேதத்துக்கு வந்துட்டான். லிங்கம்பட்டியிலயும் பெருமாள்பட்டியிலயும் நாடாக்கமாருக பாதிப்பேர் வேதத்துல சேர்ந்தாச்சு. மத்த ஜாதி ஆட்க எல்லாமே கூடிய சீக்கிரம் மாறிறுவாங்க.'

'இங்க கேளுங்க மாப்ள, எந்த ஜாதிக்காரன் மாறுனாலும் நம்ம ஜாதிக்காரன் மாறவே மாட்டான் தெரிஞ்சுக்கோ. வேணும்னா ஒன்ன மாதிரி எச்சிலை பொறுக்கித் திங்கிற ஒன்னு ரெண்டு மானங்கெட்ட பயகதான் மாறுவான், வேல செஞ்சு கௌரவமா கஞ்சி குடிக்கிற பயக மாற மாட்டான்.'

'அப்ப வருஷம் முழுக்க ஒங்கள மாதிரி வேற ஜாதிக்காரங்களுக்கு அடிமையாகவே இருக்க வேண்டியதான்.'

'ஓகோ... கழுத்துல சிலுவையைக் கோர்த்து இப்பிடி மணிமணினு தொங்க விட்டுட்டா நீங்க ஒசந்த ஜாதியாகிப் போயிருவீகளோ? மாப்ள, நம்ம ஜாதி தவித்து வேற ஜாதிக்காரன் ஓம் மகள கல்யாணம் பண்ணிட்டாம்னா ஓம் முன்னால ஒத்தப் பக்கம் மீசைய எடுத்துட்டு இந்த ஊர்ல ஒத்தப் பக்க மீசையோட வாழ்றன்.'

'மாமா பேச்சு மாறக்கூடாது.'

'இந்தா கூடியிருக்கிற இத்தனை பேரும் சாட்சி, நான் பேச்சு மாறமாட்டன், இது சத்தியம்.'

நோஞ்சான்மாடன் கைநீட்டி டப்பென்று அடித்து சத்தியம் செய்தான்.

முத்துவும் சித்திரையும் கண்மாய்க்கரைப் பாதையில் நடந்து கொண்டிருந்தார்கள். வயதாகிவிட்டது, பழைய வேகம் இல்லை.

சில இடங்களில் செருப்புக்காலின் இடறலுக்கு இருவருமே தடுமாறினர். கையில் பாளை அரிவாள் வைத்திருந்தாலும் பனையேறி பல வருடங்கள் ஆகிவிட்டன. தன் மகன் முத்து தன்னுடைய வேலையைச் செய்தாலும் அவன் பள்ளிக்கூடம் போகாமல் பனையேற வந்ததை நினைத்து வருந்தினான். அதுபோல பிச்சை ஆசாரியின் மகன் சித்திரைக்கும் தன் அப்பன் செய்த அதே லாடம் கட்டுகிற வேலைதான்.

பனையடியில் ஓலைகளை மிதித்து வசமாக்கிக் காய வைப்பது, பனை மட்டைகளில் நார் உரிப்பது, சோத்து நார், சொதி நார், முதுகு நார் என்று பிரித்து வைத்து சங்கராபுரம் ஆட்களிடம் விற்பது என்று இலேசான வேலைகளை மகனுக்கு ஒத்தாசையாக செய்து வந்தான். சங்கராபுரம் ஊரில் பறைக்குடி ஆட்களின் வேலை என்பது பெரும்பாலும் நார்ப்பெட்டி, விதைப் பெட்டி, குத்திக் காய்ச்சுகிற பெட்டி, கடகாப் பெட்டி, பரிசப் பெட்டி, கல்யாணப் பெட்டி, வட்டச் சுளகு, புடைக்கிற சுளகு என்று பனைநார்களில் விதவிதமாய்ப் பெட்டிகள் செய்வது. சுத்துலாப்பட்ட ஊரில் இருந்து பெட்டிகள் வாங்க சம்சாரிகள் சங்கராபுரம் வந்துகொண்டேயிருப்பார்கள். எலியன் வீட்டில் நார்கள் வாங்க சங்கராபுரம் பறையர்கள் எந்நேரமும் காத்துக்கிடப்பார்கள். மலைப்பட்டியிலிருந்து பிய்ந்த பெட்டி களைப் 'பொல்லம்' பொத்தும் வேலைகள் செய்யும் குறவர்களும் குறத்திகளும் பனைநார் வாங்க எலியன் வீட்டுக்குத்தான் வர வேண்டும். பனஞ்சில்லாட்டைகளிலும், காடுகளில் தானாக வளர்ந்து கிடக்கும் சீவுப்புல், விளக்குமாத்து கொடிப்புல் கொண்டு விளக்குமாறுகள் கட்டி சம்சாரிகளின் வீடுகளில் தவசத்திற்கு விற்பனை செய்யும் குறவர்களும் எலியனைத் தேடித்தான் வருவார்கள். பிச்சை ஆசாரியின் கை நடுக்கம், கண்பார்வை மங்கல் எல்லாம் சேர்ந்து லாடம் கட்டுகிற தொழிலையே மறக்கடித்துவிட்டது. வீட்டில் உட்கார்ந்துகொண்டு லாடங்களை வசப்படுத்துவதோடு சரி.

மத்தியான வெய்யிலின் உக்கிரம் இருவர்மீதும் பட்டுத் தெறித்தது. முத்து தலப்பாத் துண்டை அவிழ்த்து முக்காடு போட்டுக்கொண்டான். இருவரும் பலப்பல பேச்சுக்களைப் பேசிக்கொண்டே பனையடியை நெருங்கிவிட்டார்கள். வடக்குப் பக்கம் சற்று தூரத்தில் குதிரை ஒன்று நிற்பது போலவும், அதன் அருகிலேயே இரண்டு மனித உருவங்கள் நடமாடுவதும் நிழல்களைப் போல் அரிச்சலாய்த் தெரிந்தது. முத்து வெய்யிலுக்கு உள்ளங்கையை நெற்றியில் வைத்து ஒளியை மறைத்துக்கொண்டு உற்றுப் பார்த்தான். சந்தேகமேயில்லை குதிரையும் மனிதர்களும்தான்.

'யோவ் சித்திரை, வடக்க ஒரு குதிரையும் ரெண்டு ஆட்களும் நிக்குது, என்னனு பாத்திட்டு வந்திருவமா?'

'ஏங்கண்ணுக்கு ஒன்னும் தெரியலப்பா, நிய்யிதான் சொல்ற குதிரை நிக்கிதுன்னு. மத்தியானம் இந்த வேணாப்பிரிஞ்ச வெய்யிலுக் குள்ள குதிரைக்கு என்ன சோலியோ தெரியலையே, நல்லாப் பாருப்பா. நம்ம குருவன் கம்மாய்க்குள்ள வெளுப்பான், கழுதய மேய விட்டாலும் விட்ருப்பான்.'

'ஓம்ம மூஞ்சி, கழுதைக்கும் குதிரைக்கும் வித்தியாசம் தெரியாமயா இருக்காக.'

'என்ன பெரிய வித்தியாசத்தக் கண்டுட்ட. குதிரை கொஞ்சம் ஒசரமாயிருக்கும், ஒசரத்துக்குத் தக்கன சாமான் இருக்காது. கழுத கொஞ்சம் கட்டையாயிருந்தாலும் சாமான் ஒரு மொழம் நீளத்துக்கு இருக்கும். இதுதான வித்தியாசம்.'

இருவரும் மனம்விட்டு சிரிக்க நடுக்காடு தோதாய் இருந்தது. பனையடிக்குப் போகிற பாதையை விட்டு விலகி வடக்காமல் செடியும் முள்ளும் மொடலும் நிறைந்து கிடந்த தரிசில் எட்டு வைத்தார்கள். சப்பாத்திக் கள்ளிகளின் கூட்டத்தில் கள்ளிப் பழங்களும் கள்ளிப் பூக்களும் நிறைந்து கிடந்தன. மஞ்சள் நிற முட்கள் ஈட்டிகளைப் போல குத்திட்டு நின்றன. பனையின் மேலிருந்து இவர்களைக் கவனித்துவிட்ட முத்து விசில் அடித்து சத்தம் கொடுத்தான். விசில் சத்தம் கேட்ட உடனேயே தன் தலைத்துண்டை எடுத்து தலைக்குமேல் தூக்கி வீசி வீசி காண்பித்தான். விசில் சத்தம் புரிந்துகொண்டது போலும்.

இருவரும் கிட்டத்தில் நெருங்கிப் போய் பார்த்தபோதுதான் தெரிந்தது வெள்ளைக்காரன் நிற்கிறான். அவன் பக்கத்திலேயே அரண்மனை வேலைக்காரன் இன்னாசி. இவர்களைக் கண்ட வுடனேயே இன்னாசி பக்கத்தில் வந்து நின்றுகொண்டான்.

'என்ன... இன்னாசியண்ணே, ஏழெட்டு வருஷத்துக்கு முன்னால வந்து வட்டவட்டமா கள்ளிய வெட்டி எடுத்திட்டுப் போனீகளே, பெறகென்ன இப்பவும் வந்துட்டீக, இந்த வெள்ளக்காரனுக்கு வேற வேல இல்லையா?'

'அன்னக்கி வந்து ரெண்டுபேரும் கள்ளிச்செடி கொண்டட்டு போனமல்ல, அந்தானைக்கு லண்டனுக்குப் பொறப்பட்டுப் போனவன்தான். போன வாரம்தான் நம்ம நாட்டுக்கு வந்திருக்கான்.'

'எப்பிடியும் ஏழெட்டு வருஷமாவது இருக்காது?'

'கூட இருக்கும். எப்படியாவது பத்து வருஷத்துக்கு கொறையாது.'

‘அவுக நாட்டுப் பொம்பளைகளுக்கு கோணக்கமாணக்கா இருந்தத வட்டவட்டமா மாத்திட்டானா?’

‘என்ன செய்றாம்ன்னே தெரியல. ஒவ்வொரு கள்ளிக் கூட்டத்துக் குள்ளயும் புகுந்து, பசையக் கெணக்கா இழுகி இழுகி வைக்கான். அது வெய்யிலுக்கு ஒணந்து கெட்டியான ஒடன, அதுலருந்து சின்னச் சின்ன பூச்சிகளா வெளிய வருமாம், அந்தப் பூச்சிக ஆயிரக் கணக்கில லட்சக் கணக்குல பெருகி, கள்ளிச் சாத்த மட்டும்தான் உறிஞ்சிக் குடிச்சு உயிர் வாழுமாம்! சாறு இல்லனா கள்ளிச் செடி எப்பிடி வாழும்? பட்டுப்போயி சருகா காஞ்சு உதுந்துபோகுமாம்.’

‘அடத்தாயோளி... அப்ப அவன் இப்ப வைக்கிறது முட்டைகள.’

‘ஆமா, இது பூராவும் அந்தப் பூச்சியோட முட்டைக. இதுகள லண்டன்லருந்து நம்ம நாட்டுக்கு கொண்டாந்திருக்காம்னு அரண்மனையில பேசிக்கிட்டாக. நம்ம நாட்லயே கள்ளிச்செடி துப்பரவா இருக்காதாம், அம்புட்டும் பட்டுப் போயிருமாம்.’

‘வேற வெள்ளாமைய சோலிய முடிச்சிரக் கூடாது, அதயும் பாக்கணுமில்ல. அவன் பாட்டுக்கு என்னத்தையாவது செஞ்சிட்டு மயிர் போச்சுனு பறந்திருவான். லோல் படுறது நம்மதான்.’

‘சே... சே... ராசா அதையெல்லாம் வெசாரிக்காம இருப்பாகளா? அப்பிடி இருக்காது.’

‘இன்னும் கொஞ்ச நாள்ல வெள்ளக்காரன் நம்ம நாட்டவிட்டே போயிருவான்னு பேசிக்கிறாக, இன்னாசி நெசந்தானா?’

‘அரசல் புரசலா அரண்மனைக்குள்ளயும் அந்தப் பேச்சு நடக்கு. ஏம்னா, எங்ஙன பாத்தாலும் வெள்ளக்காரன வெளியேறச் சொல்லி கலவரமும் ரத்தக்களரியும் நடக்காம்.’

‘அப்படின்னா போறன் போறமின்னு இப்பிடி ஒரு நல்ல காரியத்தையும் செஞ்சிட்டுப் போகட்டும்.’

‘அவன் நல்லது செய்றானோ பொல்லது செய்றானோ, எங்கிட்டுப் பார்த்தாலும் சண்டைக. நம்ம ஆட்களால பாதைய விட்டு விலகி சேத்துக்குள்ளயும் சகதிக்குள்ளயும், முள்ளு, மொடலு, கள்ளி என்ன இருந்தாலும் வெறுங்காலோடேயே போயி பழக்கம், வெள்ளக்காரனால அது முடியாது, பூட்ஸ் இல்லாம ஒரு எட்டு வைக்க மாட்டான். பூட்ஸ்சோட கரிசக்காட்டு சகதியில நடக்க முடியுமா? குதிரைங்க போகவர எடஞ்சலா இருக்கேனுதான் கள்ளியப் பூராத்தையும் அழிக்கான்.’

கள்ளிக் கூட்டத்தைத் தேடித்தேடி சுற்றிச் சுற்றி பசையை இழுகிக் கொண்டிருக்க, இன்னாசி அவன் சொன்ன வேலைகளைச் செய்து

கொண்டிருந்தான். வெள்ளைக்காரன் இவர்கள் மூன்று பேரையும் கண்டுகொள்ளவே இல்லை. தான் இழுகும் பசையின்மேல் வெய்யில்படும் வசத்தையே சுத்திச் சுத்திக் கவனித்துக்கொண்டிருந்தான்.

'இன்னாசியண்ணே... இன்னும் கொஞ்ச நாளைக்கு வெள்ளக்காரன் நம்ம நாட்ல இருந்தாம்னா, என்னென்னமோ கொண்டாந்திருவான்.'

பலப்பல பேச்சுக்களைப் பேசிவிட்டு இருவரும் பனையடிக்குப் புறப்பட்டார்கள். வெள்ளைக்காரனுக்கு வணக்கம் சொல்லி சல்யூட் அடித்த போது, முழங்கைவரை கையுறை அணிந்த கையைத் தூக்கி சிரித்த முகமாய் இருவருக்கும் சல்யூட் அடித்து விடை கொடுத்தான்.

'ஏம்ப்பா இன்னாசி, வருஷக் கணக்கா வெள்ளைக்காரங்க இங்க வந்து கெடக்காங்களே, பொம்பளைக்கு எங்க போவாங்க?'

'அந்த வெசயத்துல இந்தப் பயக ரொம்ப ஒழுக்கமாம். அவங்க நாட்லருந்தே வெள்ளக்காரப் பொம்பளைகளக் கூட்டியாந்து கூடவே வச்சிக்கிருவானாம், நம்ம பொம்பளைகள ஏறிட்டுக்கூட பார்க்க மாட்டானாம்.'

'எவ்வளவுதான் அதிகாரம் பண்ணுனாலும், அந்த மாதிரி இது வரைக்கு ஒரு குத்தமும் தெரியல. வெள்ளப் புள்ள பெறக்கவுமில்ல.'

இருவரும் பனையடியை நெருங்கிய போது, ஒவ்வொரு பனைக் கடியிலும் நிறைய ஓலைகளை வெட்டிப் போட்டிருந்தான் முத்து. மட்டைகளை மட்டும் தனியே வெட்டி எடுத்துவிட்டு, ஓலைகள் கிழிந்து விடாதபடி சிக்கு நீக்கி தரையில் பரப்பி கல் ஏற்றி வைக்க வேண்டிய வேலை.

'இங்க வராம ஒங்க ரெண்டு பேர்த்துக்கும் அங்க என்ன சோலி, வேல மெனக்கெட்ட பயககிட்ட என்ன பேச்சு?'

'கள்ளிச்செடிகளப் பூராத்தையும் ஒன்னுவிடாம அழிக்கப் போறானாம், அதுதான் கள்ளிமூட்ல மருந்து வைக்கான் வெள்ளைக்காரன்.'

இரண்டு மூன்று நாட்களுக்கு முன்னால் கடலையூர் நந்தவனத்தில் வெயிலுகந்த முதலியார் தலைமையில் நடந்த ரகசியக் கூட்டத்திற்கு முத்துவும் சித்திரையும் போய்விட்டு வந்த விஷயம் யாருக்கும் தெரியாது. இது மாதிரி பல ஊர்களில் பல இடங்களில் முதலியார் கூட்டங்களில் ஏராளமானோர் கலந்துகொண்டனர். பலர் ஆவேசமாகப் பேசினர். வேலு முதலியாரின் பேச்சு எல்லோரையும்

கவர்ந்தது. அவர் கடைசியாகச் சொன்ன வரிகளை முத்து மனசுக்குள் நினைத்துப் பார்த்தான்.

'கரிசல் காடுகளில் மனிதர்கள் சுதந்திரமாக நடந்து செல்ல முடியாமலும் வெள்ளாமை செய்ய முடியாமலும் கூட்டங் கூட்டமாய் புதர்களாய் மண்டிக்கிடக்கும் கள்ளிச்செடிகளைப் போல் வெள்ளைக்காரர்கள் நம் மண்ணில் காலூன்றிவிட்டார்கள். நிலத்தில் இருக்கிற தண்ணீரையெல்லாம் கள்ளி எப்படி உறிஞ்சி நாசப்படுத்துகிறதோ அதே போல் நம் நாட்டின் செல்வத்தை எல்லாம் கொள்ளையடித்து வெள்ளைக்காரன் அவனுடைய தேசத்துக்குக் கொண்டு போகிறான். கள்ளிச்செடியை தீவச்சு பொசுக்கினாலும், வேரோடு பிடுங்கி வெய்யிலில் வீசினாலும் அழிக்க முடியாது. வெய்யிலில் காய வைத்து சருகாக்கி அதுக்குப் பெறகு தீவச்சுக் கொளுத்தி சாம்பலாக்க வேண்டும். அதே போல் தான் வெள்ளைக்காரனை நாம் சாம்பலாக்கி நம்முடைய நிலங்களில் தூவ வேண்டும்.'

கூட்டம் கைதட்டி வெறியுடன் கேட்டது. இது மாதிரியான பல கூட்டங்களுக்கு முத்துவும் சித்திரையும் போய் வரும் விஷயம் அவர்களின் வீட்டுக்கும் தெரியாது, ஊருக்கும் தெரியாது. இருவரும் உள்ளூர் பள்ளிக்கூடத்தில் படித்திருந்ததால் எழுதவும், எழுதி யிருப்பதை வாசிக்கவும் முடியும்.

பனையை விட்டுக் கீழிறங்கிய முத்து வெறிச்சியுடன் பாளை அரிவாளை கையில் வைத்துக்கொண்டு வடக்காமல் பார்த்தபடியே நின்றான்.

'எதுக்குடா இப்பிடி நெலையா நிக்க, பனைய விட்டு எறங்குனா பனந்தூர தொட்டுக் கும்பிட்டுட்டு வெலகிப் போ. வடக்காம என்ன இருக்குனு இப்பிடிப் பாக்க.'

'நேரா போயி அந்த வெள்ளக்காரப் பய தலைய அப்பிடியே பனங்காய சீவுறது மாதிரி சீவியிறலாமானு பாக்கன்.'

'அட கோட்டிக்காரப்பயபுள்ள, காரியத்தக் கெடுத்தான, பையப்பேசுடா. வம்ப வெலைக்கு வாங்காத, அவன் ஒன்னய என்னல செஞ்சான்?'

'இந்தப் பயக எல்லாத்தையும் நாட்டவிட்டே வெரட்டணும்.'

'நம்ம மகாராசாவே அவங்கள வேணும்னு கொண்டாந்து சகல வசதியும் செஞ்சு குடுத்து வச்சிருக்காரு, அதுக்குப் பெறகு நமக்கென்ன, நம்ம நெனச்சா நடக்கிற காரியமா? இவன் ஒருத்தன தலையச் சீவிட்டாப் போதுமா? எல்லா வெள்ளக்காரனும்

நாட்டவிட்டுட்டு ஓடியிருவானா? ஒன்னையோட போகாது என்னையவும் ஒங்க ஆத்தாளையும் கொண்டு போயி தூக்குல போட்டு நம்ம குடும்பத்தையே கருவறுத்திருவான்.'

'ஏப்பா முத்து, எம்மகன் சித்திரைப் பயலும் இந்த மாதிரிதான் பேசிட்டுத் திரியிறான். ரெண்டு பயகளையும் நாலெழுத்துப் படிக்க வச்சது வம்பாப் போச்சு, பேசாம மாடு மேய்க்க விட்ருக்கணும். போன வாரம் ரெண்டு பயகளும் வெளியூர்ல நாடகம் பாக்கப் போயிருக்கான், அது வெள்ளக்காரன வெளியேறச் சொல்ற நாடகம். நாகலாபுரம் வெள்ளைச்சாமித்தேவர்தான் பாட்டும் நடிப்பும் திட்டங் கெட்ட கூட்டமாம். இவுக ரெண்டு பேரும் நாடகத்துக்குப் போன விஷயம் முதலியார் சொல்லித்தான் தெரியும்.'

'எந்த முதலியார் சொன்னாரு?'

'நம்ம வெயிலுகந்த முதலியார்தான்.'

'அவர எப்ப நீரு பாத்தீரு?'

'போன வாரம் நம்ம ஊருக்கு வந்தாரு. நீ பனையடிக்குப் போய்ட்டியோ என்னமோ, நம்ம கண்மாய்ல அவருக்குக் கொஞ்சம் வயக்காடு இருக்கில்ல, அத பொறுப்புக்கு ஒப்படைச்சிட்டுப் போகத்தான் வந்தாரு.'

'எதுக்கு பொறுப்புக்கு விடப் போறாரு, சொந்தமாத்தான பாத்தாரு, எங்க போகப் போறாராம்?'

'அவரு இப்ப எங்க ஊர்ல இருக்காரு. ரொம்ப நாளா வேகாரியா ஊரு ஊருக்கு அலையிறாரு. வெள்ளக்காரன வெளியேறச் சொல்லி பிரச்சாரம் பண்ணுறார். எப்பிடியும் புடிச்சு ஜெயிலுக்குள்ள போட்டுருவானாம், எத்தன நாளைக்கு ஒளிஞ்சு அலைய முடியும். அதுதான் அவர் ஜெயிலுக்குப் போய்ட்டா வயக்காட்டப் பாக்கணு மில்ல, பொறுப்புக்கு ஒப்படைக்கச் சொல்லிட்டு போனார். வந்ததும் போய்ட்டார்.'

'அப்ப இந்த ரெண்டு பயகளும் நம்மள ஒரு வழி பண்ணிருவான், நமக்கு இது தேவையா, அரண்மனைப் பகைய தேடலாமா?'

'யோவ் சித்திரை, இந்தப் பயக போற போக்கப் பாத்தா பொதையல வெளிய எடுக்க முடியாது போலருக்கு. ஏம்னா என்னமும் ஏதும்னா நம்ம ரெண்டு பேர்த்தத்தான் புடிச்சு அடைக்கப் போறான். பெறகு எப்பிடி வெளிய விடுவான். ஜெயிலுக்குள்ள கெடந்து சாக வேண்டியதான். பொதையல் தலைமுறைக்கும் மண்ணுக்குள்ளயே இருக்க வேண்டியதான்.'

'இங்க கேளு முத்து காலா காலத்துல ரெண்டு பயகளுக்கும் கல்யாணத்த முடிச்சு வச்சிட்டா, பயக பொம்பள காலச் சுத்திட்டுக் கெடப்பாங்க, இல்லனா சொன்னபடி கேக்க மாட்டான்.'

'போன மாசம் அவுக ஆத்தாக்காரி பைய்ய கல்யாணப் பேச்ச எடுத்தாளாம்.'

'ம்... என்ன சொன்னானாம்.'

'கல்யாணம் முடிச்சா படுக்க வீடு வச்சிருக்கியா, இந்த ஓலக் குடிசையில படுக்க முடியுமா? மொதல்ல வீடுகட்டு; பெறகு கல்யாணம் முடிக்கலாம்னு தெளிவா சொல்லிட்டானாம்.'

'அவன் சொல்றதும் சரிதான். புதுசா கல்யாணங்கட்டிக்கிட்டு கால் மாடும் தல மாடும் ஒன்னா மன்னா படுக்க முடியுமா?'

'அப்ப நம்ம என்னைக்கி புது வீடு கட்ட, என்னைக்கி கல்யாணம் முடிக்க.'

'இங்க கேளும் ஆசாரியாரே, எப்பிடியும் வெள்ளக்காரன் நம்ம நாட்டவிட்டு கூடிய சீக்கிரம் வெளியேறிருவான், பெறகென்ன, பொதையல வெளியில எடுத்து வீடு கட்ட வேண்டியதுதான்.'

'அரண்மனைக்கு தாக்கல் போகாம இருக்குமா, ராசா சும்மா இருப்பானா, ராசாவுக்குப் பயப்பட்டுத்தான ஆகணும்.'

இருவருடைய பேச்சையும் பனந்தூரின் அடியில் நின்று கவனமாக கேட்டுக்கொண்டிருந்தான் முத்து. இடது உள்ளங்கையை விரித்து வைத்துக்கொண்டு வலது கையில் வைத்திருந்த பாளை அரிவாளை மாறி மாறி தீட்டிக்கொண்டே இவர்களின் பக்கத்தில் வந்தான். இருவரும் முற்றாக பேச்சை நிறுத்திவிட்டு ஒருவர் முகத்தை ஒருவர் பார்த்துக்கொண்டு உட்கார்ந்திருந்தனர்.

'ரெண்டு பேரும் இப்ப நான் சொல்றத நல்லா கேட்டுக்கோங்க. வெள்ளக்காரன் நம்ம நாட்டவிட்டுப் போனப் பெறவு, நம்ம யாருக்குமே பயப்படத் தேவையில்ல. மகாராசாவும் நம்மள மாதிரி ஒரு சாதாரண ஆளா மாறிப் போவாரு. அவருகிட்ட எந்த அதிகாரமும் இருக்காது. புதுசா ஒரு அரசாங்கம் வரும்.'

'யேல, ஏ...ய், கோட்டிக்காரப் பயல, எல்லாம் தெரிஞ்சவன் கெணக்கா பேசாதில. வெள்ளக்காரன வெரட்டுறது சரி, ஏம்னா அவனுக்கு நம்ம நாட்ல எந்தவித பாத்தியதையுமில்ல, வேற நாட்லருந்து வந்தவன். மகாராசா எப்பிடி போவாரு, அரண்மனைய விட்டுட்டுப் போய்ட்டா வேற ராசாவா வரமுடியும்? பரம்பரையா அவுகளோட வாரிசுதான வரமுடியும்.'

தன் அப்பனின் பேச்சைக் கேட்டு சின்னாவுக்கு வந்த சிரிப்பை அடக்க முடியவில்லை. சித்திரை ஆசாரி கவனமாகக் கேட்டுக் கொண்டிருந்தார். வரிசைப் பனைகளின் நீண்டு கிடந்த நிழல்கள் சுருங்கிக்கொண்டே வந்தன. கள்ளிக் கூட்டத்திலிருந்து வெளியேறிய இன்னாசியும் வெள்ளைக்காரனும் வேகமாய்ச் சென்று மறைந்து போனார்கள்.

'இங்க கேளுய்யா, வளவளனு பேசாத, நான் சொல்றதக் கேளு. நாடெல்லாம் போராடுறது வெள்ளக்காரன வெரட்டிட்டு ராசாவ வச்சிக்கிறதுக்கில்ல. ராசா இருப்பாரு ஆனா பொம்மையா இருப்பாரு.'

'என்ன கழுதையோ, நிய் சொல்றது ஒரு எளவும் வெளங்கலப்பா.'

'எங்கப்பன் முட்டாக் கூ.... மகன்கிறது சரியாப்போச்சு. நீரு கேளும் ஆசாரியாரே, ஊரு ஊருக்கு ஒரு ஆள தேர்ந்தெடுத்து அவனோட கையில எல்லா பொறுப்பையும் ஒப்படைச்சிருவாங்க. அதே மாதிரி நாட்ட ஆள்றதுக்கும் மக்களே ஓட்டுப் போட்டு நல்ல நல்ல ஆட்களத் தேர்ந்தெடுப்பாங்க. அவங்கதான் இனிமே நாட்ட ஆளணும். நம்ம ஆருக்கும் பயப்பட வேண்டாம், நம்ம பாட்ல சொதந்திரமா இருக்கலாம்.'

'இதெல்லாம் ஒனக்கு எப்பிடில தெரியும்?'

'அப்பச் சொன்னீரே, வேலு முதலியாரு, வெயிலுகந்த முதலியாருனு அவுக சொன்னதுதான். நானும் மூக்காவும் நெறய்யாத் தடவ, அவங்க பேசுறதைக் கேட்ருக்கோம்.'

'அப்ப நம்ம இனிமேப்பட குதிரைக்காரங்க, வெள்ளைக் காரங்களக் கண்டா பயப்படாம இருக்கலாம். அவங்க நம்மள ஒன்னும் செய்யமாட்டாங்களா?'

'அவசரப்படாதீரும், இன்னும் கொஞ்சம் பொறுமையா இருக்கணும், எல்லாத்துக்கும் ஒருவழி பண்ணிருவாங்க. சொதந்திரம் வந்தப் பெறவு யாரும் யாருக்கும் பயப்பட வேண்டாம்.'

பேசிவிட்டு அடுத்த பனையில் ஏறுவதற்கு பனையடியில் போய் நின்றுகொண்டு பனந்தூரை மூன்று தரம் தொட்டு கண்களில் ஒற்றிக்கொண்டான். அண்ணாந்து பார்த்தபடி தொத்துப் போட்டு ஏறினான். சித்திரை ஆசாரியும் மூக்காண்டியும் பனையடியில் உட்கார்ந்திருந்தார்கள்.

'என்னப்பா முத்து, ஒம்மகன் சொன்தை எல்லாத்தையும் கேட்டியா? எவனுக்கு எப்பிடியோ நம்ம ரெண்டு பேருக்கும் நல்ல காலம் பொறந்துருச்சு. பயமில்லாம பொதையல எடுத்துரலாம்.'

'பைய்யப் பேசுமய்யா, பனைமேலருந்து கேட்டாலும் கேப்பான். அவன் சொல்றது எல்லாமே கேக்க நல்லாத்தான இருக்கு, நடைமுறைக்கு ஒத்து வருமானு தெரியல. ஏம்னா மகாராசா சாமானியமா விட்டுக்குடுக்க மாட்டாரு.'

20

மேலக்களம் களைகட்டியிருந்தது. ஊர் ஜனங்கள் அனைவரும் கூடியிருந்தார்கள். களத்தின் நடுவில் உயரமான கொடிக்கம்பம் நட்டப்பட்டு அலங்கரிக்கப்பட்டிருந்தது. ஆரத்தி எடுக்கவும் குலவையிடவும் பெண்கள் வட்டமாகக் கூடியிருந்தார்கள். முத்துவும் சித்திரையும் சுறுசுறுப்பாய் அலைந்துகொண்டிருந்தார்கள். எல்லோருடைய கண்களும் தெற்குப் பக்கம் கவனித்தபடியே இருந்தன. திடீரென்று வில்வண்டிகள் வரும் நாரத்தங்காய் சலங்கைச் சத்தம் கேட்டது. நாலைந்து வில்வண்டிகள் வரிசையாய் நுழைந்தன. கூட்டம் ஆரவாரம் செய்து அமைதியானது.

வெள்ளை வெளேர் என்று வேஷ்டியும் சட்டையும் அணிந்த பெரியவர்கள் ஒவ்வொருவராய் வண்டிக்குள்ளிருந்து மெதுவாக கால் நீட்டி இறங்கினார்கள். நீண்ட காவி நிறத் துண்டுகள் கழுத்தைச் சுற்றி தொங்கிக்கொண்டிருந்தன.

முத்து ஒவ்வொருவரையும் தனித்தனியே கும்பிட்டான். கூடவே சித்திரையும் கும்பிட்டபடியே வந்தான். வடக்கு திட்டங்குளம் நந்திராஜ் நாயக்கர், சின்னமலைக்குன்று மைனர் நாயக்கர், சிப்பிப்பாறை சுச்சி நாயக்கர், உப்பத்தூர் கெங்கா நாயக்கர், கடலையூர் வேலு முதலியார், வெயிலுகந்த முதலியார், எட்டயபுரம் கந்த முத்துச்சாமி, வங்கார்பட்டி கிருஷ்ணக் கோனார், பிதப்பரம் அய்யலுசாமி, சுப்புலாபுரம் வையாபுரி. ஒவ்வொருவராய் இறங்கி வட்டம் சுற்றி நிற்க, பெண்களின் குலவைச் சத்தம் பலமாய்க் கேட்டது. தூரத்திலிருந்து பார்ப்பதற்கு வெள்ளைக்காரர்களே நிற்பது போல் தோன்றியது. தும்பைப் பூவாய் மின்னிய வெள்ளை ஆடைகள் மேலக்களத்தில் துணிப்பாய்த் தெரிந்தன. கொடிக் கம்பத்தில் சுற்றி வைக்கப்பட்டிருந்த கொடியை வேலு முதலியார் ஏற்றினார். கொடிக்கம்பத்தில் குதித்துக்குதித்து மேலேற கூடியிருந்த வர்களின் கண்கள் கொஞ்சங்கொஞ்சமாய் கொடிமரத்தின் உச்சிக்கு ஏறிக்கொண்டிருந்தன. கொடி உச்சியை தொட்டதும் ஒரு சுண்டு சுண்டினார் முதலியார். மேலே இருந்து பூக்கள் உதிர, கைதட்டலும் குலவையும் அந்த இடத்தையே கலகலப்பாக்கியது. கொண்டு வந்திருந்த பப்பர்மின்ட் மிட்டாய்களை வாங்க கூட்டம்

முண்டியடித்தது. கூட்டத்தை அதட்டி ஒழுங்குபடுத்தினார்கள். வேலு முதலியாரும் வெயிலுகந்த முதலியாரும் சுதந்திரத்திற்காகவும் வெள்ளையனை வெளியேற்றுவதற்காகவும் தாங்கள் ஜெயிலில்பட்ட கஷ்டத்தையெல்லாம் சொன்னார்கள்: சுச்சி நாயக்கர், இனிமேல் நாம் யாருக்கும் பயப்பட வேண்டாம். வெள்ளைக்காரர்கள் நாளைக்கே நம்ம நாட்டைவிட்டு வெளியேறி அவர்களுடைய நாட்டுக்குப் போய்விடுவார்கள். ராசாவோ மன்னரோ யாருமே கிடையாது. அவர்களும் இனிமேல் நம்மைப் போல் ஒரு சாதாரண மனிதர்தான். இனிமேல் நாம் ஒவ்வொருவரும் இந்த நாட்டுக்கு ராசாதான். நம்ம ஊருக்கு எது வேண்டுமோ அதை நம்மளே செய்துகொள்ளலாம். ராசாவிடம் போய் கையேந்த வேண்டிய அவசியமில்லை என்று பேசினார். இனிமேல் வரி வாங்க அரண்மனை ஆள் வராது. அரசாங்க ஆள் வருவார் அவரிடம்தான் வரி கொடுக்க வேண்டும் என்றும் பேசினார்.

வில்வண்டிகள் வரிசையாகப் புறப்பட்டுத் தெற்காமல் சென்றன. கூட்டம் கொஞ்சங் கொஞ்சமாய் கலைய இப்போது கொடிமரம் மட்டுமே தனித்து நின்றது. உதிர்ந்த பூக்கள் கொடிமரத்தைச் சுற்றிலும் சிதறிக்கிடந்தன. யாருக்கு சுதந்திரம் வந்ததோ வரவில்லையோ, ஆனால் சித்திரை ஆசாரிக்கும் முத்துவுக்கும் சுதந்திரம் வந்துவிட்டது. இருவரும் சந்தோஷமாக திரிந்ததோடு அவர்களின் நடையிலும் பேச்சிலும் கொஞ்சம் மாற்றம் தெரிந்தது. புதையலை எப்படி வெளியே எடுப்பது, என்னென்ன செய்ய வேண்டும் என்று திட்டம் தீட்டியும் ஒரு தெளிவான முடிவை அவர்களால் தீர்மானிக்க முடியவில்லை. யோசனை கேட்பதற்கும் பயம். அவர்களால் நிம்மதியாக தூங்கவும் முடியவில்லை. இயல்பாகப் பேசவோ நடக்கவோ முடியவில்லை. தாங்கள் இருவரும் நடமாடும் பொம்மையைப் போல் மாறிக் கொண்டிருக்கிறோம் என்பதை எண்ணி வருந்தினார்கள். புதையல் இரகசியம் தெரிந்த அவர்களுடைய பெண்டாட்டிகளும் அவர்களைப் போலவே என்ன செய்வதென்று தெரியாத பொம்மையாகிப் போனார்கள்.

கொடி ஏற்றி மிட்டாய் கொடுத்துவிட்டுப் போன வில்வண்டிகளையே பார்த்துக் கொண்டிருந்தான் முத்து. இனிமேல் நாம் யாருக்கும் பயப்பட வேண்டாம், ராஜாவும் வெள்ளைக்காரனும் எந்த அதிகாரமும் இல்லாத பொம்மைகள்தான், நமக்கு நாமே ராஜா என்றும் பேசியதை நினைத்துப் பார்த்தான். தன் அய்யாவும் பிச்சை ஆசாரியும் இந்த நாளைக் காண ஆவலாய்க் காத்திருந்ததையும் அது நிறைவேறாமல் இருவரும் ஒரே நாளில் இறந்து போனதையும் நினைத்துப் பார்த்தான். தனக்கும் சித்திரை

ஆசாரிக்கும் கல்யாணம் முடிந்தது, தன்னுடைய அக்காள் தங்கைக ளுக்கு கல்யாணம் முடிந்தது, தனக்கும் சித்திரை ஆசாரிக்கும் மகன் கள் பிறந்து இளவட்டங்களாய் வளர்ந்துவிட்டது என பல விஷயங் களை நினைத்துப் பார்த்த போது, தன் அய்யாவும் பிச்சை ஆசாரி யும் செத்ததை நினைத்து அழுகையை அடக்க முடியவில்லை

அன்றைக்கு சாயங்காலம் பெய்த கோடைமழையில் ஏராளமான மரங்கள் சாய்ந்துவிட்டன. பேய்க்காற்று சுழன்றடித்து அனேகம் மரங்களை வேரோடு பிடுங்கிப் போட்டுவிட்டது. வழக்கம் போல் இருவரும் பனையடியில் கள் குடித்துவிட்டுப் புறப்பட்டபோது, சுழன்றடித்த சூறைக்காற்றில் இடி விழுந்து கருகிப்போய் பல வருடங்களாக மொட்டையாக நின்ற பனை ஒடிந்து விழுந்தது. இருவருக்கும் பலமான அடி. ஆசாரியாரின் இடுப்புக்குக் கீழ் நசுங்கிவிட்டது. அய்யாவுக்கு தலையில் அடி. தூக்கிப்போய் வீட்டில் போட்டால் முதல்நாள் அய்யாவும் மறுநாள் ஆசாரியாரும் செத்துப்போனார்கள். ஒரு தலைமுறையாக காத்து வைத் திருந்த புதையல் இரகசியத்தை இருவரும் அன்றைக்குத்தான் சொன்னார்கள். இதுவரை பனைகளோடு பனையாய் நின்ற மொட்டைப்பனையை எமன் என்று இருவரும் அறியவில்லை. தங்கள் உயிரைப் பறிப்பதற்காக நின்ற எமன் மொட்டைப் பனையாக உருமாறி நின்றதை அறிய முடியவில்லை. சூறைக்காற் றைவரவழைத்து இருவரின் உயிரையும் பறித்துக் கொண்ட எமன் இப்போது எங்கே போய் ஒளிந்துகொண்டானோ!

தனக்குத்தானே கட்டிய சமாதியின் முன்னால் குப்பாண்டிசாமி உட்கார்ந்திருந்தார். வைத்தியம் பார்ப்பதற்கு வந்திருந்த சிலரும் இருந்தனர். காவி வேஷ்டி காவித்துண்டு சந்தனம் குங்குமம் திருநீறு சாதுவாய் குப்பாண்டி. வடக்கேயிருந்து முத்துவும் சித்திரை ஆசாரியும் சிரித்துப் பேசிக்கொண்டே குப்பாண்டிசாமியின் முன்னால் வந்துநின்றார்கள். சாமி இருவரையும் காணாதது மாதிரியே இருந்தது. முத்துவுக்குப் பேசாமல் இருக்க முடியவில்லை.

'ஏம், மாப்ள அன்னைக்கு ஊரோட கூடியிருந்தமே எங்க போயிருந்திரு, ஒம்மக் காணும்.'

'எங்கயும் போகல இங்கதான் இருந்தன், எல்லாத்தையும் கவனிச்சுக்கிட்டுத்தான் இருந்தன்.'

'எதுக்கு அங்க வரல.'

'மிட்டாய் வேணாம்னு வரல?'

'மிட்டாய் ஓங்க அக்காப்... மிட்டாய், தாயோளி வெள்ளக்

காரன நாட்டவிட்டே வெரட்டியிருக்கோம், சொதந்திரம் வாங்கி யிருக்கோம், ஊரெல்லாம் சந்தோஷமா கொண்டாடிட்டு இருக்காங்க. ஒனக்கு எகடாசி எடக்கு.'

'இங்க கேளு முத்து, ஓம் மாப்ள வீடு வேண்டாம் காடு வேண்டாம் நாடு வேண்டாம்னு காவிய உடுத்தி பண்டாரமாப் போயிட்டான, அவனுக்கு சொதந்திரம் வந்தா என்ன போனா என்ன'

'கூறு கெட்ட முண்டம்தான இப்பிடி சாகும் முன்ன சமாதியக் கட்டி வச்சிட்டு உட்கார்ந்திருக்கும்.'

'யேல, ஏய், காடோடிப் பயல வெள்ளையும் கொள்ளையுமா வந்து வில்வண்டியிலருந்து எறங்குனாகள. அவுக யாராவது ஓம் வீட்ல பச்சத்தண்ணி குடிச்சாகளால, சொதந்திரந்தான் வந்திருச்சில்ல பெறகென்ன செம்புல தண்ணி கொண்டு போய் குடுத்துப் பாக்கக் கூடாது, அப்பத் தெரியும்டா சொதந்திரம்னா என்னனு.'

'..........'

'என்ன ஒருத்தரும் ஒன்னும் பேசமாட்டீங்கீக, நீங்க ரெண்டு பேரும்தான்டா பொதையல் கெடைச்சவங்க மாதிரி சந்தோஷமா இருக்கீக. பொதையல் கெடச்சாலும் அத அனுபவிக்க அறிவு வேணும். வெள்ளக்காரன் நம்மகிட்ட பொதையலக் குடுத்திட்டுப் போய்ட்டான், ராசாவும் வெலகிட்டாரு. ஒங்களமாதிரி ஆளுக கையில சிக்கி பொதையல் என்ன பாடுபடப் போகுதோ ஆரு கண்டா? அத நெனச்சுத்தான் எனக்கு கவலையாயிருக்கு.'

குப்பாண்டிசாமியின் பேச்சைக் கேட்ட இருவரும் ஒருவர் முகத்தை ஒருவர் பார்த்துக்கொண்டனர். ஒரு வேளை புதையல் விவகாரம் குப்பாண்டிக்கு தெரிந்திருக்குமோ? எங்கண்ணன் எங்கண்ணன் என்று விடாமல் மூச்சுக்கு முன்னூறு முறை மாமா புகழ் பாடும் தன் பொண்டாட்டி சொல்லியிருப்பாளோ? இருவரும் எதுவும் பேசாமல் இடத்தைவிட்டு நடையைக் கட்டினார்கள். கொஞ்ச தூரம் போனவுடன், பின்னால் யாரும் வரவில்லை என்பதை உறுதி செய்துகொண்ட பின்னர் சித்திரை ஆசாரி பதற்றத்துடன் கேட்டார்.

'ஏப்பா... முத்து, ஓம் மாப்ள பேச்சு ஒரு மாதிரியிருக்கே, பொடி வச்சுப் பேசுறது மாதிரி இருக்கு, கவனிச்சியா?'

'அதுதான பட்னு எடத்தக் காலிபண்ணிட்டு வந்துட்டன். தாயோளி, ஒக்காந்த எடத்துல இருந்துக்கிட்டே, ஊர்ல நடக்கிறது எல்லாத்தையும் தெரிஞ்சு வச்சிருக்கான.'

'ஒருவேள, ஓம் பொண்டாட்டி கண்டா ஒளறியிருப்பாளோ?'

'போய்த்தான் வெசாரிக்கணும். அவ கொஞ்சம் ஒளர்வாய்க் காரிதான்.'

'அப்பிடி எதுவும் சொல்லியிருந்தா, சட்டுப் புட்டனு எடத்த மாத்தணும், இல்ல ரெண்டு பேரும் நக்கிட்டுப் போக வேண்டியது தான். கைக்கு எட்டுனது வாய்க்க எட்டலனு சொலவட.'

சித்திரை ஆசாரியின் வீட்டின் முன்னால் கூடிக்கிடந்தார்கள் சம்சாரிகள். வேகவேகமாய் வந்து நின்றார் ஆசாரி.

'யோவ், ஒமக்கு இப்ப செல்வாக்கு ஏறிப்போச்சு. விடியக் கருக்கல்லருந்து காத்துக் கெடக்கோம், தொரைக மத்தியானம் போல வாரீக. அந்தப் பனையேறிப் பய கூட என்னைக்கி சேகாரம் வச்சீரோ, ஒம்ம தொழிலையே மறந்திட்டீரு. ஒம்ம மகனும் வேகாரிப் பயலாப் போயிட்டான், அதேமாதிரி அந்தப் பனையேறிப் பய மகனும் ஒன்னுக்கு ஒதவாமப் போயிட்டான். நல்லால்ல ஆசாரியாரே, பாத்துக்கோரும், வேற ஒரு ஆளக் கொண்டாரனும்னா, முந்தி மாதிரி ராசாட்டக் கேக்க வேண்டாம் தெரியும்ல்ல. நீரு ஒழுங்கா வேல செய்யலனா, நல்லமுத்தன்பட்டி சேது ஆசாரிய இங்க கூட்டியாந்துருவம். பெறகு எங்க மேல குத்தஞ் சொல்லக் கூடாது.'

செல்லையா ரெட்டியாரின் பேச்சை மறுபேச்சு பேசாமல் கேட்டுக்கொண்டிருந்தார் சித்திரை ஆசாரி. கூடியிருந்தவர்களும் செல்லையா ரெட்டியாரின் பேச்சை ஆமோதித்தார்கள். இவர்களின் பேச்சை ஆசாரியம்மாவும் பார்த்துக்கொண்டுதான் இருந்தது.

'முந்தியெல்லாம் வேலன்னு வந்திட்டா தீய்யா நிப்பீரு, வந்த வேலைய முடிச்சிட்டுத்தான் மறு வேல பாப்பீரு. இப்ப என்னன்னா பெறகு வா, இப்ப வா, நாளைக்கு வானு வாய்தா போடுறீரு, இல்ல வீட்லயே இருக்க மாட்டன்கிறீரு. வீட்ல போயி கேட்டா பட்டறையில இருக்கார்னு சொல்லுது ஒம்ம பொண்டாட்டி, பட்டறையில போயி பாத்தா துருத்திதான் வாயப் பௌந்துட்டு இருக்கு. ஆளக் காணும்.'

'இப்ப அவுகளப் பத்தி பெராது சொல்ல வழியில்லாமப் போச்சு. அவுக வச்சதுதான் சட்டம். வச்சாக் குடுமி, செரச்சா மொட்ட. அரண்மனையிலயும் சொல்ல முடியாது, செல்லையா ரெட்டியாரு சொன்னது மாதிரி இன்னொரு ஆளக் கூட்டியார வேண்டியது தான்.'

'அந்த முத்து பயகூடச் சேர்ந்து பனையடியில போயி பலியா கெடக்கீரு, அங்க ஒமக்கு என்ன பொதையலா கெடைக்குது? சம்சாரி வேலைக்கு சாமான்கள ஒக்கிட்டுக் குடுத்தாத்தான

முடியும், இல்ல அந்த வேலைய நாங்க செய்ய முடியுமா? ஒடஞ்சு போன கலப்பைய வச்சு என்ன செய்ய?'

அத்தனை பேச்சுக்களையும் மௌனமாகக் கேட்டுக் கொண்டிருந்த சித்திரை ஆசாரி பதில் எதுவும் பேசாமல் வேலை செய்துகொண்டிருந்தார். வேப்ப மரநிழல் குளுமை சுகமாய் இருந்தது. பேச்சு வாக்கில் பனையடியில் புதையலா கெடைக்கு என்ற வார்த்தை அவருக்குக் கொஞ்சம் படபடப்பை உண்டுபண்ணியது.

முத்துவின் முகத்தில் இவ்வளவு கடுகடுப்பை என்றைக்கும் பார்த்ததில்லை. அவன் முகம் இறுகிப்போயிருந்தது. வெளியில் ஏதேனும் சண்டை சச்சரவுகள் நடந்திருக்குமோ என்று யோசித்த படியே வந்தாள் முத்துவின் பொண்டாட்டி.

'எதுக்கு இப்பிடி தலப்புள்ள சாகக் குடுத்தவன் கெணக்கா மொகத்த இஞ்சி தின்ன கொரங்கு மாதிரி உம்முனு வச்சிருக்க.'

'..........'

'ஒன்னயத்தான கேக்கன் வாய்ல என்னத்த வச்சிருக்கு.'

'பொதையல் வெசயமா ஆருகிட்டயாவது பேசுனியா?'

'அது வெசயமா மூச்சுகூட விடல.'

'ஒங்க மாமன்கிட்ட ஏதாவது பேசுனியா?'

'ஆருகிட்டயும் பேசலன்னு சொல்றன்ல்ல, பெறகு ஒங்க மாமன் கிட்ட பேசுனியானு கேட்டா என்ன அர்த்தம்?.'

'சத்தியமா பேசல?'

'ஒந் தலையில அடிச்சு சத்தியம் பண்றேன், பேசல, பேசல.'

'அந்தப் பண்டாரப் பெய பேச்சு ஒன்னும் சரியில்லையே.'

'என்ன சொன்னான்?'

'வேற ஒன்னும் சொல்லல, ரெண்டு பேரும் பொதையல் கெடச்சவங்க கெணக்கா அலையிறீங்கனு சொன்னான்.'

'பொத்தாம் பொதுவா சொல்லியிருப்பான், ஒடனே ஒனக்கு வயித்தால போயிருச்சு.'

'இல்ல... நீ கண்டா மாமன்தானேனு ஒளறி வச்சிட்டயோ என்னமோனு நெனச்சன்.'

'யே... சாமி, நல்லாயிருப்ப. அந்தச் சனியன காலாகாலத்துல வெளிய எடுத்து வித்து காசாக்கிருவம், என்னால நிம்மதியா தூங்க முடியல. காடு கரைகள்ள நின்னாலும் உசுரு பூராவும் வீட்லதான் இருக்கு, ஒரு வழி பண்ணிரு சாமி.'

‘ராசா பயமும், வெள்ளக்காரன் பயமும் இனிமே இல்ல. வெளிய எப்பிடி எடுக்க, ஆர்ட்டப் போயி வித்து காசாக்க? மொத்தமா வித்தா வாங்குறவன் சந்தேகப்படுவான், பிச்சு பிச்சுதான் விக்க முடியும், கையும் ஓட மாட்டங்கு காலும் ஓடமாட்டங்கு.’

‘நம்ம ஊருக்கு பதிவா வாரார்ல்ல சென்னையம்பட்டி மங்கான் ஆசாரி, அவருகிட்ட ஒரு யோசன கேட்டு வித்துற வேண்டியதான.’

உருளைக்குடி ஊருக்கும் சரி, சுற்றியுள்ள கிராமங்களுக்கும் சரி மங்கான் ஆசாரி குடும்பத்தைத் தெரியாதவர்கள் இருக்க முடியாது. மங்கான் ஆசாரி அரண்மனையின் செல்லப்பிள்ளை. அவருடைய பிள்ளைகளான சண்முகம் ஆசாரியும் ஆறுமுகம் ஆசாரியும் சொந்தத்தில் பட்டறை போட்டு வேலை செய்தாலும் மங்கான் ஆசாரியின் பெயர் இன்னும் மாறாமல் அப்படியே இருக்கிறது. தன் பெண்டாட்டி சொன்ன யோசனையைச் சுமந்தபடியே முத்து திரிந்தான். சமயம் வரும் போது சித்திரை ஆசாரியிடமும் சொல்லி கலந்து பேசவேண்டும் என்று எண்ணிக்கொண்டான்.

கலப்பைக் குத்தி செதுக்குகிற வேலை இருக்கிறது என்று சொல்லி சித்திரை ஆசாரி கண்மாய்க்கரைக்கு வரவில்லை. முத்து மட்டுமே பனையடியில் வேலை செய்துகொண்டிருந்தான். தீட்டுப் பலகையைத் தரையில் மலர்த்தி வைத்து அரிவாளை தீட்டுவதற்காக பொடி தட்டினான். கல் பொடியைத் தீட்டுப் பலகையில் தட்டி சமமாக்கினான். தன் எதிரே வந்து நின்ற நீர்ப்பாய்ச்சியை ஏறிட்டுப் பார்த்தான்.

‘வாங்க மாமா வாங்க. வயக்காட்டுக்கு தண்ணி பாய்ச்சுறீகளா இல்ல... ணி பாய்ச்சுறீகளா?’

‘ஒந் தங்கச்சி வயக்காட்டுக்கு மட்டும் ‘அதப்’ பாச்சிட்டு மத்தவுக வயக்காட்டுக்கு தண்ணியப் பாச்சுறன்.’

‘ஒக்காப்... ட, கையில என்ன இருக்குனு பாத்தீரா.’

‘இனி, கொஞ்ச நாளைக்குத்தானல ஓங்கையில பாளை அருவா இருக்கும், பெறகு நீயும் எங்களோட மம்பட்டிதான் பிடிக்கணும்.’

‘எதுக்கு மாமா, கரையில இருக்கிற வரிசைப் பனைக எல்லாத்தையும் என்ன செய்யப் போறீக?’

‘இனிமே எல்லாமே கவுருமெண்ட் தானாம், கண்மாயும் கவுருமெண்டு கையில போயிருமாம், நீர்ப்பாய்ச்சி வேலையும் அவங்க சொல்ற ஆள்தான் பாக்கணுமாம். பனைகள் எல்லாத்தையும் ஏலம் விட்ருவானாம், ரொம்ப ரூவா குடுத்து ஏலம் எடுக்கிறவன் கிட்ட பனைகள ஒப்படைச்சிருவானாம், வரதம்பட்டி ரெட்டியாரு

சொன்னாரு.'

'அப்ப நம்ம ராசாவுக்கும் பாத்தியதை கெடையாதா?'

'அவரு இனிமே நம்மள மாதிரிதான், ஆனா கவுருமெண்டு அவருக்கு மாசா மாசம் ஒரு தொகை குடுக்கும்னு சொன்னாரு. அத வாங்கிட்டு பேசாம இருக்கணும், அதிகாரம் பண்ண முடியாது.'

'உருளகுடி வயக்காடுகளையும் கண்மாயையும் வேற எங்கேயும் தூக்கிட்டுப் போக முடியாதில்ல, நம்ம வயக்காடு நம்மகிட்ட. என்ன மாமா நாஞ் சொல்றது, என்னைக்கும் போல பாடுபடப் போறம், கஞ்சி குடிக்கப் போறம்.'

'அப்பிடியில்லடா, ஒரு லாபம், நட்டம் வரும்போது இப்ப மாதிரி பொசுக்குனு ராசாவ பாக்கிறது மாதிரி, கவுருமெண்டு ஆட்களப் பாக்கிறது கஷ்டம். அதுக்குள்ள அந்தப் பிரச்சினை வேற மாதிரி முத்திப் போயிரும். செத்தப் பெறவு தண்ணி ஊத்தி என்ன பிரயோசனம். எதையுமே அந்தந்தக் காலத்துல செய்யணும்.'

'சரி, வரட்டும் மாமா அதையும் பாப்பம்.'

முத்து பனையில் தொத்துப் போட்டான். நீர்ப்பாய்ச்சி கரையேறி மேற்காமல் அய்யன் கோவில் புளியமர நிழலத் தேடிப் போனான். நீர் நிரம்பிய கண்மாய்க்கரையின் வாகரையில் இருந்ததால் புளிய மரம் தளிர்த்துச் செழித்திருந்தது. அய்யனார் சாமியும் மற்ற உபசரிச் சிலைகளும் துணிப்பாய்த் தெரிந்தன. மரத்தூரில் சாத்தி வைக்கப் பட்டிருந்த வல்லயக் கம்பில் வெண்கல மணிகள் வரிசையாகத் தொங்கின. மரநிழலில் வந்து தலப்பாகையை அவிழ்த்த நீர்ப்பாய்ச்சி கரையுச்சியில் நின்றபடி வடக்காமல் பார்த்தான். நெல் பயிர்களுக்கு நடுவே நிறைபிடித்துத் திரியும் கொக்குகள் வெள்ளை வெளே ரென்று காளான்கள் முளைத்ததைப் போல் துணிப்பாகத் தெரிந்தன. வயல்களில் வேலை செய்யும் ஆட்கள் குனிவதும் நிமிர்வதும், கூட்டமாய் எழும்பிப் பறந்து அமரும் கொக்குக் கூட்டங்களும் படம் காட்டின. தெற்காமல் பார்த்தான். நிறைபெருக்காய்க் கடல் போல் கண்மாய். தண்ணீருக்குள் நிற்கும் கருவேல மரங்களில் கூட்டங்கூட்டமாய் அமர்ந்திருக்கும் கொக்குக் கூட்டங்கள். அலையடிப்பில் கரையொதுங்கும் நண்டுகள், ஆளரவம் கேட்டதும் ஓடிப்போய் ஒளிந்து கொள்ளும் விளையாட்டு வாகரை எங்கும்.

அடிக்கடி ஊருக்குள் வில்வண்டிகள் வந்துகொண்டேயிருந்தன. வெள்ளைக்காரனைப் போலவே தூய வெள்ளை வேஷ்டி, சட்டை அணிந்த தொந்திகள் தினமும் வருவதும் போவதும் தொடர்ந்தது. வாட்ச்மேன் இச்சியன் மகனுக்கு வெள்ளைக்காரன் நாட்டை

விட்டுப் போனதில் ரொம்ப வருத்தம். முழுமையாகக் கட்டி முடிக்கப்பட்ட வேதக் கோவில் எப்போதும் திறந்தே இருந்தது. அனைவருடைய பாவங்களையும் மன்னித்து அருள தேவகுமாரன் தயாராக சிலுவை சுமந்தபடி நின்றார். ஆனால் தன் பாவங்களை சுத்திகரிப்பு செய்துகொள்ள யாரும் விரும்பவில்லையோ என்னவோ, இச்சியன் குடும்பத்தைத் தவிர யாருமே வேதக் கோவிலின் படியை மிதிக்கவில்லை. ஒருவேளை உருளைக்குடி மக்களில் யாருமே பாவம் செய்யவில்லையோ என்னவோ!

வேதக் கோவிலின் கீழோரத்தில் போடப்பட்டிருந்த தகரக் கொட்டகையில் பள்ளிக்கூடம் நடந்தது. ஏழெட்டுச் சிறுவர்கள் மணலில் எழுதிப் படித்தனர். கடலையூரில் இருந்து தங்கையா நாடார் என்ற ஒருவர் வாத்தியாராக வந்துகொண்டிருந்தார். பள்ளிக்கூடம் முடிந்ததும் நேராக கண்மாய்க்கரைக்குப் போய் தூண்டில் போட்டு மீன் பிடித்து விட்டுத்தான் ஊருக்குப் போவார். பள்ளிக்கூடத்துக்குப் படிக்க வந்த பிள்ளைகளின் எண்ணிக்கையைவிட அவருடன் தூண்டில் போட்டு மீன்பிடிக்க வந்த பிள்ளைகளின் எண்ணிக்கை அதிகம். இப்போதெல்லாம் தங்கையா வாத்தியார் என்றால் யாருக்கும் தெரியாது, தூண்டில் வாத்தியார் என்றால்தான் தெரியும்.

சிலுவை சுமந்து திரியும் இச்சியன் மகனும் சமாதிகட்டி வைத்துக் கொண்டு சாவுக்காக காத்திருக்கும் குப்பாண்டிசாமியும் சில நேரம் சந்தித்துக்கொள்வதுண்டு. இருவருடைய பேச்சையும் கேட்க கொஞ்சம் கூட்டமும் கூடிவிடும். இதில் பெரிய ஆச்சரியம் என்னவென்றால் இச்சியன் மகன் ராயப்பனுக்கு குப்பாண்டிசாமி பெரியப்பா முறை.

‘தாயோளி, நீ சாமான்யமா சாகமாட்ட, எங்க பெரியம்மா கிட்டச் சொல்லி தலையில கல்லப் போட்டுக் கொல்லச் சொல்றன்.’

‘தலையில கல்லப் போட்டா ஒங்க பெரியப்பன் சாகமாட்டான். அதனால ‘அந்த’ எடத்துல பாத்து போடச் சொல்றா, அது நசுங்கிட்டா சட்டுனு உசுரு போயிரும்.’

‘அது இருந்தா நிய்யி எதுக்கு இப்பிடி பண்டாரமா இருக்க.’

‘யேல... ஏ... கோட்டிக்காரப் பயல, அது இல்லாமயா ஒங்க பெரியம்மா இம்புட்டு நாளும் ஏங்கூட இருந்தா?’

கேட்டுக்கொண்டிருக்கும் கூட்டம் ரசித்துச் சிரிக்கும். ராயப்பன் சாமானியமாக விடமாட்டான்.

‘நெறய்ய எடங்கள்ல உசுரோட சமாதிக்குள்ள வச்சு அப்பிடியே

மூடிறாங்கனு கேள்விப்பட்டன், அப்பிடிச் செஞ்சிட்டா என்ன?'

'ஒங்க சாமிய அப்பிடித்தான உசுரோட சிலுவையில வச்சு அறைஞ்சு வம்படியா கொன்னாங்க.'

'அது எங்க சாமியோட விருப்பம்.'

'எங்களுக்கு அந்த மாதிரி உசுரோட செத்து, அதப்பாத்து நம்மளக் கும்புடணும்னு ஆசையெல்லாம் கெடையாது. விதிப்படி சாகணும், அடக்கம் பண்ணணும் அம்புட்டுத்தான்.'

'நீ செத்தா பொசுக்கி சாம்பலாக்கிறலாம்னு நெனச்சம், நிய்யி என்னடானா என்னய எரிக்க வேணாம், மண்ணுக்குள்ள வச்சு பொதைக்கனும்னு தயாரா சமாதி கட்டி வச்சிட்டு உட்காந்திருக்க.'

'டேய், சின்னப் பயல அக்னி பகவானும் பூமித்தாயும் ஒன்னு தான்டா. ரெண்டுக்குள்ளயும் நம்ம ஐக்கியமாகலாம், அவுக அவுக விருப்பம் எப்பிடியோ அப்பிடி.'

'தாயோளி, ஆனா ஆவன்னா தெரியாத கைநாட்டு, காவிக் கோமணம் கட்னப் பெறவு, நல்லா பேசப் படிச்சுக்கிட்ட.'

'ஒங்க சாமியாரு மணிக்கணக்காப் பேசுறாரு, நிய்யும் ஓம் பொண்டாட்டியும் தான் முக்காடு போட்டுக்கிட்டு, மொழங்கால் தேய மண்டி போட்டுக்கிட்டு காத தீட்டிக்கிட்டு கேக்கீக, வேற ஆரு கேக்கா.'

'பெரிய்யா இன்னும் கொஞ்ச நாள்ல பாரு இந்த ஒலகமே கர்த்தரோட பேச்சத்தான் கேக்கப் போவுது.'

'டேய்... பொடிப்பயல, ஒங்க பெரியப்பன் சொல்றத நல்லா கேட்டுக்கோ. வருகிற காலத்துல யாரு பேச்சையும் யாரும் கேக்கமாட்டாக. அப்பன் பேச்ச புள்ள கேக்க மாட்டான், புள்ள பேச்ச அப்பன் கேக்க மாட்டான். இதே மாதிரிதான் பொண்டாட்டியும் புருஷனும் கீரியும் பாம்புமா மாறிப் போவாங்க. நான் பெரிசா நீ பெரிசானு சண்ட போடுவாங்க.'

'சரி சரி, ஒங்கிட்டப் பேசிட்டு இருந்தா எம் பொழப்பு கெட்டுப் போயிரும். கோயில்ல போயி மணியடிக்கணும் நான் போறன்.'

'நீ புடிச்சு இழுத்துத் தொங்கித்தொங்கி, டண்டண்ணுனு மணி யடிக்க பாரு, அதே கயித்துல நீ தொங்குவ. ஊருகூடி வேடிக்க பாக்கும், இது சத்தியம்டா மகனே.'

'இனிமேப்படவும் ஒன்னய உசுரோட வச்சிருக்கிறது தப்பு. ஒன்னு அடிச்சுக் கொல்லணும், இல்ல ஊரவிட்டு வெரட்டணும்.'

'போல, போயி காலாகாலத்துல மணியடி.'

ராயப்பன் ஒற்றையாளாய் வடக்காமல் போவதை கூட்டம் பார்த்துக் கொண்டிருந்தது. தினமும் ராயப்பன் அடிக்கிற மணி சுற்றியுள்ள நிறையக் கிராமங்களில் கேட்டது. அனேக மக்கள் நேரத்தைக் கணக்கிட்டுக்கொள்ள மணியோசையைப் பயன் படுத்திக் கொண்டார்கள். ராயப்பன் போய்விட்டபடியால் அந்த இடம் அமைதியாயிருந்தது. ஆனாலும் குப்பாண்டிச் சாமியைச் சுற்றி சிறு கூட்டம் மட்டும் அப்படியே நின்றது. கூட்டத்தோடு நின்ற கட்டையன் இலேசாக முனங்கினான். கூட்டம் முழுமையும் அவனையே பார்த்தது. குப்பாண்டிச்சாமி சத்தமாகச் சொன்னார்.

'யேல... ஏய், கட்டப்பயல, வாய்க்குள்ளயே மொனங்காத. எது கேக்கணுமோ கொஞ்சம் சத்தமா கேளு.'

'வேற ஒன்னுமில்ல, சாமி கொஞ்ச நேரத்துக்கு முன்னாடி இனிமேப்பட யாரு பேச்சையும் யாரும் கேக்க மாட்டாங்கனு சொல்லிச்சே அது எப்பிடி சாமி? சொதந்திரம் வந்திருச்சு இனிமே எல்லாருமே பேசலாம்ல்ல, கேக்காத பய போகட்டும் நமக்கென்ன.'

'அப்பிடியில்லடா கட்டையா, இனிமேப்பட ஊரும் நாடும் நல்ல வங்க கையில இருக்காது. களவாணி. மொள்ளமாரி, முடிச்சு மாரி, கன்னம் போடுறவன், கைகட்டி கும்புட்டு நடிக்கிறவன், கூட்டிவிட்டு கூத்தடிக்கிறவன், பொய் பேசுறவன் இவங்க எல்லாம் பெரிய மனுஷனாகியிருவாங்க. இவங்க பேச்சக் கேக்கலனா நீ உசுரோட இருக்க முடியாது. குடிக்கக்கூட தண்ணி கிடைக்காது. நெல்கதிர்களாக வயல்களில் பொய்கள் விளையும். துரோகங்களும் தேவடியாத் தனங்களும் பெருகி ஒவ்வொரு வீட்டின் குலுக்கை களுக்குள் தானியங்களாக ஒளிந்து கொள்ளும். எல்லா ஆண் களையும் பெண்களையும் கண்டவர்களோடு புணரும்படி காலம் நிர்ப்பந்திக்கும். மூக்கணாங்கயிறுகள் அறுந்த மாடுகளைப் போல் மக்கள் தறிகெட்டு சஞ்சலப்பட்டு அலைவார்கள். அவர்களின் மனசை சாந்தப்படுத்த மருந்து என்று கூறி விஷத்தை வீதிதோறும் விற்பார்கள். செத்த சவங்களைப் போல் கிடக்கும் முக்கால் பிணத்தின் வீடுகளில் காமம் விற்கப்படும். ஒவ்வொரு ஆணும் பெண்ணும் இரு கைகளிலும் இருக்கும் கட்டை விரலாலும் ஆட்காட்டி விரலாலும் உலகையே காண்பார்கள். தங்கள் கைகளை காதுகளோடு ஒட்டி வைத்துக்கொண்டு தன்னந்தனியே ஒற்றை யாளாய் உடலுறவுகொள்வார்கள். கருவாயும் ஆண் குறியும் ஒன்றையொன்று தொடாமலேயே காமலீலைகள் செய்யும். பைத்தியக்காரர்களைப் போல் தனியே நின்று கொண்டு சிரிப் பார்கள், சண்டையிடுவார்கள். கண்மாய் வறண்டு வயல்காடுகள்

எல்லாவற்றிலும் முள்மரங்கள் வளர்ந்து வனமற்ற வனமாய் வளரும். நெல் மணிகளும் தானியங்களும் அபூர்வப் பொருட்களாய் மாறிப் போகும். மூடைமூடையாய் அம்பாரமாய்க் களத்தில் குமிந்து கிடந்த நெல் அரிசி வாங்க மக்கள் கைகளில் பைக்கூட்டை வைத்துக் கொண்டு சண்டையிட்டபடி வரிசையில் நிற்பார்கள். ஊருக்கு நாலுபேர் தங்கள் ஆடைகளில் அதிகாரத்தின் குறியீடு களை அணிந்தபடி ஊர்மக்களுக்கு ஆணையிடுவார்கள். பொய் களை உண்மையாக்கிப் பேசும் கலையை மக்கள் நம்பு வார்கள்.'

'ஏது, சாமி சொல்றதப் பாத்தா இந்த ஊரு ஒலகம் எல்லாமே மாறிப்போயி, அழிஞ்சு போயிரும் போல இருக்கே.'

'இந்த வேகாரிப்பய என்னத்தையாவது ஒளறுவான். தாயோளி சீக்கிரம் செத்தாம்னா அந்தானக்கி குழியில எறக்கி மண்ணப் போட்றலாம். சாமானியமா சாக மாட்டங்கான், என்னத்தையாவது ஏட்டிக்கிப் போட்டியா பேசிக்கிட்டு இருக்கான்.'

'டேய், ஏட்டிக்குப் போட்டியா நான் பேசலடா, ஒன்னையப் பொதைக்க சுடுகாடு தயாரா இருக்கு, என்னையப் பொதைக்க நான் கட்டுன சமாதி தயாரா இருக்கு. ஆனால் சாவை விலை கொடுத்து வாங்கல. இனிமேப்பட சாவுகள் கடைகளில் விற்பனையாகும். மெல்லச் சாவா, உடனடிச் சாவா என்பதுதான் பிரச்சினை. அவரவர் சாவுகளை காசு கொடுத்து வாங்கிச் செத்து மடிவார்கள்.'

கோவில்களில் கூட்டம் கூடுவதைப் போல் குப்பாண்டிசாமியின் சமாதியில் தினமும் மக்கள் கூடினார்கள். ஊர்க்கதை, நாட்டுக்கதை, சமஸ்தானக் கதை, நோய்நொடிக்கான வைத்தியங்கள் எல்லாம் பேசப்பட்டன. எடக்கும் எகடாசியும் கேலிகளுக்கும் கிண்டல் களுக்கும் பஞ்சம் இல்லை. மாமன் மச்சினன்களின் பேச்சில் கூட்டம் சிரித்து ரசித்தது. கிட்டத்தில் வராமல் ஒதுங்கிப் போவோரும் உண்டு.

வில்வண்டியிலிருந்து இறங்கிய சுச்சி நாயக்கரைக் கூட்டம் அதிசயமாக கிட்டத்தில் நெருங்கி நின்று வேடிக்கை பார்த்தது. சுச்சி நாயக்கரைத் தொடர்ந்து இன்னும் இரண்டு மூன்று மொடுகுகளும் இறங்கின. பருத்த உடலமைப்பைக்கொண்ட அவர்கள் அனைவரும் தங்களுக்குள் தெலுங்கில் பேசிக்கொண்டார்கள். எல்லோரும் வெள்ளை வேஷ்டியும் வெள்ளைச் சட்டையும் காவிநிறத் துண்டும் போட்டிருந்தார்கள். புளியமரத்தடியில் கூடிநின்ற அவர்களைச் சுற்றிலும் ஏராளமான ஆண்களும் பெண்களும் கூடிநின்றார்கள். ஏதாவது பிரச்சினை என்றால் ஊர்க்காரர்கள்தான் அரண் மனைக்குப் போய் மன்னரையோ மந்திரியையோ பார்க்கவேண்டுமே

ஒழிய சாமானியமாக மன்னரோ மந்திரியோ ஊருக்கு வரமாட்டார். ஆனால் இப்போதெல்லாம் தினம்தினம் பெரியபெரிய மனுஷர்கள் எல்லாம் ஊருக்குள் வருவது சகஜமாகிப் போனது. அவர்களிடம் மக்கள் எந்தவித பயமோ தயக்கமோ இல்லாமல் பேசினார்கள். தங்கள் ஊருக்குத் தேவையானதை பயமின்றி கேட்டார்கள். கூட்டத்தில் சுச்சி நாயக்கர் தமிழில் பேசினார். உடன்வந்திருப்பவர் களுடன் பேசும்போது மட்டும் தெலுங்கில் பேசினார்.

'டேய்... கோட்டிக்காரப் பயகளா நல்லா கேட்டுக்கோங்கடா. இந்த ஊர்லருந்து கடலையூர் வரைக்கு, இப்ப இருக்கிற ஒத்தையடிப் பாதைய வண்டிப் பாதையா மாத்தச் சொல்லி அரசாங்கம் உத்தரவு போட்ருக்கு. நாளைக்கே வேலைய ஆரம்பிக்கணும். அதனால அந்த ஒத்தையடிப் பாதையோட மேற்க இருக்கிற வரிசைப் பனைகள வெட்டி அப்புறப்படுத்தணும். மரம் வெட்டுறவங்க எத்தன பேரு இருக்கீகளோ அத்தன பேரும் நாளைக்கே வேலைய ஆரம்பிச்சிரலாம்.'

முந்தியெல்லாம் ஒரு பனைமரத்தை வெட்டி அப்புறப்படுத்த வேண்டுமானால் படாதபாடு படவேண்டும். சாமானியமாக நினைத்தவுடன் வெட்டிவிட முடியாது. ஏழெட்டுத் தடவை அரண்மனைக்கு நடையாய் நடந்து அலைந்து ஓய்ந்தால்தான் உத்ரவு கிடைக்கும். ஆனால் சம்பந்தமே இல்லாத ஒருவர் இருபது முப்பது பனைகளை நாளைக்கே வெட்டி அப்புறப்படுத்த வேண்டும் என்று உத்ரவு போடுகிறார். கூட்டத்தில் நின்றுகொண்டிருந்த குருவனுக்கு இதைத் தாங்க முடியவில்லை.

'எதுக்குய்யா பனைகள வெட்டணும்? மேலோரமா அகலப் படுத்தாம கீழோரமா பாதைய அகலப்படுத்துனா பனைகள வெட்ட வேணாம்ல்ல. பல வருஷமா வளர்ந்து நிக்கிற பனைக, ஒரு பனைய வளக்கனும்னா லேசா? பன வச்சவன் பாத்திட்டுச் சாவான், தென்ன வச்சவன் தின்னுட்டுச் சாவாம்னு சொலவட. அது மாதிரி இந்தப் பனைக எல்லாம் போன தலமொறையில வச்சு வளத்ததுக.'

சுச்சி நாயக்கர் பேச்சு வந்த திசையில் திரும்பிப் பார்த்தார். குருவனை ஒரு முறைப்பு முறைத்தார். கூட்டம் அமைதியாக நின்றது. ஒரு மூலையில் கூட்டத்தோடு கூட்டமாக நின்று வேடிக்கை பார்த்துக் கொண்டிருந்த முத்து மகன் சின்னாத்துரை வேகவேகமாக முன்னால் வந்தான். குருவனை ஒரு முறைப்பு முறைத்தான்.

'இங்க கேளுப்பா, ஒனக்கெல்லாம் என்ன தெரியும்? ஆனா ஆவன்னாகூட தெரியாத நீ மொதலாளிக்கு யோசன சொல்ற யாக்கும். பனையேறி பதனீர் எறக்ற நாங்களே பேசாம இருக்கும் போது, பனைய வெட்டுனா ஒனக்கு என்ன, பாதை முக்கியமா,

பனைக முக்கியமா? ஒத்தையடிப்பாதையில ஆள் நடக்க மட்டும் தான முடியுது, வண்டிமாடு போக முடியுதா, எத்தன நாளைக்கு சுத்திச் சுத்திப் போக? அவன் கெடக்கான் கோட்டிக்காரன், நீங்க நாளைக்கே வேலைய ஆரம்பிங்க மொதலாளி.'

சின்னாத்துரையின் பேச்சுக்கு மறுப்பு ஏதும் வரவில்லை. மௌனம் நிறைந்த அந்த இடத்திலிருந்து தானும் ஒரு பனையைப் போல் விலகிக்கொண்டான். சலசலக்கும் அந்தக் காவோலையின் சத்தமும், பனையைச் சுற்றித் தொங்கும் நுங்கு குலைகளையும், பறவைகளின் கூட்டங்களையும் குருவன் நினைத்து அசை போட்டபடியே கூட்டத்தைவிட்டு வெளியேறினான். பனையேறி சின்னாத்துரையின் பேச்சுக்கு யாரும் எதிர்ப்புக் காட்டாததும் மௌனமாக இருந்ததும் குருவனைச் சிந்திக்க வைத்தது. பனைகளற்ற நிழல்கள் வெளியேறிய அந்த இடத்தை அவன் மனம் மீண்டும் மீண்டும் அசை போட்டது. இது ஊருக்குள் வரும் முதல் அபசகுனம் என்று அவன் உள்மனம் கூறியது. சின்னாத்துரையின் அதட்டலான பேச்சும், அவன் பேச்சுக்கு யாருமே மறுப்பேதும் கூறாததும் சுச்சி நாயக்கரின் பார்வையை சின்னாத்துரையின் பக்கம் திருப்பியது. தன்னுடைய கான்ட்ராக்ட் வேலைகளுக்கு இப்படியான ஒரு ஆளைத்தான் அவர் தேடிக்கொண்டிருந்தார். கூட்டம் பார்த் திருக்கவே அவர் சின்னாத்துரையைத் தன்னிடம் வரும்படி அழைத்தார்.' சின்னாத்துரை அவனுடைய தாத்தா எலியனைப் போலவே குட்டையானவன். சுச்சி நாயக்கரின் வளர்த்திக்கும் ஆஜானுபாகுவான உருவத்திற்கும் பார்ப்பதற்கு வளர்ந்த பனைய டியில் நிற்கும் வளரும் பனங்குட்டி போல் இருந்தது.

'டேய், ஒம் பேரு என்னடா?'

'சின்னாத்துரை, எலியனோட பேரன் மொதலாளி.'

'அடடே, நம்ம பனையேறி முத்துவோட மகனா, சரியாப் போச்சு. நாளைக்கே பனைகள வெட்ட ஆட்களக் கூட்டிட்டுப் போடா, எத்தன ஆட்க, எவ்வளவு சம்பளம்னு கணக்கு வச்சுக்கோ, சாயங்காலம் நாங்க வந்து பணம் தாரோம். இந்த ரோட்டு வேல முடியற வரைக்கு நிய்யி ஏங்கூட நில்லுடா. இன்னும் அஞ்சாறு வேலைக வேறவேற ஊர்கள்ள இருக்கு, எல்லாத்தையும் பொறுப்பா கவனிச்சுக்கோ. இந்தா இதுல கொஞ்சம் பணம் இருக்கு, கை வசம் வச்சுக்கோ. எதாவது அவசரச் செலவுக்கும் கை காவலுக்கும் எப்பவும் பணம் ஒங் கையில இருக்கணும். ஏம்னா நாங்க பல ஜோலி ஆளுங்க, நெனச்ச ஒடன எங்களப் பாக்க முடியாது.'

சுச்சி நாயக்கர் தன்கூட வந்தவர்களிடம் தெலுங்கில் சிரிச்சு

சிரிச்சுப் பேசினார். முத்துவையும் கூப்பிட்டு உத்திரவு போட்டு விட்டுக் கிளம்பிப் போனார்.

வைரம் பாய்ந்த பனைகளில் கோடாரியின் வெட்டு விழும் போது கல்லில் சம்மட்டியடி விழுந்தது போல் சத்தம் கேட்டது. ஒவ்வொரு பனையாக தரையில் சாயச்சாய இதுவரை படிந்திருந்த நிழல் விலகி வெய்யில் உறைத்தது. சாய்ந்த பனைகளை அதனதன் வளர்த்திக்கு ஏற்ப இரண்டு அல்லது மூன்று துண்டங்களாக கண்டம் பண்ணி பனங்கட்டைகளாகப் பிளந்து கொண்டிருந்தார்கள் ஆசாரிமார்கள். வெள்ளைவெளேரென்று பனிக்கட்டியைப் போல் இருக்கும் பனங்குருத்தைத் தின்பதற்காக சிறுசுகள் போட்டி போட்டார்கள். சின்னாத்துரை சவடால் பேச்சுப் பேசியபடி சுற்றிச் சுற்றி வந்தான்.

இரண்டே நாட்களில் நூறாண்டுகள் படிந்திருந்த நிழல் நிரந்தரமாக விரட்டப்பட்டு வெற்றிடமானது. பாதையில் போவோரும் வருவோரும் நின்று இளைப்பாறிச் சென்ற அந்த இடம் போவோர் வருவோரை வெய்யிலால் விரட்டியது. காக்கைகளும் பருந்துகளும் வேறு மரங்கள் தேடி தங்கள் கூடுகளைக் கட்டிக் கொண்டன. பதநீர் குடிக்கவும், நுங்கு திங்கவும், ஓலைகள் வாங்கவும், கூடியிருக்கும் கூட்டம் இனிமேல் இருக்காது. எலியன் பேரன் சின்னாத்துரை முன்னால் நடக்க அரிவாள், கோடாரி, வாச்சாத்து, இரம்பம் இவைகளுடன் வேலையாட்கள் பின்தொடர்ந்து வந்துகொண்டி ருந்தார்கள். குப்பாண்டிசாமியின் சமாதி மடத்தை தாண்டித்தான் போக வேண்டும். குப்பாண்டிசாமி சுவரில் சாய்ந்தபடி உட்கார்ந் திருக்க அவர் முன்னால் நாலைந்து பேர் இருந்தார்கள். சின்னாத்துரை தான் வாக்கொடுத்தான்.

‘சாகப் போறன்னு குழியத் தோண்டி வச்சிருக்கிறசாமி, அப்படியே உள்ள எறங்கி படுத்துற வேண்டியதான, அந்தானைக்குச் சட்டுப் புட்டுனு மண்ணப்போட்டு மூடியிறலாம்ல.’

‘கூடிய சீக்கிரம் நீ இந்த ஊரையே சுடுகாடாக்கி மண்ணப் போட்டு மூடியிருவடா.’

‘ஒம்மத்தான சொன்னன், ஊரவா மூடியிருவன்னு சொன்னன்.’

‘நாஞ் சொல்றன் நல்லாக் கேட்டுக்கோடா. இன்னைக்கி பனைய வெட்டுன நீ, பலவற்றை வெட்டுவ, ஓடைகளும் கண்மாய்களும் ஊருணிகளும் மேடேறி தூர்ந்து போகும். நிறைசூலியாய் தானியங் களைச் சுமந்து நிற்கும் குலுக்கைகள் மலடியின் வயிற்றைப் போல் காலியாகிப் போகும். குலுக்கைகளை உடைத்து நொறுக்கி

குப்பையில் வீசுவார்கள். வீட்டை அடைத்துக்கொண்டிருந்த அந்த இடம் விசாலமாகிப் போகும். அந்த வெற்றிடத்தில் வேடிக்கை வினோதங்கள் காட்டும் பெட்டிகள் இருக்கும். நம் கண்ணுக்கு நேருக்கு நேர் தெரிந்த சித்திரங்கள் எல்லாம் காணாமல் போய் நிழல் உருவில் திரையில் தெரியும். மரங்களையும், மிருகங்களையும், பறவைகளையும் நிழல் திரைகளில் மட்டுமே காண முடியும்.'

'என்னத்தையாவது அடிச்சுவிடு, ஒனக்கும் பொழுது போகனு மில்ல, ஒன்னயச் சுத்தி நாலாளு இருக்கனுமில்ல.'

'யேல, ஏய்... சின்னா, ஓங்க மொதலாளிகிட்டச் சொல்லி நிய்யும் ஒரு வெள்ளச்சட்ட வாங்கிப் போட்டுக்கோடா.'

'ஏற்கனவே சொல்லிட்டன், வீட்ல பழைய சட்டைக நெறய்யா கெடக்காம், அதுகள எடுத்திட்டு வர்ரம்னு சொல்லியிருக்காரு.'

'சரி, பனைகள வெட்டியாச்சு, ஆலமரத்த எப்ப வெட்ட?'

'ஆலமரத்த எதுக்கு வெட்டச் சொல்ற, ஒனக்குக் கொழுப்பா?'

'இனிமேப்பட ஊர்ல ஒவ்வொன்னா வெட்றதுதான் ஓங்க வேல.'

'யே... கோட்டிக்காரக்... மகன, பாதைய அகலப்படுத்தி வண்டிப் பாதையாக்க பனைகள வெட்டியிருக்கு, ஊருக்குப் பாதை வேணுமா வேண்டாமா?'

'கட்டாயம் பாதை வேணும்டா, பாதையில்லனா சங்கடம் தான்.'

'எடக்கு எகடாகி பேசாத, ஒன்ன மாதிரி பண்டாரப் பயலுக்கு ஒன்னும் வேண்டாம். பொண்டாட்டி வேண்டாம், புள்ள வேண்டாம், சொத்து வேண்டாம், சொகம் வேண்டாம். ஒன்னய மாதிரியே எல்லாரும் இருக்க முடியுமா.'

சின்னாத்துரையின் துடுக்கான பேச்சில் குப்பாண்டிசாமி கொஞ்சம் அடங்கினான். அந்த இடத்தில் மௌனம் குடிகொண்டது.

'சரிடா, பனைகளப் பூராத்தையும் வெட்டிட்டீகளே, இனிமேப் பட ஓங்கப்பன் முத்து எதுல ஏறி பதனீர் எறக்குவான்?'

'அதுவா, இனிமேப்பட ஓங்க ஆத்தா இதுல ஏறி பதநீர் எறக்குவான். தாயோளி பேசாமக் கெடக்கானா பாரேன். பதனி முக்கியமா பாதை முக்கியமா?'

சுச்சி நாயக்கரின் கான்ட்ராக்ட் வேலைகள் பல ஊர்களில் நடந்தன. சின்னாத்துரை சுச்சி நாயக்கருக்கு ரொம்பவும் நம்பிக்கை அளிப்பவனாக மாறிப் போனான். வேலைகளுக்கு ஆட்களைக்

கூட்டிப் போவது, சம்பளப்பணம் வாங்கி வந்து கொடுப்பது, இங்கே வேலையில்லாத நாட்களில் வேறு ஊர்களில் போய் நாயக்கருடன் சேர்ந்து இருப்பது என்று, சுத்தி உள்ள ஊர்களுக்கும் நன்கு தெரிந்தவனாக ஆகிவிட்டான். அடுத்த மாதம் சுச்சி நாயக்கர் கார் வாங்கப் போவதாகப் பேச்சு அடிபட்டது. நாலா ஊர்களிலும் நடக்கும் அரசாங்க வேலைகளைச் சுற்றிப்பார்க்க வில்வண்டியால் முடிய வில்லை. சின்னாத்துரை காரில் உட்கார்ந்துகொண்டு பயணம் செய்யும் காட்சியை ஓயாமல் நினைத்துப் பார்த்துக்கொண்டான். அந்த ஊரிலேயே காரில் ஏறும் முதல் ஆளாக சின்னாத்துரைதான் இருப்பான் என்று நினைத்தபோது அவனுக்கு சந்தோஷம் தாங்க வில்லை.

எலியன் பேரன் சின்னாத்துரை சுற்று வட்டாரத்தில் பிரபலமாகி வந்ததும், சுச்சி நாயக்கரின் வலதுகையாக மாறிப்போனதும், மகராஜாவைக் கேட்காமல் எல்லா வேலைகளும் நடைபெறு வதைப் பார்த்த சித்திரை ஆசாரிக்கு இப்போது பயம் அற்றுப் போய்விட்டது. புதையலை வெளியே எடுக்க இதுதான் சரியான சந்தர்ப்பம் என்று யோசிக்கத் தொடங்கினான். இனிமேல் வெள்ளைக்காரனோ அல்லது அரண்மனை ஆட்களோ தன்னை ஒன்றும் செய்ய முடியாது என்பதையும், அதற்குமேல் ஏதாவது தொந்தரவுகள் வந்தால் சுச்சி நாயக்கரும் சின்னாத்துரையும் இருக்கிறார்கள் என்ற தைரியமும் ஆசாரியை அரித்துக்கொண்டே இருந்தன. முத்துவிடம் கேட்க வேண்டும் என்று நினைத்து வீட்டுக்குப் போனார். அவனும் பெண்டாட்டியும் சோகமாக உட்கார்ந் திருந்தார்கள். ஆசாரியார் சற்று முகவாட்டத்துடன்தான் பேச்சை ஆரம்பித்தார்.

‘என்னப்பா முத்து மொகங்குராவிப் போயி உக்காந்திருக்க. ஓம் பொண்டாட்டி மூஞ்சியிலயும் களையில்ல. என்னப்பா சமாச்சாரம், சொல்லுப்பா.’

‘பய போக்கு ஒன்னும் சரியில்ல ஆசாரியாரே.’

‘ஏம்ப்பா நல்லாத்தான இருந்தான், நாயக்கர் கூடத்தான திரியிறான், பெறகென்ன வந்துச்சு.’

முத்துவும் பெண்டாட்டியும் வீட்டின் மூலையில் கிடந்த குப்பைகளை ஒரே சமயத்தில் உற்றுப் பார்த்தார்கள். சித்திரை ஆசாரியும் பார்த்தார். கண்ணாடிச் சிதறல்கள் குமிந்து கிடந்தன. கூடவே போட்டோ படத்தின் சட்டங்களும் பிய்ந்து கிடந்தன. ஆசாரி கிட்டத்தில் போய் நின்று உற்றுப் பார்த்தார். பிள்ளையார் படமும் இன்னும் சில சாமி படங்களும் உடைத்து எறியப்

பட்டிருந்தன. ஆசாரிக்கு ஒன்றும் புரியவில்லை.

'என்னப்பா இது, ஆரு ஒடைச்சது?.'

'பூராத்தையும் சின்னாத்துரை ஒடச்சிட்டான். வீட்ல சாமி படமே இருக்கக் கூடாதுங்கான்.'

'என்னப்பா சொல்ற, ஓம் மகனுக்குப் பைத்தியமா புடிச்சிருக்கு?'

'அவுக மொதலாளி சுச்சி நாயக்கர் இருக்காருல்ல, அவரு என்னமோ கட்சியில இருக்காராம், அந்தக் கட்சி சாமி கும்புடக் கூடாதுனு சொல்ற கட்சியாம். அதனாலதான் இந்த ஆட்டம் ஆடுறான். படம் எல்லாத்தையும் நொறுக்கிட்டுப் போய்ட்டான்.'

'இது நல்லதுக்கு இல்லப்பா முத்து, சாமிபயம் மக்களுக்கு இல்ல அப்படின்னா, மனுஷப்பய தப்புச் செய்யப் பயப்பட மாட்டான். பெறகென்ன, நாடு குட்டிச் சொவராப் போகும், இஷ்டத்துக்கு பொய் சொல்லுவான். நெஞ்சுல பயமத்துப் போச்சுனா மூக்கணாங் கயிறு இல்லாத மாட்டப் போல மனுஷன கட்டுப்படுத்த முடியாது.'

'ரெண்டு மூனு நாளைக்கு முன்னால ஓம்ம வீட்டுக்கு மணி அய்யரு வந்திட்டுப் போனதா கேள்விப்பட்டன், என்ன சமாச்சாரம்.'

'அந்தக் கூத்த வெளியில சொன்னா வெட்கக்கேடு. பாவம் வந்து பொலம்பிட்டுப் போறாரு.'

'என்னனு சொல்லும்.'

'நம்ம கோயிந்தன் புதுமாடு வாங்கியிருக்கான்ல, அதுக்காக காட்டுப்பிள்ளையார் கோவிலுக்கு பூசை வைக்க மணி அய்யர் வந்திருக்காரு. எம்மகன் மூக்காண்டியும் இன்னும் சில எளவட்டங் களும் அங்க போயிருக்காங்க. போன பயக சும்மா இருக்க மாட்டாம அய்யரப் பாடாப் படுத்தியிருக்காங்க.'

'அய்யரு வாக்கு விட்டார்னா பாவம் சும்மாவிடாது, அவரு ஒன்னய என்ன செஞ்சாரு, வம்பு பண்ணக் கூடாதில்ல ஆசாரியாரே, அப்படி என்னதான் செஞ்சாங்களாம்.'

'கோயில்ல பூசை வைக்கக் கூடாதாம், பூணூல் போடக் கூடாதாம், ஊர ஏமாத்தி சாப்பிடக் கூடாதாம். நம்மள மாதிரி அவங்களும் காடு கரைகள்ல வேல செய்யணுமாம்.'

'அடப்பாவிப் பயகளா, கடவுளுக்கே பொறுக்காதே, அவரோட ஒடம்புல அவரு பூணூல் போட்டுருக்காரு, ஒனக்கென்ன வந்துச்சு? கோயில்கள்ல பூசை வைக்கக் கூடாதுனு சொல்ல நிய்யி என்ன மகாராசாவா? ஆனானப்பட்ட மகாராசாவே இருக்கிற எடம் தெரியாமப் போய்ட்டாரு, நிய்யி எம்மாத்திரம்.'

‘மணி அய்யரு அழுகாத கொறையா புலம்பித் தீத்துட்டுப் போறாரு, என்ன செய்யனே தெரியல.’

‘நீரு கூப்புட்டு சத்தம் போட வேண்டியதான ஆசாரியாரே.’

‘சத்தம் போடாம இருப்பனா, சரி மல்லுக்கு நிக்கான், ஒன்னும் சொல்ல முடியலப்பா.’

‘என்னதான் சொல்றான், அதச் சொல்லும்.’

‘ஓம் மகன் சொன்னது மாதிரியேதான் சொல்றான். சாமி இருக்கக் கூடாது. கோயில் இருக்கக் கூடாது. அய்யருதான் பூசைவைக்கணுமா. நம்ம வைச்சா சாமி வேண்டாம்னா சொல்லுது. பூணூலப் போட்டுக்கிட்டு அய்யருங்க ஊர ஏமாத்துறாங்க, மந்திரம் போடுறம்னு புரியாத பாஷையில என்னத்தையாவது ஒளறி வைச்சிட்டு துட்டுப் புடுங்குறாங்க. ஏன், நம்ம பேசுற பாஷையில தமிழ்ல்ல மந்திரம் சொன்னா சாமிக வேண்டாம்னா சொல்லுது.’

‘மொத்தத்துல ஊர்ல அநேகம் எளவட்டப் பயக இதே மாதிரிதான் பேசிக்கிட்டு அலையிறாங்க. எங்க போயி முடியப் போகுதோ.’

‘மொதலாளி சுச்சி நாயக்கர் இருக்கார்ல்ல அவருதான் காரணம்னு நெனைக்கன். அவருகூட சேந்தப் பெறகுதான் பயக இப்படி தலையெடுத்திட்டான்க.’

‘அவரு பேரு ராமசாமி நாயக்கராம். அவர் சொன்ன ஒடனே பயக பூராவும் மிஷின் மாதிரி வேல பாக்கங்களாம். அதனால சுச்சியப் போட்டா மிஷின் ஓடுதில்ல, அது மாதிரி சுச்சி நாயக்கர்னு பேராகிப் போச்சு.’

‘என்ன எழவு சனியனோ தெரியல, சாமிபடத்த ஒடைக்கிறதும், சாமிகளுக்குப் பூசை வைக்கிற அய்யருங்கள வெரட்டுறதும் பாவமில்லையா?’

21

இன்று இரவு புதையலைத் தோண்டி வெளியே எடுப்பது என்று முடிவாயிற்று. தங்கள் இருவருக்கும் தங்கம் கிடைத்த விவரத்தைச் சொன்னபோது சின்னாத்துரைக்கும் மூக்காண்டிக்கும் சந்தோஷம் பிடிபடவில்லை. தங்கள் கழுத்தில் மைனர் செயின் புரள்வதையும், பத்து விரல்களிலும் மோதிரங்கள் ஜொலிப்பதையும் கற்பனை செய்து ஒத்திகை பார்த்துக்கொண்டார்கள். புது வீடு கட்டுவது பற்றியும் தங்களின் கல்யாணம் பற்றியும் பேசித் தீர்த்தார்கள். அன்றைய பகல் மெதுவாக நகர்வது போல் தோன்றியது. இரவுக்காக காத்திருந்தார்கள். மண்வெட்டியும் கடப்பாறைக் கம்பியும் தயாராய் இருந்தன. முத்து சித்திரை ஆசாரியிடம் மெதுவாகச் சொன்னான்.

'ஆசாரியரே, பொதையல வெளிய எடுக்கும்போது ரத்தக் குறி காட்டி எடுக்கணும்னு சொல்வாங்க.'

'ஏலேய்... யே... மூக்கா, கோழிமடத்துல போயி ஒரு சேவலப் புடிச்சிட்டு வாடா. வெளிய எடுக்கும் போது தங்கத்து மேல ரெண்டு சொட்டு ரத்தக்குறி காட்டணும்டா.'

'சும்மா பேசாம இருமய்யா, நம்ம என்ன காட்லயா போயி பொதையல் எடுக்கப் போறம்? நம்ம வீட்டுக்குள்ளதான எடுக்கப் போறம், பெறகு எதுக்கு ரத்தக்குறி.'

'டேய்... எப்பிடியிருந்தாலும் வருஷக் கணக்கா பூமிக்குள்ள பொதச்சு வச்சிருந்ததுடா, ஒரு காத்து கறுப்பு அண்டியிருந்தா காரியம் கெட்டுப் போகும்டா.'

'எடத்த மட்டும் இந்த எடம்னு காட்டிட்டு நீங்க எல்லாரும் வெளிய போயிருங்க. நானும் சின்னாத்தொரையும் பொதையல வெளிய எடுத்துறோம், காத்து, கருப்பு, பேய், பிசாசு, முனி எது வந்தாலும் வரட்டும். நாங்க பாத்துக்கிறோம்.'

உருளைக்குடி ஊரை இருள் கவ்விக்கொண்டது. நட்சத்திரங்கள் அற்ற வானம் கருமேகங்களால் சூழப்பட்டிருந்தது. கண்மாய்க்கரை ஆலமரத்திலிருந்தும் அய்யன் கோவில் புளியமரத்திலிருந்தும் இரவுப் பறவைகளின் விகார ஒலி காற்றில் பறந்து வந்தது.

வயல்காடுகளில் எலிகள் பிடித்துத் திரியும் ஆந்தைகளின் விகார மான வீரிட்டமும் ஒற்றையலறல் விட்டுவிட்டு ஊருக்கும் கேட்டது.

முத்து பெண்டாட்டியும் ஆசாரியம்மாவும் வீட்டைப் பூட்டி வெளியே காவலுக்கு உட்கார்ந்துகொண்டார்கள். வீட்டுக்குள் பூமியைத் தோண்டும் மண்வெட்டியின் சத்தமும், கடப்பாறைக் கம்பியின் சர்க்சர்க்சர்க் என்ற குத்தல் சத்தமும் இரவையே பயமுறுத்த, புதையலைக் காண்பதற்காகவும், கைகளில் தொட்டுப் பார்ப்பதற்காகவும் ஆவலுடன் தோண்டினார்கள். இலேசாய் கதவைத் திறந்து முத்து கைஜாடை காட்டினான். இரண்டு பொம்பளைகளும் வீட்டுக்குள் போனவுடன் மீண்டும் கதவைச் சாத்திக்கொண்டார்கள். நான்கு பேரும் அரிக்கேன் விளக்கு வெளிச்சத்தில் பேய்களைப் போல் நடமாடினார்கள். கசுபுசுவென்று காதோடு காதாகப் பேசிக்கொண்டார்கள். பெரும்பாலும் கைஜாடையில் சங்கதிகள் பரிமாறிக்கொள்ளப்பட்டன.

முழங்கால் அளவு ஆழத்தில் தோண்டிப் புதைத்த தங்கம் இடுப்பளவு தோண்டியும் கண்ணில் தட்டுப்படவில்லை. புதைத்து வைத்த இடத்தைத் தாண்டி வீடு பூராவும் தோண்டியும் தங்கம் தட்டுப்படவில்லை. எல்லோரும் கூண்டுக்குள் அடைக்கப்பட்ட குரங்குகளைப் போல் ஒருவர் முகத்தை ஒருவர் பார்த்துக் கொண்டு உட்கார்ந்திருந்தனர். முத்து முகத்தில் துடைக்கத்துடைக்க வியர்வையைக் கட்டுப்படுத்த முடியவில்லை. தண்ணீர் வேண்டும் என்பதற்கு அடையாளமாகக் கட்டை விரலை வாயருகே கொண்டு போய் காண்பித்தான். மௌனத்தால் உறைந்திருந்த அந்த இடத்தில் அரிக்கேன் விளக்கின் வெளிச்சம் மட்டுமே பேசிக் கொண்டிருந்தது. தன் பெண்டாட்டி கொண்டு வந்த தண்ணீர் செம்பை வாங்கியவன் அதை இறுக்கிப் பிடிக்க முடியாமல் தவறவிட்டதோடு தானும் தரையில் சாய்ந்தான். தரையில் தண்ணீரைப் போல் சரிந்து கிடந்தான். மூச்சில்லை. பேச்சில்லை. முனகல்கூட இல்லை. தொட்டுத் தூக்கிய ஆசாரியின் கைகளில் குளிர்ச்சியான முத்துவின் மேல் தண்ணீராய் குளிர்ந்தது. புறங்கையை நாசித் துவாரத்தின் மேல் வைத்து உஷ்ணமூச்சைப் பரிசோதித்தார். ஊதாத துருத்தியைப் போல் முத்துவின் மூக்கு வறண்டு கிடந்தது. காற்றில்லாத துருத்தி யைப் போல் தரையில் கிடந்தான்.

இருள்சூழ்ந்த அந்தகாரச் சாமத்தில் முத்து பொண்டாட்டியின் ஒப்பாரிச் சத்தம் கூகையின் விகார ஓலம் போல் ஊருக்குள் கேட்டது. ஊர் விழித்துக்கொண்டது. முத்து வீட்டைச் சுத்தி ஊரே கூடிவிட்டது. கசமுசா சத்தத்தைத் தொடர்ந்து ஒற்றை அழுகை மாறி

கூட்டு அழுகையாக உருக்கொண்டது. பொழுது விடிந்தபோது தாறுமாறாக தோண்டப்பட்ட முத்துவின் வீடு கிடங்காய்க் கிடந்தது. அழுகையின் ஊடே சித்திரை ஆசாரி புதையல் கதையை ஒவ்வொரு வரிடமும் விவரித்துக்கொண்டிருந்தார். கோணக்கண்ணன் பேரன் எல்லோருக்கும் கேட்கும்படியாக பலமாகச் சொன்னான்.

'பொதையல்னா வெளையாட்டுக் காரியமா, வெள்ளி செவ்வாய்க்கு ரத்தக்குறி காட்டணும். மொதல்ல வீட்டுக்குள்ள கொண்டாந்து வைக்கலாமா, பூமிக்கடியில இருக்கிறது எல்லாமே பூதத்துக்கு சொந்தம்னு சும்மாவா சொன்னான் சொலவடை. பொதையலுக்குக் காவல் இருக்கிறதே முனிதான. அதுவும் போக, நேத்து சாமிக படத்தப் பூராத்தையும் ஒடச்சு எறிஞ்சிருக்கான், கொஞ்சம் நஞ்சம் இருந்த சாமியும் வீட்ட விட்டுப் போயிருச்சு.'

முத்துவின் முதுகில் முனி அறைந்த விரல்தடம் தடிப்பாய் கிடப்பதாகவும், முனியே அவனை அடித்துக் கொன்றுவிட்ட தாகவும், புதையலை முனி தூக்கிக்கொண்டு போய் வேறு இடத்தில் வைத்துக் காவல் காப்பதாகவும் பேசிக்கொண்டார்கள். சுச்சி நாயக்கர் பெரிய மாலையுடன் வந்து சின்னாத்துரைக்கு ஆறுதல் சொல்லிவிட்டுப் போனார். குப்பாண்டிசாமி போவோர் வருவோரை எல்லாம் வழி மறித்துச் சொல்லிக்கொண்டே இருந்தார்.

'சாமி இல்ல, பேயி இல்ல, பிசாசு இல்லனு சொன்ன பயகலுக்கு இப்ப தெரிஞ்சிருக்கும்ல்ல பேய் இருக்குனு. பேயி இல்லனா பொதச்சு வச்ச பொதையல் எங்க போச்சு. இல்ல பொய் சொல்றாங்களா? பொய்யினா எதுக்குத் தன்னோட வீட்டவே இப்பிடி கந்தல் கோலமா தோண்டனும். முதுகுல அப்பிடியே அஞ்சு வெரல் தடிப்பு பதிஞ்சிருக்குனு சொல்றாங்களே முதுகுல தடிப்பு எப்பிடி வந்துச்சு. யாரு அடிச்ச தடிப்பு. சாமி போட்டோக்கள ஒடச்சு எறிஞ்சா நம்மளே வீட்ட விட்டு சாமிய வெரட்டுனது மாதிரிதான.'

சின்னாத்துரை தன்னுடைய வீட்டைக் காலி பண்ணிவிட்டு ஊருக்கு மேற்கே சந்தியம்மன் கோயிலுக்குப் பின்னால் சின்ன அளவில் ஒரு குடிசை வீடு அமைத்துக்கொண்டு பழைய வீட்டை விட்டு வந்துவிட்டார்கள். புதையல் எடுக்க தோண்டிய கிடங்கை மூடாமலும், ராத்திரிக்கு விளக்குப் பொருத்தாமலும் முத்தம் தெளிக்காமலும் போட்டபடியால் பாழடைந்து கிடக்கும் அந்த வீட்டுப் பக்கம் இரவு நேரங்களில் ஜனங்கள் நடமாடவே பயந் தார்கள்.

உள்ளுக்குள் பயம் இருந்தாலும் சித்திரை ஆசாரி தன் வீட்டை

விட்டு வெளியேறிவிடவில்லை. புதைத்து வைத்த தங்கம் தன் வீட்டிலும் இருக்கிறது என்கிற விஷயம் ஊருக்கே தெரிந்துவிட்டது. கோணக்கண்ணன் பேரன் மட்டும் தினமும் வந்து புதையல் விவரங்களை விலாவரியாக விசாரித்து விட்டுப் போனான். தங்கம் புதைத்து வைத்துள்ள இடத்தை அவர் காட்டிய போது வைத்தகண் வாங்காமல் உற்றுப் பார்த்துப் பெருமூச்சுவிட்டான். புதையலைத் தோண்டுவதற்கு ஏராளமான ஐடியாக்களை சித்திரை ஆசாரியிடம் சொன்னான் கோணக்கண்ணன் பேரன்.

'இங்க கேளும் ஆசாரியாரே, இந்தச் சுத்து வட்டாரத்திலயே வன்னிமட ராக்கன மிஞ்சின கோடாங்கி கெடையாது. எந்தப் பேயானாலும் முனியானாலும் சரி, தாயோளி, ராக்கன் வந்து டங்டங்னு ரெண்டு தட்டு உடுக்கத் தட்டுனாப் போதும் எல்லாக் கழுதைகளும் கந்தல் கோலமா ஓடிப் போயிரும், அதனால எங்கூட துணிஞ்சு வன்னிமடைக்கு வாரும், ராக்கனப் பாத்து ஒரு யோசன கேட்டுட்டு வருவம்.'

'இங்க கேளுப்பா, பொதையல் நம்ம கைக்குக் கெடைக்காமல் போனாலும் போகட்டும், ஒன்னு இருக்க ஒன்னாகிப் போச்சுனா போச்சு. முத்து வம்பா செத்துப் போனது மாதிரி ஆயிரக் கூடாது.'

'நீங்க ரெண்டு பேரும் கூறு கெட்ட வேல செய்யப் போயி முத்து செத்தான், ஏம் வீட்டாளிகிட்ட ஒரு யோசன கேட்டுருக்கலாம்ல்ல, மொறைப்படி போனா ஒரு பயமும் வேண்டாம்.'

'அப்ப வார வெள்ளிக் கெழும கருக்கல்ல நம்ம ரெண்டு பேரும் வன்னிமட போவம், வேற ஆருகிட்டயும் சொல்ல வேண்டாம். நம்ம ரெண்டு பேருக்குள்ள காதும் காதும் வச்சது மாதிரி இருக் கட்டும்.'

முத்து இறந்து போனாலும் அவனைப் பற்றிய வதந்திகள் தினமும் ஊருக்குள் பேச்சில் அடிபடத் தவறவில்லை. மொத்தத்தில் அவன் நடமாடும் பேயாக மாறிப் போய்விட்டான். ஏற்கனவே கண்மாயைச் சுற்றி நடமாடும் ஏராளமான பேய்களோடு முத்து பேயும் சேர்ந்து கொண்டது.

விடிகாலை. இன்னும் இருள் உமியைப் போல் விலகாமல் மெல்ல விலகிக்கொண்டிருந்தது. எதிரில் நிற்கும் ஆள் உருவமாகத் தெரியுமே ஒழிய இன்னாரென்று அடையாளம் காண முடியாத மெல்லிருட்டு. வயக்காடுகளுக்குப் போகிறவர்கள் எப்படியும் கரைப்பனை வரிசைகளைக் கடந்துதான் போக வேண்டும். மாரியப்பன் மண்வெட்டியும் கையுமாக வேகமாய் போய்க்

கொண்டிருந்தான். கரைப்பனை வரிசையைக் கடந்து நடந்த போது சரட்சரட் என்று அரிவாள் தீட்டும் சத்தம் கேட்டது. காதுகள் இரண்டையும் கூர்மையாக்கினான். பனந்தூரின் அடியில் முத்து குத்துக்கால் வைத்து உட்கார்ந்தபடியே பாளை அரிவாளைத் தீட்டுப் பலகையில் தீட்டிக்கொண்டிருந்தான். கண்களைக் கூர்மை யாக்கி உற்றுப் பார்த்தான். அரிவாள் தீட்டும் போது சீனிக்கல் பொடியில் அரிவாள் உரசி எழும்பும் தீப்பொறிகளைக் கண்டான். தன் காதுகளையும் கண்களையும் நம்பாத மனுஷன் யாராவது இருக்க முடியுமா? மெதுவாக மண்வெட்டியைத் தரையில் வைத்தான். வேட்டியை நனைத்த மூத்திரத்தையும், தொடையில் வழிந்த நரகலையும் அவனால் கட்டுப்படுத்த முடியவில்லை. பனந்தூரில் முத்துவைக் காணாததால் தலைதூக்கி அண்ணாந்து பார்த்தான். முத்து அரைப்பனையில் தொத்துப் போட்டு ஏறிக்கொண்டிருந்தான். அவன் தொத்துக்கேற்ப பனை குலுங்கிக் கொண்டிருந்தது. பொழுது விடிந்த போது மாரியப்பன் வாய்க்காலோரம் மயங்கிக் கிடந்தான்.

சுற்றி நின்று தன்னை வேடிக்கை பார்த்துக் கொண்டிருந்தவர் களிடம், முத்து அரிவாள் தீட்டி பனையேறிய காட்சியை நடித்துக் காட்டிக்கொண்டிருந்தான். அர்த்தம் பிடிபடாமல் உளறிக் கொண்டிருந்த மாரியப்பனின் பேச்சு, ஊர்மக்களைப் பீதியடைய வைத்தது. இரவில் வயக்காட்டுப் பக்கம் நடமாட்டம் குறைந்து போனது.

சித்திரை ஆசாரியும் கோணக்கண்ணன் மகனும் வன்னிமடை ஊருக்குப் போய் ராக்கன் முன்னால் உட்கார்ந்தபோது நேரம் இளமதியம் ஆகிவிட்டது. எதிரே உட்கார்ந்திருந்த பொம்பளையிடம் முத்துப் போட்டபடியே ஏதேதோ கேட்டுக்கொண்டிருந்தான். முத்துக்களை (சோவிகள்) சிதறுவதும், பின்னர் எண்ணுவதும், சிதறிய சோவிகளைப் பொறுக்கி மீண்டும் போடுவதும் ராக்கனின் முழுக்கவனமும் சிதறி விழும் சோவிகளை எண்ணுவதிலேயே இருந்தது. எதிரே சம்மணமிட்டு உட்கார்ந்திருக்கிற அந்த இளம் பெண்ணின் முகத்தில் கவலையோ சந்தோஷமோ தெரியவில்லை, மாறாக வன்மம் குடிகொண்டிருந்தது. தைரியமாகப் போகும் படியும் இன்னும் இரண்டு அல்லது மூன்று வெள்ளிக்குள் நீ நினைத்த காரியம் கட்டாயம் நிறைவேறும் என்றும் சொல்லி, திருநீறும் மையும் கொடுத்தான். கைநீட்டி வாங்கிக்கொண்ட அந்தப் பெண் பல்லைக் கடித்தபடி சொன்னாள்.

'சட்டுனு செத்துரக்கூடாது, நல்லா சீரழியணும், காலு, கை வெலங்காம நாறிட்டுக் கெடந்து பெறகுதான் சாகணும்.'

கிளம்பிப் போன பெண்ணையே உற்றுப் பார்த்தார் சித்திரை ஆசாரி.

வீட்டிற்குள் யாருமில்லை. தன்னைச் சுற்றி எரியும் தீபங்கள். விதவிதமான சாமி உருவங்கள். சாட்டையுடன் உடுக்கை சிதறிக் கிடக்கும் குங்குமம், திருநீறு, எலுமிச்சை, மாலைகள். சித்திரை ஆசாரிக்கு இலேசாய் வயிற்றைப் புரட்டுவது போல் இருந்தாலும் தங்கத்தாசையால் பல்லைக் கடித்துக்கொண்டு உட்கார்ந்திருந்தார். புதையல் விவகாரம், முத்து செத்த விவகாரம் எல்லாவற்றையும் ராக்கன் கவனமாகக் கேட்டான். நாலைந்து தடவை சோவிகளை உருட்டி எண்ணினான்.

'முனி வசமால்ல காத்துக்கிட்டு உக்காந்திருக்கு. சூலாடு வேணுமா. குடுத்திட்டாப் போச்சு.'

'என்ன ராக்கா சொல்லு, காயாகுமா, இல்ல பழமாகுமா?'

'இங்க கேளுங்கய்யா, முனி வசமா உட்காந்திருக்கு. சூலாடு பலி குடுத்தா வெலகிக்கிறம்னு சொல்லுது, கொஞ்சம் கோளாறாத்தான் நடக்கணும், அவசரப்படக் கூடாது.'

'சூலாடு என்ன சூலாடு, நெற சூலி பொம்பள வேணும்னு கேட்டாலும் குடுத்திருவம், ஆனா ஒரு குன்றிமணி அளவுகூட கொறையாம பொதையலு கைக்கு வரணும்.'

'பொதையல அலுங்காம குலுங்காம எடுத்து ஓங்க கையில ஒப்படைக்க வேண்டியது என் பொறுப்பு.'

'தோண்டிப்பாத்திட்டு முனி பொதையல எடம் மாத்திருச்சு, வேற எடத்துக்கு தூக்கிட்டுப் போயிருச்சுனு கைய விரிச்சிரப் படாதுப்பா.'

'இங்க கேளுங்க, இந்த ராக்கங்கிட்ட பொய் பொரட்டு உருட்டு கெடையாது. எங்கண்ணுக்கு நல்லாத் தெரியுது, தங்கம் தகதகனு மின்னுது, பக்கத்துல தலைய விரிச்சுப் போட்டுக்கிட்டு குத்துக்கால் வச்சு உக்காந்து காவல் காக்குது முனி. இங்க முத்து உருட்டுற சத்தத்தக் கேட்டு மொறச்சுப் பாக்குது, பல்லு ஒவ்வொன்னும் மம்பட்டி சைசுக்கு இப்பிடி நீட்டிக்கிட்டு இருக்கு.'

தன் வீட்டுக்குள்ளேயே முனி காவல் இருக்கும் விஷயத்தை ராக்கன் விவரித்தபோது சித்திரை ஆசாரி இரண்டு தடவை ஒன்னுக்குப் போய்விட்டு வந்தார். வியர்வையை அடிக்கடி துடைத்துக்கொண்டார். கோணக்கண்ணன் மகனும் சித்திரை ஆசாரியும் வன்னிமடை போய் ராக்கனைச் சந்தித்த விஷயம் ஒரு சுடுகுஞ்சிக்குக்கூட தெரியவில்லை. தன் மகன் மூக்காண்டியிடமோ

தன் பெண்டாட்டியிடமோ சொல்லவில்லை. இருவரும் சூலாடு தேடி கயத்தார் சந்தைக்கும் எட்டயபுரம் ஆட்டுச் சந்தைக்கும் போய்வந்தார்கள். நிறைசினையான சூலாடு கிடைக்கவில்லை. கிடைகளில் போய் வாங்கலாம். ஆடு வளர்ப்பவரிடம் உண்மையைச் சொல்லாவிட்டால் ஆடு தரமாட்டார். பொய் சொல்லி வளர்ப்புக்கு என்று வாங்கிவிட்டு, பலிகொடுத்த விஷயம் தெரிந்துவிட்டால் ஆட்டுக்காரர் சும்மாவிடமாட்டார். தெரியாத வியாபாரியிடம் சந்தையில் வாங்கிவிட்டால் பிரச்சினை இல்லை என்று ஒவ்வொரு சந்தையாக அலைந்தார்கள். கடைசியாக கன்னிசேரி ஆட்டுச் சந்தையில் நிறைசினையான சூலாடு வாங்கிவந்துவிட்டார்கள். கறுப்புநிற சூலாடு கிடைத்ததில் இருவருக்கும் ரொம்ப சந்தோஷம்.

'என்ன ஆசாரியார ஆடு வளக்கப் போறீராக்கும், சினையாடு வாங்கியாந்து கட்டிப் போட்ருக்கீரு.'

'கஞ்சித் தண்ணி, கழனித்தண்ணி, மிச்சம்சொச்சம் எல்லாத்தையும் வம்பா குப்பையிலதான கொண்டு போயி கொட்டுறம், அதான் பாத்தன், ஒரு ஆடு இருந்தா வம்பாப் போறத திங்குமேனு நெனச்சன், அதான் வாங்கியாந்துருக்கன்.'

கேட்டவர்களிடமெல்லாம் ஒரே பொய்யை மாறிமாறி சொல்லிக் கொண்டிருந்தார் சித்திரை ஆசாரி. கோணக்கண்ணன் மகன் ராக்கன் குறித்துக் கொடுத்த கிழமையை எண்ணிக்கொண்டிருந்தான். நாளை ராத்திரி ராக்கன் வந்துவிடுவான். அவன் சொன்ன பூஜை ஜாமான்கள் எல்லாவற்றையும் இன்றைக்கே வாங்கிவிட வேண்டும். மூக்காண்டியிடமும் தன் பெண்டாட்டியிடமும் விஷயத்தைப் பக்குவமாகச் சொல்லி ஒரு ராத்திரி மட்டும் கோணக்கண்ணன் வீட்டில் தங்க வைக்க வேண்டும் என்றெல்லாம் கணக்குப் போட்டார். இத்தனை விஷயங்களையும் நெஞ்சில் சுமந்தபடி கோணக்கண்ணன் மகனைச் சந்திப்பதற்காகப் புறப்பட்டார். அவன் எப்போதுமே மாட்டுத் தொழுவத்தில்தான் படுத்திருப்பான். ஆளரவம் கேட்டதும் தூங்கிக்கொண்டிருந்தவன் முழித்துக் கொண்டான். இலேசாக எரிந்துகொண்டிருந்த அரிக்கேன் விளக்கைத் தூண்டி வெளிச்சத்தைப் பரப்பினான். கொசுவோ ஈயோ கடிக்கும் போதெல்லாம் மாடுகள் கால்களை உதைத்து உதைத்து சத்தம் எழுப்பிக்கொண்டிருந்தன.

இருவரும் தனியே உட்கார்ந்துகொண்டு மறுநாள் ராத்திரியைப் பற்றி வெகுநேரம் பேசிக் கொண்டிருந்தார்கள். வெளியில் நிலா மறைந்து கும்மிருட்டு சூழ்ந்துகொண்டது. மாட்டுத்தொழுவத்தின் கதவைச் சாத்தி விட்டு சித்திரை ஆசாரி தெருவில் நடந்தபோது ஊர் ஒடுங்கிவிட்டது. வெளியே படுத்துறங்கும் நாய்களைத் தவிர்த்து

யாரும் கண்களுக்குத் தட்டுப்படவில்லை. மேலக்களம் தாண்டி கடவு வழியாக யார் கண்ணிலும் தட்டுப்படாமல் போய்விட எண்ணி குறுக்குப் பாதை வழியே எட்டு வைத்தார். தன் வீட்டு வாசலில் வந்து நின்றவருக்கு ஓடித் தவித்த நாயின் மூச்சிரைச்சலைப் போல் அரிச்சலாக சத்தம் கேட்டது. வீட்டின் பின்னால் உள்ள பட்டறையை எட்டிப் பார்த்தார். தன்னுடைய துருத்தி தானாக ஊதிக்கொண்டிருந்தது. துருத்தியிலிருந்து நீண்டு செல்லும் மூங்கில் கம்பு தானாகவே மேலும் கீழும் ஆடிக்கொண்டிருந்தது. தீக்கங்குகள் பறப்பதையும், மரக்கரி டப்டப்பென்று வெடித்துச் சிதறுவதையும் மௌனமாகப் பார்த்துக்கொண்டே நின்றார். மூலையில் முக்காடிட்ட உருவம் தெரிந்தது. அது முத்துவின் சாயலில் இருந்தது.

சித்திரை ஆசாரி போட்ட கூப்பாட்டுச் சத்தம் தெரு முழுவதும் கேட்டது. மூக்காண்டியும் அம்மாவும் அரிக்கேன் விளக்கை தூக்கிக் கொண்டு பட்டறைக்கு ஓடிவந்தார்கள். சித்திரை ஆசாரி பேயறைந்தவரைப் போல் உட்கார்ந்திருந்தார். இருவரையும் வெறித்துப் பார்த்தார். கூட்டமும் கூடிவிட்டது. அவர் சொன்னதைக் கேட்டு எல்லோரும் சிரித்தார்கள். துருத்தி என்றைக்கும் போல்தான் இருந்தது. தீக்கங்குகள் இருந்ததற்கான அறிகுறிகள் எங்கும் இல்லை. துருத்தி ஊதியதையும் கம்பு மேலும் கீழும் ஆடியதையும் தான் பார்த்த விஷயத்தை திரும்பத்திரும்ப சொல்லிக் கொண்டிருந்தார். கேட்டவர்கள் எல்லாம் சிரித்தார்கள். அரிக்கேன் விளக்குடன் ஆடு கட்டிக்கிடக்கும் தாழ்வாரத்துப் பக்கம் போன மூக்காண்டி அலறிய படியே ஓடிவந்தான். கூடியிருந்தவர்கள் பயந்தபடியே அரிக்கேன் விளக்கை வாங்கிக்கொண்டு வெளிச்சத்தில் நின்று பார்த்தனர். அந்த பரிதாபமான காட்சி பயமான காட்சியாகவும் இருந்தது.

சூலாடு செத்து விறைத்துக் கிடந்தது. நான்கு கால்களும் நீட்டியபடி இருக்க வயிறு உப்பிப் போய்த் தெரிந்தது. குட்டியின் இரண்டு கால்கள் கருவாயிலிருந்து நீட்டிக்கொண்டிருந்தன. ஆட்டின் கண்முழி மிதுக்கம் பழத்தைப் போல் மின்னிக்கொண்டி ருந்தது. மரணத்துடன் போராடியதற்கு சாட்சியாக ஆட்டின் காலுதைப்பில் சிதறிக் கிடந்தன பொருட்கள். சில இடங்களில் தரை பெயர்ந்து மண் சிதறிக் கிடந்தது.

'குட்டி தல மாறி வந்திருக்கு, பாவம் என்ன செய்யும், ஈன மாட்டாம மண்டயப் போட்ருச்சு.'

'அது சாகும் முன்ன கூப்பாடு போட்டுருக்குமே ஓங்க காதுல விழலையா, அப்படியா ஓறங்குனிங்க மூனு பேரும்.'

'மொதல்லயே பாத்திருந்தா 'கையாடி' எடுத்திருக்கலாம். குட்டி

செத்தாலும் பெரிய ஆட்ட காப்பாத்தியிருக்கலாம்.'

அதிர்ச்சியிலிருந்து மீளாத ஆசாரியின் கண்களுக்கு அரிக்கேன் லைட் வெளிச்சத்தில் ஆட்கள் எல்லோருமே பேய்களாகத்தான் தெரிந்தார்கள்.

உச்சி மத்தியானம். வெய்யில் கொளுத்திக்கொண்டிருந்தது. ஊருணியில் குளித்துத் துவைத்த வேஷ்டியை பந்தலாகப் பிடித்துக் கொண்டு, இடுப்பில் துண்டுடன் வந்துகொண்டிருந்தான் ராக்கன். தன் வீட்டு முற்றத்தில் உட்கார்ந்திருப்பது யார் என்று உற்றுப் பார்த்தான். கோணக்கண்ணன் மகனும் சித்திரை ஆசாரியும் முகம் குராவிப் போய் உட்கார்ந்திருந்தார்கள்.

'என்ன நான் அங்க பெறப்பட்டுட்டு இருக்கன், நீங்க என்ன டானா இங்க வந்து நிக்கிக.'

'..........'

'என்ன ஒன்னும் பேச மாட்டீங்கிக, மொகம் வாடிப்போயி இருக்கு, என்னனு சொல்லுங்க.'

நடந்ததை எல்லாம் ஒன்றுவிடாமல் இருவரும் சொல்லச் சொல்ல ராக்கன் கவனமாகக் கேட்டுக்கொண்டிருந்தான். சில இடங்களில் பல்லை நெறுநெறுவென்று கடித்து நாக்கைத் துருத்தினான். எல்லாவற்றையும் கவனமாகக் கேட்டபின் சோவி களை உருட்டினான். மூன்று முறையும் சலுக்சலுக்கென்று குலுங்கிய சோவிகள் சிதறி ஓடி உருண்டன. எண்ணிஎண்ணி கணக்குப் போட்டான்.

'இங்க கேளுங்கய்யா, ஓங்க கூடவே இருந்து தங்கத்த ஒளிச்சு வச்சவன், தனக்கு கெடைக்காதது, அடுத்தவனுக்கும் கெடைக்கக் கூடாதுனு நெனைக்கிறது வழக்கம்தான.'

'கொஞ்சம் வெவரமா சொல்லுப்பா ராக்கா.'

'நம்ம இன்னைக்கு ராத்திரி எப்பிடியும் பொதையல கை மாத்திருவம்னு தெரிஞ்சு போச்சு, அதனால சித்திரையக் காவு வாங்கியிருவம்னுதான் வந்திருக்கான், அந்த நேரம் பாக்க நீரு இல்ல, கோவம் சூலாட்டு மேல திரும்பியிருச்சு, சூலாடு மட்டும் அந்த எடத்துல இல்லனா ஒம்ம வீட்ல நிச்சயமா யாரையாவது காவு வாங்கியிருக்கும், எந்தச் சாமி புண்ணியமோ எங்கப்பன் சுடலை மாடன் ஒம்மக் காப்பாத்திட்டான், அதனால ஒம்ம கண்ணுக்கு ஒரு அரிச்சலா பயத்தக் காட்டிட்டுப் போயிட்டான், நீரு தப்பிச்சீரு. எப்பா, கோணக்கண்ணா நீங்களும் கொஞ்சம் எச்சரிக்கையா இருந்துக்கோங்க, கழுத யாரக் காவு வாங்குவம்னு அலையுது.'

ராத்திரியோட ராத்திரியாக சித்திரை ஆசாரி தன் வீட்டை மேலக்களத்திற்கு மாற்றிவிட்டார். ஓலைக் கொட்டகையே போதும் என்றும், பக்கத்தில் இருக்கும் புளியமரத்தடியில் பட்டறை போட்டுக்கொள்ளலாம் என்றும் முடிவு பண்ணிவிட்டார். ஆசாரி இப்படிப் பண்ணியது கோணக்கண்ணன் மகனுக்கு ரொம்ப வருத்தம். மறுநாளே அவன் தனியாளாக ராக்கனிடம் போனான்.

'வாங்க, என்ன ஒத்தையில வந்திருக்கு ஜோடிய எங்க காணும்.'

'ஜோடி வீட்ட விட்டே ஓடிப் போயிருச்சு.'

'அடடா, பெறவு?'

'பெறகென்ன, பொதையல நம்ம எடுத்துற வேண்டியதான்.'

ராக்கன் தியான நிலையில் கண்மூடி மந்திரங்களை முணுமுணுத்த படி சோவிகளைக் குலுக்கி உருட்டி எண்ணினான். மூன்று தரம் குலுக்கி எண்ணிவிட்டு உதட்டைப் பிதுக்கினான்.

'என்னப்பா ராக்கா சொல்லு, ஒதட்டப் பிதுக்குற.'

'பொதையல எங்கிட்டோ கொண்டு போயி எடம் மாத்தி வச்சிருச்சு போலருக்கு. கழுத ஒரு தரையில நிக்க மாட்டாம அங்கிட்டும் இங்கிட்டும் அலையுது.'

'வேற எங்க கொண்டு போயி வச்சிருக்னு துப்பு வெட்டுப்பா, அதவும் ஒரு கை பாத்திருவம்.'

'ஒடனடியா எப்பிடி துப்பு வெட்ட? பைய்யப் பையத்தான் கோளாறா ஊசாட்டம் பாக்கணும்.'

'சரிப்பா ராக்கா, இத இப்பிடியே விட்றாத, நோண்டிக்கிட்டே இரு. எடம் தெரிஞ்சதும் தாக்கல் சொல்லிரு, நான் ஓடியாந்துறன், செலவப் பத்தி கவலப்படாத, எம்புட்டு ஆனாலும் எம் பொறுப்பு. ரெண்டு பேரும் ஆளுக்குப் பாதியா வச்சிக்கிருவம், ஆசாரிப் பய வீட்டுக்குள்ள எடுத்தாத்தான அவனுக்கு பங்கு குடுக்கணும், வீட்டுக்கு வெளிய எங்ஙன எடுத்தாலும் நம்ம வச்சதுதான வரிச.'

'அது வேற எங்கயாவது வெளியிலதான் கொண்டு வச்சிருக்கும்.'

'ஒருவேள எலியன் வீட்டுப் பொதையலையும் சேத்து ரெண்டையும் ஒன்னா வச்சாலும் வச்சிருக்குமில்லையா?'

'அப்பிடியும் இருக்கும்.'

'அப்பனா சீராப் போச்சு, ரெண்டையும் சேத்து வளச்சிருவம்.'

வன்னிமடையிலருந்து கோணக்கண்ணன் மகன் முகவாட்டத் துடன் ஊர் திரும்பிக் கொண்டிருந்தான். கைக்கு எட்டியது வாய்க்கு

எட்டவில்லையே என்ற கவலையிலும், யார் கண்ணிலும் பட்டு விட்டால் போச்சு என்ற பயத்திலும் அவன் ஒற்றையடிப் பாதை வழி நடக்காமல் காட்டுவழியே ஓடைக் கரையின் மேல் வழியாக நடந்தான். கூட்டங்கூட்டமாக கள்ளிச்செடிகள் பட்டுப் போய்க் கிடந்ததை உற்றுப் பார்த்தான். குறிப்பிட்ட பாதை தவிர்த்து ஒரு எட்டு கூட வைக்க முடியாதபடி அடர்ந்து வளர்ந்து கிடந்த கள்ளிப் புதர்கள், தானாகவே காய்ந்து உலர்ந்து பட்டுப்போய்க் கிடப்பதை நெடுகிலும் பார்த்தான்.

தங்களுடைய குதிரைப்படைகளும் பல்லக்கும் போவதற்காக வெள்ளைக்காரன் கொண்டு வந்து விட்ட பூச்சி நாடெங்கிலும் பரவி, கள்ளிச்செடியின் சாற்றை எல்லாம் உறிஞ்சி உயிர் வாழ்வதையும் சாறு உறிஞ்சப்பட்ட கள்ளித்தண்டு வட்ட வட்ட மாய்க் காய்ந்து சருகாய் உலர்ந்து கிடப்பதையும் ஆச்சரிய மாகப் பார்த்தான். இது மாதிரியான ஒரு சூட்சுமத்தை வெள்ளைக் காரன் தவிர்த்து வேறு யாரும் செய்யவே முடியாது என்றும் எண்ணிக் கொண்டான். நாட்டைவிட்டுப் போய்விட்டாலும் கள்ளிச் செடியை நாசமாக்கி கருவறுக்க ஒரு பூச்சியை விட்டு விட்டுப் போனதை நினைத்துக் கொண்டான். பல சிந்தனைகளோடு நடந்துகொண்டிருந்தவன் அருகில் பெரிய கல் ஒன்று பொத்தென்று விழுந்தது.

திடுக்கிட்டு நின்றவன் மேலெல்லாம் புல்லரிக்கக் கிடுகிடு வென்று ஆடிக்கொண்டு நின்றான். சுற்றும் முற்றும் ஒரு அரவத்தையும் காணவில்லை. தன்னை எச்சரிக்கையாக இருந்து கொள்ளுமாறு ராக்கன் கூறியதை நினைத்துப் பார்த்தான். அடுத்த எட்டு எடுத்து வைக்கக் கால் கூசியது. நா தன்னாலயே பேசத் தொடங்கியது.

‘எப்பா முத்து என்னய ஒன்னும் செஞ்சிராதப்பா. சத்தியமா இனிமேப்பட பொதையல் பேச்சே நான் பேசல. ரெண்டு பொதையலையும் நியே வச்சுக்கோ. இன்னொராட்ட நான் ராக்கனப் போய் பாத்தா என்னய அடிச்சுக் கொன்னு போட்ரு, இது எங்க ஆத்தா மேல சத்தியம்பா.’

பெரிய அலறலுடன் பால்கொடிப் புதருக்குள்ளிருந்து திடீரென்று வெளிப்பட்ட பிச்சாண்டியைக் கண்டதும் பயந்து அலறினான்.

‘யேல, ஏ... சின்னப்பயல, இப்ப கொஞ்ச நேரத்துல சாக இருந்த னடா, நான் செத்துப் போய்ட்டா ஓங்க அக்கா என்னடா செய்வா.’

‘மொதல்ல நீ சாகு, அப்புறமா என்ன செய்வா எங்க அக்கானு முடிவு பண்ணிக்கிருவம்.’

‘நெசமாவே உசுரு போய்த்தான்டா வந்துச்சு.’

‘கேட்டமில்ல, பொட்டியாரு ஒளர்ன ஒளறல. பொதையல எடுத்து ஒத்தையில அமுக்கிறலாம்னு அலையிற.’

‘அப்பிடியெல்லாம் இல்லடா.’

‘அப்ப வன்னிமடைப் பாதையில என்ன சோலி, சொல்லு.’

‘..........’

‘தாயோளி, யாரக் காவு வாங்குவம்னு முத்து அலையிறான், வம்படியா சாகப்போற.’

தான் ராக்கனிடம் போன விஷயத்தையும், புதையலை முனி இடம் மாற்றிக்கொண்டு போய்விட்டதையும் ஒன்றுவிடாமல் சொன்னான். கூடைகள் பின்னுவதற்காக தான் வெட்டிப் போட்டிருந்த பால்கொடிகளை மடக்கி மடக்கி வைத்து கட்டாகக் கட்டினான் பிச்சாண்டி.

‘யேல, ஏ... வேகாரிப் பயல, ஒங்க அக்கா கோழி அடை வச்சிருக்கா, குஞ்சு பொரிச்சா கவுத்த பஞ்சாரமில்ல, ஒரு பஞ்சாரம் பின்னிக் குடுடா, இல்லனா குஞ்சுக எல்லாத்தையும் பொராந்தும் காக்காயும் தூக்கிட்டுப் போயிரும்.’

‘வடகாட்டுல போயி மொச்சி விளாரு சீவிட்டு வா, வேணும்னா பஞ்சாரம் பின்னித் தாரன், அம்புட்டு தூரம் போயி நம்மலாள விளார் சீவிட்டு வரமுடியாது.’

‘சரிடா, நாளைக்கே நான் போயி விளார் சீவிட்டு வாரன்.’

‘விளார் சீவிட்டு வாரது சரி, நம்ம வெங்கடடையா தோட்டத்துல வடக்கோரம் ஒரு ஒத்தப்பனை இருக்கில்ல அதுலருந்து விழுந்து செத்தான்ல, கொன்னய ராக்கன் அவன் இப்ப துடிப்பா அலை யிறானாம், அங்கிட்டுப் போயிறாத.’

‘எப்பா எனக்குப் பஞ்சாரமே வேண்டாஞ்சாமி, மனுஷனுக்கு கெரகமே சரியில்ல, ராக்கன் வேற எச்சரிக்கையா இருக்கச் சொல்லியிருக்கான், நீ வேற பயமுறுத்திட்ட.’

இருவரும் பேசிக்கொண்டே ஓடைக்கரையின்மேல் ஒருவருக்குப் பிறகு ஒருவராக நடந்து கொண்டிருந்தார்கள். வெய்யில் ஏறிக் கொண்டிருந்தது. கூட்டங்கூட்டமாய் பட்டுப்போய்க் கிடக்கும் கள்ளிச்செடிகள்.

‘இன்னும் கொஞ்ச நாளைக்கு வெள்ளக்காரன் இருந்தாம்னா இந்த மஞ்சணத்தி செடிகளையும் அழிக்க ஒருவழி பண்ணி யிருப்பான்.’

‘அவன் மூளையே மூளை, பாரேன். ஒரு மருந்து மாயம் இல்லாமயே, தன்னால கருகி பட்டுப் போயி சாகணும்னா, அவனோட மூள எப்பேர்ப்பட்ட மூள.’

‘இனிமேப்பட நம்ம ஊருக்கு வெள்ளக்காரன் வரமாட்டானா?’

‘சொதந்திரம் குடுத்திட்டு அவனோட நாட்டுக்கே போயிட்டான்னா பெறகு எப்பிடி வருவான், வந்தாலும் விடமாட்டாங்க.’

இருவரும் ஊருக்குள் நுழைந்தபோது மேலக்களத்தில் இரண்டு மூன்று கார்கள் நிற்பது தெரிந்தது. வரிசைப்பனைகளை வெட்டி ஒத்தையடிப் பாதையை வண்டிப்பாதையாக மாற்றிய பிறகுதான் கார்கள் ஊருக்குள் வந்திருக்கின்றன. முந்தியெல்லாம் கண்மாய்கரை கலுங்கலுக்கு அந்தப் பக்கமே கார்கள் நிற்கும். அதிகாரிகள் நடந்தேதான் ஊருக்குள் வரவேண்டும். கார்களின் முன்னால் கொடிகள் பறந்துகொண்டிருந்தன. வந்திருந்தவர்கள் அனைவருமே கொக்கு கூட்டங்களைப் போல் வெள்ளைவெளேரென்று உடை உடுத்தியிருந்தார்கள். சுச்சி நாயக்கர்தான் ஏதேதோ பேசிக் கொண்டிருந்தார். அவர் பக்கத்தில் சின்னாத்துரை மட்டும் நின்று கொண்டிருந்தான். சுச்சி நாயக்கர் சொன்ன விஷயங்களில் பாதி புரிந்தது பாதி புரியவில்லை. ரொம்ப நேரம் பேசிவிட்டு கூட வந்தவர்களுடன் தெலுங்கில் பேசியபடியே, அனைவரும் காருக்குள் ஏறி உட்கார கார்கள் ஒவ்வொன்றாகப் புறப்பட்டுச் சென்றன. சின்னாத்துரையைச் சுற்றி கூட்டம் கூடிநின்றது. சுச்சி நாயக்கர் சொன்ன விஷயங்களில் புரியாதவற்றை சின்னாத் துரை புரியும்படி சொல்லிக்கொண்டிருந்தான்.

சுச்சி நாயக்கரைப் போலவே சின்னாத்துரை நன்றாகப் பேசக் கற்றுக்கொண்டதோடு அவர்களை மாதிரியே வெள்ளை வேஷ்டியும் வெள்ளைச் சட்டையும் போடக் கற்றுக்கொண்டான். இன்னும் கொஞ்ச நாளில் அவர்களைப் போலவே கழுத்தில் செயினும் கைவிரல்களில் மோதிரமும் போட்டுவிடுவான் போலத் தெரிந்தது அவனது நடவடிக்கைகள். பணம் எப்போதும் அவன் கைகளில் இருந்தது; வாயில் எப்போதும் பேச்சு இருப்பது போல. சின்னாத் துரையைச் சுற்றிலும் ஒரு கூட்டம் நின்று கொண்டிருந்தது. கார்களில் வந்துபோனவர்கள் சொன்னதில் புரியாத சில விஷயங்களைப் புரிய வைத்துக் கொண்டிருந்தான்.

‘அதாவது முந்தியெல்லாம், நம்ம ஊருக்கு என்ன வேணுமோ அரண்மனைக்குப் போவம், மந்திரியப் பாப்பம், இல்ல மகராஜாவப் பாப்பம், இனிமேப்பட நம்ம யாரையும் போயி பாக்க வேண்டிய அவசியமில்ல. ஏம்னா நம்மளே மந்திரி, நம்மளே ராஜா.’

'அப்படின்னா?'

'நம்ம ஊரு ஆட்க எல்லாரும் சேர்ந்து பொருத்தமான ஒரு ஆள நம்மளே தேர்ந்தெடுத்துக்கிறலாம். ஊரு ஊருக்கு இதே மாதிரி ஒரு ஆள தேர்ந்தெடுத்துக்கிறலாம், அதுக்குப் பெறவு நாடு பூராவும் சேர்ந்து ஒரு முப்பது நாப்பது போர்த்த தேர்ந்தெடுத்து குடுத்துரு வாங்க, அவங்க நாட்ட ஆள்வாங்க. ஊருக்கு என்ன வேணுமோ நம்ம அவங்ககிட்டப் போயி சொன்னாப் போதும் ஒடனே அதிகாரிங்க இங்க பறந்து வந்து நிப்பாங்க.'

'அப்ப வரி அரண்மனைக்குக் கெடையாதா?'

'வரி வாங்க நம்ம ஊர்லயே ஆட்கள நியமிச்சிருவாங்க. ஒரு தலையாரி, ஒரு கணக்குப்பிள்ள, ஒரு கெராமுன்சு.'

'ஏற்கனவே அரண்மனைக்கு வரி வாங்குனவங்க, இனிமேப்பட அரசாங்கத்துக்கு வரி வாங்குவாங்க. அப்பிடித்தான!'

'அதே தான்.'

'எப்ப தேர்ந்தெடுக்கப் போறாகளாம்?'

'அதுதான் ஊரு ஊருக்குச் சொல்லிட்டுப் போறாக, எந்த ஊர்லயாவது, நான் நீனு போட்டி வந்துட்டா மட்டும் ரகசியமா ஓட்டுப்போட்டு, ஆருக்கு ரொம்ப ஓட்டோ அவங்கள ஊர்த் தலைவருனு தேர்ந்தெடுப்பாங்க.'

ஒத்தையடிப்பாதை வண்டிப்பாதையாக மாறிய பிறகு வண்டி மாடுகள் போய் வருகிறதோ என்னவோ அடிக்கடி அரசாங்கத்தின் ஜீப்கள் ஊருக்குள் வரத் தவறவில்லை. மேலக்களத்தில் நிற்கும் ஜீப்பைச் சுற்றிலும் கூடி நிற்கும் ஊர்மக்கள். முதல் ஆட்களாக சின்னாத்துரையும் மூக்காண்டியும் அதிகாரிகளுடன் பேசி மக்களுக்கு விளக்கம் சொல்லிக் கொண்டிருந்தார்கள்.

'அதாவது நம்ம தோட்டம் காடு கரைகளச் சுத்தி பாதுகாப்பா வேலி இல்லாததால் ஆடு மாடுகளால அழிச்சாட்டம் நெறய்ய ஆகுதாம். அடுத்து இருக்கிற மரங்களப் பூராத்தையும் வெட்டி தீ எறிச்சிட்டா மழ இல்லாமப் போயிருமாம். அதனால வேலிக்கும், வெறகுக்கும், நமக்காக வேற நாட்லருந்து ஒரு மரத்தோட வெதைகள நம்ம நாடு வாங்கி சம்சாரிகளுக்கு இலவசமா குடுக்கச் சொல்லியிருக்காம். நம்ம ஊர்ல எல்லாரும் போயி கோயில்பட்டி விவசாய ஆபிஸ்ல இலவசமா வாங்கிக்கிறலாம்னு சொல்றாங்க.'

ஜீப்புக்குள்ளிருந்து வேகமாக கீழே இறங்கிய ஒரு அதிகாரி மக்களிடம் பேசினார். எல்லாரும் மௌனமாகவும் கவனமாகவும் கேட்டுக்கொண்டிருந்தார்கள்.

‘இப்ப ஒங்க கண்மாய்ல, ஊருணியில, குளம், குட்டையில மீன்க கெடக்குது. இது எல்லாமே நம்ம நாட்டு மீன்க, கண்மாய் குளம் அழியும்போது மட்டும்தான் ஒங்களுக்கு நாட்டு மீன் கெடைக்குது. மீன் உணவு ஒங்களுக்கு வருஷம் பூராவும் கெடைக்கணும்னு வெளிநாட்லருந்து மீன்குஞ்சுகள வாங்கியாந்து ஒங்களுக்கு இலவசமா குடுக்கச் சொல்லி அரசாங்கம் உத்தரவு போட்டிருக்கு. அதனால சம்சாரிக எல்லாரும் நாளைக்கே கோயில்பட்டிக்கு வந்து எங்க ஆபிஸ்ல பேரச் சொல்லிப் பதிஞ்சிட்டு வேலிமரத்து விதையவும் மீன்குஞ்சுகளையும் இலவசமா வாங்கிட்டுப் போங்க. அதுகள எப்பிடி தரையில ஊன்றனும், மீன்குஞ்சுகள எப்பிடி கெணறுகள்ல விட்டு வளர்க்கணும்னு அதிகாரிங்க சொல்லிக் குடுப்பாங்க.’

ஜீப் மறைந்துவிட்டது. நாளைக்கு கோயில்பட்டிக்கு கூட்டிப் போக சின்னாத்துரையும் மூக்காண்டியும் பெயர்களை எழுதிக் கொண்டிருந்தார்கள். சம்சாரிகள் முண்டியடித்துக் கொண்டு பெயர்களைப் பதிவு செய்தார்கள்.

கோயில்பட்டி விவசாய ஆபிஸில் கூட்டம் அலைமோதியது. எல்லா ஊர்களிலிருந்தும் சம்சாரிகள் வந்திருந்தார்கள். ஊர் வாரியாகப் பேர் வாசித்து வந்திருந்தவர்களை வரிசையில் நிறுத்தி ஒழுங்குபடுத்தினார்கள். சின்னாத்துரையும் மூக்காண்டியும் மேற்பார்வையாளர்களைப்போல் வெள்ளையும் சொள்ளையுமாக அலைந்தார்கள். ஒவ்வொரு சம்சாரிக்கும் பத்தே பத்து விதைகளும், பத்துப் பத்து மீன்குஞ்சுகளும் கொடுத்தார்கள். தீபாராதனை முடிந்து திருநீறு கொடுக்கும் குருக்களிடம் பவ்யமாக கைநீட்டி நிற்கும் பக்தர்களைப் போல் வரிசையில் நின்றார்கள் சம்சாரிகள். கோயில் பட்டி போய் விதைகளும் மீன்குஞ்சுகளும் வாங்கிக்கொண்டு கூட்டமாக வந்துகொண்டிருந்தார்கள். குப்பாண்டிசாமி தன்னுடைய சமாதியின் முன்னால் நின்று உற்றுப் பார்த்தது. மனசுக்குள் சிரிப் பாணியை அடக்கிக்கொண்டது.

‘யேல, யே... கருவாப்பயல, அந்த வெதைய இங்க கொண்டாடா பாப்பம், மரக்கன்னா குடுக்காம வெதையாவா குடுத்தான்?’

பாதையைவிட்டு விலகிய கருவாயன் குப்பாண்டிசாமியிடம் விதைகளைக் காட்டினான். அசல் புளிய முத்துக்களைப் போல் கெட்டியாக இருந்த விதைகளை கைகளால் தொட்டுப் பார்த்தார் குப்பாண்டிசாமி. சின்ன மண் கலயத்துக்குள் நீந்தித் திரிந்த மீன் குஞ்சுகளையும் ஆச்சரியமாகப் பார்த்தார் சாமி. நம்ம நாட்டு மீன்குஞ்சுகளைப் போல் நீளமாக இல்லாமல் குட்டைகுட்டையாக

பூச்சிகளைப் போல் நீந்திக்கொண்டிருந்தவற்றை உற்றுப் பார்த்தார்.

'என்ன சொல்லிடா குடுத்தாங்க?'

'கெணத்துல, கண்மாயில, ஊருணியில எதுலனாலும் விடச் சொன்னாங்க. அதே மாதிரி இந்த வெதைகள காடுபூராவும் போடச் சொன்னாங்க.'

கருவாயன் குப்பாண்டிசாமியிடம் பேசிக்கொண்டிருப்பதைப் பார்த்ததும், மர விதைகளையும் மீன்குஞ்சுகளையும் பார்ப்பதற் காக ஒரு கூட்டம் கூடிவிட்டது. போட்டி போட்டுக்கொண்டு அதிசயமாகப் பார்த்தார்கள். குப்பாண்டிசாமி வேடிக்கை பார்ப்பவர் களைப் பார்த்தபடியே நின்றுகொண்டிருந்தது. சாமிக்கு ஒரு விஷயம் பிடிக்கவில்லை என்றால் பற்களைக் கடிக்கும். இப்போது நெறுநெறுவென்று பற்களைக் கடிக்கும் சத்தம் கேட்டது. மொத்தக் கூட்டமும் குப்பாண்டிசாமியின் முகத்தை உற்றுப் பார்த்து நின்று கொண்டிருந்தது.

'சனியன் பலரூபத்துல வரும். நம்ம ஊருக்கு இப்ப சனியன் வர ஆரம்பிச்சிருச்சு, இனிமேப்பட ஊருக்கு அழிவு காலம்தான்.'

'ஏ... பண்டாரத் தாயோளி, என்ன வார்த்த பேசுற? ஒனக்குத் தான் அழிவு காலம் வரலையேனு உக்காந்திருக்க, ஊருக்கு எதுக்கு அழிவுகாலம் வரச் சொல்ற? சனியன் ஒன்னயத்தான் புடிச்சிருக்கு.'

'கவனமா கேளுங்கடா, மொதச் சனியன் சுச்சி நாயக்கருங்கிற உருவத்துல வந்தது. ரெண்டாஞ் சனியன் எங்கேயிருந்தும் வரல நம்ம ஊருக்குள்ளயே உருவாகியிருச்சு. ரெண்டு வேகாரிப் பயக சின்னத்தொர, மூக்காண்டி. மூணாவது சனியன்தான் இந்த வெதைகளும் மீன்குஞ்சுகளும். இன்னும் எத்தன சனியன் வரப் போகுதோ, எந்தெந்த ரூபத்துல வந்து என்னென்ன அழிச்சாட்டம் பண்ணப் போகுதோ? கடவுளே இந்த உருளகுடி ஊர நிய்யிதான் காப்பாத்தணும்.'

'இங்க கேளு, நிய்யி பேசுற பேச்சு சின்னாத்தொரைக்கும் மூக்காண்டிக்கும் தெரிஞ்சது, அம்புட்டுத்தான். இங்னயே ஒன்னய குழிதோண்டிப் பொதச்சிருவாங்க.'

'சீக்கிரம் பொதையத்தான்டா தயாரா கல்லற கட்டி வச்சிட்டு உக்கார்ந்திருக்கன். நடக்கப் போற கண்ணராவிக எல்லாத்தையும் நல்லாப் புரிஞ்சுக்கிட்டன். அத என் கண்ணால பாக்கும் முன்னாடி போய்ச் சேந்துறணும்.'

'தெனம் தெனம் இப்பிடித்தான் சொல்ற, என்னத்தையாவது தின்னுட்டுச் சாக வேண்டியதான்.'

'அப்பிடி ஒரு முடிவு எடுக்க வேண்டிய காலம் இன்னும் வரல அதுவும் நடக்கலாம்.'

சமாதியின் முன் கூடியிருந்த கூட்டம் கொஞ்சங் கொஞ்சமாக கலைந்து போனது. குப்பாண்டிசாமி முகம் குராவிப் போய் தனிமையில் உட்கார்ந்திருந்தது. வலது பக்கம் பூவரச மரநிழலின் குளுமை தரையில் படர்ந்திருந்தது. மஞ்சள்பூக்கள் துணிப்பாய்த் தெரிந்தன. வாலைத் தூக்கிக் கொண்டு அணில் ஒன்று ஓடி மறைந்தது. நிழல் குளுமைக்கு காக்கைகள் அமர்ந்து இளைப்பாறிக்கொண் டிருந்தன.

இப்போது உருளைக்குடி ஊரில் அதிகார வளையங்கள் உலா வந்தன. அரண்மனைக்குள் அடைபட்டுக் கிடந்த அதிகாரம் பல்லுருக்கொண்டு பக்கத்தில் வந்து தங்கிக்கொண்டது. அதிகாரத்தைப் பார்க்கவும், அதிகாரத்திடம் பேசவும், அதிகாரத்திடம் உதவிகள் கேட்கவும் காத்துக் கிடந்த மக்களின் தோள்களில் வந்து அதிகாரம் உட்கார்ந்துகொண்டது. உறவு பாராட்டியது. தொட்டுவிடும் தூரத்தில் நடமாடியது. முத்து மகன் சின்னாத்துரை பஞ்சாயத்து தலைவராகிவிட்டான். அவனுடைய சேக்காளி மூக்காண்டி சின்னாத்துரையின் சீடனாகிப் போனான். ஊரில் சின்னாவும் மூக்காவும் சொன்னதை மக்கள் நம்பினார்கள்.

அடுத்து குமாரசாமி ரெட்டியார் கிராம முன்சீப்பாகவும், கோமதி நாயகம்பிள்ளை கா்ணம் என்கிற கணக்குப்பிள்ளை யாகவும், குருசாமித் தேவர் தலையாரியாகவும் அதிகாரம் பெற்றார்கள். இவர்கள் ஐந்து பேரும் அதிகாரத்தை வைத்துக் கொண்டு அதிகாரம் பண்ணினார்கள். ஆனால் எந்தவித அதிகாரமும் இல்லாமல் பாதிரியாரின் பின்னால் திரியும் சா்ச்சுக்கு மணியடிக்கும் இச்சியனின் மகன் பெரிய அளவில் அதிகாரம் பண்ணிக்கொண்டு திரிந்தான். ஊருக்கே தலைவராகிவிட்ட பின்னர் கல்யாணம் பண்ணாமல் இருக்கலாமா? சின்னாத்துரையின் திருமணமும் நடந்தது. தாலியில்லை, அய்யர் இல்லை, பூ இல்லை, பொட்டு இல்லை, கோயில் இல்லை, மேளதாளம் இல்லை. சுச்சிநாயக்கர் தலைமையில் மணமக்கள் இருவரும் மாலை மாற்றிக்கொண் டார்கள்.

தினமும் வேதக் கோயிலில் மணி ஒலித்தது. தினமும் குப்பாண்டி சாமியின் முன்னால் கூட்டம் கூடியது. தினமும் அரசாங்க அதிகாரிகள் கார்களில் வந்தார்கள், போனார்கள். தினமும் சின்னாத் துரையும் மூக்காண்டியும் வெளியூர் போனார்கள். எங்கே போகிறார்கள், எதற்குப் போகிறார்கள், இரண்டு மூன்று நாட்கள்

எங்கே தங்குகிறார்கள் என்பதெல்லாம் யாருக்கும் தெரியாது. ஆனால் இருவருமே கரகாட்டக்காரி தச்சநல்லூர் சாரதா வீட்டுக்குப் போய் தங்குகிறார்கள் என்று ஒரு பேச்சு உண்டு. ஆனால் அதிகாரத் திடம் போய் சாமான்யர்கள் கேள்வி கேட்க முடியுமா என்ன?

அரசாங்கம் இலவசமாகக் கொடுத்த வேலிக் கருவேல விதை களும் மீன்குஞ்சுகளும் இரு பெரும் அதிகாரங்களாக காலூன்றி வளர்ந்து வருவதை சம்சாரிகள் உணரவில்லை. விதை ஊன்றிய சில மாதங்களிலேயே வேலிச் செடிகள் நிலத்தை ஆக்ரமிக்கத் தொடங்கி விட்டன. நட்டவிதைகள் எல்லாமே எந்தச் சேதாரமும் பாடு பாசியும் இல்லாமல் முளைத்துவிட்டன. முளைக்கும் போதே முற்களுடன் முளைத்த வேலிக்கருவேல மரங்களை மக்கள் ஆச்சரியமாகப் பார்த்தார்கள். தண்ணீர் ஊற்றாமலேயே கரும்பச்சை நிறத்தில் அடர்ந்து படர்ந்த மரம் அசுர வேகத்தில் வளர்ந்து பூமியில் பரவியது. யாருமே தண்ணீர் ஊற்றவில்லை. ஆனாலும் கொஞ்சம் கூட வாட்டமில்லை. எப்போதும் குழந்தை உண்டாகி யிருக்கும் பொம்பிளையின் முகத்தைப் போல் செழிப்பாகத் தெரிந்தது. ஆடு மாடுகள் போன்ற கால்நடைகள் வேலிமரத்தின் பக்கம் போய் முகர்ந்துகூடப் பார்க்காததுதான் சம்சாரிகளை திகைக்க வைத்தது.

விஷச் செடியாக இருந்தாலும், வாய் வைக்க முடியாத கசப்பான வேப்பங்குழையாக இருந்தாலும் போகிற போக்கில் ரெண்டு வாயாவது கடித்து விட்டுப்போகும் வெள்ளாட்டுக் கூட்டம்கூட முகர்ந்து பார்க்கவில்லை. ஆறுமுக ரெட்டியார் அடிக்கடி சொல்வார்.

'நம்ம நாட்டு மரம் செடி கொடினா திங்கும். அதுகளோட ருசி ஆடுகளுக்குத் தெரியும். எப்பிடியிருந்தாலும் இது புதுசுதான. இனிமேத்தான் கொஞ்சங் கொஞ்சமா தின்னு பழகும். இப்ப நமக்கு கோதுமைனா என்னனே தெரியாது. அதப் போய் சாப்பிடுனா எப்பிடி திடு திப்னு சாப்புட முடியும். நாக்கு ஒத்துக்கிடணுமில்ல. அது மாதிரிதான்.'

'கடிச்சுக் கூடப் பாக்க மாட்டேங்கு. மொகர்ந்து பாத்துட்டு தூரப் போயிருது, ஒரு வேள வெஷச் செடிகளோ என்னமோ, ஆரு கண்டது.'

'கவுருமெண்டே மெனக்கெட்டு இன்னொரு நாட்லருந்து கொண்டாந்து இலவசமா குடுத்திருக்கு, வெஷச் செடியா நல்ல செடியானு பாக்காமயா கொண்டாந்திருக்கும்.'

ஊர்ப்பொதுமடத்திற்கு முன்னால் கூட்டம் கூடியிருந்தது. வெளியாட்கள் இருவருடன் சின்னாத்துரையும் மூக்காண்டியும்

நின்றார்கள். வெளியாட்களின் கையில் நீள அகலத்தை அளக்கக் கூடிய அளவு நாடா இருந்தது. சின்னாத்துரையும் மூக்காண்டியும் எதிரெதிராக நின்றுகொண்டு அளவு எடுக்க, வெளியாள் தாளில் குறித்துக்கொண்டே வந்தார். சுற்றிச்சுற்றி அளந்து முடித்தபின் வெளியாட்கள் இருவரும் காரில் புறப்பட்டுச் சென்றனர். ஊர்மக்கள் யாருக்கும் என்ன ஏது என்றுகூடத் தெரியவில்லை. நரியன் தான் மெதுவாக பேச்சை ஆரம்பித்தான்.

'யேல சின்னா, என்னடா மூலை மூலைக்கு வேப்ப மரத்தச் சுத்திச் சுத்தி அளந்தீகளே எதுக்குடா?'

'சின்னய்யா, இந்த எடத்துல கவுருமெண்ட் கோழிப்பண்ணை கட்டப் போகுது, அதுதான் அளந்துட்டுப் போறாக.'

'யேல, இந்த வேப்ப மரங்க ரெண்டு நிக்குதே, எப்படிடா இங்ஙன கோழிப்பண்ண கட்ட முடியும்.'

'வேப்பமரம் ரெண்டும் குளோஸ். நாளைக்கே வெட்டி அப்புறப் படுத்திருவம். நிய்யி இனிமேப்பட பதினைந்தாம் புலி ஆட்டம் ஆடனும்னா மொட்டப் பாறைக்குப் போ.'

'அட, பாவிப்பயகளா, ஊரச்சுத்தி எவ்வளவு எடம் கெடக்கு அதையெல்லாம் விட்டுட்டு, மரத்த வெட்டிட்டு அந்த எடத்துல தாம் கட்டணுமாடா? வேற எடத்துல கட்டச் சொல்லுங்கடா.'

'அதாவது சின்னையா, கோழிப்பண்ணையக் கொண்டு போயி தூரம் தொலவட்ல நடுக்காட்ல கட்ட முடியுமா? நம்ம கண் பார்வையில இருக்கணும்.'

போவோர் வருவோருக்கெல்லாம் நிழல் தந்ததோடு, எந்த நேரமும் ஏழெட்டுப் பேர் உட்கார்ந்து கதை பேசவும், ஆடுபுலி ஆட்டம் ஆடவும், சிறுவர்கள் விளையாடவும் நிழல் தந்து கொண்டிருந்த இரண்டு வேப்பமரங்களும் இல்லாத அந்த இடத்தைக் கற்பனை செய்து பார்த்தான் நரியன். எவ்வளவு பெரிய மரங்கள். கோடை வெய்யிலுக்குத் தளிர்த்து, குடைபிடித்தாற்போல் நிற்கும். அதனடியில் எப்போதும் ஆட்கள் நிறைந்திருப்பார்கள். மரத்துக்கடியில் உதிர்ந்த வேப்பம் பூக்கள் வெள்ளை வெளேரென்று தரை முழுக்க நிறைந்து கிடக்கும். கொஞ்ச நாட்களிலேயே பூக்கள் சரம்சரமாக காய்களாக மாறி பச்சைநிறத்தில் தொங்கும். காய்கள் அனைத்தும் பழமாக மாறி மஞ்சள் நிறமாகத் தொங்கும்போது, பறவைகளின் கெச்சட்டம் கேட்கத் தொடங்கும். காக்கைகளும் மைனாக்களும் தின்று துப்பிய தோடுகள் சொட்சொட்டென்று தரையில் விழுந்துகொண்டேயிருக்கும். வெள்ளை வெளேரென்று

தரையில் புள்ளிபுள்ளியாகப் பரவிக் கிடக்கும் பறவை எச்சங்களில் வேப்ப முத்துக்கள் ரெண்டு மூன்றாய் ஒட்டிக்கிடக்கும். இனிமேல் பனையேறிகள் தர்மரும், விடுகும், வேலும், துருத்தனும் உறங்கு வதற்கு வேறு நிழல் தேடவேண்டும்.

கோழிப்பண்ணையைப் பற்றி சின்னா விளக்கம் சொல்லிக் கொண்டிருந்தான். ஏழெட்டுப் பேர் கடப்பாரை மண்வெட்டி யுடன் மரத்தூரில் தோண்டிக் கொண்டிருந்தார்கள். நாள்ப்பட்ட மரங்களாகையால் ஆணி வேர்கள் பூமியின் ஆழத்துக்குள் நீண்டு சென்றிருந்தன.

'அதாவது ஒவ்வொரு பஞ்சாயத்துலயும் கட்டாயம் ஒரு கோழிப் பண்ணை கட்டணுமாம். ஏம்னா இந்தக் கோழிகளோட கறி ரொம்ப சத்தா இருக்குமாம். இந்தக் கோழிக முட்டை மட்டும்தான் இடும். அடை காக்காது. குஞ்சு பொறிக்காது.'

'யேல, ஏய் சின்னா, ஓம் பெறட்டுத்தனத்த வேற எங்கயும் போயி காட்டு, சும்மா முட்டாப் பயககிட்ட பேசுறது மாதிரி பேசாத,'

'அட காக்காம, குஞ்சு பொரிக்காம முட்ட எப்பிடில வரும்.'

'சின்னையா அவங்க சொன்னதத்தான் நான் சொல்றன், கோழிக் குஞ்சுகளும், அதுக்கான தீவனமும் கொண்டாந்து குடுத்திருவாங் களாம், சேவல் கெடையாதாம். குஞ்சுக வளர்ந்ததும் முட்டை போட ஆரம்பிச்சிருமாம், ஒரு நாளைக்கு ஒரு கோழி ரெண்டு மூனு முட்டகூட போடுமாம். வெய்யில் ஆகாதாம். எந்நேரமும் குளுகுளுனு இருக்கனுமாம், தரையில மரத்தூள்களப் பரப்பி தண்ணி தெளிச்சு வைக்கணுமாம்!'

'சொல்றவன் சொன்னாலும் கேக்கிறவனுக்கு புத்தி வேணும்டா. அப்பிடியே நம்பிறதுதானா, ஆம்பள இல்லாம பொம்பள எப்பிடிடா புள்ளப் பெறுவா? ஒங்க அப்பன் ஒங்க ஆத்தாள ஏறப் போய்த்தானல நீ பெறந்திருக்க, சிரிக்கிபுள்ள.'

நரியனின் பேச்சைக் கேட்டுக்கொண்டிருந்தவர்கள் பலமாகச் சிரித்தார்கள். மூக்காண்டியும் சேர்ந்து சிரித்தான். ஆனாலும் விடவில்லை, தொடர்ந்து பேசினான் சின்னா.

'இது மட்டுமில்ல சின்னையா, மாடுகளுக்கு மட்டும் வைத்தியம் பாக்க மாட்டாஸ்பத்திரி ஒன்னு வரப்போகுதாம். அதுக்கும் எடம் பாக்கணும், கன்னுக்குட்டி கவர்மெண்டே குடுக்குமாம், சினை யாக்குறதுக்கு கிடாரி வேணாமாம், டாக்டர் ஊசி போடுவாராம். மாடுக சினையாகி குட்டி போட்டு பால் தருமாம், ஒவ்வொரு மாடும் பத்துப்படி இருபது படி பால் குடுக்குமாம். பாலும் திக்கா

இருக்குமாம்.'

'அப்ப இனிமேப்பட ஆம்பளைகளே வேணாம், பொம்பளைக தானா கொழந்த பெத்துருவா, அப்பிடித்தான? அப்படினா கல்யாணம் காச்சி, குடும்பம் எல்லாம் எதுக்கு? புள்ள வேணும்னா பொம்பளைக போயி ஊசி போட்டுக்கிற வேண்டியதான், புள்ளய பெத்துக்கிற வேண்டியதான்.'

'சின்னய்யா முட்டாத்தனமா பேசாத! நானும் மூக்காண்டியும், போயி பாத்துட்டு வந்துதான் பேசுறம்.'

'ஒங்க ஆத்தா இதுல போயி பாத்திருப்ப, எங்கல போயி பாத்த?'

'சின்னமலைக் குண்டுல போயி கோழிப்பண்ணையப் பாத்தோம். முட்டைக ஒவ்வொன்னும் இத்தாந்தண்டி இருக்கு. தூங்கா நாயக்கர்தான் கோழிகளப் பாத்துக்கிறாரு, முட்டைகள பெறக்கிக் கிட்டே இருக்காரு, கோழிக முட்டைபோட்டுக்கிட்டே இருக்கு. சத்தியமா சேவல் கெடையாது.'

'சரி, இன்னியும் சொல்ல வேண்டியதச் சொல்லுடா நான் கேக்கன்.'

'வங்கார்பட்டியில மாட்டுப் பண்ணைகளப் பாத்தோம். அந்த மாடுகளப் பாத்தா ஒவ்வொன்னும் சப்பரம் போல இருக்கு. மடுவப் பாத்தா சாக்குமூட்டை கெணக்கா, காம்புக ஒவ்வொன்னும் மிதுக்கம் பழம் கெணக்கா, சட்டி சட்டியா பால் பீச்சி முடியல. எவ்வளவு பீச்சினாலும் மடு வத்தவே மாட்டங்கு.'

'மாடு சினையாக கிடாரி வேணாம், அப்பிடித்தானே!'

'சத்தியமா சொல்றன் கிடாரி வேணாம். தாயோளி நம்பவே மாட்டங்கியே, டாக்டர் வந்து, உள்ள கைய ஒட்டி ஊசி போடுறாரு, மாடுக சினையாகிப் போகுதுங்க.'

வேப்பமரம் சாயப் போவதாக மரம் வெட்டுபவர்கள் சொன்ன வுடன் கூட்டம் சிதறி ஓடியது. ஒரே ஒரு வேரின் பிடியில் மட்டும் மரம் ஆடிக்கொண்டிருந்தது. மேற்குப் பக்கம் சாய்ப்பதற்காக மர உச்சியில் கயிறு கட்டி கூடிநின்று இழுத்தார்கள். சட சடவென்று சத்தம் எழுப்பியபடி பூமி அதிர தரையில் விழுந்தது. கூடிநின்ற சிறுசுகள் ஓடிவந்து மரக்கிளைகளில் ஏறி ஆட்டம் போட்டனர். வெறித்துப் போன அந்த இடம் விகாரமாய்த் தெரிந்தது. அடுத்த மரத்தை வெட்டுவதற்காக வசம் பார்த்தார்கள். நாளைக்குள் இடம் ஒதுக்கித் தர வேண்டும் என்று மூக்காண்டி சொல்லிக் கொண் டிருந்தான். நரியன் பேசாமல் பார்த்துக்கொண்டிருந்தான்.

'சின்னய்யா, கோழி மேய்க்க ஒரு ஆள் வேண்டியதிருக்கு. நிய்யி

சரின்னு சொன்னா, ஒன்னய சேத்துக்கிறச் சொல்லிறன், சம்பளம் கவுருமென்ட் சம்பளம், தெனம் முட்டையாபொரிச்சுப் பொரிச்சு திங்கலாம், என்ன சொல்ற சின்னையா?'

'யேல, சின்னா எனக்கு சம்பளமெல்லாம் வேண்டாம்டா, சும்மாவே மேய்க்கன், ஆனா கோழிய மேய்க்க மாட்டன். ஒங்க ஆத்தாள வேணும்னா மேய்க்கன், ஒங்க அப்பனும் செத்துப் போயிட்டான்.'

'கெழட்டுக்... மகனுக்கு என்னமாச்சு வேல குடுப்பம்னு பாத்தா, தாயோளிக்கு அகராதியப் பாரேன்.'

கூடியிருந்த அத்தனை பேரும் கை தட்டிச் சிரித்தார்கள். நரியன் பேச ஆரம்பித்தான்.

'யேல, ஏய்... சின்னப் பயகளா நீங்க வேல குடுத்து நான் செய்யவால? யேல, நான் பரம்பரச் சம்சாரில, இன்னைக்கும் காடுகரைகள்ல பாடுபட தெதியிருக்கு, பத்துப் பேரோட சரி சமமா வேல செய்ய தெம்பு இருக்கு. தாயோளி என்னயப் போயி கோழி மேய்க்க வாரயானு கேக்கயே, ஒனக்கு கல்யாணம் முடிஞ்சு இத்தனை வருஷமாச்சு ஒரு புள்ள பூச்சி இல்ல. ஒங்க தலைவரு சுச்சி நாயக்கருக்கும் புள்ள கொல்லி இல்ல. நீங்க ரெண்டு பேரும் ஒங்க பொண்டாட்டிமாருகள கூட்டிட்டுப் போயி ஊசி போடுங்க, புள்ளப் பெறக்கானு பாப்பம். தாயோளி ஆருகிட்ட வந்து கத விடுறங்க. சேவல் இல்லாம பொட்டக் கோழி முட்ட இடுதாம், கிடாரி ஏறாம மாடுக கன்னுக்குட்டி போட்டு பால் குடுக்குதாம், அப்புறமென்ன ஆம்பள இல்லாம பொம்பள புள்ளப் பெற வேண்டியதான? போங்க போயி ரெண்டு பேரும் பொண்டாட்டி களுக்கு ஊசி போடுங்க.'

கூட்டம் கெக்கெலி போட்டுச் சிரித்தது. மரம் வெட்டுகிற அந்த இடம் கலகலப்பாக மாறிக்கொண்டிருந்தது. நரியன் அதட்டினான்.

'யேல, சிரிக்கிற பயக, நான் சொல்றது தப்பா ரைட்டானு சொல்லுங்க, அதுக்குப் பெறவு சிரிங்கல.'

'இங்க கேளு சின்னய்யா, அதுவும் உண்மைதான், ஆம்பள இல்லாம பொம்பள புள்ளப் பெற முடியும், வெள்ளக்காரங்க நாட்லயெல்லாம் வந்திருச்சு, இனிமே இங்க வரும்.'

இரண்டாம் மரத்தை சாய்க்கப் போவதாகச் சொன்னவுடன் கூட்டம் நாலாபுறமும் சிதறி ஓடியது. மேற்கே நின்றுகொண்டு கயிற்றை இழுத்தார்கள். மரம் கிழக்கும் மேற்கும் ஆடி ஒரு வழியாக பெரும் சத்தத்துடன் மேற்காமல் சாய்ந்தது. மூளியாய்போன அந்த

வெற்றிடத்தை நரியன் வருத்தத்துடன் பார்த்தான். சீக்கிரம் கொப்புகளை வெட்டி ஒதுக்கும்படி சின்னாத்துரை மரம் வெட்டு பவர்களை அதட்டிக்கொண்டிருந்தான். நரியன் சோகமாகப் பேசினான்.

'யேல, ஏ... சின்னாப் பயல, இந்த ரெண்டு மரமும் ஆரு வச்ச மரம்னு தெரியுமால ஒனக்கு. ஒங்க தாத்தா எலியன் வச்சு வளர்த்தது. ஒங்க தாத்தா செத்துப் போனப் பெறவு, ஒங்கப்பன் முத்து வளர்த்தது. கண்மாயிலருந்து தண்ணி சொமந்தாந்து ஊத்துவான் ஒங்கப்பன். அது வளர்ந்து வேர்ப்போடுற வரைக்கு தண்ணி சொமந்து சொமந்து ஒங்கப்பன் தலையில சொட்ட விழுந்து போச்சு, இப்ப என்னடானா நான்தான் ஊருக்கே தலைவர்னு சொல்லிட்டு செத்த நொடியில மரத்த வெட்டிக் கீழ விழுத்தாட்டிட்ட, கீழ விழுந்து கெடக்கிறது ரெண்டும் வேப்ப மரமில்லடா, ஒன்னு ஒங்க தாத்தன், இன்னொன்னு ஒங்க அப்பன் முத்து.'

இரண்டு வேப்ப மரங்கள் இருந்த இடத்தில் கோழிப் பண்ணை கட்டி முடிக்கப்பட்டது. சங்குகளுக்கு உயிர் வந்து நடமாடினால் எப்படியிருக்குமோ அப்படி ஓடித் திரிந்தன கோழிக்குஞ்சுகள். அரசாங்கம் கொடுத்த மீன்குஞ்சுகளுக்கு சம்சாரிகள் சிலேபிக் கெண்டை என்று பேர் வைத்துக்கொண்டார்கள். அதிகாரிகள் சொன்ன பேர் திலேபியா. சிலேபிக் கெண்டைகள் கிணறுகளிலும் குளங்களிலும் ஊரணிகளிலும், கண்மாய்களிலும் கெலித்து வளர்ந்தன. சீமைக் கருவேல மரம் என்று பேர் வைத்துக்கொண்ட அந்த முள்செடி ஓடைகளையும் கண்மாய்க்கரைகளையும் மறைத்துக் கொண்டு செழித்து வளர்ந்தது. லெக்கான் கோழி, சிலேபிக் கெண்டைமீன், சீமைக்கருவேல மரம் இவைகளைப் போலவே செழித்து வளர்ந்து வந்தார்கள் சின்னாத்துரையும் மூக்காண்டியும்.

கோழிகளைப் பராமரிக்க பஞ்சாயத்து செலவில் ஒரு ஆளை நியமித்துக்கொள்ளலாம் என்று அரசு அறிவித்தவுடன் சின்னாத்துரை நியமித்த அந்த ஆள் கீழத் தெரு பூவியின் புருஷன் சடையன். முதல் முறையாக ஊர் முணுமுணுத்தது.

'சின்னாவுக்கு ரொம்ப தோதாய் போச்சில்ல. சடையன் ராப்பகலா கோழிகளுக்கு பண்டுவம் பண்ண வேண்டியதான், இவன் நெனச்ச நேரம் போயி பூவிக்கு பண்டுவம் பண்ண வேண்டியதுதான், ரொம்ப தோதாப் போச்சில்ல.'

'அதக் கணக்குப் பண்ணித்தான சடையன கோழி மேய்க்கப் போட்டான், இவன் பூவிய மேய்க்கலாம்ல்ல.'

'என்ன செய்ய, காலம் அவங்க காலமாப் போச்சு, அதிகாரம் அவன் கையில இருக்கு. நம்ம ஆருகிட்டப் போயி சொல்ல.'

'ஊருல இத்தன பேரு இருக்கும் போது, கீழக் கடேசியில போயி சடையன்தான் கெடச்சானாக்கும்.'

'இங்க கேளுப்பா, இந்தக் கூத்தாடிப் பயலுக்கு அந்தக் கூத்தாடிப் பய மூக்காண்டி ஒடந்த, ரெண்டு பேரும் தான சேக்காளிக, இவுக ரெண்டு பேரு சொன்னதத்தான் சுச்சி நாயக்கர் கேக்காரு, சுச்சி நாயக்கர் சொன்னதத்தான் அதிகாரிக கேக்காங்க.'

'ஏ... சின்னையா, தெனமும் கோழிமுட்டைகளப் பொரிச்சு. அவிச்சு தின்னு சாராயம் குடிக்காங்களே, கவுருமெண்டு முட்டைகள கணக்கு கேக்காதா?'

'கேக்கும், கட்டாயம் கேக்கும். சின்னாவுக்கு சொல்லிக் குடுக்க சுச்சி நாயக்கரு இருக்கார்ல்ல, தெனமும் இத்தன முட்டை ஒடஞ்சு போச்சுனு கணக்கு எழுதிருவாங்க, கோழிகளக் கொன்னு வருவல் போட்டு தின்னுட்டு, நோய் வந்து கோழி செத்துப் போச்சுனு எழுதியிருவாங்க. டாக்டர்கிட்டப் போயி கோழியக் காட்னதா சீட்டு வாங்கி, டாக்டருக்கும் பணம் கொடுத்ததா கணக்கு எழுதி எல்லாமே இவங்க வச்சதுதான் சட்டம்.'

'இவங்க போற போக்கப் பாத்தா காலா காலத்துல ஊரக் குட்டப் புழுதி ஆக்கிருவாங்க போலருக்கே.'

'சாமி, கடவுள், தெய்வம்னு கும்புட்டா இப்பிடியெல்லாம் செய்ய மனசாட்சி எடங்குடுக்காது. அதனாலதான் சாமி இல்ல, கடவுள் இல்லனு எல்லாத்தையும் ஒடைக்கான்.'

கோழிகளுக்காக உருவாக்கப்பட்டுள்ள குளுமை கோழிகளுக்கு மட்டுமல்ல சில நேரம் சீட்டாடுபவர்களுக்கும் சாராயம் குடிப்பவர்களுக்கும், இன்னும் சில நேரம் சின்னாவுக்கும் பூவிக்கும் கூட குளிர்ச்சியாக இருந்தது. தெற்குக்களத்தில் குடை விரித்தாற் போல் நின்ற உடைமரத்தை வெட்டுவதற்காகவும், அந்த இடத்தில் கால்நடை மருத்துவமனை கட்டுவதற்காகவும் வேலைகள் மும்முர மாக நடந்துகொண்டிருந்தன. பஞ்சாயத்துக்காக ஒரு அலுவலகம் கட்டவும் இடம் தேர்வு செய்யவேண்டும் என்று அதிகாரிகள் சொன்னார்கள். சின்னாவும் மூக்காவும் பெரும்பாலும் ஊரில் இருப்பதில்லை. அவர்களைப் பார்ப்பதே அபூர்வமாய்ப் போய் விட்டது. எங்கே போகிறார்கள், எதற்காகப் போகிறார்கள், எங்கே தங்குகிறார்கள் என்று யாருக்கும் தெரியாது. வருவார்கள். போவார்கள்.

‘இங்க கேளு, சின்னாப் பயலுக்கு கொழந்த குட்டி கெடையாது, பொண்டாட்டி பாவம் அப்புராணிப்புள்ள, அவுக அப்பன் முத்து செத்துப் போய்ட்டான், ஆத்தாக்காரி பாவம், வாய் தொறக்க மாட்டா. மூக்காப் பய வேகாரிப்பய, பொம்பளக் கிறுக்கன் வேற எங்க போவாக தேவிடியாக் குடிக்குத்தான் போவாங்க.’

மத்தியான நேரம் நீர்ப்பாய்ச்சி தொழுவத்தில் ஆடுகளுக்கு தண்ணீர் வைத்துக்கொண்டிருந்தான். வாசலில் வந்து நிற்பது யாரென்று இனம் தெரியவில்லை. தண்ணீர் பாத்திரத்தை தரையில் வைத்துவிட்டு வாசலுக்கு வந்தான். வாசல் நிலைப்படியில் சாய்ந்தபடி ஊர்ப்பகடை நங்கிரி நின்றுகொண்டிருந்தான். ஊர்ப்பகடை தேடி வர வேண்டும் என்றால் ஏதாவது முக்கிய விஷயம் இருக்கும் என்று யூகித்தான்.

‘என்னடா நங்கிரி மத்தியான வெய்யில்ல?’

‘வீட்டுக்குப் போனன், இப்பத்தான் தொழுவுக்குப் போறாகனு ஒங்க அஞ்ஞை சொல்லுச்சு. அதான் இங்க வந்தன்.’

‘அது சரிடா, என்ன விஷயமா வந்த அதச் சொல்லு.’

‘ஒங்கள கையோட தலைவர் கூட்டியாரச் சொன்னாரு.’

‘தலைவர்னா யாருடா, பேரு புதுசா இருக்கு.’

‘நம்ம ஊரு பெரசெண்டு சின்னா அய்யா அவுகதான், தலைவரு. வேற ஆரு.’

‘ஓகோ, சின்னாப் பயதான் தலைவரா? சரி, சரி எனக்கு இப்பத்தான தெரியுது. சரி, என்ன வெசயம் அப்பிடி தல போற வெசயம், கையோட கூட்டியாறச் சொல்லியிருக்கான்.’

‘என்ன ஏதுனு எங்கிட்ட சொல்லல சாமி. எதுக்குனு கேட்டா கோபப்படுவாக, நமக்கு எதுக்கு வம்பு, கூட்டிட்டு வரச் சொன்னாக வந்து நிக்கன் சாமி.’

நீர்ப்பாய்ச்சிக்கு கோபம் மூக்குக்கு வந்து விட்டது. நேற்று முளைச்ச சின்னப்பய. ஊர்ப்பகடைய அனுப்பி பெரிய ராசா மாதிரி தன்னைக் கூப்பிட்டதை மனம் ஏற்றுக்கொள்ளவில்லை. மாமா, மாமா என்று நாளைக்கு நூறு தரம் என் பின்னால் சுற்றிய சின்னப்பயல், என் வயது என்ன, உன் வயது என்ன, ராசாகூட யாரையும் அரண்மனைகக்குக் கூப்பிடுவதாக இருந்தால் பத்துத் தடவை யோசித்துத்தான் கூப்பிடுவார் என்று சொல்வார்கள். பரம்பரையாக இந்தக் கண்மாயைக் கட்டிக் காத்துவரும் காவல் காரன் நான், நீ கூப்பிட்டு விட்டு நான் வரவா... மௌனமாக நின்றுகொண்டிருந்த பகடை நங்கிரியிடம் சொன்னான்.

'டேய் நங்கிரி, மாமா வர முடியாதுனு சொல்லிட்டார்னு சின்னாப் பயகிட்டப் போயி சொல்லுடா.'

தங்களின் முன்னால் மௌனமாக வந்து நின்ற நங்கிரியை இருவரும் ஏறிட்டுப் பார்த்தார்கள். மூக்காண்டியின் கண்கள் இரண்டும் கொவ்வைப் பழமாய் சிவந்து மினுங்கியது.

'என்னல, எங்க மாமன் இருக்கானா இல்லையால.'

'இருக்காக.'

'என்னல சொன்னான் வரச் சொன்னதுக்கு?'

'வர முடியாதுனு போய்ச் சொல்லச் சொல்லிட்டாக.'

'எங்க மாமா வரமாட்டார்னும் தெரியும், இப்பிடிச் சொல்வார்னும் எனக்குத் தெரியும்.'

'கெழட்டுத் தாயோளி வரமுடியாதுனா சொன்னான். இருக் கட்டும் தாயோளிக்கு ஆப்பு வைக்கன்.'

'யேல, ஏ... நங்கிரி நீர்ப்பாய்ச்சி வீட்ல இருக்காரா இல்ல தொழுவத்துல இருக்காரா?'

'தொழுவத்துலதான் இருக்காரு.'

'அப்படின்னா சின்னா வா, நம்ம ரெண்டு பேருமே போயி பாத்திட்டு வந்திருவம்.'

'வேண்டாம், இன்னொரு நாளைக்கு வச்சிக்கிருவம்.'

தான் கூப்பிட்டு விட்டும் ஏன் வரவில்லை என்று கேட்பதற்காக சின்னாப்பய வருவான் என்று தொழுவத்திலேயே காத்திருந்தார் நீர்ப்பாய்ச்சி. தெருவில் வைத்து செருப்பால் அடித்தால் கேவலம், தொழுவத்துக்குள் வைத்து அடித்தால்தான் யாருக்கும் தெரியாது என்று நினைத்தபடி வாசலில் கிடந்த செருப்பைத் தன் காலடியில் எடுத்துப் போட்டு தொழுவத்திற்குள்ளேயே உட்கார்ந்திருந்தார். ஒரு புறம்போக்குப் பயல் தன்னை ஆளனுப்பிக் கூப்பிட்டு விட்டதை அவரால் ஜீரணிக்க முடியவில்லை. தன் பெரிய மீசையை அடிக்கடி புறங்கையால் நீவிவிட்டபடியே, நெறுநெறுவென்று பல்லைக் கடித்துக்கொண்டார். திறந்திருந்த அரைக் கதவின் வழியாக உள் நுழைந்த நாய் அவருக்குப் பக்கத்தில் வந்து படுத்துக் கொண்டது. கயிறுகளில் முடியாகத் தொங்கும் ஆமணக்கு குழை களை வெள்ளாடுகள் எக்குப் போட்டுத் தின்றுகொண்டிருந்ததை உற்றுப் பார்த்தபடி உட்கார்ந்திருந்தார்.

கண்மாய்க்கரையின் மடையடியிலிருந்து வடக்காமல் கண் எட்டும் தூரம் வரை வயக்காடுகள் பரவியிருந்தாலும் எல்லை

என்று பார்த்தால் வடக்கே வண்ணான் கிடங்கு. கிழக்கே மாடசாமி கோவில் பனைவரிசை. மேற்கே பால்கொடி ஓடை. மேற்கேயும் கிழக்கேயும் வயல்களைத் தாண்டி புறம்போக்கு இடங்கள் கிடந்தாலும் மடைத் தண்ணீர் ஏறிப் பாய்வது என்பது சிரமம். வடக்காமல் தலை கீழ்ப்பாய்ச்சல். வண்ணான் இடங்கை ஒட்டிய புறம்போக்கில் நிறைய தலைகள் தெரிவதும் ஏதோ வேலைகள் செய்வதுபோல் குனிவதும் நிற்பதும் கரைமேல் நின்ற நீர்ப் பாய்ச்சியின் கண்களுக்கு அரிச்சலாய்த் தெரிந்தது. வண்ணான் கிடங்கோரம் நாலைந்து கழுதைகள் மேய்வதும், சாத்தனும் செவத்தியும் துணி வெளுப்பதும், பூவரசு மரத்தில் தொட்டில் தொங்குவதும் தெரிந்தது. புறம்போக்கு இடத்தில் என்ன நடக்கிறது என்பதை யூகித்தறிய முடியவில்லை. தான் நேரில் போகாமல் கிழக்காகப் போய் வெளுத்துக் கொண்டிருக்கும் சாத்தனிடம் விசாரிக்கலாம் என்று கரையை விட்டு இறங்கி வரப்பின் வழியே கிழக்காமல் நடந்தான்.

அறுவடை முடிந்த வயல்களில் தரை வறண்டு விப்போடியிருந்தது. விளைந்த வயல்கள் சாய்ந்து கிடந்தன. வாய்க்கால்களில் தவமிருந்த கொக்குகள் தலை தெரிந்ததும் காற்றில் பட்டங்களாய் பறந்தன. பூவரசு மரத்தடியில் உட்கார்ந்து செவத்தி குழந்தைக்குப் பால் கொடுத்துக் கொண்டிருந்தாள். நீர்ப்பாய்ச்சியைப் பார்த்ததும் மாராப்பை மூடி எழுந்திருக்க முயன்றாள். மாராப்பை மூடியவுடன் குழந்தை அழுதது.

‘சாமி வாங்க சாமி, என்ன, வெளுப்புத் தொறப்பக்கம், சொல்லி விட்டா வரமாட்டமா.’

‘யே... புள்ள, மொதல்ல அழுகுற புள்ளைக்குப் பால் குடுத்து அமத்து, நான் சும்மாதான் வந்தன், வேற ஒன்னுமில்ல.’

தான் மரத்தடியில் நின்றால் செவத்தி தன் முன்னால் உட்கார்ந்து பால் கொடுக்க மாட்டாள் என்பதை உணர்ந்தவனாக வண்ணான் கிடங்கை நோக்கி எட்டு வைத்தான்.

‘சாமி, நீங்க இங்க இருங்க சாமி, அவன இங்க வரச் சொன்னா வர மாட்டானா.’

செவத்தி அழும்புள்ளைக்குப் பால் கொடுத்து அமர்த்துவதற்கு தோதாக நீர்ப்பாய்ச்சியும் சாத்தனும் பக்கத்து மரநிழலில் அமர்ந் தார்கள். வண்ணான் கிடங்கின் வாகரையில் உட்கார்ந்து பப்பன் தூண்டில் போட்டு மீன்பிடித்துக் கொண்டிருந்தான். தூண்டிலின் மிதப்பசைவிலேயே கவனமாக இருந்ததால் நீர்ப்பாய்ச்சி வந்ததையோ

சாத்தன் துணி வெளுப்பதை நிறுத்திவிட்டு மரத்தடிக்குப் போன தையோ கவனிக்கவில்லை. செவத்தியும் குழந்தைக்குப் பால் கொடுக்கப் போய்விட்டபடியால் துணி வெளுக்கும் டப் டப் சத்தம் இல்லாத வெறுமையை உணர்ந்த பின்தான் தன் தவம் கலைத்து சுற்றும் முற்றும் பார்த்தான் பப்பன். நீர்ப்பாய்ச்சிக் குடும்பனைப் பார்த்ததும் தூண்டிலைக் கரையில் போட்டுவிட்டு வேகமாக நடந்தான்.

'வாங்க சாமி வாங்க. எங்கிட்டுக் கூடி வந்தீக, நான் கவனிக் கலையே சாமி, என்ன விஷயம் மத்தியான வெய்யிலோட.'

'சாத்தனையும், பப்பனையும் பாக்கணும் போல இருந்துச்சு. அதுதான் அப்பிடியே நடைய இங்கிட்டுத் திருப்பிட்டன்.'

'நாங்க ரெண்டு பேரும் எங்க சாமி போகப் போறம். கழுத கெட்டா குட்டிச்சுவரு, நொண்டிக் கோழிக்கு உரக்கடை தான் தஞ்சம்னு கண்மா, கண்மாய விட்டா வீடு, வேற எங்க போக?'

'யேல, கண்மாயில தூண்டி போடாம இங்க வந்து தூண்டி போடுறய அங்க இல்லாத மீனு இங்க இருக்காக்கும்.'

'சாமி, பப்பன் பய இப்பிடிச் சொல்றானேனு வருத்தப்படக் கூடாது.'

'எதுக்குடா வருத்தப்படப் போறன். சும்மா சொல்லுடா பப்பா.'

'கண்மா பாழாப் போய்க்கிட்டு இருக்கு சாமி.'

'எதுக்குடா கண்மாய் பாழாப் போகுது?'

'சாமி, ஒரு சக்கிலிப்பய இப்பிடி சொல்றானேனு வருத்தப்படக் கூடாது. ஒங்களுக்கு எப்பிடி தலமொற தலமொறையா கண்மா யோட நீர்ப்பாய்ச்சிங்கிற தொந்தம் இருக்குதோ அதே மாதிரி சாத்தனுக்குப் பரம்பரையா வெளுக்கிறவன்கிற தொந்தம் உண்டு, எனக்குப் பரம்பரையா மீன்பிடிக்கிறவன்கிற தொந்தம் உண்டு. இந்தா இருக்கே இந்தத் தூண்டில், மூனு பரம்பரையக் கடந்து என் கையில வந்திருக்கு, அந்த வகையில நம்ம மூனு பேருமே ஏதோ ஒரு வகையில கண்மாயோடு தொந்தம் உள்ளவக.'

'அது இருக்கட்டும்டா பப்பா, கண்மா பாழாப் போய்க்கிட்டு இருக்குனு சொன்னியே அதச் சொல்லு.'

ரெண்டு நாளைக்கு முன்னால் பப்பன் கண்மாயில் தூண்டில் போட்டுக்கொண்டிருந்தான். என்றைக்கும் போல் கடலை யூரிலிருந்து வாத்தியார் வேலைக்கு வரும் தங்கையா வாத்தியார் தூண்டிலுடன் கண்மாய்க்கரை வழியே வந்து பப்பனின் பக்கத்தில்

உட்கார்ந்தார். மடையின் இரைச்சலில் தண்ணீரின் சலசலப்பு கேட்க இருவரும் ஒருவரையொருவர் பார்த்துக்கொண்டனர்.

'வாங்க வாத்தியாரய்யா வாங்க. முந்தி எல்லாம் தெனமும் பள்ளிக்கூடம் முடிஞ்சதும் நேரா கண்மாய்க்கு வருவீக, இப்ப என்னடானா கண்மாய்ப் பக்கமே தலையைக் காணும். ரொம்ப நாளைக்குப் பெறகுதான் இந்தப் பக்கம் ஒங்க தல தெரியுது.'

தங்கையா வாத்தியார் பப்பன் சொன்ன வார்த்தைகளைச் சட்டை செய்யாமல் அவன் பிடித்து வைத்திருந்த மீன்கள் இருந்த பையைத் தூக்கி விரித்துப் பார்த்தார். ஒன்றிரெண்டு மீன்களைத் தவிர்த்து எல்லா மீன்களுமே சிலேபிக் கெண்டையாகவே இருந்தன.

'என்னடா பப்பா இந்தக் கழுததான் மாட்டுதா.'

'ரொம்ப நாளாவே இதுதான் மாட்டுது வாத்தியாரய்யா, நம்ம நாட்டு மீன்க எல்லாம் எங்க போயி ஒளிஞ்சுக்கிருச்சோ தூண்டியில மோந்து கூடப் பாக்க மாட்டேங்கு, இந்தக் கழுததான் வதவதனு குஞ்சியும் குறுமானுமா தூண்டிய மொய்க்குது.'

'நம்ம மீன்கள இனிமேப்பட பாக்க முடியாதுடா பப்பா.'

'என்ன சொல்றீக வாத்தியாரய்யா, வெளையாட்டா நெசமா?'

'நெசமாத்தான்டா, நானும் எல்லா ஊரு கண்மாய் கொளம்னு சுத்தாத எடமில்ல, எல்லா எடத்துலயும் இதே கூத்துதான். சிலேபிக் கெண்ட தவிர நம்ம நாட்டு மீன்க கண்ணுலயே தட்டுப்படல, எல்லாமே வல்லிசா அழிஞ்சு போச்சு.'

'அது எப்பிடி வாத்தியாரய்யா அழியும்? அழிஞ்சா எல்லா மீன்களும்தான அழியும், சிலேபி மட்டும் எப்பிடி அழியாம இருக்கும்?'

'அட, கோட்டிக்காரப் பயல, நம்ம நாட்டு மீன்கள அழிச்சதே இந்த சிலேபிக் கெண்டதான், இனிமேப்பட இதத்தான் நம்ம திங்கணும், வேற வழியில்ல.'

தங்கையா வாத்தியார் சொல்லச் சொல்ல பப்பன் வாய்பிளந்து கேட்டுக்கொண்டிருந்தான். அவன் தூண்டிலின் மிதப்பு அவன் மனசைப் போலவே அலையில் ஆடிக்கொண்டிருந்தது. சீரான அலையடிப்பைப் போல் வாத்தியார் பேசிக்கொண்டிருந்தார்.

'இங்க கேளுடா பப்பா, கவர்மெண்ட் குடுத்துச்சுனு ஊர் ஊருக்கு எல்லாருமா போயி மீன்குஞ்சுகள வாங்கிட்டு வந்தாகள்ல சம்சாரிக. அன்னைக்கே சனியன் புடிச்சிருச்சு. இந்த சிலேபி மீனு வெளிநாட்டு மீனாம்! இது நல்ல தண்ணியிலயும் வாழுமாம், உப்புத் தண்ணியிலயும் வாழுமாம், சாக்கடைத் தண்ணியிலயும் வாழுமாம்!

அழிவே கெடையாதாம்! இதோட ஒடம்பு பூராவும் முள்ளா இருக்கிறதால, மீன் தின்கிற பறவைகூட இத அவ்வளவா புடிக்காதாம்! அடுத்து நம்ம மீன்களவிட பத்து மடங்கு அதிகப்படியா முட்டை யிட்டுக் குஞ்சு பொரிக்குமாம்! இந்தக் காலம் மாசம் எல்லாம் கெடையாதாம்! நெனச்ச நேரமெல்லாம் இனப்பெருக்கம் செஞ்சுக் கிட்டே இருக்குமாம்! இடுகிற முட்டைகள பத்திரமா பாதுகாத்து அத்தனையவும் குஞ்சு பொரிக்க வச்சிருமாம், அதோட பொரிச்ச குஞ்சுகள பாடுபாசி இல்லாம வளர்த்து விட்ருமாம்! நம்ம நாட்டு மீனுக எதையெல்லம் திங்குதோ அதையெல்லலாம் திங்கிறதோட, அதோட முக்கியமான உணவு நம்ம மீன்களோட முட்டைக. தேடித்தேடி திங்குமாம்!'

'வாத்தியாரய்யா, நீங்க சொல்றதப் பாத்தா நம்ம மீனு எனத்தையே கருவறுத்துரும் போலருக்கே.'

'கருவறுத்திருச்சுடா பப்பா, எல்லா ஊர்லயும் இதுதான் நெலம.'

'இந்த வேலிச் செடியும் அதே மாதிரி வார வருத்தப் பாத்தீகளா.'

'இதுவும் அதே கூத்துதான், இது நம்ம நாட்டு மரம் கெடையாது, வெளிநாட்டு மரம். வெள்ளாமைக்கு வேலிக்குனு கொண்டாந்து விட்டான், இன்னைக்கு காடு கரைக அம்புட்டும் இதாத்தான் இருக்கு, வனமா வளருது. மழையும் வேண்டாமாம் தண்ணியும் வேண்டாமாம். காத்துல இருக்கிற ஈரப் பசைய போதுமாம். ஓடைகள எல்லாத்தையும் மூடிருச்சு. தண்ணி போக முடியல, மீன்க ஏற எறங்க முடியல, கண்மாய்க்கரையில பாத்தயா. சங்கஞ்செடி பூராவும் இதால பட்டுப் போச்சு, பாதையில நடக்கக்கூட முடியல, வார வரத்து பயமாயிருக்கு.'

தங்கையா வாத்தியார் சொன்னதை எல்லாம் கவனமாகக் கேட்ட பப்பன் பெருமூச்சு விட்டான். கண்மாய் அழிந்தால் பெட்டி பெட்டியாய்க் குமியும் மீன்களையும், தூண்டில் போட்டால் வித விதமாக மாட்டும் மீன்களையும், வெளுத்துக்கொண்டே தண்ணீருக்குள் சேலை விரித்து மீன்பிடித்ததையும் நினைத்துப் பார்த்தான். கூட்டங்கூட்டமாய் கண்மாய் முழுக்க பறந்து திரிந்து முட்டையிட்டு அடைகாத்து தன் குஞ்சுகளுடன் ஓயாமல் விதவிதமான சத்தங்களை எழுப்பிக்கொண்டு திரியும் பல்வேறு வகையான பறவைகளையும் காணவில்லையே என்பதை நினைத்துப் பார்த்தான். எத்தனை விதமான பறவைகளோ அத்தனை விதமான மீன்கள். ஆரா, உளுவை, கெண்டை, பாம்புக் கெண்டை, கூனக் கெண்டை, பல்க் கெண்டை, வட்டக் கெண்டை, அயிரை, கெளுறு, கொரவை, விலாங்கு, விரால், ஊளி, தேழி இவையெல்லாம் எங்கே

போய் ஒளிந்துகொண்டன, எப்படி காணாமல் போயின? ஒரு வித்தியாசமான ராட்சசப் பறவை வந்து இவைகளை அள்ளிக் கொண்டா போயிற்று. குளத்தில் கண்மாயில் தண்ணீர் இல்லாமல் போனால் மீன்கள் அற்றுப் போய் பறவைகள் காணாமல் போகும். கெத்கெத்தென்று கடல் போல் தண்ணீர் இருக்க மீன்களும் பறவைகளும் இல்லாமல் போவதை எண்ணிப் பார்த்தான்.

தங்கையா வாத்தியார் தன்னிடம் சொன்னதை எல்லாம் பப்பன் நீர்ப்பாய்ச்சியிடம் சொல்லச் சொல்ல நீர்ப்பாய்ச்சியும் சாத்தனும் கவனமாய்க் கேட்டுக்கொண்டிருந்தார்கள். ஒருவாறாக பப்பன் தன் வயிற்று எரிச்சலை கொட்டித் தீர்த்தான்.

'இப்பச் சொல்லுங்க சாமி கண்மாய் பாழாப் போச்சா இல்லையா?'

'நானும் யோசிச்சுப் பாத்தன்டா பப்பா, எனக்கு ஒன்னுமே அடபடல, இப்பத்தான எல்லாம் புரியுது. அப்பிடியே கிட்டிக் குச்சு தெறிச்சு விழுந்தாப்ல கெண்டைக தண்ணிக்கு மேல துள்ளி துள்ளிதாவும், வெய்யிலுக்கு வெள்ளிக் குருத்தா மின்னும். இப்ப ஒன்னக்கூடக் காணும். ஒன்னு ரெண்டு கொக்கத் தவிர வேற பறவைக எதையும் காணோம். எம் மண்டைக்கு இப்பத்தான்டா ஒறைக்கு, இன்னும் நாசமாகிப் போகும் போலருக்கே.'

'அரசாங்கமே கொண்டாந்து குடுக்கும்போது நம்ம வேண்டாம்னா சொல்ல முடியும்? வேலிக்கருவ விதையும் சிலேபிக் கெண்ட குஞ்சும் நம்ம துட்டுக் குடுத்தா வெலைக்கு வாங்குனம்? ஊர் ஊருக்கு இலவசமா குடுத்தான், நல்லதுக்குனு நெனச்சுத்தான் நம்ம வாங்குனம், இப்ப என்னடானா நமக்கே சனியனா மாறிப் போச்சு.'

'இது மட்டுமில்லடா பப்பா, இனியும் என்னென்னமோ நடக்கும்.'

'எதுனாலும் நடக்கட்டும் சாமி, அதுக்காக என்ன செய்ய முடியும்? நீங்க வந்த விஷயத்தச் சொல்லுங்க சாமி.'

'கரை மேல நின்னு வடக்காமப் பாத்தன், ஓம் பக்கத்துல நெறய்யா ஆளுங்க நிக்கிறது அரிச்சலா தெரிஞ்சது, அதுதான் அப்பிடியே இங்கிட்டாம வந்தன்.'

'என்னமோ சாமி அந்தப் பத்துப் பேரும் கருக்கல்லருந்து மும்முரமா வேல செய்றாக. எந்த ஊரு ஆட்கனும் தெரியல, அந்த இடம் யாரோட எடம் சாமி?'

'அது நம்ம ஊருக்குச் சொந்தமான புறம்போக்கு எடம். என்ன செய்யப் போறாங்கனு தெரியலையே, சரி நீங்க இங்கயே இருங்க, நான் அப்பிடியே போயி ஊசாட்டம் பாத்திட்டு வாரன்.'

குழந்தையை அமர்த்தி தொட்டிலில் போட்டுவிட்டு செவத்தியும்

சாத்தனுடன் சேர்ந்துகொண்டாள். செவத்தி சேலையை ஏற்றிச் சொருகியிருந்ததால் அவளுடைய தொடைகள்கூட தெரிந்தன. பச்சைப் புள்ளைக்காரியின் வாளிப்பான உடம்பை ரசித்தபடியே சாத்தன் தண்ணீருக்குள் இறங்கினான். தூண்டிலை வீசி எறிந்த பப்பன் மிதப்பின் மீது கண் வைத்தபடியே ஒரு கொக்கைப் போல் கரையில் உட்கார்ந்திருந்தான். அலையடிப்பின் அசைவையும், மீன் கடித்தலின் அசைவையும் கண்டுபிடிக்க பப்பனுக்கு சொல்லிக் கொடுத்தவன் அவனுடைய அப்பன் செவனான். வேலை செய்து கொண்டிருப்பவர்களை நெருங்கிப் போனான் நீர்ப்பாய்ச்சி. எல்லாருமே ராவுத்தன் பட்டிக்காரர்கள். நீர்ப்பாய்ச்சியை சிலர் அடையாளம் தெரிந்துகொண்டார்கள். சுற்றிலும் தண்ணீர் நிற்பதற்கு தோதாக வரப்புக்கள் உருவாக்கி, தண்ணீர் வருவதற்காக வாய்க்காலையும் உருவாக்கி ஒரு வயல் போல் தயார்செய்து கொண்டிருந்தார்கள் வேலையாட்கள்.

ராவுத்தன்பட்டி பட்டாணியும், கரட்டானும் மண்வெட்டியைக் கீழே போட்டுவிட்டு நீர்ப்பாய்ச்சியிடம் வந்தார்கள். தலைத் துண்டை அவிழ்த்து வியர்வையின் நசநசப்பைத் துடைத்துக் கொண்டார்கள். ஒற்றைப் பனையில் அமர்ந்திருந்த மீன்கொத்தியின் விகார ஒலி அமைதியைக் கிழித்துச் சென்றது. சாத்தனும் செவத்தியும் துணி வெளுக்கும் சத்தம் தாளலயம் தவறாத சுருதி போல் சீரான இடைவெளியில் கேட்டுக்கொண்டிருந்தது.

'வாங்க நீர்ப்பாய்ச்சியண்ணே, நல்ல சௌக்கியந்தான?'

'என்னமோப்பா நாளும் பொழுதும் நல்லபடியா ஓடியடையுது.'

'என்னண்ணே ரொம்ப சலிப்போட பேசுறது மாதிரி இருக்கு.'

'சலிப்பு என்ன சலிப்பு. என்னைக்கும் போலத்தான்.'

'இல்லையே, பழைய நீர்ப்பாய்ச்சியண்ணன் மாதிரி இல்லையே.'

'அப்பிடியே இருக்க முடியுமாடா? வயசு ஏறுதில்ல, அதுக்குத் தக்கன சுருதியும் கொறையுமில்ல.'

'மீசை மட்டும் அப்பிடியே பழைய கம்பீரம் கொஞ்சங்கூடக் கொறையாம இருக்குண்ணே.'

'அது சரி, இது என்னடா வேல, ஆரு வேல செய்யச் சொன்னா?'

'என்னண்ணே வெளையாடுறீக. ஒங்களுக்குத் தெரியாமயா இந்த வேல நடக்குது.'

'சத்தியமா தெரியாதுடா பட்டாணி, கரையிலருந்து பார்த்தன் அரிச்சலா ஆளுக கூட்டமா நிக்கிறது தெரியவும் என்னமோ

ஏதோனு அப்பிடியே வாரன்.'

'நேத்து சாயங்காலம் சின்னாவும் மூக்காவும் வந்தாக. இதுல ஒரு பத்து ஏக்கர் அவுக பேருக்கு கெரையம் ஆகியிருக்கிறதாகவும் அதுல பாதிய செம்மையாக்கி நாலா பக்கமும் வரப்புக் கட்டி, வயக் காட்டுக்குள்ள இருந்து வர்ர பெருவாய்க்கா தண்ணி இங்க வாராப்புல வாய்க்கா வெட்டச் சொன்னாக. அதுதான் வேல நடக்குது. அனேகமா நாளைக்கு முடிஞ்சிரும்ண்ணே.'

பட்டாணியின் பேச்சுக்கு நீர்ப்பாய்ச்சி மறு பேச்சுப் பேச வில்லை. பதிலாக பெருமூச்சு மட்டும் வெளியேறியது. வடக்காமல் வரும் பெருவாய்க்கால் தண்ணீர் தலைகீழாக இங்கே வரும்படி வாய்க்கால் வெட்டி அதை இணைத்து வைத்திருந்ததை உற்றுப் பார்த்தான். கனத்த மனசுடன் வரப்பில் ஏறி கிழக்காமல் நடந்தான். அவன் மனசு பலவாறாக அலையடித்தது. வரப்பில் எட்டு வைத்த போது ஏராளமான நண்டுகள் கொடுக்குகளைத் தூக்கிக்கொண்டு பொந்துகளுக்குள் ஓடி மறைந்தன. அதன் முதுகுகளில் வேப்பம் பூக்களைப் போல் ஒட்டிக்கொண்டிருந்த கண்களை ஆச்சரியமாகப் பார்த்தான். வரப்புக்களின் உள்வா கரையில் நீர்க் கொரண்டிச் செடிகள் வளர்ந்திருந்தன. இது யாருடைய வயல் என்று எண்ணிப் பார்த்தான். வேகாரிப்பய திமுக்கன் வயல் என்று நினைவுபடுத்தி யவனுக்கு சிரிப்பை அடக்க முடியாமல் க்ளுக் என்று சிரித்து விட்டான். நேராகப் போனால் திரும்பவும் சாத்தன் சிவந்தியிடம் நிற்க வேண்டும். தூண்டில் போடும் பப்பன் வேறு தாமதப் படுத்தாமல்விட மாட்டான் என்று யோசித்தவன் திரும்பி வடக்காமல் நடந்தான்.

நீர்ப்பாய்ச்சிக்கு திமுக்கன் தம்பிமுறை. கல்யாணத்திற்கு முந்தி அவனைப் போல் ஊரில் வேலை செய்ய முடியாது என்று பேர் வாங்கியவன். என்றைக்கு கோலார்பட்டி பொய்யாளியைக் கல்யாணம் பண்ணிக்கொண்டு வந்தானோ அன்றைக்கோடு சரி. தினமும் சண்டைதான். தெருமுழுக்க கூடிநின்று வேடிக்கை பார்த்தாலும் புருஷனும் பொண்டாட்டியும் அசரமாட்டார்கள். ஒருவாறு சண்டை ஓய்ந்து படுத்துத் தூங்கி விடியும்போது ரெண்டு பேரும் மம்பட்டியும் கூடையுமாய் காட்டுக்குக் கிளம்பும் போது பொம்பளைகள் வாய் சும்மா இருக்காது.

'யே... திமுக்காராத்திரி ஒன்னய அந்தப் பேச்சு பேசுனால பெறகு எதுக்கு அவள ஒன்னா கூட்டிட்டுப் போற? கழுதய நாலு சாத்து சாத்தி ஒங்கப்பன் வீட்டுக்கு கோலார்பட்டியப் பார்த்து ஓடுனு வெரட்ட வேண்டியதானே!'

'எக்கா நாலு சாத்து சாத்துறதுக்கு எம்புட்டு நேரமாகும். கழுத நம்மள நம்பி வந்திருச்சு, அதுதான் பாவம்னு பாக்கன்.'

'அடே… யப்பா பாவம்னு பாக்கயாக்கும், சாத்திப் பாரேன் பெறகு தெரியும், கைய ஒடிச்சு அடுப்புல வச்சு எரிச்சிருவன்.'

எதிரே போகிற வருகிறவர்கள் எல்லாம் சிரிக்க இந்தப் பேச்சு தினமும் தொடரும். நீர்ப்பாய்ச்சி எப்படியாவது பொய்யாளியைப் பார்த்து, இந்த நித்தச் சண்டை விவகாரத்தை கேட்கவும், சத்தம் போடவும் நினைத்திருந்தான்.

நேர்எதிரே வரப்பில் வந்துகொண்டிருப்பது அவளேதான். தம்பியைக் காணவில்லை. இவள் மட்டும் தனியே வருவது அதிசயத்திலும் அதிசயம். தன் எதிரே வருவது நீர்ப்பாய்ச்சி மாமன் என்பதைத் தெரிந்துகொண்டே வழிவிட்டு வரப்பைவிட்டு இறங்காமல் வேகமாக அதே வரப்பில் எதிரே வந்துகொண்டிருந்தாள்.

'வழிய விட்டு எறங்கப் போறீரா, இல்ல வாய்க்காலுக்குள்ள மல்லாந்து கெடக்கப் போறீரா?'

'யே… தாயி, நானே வழிவிட்றன் தாயி, நிய்யி வார வரத்து ஒன்னும் சரியில்ல. பாச்சக்காள வாரது மாதிரி இருக்கு.'

'மாமன்மாரு மச்சான் மாருனு தெரிஞ்சப் பெறகு எந்தக் காளைனாலும் பாயுமா மாமா, பதுங்கும்.'

'பதுங்குறது இருக்கட்டும், என் தம்பிய எங்க காணோம், ரெண்டு பேரும் பிரிய மாட்டேங்களே.'

'பிரியாம என்ன, ஒங்க தம்பிய உள்ளயா ஒளிச்சு வச்சிருக்காக, காணாம்னு தேடுறீக.'

'வேற எங்கயாவது ஒளிச்சு வச்சா தேடி கண்டுபுடிக்கலாம். உள்ள கொண்டு போயி ஒளிச்சு வச்சிட்டா எப்பிடிக் கூடி தேடிக் கண்டுபிடிக்க.'

'மாமன்மாரு, மச்சான்மாரு உள்ளயும் தேடலாம், வெளியிலயும் தேடலாம், எங்கனாலும் தேடலாம்.'

'அப்புடியா சங்கதி. எனக்கு இவ்வளவு நாளும் தெரியாமப் போச்சே, ஒரு நாளைக்கு தேடியிற வேண்டியதான்.'

'தேடுறது சரி, நல்லாத்தேடி ஒங்க தம்பியக் கண்டுபுடிச்சு வெளிய கொண்டாரனும். என்னால தேட முடியல, கண்டுபுடிக்க முடியலனு சொன்னா சும்மா விடமாட்டன், ஆமா.'

'இப்பிடிச் சொன்னா எப்பிடி தாயி, மாமாவால எம்புட்டு முடியுமோ அம்புட்டுத்தான தேட முடியும். நான் என்ன என்

தம்பியப் போல எளவட்டமா.'

'எளவட்டம் இல்லனு தெரியுதுல்ல, பெறகென்ன பேசாமக் கெடக்க வேண்டியதான. உள்ள போயி தேடணும்ங்கிரு.'

'சரிதாயி உள்ள தேடல நான் வெளியவே தேடிக்கிறன்.'

'அப்பிடிச் சொல்லுமே, ஒமக்கு இனிமே வெளியதான் தேட முடியும்.'

வரப்பின் மேல் எதிர் எதிராக நின்றுகொண்டு இருவரும் பேசிக் கொண்டு நின்றார்கள். பொய்யாளி வாழ்க்கைப்பட்டு வந்து எட்டு வருடம் ஆகியும் இன்னும் குழந்தை குட்டி இல்லையே என்ற பெருங்கவலையை சுமந்து திரிபவள். சில நேரம் பெண்களாகப் பேசும்போது மனம் விட்டு அழுவாள் என்றுகூட நீர்ப்பாய்ச்சியின் பொண்டாட்டி சொல்லியிருக்கிறாள்.

'சரிதாயி, எப்ப எனக்கு ஒரு மகன பெத்துக் குடுக்கப் போற?'

'அத ஒங்க தம்பிட்ட கேக்கக் கூடாது?'

'தம்பியா பெத்துக் குடுக்கப் போறான், நிய்யிதான பெத்துக் குடுக்கனும், தம்பியிட்டப் போயி கேளுனா எப்பிடி.'

'ஒங்க தம்பி இல்லாம நான் மட்டும் எப்பிடிக் கூடி புலுக்குனு புள்ளப் பெற.'

'சரிதாயி, தெனமும் பொழுதடஞ்சிட்டா சண்டச் சத்தம்தான் காதுல விழுது, ஒனக்கு எரிச்சலா இல்லையா, தெனமும் சண்ட போடுற அளவுக்கு என் தம்பி என்ன தப்பு பண்ணினான்.'

'தப்பு பண்ணுனாத்தான் சண்ட போடணுமா?'

'பெறகு எதுக்கு தாயி சண்ட?'

'நீங்க எங்க அக்காகூட பொழுதடைய சண்ட போட்டுட்டு அன்னைக்கு ராத்திரி பாய் விரிங்க, அப்பத் தெரியும் சண்டையோட அருமை என்னனு.'

சொன்னமாயம் தெரியாமல் வெட்கம் மேலிட வரப்பைவிட்டு வாய்க்காலுக்குள் இறங்கி, நீர்ப்பாய்ச்சியைக் கடந்த பின் மீண்டும் வரப்பின் மேலேறி வேகமாக நடந்தாள். பின்னால் நின்று அவள் வரப்பின் மேல் வேகமாக நடந்து செல்வதைப் பார்த்துக்கொண்டு கொஞ்ச நேரம் நின்றான் நீர்ப்பாய்ச்சி. குழந்தை இல்லாத ஏக்கத்தைச் சுமந்து திரிந்தாலும், தன் புருஷனுடன் தினமும் சண்டை போட்டாலும் இந்த எட்டு வருஷத்தில் அவள் மீது யாரும் துரும்பு அளவுகூட குற்றம் சொன்னதில்லை. மாசா மாசம் கடைசி வெள்ளிக்கு இருக்கங்குடிக்கு நடந்து மாரியம்மனைக் கும்பிட்டு

வருவதையும், ராமேஸ்வரம், திருச்செந்தூர் போய் வந்ததையும், உள்ளூர் காளியம்மனுக்கு குழந்தை பிறந்தால் மணியும் வல்லயக் கம்பும் எடுத்து வைப்பதாக நேமிக்கம் போட்டிருப்பதையும் நினைத்தான்.

செல்லி வீரம்மன் கோவில் புளியமரத்து நிழலில் கொஞ்ச நேரம் நின்றவன் நேரே வண்டிப்பாதையில் நடந்து ஊருக்குள் நுழைந்தான். தன்னை சின்னாப் பயலும் மூக்காண்டியும் பார்க்க வரும்வரை அவர்கள் கண்ணில் தான் பட்டுவிடக் கூடாது என்று நினைத்துக் கொண்டான். எப்படியும் தன்னைப் பார்க்க வருவார்கள் என்று திடமாக நம்பினான். உடைமரம் இருந்த இடத்தில் கால்நடைகளுக்கான ஆஸ்பத்திரி கட்டும் வேலைகள் மும்முரமாக நடந்து கொண்டிருந்தன. எப்படியும் அந்த இடத்தில் சின்னாவோ அல்லது மூக்காவோ இருப்பார்கள் என்று யூகித்தவன் குப்பாண்டிசாமியின் சமாதியின் பின்னால் கூடிப் போய்விட நினைத்துப் பாதை மாறினான். குப்பாண்டிசாமி தனியே உட்கார்ந்திருந்தது.

'என்னடா கண்மாய்க்கு போய்ட்டு வர்ரீயா?'

'ஆமா, பெரியய்யா, சும்மா அப்பிடியே ஒரு சுத்து சுத்திட்டு வண்ணான் கிடங்கு பாதை வழியா இப்பிடிக் கூடி வாரன்.'

'சரி, பாதைவழி போகாம, சட்டுனு இப்பிடி மேலேறிட்டயே எதுக்குடா, பெரியப்பாகிட்ட எதுவும் பேசணுமா?'

'பெரிய்யாட்ட என்னத்தப் பேச, அந்த வேகாரிப்பயக ரெண்டு பேரும், எதுக்க நிப்பாங்க, அந்தப் பயக மூஞ்சியில முழிக்கக் கூடாதுனுதான் இப்பிடி வந்தன்.'

'எதுக்குடா அவங்களக் கண்டு பயமா?'

'பயமில்ல, வேகாரிப்பயகலக் கண்டா நம்ம வெலகிற வேண்டிய தான, வம்ப எதுக்கு வெல குடுத்து வாங்கணும்.'

'ஒன்ன மாதிரி ஆளுக இப்பிடி வெலகி வெலகிப் போறதுனாலதான், பயக ரெண்டு பேரும் தல கால்தெரியாம ஆட்டம் போடுறான், ரெண்டு பேருக்குமே பயமத்துப் போச்சு.'

புறம்போக்கு நிலத்தில் ராவுத்தன் பட்டி ஆட்களை வைத்து வாய்க்கால் போடுவதையும், தன்னை வரச் சொல்லி நங்கிரியான் பகடையை அனுப்பியதையும், தான் வர மறுத்துவிட்டதோடு, தேடி வந்தால் செருப்பால் அடிக்கக் காத்திருந்ததையும் குப்பாண்டி சாமியிடம் விவரமாகச் சொன்னான் நீர்ப்பாய்ச்சி. குப்பாண்டி சாமியின் முகத்தில் கோபம் கொப்பளிக்க பல்லைக் கடித்தது.

ராவுத்தன்பட்டிக்காரர்கள் புறம்போக்கு இடத்தில் சுற்றிலும்

வரப்பு போட்டு வாய்க்கால் போடுவதைப் பார்த்துவிட்டு வந்ததி லிருந்து நீர்ப்பாய்ச்சி நடைபிணமாகிப் போனான். சின்னாப் பயலோ அல்லது மூக்காப் பயலோ வந்தால் என்ன பதில் சொல்வது என்று யோசித்தபடியே அலைந்தான். கால்களில் உரோமம் சிக்கிக் கொண்ட கோழிக்குஞ்சைப் போல் தவித்தான். இதுவரையிலும் தன்னுடைய பாட்டன், பூட்டன், தாத்தன் காலம் தொட்டு ஒரு சொட்டுத் தண்ணீர்கூட முறை தவறி விட்டதில்லை என்ற நல்ல பேருக்கு சவாலாய் நிற்கும் சின்னாவை நினைத்து முகம் சுளித்தான். தன் உயிரே போனாலும் பரவாயில்லை புறம்போக்கு இடத்திற்கு தண்ணீர் கொண்டு போவதை அனுமதிக்கக் கூடாது என்று வைராக்கியம் பூண்டான். வருவது வரட்டும் என்ற துணிச்சல் கூடியது.

மறுநாள் மத்தியான வெய்யில் சுதாரிப்பு இல்லாமலே வயல் களுக்குள் திரிந்தான். திடீரென்று தவளையின் முனங்கல் சத்தம் கேட்கவும் காதைத் தீட்டி வைத்து உற்றுக் கேட்டான். கீழ வரப்பில் இருந்த ஆதாளைச் செடிக் கூட்டத்திற்குள்ளிருந்து சத்தம் வருவதை உறுதி செய்துகொண்டான். மெதுவாக எட்டு வைத்து ஆதாளைச் செடிக் கூட்டத்தை நோட்டம் விட்டான். கணுக்கால் தண்டி நீண்டு கிடந்த மஞ்சள் சாரைப்பாம்பு தவளையைக் கவ்விப் பிடித்திருந்தது. பாம்பின் வாயிலிருந்து தவளையின் இரண்டு கால் பாதங்கள் மட்டுமே நீட்டிக்கொண்டிருந்தன. விறைத்த தவளையின் பாதத்தில் விரல்கள் வண்டிச் சக்கரத்தைப் போல் வட்டமாகத் தெரிந்தன. இப்போது தவளையின் முழு உடலும் பாம்பின் வாய்க்குள் ஒளிந்து கொண்டது. வயல்களுக்குள் வராதபடி வாய்க்காலை மறித்து நின்று கொண்டான். பாம்பு மெதுவாக நகர ஆரம்பித்து ஆளரவம் தெரிந்ததும் வேக வேகமாக நெளிந்து கரைப்புதருக்குள் நுழைநதது. பாம்பு தரையில் ஊர்ந்து சென்றது தங்கக் கம்பி நெளிந்துநெளிந்து செல்வதைப் போல் தெரிந்தது. நீர்ப்பாய்ச்சிக்கு இது அன்றாடம் காணக் கிடைக்கும் காட்சி. வருடாவருடம் சங்கரன்கோவில் ஆடித்தபசுக்குப் போய் பாம்பு, தேள், பூரான் உருவங்கள் வாங்கி கோமதி அம்மனுக்கு சாத்துவதை எல்லா சம்சாரிகளும் வழக்க மாகக் கொண்டிருந்தார்கள்.

தான் நினைத்தபடியேதான் நடந்தது. அய்யனார் கோவில் புளிய மர நிழலில் வெள்ளையும் சொல்லையுமாக இரண்டு உருவங்கள் நிற்பது தெரிந்தது. எந்தச் சம்சாரியும் வெள்ளை வேஷ்டி சட்டையுடன் வயக்காட்டுக்கு வரமாட்டான். வணக்கம் போடுவதைப் போல் வலது கை விரல்களை நெற்றியில் வைத்து சூரிய ஒளியை மறைத்துக்

கொண்டு உற்றுப் பார்த்தான். சந்தேகமே இல்லை. சின்னாவும் மூக்காவும். கூப்பிடாமல் போக வேண்டாம் என்று முடிவு செய்து கொண்டு வாய்க்காலில் உள்ள புற்களை விலக்கி தண்ணீர் போக வழி செய்தபடியே நகன்றான். கரையின் மேலிருந்து பலமான விசில் சத்தம் பறந்து வந்தது. ஏறிட்டு இப்போதுதான் பார்ப்பவனைப் போல் பார்த்தான். இருவரும் கையசைத்துக் கூப்பிடுவதைப் பார்த்தான். மண்வெட்டியில் ஒட்டியிருந்த சகதியைக் கழுவி விட்டு வலது கையில் மண்வெட்டியைத் தூக்கிக்கொண்டு நடந்தான். அய்யனார் கோவில் புளியமர நிழல் வட்டம் சுற்றிப் படர்ந் திருந்தது. அய்யனார் சிலையின் முன்னால் உள்ள படிக்கல்லில் இருவரும் உட்கார்ந்திருந்தார்கள். அவர்களுடைய பின்பக்கத்தை சாமியிடம் காட்டியபடி உட்கார்ந்திருந்த இருவரையும் முறைத்துப் பார்த்தான்.

'ஏதேது, தொரைகளப் பாக்கவே முடியமாட்டேங்கு.'

'நானால தொரை, நீங்கதான் இப்ப தொரைக, நாங்க விடிஞ்சா சகதிக்குள்ளயும் தண்ணிக்குள்ளயும் நிக்கணும், ஒங்கள மாதிரி வெள்ளையும் சொள்ளையுமா அலைய முடியுமா?'

'அது இருக்கட்டும், அன்னைக்கு நங்கிரிப் பகடைகிட்ட வரச் சொல்லிவிட்டனே எதுக்கு வரல?'

'வரக்கூடாதுனுதான் வரல.'

'ஓகோ கூப்புட்டு விட்டா வர மாட்டீகளோ?'

'நிய்யி வரச் சொல்லிவிட்டு வர்ர ஆளு நான் இல்ல.'

'யாரு வரச் சொல்லிவிட்டா வருவ?'

மகாராஜா, மந்திரி இவுக வரச் சொல்லிவிட்டு நான் போயி அவுகளப் பாத்திருக்கன்.

'இப்போதைக்கு நாங்க ரெண்டு பேருந்தான் மகாராஜாவும் மந்திரியும்.'

'அடடா, அந்த விஷயம் எனக்குத் தெரியாமப் போச்சே. தெரிஞ்சிருந்தா கூப்ட்ட ஒடன ஓடியாந்திருப்பன்.'

கண்மாய் தண்ணீருக்குள்ளிருந்து ஈரக்காற்று இதமாய் வீசிக் கொண்டிருந்தது. தளிர்த்த புளியமர நிழல் தோதாகக் குடை விரித்திருந்தது. வடக்கே பச்சைப் பசேல் என்று எட்டும் மட்டும் தெரிந்த வயல்களில் ஆங்காங்கே மனித நடமாட்டம் தெரிந்தது. கண்மாய் தண்ணீருக்குள் நிற்கும் கருவேல மரங்களில் இருந்து பல விதமான பறவைகளின் சத்தங்கள் விட்டுவிட்டுக் கேட்டுக்

கொண்டேயிருந்தன.

'சரி, இப்பிடி வந்து உட்காரும். ஒம்மகிட்ட ஒரு முக்கியமான விஷயம் பேசணும்.'

'நீங்க ரெண்டு பேரும் மொதல்ல படிய விட்டு எறங்கி வந்து இங்க உட்காருங்க. சாமி முன்னால உட்காரும் போது கொஞ்சமாவது மரியாதை வேணாமா, சாமி முன்னாடி குண்டியக் காட்டிட்டுத் தான் உட்கார்வாகளா?'

'அதெல்லாம் சாமி ஒன்னும் பண்ணாது, சாமிக எல்லாம் நம்ம வச்ச சாமிகதான்.'

'இங்க வந்து உட்கார்றதா இருந்தா மேக்கொண்டு பேசுவம் இல்ல நான் என் வேலையைப் பாக்கப் போறன், நம்ம என்ன பேசுறம்னு சாமியும் பாக்கணுமில்ல. மறைச்சா எப்பிடி.'

நீர்ப்பாய்ச்சியைப் பற்றி இரண்டு பேருக்கும் நல்லாவே தெரியும். மறு பேச்சு பேசாமல் படியை விட்டு எழுந்து வந்து நீர்ப்பாய்ச்சியின் பக்கத்தில் உட்கார்ந்தார்கள்.

'இப்பச் சொல்லுங்கடா என்னடா முக்கியமான விஷயம்?'

'எல்லாம் ஒனக்குத் தெரிஞ்ச விஷயம்தான், புது விஷயமில்ல, நேத்துப் போயி ராவுத்தன்பட்டிக்காரங்ககூட பேசிட்டு வந்திருக்கியே ஒனக்கு என்ன விஷயம்னு தெரியாதாக்கும்.'

'ராவுத்தன் பட்டிக்காரங்க ஒரு விஷயமும் சொல்லலையே.'

'சரி, சரி, இப்ப நாங்க சொல்றதக் கவனமா கேட்டுக்கோ, வண்ணான் கெடங்குக்கு மேற்க பத்து ஏக்கரு எம் பேருக்கு கெரையம் ஆகியிருக்கு, அதுல பாதி அஞ்சு ஏக்கருக்கு வாய்க்கால் போட்டாச்சு, தண்ணி பாச்சனும். வாழை வைக்கலாம்னு இருக்கன், மீதி பாதியில நெல் போடனும்.'

'ஆருகிட்ட இருந்து கெரையம் வாங்கியிருக்க?'

'..........'

'என்னல பேசாம இருக்க, சொல்லுல யாருல எழுதிக் குடுத்தா?'

'இது ஒனக்குத் தேவையில்லாத வேல, ஆருகிட்ட இருந்து எழுதி வாங்குனா ஒமக்கென்ன?'

'யேல, அந்த எடம் ஒங்க அப்பன், பாட்டன், பூட்டன் காலத்துலருந்து பொறம்போக்கு. அதுக்கு கண்மாய்த் தண்ணி பாத்யதை கெடையாது, பெறகு எப்பிடிடா தண்ணி பாய்ச்ச?'

'வளவளனு பேசாதிரும், தண்ணி பாய்ச்ச முடியுமா, முடியாதா? அத மட்டும் சொல்லும்.'

‘ஒனக்கு மட்டும் தண்ணி பாய்ச்சுனா, அத்தன தோட்டத்துக் காரனும், புன்செய்க்காரனும் கண்மாய்த் தண்ணி கேட்பான், கண்மாய் தண்ணி நன்செய்யுக்கு மட்டும் தான், அதனால தண்ணி பாய்ச்ச முடியாது.’

‘இந்தக் கண்மாய்க்கு ஆயக்கட்டு எத்தன ஏக்கர்னு தெரியுமா?’

‘நல்லாத் தெரியும். அது தெரியப் போய்த்தான் தலமொற தலமொறையா எந்தப் பிரச்சினையுமில்லாம தண்ணி பாய்ச்சுறன்.’

‘நீ ராசா காலத்த பேசிட்டு இருக்கீரு, அது அந்தக் காலம், காலாவதியாகிப் போன காலம். இப்ப அம்பது ஏக்கருக்கு புதுசா ஆயக்கட்டு கொண்டாந்திருக்கோம், அதிகாரிங்க கையெழுத்துப் போட்டு குடுத்திருக்காங்க.’

‘அதிகாரிங்க இந்தக் கண்மாயைக் கூட ஒங்க பேருக்கு கெரையம் பண்ணிக் குடுத்தாலும் குடுப்பாங்க.’

‘வளவளனு பேசாதிரும், தண்ணி பாய்ச்ச முடியுமா, முடியாதா? ரெண்டுல ஒன்னச் சொல்லும்.’

‘தண்ணிப் பாத்யதை இல்லாத எடத்துக்கு கண்மாயிலருந்து தண்ணி பாய்ச்ச முடியாது.’

‘இப்ப நான் நெனச்சா நாளைக்கே வேற ஆளப்போட்டு தண்ணி பாய்ச்ச முடியும், தெரியுமா?’

‘தாராளமாப் போட்டுக்கோங்க, நான் வேணாம்னு சொல்லல.’

‘அப்ப மடைச்சாவியவும், கம்பி, மம்பட்டி எல்லாத்தையும் ஒப்படச்சிட்டுப் போரும், வேற ஆள் போட்டுக்கிறன்.’

‘ஒங்ககிட்ட ஒப்படைக்க முடியாது. இதே அய்யனார் சாமி முன்னாலதான், எங்கப்பன் சத்தியம் வாங்கிட்டு சாவிய ஒப்படைச்சான். அந்தச் சத்தியம் அவுக அப்பன் எங்கப்பனுக்கு கொடுத்தது. அதனால நாளைக்கு காலைல, மகாராஜா தொட்டுக் கொடுத்த மடைச்சாவி, மண்வெட்டி, கடப்பாரை எல்லாத்தையும் அய்யனார் கோயிலு முன்னால வச்சிரன், தாராளமா எடுத்துக் கோங்க.’

‘இப்ப ஒன்னய கண்மாய்த் தண்ணிக்குள்ள முக்கி கொன்னுட்டு நீர்ப்பாய்ச்சி தண்ணிக்குள்ள விழுந்து செத்துப் போய்ட்டாம்னு சொல்லிட்டு, சாவிய நாங்க எடுத்துக்கிட்டா என்ன செய்வ?’

‘என்னைக்கு சாமி இல்ல, கடவுள் இல்லனு சொல்ல ஆரம்பிச் சீங்களோ அன்னைக்கே தெரியும் நீங்க களவாங்கவும், கொள்ளை யடிக்கவும், கொலை செய்யவும் தயங்க மாட்டீகனு! ஆனாலும்

நான் பயப்படமாட்டடன். இந்த மடைக்குடும்பன் தண்ணிக் குள்ளயே பெறந்து தண்ணிக்குள்ளயே வாழ்றவன். தண்ணிதான் எனக்கு உசுரு, கடவுள் எல்லாம். அதனால என்னயை தண்ணிக் குள்ள முக்கிக் கொன்னா அது எனக்கு பெரிய பாக்கியம். நேர மோட்சத்துக்கு என்னய கடவுள் கொண்டு போயிருவாரு, அதே சமயம் நீங்க பேசுன அத்தன பேச்சையும் காது குடுத்து கேட்டுக் கிட்டு சாட்சியா இருக்கிற அய்யனாரு ஒங்கள சும்மாவிட மாட்டாரு. ஓம் வம்சத்தையே கருவறுக்கும். இது சத்தியம்.’

‘முட்டாப் பய என்னத்தையோ வளவளனு பேசுறான். நாளைக் காலைல சாவிய அய்யனார் முன்னாடி வச்சிட்டு நாய் கெணக்கா ஓடிப்போ, நாங்க வேற ஆள் போட்டு தண்ணி பாய்ச்சிக்கிறம், நிய்யி இல்லனா வேற ஆளே இல்லையா ஊரு ஒலகத்துல.’

மறுபேச்சு பேசாமல் நீர்ப்பாய்ச்சி வயல்களுக்குள் இறங்கி வரப்பின் மேல் வடக்காமல் நடந்தான். ஆங்காங்கே வயல்களில் வேலை செய்துகொண்டிருந்தவர்கள் பேசிய பேச்சுக்களுக்கு ஒற்றை வார்த்தையில் பதில் சொல்லிவிட்டு வேகமாக நடந்தான். கொக்கு கூட்டங்கள் பட்டம் விட்டதைப் போல் பறந்து திரிந்தன. இருவரும் போய்விட்டார்களா இருக்கிறார்களா என்று திரும்பிக் கூடப் பார்க்காமல் நடந்தான். அவன் நடந்துகொண்டிருந்த வரப்பின் மீது தான் தன்பாட்டன், பூட்டன், தாத்தன், அப்பனின் கால் தடங்கன் படிந்திருக்கும் என்று நினைத்துக்கொண்டான். அந்தக் கால் தடங் களின் மீது கடேசியாக தன் கால்தடங்களையும் பதித்து நடந்து பாதைக்கு வந்தான்.

மடைச்சாவியை அய்யனார் சாமியின் முன்னால் வைத்து விட்டு நாய் கெணக்கா ஓடிப் போ என்று சின்னாப்பய சொன்ன சொல்லை அவனால் மறக்க முடியவில்லை. தன் முகம் குராவிப் போய் இருப்பதைப் பார்த்து தன் பெண்டாட்டி நூறு தடவை கேட்டிருப்பாள். ஆனால் ஒரு தடவைகூட வாய் திறக்கவில்லை. சூலாட்டின் பிரசவ வலியென மனக் குடைச்சலில் உறக்கமின்றித் தவித்தான். திடீரென்று எழுந்து முற்றத்திற்கு வந்தான். விடிவதற்கு இன்னும் எவ்வளவு நேரம் இருக்கிறது என்பதை அறிய நட்சத்திரங் களை அண்ணாந்து பார்த்தான். கரிசலில் வெடித்துக் கிடக்கும் பருத்திச் சுளைகளைப் போல் பூத்துக் கிடந்தது வானம். விடியலைத் தெரிவிக்கும் ஆறாங்கூட்ட வெள்ளியையும், விடிவெள்ளியையும் தேடினான். காணவில்லை. இன்னும் சாமம்கூட ஆகவில்லை என்பதை உணர்ந்தான். தெற்கில் துணிப்பாக சிமிட்டிக் கொண்டிருந்த செட்டியைக் கெடுத்த வெள்ளியை உற்றுப் பார்த்தான். இந்த

வெள்ளியை அடையாளம் வைத்து வப்பாட்டி வீட்டுக்குப் போய் மாட்டிக்கொண்ட செட்டியாரை நினைத்து இலேசாய் சிரித்துக் கொண்டான்.

கொஞ்ச நேரத்தில் ஊர் முழித்துக்கொண்டது. ஒரே கூட்டம். அழுகை கூப்பாடு. சின்னாவின் தலை துண்டாகிக் கிடக்கிறது. உடல் மட்டும் தலையில்லாமல் முண்டமாகக் கிடக்கிறது. மூக்காவின் வலதுபக்க விலாவில் பாய்ந்த வேல்க்கம்பு மறு விலாவில் வெளி வந்து விட்டது. குடல் சரிந்து கண்கள் நிலை குத்தி நிற்க இரத்தச் சகதிக்குள் மல்லாக்க கிடக்கிறான். ஒரே ஒப்பாரியும் ஊளையும். நீர்ப்பாய்ச்சியின் ஒற்றை அலறலில் பதறி எழுந்தாள் அவன் பொண்டாட்டி. நீர்ப்பாய்ச்சி பேயறைந்தவனைப் போல் உட்கார்ந்திருந்தான். அரிக்கேன் விளக்கின் வெளிச்சத்தில் அவன் முகம் முழுவதும் வியர்வை அரும்பியிருந்தது.

'ஏழெட்டு நாளா நானும் பாக்கன் தலப்புள்ள சாகக் கொடுத்தவன் கெணக்கா அலையிற, இன்னைக்கி என்னடானா ஒரு நாளும் இல்லாத திருநாளா ஓ...னு அலர்ற, எங்ஙனயாவது பயந்திருப்ப, காத்துக்கருப்பு அண்டியிருக்கும், வன்னிமடை ராக்கனப் பாத்து திருநீறு போட்டுட்டு வருவம்.'

'வேற ஒன்னுமில்ல, கெட்ட கெனாக் கண்டுட்டன்.'

'அப்பிடி என்ன கெனாக் கண்ட?'

'பயங்கரமா ரெண்டு உருவம் கண்ணுக்கு தெரிஞ்சது, இன்னார்னு எனங் காணுமுன்ன சட்டுனு மறுஞ்சு போயிருச்சு.'

'ஒங்க ஆத்தாளும் தங்கச்சியும் வந்திருப்பாக ஒன்னயப் பாக்க.'

'ஒனக்கு அவுகளச் சொல்லலனா கண்ணடைக்காத.'

பொழுது நன்றாக விடிந்துவிட்டது. சுவரில் தொங்கிய மடைச் சாவியை எடுத்து இடுப்பில் சொருகினான். கடப்பாரைக் கம்பியையும் மண்வெட்டியையும் எடுத்துக்கொண்டு வேகமாக நடந்தான். பொறிதட்டியதைப் போல் ஒரு யோசனை வந்தவுடன் பாதை மாறி குப்பாண்டிசாமியிடம் போனான். குளித்து முழுகி காவியுடை தரித்து நெற்றி நிறைய திருநீற்றுடன் உட்கார்ந்திருந்தார் குப்பாண்டி சாமி. தன் மரணத்தை வரவேற்று காத்திருக்கும் குப்பாண்டி சாமியை மரணம் நெருங்கப் பயப்படுகிறது போலும். நீர்ப் பாய்ச்சியைக் கண்டதும் தான் சற்றே ஒதுங்கிக்கொண்டு உட்கார் வதற்கு இடம்கொடுத்தார்.

'என்னடா காலாங் காத்தால, கண்மாய்க்கரைக்குப் போகாம இங்க வந்திட்ட? மொகம் பேயறைஞ்சாப்ல இருக்கு, கண்ணு

ரெண்டும் கோவைப் பழமா செவந்திருக்கு, விடியவிடிய ஒறங்கி யிருக்க மாட்ட போலருக்கு, சொல்லுடா என்ன விஷயம்.'

நீர்ப்பாய்ச்சி நடந்த கதைகள் எல்லாவற்றையும் ஒன்று விடாமல் சொல்லிவிட்டு மடைச்சாவியையும், மண்வெட்டி, கடப்பாரையை யும் அய்யனார் கோவிலின் முன்பு வைத்துவிட்டு வரப்போவது வரை சொல்லி முடித்தான். கவனமாகக் கேட்டுக்கொண்டிருந்த குப்பாண்டிசாமியின் கண்களில் கண்ணீர். நீர்ப்பாய்ச்சி இதை சற்றும் எதிர்பார்க்கவில்லை.

'அடேய், சாவிய ஒப்படைக்கிறது லேசுதான்டா. ஆனா கண்மா வம்பாப் போகுமடா, வேற ஆருக்குடா அந்த நெளிவு சுளிவு தெரியும்? மம்பட்டியக் குடுத்துறலாம், அவங்களும் வாங்கிக் கிறலாம், அது இல்லடா விஷயம். பாம்பக் கண்டா பதறி ஓடுவாங்க இந்தப் பயக. ஊர் மொளச்சு கண்மாய் உருவான நால்ல இருந்து பரம்பரையா பாம்பு, பல்லி, தேள், பூரான் இப்பிடியான விஷப் பிராணிக வெலகிப் போறதுக்கு சொல்ல வேண்டிய மத்திரம் இந்தப் பயகளுக்குத் தெரியுமா? அப்பிடியே தப்பித் தவறி விஷம் தீண்டிட்டா அத முறிக்கிற மூலிகை எதுனு தெரியுமா, ராப்பகலா அலஞ்சாலும் ஒரு காத்துக் கருப்பு அண்டாம இருக்க என்ன சாஸ்திரம் செய்யனும்னு இந்தப் பயகளுக்குத் தெரியுமா? வப்பாட்டிட்ட படுத்து எந்திரிச்சு, அந்தானக்கிப் போயி கண்மாயில நின்னா தண்ணி இவன சும்மா விடுமா? மூச்சடக்குற சூட்சுமம் ஒங்க பரம்பரைக்கு மட்டும்தான தெரியும், அதப் படிக்க எம்புட்டு பாடுபடணும்? ஊரு சீரழியப் போறது நிச்சயம்டா. அந்தக் கண்ணராவிய எல்லாம் பாக்கும் முன்ன சமாதியாகிறலாம்னு பாக்கன், கடவுள் கண் தெறக்கமாட்டேன்கிறார். பேசாம ஊரவிட்டு வெளியேறி கங்கையில போயி ஜலசமாதியாகிப் போயிரலாமானு யோசிக்கன். ஏம்னா கண்மா சீரழிஞ்சா அந்த ஊரே காலி. ஏம்னா ஊரெல்லாம் புள்ளத் தாச்சியா இருக்கணும், கண்மா எப்பவுமே நெற சூலியாவே இருக்கணும், நெற சூலியும் தெய்வமும் வேறவேறல்ல.'

சடக்கென்று எழுந்து கொண்ட நீர்ப்பாய்ச்சி குப்பாண்டி சாமியின் சமாதியை மூன்று தரம் சுற்றிக் கும்பிட்டுவிட்டு, சாமியின் பாதத்தைத் தொட்டு கண்களில் ஒற்றிக்கொண்டு வேகமாக நடந்தான். எந்த முரட்டுக்காளையையும் அடக்கும் மூக்கணாங் கயிற்றை இன்று வேகாரிப்பயல்களிடம் ஒப்படைக்கப் போகிறான். கண்மாயை அடக்கியாளும் அந்த மூக்கணாங்கயிற்றை சரியாகப் பராமரிக்காவிட்டால் கயிறு இற்றுப் போகும். காளை திமிறும்.

கரை உடையும். பொங்கி வரும் குதியாளத்தையும் ஆக்ரோஷத்தையும் யாரால் அடக்க முடியும். வயல்கள் சின்னாபின்னமாகும். பயிர்கள் காணாமல் போகும். ஊருக்குள் புகும். ஓடி ஒளியத்தான் முடியும். தானாக அடங்கும் போது கண்மாய் வெறுங்கண்மாயாக இருக்கும். வாய்க்கால்கள் ஓடைகளாக மாறிப்போயிருக்கும். நன்செய்கள் பாறைகள் தெரியும் கிடங்குகளாக மாறியிருக்கும். மூக்கணாங்கயிறு அறுந்த காளை மண்தோண்டி, கொம்புமண் எடுத்து வானத்தில் வீச, அம்மண் சம்சாரிகளின் வீடுகளில் குலுக்கைகளுக்குள் தானியங்களாக நிரம்பிக் கொள்ளும். அப்புறமென்ன? மண் உணவாகும். மனிதர்கள் தின்னப் பழகிக் கொள்ளவேண்டும்.

கண்மாய் தண்ணீரின் இதமான குளிர்ச்சியில் முங்கி முங்கி குளித்தான். மடைச்சாவியையும், மண்வெட்டியையும், கடப்பாரைக் கம்பியையும் தண்ணீரில் கழுவி எடுத்துக்கொண்டான். ஈர வேஷ்டி, துண்டுடன் கரையில் நடந்து மூன்று மடைகளையும் தொட்டுக் கும்பிட்டான். கலுங்கல் முன்னால் நின்று மூன்று தரம் கும்பிட்டு எழுந்தான். நேராக அய்யனார் கோவில் புளிய மரத் தடியில் வந்து நின்றான். வயல்களில் இன்னும் தலைகள் தெரியவில்லை. கண்மாய்க்குள் அத்தனை மரங்களிலும் பறவைக் கூட்டங்கள் அடைந்து கிடந்தன. ஈரத்துண்டை இடுப்பில் கட்டினான். இரு கை கூப்பியபடி மூன்று தரம் சுற்றி வந்தான். அவன் வாய் தானாக முணுமுணுத்தது.

'அய்யனாரப்பா, இது நாள் வரைக்கு இந்த கண்மாயக் காப்பாத்தி வந்தது இந்த மடைக்குடும்பன் நீர்ப்பாய்ச்சி பரம்பரைதாண்ணு ஊரு ஒலகம் நெனச்சுக்கிட்டு இருக்கு. ஆனா இந்த ஊரையும், என்னயவும், இந்தக் கண்மாயவும் இது நாள் வரைக்கும் காப்பாத்திட்டு வர்ரது நிய்யிதான்னு யாருக்குத் தெரியும். யாருக்குத் தெரியுதோ தெரியலையோ, எனக்குத் தெரியும். எங்க அப்பனுக்கு, தாத்தனுக்கு, பூட்டனுக்கு எல்லாத்துக்கும் தெரியும். அதே மாதிரி இனிமேலும் இந்தக் கண்மாயைக் காப்பாத்தனும். இது நம்ம மகாராஜா தொட்டு வணங்கிக் கொடுத்த மடைச்சாவி, மம்பட்டி, கடப்பாரை. அத இப்ப ஒங்கிட்ட ஒப்படைக்கிற நேரம் வந்திருச்சு. மகாராஜாவும் இல்ல, அரண்மனையும் இல்ல. நாலா ஜாதிச் ஜனங்க இருந்தாலும் எங்க பாட்டன்கிட்ட பெரிய மகாராஜா இப்பிடிச் சொல்லித்தான் இந்தச் சாவிய ஒப்படைச்சாராம்.'

'யேல, ஏய்... சொக்கா, இன்னையிலருந்து நீ சொக்கன் இல்லடா, மடைக்குடும்பன்டா, நீர்ப்பாய்ச்சிடா. இந்தக் கண்மா இனிமே ஓம் பொறுப்பு. ஒனக்குப் பெறவு ஒன்னோட வாரிசோட பொறுப்பு.

நம்ம ஜமீன்கள்ல உள்ள அத்தன கண்மாய்களையும் ஒங்க ஜாதிக ஆட்கள் கிட்டத்தான் ஒப்படைக்கனும்னு வெள்ளக்காரன் உத்தரவு, ஏம்னா வெள்ளாம செய்றதுலயும், நீர்பாய்ச்சுறதுலயும் பள்ளர்கள மிஞ்ச இங்க ஆட்களே இல்லனு சொல்றான். சும்மா செல்லல லண்டன்லருந்து இங்க வந்து பல வருஷம் ஆராய்ச்சி பண்ணி சொல்றான். மூப்பன்பட்டி, ஆலம்பட்டி, பாண்டவர் மங்கலம், மேலப்பட்டி, ஆண்டிபட்டி, ஊத்துப்பட்டி, இங்கேயெல்லாம் நீர்ப்பாய்ச்சுற உரிமை பள்ளர்களுக்குத்தாம்னு பட்டயமே குடுத் திட்டான். அதனாலதான் ஒனக்கு இந்த உரிமையை ஜமீன் குடுக்குது, கண்மா விஷயமா நீ எப்பனாலும் நடுச்சாமமானாலும் அரண்மனைக்கு வரலாம், ராஜாவப் பாக்கலாம். இந்தா சாவி.'

'மகாராஜா எங்க ஜாதிய எப்பிடி நம்பி ஒப்படைச்சாரோ அதுக்கு நாங்க இதுவரை துரோகம் பண்ணல அய்யனாரப்பா. கொடிக் காப்பிள்ளமாருக, ரெட்டிமாருக, நாயக்கமாருக அம்புட்டுப் பேரும் இந்த ஊருலதான் இருக்காக, சம்சாரித்தனம் செய்றாங்க. ஒரு சொட்டு தண்ணீர்கூட மனச்சாட்சிய மீறி போயிருக்காது. எத்தனையோ சோதனைகளைத் தாங்குன என்னால இப்ப வந்திருக்கிற சோதனையத் தாங்க முடியல சாமி, மகாராசா ஒப்படைச்ச இந்த மடைச்சாவியவும் மண்வெட்டியவும் கடப் பாரையயும் ஓங்கிட்ட ஒப்படைக்கன். நிய்யி யாருகிட்ட ஒப்படைக்கயோ அது ஓம் பொறுப்பு. ஆனா ஒன்னு சாமி, இந்தக் கண்மாயக் காப்பாத்தி இந்த ஊரையும் காப்பாத்துறது ஓம் பொறுப்பு.'

அய்யனாரின் முன்னால் படியின் மேல் மூன்றையும் வைத்து விட்டு தரையில் விழுந்து கும்பிட்டு எழுந்தான். தரை மண்ணை எடுத்து நெற்றியில் பூசிக்கொண்டான். இடுப்பில் சுற்றியிருந்த துண்டை அவிழ்த்துத் தோளில் போட்டுக்கொண்டு கரைமேல் எட்டு வைத்தான். தன்னுடைய கடைசிப் பார்வையில் அய்யனாரும், வயல்களும், பறவைகளும், வரிசைப் பனைகளும் மறைந்துகொண்டே வந்தன. கடேசியாக செல்லி வீரம்மனையும் பெரிய பிள்ளையின் சமாதியையும் கும்பிட்டுவிட்டுப் போக எண்ணி வடக்காமல் இறங்கினான். எதிரே வெள்ளையும் சொள்ளையுமாக சின்னாவும் மூக்காவும் வருவதைப் பார்த்தான். அடுத்த வரப்பில் ஏறி வேகமாக எட்டு வைத்தான்.

செல்லிவீரம்மன் கோவிலை மூன்று தரம் சுற்றிக் கும்பிட்டான். பெரிய பிள்ளை கோவில் என்று அழைக்கப்படுகிற மகாலிங்கம் பிள்ளையின் சமாதியின் முன்னால் வந்து நின்றான். வெற்றிலைக்

கொடிக்கால் போடுவதில் பெரிய கில்லாடியாக இருந்து தூரம் தொலவெட்டெல்லாம் இந்த ஊருக்குப் பேரும் புகழும் வாங்கிக் கொடுத்து தெலா படிக்கல் உடைந்து தலையில் விழுந்து தண்ணீருக்குள் முங்கிச் செத்த மகாலிங்கம்பிள்ளையை நினைத்துக் கொண்டு சமாதியை சுற்றிக் கும்பிட்டான். தங்கள் வெள்ளாமைகள் சேதாரமின்றி நன்றாக விளையவும், அழிவுகளை ஏற்படுத்தும் எலிகள், பூச்சிகள், நோய்கள் அண்டாமல் இருக்கவும் இன்றைக்கும் எல்லா ஜாதி ஜனங்களும் பொங்கல் வைத்து வழிபடுவது பெரிய பிள்ளையின் சமாதியில்தான்.

ஊருக்குள் நுழைந்த நீர்ப்பாய்ச்சிக்கு ஊர் வேறு ஊராகத் தெரிந்தது. இல்லை இல்லை தான்தான் வேறு ஆளாக மாறிப் போனதை உணர்ந்தான். தலைமுறைகளாக சுமந்துகொண்டு திரிந்த பெரிய சுமையை இறக்கி வைத்துவிட்டதாக உணர்ந்தான். தன் மனதில் வண்டல் மண்ணாகப் படிந்து போயிருந்த கணமாய் என்னும் பிம்பத்தை அழிக்கவோ மறக்கவோ முயன்று தோற்றுத் தோற்றுப் போனான். நீர்ப்பாய்ச்சி இனிமேல் மூக்கணாங்கயிறு இல்லாத ஊர் மாட்டைப் போல் சுதந்திர மனுஷனாகிப் போனான். தினமும் நேரத்திற்கு எழுந்து கண்மாய்க்குப் போக வேண்டிய தில்லை. கரைகள் இற்றுப் போயிருக்கிற இடம் தேட வேண்டிய தில்லை. மழை அறிகுறி தென்பட்ட உடனே பதற்றப்படத் தேவையில்லை. இனிமேல் நீர் எழுப்பும் அலையடி ஓசையோ, மடைத் தண்ணீர் பாய்ந்தோடும் கும்ம்ம் என்ற மடை ஓசையோ, பல்வேறு பறவைகளின் விதவிதமான ஒலிகளோ, தேனீக்களின் ரீங்காரமோ தன் காதில் விழாது. தன் கண்களும் சில காட்சிகளை இனிமேல் காணாது. இனிமேல் நேரங் கிடைக்கும் போதெல்லாம் பப்பன்கூடச் சென்று மீன்பிடிக்க வேண்டும். குமாரசாமி ரெட்டியார் எங்கெங்கெல்லாம் மகாபாரதக் கதை, சித்திரபுத்திர நயினார் கதை படிக்கப் போகிறாரோ அங்கேயெல்லாம் சென்று கதை கேட்கவேண்டும். குப்பாண்டிசாமியுடன் நிறைய நேரம் பேச வேண்டும் என்று நினைத்துக்கொண்டான்.

விஷயம் மெல்லமெல்ல ஊருக்குள் கசிந்துவிட்டது. கேட்டவர் களிடமெல்லாம் சின்னாவிடம் போய்க் கேளுங்கள் என்று சொல்லி நழுவிக்கொண்டான் நீர்ப்பாய்ச்சி. மூன்றாம் நாள் ஊரே அல்லோகலப்பட்டது. மேலமடை திறந்து இரண்டு நாட்களாகியும் இன்னும் மடையை அடைக்கவில்லை. மடைத் தண்ணீர் புதிதாகப் போடப்பட்ட வாய்க்கால் வழியாக சின்னாவின் புறம்போக்கு வயலை நிறைத்து இரவு பகலாக வண்ணான் பாறைக்கிடங்கின்

வழியாக வெளியேறிக்கொண்டிருந்தது. சின்னாவையும் மூக்கா வையும் ஊரில் காணவில்லை. மடைச்சாவி அவர்களிடம் தான் இருக்கிறது.

மறுநாள் ஊர்க் கூட்டம். பல சம்சாரிகள் கொதித்துப் போனார்கள். நீர்ப்பாய்ச்சி கூட்டத்திற்கே வரவில்லை. ஆனால் எல்லாருடைய கேள்விக்கும் பக்குவமாகப் பதில் சொல்லிக் கொண்டிருந்தான் சின்னா.

'பரம்பரை நீர்ப்பாய்ச்சிட்ட நீ எப்பிடி சாவிய வாங்கலாம்?'

'இனிமேப்பட எதுவுமே பரம்பரை கெடையாது. முந்தி கண்மாய மராமத்துப் பாக்கணும்னா மகாராசாட்டப் போயி கையக் கட்டிட்டு நிப்பம், வேல முடிஞ்சிரும், இப்ப அப்படி நிக்க முடியுமா, என்ன செலவு, எத்தன ஆள் வேணும், என்னென்ன சாமான்க வாங்கணும், மொத்தமா எவ்வளவு ரூபா ஆகும் அப்பிடினு, தனித் தனியா எழுதி, நான் கையெழுத்துப் போட்டு பஞ்சாயத்து அதிகாரி கிட்ட கொடுத்து, அவரு அதச் சரி பார்த்துட்டு, மேல உள்ள அதிகாரிக்கு அனுப்பி, கலெக்டர் வரப் போயித்தான் ரூபா வரும். ரூவா வந்தப் பெறவு சுச்சி நாயக்கர் மாதிரி பெரிய புள்ளிக கையில ஒப்படைச்சு அந்த வேலைய முடிக்கணும்னு சட்டம். அதனால இனிமேப்பட படிக்காத ஆட்களுக்கு வேல கெடையாது. கண்மாய்க்கு வாட்ச்மேன் கூடிய சீக்கிரம் வந்துருவான்.'

சிலேபிக் கெண்டை மீன், வேலிக்கருவேல மரம் போல ஊருக்குள் இன்னும் பல வரவுகள் வந்துவிட்டன. ஊரே மாறிக்கொண்டிருந்தது. மேலக்குடி ஆறு புளியமர வரிசையை அழித்துவிட்டு இரண்டு தெருக்களுக்கும் மத்தியில் பஞ்சாயத்து அலுவலகக் கட்டிடம் வந்துவிட்டது. இடுப்பளவு உயரம் வளரும் நெல்பயிர்கள் மறைந்து முழங்கால் அளவு உயரம் மட்டுமே வளரும் நெல்லும், மூன்றே மாதத்திலும், இரண்டே மாதத்திலும் விளையும் விதம் பயறு வகைகளும், தங்களுக்கு எதற்குமே பயன்படாத சூரிய காந்தியும், மக்காச் சோளமும், நித்திய கல்யாணியும் வந்து சம்சாரி களின் நிலங்களை ஆக்ரமித்துக்கொண்டன. பாரம்பரிய தானியங்கள் குறைந்துகொண்டே வந்தன. எட்டு முழம் ஆழம் பூமிக்குள் செல்லும் வேர்கொண்ட கருங்கண்ணி, குப்பாம் பருத்தி வகைகள் மாறி உகண்டா என்கிற ரகம் ஊருக்குள் வந்துவிட்டது. இரண்டு பருப்பு உள்ள நிலக்கடலை மாறி மணிலாக் கடலை என்கிற கடலையில் மூன்று நான்கு பருப்புக்கள் நீளமாக இருந்தன.

கண்மாய்க்கு புதிதாக வாட்ச்மேனாகவும் நீர்ப்பாய்ச்சியாகவும் வந்திருக்கிற இளைஞன் வேறு யாருமல்ல, கரகாட்டக்காரி

தச்சநல்லூர் சாரதாவின் தம்பி முத்துச்சாமி. அவன் பேண்ட் சட்டை சகிதம் கண்மாய்க்கரையில் அலைந்ததை சம்சாரிகள் ஆச்சரியமாகப் பார்த்தார்கள். அது கண்மாயைக் காவல் காக்கும் நபர்களுக்கு வனத்துறையால் வழங்கப்படும் காக்கி யூனிபார்ம். மடைகள் எப்போதும் திறந்தே இருந்தன. தேவையான தண்ணீரை சம்சாரிகள் தாங்களாகவே பாய்ச்சிக்கொண்டார்கள். கண்மாய் வற்றுவதற்கு இரண்டு மாதத்திற்கு முன்பே வற்றிவிட்டது. அழிமீன் பிடித்த போது சிலேபிக் கெண்டை தவிர்த்து வேறு மீன்களையே காண வில்லை. நெல் விளைந்தபின் உளுந்தோ, கடலையோ போட தண்ணீர் மிச்சமிருக்கும். முதல் முறையாக நெல்லோடு மட்டுமே கண்மாய் வற்றிப் போனதை நினைத்து வருத்தப்பட்டார்கள். கடலை போட தண்ணீர் இல்லாததை நினைத்துப் புலம்பினார்கள். எத்தனை வகை மீன்கள், எங்கே போய் தொலைந்தன, யாருக்கும் விடை தெரியவில்லை.

பஞ்சாயத்து போர்டு ஆபிசின் முன்னால் ஊரே கூடிக்கிடந்தது. அரசாங்கத்து ஆட்கள் வந்திருந்தார்கள். ஆபிசின் மேலே ஏறி முத்துச்சாமி கிழக்கும் மேற்குமாக இரண்டு கம்பிகளைக் கட்டி, துணிகள் காயப் போடுவதற்கு கயிறு கட்டுவது மாதிரி கருப்பு நிற வயரை இழுத்துக் கட்டினான். அதிலிருந்து வயரை இழுத்து பஞ்சாயத்து ஆபிசின் ஜன்னல் வழியாக உள்ளே கொண்டு போனார்கள். ஆபிசுக்குள்ளே இருந்து இன்னொரு வயரை ஜன்னல் வழியாக வெளியே கொண்டு வந்து சுவரை ஒட்டி ஆழமாகக் குழி தோண்டி, அதில் உப்பையும் கரியையும் கொட்டி, அந்தக் குழிக்குள் ஒரு கம்பியை நட்டு மூடினார்கள். வெளியே நீட்டிக் கொண்டிருந்த அந்தக் கம்பியின் நுனியில் உள்ளேயிருந்துகொண்டு வரப்பட்ட வயரை இணைத்தார்கள். மேலே கட்டியுள்ள வயரை ஏரியல் வயர் என்றும், கீழே பூமிக்குள் இருக்கும் கம்பியுடன் இணைத்துள்ள வயரை எர்த் வயர் என்றும் சொல்லிக் கொண்டார்கள்.

காரில் இருந்து இறக்கிய அட்டைப் பெட்டியை மெதுவாகப் பிரித்தார்கள். ஊர்ச்சனம் எல்லாம் கூடிநின்று ஆவலாகப் பார்த்துக் கொண்டிருந்தார்கள். கறுப்பு நிறத்தில் பளபளக்கும் பெரிய ரேடியோ பெட்டியை வெளியே எடுத்தார்கள். 'நேஷனல் எக்கோ' என்று எழுதியிருந்ததை முத்துச்சாமி பலமாக வாசித்து, தனக்கு மட்டுமே இங்கு இங்கிலீஷ் தெரியும் என்பதைக் காட்டிக் கொண்டான். அடுத்த பெட்டியிலிருந்து சிவப்பு நிறத்தில் இரண்டு பேட்டரிகளை வெளியே எடுத்தார்கள். அந்தச் சிவப்பு நிற பேட்டரியில் வட்டவளையத்துக்குள் பாய்ந்தபடி இருந்த பூனை

யையும், அதன் இரண்டு பெரிய கண்முழிகளையும் ஆச்சரியமாகப் பார்த்தார்கள். எவரெடி என்று எழுதப்பட்டிருந்ததை கடேசியாக கூம்பு வடிவ குழாய் ஒன்றைக் கட்டிடத்தின் மேலே ஏறி முத்துச் சாமி கட்டி விட்டு, அதன் பின்னால் மாவு உருண்டை போன்ற ஒரு உருளையை மாட்டிவிட்டு இறங்கினான். இப்போது எல்லோருமே அந்தக் குழாயையே அண்ணாந்து பார்த்துக் கொண்டிருந்தார்கள். சிறிது நேரத்தில் உர்ர்ர்ர் என்று பெரிய உறுமல் சத்தம் கேட்டது. அப்புறம் உர் உர் உர் என்று சத்தம் கேட்டது. மௌனம் கூடிநின்றது அவ்விடத்தில்.

இப்போது பேச்சு தெளிவாகக் கேட்டது. பயிர்களில் நோய்கள் ஏற்படாமல் இருக்க தெளிக்க வேண்டிய பூச்சிக்கொல்லி மருந்து களையும், எந்தெந்தப் பூச்சியை ஒழிக்க என்னென்ன மருந்துகளை, எப்படி எப்படிக் கலக்க வேண்டும் என்றும் ரேடியோ பேசியது. அடுத்து தழைச்சத்து, மணிச் சத்து, சாம்பல் சத்து என்று பலவகை யான சத்துக்களைப் பற்றிப் பேசிவிட்டு என்னென்ன வகையான இரசாயன உரங்களைப் பயிர்களுக்குப் போடவேண்டும், நட்ட எத்தனாவது நாளில் எந்த உரம் போட வேண்டும் ஆகிய வழிமுறை களைப் பேசியது. அப்புறம் நாற்றுப் பாவும்முறை, நடவு செய்யும் முறை, களையெடுக்கும்முறை, எவ்வளவு இடைவெளிவிட்டு நாற்று நட வேண்டும், அறுவடை செய்யும்முறை எல்லாவற்றையும் விளக்கமாகச் சொல்லிக் கொண்டிருந்தது. கூடியிருந்த ஆண்களும் பெண்களும் ஆச்சரியமாகக் கேட்டுக்கொண்டிருக்கும் போதே, சினிமாப் பாட்டுப் பாடியது. மக்கள் சத்தம் போட்டு விசிலடித்து ஆட்டம் போட்டார்கள்.

வந்திருந்த அரசாங்க அதிகாரிகள் ரேடியோவை எப்படி யெல்லாம் இயக்க வேண்டும் என்ற விவரங்களைச் சின்னாவிடமும் மூக்கா விடமும் சொல்லிவிட்டுக் கிளம்பிப் போனார்கள். தினமும் பஞ்சாயத்து ஆபிசில் சினிமாப் பாட்டுக் கேட்க கூடிக் கிடந்தார்கள் ஜனங்கள். மாடத்தியின் புருஷன் கவனமாக சினிமா பாட்டு கேட்டுக்கொண்டிருந்தான். மாடத்தி மெதுவாக எட்டிப் பார்த்தாள். கோபமாக எழுந்து வந்தவன் மாடத்தியை முறைத்தான்.

'நம்ம செவலக்காள, கயத்த அறுத்திட்டு கொட்டாரப் பக்கம் போயிருச்சு. பாச்சக்காள, வேற யாரும் கிட்டப் போக முடியாது, நல்லாயிருப்ப புடிச்சுக் கெட்டிட்டு வந்து சினிமாப் பாட்டு கேளு.'

'இன்னும் ஒரு மணி நேரத்துக்கு இந்த எடத்தவிட்டு வர மாட்டன், அதுக்குப் பெறவுதான் வருவன் போ.'

'சின்னப் புள்ளைகள முட்டியிருச்சுனா போச்சு, வாப்பா வந்து

மொளக்குச்சியில கட்டிட்டுப் போயிரு.'

'நிய்யி இப்ப போகப் போறயா, ஒதவாங்கப் போறயா?'

'இந்த நாசமாப்போன ரேடியோ என்னக்கி வந்ததோ அன்னைக்கே இந்த எளவட்டப் பயக வம்பாப் போயிட்டான். நேரத்துக்கு வேலைக்குப் போறாங்களா, நேரத்துக்கு சாப்பிடுறதும் கெடையாது, தூங்குறதும் கெடையாது. நெறய்யாப் பயக கெட்ன பொண்டாட்டிகூடப் படுக்காம ரேயோப் பெட்டியோட காமாட்ல ஒறங்குறான்.'

கண்மாயில் அழிமீன் பிடித்து மூன்று மாதங்கள் முடிந்தும் இன்னும் மராமத்து வேலைகள் ஆரம்பிக்கப்படவில்லை. கரையைப் பிளந்து மண் அள்ளுவதற்கு வண்டிப்பாதை இன்னும் திறக்கப்பட வில்லை. நெல் அறுவடை முடிந்து இரண்டாம் பட்டமாக நிலக் கடலையோ உளுந்தோ பயிரிட ஒரு சொட்டு தண்ணீர்கூட இல்லை. கிணறுகளில் நீர்மட்டம் குறைந்து போனதால் கமலை இறைக்கும் பாதைகளை நீட்டிக்கவும், இறைவை வடத்தின் நீளத்தை அதிகரிக்கவும் சம்சாரிகள் பெரும்பாடு பட்டார்கள். குருவனும் பெருமாளும் நீளத்தை அதிகரிக்க புதியதாக வடம் வாங்கிக்கொண்டு கோவில்பட்டியிலிருந்து குறுக்குப் பாதை வழியே நடந்துகொண்டிருந்தார்கள்.

'மூனு நாள்ள தண்ணிப் பாய்ச்சல் முடிஞ்சிரும், இப்ப நாலு நாளு எறச்சும் இன்னும் கொற கெடக்கு.'

'நீர் மட்டம் ஆழத்துக்குப் போயிருச்சில்ல? பெறகு எப்பிடி மூனு நாள்ள பாயும். எட்டுக் கெஜம் இப்ப பன்னிரெண்டு கெஜம் ஆழமாப் போச்சு, பாவம் மாடுக தெனறுதுக, மூசு மூசுனு எளைக்கு, மேத் தண்ணினா ஓடி ஓடி ஊத்தும், இப்ப நாக்குத் தள்ளுது.'

'போன தண்ணிப் பாய்ச்சலுக்கு எனக்கு கடேசிப் படிக்கும் கீழ தண்ணி எறங்கிருச்சு, இந்தத் தடவ தரை தெரிஞ்சிரும்.'

'இப்பிடியே கண்மாய போட்டுட்டா நம்ம ஊர்ல எல்லாக் கெணறுமே வத்திப் போகும், வெட்டி ஆழப்படுத்துனாத்தான் சம்சாரித்தனம் பாக்க முடியும்.'

'சின்னாப்பய ஊருலயே தங்க மாட்டேங்கான், மூக்காப் பய சுச்சி நாயக்கருக்கு ஏன்ட வேல எடுத்தவேல செஞ்சிட்டு அலை யிறான். வேற ஆர்ட்டப் போயி சொல்ல, நம்ம தலவிதி அம்புட்டுத்தாம்னுட்டு இருக்க வேண்டியதான்.'

'குட்டி நாய வச்சு வேட்டையாட முடியாதுங்கிறது சொலவட, அது மாதிரி ரெண்டு பயகளும் வெடலப் பயக, அவங்களுக்கு என்ன

தெரியும்? ரெண்டு பயகளும் நல்லா குடிக்கான், எப்படா பொழு தடையும்னு பாத்து, கரகாட்டக்காரி வீட்ல போயி படுத்துக்கிறான், என்ன கேட்டாலும் அதிகாரிக்கிட்ட சொல்லியிருக்கு அவங்களா ஒரு முடிவு எடுத்தாத்தான் முடியும், நம்ம இஷ்டத்துக்கு ஒன்னும் செய்ய முடியாதுங்கான்.'

'அதிகாரிகளுக்கு என்ன தெரியும்? வாய்க்கா தெரியுமா, வரப்புத் தெரியுமா, கண்மா பெருகுனா என்ன பெருகாட்டா என்ன, மாசம் ஒன்னாந்தேதி டான்னு சம்பளம், எந்நேரமும் காத்தாடிக்கு அடியில உக்காந்துக்கிட்டு ஊர்ப்பொரணி பேசுறாங்க.'

இருவரும் கண்மாய்க்கரையின் மேல் ஒருவர்பின் ஒருவராக நடந்து வந்துகொண்டிருந்தனர். அரசாங்கம் கொடுத்த வேலிக் கருவேலமுள்செடி கரையை அடைத்துக்கொண்டு பாதை முழுவதும் நிறைந்திருந்தது. சங்கஞ் செடிப் புதர்களையே காணவில்லை. கண்மாயின் உள் வாகரையிலும் கண்மாய்க்குள்ளும் வேலிச் செடிகள் ஆக்ரமித்திருந்தன. இன்னும் சில இடங்களில் நீரை உறிஞ்சி நீருக்குள்ளேயே வாழும் ஆகாயத் தாமரை, காட்டா மணக்கு, நீர்க் கொரண்டி, நீர் முள்ளிச் செடிகளையும் பார்த்தார்கள்.

'பெருமாளண்ண இனிமே நம்ம கண்மாய பழையபடிக்குக் கொண்டாரனும்னா ரொம்ப சங்கடம். வருஷா வருஷம் மராமத்து பாக்காதனால செடிகொடிக மூடிருச்சு, இந்த வேலிச் செடிய இனிமேப்பட அப்புறப்படுத்த முடியாது.'

'இங்க கேளுப்பா, நம்ம கண்மாய்க்கு தண்ணி வர்ர ஓடையப் பூராத்தையும் அடச்சிருச்சு, தண்ணி போகவோ வரவோ முடியாத படி முள் மண்டிப் போச்சு. அப்பிடியே கொஞ்சம் நஞ்சம் தண்ணி போனாலும் ஆத்துலருந்து ஒரு மீன்குஞ்சுகூட ஏறி வரமுடியாது.'

'என்னைக்கு நீர்ப்பாய்ச்சி வெலகி இந்த சின்னாப் பயகிட்ட கண்மாய் போச்சோ அன்னைக்கே சோலி முடிஞ்சது.'

'ஆமா, சாமி இல்ல கடவுள் இல்லேங்கான், நம்மளப்போல பெரிய ஆட்க சொன்னத கேக்க மாட்டேங்கான். பாவம் குப்பாண்டி சாமிய தெனமும் கேலியும் கிண்டலும் பண்ணி பாடாபடுத்துறான், எது சொன்னாலும் அதிகாரிங்கள சாக்குப் போக்கு சொல்றான்.'

'இந்த வருஷமும் மண் எடுக்க விடலன்னா அம்புட்டுத்தான் கண்மா மேடேறிப் போயிரும். பாதி தண்ணிகூட நிக்காது, நெல் பயிருக்கே தண்ணி காணாமப் போயிரும், கெணறுக எல்லாம் வெறும் கெணறாப் போயிரும்.'

இருவரும் ஊருக்குள் நுழைந்த போது மடத்துத் திண்டின் மேல்

கால்மேல் கால் போட்டு சின்னாவும் மூக்காவும் உட்கார்ந்திருக்க அவர்களின் முன்னால் ஊரே கூடியிருந்தது. சம்சாரிகள் கொதித்துப் போயிருந்தார்கள். அவர்களால் கோபத்தைக் கட்டுப்படுத்த முடிய வில்லை. ஆவேசமாகப் பேசினார்கள். குருவனும் பெருமாளும் தலையில் இருந்து வடத்தை இறக்கித் தரையில் போட்டுவிட்டு கூட்டத்தோடு கலந்தார்கள்.

'பழைய வடம் எட்டாத அளவுக்குக் கெணத்துல தண்ணி அடியில போயிருச்சு, கண்மாய்ல தண்ணி இருந்தா கெணத்துல தண்ணி வத்துமா.'

'நீங்க மடைச்சாவிய வாங்குனப் பெறவுதான் கண்மாய்ல தண்ணி மூனு மாசத்துக்கு முன்னாலயே வத்திப் போச்சு.'

'உண்டான வயக்காடுகளுக்கே தண்ணியில்லையே, வண்ணான் கிடங்கோரம், அந்தப் புறம்போக்கு எடத்துக்கு தண்ணிப் பாத்யதை எப்பிடி வந்தது?'

'அதிகாரிங்கதான் ஆயக்கட்ட கூட்டி உத்தரவு போட்ருக்காங்க. நீங்க அவங்க கிட்டப் போயி கேளுங்க.'

'சரி, வருஷா வருஷம் கோடையில கரையைத் தொறந்து பாதைவிட்டு மண் எடுக்கிற வழக்கத்த எதுக்கு நிறுத்துனீங்க? ஒரு வருஷம் மண் எடுக்கலனாக்கூட கண்மா மேடேறிப் போகாதா.'

'ஊர்ல சடங்கு, கல்யாணம், கோயில் கும்பாபிஷேகம் எது நடந்தாலும் கண்மாய்லதான வெறகு வெட்டுற பழக்கம். திடீர்னு வெறகு வெட்டக்கூடாதுனா அடுப்பெரிக்க எங்க போக.'

'நம்ம ஊரு கண்மாயில நம்ம ஊரு காடுகளுக்கு மண் அள்ளக் கூடாதுனா என்ன நியாயம், நம்ம ஊரு கண்மாயில இருக்கிற வெறகு நம்மளுக்குத்தான, வெட்டக் கூடாதுனா எப்பிடி?'

'ஒங்களுக்கு எத்தன தடவ சொன்னாலும் புரிய மாட்டேங்கு. கண்மாய் இப்போதைக்கு மகாராஜாவுக்கும் சொந்தம் கெடையாது. நம்ம ஊருக்கும் சொந்தம் கெடையாது. அரசாங்கத்துக்கு சொந்தம். கண்மாய் பராமரிப்பு எல்லாமே பொதுப்பணித்துறையோட பொறுப்பு. மரங்கள் எல்லாமே வனத்துறையோட பொறுப்பு, மண்ணு கல்லு எல்லாமே கனிம வளத்துறையோட பொறுப்பு. நம்ம கையில எதுவுமே இல்ல, இவங்கள கேக்காம எதுவும் செய்ய முடியாது.'

'அப்ப சாத்தனும் செவத்தியும் வெளுக்கிற வண்ணான் துறை மட்டும்தான் நமக்கு சொந்தமாக்கும்.'

கோபத்திலும் கூட்டம் சிரித்து மகிழ்ந்தது. கண்மாயில் அரசாங்க

அனுமதியில்லாமல் மண் அள்ளவோ, விறகு வெட்டவோ கூடாது என்றும் மீறி யாராவது செயல்பட்டால் போலீஸ் வசம் ஒப்படைக்கப் படும் என்று சின்னாத்துரை சொல்லி வாய் மூடவில்லை, குருவன் பலமாகக் கேட்டான்.

'நல்லமுத்தன்பட்டி சாராய வியாபாரிக்கு தினமும் வெறகு வண்டி வண்டியா போகுது, கோயில்பட்டி தீப்பெட்டி ஆபிஸ் களுக்கு அடுப்பெரிச்சு மெழுகு காய்ச்ச வண்டி வண்டியா போகுது, நீ கொண்டாந்து போட்ட ஆள்தான வாட்ச்மேன் முத்துச்சாமி, அவனுக்கு தெரிஞ்சுதான் எல்லாமே நடக்கு, உள்ளூர் ஆட்களுக்கு அடுப்பெரிக்க விறகு கெடையாது, நீங்க ரெண்டு பேரும் வெளங்க மாட்டீக.'

'சின்னய்யா கோபப்படாத. முத்துக்கு சம்பளம் குடுக்கிறது கவருமெண்ட். நான் சொன்னா கேப்பானா, ஒஞ் சோலியப் பாரும்பான், நீங்க ஊரோட போயி பாரெஸ்ட் ஆபிசுல கம்ளை யண்ட் எழுதிக் குடுங்க, நான் வேணும்னாலும் வாரன்.'

'அரசாங்கம் சம்பளம் குடுக்கிறது கண்மாயக் காவல் காக்கவா கொள்ளையடிக்கவா?'

'என்கிட்ட கேட்டா எப்பிடி, அதிகாரிங்ககிட்ட கேளுங்க.'

கண்மாய்க்கரையைப் பிளந்து பாதையும் கொடுக்கவில்லை. இரண்டு மூன்று வருஷங்களாக கண்மாய் மண் அள்ளப்படவு மில்லை. வெள்ளம் அடித்து வரும் கரிசக் காட்டின் வண்டல் மண் கண்மாய்க்குள் படிந்து கண்மாய் மேடேறிக்கொண்டே வந்தது. இந்த வருடமும் கோடை உழவு முடிந்து கரம்பைமண் இல்லாம லேயே குப்பைக் குமி சிதறி கோடை உழவு முடித்தார்கள். தோட்டங்களில் அனேகம் கிணறுகள் தண்ணீர் இல்லாமல் வறண்டு போய்விட்டன. வயல்காடுகளில் முழு வெள்ளாமை இல்லை. தோட்டங்களிலும் வெள்ளாமைகள் செய்ய கிணறுகளில் தண்ணீர் இல்லை. சம்சாரிகள் என்ன செய்வதென்று தெரியாமல் தவித்தார்கள். தவறாமல் மழை பெய்தும் கண்மாய் நிறைந்தும் தண்ணீர் தட்டுப் பாடாகிப் போனது. கலுங்கலில் இருந்து ஒழுகும் தண்ணீரை அடைக்க வேறு ஒரு சொருகு பலகை கூட வாங்க முடியாமல் இரவு பகலாக தண்ணீர் வீணாகியது.

சின்னாதுரை இப்படி திடுதிப்பென்று சாவான் என்று யாரும் நினைத்திருக்க மாட்டார்கள். காதோரம் எட்டிப் பார்த்த விஷச் சிலந்தி உயிரையே எடுத்துவிட்டது. தொண்டைவரைப் பரவி தலை வீங்கி பேச முடியாமல், எச்சில் துப்பினாலும் தொண்டை வழி

இரத்தம் வெளியேறி பரிதாபமாக செத்தான். அய்யனாரப்பன் தான் காவு வாங்கிவிட்டார் என்று சிலரும், குப்பாண்டிசாமியின் சாபம் பிடித்துவிட்டது என்று சிலரும், ஊர் ஜனங்களின் வயிற்று எரிச்சல் கொன்றுவிட்டது என்று சிலரும் பலவாறாகப் பேசிக் கொண்டார்கள். பாளையங்கோட்டை பெரியாஸ்பத்திரியிலிருந்து சின்னாத்துரையின் உடலைக் கொண்டுவந்து உருளைக்குடியில் அடக்கம் பண்ணினார்கள். பல்வேறு கட்சிக்காரார்களும், அரசாங்க அதிகாரிகள் சிலரும் கூடவந்திருந்தார்கள். தச்சநல்லூரிலிருந்து தன் மகளுடன் வந்து அழுது புலம்பிய கரகாட்டக்காரி மீண்டும் போகவே இல்லை. தன் தம்பி முத்துக்கு துணையாக இங்கேயே தங்கிவிட்டாள்.

புதையலுடன் பாழடைந்து கிடக்கும் தன்னுடைய சொந்த வீட்டைப் புது வீடாக்கி சாரதாவைக் குடிவைத்துக் கொண்டான் மூக்கா. தாய்க்கு மட்டுமில்லை மகளுக்கும் ஆதரவாக இருந்தான். சுச்சி நாயக்கருக்கு சின்னாவைப் போலவே வலது கையாக மாறிப் போனான். சாரதாவின் மகள் தேன்மொழி ஏற்கனவே இரண்டு பேருக்கு வாழ்க்கைப்பட்டவள் என்றும் மூன்றாவதாக மூக்கா கல்யாணம் பண்ணி வச்சிருக்கிறான் என்றும், மூக்காவுக்குப் பிறந்த குழந்தை ஒன்று பட்டணத்தில் படிப்பதாக சிலரும் பேசிக் கொண்டார்கள். ஊர்த் தலைவர் சின்னா இறந்த பிறகு மறுபடி புது ஆள் தேர்ந்தெடுக்கிற வரை எல்லா வேலைகளையும் மூக்காவே கவனித்துக்கொண்டான். சுச்சி நாயக்கருக்கு பல்வேறு ஊர்களில் நடைபெறும் வேலைகளையும் சின்னாவைப் போல் மூக்காவே கவனித்துக்கொண்டான். பஞ்சாயத்து போர்டு ரேடியோ சினிமாப் பாட்டுக்களுடன் சேர்த்து விவசாயத்தையும் வழிகாட்டியது. சம்சாரிகள் எந்நேரமும் கூடிக்கிடந்தார்கள். கண்மாயைப் பாதுகாப்பது பற்றி ரேடியோ ஒன்றும் சொல்ல வில்லை. கண்மாய் மேடேறி முள் செடிகள் மண்டி தண்ணீர் பெருகும் இடம் ஒரு ஓடையைப் போல் சுருங்கிப் போனது.

நம்பவும் முடியவில்லை. நம்பாமலும் இருக்க முடியவில்லை. சிலர் அதிசயம் என்றார்கள். இன்னும் சிலர் அக்கிரமம் என்றார்கள். மூக்கா சொன்னான்.

'தாயோளி, சொன்னபடி ராத்திரிக்கு சமாதியாகல, விடியக் கருக்கல்ல அப்பிடியே உசுரோட உள்ள எறக்கி மண்ணப் போட்டு மூடிருவம்.'

கூடியிருந்த கூட்டம் சிரித்து மகிழ்ந்தது. குப்பாண்டிசாமியைச் சுற்றிலும் ஊரே கூடியிருந்தது. நடுவில் கழுத்தில் மாலையுடன்

உட்கார்ந்திருந்தார் குப்பாண்டிசாமி. குப்பாண்டியின் பெண்டாட்டி அழுகைச் சத்தமும் சாமியின் அக்காள் தங்கச்சியின் அழுகைச் சத்தமும் பலமாகக் கேட்டது. அழுதவர்களைப் பார்த்து சில பொம்பளைகள் அதட்டினார்கள்.

'இந்தா... பொம்பளைகளா எதுக்கு இப்ப அழுகுறீக. இன்னக்கி திடீர்னா சாகப் போறம்னு சொல்றாரு, ஏழெட்டு வருஷமா சொல்லிட்டுத்தான் இருக்காரு, சொன்னதோட சும்மாவா இருந்தாரு, அவருக்னு குழியவும் தோண்டி, அது மேல சமாதியும் கெட்டி வச்சிட்டாரு, எல்லாரும் என்னைக்கிருந்தாலும் சாகத்தான போறம். குப்பாண்டியண்ணன் தெய்வமா ஆகப் போறாரு, அழுகாம இருங்க.'

ஆளாளுக்கு அதட்டவும் அழுகைச் சத்தம் கொஞ்சம் குறைந்தது. இன்று இரவு ஒரு மணிக்கு தன்னைத்தானே மாய்த்துக் கொள்ளப் போவதாக சொல்லிக் கொண்டு குப்பாண்டிசாமி மாலையுடன் உட்கார்ந்திருந்தார். அவரைச் சுற்றி ஊரே கூடிநின்றது. நிறையப் பேர் காலில் விழுந்து வணங்கி திருநீறு பூசிக்கொண்டிருந்தார்கள். நேரம் ஏறிக்கொண்டேயிருந்தது. குப்பாண்டிசாமியின் வாய் முணுமுணுத்தது. கூட்டம் அமைதியானது.

'இந்த ஊர்க்காரரங்க எல்லாருமே நான் சொல்றத கவனமா கேட்டுக்கோங்க. ஊரு நாசமாப் போகட்டும்னு நான் சொல்ல மாட்டடன், அதேசமயம், என்னோட கனவுல எது எதெல்லாம் என் கண்ணுக்குத் தெரியுதோ அத சொல்லாம சாக மாட்டன்.'

'சரிப்பா கண்டதக் கழியதச் சொல்லிட்டு இன்னக்கி ராத்திரி நிய் சாகலனு வச்சிக்கிருவம். அப்ப நாங்க என்ன செய்ய?'

'சாவு எங்கையில இருக்குடா, சாகாம எப்பிடி இருப்பன். அப்பிடியும் சாகலனா மூக்காப்பய சொன்னது மாதிரி அடிச்சுக் கொன்னு மூடிருங்க.'

'பஞ்சாயத்து போர்டு ஆபிசில் மட்டும் இருக்கும் ரேடியோ பெட்டி தன்னை உருமாற்றிக்கொண்டு ஒவ்வொரு வீட்டிற் குள்ளும் உட்கார்ந்து கொள்ளும். எங்கிருந்தோ பேசுகின்ற பாடுகின்ற சத்தம் மட்டுமே கேட்கும் நிலைமாறி உருவங்கள் நிழல்களாக மாறி, நம்முன் தோன்றி ஆடும், பாடும், புணரும். புள்ளையும் பெறும். அதனால இனிமேப்பட சம்சாரிக கருக்கல்ல எந்திரிச்ச ஒடன ஆம்பளைனா செருப்பால நாலு அடி, பொம்பளைனா விளக்குமாத்தால நாலு சாத்து அந்தப் பெட்டி யோட உச்சந் தலையில சாத்திட்டு காடுகரைகளுக்குப் போங்க. காடுகரைகளிலும்,

தோட்டங்களிலும், வயக்காடுகளிலும் மண் செத்துப் போகும். சாம்பலைப் போன்று மாறிப்போய் மண் வீரியம் இழந்து பயிர் விளைய தோதற்றுப் பொக்காகிப் போகும். செத்துப் போன மண்ணை வளப்படுத்தவும், தினமும் முற்றம் தெளிக்கவும், வீடு மெழுகவும் கூட மாட்டுச் சாணம் இருக்காது. ஊரைச் சுற்றிலும் மாட்டுத் தாவணி போல் காடிகளில் கட்டிக் கிடக்கும் அத்தனை மாடுகளும் காணாமல் போய் விடும். பெரிய பெரிய படப்புக்கள் தேவையற்றுப் போய் மக்கிப் போகும். உழவு அடிக்கவும் விதைக்கவும், களை எடுக்கவும், நாற்று நடவும், அறுவடை செய்யவும், கதிர் அடிக்கவும் எந்திரங்கள் வந்துவிடும். எந்திரங்கள் சாணம் போடாது என்று சம்சாரிகள் உணர்ந்து வருந்தும் காலம் வரும். பெண் ஆணாவாள், ஆண் பெண் ஆவான். ஊரைச் சுற்றிலும் களங்கள் பயனற்றுப் போய் கிடக்கும். சிறுவர்கள் அவைகளில் பந்தாடி மகிழ்வார்கள். தானியங்கள் நிரம்பிய குலுக்கைகள் தேவையற்றுப் போகும். பீர்க்கங் குடுக்கைகளைப் போல் குலுக்கைகளை வெளியே தூக்கி எறிவார்கள். இலவச உளுத்துப்போன அரிசியை வாங்கவும், உடுத்த உடைகள் வாங்கவும் மானம் மரியாதையை அடகு வைத்துவிட்டு ஆண்களும் பெண்களும் வரிசையில் நிற்க சண்டை யிடுவார்கள். இலவசங்களின் மேல் பேராசை கொள்வார்கள். தான் விதைத்து அறுவடை செய்யும் விளைபொருட்களின் பயன்பாடு அறியாமலேயே விளைவித்து விற்று வாழ்வார்கள். அதே பொருட்கள் பெயர் மாறி கவர்ச்சியாக அவர்களிடத்திலேயே சந்தைப்படுத்தப் படும், இன்னது என்று தெரியாமலேயே சொன்ன விலை கொடுத்து வாங்குவார்கள். சாத்திரங்கள் சம்பிரதாயமாக மாறிப்போகும். தங்கள் காடுகளையும், தோட்டங்களையும், வயல்களையும் தரிசாகப் போட்டுவிட்டு, இதைவிடவும் தரிசான பாலைவனங் களில் போய் வேலை செய்து மடிவார்கள். கிணறுகள் அனைத்தும் இடிந்து மஞ்சணத்தி செடிகள் முளைத்துக் கிடங்குகளாக மாறிப் போகும். விவசாயம் தொழிலாகவும், ஆடு-மாடு வளர்ப்பு உபதொழி லாகவும், இருந்த நிலை மாறி, ஆடு மாடு வளர்ப்பு தொழிலாகவும், விவசாயம் உபதொழிலாகவும் மாறிப் போகும். ஆதியில் அனைவரும் மேய்ச்சல் தொழில் செய்தது போல் சம்சாரிகள் ஆதிவாசிகளாக மாறி ஆடு மாடுகள் வளர்ப்பர். இதுவரை கண்டறி யாத பெயர் தெரியாத நோய்களுடன் மக்கள் திண்டாடுவர். சிரிப்பும், குதூகலமும் அற்றுப் போகும். காரணம் இல்லாமலேயே ஒருவரை யொருவர் முறைத்துக்கொண்டு திரிவார்கள். பூமிகளில் துளையிட்டு சல்லடையாய் உறிஞ்சியும் தண்ணீர் கிடைக்காமல் மக்கள் நாவறட்சியுடன், குடங்களைத் தூக்கிக்கொண்டு ராப்பகலாய்

அலைவார்கள். விதைத்தும் பயிர் முளைக்காத பாத்திகளில் வீணாகப் பாயும் தண்ணீரைப் போல், ஆண்களின் இந்திரியங்கள் பெண்களின் யோனிகளில் வீணாகப் பாயும். பயிர் முளைக்காத பாத்திகளாக்கப்பட்ட யோனிகள் எப்போதும் வறட்சியுடன் தண்ணீருக்காகக் காத்திருக்கும். காதல் மறையும், காமம் மேலோங்கும். கொலைகள் பெருகும். உழைக்கும் இடம் தேடி ஊர்மக்கள் குடிபெயர்ந்து செல்வார்கள். முதியோர்கள் தனித் திருப்பார்கள். மரணத்திற்குப் பயப்படமாட்டார்கள், மாறாக தங்களை வாட்டும் தனிமைக்குப் பயப்படுவார்கள். உறவுகளின் பேச்சுக்கள் காற்றில் மிதந்துவந்து செவிகளில் ஒலிக்கும். கண்கள் அந்த ஒலிகளுக்குச் சொந்தமான முகங்களைக் கற்பனையில் கண்டு களிக்கும். பக்கத்து வீட்டில் என்ன நடக்கிறது என்று அடுத்த வீட்டுக்காரனுக்குத் தெரியாது. ஆனால் பல்லாயிரம் மைல்களுக்கு அப்பால் உள்ள நிழலுருவுடன் பேசிக்கொண்டிருப்பான். நாகரீகத்தைப் போலவே வர்ணபேதமும் அசுரத்தனமாய் வளரும். விதைக்க விதைகள் உங்கள் கைகளில் இருக்காது. பயிரை வளர்க்கும் உரங்கள் உங்கள் கைகளில் இருக்காது. நாசம் செய்யும் பூச்சிகளைக் கொல்லும் மருந்துகள் உங்கள் கைகளில் இருக்காது. விதைப்பதற்கு பயிர்க்கடன் அரசு தரும். விளைபொருட்களுக்கு விலை உங்கள் கைகளில் இருக்காது. அரசு தரும் இலவசங்களைப் பெற்றுக்கொள்ள சம்சாரிகளின் கைகளில் திருவோடுகள் இருக்கும். மொள்ளமாறி, முடிச்சுமாறி, சவடால் பேர்வழிகள், வெய்யில் அறியாதவன், கூட்டி விடுபவன், வெட்கமறியாதவன் இவர்களின் கைகளிலும், கழுத்துக்களிலும் பொன் நிறைந்திருக்கும்.'

'சொல்லிட்டியா இன்னும் சொல்லணுமா? விடியவிடிய இப்பிடியே பேசிட்டு இருந்தா எப்பிடிக் கூடி சாவ.'

'என்னுடைய நேரம் எனக்குத் தெரியுண்டா மூக்கா. எதுக்கு அவசரப்படுற. இப்ப ஆருமே எம் பின்னால வரக்கூடாது. காலைல தான் வரணும். அப்படியே குழியில போட்டு மூடுறது ஒன்னுதான் ஒங்க வேல.'

விருட்டென்று எழுந்து குப்பாண்டிசாமி சமாதியை நோக்கி வேகமாகப் போனார். இருட்டைக் கிழித்துக்கொண்டு அழுகைச் சத்தங்களும் ஒப்பாரிகளும் நிறையக் கேட்டன. இருட்டில் உருவ நடமாட்டம் மறைந்து விட்டது. ஊரில் பாதிப்பேர் உறங்கினார்கள். பாதிப்பேர் உறங்காமல் குப்பாண்டிசாமியின் சாவுக்காக காத்திருந் தார்கள். இரவு நீண்டுகொண்டிருந்தது. சமாதியிலிருந்து எந்தவொரு சத்தத்தையோ நடமாட்டத்தையோ காணவில்லை. சாமி பேசி

முடித்துவிட்டுப் போன பின்பு ரொம்பவும் வருத்தப்பட்டவன் நீர்ப்பாய்ச்சிதான். மடைச்சாவியை மூக்காவிடம் ஒப்படைத்த பிறகு சாமியுடன்தான் நிறைய்ய நேரம் செலவிட்டான். மாமன் மச்சினமார்கள்கூட, குப்பாண்டிசாமிகூட நீயும் சேர்ந்து சாகப் போறயா என்று கேலி பண்ணினார்கள்.

குப்பாண்டிசாமியின் கவலை முழுவதும் ஊரைப் பற்றியது என்பது நீர்ப்பாய்ச்சிக்கு நன்றாகத் தெரியும். தெய்வங்களையும், சாமிகளையும், கடவுள்களையும், சாத்திர சம்பிரதாயங்களையும், பெரியவர்களையும், பண்டாரங்களையும், பரதேசிகளையும் மதிக்காத ஒரு கூட்டம் தலையெடுத்து வருவதையும், அதனால் ஏற்படப் போகும் கலாச்சாரச் சீரழிவுகள் பற்றியும் சாமி நன்றாகப் புரிந்து வைத்திருந்தது. அதைப் பற்றி தன்னிடம் பலமுறை பேசியதையும் வருத்தப்பட்டதையும் நீர்ப்பாய்ச்சி நினைத்துக் கொண்டான். கண்மாய் நாசமாகி நீராதாரம் கெட்டுப் போனவுடன் சாமி தன்னிடம் அழுததையும் நினைத்துப் பார்த்தான்.

எப்போது விடியும் என்று காத்திருந்த உறவுகள் சமாதியை நோக்கி ஓடினார்கள். குப்பாண்டிசாமியை எங்கேயும் காண வில்லை. சமாதி முழுக்கத் தேடினார்கள். சுற்றிலும் நான்கு பக்கமும் தேடினார்கள். பூவரசு மரத்தடியில் பழுத்து உதிர்ந்த இலைகள்தான் நிறைந்து கிடந்தன. மறுபடியும் சமாதிக்குள் நுழைந்தபோது தன்னைப் புதைப்பதற்காகத் தோண்டி வைத்திருந்த புதைகுழி நன்றாக மூடப்பட்டிருந்தது. மண்வெட்டியும் கடப்பாரையும் பக்கத்தில் இருந்தன.

படுத்துக்கொண்டு தானாகக் குழியை மூட முடியுமா? குழியை மூடியபின்பு எப்படி குழிக்குள் போயிருக்க முடியும்? வேறு யாருமே இங்கு வரவில்லையே, பிறகு எப்படி இது சாத்தியம். கூட்டம் குழம்பிப் போய் நின்றது. நன்றாக விடிந்து விட்டபடியால் ஊர் முழுவதும் அங்கே கூடிநின்றது. பலபேர் பலவாறாகப் பேசிக் கொண்டிருந்தார்கள். குழியை மூடுவதற்கு எங்கேயிருந்து மண் தோண்டப்பட்டுள்ளது என்று தடயம் தேடினார்கள். எங்கேயும் கிடங்கு காணப்படவில்லை. அப்படியே தூரத்தில் தோண்டி யிருந்தாலும் மண்ணைக் கொண்டு வரக் கூடை வேண்டுமே என்று கூடையைத் தேடினார்கள். எப்படியோ தான் வெட்டி வைத்திருந்த குழியை நிரப்பிவிட்டு எங்கேயாவது போயிருப்பான், அல்லது ஒளிந்து கிடப்பான் என்று பேசினார்கள்.

‘எதுக்கு வளவளனு பேசிக்கிட்டு, குழியத் தோண்டிப் பாத்துருவம் அடியில இருந்தா மறுபடியும் மூடியிருவம், இல்லனா எங்கயாவது

தேடிப் பார்ப்பம்.'

'அதுவும் சரிதான்.'

'சின்னப் பயல்களுக்குத் தக்கன எதையுமே பேசாதிகடா, மூடுன குழியத் தோண்டக் கூடாது, சுடுகாட்டுக்குக் கொண்டுபோன பிணம் பிழைச்சு எந்திருச்சாலும் அடிச்சுக் கொன்னு பொதைக்கணும். இல்லனா ஊரு கட்டமண்ணாகிப் போகும், அதனால குழிய தோண்டிப் பாக்கக் கூடாது.'

'அது சரி, அப்ப இந்தக் குழிய மண்ணப் போட்டு மூடுனது யாரு, செத்துப் பெறவு படுத்துக்கிட்டே மண்ணப் போட்டு மூட முடியுமா?'

'இத்தனாம் தேதி, இத்தன மணிக்கு, இன்ன கெழம எனக்கு சாவு வரும்னு சொல்லத் தெரிஞ்ச ஒருவனுக்கு, தானா குழிய மூடுற வழிய கடவுள் சொல்லிக் குடுத்திருப்பாரு, இல்ல கடவுளே வந்து மூடிட்டுப் போயிருப்பாரு.'

நீர்ப்பாய்ச்சியின் பதிலைக் கேட்டு கூட்டம் மௌனமாகிப் போனது. பக்கத்தில் கிடந்த மாலையை எடுத்துக் குழியின் மேல் போட்டான் குப்பாண்டிசாமியின் மூத்தமகன். இன்றைக்கே குழியைச் சுற்றி கல்லறை கட்டிவிடுங்கள் என்று சொன்னான் நீர்ப்பாய்ச்சி. எவ்வித பேச்சுமின்றி மௌனத்தைச் சுமந்துகொண்டு அனைவரும் வெளியேறினர். குப்பாண்டிசாமி தன்னைக் குழிக்குள் எப்படி அடக்கிக்கொண்டது, பின்னர் எப்படி மண் போட்டு மூடியது என்பதற்கு விடையாக கடவுளை நினைத்துக்கொள் வதைத் தவிர வேறு காரணங்கள் தெரியவில்லை.

மூன்றே நாட்களில் குப்பாண்டிசாமிக்கு கல்லறை கட்டி விட்டார்கள். சமாதி கோவிலைப் போல் ஜொலித்துக் கொண் டிருந்தது. உயிருடன் சமாதியாகிப் போனவன் என்பதால் கூட்டம் பயபக்தியுடன் வழிபட்டுச் சென்றது. வெளியூர் ஆட்களும் வந்து போனார்கள். விவசாய வேலைகள் இல்லாததால் போன வருஷம் வடநாட்டுக்கு கரெண்ட் கம்பிக்கு குழி தோண்டுகிற வேலைக்குப் போன மாடசாமி ஒரு வருடம் கழித்து ஊருக்கு வந்திருந்தான். முதன்முதலாக சூட்டும் கோட்டும் போட்டு வந்ததோடு அவன் கையில் ஒரு சின்ன ரேடியோ பெட்டி இருந்தது. பஞ்சாயத்து போர்டு ரேடியோ படிக்கிற அத்தனை பாடல்களையும் அது படித்ததோடு யூரியா உப்பு, பாக்டம்பாஸ் உரம் போடுவது எப்படி என்பது பற்றியும் ஓயாமல் சொல்லியது. இளவட்டங்கள் மாட சாமியின் பின்னால் சுற்றினார்கள். மாடசாமியுடன் இந்தி பேசுகிற ஒருவனும் உடன் வந்திருந்தான். அவன் வேறு ஆட்களை வேலைக்கு

கூட்டிச் செல்வதற்காக வந்திருக்கிற லைன்மேன் என்று மாடசாமி சொன்னான். இளைஞர்கள் போட்டி போட்டுக்கொண்டு அவனுடன் புறப்பட்டார்கள். முப்பது இளவட்டங்கள் அவனுடன் புறப்பட்டுப் போனதையும், மாடசாமியும் லைன்மேனும் புரியாத பாஷையில் பேசி அடிக்கடி சிரித்துக்கொள்வதையும் கூடியிருந்தவர்கள் ஆச்சரிய மாகப் பார்த்தார்கள்.

'அவங்க ஒரு நாட்டுக்குப் போனா, நம்ம வேற ஒரு நாட்டுக்குப் போக வேண்டியதான். இங்க ஊர்ல என்ன இருக்கு, ஊரு சுடுகாடாகிப் போச்சு, இனிமேப்பட குடிதண்ணிக்கே லோல் படணும். காடு கரைக வயக்காடு தோட்டம் எல்லாமே தரிசாக் கெடக்கு, எத்தன மழ பேஞ்சு என்ன செய்ய, கண்மாய்ல தண்ணி நிற்க எடம் வேணும்ல்ல. கண்மா கண்மா மாதிரியா இருக்கு. வனமா மாறிப் போச்சு. முள்ளும் மொடலும், வேலிக் கருவேல மரமும் கண்மாயவே மூடியிருச்சு. மடைக்கு மேல மண் மேடேறிப் போச்சு. தண்ணி நிக்கவே எடமில்ல. மழைத் தண்ணி அம்புட்டும் வல்லிசா ஓடை வழியா வெளியேறி வீணாப் போகுது. கலுங்கல் பலகை இத்துப் போச்சு, புதுப் பலக வாங்கி அடச்சாத்தான தண்ணி நிக்கும். விடிய விடிய ஒழுக்குத் தண்ணி போகுது, கண்மாய்ல தண்ணி இல்லனா கெணத்துல தண்ணி தலகீழா கொறஞ்சுடும். எவ்வளவு ஆழம்தான் கெணறு தோண்ட? முந்தியெல்லாம் நம்ம ஊர்ல எல்லாக் கெணத்து தண்ணியும் நல்ல தண்ணிதான், குடிக் கலாம், தேங்காப்பாலா இருக்கும். இப்ப கெணறு ஆழம் தோண்டத் தோண்ட எல்லாக் கெணத்துத் தண்ணியும் ரவர்த் தண்ணியா மாறி உப்பா கரிக்குது, வாய்ல வைக்க முடியல, இந்தத் தண்ணிக்கு வெள்ளாம எப்பிடி வளரும்? வேலிக் கருவேல மரம் தான் வளரும்.'

தினமும் ஜனங்கள் புலம்பித் தீர்த்தார்கள். ஓடைகள் இருந்ததற் கான அடையாளங்கள்கூட இல்லை. எல்லா ஓடைகளையும் வேலிக் கருவேல மரங்கள் அடைத்துக்கொண்டன. சரியான நேரத்தில் வந்து புளிமூட்டை கரிமூட்டம் போட்டான். புளி மூட்டை எந்த ஊரிலிருந்து வந்தவன் என்றோ, யாரென்றோ கூடத்தெரியாது. கண்மாய்க்கரையை ஒட்டி கரிமூட்டத்திற்கு இடம் தேர்வு செய்து கொடுத்தான் மூக்காண்டி. முதன் முறையாக தங்கள் காடு கரைகளில் மட்டுமே வேலை செய்த மக்கள், கூலிக்கு வேலை செய்தார்கள். சீமைக்கருவேல மரங்கள் போக கண்மாய்க் குள்ளிருந்து நாட்டுக் கருவேல மரங்களும் கரிமூட்டத்திற்கு வெட்டப்பட்டன. வாட்ச் மேன் முத்துச்சாமி கண்மாயை காவல் காப்பதற்குப் பதில் கண்மாயை அழித்துக்கொண்டிருந்தான். தலையில் வேலிக் கருவேல

மரக்கட்டுடன் வயக்காட்டின் வழியே கரிமூட்டத்தை நோக்கி வந்துகொண்டிருந்தான் நீர்ப்பாய்ச்சி. நெல்லும், வாழையும், கரும்பும், வெற்றிலைக் கொடிக்காலும் இருந்த அந்த இடம் சுடுகாடாய்க் கிடந்ததைப் பார்த்தான். கொக்குகளும், உள்ளானும், சிறகியும், மீன்கொத்தியும் எங்கே போய் ஒளிந்துகொண்டனவோ என்று நினைத்தான்.

ஊருக்குள் இன்னும் பல கட்டிடங்களை அரசாங்கம் கட்டிக் கொண்டிருந்தது. ஊரில் இருக்கும் அத்தனை பேருக்கும் இலவசமாக அரிசி, பருப்பு, எண்ணெய் தரப் போகிறார்கள் என்று சொல்லி, அதற்கான ஒரு கடை கட்டப்பட்டது. அப்புறம் சம்சாரிகளுக்கு வீரியமான விதைகளும், உரங்களும், பூச்சிக்கொல்லி மருந்துகளும் தருவதோடு பயிரிடுவதற்கு 'பயிர்க்கடன்' தருவதற்கும் சம்சாரிகள் தங்கள் நகைகளை அடகு வைத்துப் பணம் வாங்கிக் கொள்ளவும் ஒரு கட்டிடம் கட்டப்பட்டுக் கொண்டிருந்தது. நீர்ப்பாய்ச்சி மாதிரியான ஆட்கள் தினமும் புலம்பினார்கள்.

உருளைக்குடி ஊர் மெல்லமெல்ல வேறு மாதிரி மாறிக் கொண்டிருந்தது. படப்புக்கள் இல்லாத, கால்நடைகள் இல்லாத, கண்மாய், ஊருணி இல்லாத, கிணறுகளில் தண்ணீர் இல்லாத, தானியங்கள் குவிந்த களங்கள் இல்லாத, குப்பைக் கிடங்குகள் இல்லாத, மாட்டு வண்டிகள் இல்லாத, இளவட்டங்கள் இல்லாத, குமரிகள் இல்லாத, குழந்தைகள் இல்லாத முதியோர்கள் மட்டுமே வாழும் அனாதை இல்லமாக மாறிக்கொண்டிருந்தது.

ஊர் மாறியது மாதிரியே வீடுகளும் மாறிவிட்டன. உழுவதற்கு கலப்பை இல்லை. தண்ணீர் இறைக்க கூனையில்லை. மீன் பிடிக்க தூண்டில் இல்லை, தூரி இல்லை, பத்தல் இல்லை, வலை இல்லை. மண் அள்ள மண்வெட்டி இல்லை. கடப்பாறை இல்லை. ஆனால் அனைவர் வீடுகளிலும் சூரிக்கத்திகளும், வீச்சரிவாளும், வேல் கம்புகளும், தேவைப்பட்டால் தயாரித்துக்கொள்ள வெடிமருந்தும், ஆணியும், நொறுக்கிய பிளேடுகளும் இருக்கின்றன. ஏழெட்டு அரசியல் கட்சிக் கொடிகள் பறந்து ஊரை அலங்கரிக்கின்றன. எல்லா அரசியல் கட்சிக் கொடிகளுக்கும் உயரமாகப் பறக்கிறதே அதுதான் ஜாதிக்கட்சியின் கொடி. உயரமாகப் பறப்பதோடு பட்டொளி வீசிப் பறக்கிறது.

சின்னாத்துரைக்குப் பதிலாக மூக்காண்டி பஞ்சாயத்து தலை வராக ஒரு மனதாகப் போட்டியின்றி தேர்ந்தெடுக்கப்பட்டான். சுச்சி நாயக்கரின் ஆதரவும், பணபலமும் இருந்ததால் அவனை எதிர்த்து வேறு யாரும் போட்டி போடவில்லை. மிகமிக அமைதி

யாக நடந்து முடிந்தது தேர்தல். தன்னிகரில்லா தலைவராகிப் போனான் மூக்காண்டி.

தூத்துக்குடி மாவட்டத்தில் சரித்திரத்தில் இடம் பெற்ற ஊர்களில் முக்கியமான ஊர் உருளைக்குடி. கட்டாயம் பார்க்க வேண்டிய ஊரும்கூட. ஊருக்குள் நுழைந்த உடனேயே, உருளைக்குடி பஞ்சாயத்துத் தலைவர் மூக்கா அவர்கள் உங்களை அன்புடன் வரவேற்கும் போர்டு கண்ணில்படும். அடுத்து நாலெட்டு வைத்தவுடனேயே பிரம்மாண்டமான கலைவேலைப் பாடுகளுடன் கூடிய ஒரு பெரிய அலங்கார வளைவு உங்களை வரவேற்கும். அதன் அருகில் இருக்கும் போர்டில் எழுதப்பட்டுள்ள வாசகங்களைப் படித்து முடித்த பின்னர்தான் ஊருக்குள் நுழைய முடியும். அதற்கு முன்னால் இருபக்க தூண்களிலும் இரண்டு நரிவால்கள் தொங்குவதை நீங்கள் பார்க்கலாம். இப்போது போர்டை வாசியுங்கள்.

'நரி வேட்டையர்கள் வாழ்ந்த ஊர் இவ்வூர். சங்க இலக்கியங் களிலே நரிவேட்டை பற்றியும், நரி வேட்டையின் கடுமை பற்றியும், அதில் வெற்றி பெற்றவர்கள் பற்றியும் குறிப்புக்கள் உள்ளன. அந்த வரிசையில் நரி வேட்டையில் இவ்வூர் சிறந்து விளங்கியது என்பதற்கும், நரிவேட்டையில் புகழ் பெற்ற வீரத் தமிழர்கள் இவ்வூரில் வாழ்ந்தார்கள் என்பதற்கும், இதோ உங்கள் முன்னால் தொங்கும் நரியின் வால்களே சாட்சி.'

கரிசல் காடுகளிலே
கன்னி நாய் வம்சம் கொண்டு
நரிகளை வேட்டையாடிய
வீரர்கள் வாழ்ந்த ஊர் இவ்வூர்.

- மூக்கா, தலைவர், உருளைக்குடி பஞ்சாயத்து.

அடுத்ததாக தெரிகிறதே ஒரு சிலை. அதன் கீழ் உள்ள வாசகத்தையும் படித்துப் பாருங்கள்.

கலைகளின் காவலன்
கரகாட்டத்தை மீட்டெடுத்து
உயிர் கொடுத்த உத்தமன்
சின்னாத்துரை

- மூக்கா, தலைவர், உருளைக்குடி பஞ்சாயத்து.

அடுத்த சிலையை நீங்கள் அவசியம் பார்க்க வேண்டும். ஏனென்றால் அது ஒரு பெண் சிலை.

நாட்டியத் தாரகை
கரகாட்டத்திற்கு உயிர்

கொடுத்த உத்தமி
கற்புக்கரசி கலைமாமணி
தச்சநல்லூர் சாரதா.
- மூக்கா, தலைவர், உருளைகுடி பஞ்சாயத்து.

***

இனிமேல், நீங்கள் ஊருக்குள் போகலாம். போகாமலும் இருக்கலாம். ஏனெனில் நீங்கள் யாரைத்தேடி வந்தீர்களோ அவர் நிச்சயம் வீட்டிலோ, காட்டிலோ இருக்கமாட்டார். இடதுபுறம் திரும்பிப் பாருங்கள், நின்றுகொண்டும் உட்கார்ந்துகொண்டும் படுத்துக்கொண்டும் ஒரு கூட்டம் தெரிகிறதா? அங்கேதான் நிச்சயம் இருப்பார். நிதானத்துடன் இருந்தால் பாருங்கள், பேசுங்கள். சில வருடங்களாக எல்லா கிராமங்களும் நிதானத்தை இழந்து விட்டதோடு, நிதானத்தை இழந்து வாழவும் பழகிக் கொண்டுவிட்டன.

෴